ஃபிரஞ்சியர் ஆட்சியில் புதுச்சேரி:
நாடும் பண்பாடும்
(1815—1945)

ஃபிரஞ்சியர் ஆட்சியில் புதுச்சேரி: நாடும் பண்பாடும்

[1815–1945]

எம்.பி. இராமன் @ இராமானுசம் (பி. 1949)

பேரா. எம்.பி.ஆர். கல்வியாளர்; அறிவியல் ஆய்வறிஞர்; சுற்றுச்சூழல் ஆர்வலர், ஆய்வாளர்; அறிவியல், தொழில்நுட்ப ஆய்வரங்கக் கருத்தாளர்; அறிவியல் விழிப்புணர்வுப் பரப்புரைஞர்; பேச்சாளர்; அறிவியல் தமிழ் எழுத்தாளர்.

2004இல் *ஜூனியர் விகடன்* இதழில், இவர் எழுதிய சூழல் விழிப்புணர்வுத் தொடரான *அச்ச ரேகை தீர்வு ரேகை*, உலகளாவிய வரவேற்பைப் பெற்றது; அவ்விதழின் 25 ஆண்டுப் பயணத்தில், ஒரு மைல் கல் படைப்பாகத் தெரிவு செய்யப்பட்டது.

1994இல் ‘பரம்பரை தொடரும் பாதை’ என்னும் நூலுக்கு, தமிழ்நாடு அறிவியல் பேரவையின் ‘சிறந்த அறிவியல் எழுத்தாளர் விருது’, 1999இல்; ‘சூழல் படும் பாடு’ நூலுக்குப் புதுவை அரசின் ‘கம்பன் புகழ்ப் பரிசு’, 2006இல் ‘அச்ச ரேகை தீர்வு ரேகை’ நூலுக்குப் புதுச்சேரி கூட்டுறவுப் புத்தகச் சங்கத்தின் ‘சிறந்த எழுத்தாளர் விருது’, 2014இல் ‘கடவுள் காக்கும் காடு’ நூலுக்குத் திருப்பூர் தமிழ்ச் சங்கத்தின் ‘சிறந்த சிறுவர் இலக்கியம் விருது’ ஆகியவை இவரது எழுத்து வன்மைக்குக் கிடைத்த அங்கீகாரங்கள்.

மாநில, தேசிய அளவில் கல்வி, அறிவியல் சுற்றுச்சூழல் சார்ந்த நிபுணர் குழுக்களிலும் உறுப்பினராகப் பங்களித்துள்ளார். அறிவியல், சமூக விழிப்புணர்வுப் பணிகளுக்காகப் புதுவை அரசின் ‘சுற்றுச் சூழல் விருது (1997)’, புது தில்லி, தேசிய சுற்றுச் சூழல் ஆயம் வழங்கிய ‘சுற்றுச் சூழல் சாதனையாளர் விருது’ (2005), ஜார்க்கந்து மாநிலம், பன்னாட்டுச் சுற்றுச் சூழல் தகவல் தொடர்புப் பேராயம் வழங்கிய ‘பேராசிரியர் ஓடம் பொற்பதக்கம்’ (2007), மதுரை முத்து அறக்கட்டளையின் ‘வாழ்நாள் சாதனையாளர் விருது’ (2016) உட்படப் பதினான்கு விருதுகளைப் பெற்றுள்ளார்.

2005 முதல் ஐக்கிய நாடுகளின் சுற்றுச் சூழல் பராமரிப்புச் செயல்திட்ட நிறுவனத்தின் உறுப்பினர். 2007 முதல் 2016 வரை புதுச்சேரி அரசில், மாநில சுற்றுச்சூழல் தர மதிப்பீட்டு நிபுணர் குழுவின் தலைவர்; 2014 முதல் புதுச்சேரி அரசு உயர்கல்வி ஆலோசனைக் குழு உறுப்பினராக பணியாற்றிவருகிறார்.

அலைபேசி: 94420 67567

மின்னஞ்சல்: *mpraman@gmail.com*

எம்.பி. இராமன்

ஃபிரஞ்சியர் ஆட்சியில் புதுச்சேரி: நாடும் பண்பாடும்
(1815–1945)

காலச்சுவடு பதிப்பகம்

● அன்பார்ந்த வாசகருக்கு,

வணக்கம்.

காலச்சுவடு நூலை வாங்கியமைக்கு நன்றி.

நூலின் உள்ளடக்கம், உருவாக்கம், அட்டைப்படம் இன்ன பிற அம்சங்கள் பற்றிய உங்கள் கருத்துகளையும் ஆலோசனைகளையும் காலச்சுவடு வரவேற்கிறது. தகவல், எழுத்து, வாக்கியப் பிழைகள் தென்பட்டால் கட்டாயம் தெரிவித்து உதவுங்கள். நூல் தயாரிப்பில் கடும் குறைபாடு இருப்பின் மாற்றுப் பிரதி உங்களுக்குக் கிடைக்கக் காலச்சுவடு ஏற்பாடு செய்யும்.

மின்னஞ்சல்: publisher@kalachuvadu.com

காலச்சுவடு நாகர்கோவில் தலைமையகத்துக்கும் கடிதம் அனுப்பலாம்.

தங்கள்
எஸ்.ஆர். சுந்தரம் (கண்ணன்)
பதிப்பாளர் — நிர்வாக இயக்குநர்

ஃபிரஞ்சியர் ஆட்சியில் புதுச்சேரி: நாடும் பண்பாடும் (1815–1945) ♦ ஆய்வு நூல் ♦ ஆசிரியர்: எம்.பி. இராமன் ♦ © எம்.பி. இராமானுசம் ♦ முதல் பதிப்பு: டிசம்பர் 2021, மேம்படுத்தப்பட்ட இரண்டாம் பதிப்பு: மார்ச் 2022, நான்காம் (குறும்) பதிப்பு: ஜூலை 2022 ♦ வெளியீடு: காலச்சுவடு பதிப்பகம் (பி) லிட்., 669, கே.பி. சாலை, நாகர்கோவில் 629001

frenciyar aaTciyil putucceeri: naaTum paNpaaTum (1815-1945) ♦ Research Work ♦ Author: M.P. Raman ♦ © M.P. Ramanujam ♦ Language: Tamil ♦ First Edition: December 2021, Revised Second Edition: March 2022, Fourth (Short) Edition: July 2022 ♦ Size: Royal ♦ Paper: 18.6 kg maplitho ♦ Pages: 384 + 24 (colour pages)

Published by Kalachuvadu Publications Pvt. Ltd., 669, K.P. Road, Nagercoil 629001, India ♦ Phone: 91-4652-278525 ♦ e-mail: publications@kalachuvadu.com ♦ Printed at Clicto Print, Jaleel Towers, 42 KB Dasan Road, Teynampet Chennai 600018

ISBN: 978-93-91093-09-9

07/2022/S.No. 1013, kcp 3636,18.6 (4) uss

காணிக்கை

எனது கல்வி, அறிவியல், இலக்கியப் பயணத்தின்
பல்வேறு கட்டங்களில்
என்னை ஊக்குவித்து, தங்களின் தோள்களின் மேல் சுமந்து,
ஊருக்கும், உலகுக்கும் வெளிச்சம் போட்டுக்காட்டிய ஆளுமைகள்,
அண்ணாமலைப் பல்கலைக் கழகப் பேராசிரியர்கள்
டி. கோவிந்தராசுலு,
எஸ். பன்னீர்செல்வம்,
க. ஆறுமுகம்,
மதுரை காமராஜர் பல்கலைக் கழகப் பேராசிரியர்கள்
ஜி. குழந்தைவேலு,
க. முத்துச்செழியன்,
விருதுநகர் செந்திகுமார நாடார் கல்லூரிப் பேராசிரியர்
மு. ஜெயக்குமார்,
பாரதியார் பல்கலைக் கழகப் பேராசிரியர்
செ. மணியன்,
கோவை கொங்குநாடு கலைக் கல்லூரிப் பேராசிரியர்
எஸ். பால்சாமி,
ஈரோடு சிக்கைய நாயக்கர் கல்லூரிப் பேராசிரியர்
எஸ். சரவணபாபு,
கோவை பேராசிரிய இணையர்
க. மணி – என்.எஸ். மாலதி,
சென்னைப் பல்கலைக் கழகப் பேராசிரியர்
ஆர். நாராயணசுவாமி (ஆர்.என்.எஸ்.)
ஆகியோருக்கு
நெஞ்சில் நிலைத்த நினைவுகளுடன்!

பொருளடக்கம்

	நன்றி	13
	முன்னுரை: ஒரு சொல் கேளீர்!	15
	வாழ்த்துரை	19
1.	பத்தொன்பதாம் நூற்றாண்டில் வாழ்க்கைத் தரம்	21
	1.1: திசை மாறும் ஃபிரான்சின் பயணம்	21
	1.2: வாழ்க்கை நிலையும் வளர்ச்சியும்	25
	1.3: சுற்றுச்சூழல் சீர்கேடும் பெருந்தொற்றுகளும்	44
	1.4: வளர்ச்சிப் பாதையில் புதுச்சேரி	51
	1.5: பல்துறை மேம்பாடுகள்	59
	1.6: புதுவையில் ஆன்மீகம்	74
2.	19ஆம் நூற்றாண்டில் அரசியலும் நிர்வாகமும்	83
	2.1: திசை மாறிய குடியேற்றம்	83
	2.2: பத்தொன்பதாம் நூற்றாண்டில் அரசியல் களம்	85
	2.3: அரசியல் போராட்டங்கள்	93
	2.4: ஃபிரஞ்சிந்தியாவில் தேர்தல்கள் நடந்த விதம்	99
	2.5: நாடு சண்முக வேலாயுத முதலியார்	103
3.	வடுக்களாய் மாறிய வழக்காறுகள்	110
	3.1: அடிமை முறை	110
	3.2: சதி எனப்பட்ட உடன்கட்டை ஏறுதல்	145
	3.3: வலங்கை – இடங்கைப் பிரிவுகள்	158
	3.4: தேவரடியார்கள் – தேவதாசிகள்	180
	3.5: தீண்டாமை	209

4. புதுவைக்குப் புகழ் சேர்த்த ஃபிரஞ்சியர்	217
4.1: லெ ழாந்தி – ஃபிரஞ்சு வானியல் அறிஞர்	217
4.2: கப்ரியேல் முவோ துய்ப்ரேய் (1885–1945)	223
4.3: தமிழ் வளர்ச்சிக்குப் பங்களித்த மூலியன் வேன்சான்	229
5. பெருமிதம் பேசும் எச்சங்கள்	234
5.1: அரசு மாளிகை (Palace du Governement)	234
5.2: செஞ்சித் தூண்கள் – சிற்பங்கள்	239
5.3: கோரிமேடு – பெயர்க்காரணம்	242
5.4: கல்லறை சொல்லும் கதைகள்	244
5.5: மிசியோன் அச்சகம் (The Mission Press)	247
5.6: ழாந்தார்க் (Jean D'Ark – Maid of Orleans)	249
5.7: உரிமைப் போராளி ஷொல்ஷேர் (Victor Schoelcher)	252
5.8: கலங்கரை விளக்கம் (Light House – Old)	254
5.9: வாராவதி அல்லது கடற்பாலத் தூண்கள் (Pillars of Pier)	256
5.10: பயணத் தேவதை (Goddess of Voyage/Travel)	257
5.11: போர் நினைவுச் சின்னம் (The War Memorial)	259
5.12: பெத்தாங்க் (Petanque) என்னும் உலோகக் குண்டு விளையாட்டு	265
5.13: இஸ்லாமியர் பள்ளிவாசல்கள்	268
5.14: ஆயி மண்டபம்	271
5.15: மூன்று மணிக்கூண்டுகள் (Clock Towers)	274
5.16: வீராம்பட்டினம் மறைப் பள்ளி	277
5.17: துய்ப்ளேக்சு சிலை	279
5.18: ஆனந்தரங்கப் பிள்ளை (1709–1761) மாளிகை – புதுவையின் பெருமிதம் (The Pride of Pudhuchery)	281
5.19: அருங்காட்சியகம் (Museum)	285
5.20: தாவரவியல் தோட்டம் (Botanical Garden)	290
5.21: ஃபிரஞ்சு ஆராய்ச்சி நிறுவனம் (Instituite Francaise – French Ins titute)	293
6. காணாமல் போன கருணை வடிவங்கள்	298
7. திருப்பங்கள் நிறைந்த 20ஆம் நூற்றாண்டு	303
7.1: தலை வாயிலில் நிலைமை	303
7.2: இந்தோசீனம் – போர் முனைக்குப் போகும் வாயில்	304

7.3: அந்நிய மண்ணில் இந்தியத் தேசியம்	309
7.4: உலகப் போர்களும் சமுதாய வளர்ச்சியும்	310
7.5: முன்னத்திப் போராட்டங்கள்	320
7.6: அரசியல் களம்: தோற்றத்தில் மாற்றங்கள்	348
7.7: ஃபிரஞ்சிந்தியாவும் ஃபிரஞ்சியரும் – ஒரு மதிப்பீடு	369
7.8: ஃபிரஞ்சுக் கலாச்சாரத் தாக்கம்	371
7.9: விடுதலையை நோக்கி	373

பின்னிணைப்புகள்

ஆய்வடங்கல் – தமிழ்	375

வண்ணப் படங்கள்

1. பத்தொன்பதாம் நூற்றாண்டில் வாழ்க்கைத் தரம்	385
3. வடுக்களாய் மாறிய வழக்காறுகள்	390
4. புதுவைக்குப் புகழ் சேர்த்த ஃபிரஞ்சியர்	395
5. பெருமிதம் பேசும் எச்சங்கள்	396
6. பிற படங்கள்	408

நன்றி

ஃபிரஞ்சியர் ஆட்சியில் புதுச்சேரி: நாடும் பண்பாடும் (1815–1945) என்ற இந்நூல் உருவாக்கத்தில் எண்ணற்ற நண்பர்கள் இதில் உற்சாகத்தோடு பங்களித்தனர்:

இந்நூல் உருவாவதில் ஆர்வம் காட்டி ஆக்கமும், ஊக்கமும் தந்த, இந்தியப் பாராளுமன்றத்தின் மாண்புமிகு புதுச்சேரி மாநிலங்களவை உறுப்பினர் திரு. நா. கோகுலகிருஷ்ணன், தேசியவாதி, மேனாள் சட்டப்பேரவை உறுப்பினர் தெய்வத்திரு. வெ. பாலன்,

தனது பன்னாட்டுப் பணிச்சுமைக்கிடையிலும், இந்நூலைத் தீரப் படித்துத் திருத்தங்களையும் ஆலோசனைகளையும் வழங்கிய வரலாற்றறிஞர், முனைவர் ஜெயசீல ஸ்டீஃபன், (இயக்குனர், இந்தோ – ஐரோப்பியவியல் ஆராய்ச்சி நிறுவனம்), புதுச்சேரி,

தகவல் களஞ்சியமாக விளங்கி, கேட்டபோதெல்லாம், கேட்டதற்கும் மேலாகவே தரவுகளைத் தந்துதவி, ஓர் இணை ஆசிரியரைப் போலவே என்னுடன் பயணித்த, கல்வித்துறை மேனாள் இணை இயக்குனர், எனது அரை நூற்றாண்டுக் கால நண்பர் முனைவர் அர்ஜுனன் இராமதாசு,

இந்நூலை முழுமையாகப் படித்து வாழ்த்துரை வழங்கிய, மண்ணின் மைந்தர், வரலாற்றறிஞர், சென்னை உயர் நீதிமன்ற மேனாள் நீதியரசர் தாவிதன்னுசாமி,

தொடக்கம் முதலே நூலாக்கத்தில் ஒல்லும் வகை யெல்லாம் உதவிக் கரம் நீட்டிவந்த, நலம் நாடும் நண்பர்கள், திருவாளர்கள் பா. முருகராஜா, பேராசிரியர் அர்ச்சுனன் அமுதன், கே.ஆர்.எஸ். மோகன்தாஸ்,

மெய்ப்புகள் நோக்கிச் செம்மைப்படுத்திய திருவாளர்கள், தமிழ்மாமணி கல்லாடன், பேராசிரியர்கள் சு. தில்லைவனம், சி. சத்தியசீலன், ஆ. வெங்கட சுப்புராய நாயகர், முனைவர் ப. பத்மநாபன், ந.மு. தமிழ்மணி,

படங்கள் சேகரிப்பில் பலவாறு கைகோர்த்த திருவாளர்கள் பகவான் இராஜா, நாராயண சங்கர், பாண்டிச்சேரி அருண், பிரபு @ பிரபாகர், தேசிய நல்லாசிரியர் இராமலிங்கம், நல்லாசிரியர் பாசூர் வெற்றிவேல், வரைகலை வாணர் சிவாஜி பிரேம்குமார்,

தேடலுக்குத் துணை நின்ற ஃபிரஞ்சு நிறுவன ஆய்வாளர் பாலச்சந்தர், நூலகர்கள் இராமானுஜம், சரவணன், நரேந்திரன், ஆவணக்களப் பொறுப்பாளர் இரமேஷ்குமார், சிவ. இளங்கோ, அரசு நூலகர் இராஜேந்திரன்,

இந்திய தேசிய கலை கலாசாரம் பாரம்பரியம் பராமரிப்பு அறக்கட்டளை (INTACH), பழங்காலப் புதுச்சேரி (Anciens de Pondichery) தேசிய மரபு அறக்கட்டளை (National Heritage Trust), ஃபிரஞ்சு அரசின் வலைத்தளமான கேலிகா (Gallica), அவற்றுடன், முகநூல்/வலைத்தளம் வாயிலாகப் பெற்ற தகவல்களுக்கும் படங்களுக்கும் உரிய, முகம் தெரியாத படைப்பாளிகள்,

தட்டச்சுப் பணியைத் தரமாகச் செய்த நயினார் மண்டபம், ஆதிலட்சுமி அச்சகத்தார், நேர்த்தியாகப் பதிப்பித்த காலச்சுவடு பதிப்பகம்,

மிகக் கவினுடன் அட்டைப்படம் வடிவமைத்த ம. ஸ்டெனோலின்,

என் கல்விப் பணியும், பொதுப்பணியும் தங்குத் தடையின்றி நடப்பதற்கு எஞ்ஞான்றும் துணை நிற்கும் எனது துணைவியார் திருமதி புஷ்பா உட்பட்ட குடும்பத்தினர் ஆகியோருக்கு என் நெஞ்சம் நிறைந்த நன்றிகளைப் பதிவிடுவதில் மட்டற்ற மகிழ்ச்சியடைகிறேன்!

நன்றி! வணக்கம்!

முன்னுரை

ஒரு சொல் கேளீர்!

"சரித்திரத் தேர்ச்சிகொள்" என்றார் மகாகவி பாரதியார். 'பிறந்த பொன்னாடு நற்றவ வானினும் நனி சிறந்தது' என்றதும் அவரே. அவரின் அறிவுரைப்படி நான் பிறந்த புதுச்சேரி பற்றித் தேடியறிந்த தகவல்களை 'ஃபிரஞ்சியர் காலப் புதுச்சேரி – மண்ணும் மக்களும் (1674–1815)' என்ற தலைப்பில் வெளியிட்டுள்ளேன். அதில், ஆசிய நாடுகளை நோக்கிவந்த ஐரோப்பியரின் வருகையையும், அவர்களுள், புதுச்சேரியைத் தலைமையகமாகக் கொண்டு ஃபிரஞ்சிந்தியாவை நிர்மாணிக்க ஃபிரஞ்சுக்காரர்கள் பாடுபட்டபோது ஏற்பட்ட அரசியல், சமுதாய நிகழ்வுகளையும், பதினெட்டாம் நூற்றாண்டின் முடிவில், தற்போதைய புதுச்சேரி உள்ளிட்ட ஃபிரஞ்சிந்தியாவின் எல்லைகள் வரையறுக்கப்பட்டது வரையில் விவரித்திருந்தேன். அவற்றுடன் சாமான்ய மக்களின் வாழ்க்கை நிலை பற்றியும் உள்ளிட்டிருந்தேன்.

1815இல் பாரிஸ் ஒப்பந்தத்தின் விளைவாக ஆங்கிலேயருக்கும் ஃபிரான்சுக்கும் இடையேயான பூசல்களும் போர்களும் முடிவுக்கு வந்தன. சக ஐரோப்பியரின் அச்சுறுத்தல் விலகிய நிலையில், ஆயுதப் போர்களின் அச்சமின்றி, ஃபிரஞ்சிந்தியாவில் சுதந்திரமாகச் செயல்படும் சூழ்நிலை உருவாகியது. ஆனால், கடந்தகாலத்தில் வென்றெடுத்த காலனியப் பகுதிகளைத் தக்கவைப்பது, புதுப்பிரச்சினையாக உருவெடுத்தது. ஆகவே அடுத்துவந்த 140 ஆண்டுகளின் வரலாறு, புதுச்சேரியை ஆண்ட ஃபிரஞ்சியருக்கும், இம்மண்ணில் வாழ்ந்த மக்களுக்கும் இடையேயான நிகழ்வுகளே.

இந்தியா பற்றிய, குறிப்பாக ஃபிரஞ்சிந்தியா பற்றிய ஐரோப்பியரின் பதிவுகள் பெரும்பாலும் ஐரோப்பிப் பெருமைகளையே பேசுகின்றன; அவர்களின் வீரசாகசங்களை விண்முட்டுமளவிற்கு விவரிக்கின்றன; அல்லது, நாட்டையும் நகரத்தையும் கோட்டை, கொத்தளங்களையும் ஐரோப்பியப் பாணியில் அமைத்தது பற்றிப் பெருமிதம் கொள்கின்றன; அதே

ஆட்சியில், வெள்ளையர் நகரத்தை ஒட்டி இங்கு வாழ்ந்த இந்தியர்களையும், அவர்களது வாழ்க்கை முறைகள் பற்றியும் கூறுவதைத் தவிர்த்தே வந்திருக்கின்றனர், ஒரு சிலரைத் தவிர.

அக்குறையைப் போக்குவதற்கான தேடல் சற்றுக் கடினமாகவே இருந்தது. இது பற்றிக் கூறும் எழுத்தாளர் ஜெயமோகன், "மக்களின் இயக்கங்களைக் கல்வெட்டு, செப்பேடு, இலக்கியம் வழியாக நாம் உருவாக்கும் வரலாறு என்பது தொகை வரலாறு. அரசர்களின் ஆட்சிக்காலம், படையெடுப்புகள், பெருங்கட்டுமானங்கள் நிகழ்ந்தமை ஆகியவை மட்டுமே அதிலுள்ளன. மக்களின் வாழ்க்கை நிகழ்ந்த விதம், பண்பாட்டு மாற்றங்கள், வரலாற்றை நிகழ்த்திய நுண்காரணிகள் அவற்றில் இருப்பதில்லை. அவற்றுக்கு நாம் இலக்கியப் பதிவுகளையே நம்பியிருக்கிறோம். இலக்கியம் காட்டும் வாழ்க்கை என்பது புனைவுத் தேவைக்கேற்ப உருமாற்றப்பட்டது. பெரும்பாலும் நேர்காலம் அதில் இருப்பதில்லை. ஆகவே அது நேரடிச் சான்று அல்ல. அதில் தற்செயலாகவே சமகால வாழ்க்கை இடம்பெறுகிறது. ஆகவே அதுவும் ஓர் ஊகமாகவே முன்வைக்கப்பட வேண்டும்" என்கிறார்.

ஃபிரஞ்சிந்திய வரலாற்றைப் பொறுத்தவரை, மக்களின் வாழ்க்கை பற்றிப் பேசும் ஆனந்தரங்கப் பிள்ளை, ரங்கப்ப திருவேங்கடம் பிள்ளை, முத்து விஜய திருவேங்கடம் பிள்ளை, இரண்டாம் வீரா நாயக்கர் ஆகியோரின் நான்கு நாட்குறிப்புகளுமே பதினெட்டாம் நூற்றாண்டோடு நின்றுவிடுகின்றன. ஃபிரஞ்சியர் ஆட்சியின் பத்தொன்பதாம் நூற்றாண்டிலும் இருபதாம் நூற்றாண்டின் முற்பகுதியிலும் புதுச்சேரியின், சமூகம், பண்பாடு குறித்தப் பதிவுகள் அரிதானவையே; கிடைக்கும் ஒரு சிலவும் (லெ ழாந்த்தி *1779;* மூவோ துய்ப்ரேய் *1935–55;* அனிமேஷ் ராய் *2008;* மெலாங்கின் *2015;* ஜெயசீல ஸ்டீஃபன், *2016,2018;* மொரே *2014, 2020*), ஆங்கில, ஃபிரஞ்சுப் பதிவுகளே. இத்தகைய உரைநடை இலக்கியப் பதிவுகள் மூலம் நகர்ப்புற வாழ்க்கை நிலையை உணர முடிந்தது.

ஆனால், நகரம் மட்டுமே சமூகம் அல்லவே; கிராமங்கள்தாமே உயிர்நாடி; அதைப் புரிந்துகொள்ள விரிவான பதிவுகள் இல்லாத நிலையில், தமிழ் கூறும் நல்லுலகம் இதுபற்றி இருட்டிலேயே இருந்துள்ளது. இந்தப் பின்னணியில், பேராசிரியர் சத்தியசீலனின் 'புதுச்சேரி நாட்டுப்புறப் பாடல்கள்' பற்றிய ஆய்வேடுகள் சமய சஞ்சீவிகளாக வந்துநின்றன.

கிராமச் சமுதாய அமைப்பையும் பண்பாட்டுக் கூறுகளையும் அறிந்துகொள்வதற்கு நாட்டுப்புறப் பாடல்களே சிறந்த கருவிகளாம். ஆழ் மனத்தின் குமுறல்களும் கொந்தளிப்பும் கொண்டாட்டங்களும் மடை திறந்த வெள்ளமெனக் கொட்டும்போது அதில் பொய்க்கும் புனைவிற்கும் இடமிருப்பதில்லை; பாலுணர்வைக்கூடப் பகிரங்கமாகவே பகிரும், கள்ளம் கபடமில்லாத வெள்ளந்தி மனங்களின் வெளிப்பாடுகள் அவை. நாட்டுப் புறப் பதிவு என்பது உள்ளதை உள்ளபடியே காட்டும் காலக்கண்ணாடி; அது மக்கள் இலக்கியம். அதிலிருந்துதான் பாமர மக்களின் கிராமியச் சமூகத்தைத் தேடிப்பிடித்தேன்; அதில் நியாயமும் நிதர்சனமும் இருக்கின்றன என்று உளமார நம்புகிறேன். இருப்பினும், அம்முயற்சியில், ஓரளவே வெற்றி பெற்றுள்ளதாக உணர்கிறேன்.

"வரலாறு என்பது மன்னர்களின் பரம்பரைக் கதை மட்டுமல்ல; அது கிளர்ந்தெழுந்து போராடும் உழைப்பாளிகளின், சுரண்டப்படுபவர்களின், சாமான்ய மக்களின் வாழ்க்கைக் கதை" என்பார் பிரபஞ்சன். அதைச் செயலில் காட்டிவருபவர் புதுச்சேரி வரலாற்றறிஞர் ஜெயசீல ஸ்டீஃபன் அவர்கள். இந்நூலில் மண்வாசனை வீசுவதற்கும், மக்களின் வாசமும் வழக்காறுகளும் அதிகம் விவரிக்கப்பட்டிருப்பதற்கும் அவரது ஆலோசனை உந்து சக்தியானது. நட்பாங்கிழமை தந்துவரும் நண்பர் அர்ச்சுனன் இராமதாசு அவர்களும் இந்நூலாக்கத்தில் பங்கேற்று இதைச் செம்மையுறச் செய்தார்.

பெயர்ச்சொற்களை உச்சரிப்பதில், ஆங்கிலம், ஃபிரஞ்சு மொழிகளுக் கிடையில் பலத்த வேறுபாடுகள் உள்ளன. குறிப்பாக, ஃபிரஞ்சுப் பெயர்களில் அத்தகையக் குழப்பங்கள் ஏற்படுவது இயல்பே. ஆகவே, அவரவர் மொழியிலேயே பெயர்களைக் குறிப்பிட்டு, வாசகரின் புரிதலுக்காக ரோமன் எழுத்துக்களில் அந்தப் பெயர்களை அடைப்புக் குறிகளுக்குள் கொடுத்துள்ளேன்.

முந்தைய பதிப்பான "ஃபிரஞ்சியர் காலப் புதுச்சேரி மண்ணும் மக்களும் (1674–1815) என்ற நூலின் தொடர்ச்சியாகவே இந்நூல் அமைந்திருக்கிறது. முற்காலத்தில் நிலவிய வழக்காறுகளும் சமூக நியதிகளும், இந்நூலின் காலம் வரையிலும் நீடித்திருந்தன; இன்னும் நீடிக்கின்றன. எனவே, எடுத்தியம்ப விரும்பும் மையக் கருத்துக்கான புரிதல் முழுமையடைய வேண்டுமென்ற நிர்ப்பந்தம் காரணமாக, கால வரையறைகளையும் தாண்டி விவரிக்கவேண்டியதாயிற்று.

புதுச்சேரியின் வரலாற்றை மாறுபட்ட கோணத்தில் விவரிக்கும் இது போன்ற முயற்சிகளைத் தமிழ் கூறும் நல்லுலகம் வரவேற்கும் என நம்புகிறேன்.

நன்றி! வணக்கம்!

எம்.பி. இராமன் @ இராமானுசம்

257, மூன்றாம் முதன்மைச் சாலை
மகாவீர் நகர், இலாசுப் பேட்டை
புதுச்சேரி – 605 008

வாழ்த்துரை

புதுச்சேரி என்றால் ஃபிரஞ்சியர் உருவாக்கிய தனித்துவமான கலாச்சாரம் கொண்ட பகுதி என்று பலரும் கருதுவதால் பயணிகள் பலரும் வந்து பார்வையிட்டுப் போகின்றனர். ஃபிரஞ்சுக்காரர்கள் அகன்ற பிறகு, புல்வாருக்குள் புதுச்சேரி ஏறக்குறைய பழைய வடிவத்திலேயே இருக்கிறது. ஆனால், அதன் சுற்றுப்புறம் முற்றிலும் மாறிவிட்டது. வெளியூரிலிருந்து மக்கள் வெகுவாகக் குடியேறிவிட்டதால், மக்களின் வாழ்க்கை முறையும் அடியோடு மாறிவிட்டது. எனவே, 'ஃபிரஞ்சியர் காலத்தில் புதுச்சேரிவாசிகளின் சடங்குகள், சம்பிரதாயங்கள், வாழ்க்கை நிலையை நேரடியாக அறிந்துகொள்ளும் வாய்ப்பு இல்லை. அந்தப் பழைய புதுச்சேரியை, நாமும், பின்வரும் சந்ததியினரும் நன்கு அறிந்துகொள்ளும் வகையில் இந்நாலில் விரிவாக வர்ணித்துள்ளார். ஏராளமான படங்களுடன் பழைய புதுச்சேரியை நம் கண்முன் தோன்றச் செய்திருக்கிறார். அவருக்கு எனது பாராட்டுகள். 'ஃபிரஞ்சியர் ஆட்சியின் பிற்பாதியில் புதுச்சேரியின் வரலாற்றை அறிய விரும்புவோர்க்கு இந்நூல் ஒரு வரப்பிரசாதம்! வாழ்த்துகள்.

லப்போர்த்து வீதி, புதுச்சேரி — **தாவிதன்னுசாமி**

26–01–2021 — *(மேனாள் நீதியரசர்)*

சென்னை உயர் நீதிமன்றம்

1

பத்தொன்பதாம் நூற்றாண்டில் வாழ்க்கைத்தரம்

1.1: திசைமாறும் ஃபிரான்சின் பயணம்

கி.பி. 1498இல் போர்த்துக்கீசிய மாலுமி வாஸ்கோடகாமா *(Vasco Da Gama)*, புதிய கடல் வழி கண்டுபிடித்ததன் விளைவாக ஐரோப்பியர்களின் கவனம் கீழ்த்திசை நாடுகளின்பால் திரும்பியது. அவற்றின் பல்கிப் பரந்த இயற்கை வளச்செழுமையால் கவரப்பட்ட அவர்கள், ஆசிய நாடுகளை நோக்கிப் படையெடுத்தனர். வாணிபம் தொடங்கி வளப்படுத்திக்கொள்ளுதல், காலூன்றிய பகுதிகளில் நிலைபெற்று, நாடு பிடித்துக் குடியேற்றப் பகுதியாக்கிக்கொள்வது, அதன் மூலம் அயல் நாடுகளில் கிறித்தவ மதத்தைப் பரப்புவது என்பனவே ஐரோப்பியர் களின் பொதுநோக்காகும். கிறித்தவ மதத்தின் இரு பெரும் பிரிவுகளான கத்தோலிக்கர், திருத்தமுறையாளர்கள் (புரோட்டஸ்டன்ட்) பிரிவினரிடையே முதன்மை பெறுவதற்கான போட்டிகள் தீவிரமாகி, ஐரோப்பிய நாடுகள் தங்களுக்குள்ளேயே அவ்வப்போது கடுமையாகப் போரிட்டுக் கொண்டன; ஆகவேதான், குடியேற்ற (காலனி) நாடுகளின் வரலாற்றில் நிகழ்ந்த அரசியல் மாற்றங்களும், அவற்றிற்கான தீர்வுகளும், ஐரோப்பியப் போர்களின் முடிவைப் பொறுத்தே நிர்ணயிக்கப்பட்டன.

ஸ்பெயின், போர்ச்சுகல், டச்சு (ஆலந்து), பிரிட்டிஷ் நாடுகளுக்குப் பின்னரே ஃபிரான்சு இந்தப் போட்டியில் குதித்தது. 1664இல் அரசின் ஆதரவுடன் கிழக்கிந்தியக் குழுமம் தொடங்கி, ஃபிரான்சு முன்னெடுத்த கீழ்த்திசைப் பயணம், 1668இல் வணிக இலக்குடன் சூரத்தில் வணிகத் தளம் வடிவில் காலூன்றியது. 1671இல் ஒரு கப்பல் படையுடன் வந்த ஃபிரெஞ்சுத் தளபதி ழாகொப் பிளாங்க்கே தெலாஃகே *(Jacob Blanquet de la Hay)*, சாந்தோமைக் கைப்பற்றியபோது அதன் நாடு பிடிக்கும் நோக்கம் தெளிவாயிற்று. 1673இல் பெலான்ழே தெ லெஸ்பினே *(Bellange de Lespinay)*, புதுச்சேரிக்குள்

நுழைந்தபோது, ஃபிரஞ்சிந்தியப் பேரரசிற்கான கால்கோள் நாட்டப்பட்டது. ஃபிரஞ்சியருக்கு முன்பே, ஆங்கிலேயர் நுழைந்து கொல்கத்தாவில் நிலைகொண்டிருந்தனர்.

இவ்விருபெரும் வல்லரசுகளும், தங்களின் ஆதிக்கத்தை விரிவாக்குவதற்காகவும், ஐரோப்பியப் போர்களின் பக்கவிளைவாகவும், இந்தியாவில் அடிக்கடி போர்க்களம் கண்டன. டெல்லியில் முகமதிய பாதுஷா, தென்னிந்தியாவில் கோல்கொண்டா, பிஜப்பூர் சுல்தான்கள், ஐதராபாத், ஆர்க்காடு ஆகிய கர்நாடக நவாபு நிஜாம்/சுபேதார் நவாபு ஆகியோரின் வாரிசுப் போர்களையும் தங்களுக்குச் சாதகமாக்கி, அணிசேர்த்துக் கொண்டனர். *1746–1748, 1749–1754, 1758–1763*ஆம் ஆண்டுகளில் நடந்த மூன்று கர்நாடகப் போர்கள் அதன் விளைவே. மேலும், சென்னை *(1746)* கடலூர் *(1748)*, புதுச்சேரியில் *(1748, 1761, 1778, 1793)* போர்கள், முற்றுகைகளின்போது அவர்கள் நேரடியாகவே மோதிக்கொண்டனர்.

ஐரோப்பியப் போர் நிறுத்த ஒப்பந்தங்கள்

*1693–99*இல் டச்சுக்காரர்களும், *1761–65, 1778–85, 1793–1815*ஆம் ஆண்டுகளில் மூன்று முறை ஆங்கிலேயரும், ஃபிரஞ்சிந்தியப் பகுதி களைக் கைப்பற்றி, ஃபிரான்சின் ஆதிக்க முயற்சிகளுக்கு முட்டுக்கட்டை போட்டுவந்தனர். எனினும், *1697*இல் ரிஸ்விக் உடன்படிக்கை – *(Traite de Ryswick), 1763*இல் பாரிஸ் ஒப்பந்தம் – *(Traite de Paris), 1783*இல் வெர்சாய் உடன்படிக்கை *(Traite de Versailles)*, பாரிஸ் ஒப்பந்தம் – *1814 (Traite de Paris)* மூலம், விதி *11*இன்படி, பழைய ஃபிரஞ்சிந்தியப் பகுதிகள் ஃபிரான்சுக்குத் திருப்பித் தரப்பட்டன. *1815*இல் சந்திரநகர் திரும்பக் கிடைத்தாலும், *1816*–டிசம்பர் *4*இல்தான் புதுச்சேரியும், *1817* ஜனவரி *14*இல் காரைக்காலும், பிப்ரவரி *22*இல் மாகியும், கடைசியாக, ஏப்ரல் *12*இல் ஏனாமும் ஒப்படைக்கப்பட்டன.

1814–பாரிஸ் ஒப்பந்த விதி *12*–இன் படி ஆங்கிலேய அரசு, வணிகம், பாதுகாப்பு துறைகளில் மிகவும் சலுகை காட்டப்படும் *(Most Favoured Nation)* என்று குறிப்பிட்டதால், ஃபிரான்சின் இராணுவ அமைப்புகளும், வணிக நடவடிக்கைகளும் கடுமையாகக் குறுக்கப்பட்டன. ஃபிரஞ்சிந்தியப் பேரரசு என்ற கனவு கலைக்கப்பட்டுவிட்டது. இதனால், பத்தொன்பதாம் நூற்றாண்டில், ஃபிரான்சின் அணுகுமுறையில் பெரும் மாறுதல்கள் நிகழ்ந்தன. குடியேற்றப் பகுதிகளை இராணுவ பலத்தால் அடக்கி அரசாண்ட நிலை நீடிக்காதென்பதால், அரசியல், நிர்வாகத் தளங்களில் சலுகை காட்டுவதுடன், பண்பாட்டுக் களத்தில் அன்பும், அக்கறையும் காட்டி அரவணைப்பது *(Acculturation)* போன்ற முன்னெடுப்புகள் மூலமே மக்களை இணக்கமாக்கிக்கொள்ளல் *(Assimilation)* தகும் என்ற உணர்வு மிகுந்தது. அதே சமயம், ஃபிரஞ்சுப் புரட்சியின் விளைவாக மக்களிடையே ஜனநாயகம் பற்றிய விழிப்புணர்வும், எதிர்பார்ப்புகளும் அதிகரித்தன. அதனால், இதுவரை அரசியலில் ஆதிக்கம் என்ற அணுகுமுறையை ஃபிரான்சு சற்றே மாற்றிகொண்டது. இதுகாறும் சற்று மெத்தனமாகவே நடந்துகொண்டிருந்த வளர்ச்சிப் பணிகள் மீது, குறிப்பாக, வணிக மேம்பாட்டிலும், வேளாண்மை உற்பத்தியிலும், ஏற்றுமதியிலும் கவனத்தைத் திருப்பியது. சுருங்கக் கூறின், ஃபிரான்சு ஒரு நிர்வாகியாக மட்டுமே

இயங்கமுடியும், ஆட்சியாளர்களாக அல்ல என்றானது (அனிமேஷ் ராய் 2008: 67).

வணிகத்தில் நெருக்கடி

1815 மார்ச் 7இலும், 1818 மே 13இலும் செய்யப்பட்ட இரு ஒப்பந்தங்களால், உப்புக் காய்ச்சுவதும், அபினி வர்த்தகமும் தடை செய்யப்பட்டன. அதற்கு இழப்பீடாக, ஆண்டொன்றுக்கு 4000 லிவர் மட்டுமே தரப்பட்டது. வருமானம் குறைக்கப்பட்டதால், புதுச்சேரி அரசின் நிதி நிர்வாகம் நெருக்கடிக்குள்ளானது. எனவே, வணிக வளம் கொழித்து, ஃபிரான்சுக்கு வருவாயை வாரிக்கொட்டிய புதுச்சேரி, அதன் முக்கியத்துவத்தைத் தற்காலிகமாக இழந்து, குடியேற்றப்பகுதிகளுள் ஒன்றாக, மொரிசியசின் கீழ் இயங்கவேண்டியதாயிற்று. புதுச்சேரியில் உற்பத்தியாகியோ, இறக்குமதியாகியோ, இந்தியப் பகுதிக்குள் எடுத்துச் செல்லப்படும் பொருட்களுக்கு 16 விழுக்காடு சுங்க வரி விதித்து நிதி திரட்ட வேண்டியதாயிற்று. இருப்பினும், நிதிவளம் போதாமையால், விவசாயிகளின் எதிர்ப்பையும் மீறி, வேளாண் பொருட்களுக்கும் 50 விழுக்காடு வரி விதிக்கப்பட்டது (கீதா 2008; மெலாங்கின் 2015).

ஃபிரான்சிலும் நெருக்கடி

பொருளாதாரத்தை நிலை நிறுத்துவதற்குப் புதுப்புது உத்திகளைக் கையாளவேண்டிய நிலை ஃபிரான்சிலும் ஏற்பட்டது. ஐரோப்பாவில் சர்க்கரையின் பயன்பாடு அதிகரித்ததால், ஆப்பிரிக்கக் குடியேற்றங்களில் சர்க்கரை வணிகத்தை விரிவாக்குவதே அதன் முதன்மை இலக்கானது. எனவே, கரும்பு, காஃபித் தோட்டங்களில் பணி செய்வதற்குத் தேவைப்பட்ட அடிமைகளை 'ஒப்பந்தக் கூலிகள்' என்ற பெயரில், அறிவுறுத்தியும், ஆசை வார்த்தைகள் கூறியும், அடித்தும் உதைத்தும் ஏற்றுமதி செய்தனர். இதுகாறும் முறையற்று நடந்து வந்த அடிமை வியாபாரம், புதிய வடிவில் தழைத்தோங்கியது.

பத்தொன்பதாம் நூற்றாண்டின் பிற்பகுதியில், ஃபிரஞ்சியப் புதுச்சேரி பல்வேறு துறைகளிலும் பெரும் முன்னேற்றம் கண்டாலும், தொடக்கத்தில் ஆங்கிலேயரின் நிரந்தரக் கழுகுப் பார்வைக் கண்காணிப்பிலிருந்து தப்ப முடியவில்லை. ஒரு புதிய விடியலுக்காக அது கால் நூற்றாண்டுக்கு மேல் காத்திருக்க வேண்டியதாயிற்று (மெலாங்கின் 2015; ஜெயசீல ஸ்டீஃபன் 2019)

புதிய குடியேற்றப்பகுதிகள்

ருசி கண்ட பூனை பால் தேடுவதுபோல், மீண்டும் புதிய பகுதிகளைக் கைப்பற்றும் முயற்சியில் ஃபிரான்சு இறங்கியது. பழைய ஃபிரஞ்சுக் காலனிப்பகுதிகளில் இராணுவ நடவடிக்கைகள் மேற்கொள் வதைத்தான் 'பாரிஸ் ஒப்பந்தம்' தடைசெய்தது. எனவே, உலகின் மற்றத் திசைகளை நோக்கி ஃபிரான்சு பயணித்தது. பத்தாம் சார்லஸ் மன்னரின் முயற்சியால், 1830இல் அல்ஜீரியாவில் கால்பதித்து, பின்னர் மெக்சிகோ, சீனா பக்கம் பார்வையைத் திருப்பியது. 1858–67இல் கொச்சின் சீனாவைக் கைப்பற்றி நிலைகொண்டது.

மீண்டும் தழைக்கும் வணிகம்

வணிகத்தை ஊக்குவிப்பதற்காக, 1817இல் ஃபிரஞ்சிந்தியத் துறைமுகங்கள் சுங்க வரியில்லாத் துறைமுகங்களாக அறிவிக்கப்பட்டன. இதனால், வெளிநாடுகளிலிருந்து பொருட்கள் புதுச்சேரித் துறைமுகத் திற்குக் கொண்டுவரப்பட்டு, இங்கிருந்து வண்டிகள், கழுதைகள் மூலம் இலங்கை வரையிலும் விநியோகிக்கப்பட்டன (மெலாங்கின் 2015: 60). 1836இல் கலங்கரை விளக்கம் நிறுவப்பட்டது. அதிக அளவில், விரைவாகப்

சரக்குகளுடன் வண்டிகள்

கடற்கரையில் கைப்பிடிச் சுவர்

நீண்ட மணற்பரப்புடன் கலங்கரை விளக்கம்

மேரி, துறைமுக அலுவலகம்

வாராவதி படகில் சரக்கு

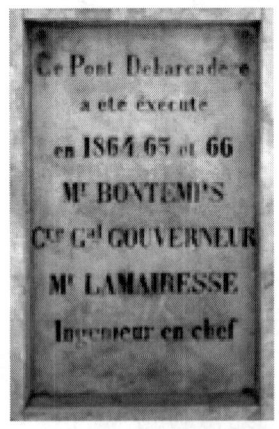
வாராவதி திறப்புக் கல்வெட்டு

பொருட்களைக் கையாளும்பொருட்டு, 1853இல் கடற்கரையோரம் நீண்ட கைப்பிடிச் சுவர் எழுப்பப்பட்டது. 1866இல் வாராவதி கட்டப் பட்டது. பருத்தியும், நிலக்கடலையும் பெருமளவில் பயிரிடப்பட்டு, ஃபிரான்சில், மர்செய், நாந்த்தே, போர்தோ பகுதிகளுக்கு ஏற்றுமதி செய்யப்பட்டன. 1869இல் சூயஸ் கால்வாய் திறக்கப்பட்டது; நீராவி எந்திரம் கண்டுபிடிக்கப்பட்டது. இதன் விளைவாக, காற்றின் திசையிலேயே அலை பாய்ந்து, எட்டு மாதங்கள்வரை நீண்ட பாய்மரக் கப்பல்களின் பயண நேரம், இரண்டே மாதங்களாகச் சுருங்கியது. இதனால் ஃபிரஞ்சுக் கடற்படையின் வலிமையையும், செல்வாக்கும் அதிகரித்தன. தொலைதூரக் கிழக்காசிய நாடுகளுடனான வணிகத்திற்கு வழி பிறந்ததால், ஏற்றுமதி இறக்குமதி சூடு பிடித்தது. 'கிழக்கு வாசல்' என்ற பழைய செல்வாக்கை, புதுச்சேரி மீட்டுக்கொண்டது (கீதா 2008; மெலாங்கின் 2015: 89).

பாரம்பரியம் மிக்கத் தூதரகக் கட்டடம்

மிகப் பழைய ஃபிரஞ்சுக் கட்டடம்

கடற்கரையோரத்தில், ஒரு கல்லறை இருந்த இடத்தில், 1751க்கு முன்னரே கட்டிய கட்டடத்தைத் தனியாரிடமிருந்து வாங்கிய பியர் அதிரியன் கொஞ்ஞே (*Pierre-Adrien Cognet*) என்ற வணிக நிறுவனம், அதைத் தனது அலுவலகமாகப் பயன்படுத்தி வந்தது. 1817இல், அரசு அதை வாடகைக்கு எடுத்து, அரசுச் செயலகமாகப் பயன்படுத்தி வந்தது. 1840இல் அரசு அதை விலைக்கு வாங்கி, 1843இல் இரண்டாவது தளத்தைக் கட்டித் தற்போதைய வடிவுக்குக் கொணர்ந்தது. 1954இல், ஃபிரஞ்சியரின் ஆட்சி முடியும் வரை அதுவே அரசுச் செயலகமாக இயங்கியது; விடுதலைக்குப் பின், அது ஃபிரஞ்சுத் துணைத் தூதர் அலுவலகமாகச் செயல்பட்டு வருகிறது. புதுவையில் இன்றளவும் பழைய பொலிவு மாறாமல் மிளிரும் பழைய பாரம்பரியக் கட்டடங்களுள் இதுவே தலையாயது.

1.2: வாழ்க்கை நிலையும் வளர்ச்சியும்

காலனி விரிவாக்க முயற்சிகள் பல தடைகளை எதிர் கொண்டதால், குடியேற்றப் பகுதிகளின் நிர்வாக மேம்பாட்டில் கவனம் திரும்பியது.

1816இல் நகரின் மொத்த மக்கள் தொகை இரண்டாயிரம் தான். அதில் வெள்ளையர்களின் எண்ணிக்கை சுமார் அறுநூறுதான். 1820இல் அது ஏறத்தாழ 40,000 பேராகப் பெருகியது. ஆங்கிலேயரின் ஆக்கிரமிப்பால் வெளியேறிய புதுவைவாசிகள் 1820–35 ஆன காலகட்டத்தில், பலரும் மீண்டும் திரும்பி வந்ததாலும், பஞ்சாலைத் தொழிலாளர்கள் குடியேறியதாலும் மக்கள் தொகை கிடுகிடுவெனப் பெருகியது. 1926இல் அதன் மக்கள்தொகை 1,75,070 பேர் (கீதா 2006: 30).

ஃபிரஞ்சுப் பதிவுகளோடு, ஆளுநர் எதுவார் மனே (Édouard Manès, 1886–1888) எடுத்த ஒளிப்படங்கள், நாட்டுப்புறப் பாடல்கள் ஆகியவற்றிலிருந்து அன்றைய சமூகத்தை உருவகிக்க முடிகிறது.

அன்றாட வாழ்க்கை

1871இல் ஃபிரான்சு, ஜெர்மனி நாடுகளுக்கிடையேயான போர் முடிவுக்கு வந்ததால், புதுச்சேரியின் அமைதியான சூழல் கருதிப் பல ஃபிரஞ்சியர் குடியேறினர்; அதுவும் விரைவில் குறைந்து போனது. 1827 ஜூலை மாதம் நகரம் அதிகாரப் பூர்வமாகக் கருப்பு, வெள்ளைப் பகுதிகளாக இரண்டாகப் பிரிக்கப்பட்டது. வெள்ளையர் அல்லாதோர் கிழக்கில் குடியேற முடியாதபடி தடைகள் விதிக்கப்பட்டன. கறுப்பு – வெள்ளை என்று பிரித்ததால், வெள்ளையர் பகுதியில் வீடுகள் ஃபிரஞ்சுப் பாணியிலேயே கட்டப்பட்டன. காற்று வசதிக்காக, உயரமான வாயில்கள், நெடிதான சன்னல்கள், வீட்டின் முன்பு தோட்டங்களுடனான வீடுகளை ஃபிரஞ்சியர் வடிவமைத்துக்கொண்டனர். சுவர்களிலும், மதில்களிலும் வெவ்வேறு விதமான பூவணிகள் அழகுக்கு அழகு சேர்த்து, அந்தப் பகுதிக்குத் தனித்துவமான தோற்றத்தைத் தந்தன. கோட்டையின் இடிபாடுகள் அகற்றப்பட்டு, சமதளமான ஒரு திடல் உருவானது. எஞ்சியிருந்த இடங்கள் இராணுவத்தினரின் பயிற்சிக்கும், வெள்ளையரின் கொண்டாட்டங்களுக்கும் பயன்பட்டன (பிஷார் 1988).

ஐரோப்பியர் பாணிக் கலப்பில் தமிழர் வீடு

ஃபிரஞ்சியர் வீடு (முன்புறம்)

அன்றாட வாழ்வில், கும்பல் கும்பலாகக் கூடிப் புகைபிடித்தவாறே ஆண்கள் உரையாடுவதும், வாய்ப்புக் கிடைத்தால், பெண்கள் வம்பளப்பதும் வழக்கமானது. வீட்டின் முன்புறத் தாழ்வாரத்தில் மேசைகள் போட்டு, 'பெலோத்' (Belote) எனப்படும் ஃபிரான்சின் மிகப் பிரபலமான சீட்டுக்கட்டு விளையாடுவதும், மாலை நேரங்களில் கடற்கரையில் காற்று வாங்க நடை பயில்வதுமாகப் பொழுது கழிந்தது. நடுத்தர வயதினர் 'பெத்தாங்' (Petanque) என்னும் உலோகக் குண்டு விளையாடி மகிழ்ந்தனர். கிறித்தவப் பண்டிகைகளிலும், வீட்டு விழாக்களிலும் அனைத்துப் பிரிவினரும், இனப் பேதமின்றிப் பங்கேற்று மகிழ்ந்தனர்.

உடைகள் அணியும் விதத்தில் ஐரோப்பியப் பாணியே தொடர்ந்தது. 'தொள தொள' முழுக்கால் சட்டையும், நீண்ட தடித்த மேல் அங்கியும் (கோட்டு) முதல் பார்வையிலேயே அவர்களைத் தனித்துக் காட்டின. தொப்பிக்காரர்கள் என்ற கலப்பினத்தவர் மட்டும் இந்திய வகை உடைகளையும் அணிந்தனர். ஆனால், சட்டைக்காரிகள் மேற்கிந்தியப் பாணியில், கவுன்களும் குட்டைப் பாவாடைகளும் மட்டுமே அணிந்தனர் (பிஷார் 1988; மெலாங்கின் 2015).

மக்களின் வாழ்க்கைத்தரம்

வீடுகளின் கட்டுமானத்தில் பாரம்பரியப் பாணியையே பெரும்பாலான தமிழர்கள் கடை பிடித்தாலும், பலரும் ஐரோப்பியப் பாணியையும் சேர்த்துக்கொண்டனர் (பிஷார் 1988). ஆனால், பழைய புதுச்சேரியின் ஊரமைப்பு வேதிய முறையில் பிரஃச்தரா (*Pras tara*) முறைப்படியும், வீடுகள் விராட் சம்கிதா (*Vrat Samhita*) நியதிகளின்படி படிக்கட்டு, வாசல், தாழ்வாரம், திண்ணையுடன் அமைந்ததாக ரவீந்திரன் (1988, 1990) கருதுகிறார்.

வெள்ளையர் – தமிழர் (இந்தியர்) தொடர்பு முன்புபோலவே பட்டும் படாமலுமே இருந்தது. வேலைக்காரர்கள், குறிப்பாகச் சமையல்காரர்கள், துப்புரவாளர்கள், பல்லக்குத் தூக்கிகள், குற்றேவல் புரிவோர் மட்டுமே ஐரோப்பியரது வீடுகளுக்குத் தினமும் சென்று வந்தனர்.

கிராமப்புற அமைப்பிலும், வாழ்க்கையிலும் பெரிதான மாற்றங்கள் தோன்றவில்லை; சற்றே அயல் நாகரிகத்தின் சாயல் தொற்றத் துவங்கியது. ஆனால், நகர்ப் புறத்தில் ஆடை, அணிமணிகளிலும், அன்றாடப் பழக்க வழக்கங்களிலும் அது வெளிப்படையாகவே தெரிந்தது. பேச்சு வழக்கில் ஃபிரஞ்சுச் சொற்கள் இயல்பாக வந்து விழுந்தன; நடுத்தரக் குடும்பத்தினர் கூட, ‘சட்டை மேல் சட்டை’ (கோட்) அணிவதைப் பெருமையாகக் கருதினர்.

சமூகப் பிரிவுகள்

தமிழர் நகரப் பகுதிகளில் வாழ்ந்தவர்களில் பெரும்பான்மையோர், சைவர்கள் எனப்படும் சிவபக்தர்களே. மதம் சார்ந்த பழைய அரசுக் கட்டுப்பாடுகள் தளர்த்தப்பட்டுவிட்டதால், கோயில்கள் பெருகின; திருவிழாக்களும் கொண்டாட்டங்களும் அமர்க்களப்பட்டன. சமூக அமைப்பிலும் மாற்றங்கள் தென்பட்டன. வழக்கம் போலவே, அரசுப் பணிகளிலும், ஆலய நிர்வாகத்திலும் பிராமணர்களின் தாக்கம் ஓங்கி யிருந்தது. தமிழ்க் கிறித்தவர் பலரும் அரசாங்கப் பணிகளில் சேர்ந்திருந்தனர். ஃபிரஞ்சு படித்திருந்தால், மற்ற மதத்தவரும் நிர்வாகப் பணிகளில் சேர்த்துக்கொள்ளப்பட்டனர் (சத்தியசீலன் 1988; 402. 6.68).

1850களுக்குப்பின் வலங்கை – இடங்கை என்ற பிரிவினைகள் தேய ஆரம்பித்தன. மாறாக, தனித் தனிச் சாதி அடையாளங்கள் முக்கியத்துவம் பெறத்தொடங்கின. வெவ்வேறு தொழில்களைக் கொண்டே அவர்களின் சமூக அடையாளமும் தகுதியும் நிர்ணயமாயின. நிதி நிறுவனங்கள், வணிகமென்றால் வேளாளர்களும், பெருவணிகம் எனில் செட்டிகளும், நகை வணிகம், மளிகை எனில் கோமுட்டிகளும், செக்கு எண்ணெய் வணிகம் எனில் எண்ணெய் செட்டிகள், வன்னியரும் பல்வேறு வழிகளில் ஓங்கியிருந்தனர். நிலச்சுவான்தார்களில் பெரும்பாலோர் ரெட்டிகளே! எனவே, இந்தியரின் பொருளாதாரம் சிறந்தே விளங்கியது (கீதா 2008; மெலாங்கின் 2015).

தொடரும் தேவதாசியர் மரபு

அரசாங்கத்தின் அனுமதியுடன் தேவதாசி மரபு தொடர்ந்தது. அவர்களின் பிள்ளைகள் பெரும்பாலும் பல்லக்குத் தூக்கிகளாகப்

பிழைப்பு நடத்தினர். சமூகத்தில் ஒரு பிரிவினரைத் தீண்டத்தகாதவர் என்று தள்ளிவைக்கும் சமூகக் கொடுமைகள் தொடர்ந்ததால், அவர்கள் வெள்ளையர்களோடு நெருக்கங்காட்டினர். ஆனால், மது, மாது, சூது, போதைக்கு மயங்குவதிலிருந்து பலரால் விடுபட முடியவில்லை; கிராமங்களிலும் இதே நிலைதான்.

ஆடுறாளே தேவடியா, அர(ண்)மனைக்குப் போறேனின்னு,
கொஞ்சுறாளே தேவடியா, கோயிலுக்குப் போறேனின்னு

என்று கிராமத்துப் பெண்ணொருத்தி பாடும்போது, கிராமவாசிகளில் தாசிகள் பற்றிய தெளிவு தெரிந்தது. ஆனால், சிற்றூர்களில் பெரிய கோயில்கள் இல்லாத நிலையில், அங்குத் தேவரடியாரின் நிலை பற்றி உறுதியாகத் தெரியவில்லை *(சத்தியசீலன் 1988: 402.6.68)*.

கிராமிய வாழ்க்கை

புதுச்சேரி, வில்லியனூர், ஒழுகரை போன்ற சில ஊர்களே நகரப் பகுதிகளாக விளங்கின; ஏனைய அனைத்து ஊர்களிலும் கிராமிய மணம் கமழ்ந்தது. அது முழுக்க வேளாண் சமூகமே. எனவே, கூட்டுக் குடும்ப முறை சிறந்து விளங்கியது. புதுச்சேரியில் செவ்வாய்க்கிழமைகளில் கூடிய சந்தையைப் போலவே, வில்லியனூரிலும் சந்தை கூடியதை ஒரு நாட்டுப்புறப் பாடல் தெரிவிக்கின்றது *(சத்தியசீலன் 1988: 232–233)*.

வெள்ள வேட்டி கட்டியிருப்பார்
‘வி’ மோதிரம் போட்டிருப்பார்
வில்லியனூர் சந்தையிலே
விசேஷமா வந்திருப்பார் – (சத்தியசீலன் 1988: 232–233)

என்ற வரிகள் அதை உறுதி செய்கின்றன. அதுவன்றி, ஞாயிறு தோறும் கன்னிக் கோயில், திங்கள் கிழமைகளில் மதகடிப்பட்டு, வெள்ளிக் கிழமைகளில் இருளன் சந்தை ஆகிய ஊர்களில் சந்தைகள் கூடின.

ஊரகப் பகுதிகளில், தலித்துகளின் குடியிருப்புகள், இடைநிலை, உயர் சாதியினர் குடியிருப்புகளிலிருந்து மிகவும் தள்ளியே இருந்தன.

கிராமப்புறக் குடிசைகள்

ஊருக்குள்ளும், பார்ப்பனர், ரெட்டியார், முதலியார் போன்ற உயர் சாதியினர் சற்று மேட்டுப்பாங்கான பகுதிகளில், ஓட்டு வீடு, மாடி வீடுகளைக் கட்டியிருந்தனர். இடைப்பட்ட சாதியினர், பெரும்பாலும் கரும்புச் சோலை, பனை ஓலை, தென்னங்கீற்று அல்லது விழல் வேய்ந்த கூரை வீடுகளில் வசித்தனர். சேரிகளில் எல்லாம் ஓலைக் குடிசைகளே. ஓரிரண்டு பிராமணர்களே இருந்தாலும், அவர்கள் தனியாகக் கோயிலை ஒட்டியே குடியிருந்தனர். குலத்தொழில் செய்யும் நாவிதர், வண்ணார், கம்மாளர், தச்சர் போன்றோர் ஊர்க் கடைசியில், சேரிக்கு முன்பாகக் குடியிருந்தனர்.

நகரங்களில் திருநீறு, திருமண் அணியும் வழக்கத்தால், சைவ வைணவப் பாகுபாடுகள் வெளிப்படையாகத் தெரிந்தன. பிராமணர்களுக்குள்ளேயே, சிவ பக்தர்களான அய்யர் பிரிவினர் மயிலிறகை எழுதுகோலாகப் பயன்படுத்தியதால், அய்யங்கார் பிரிவினர் அவர்களை, மாமிசம் தொட்டவர்கள் என்று இழிந்தவர்களாகக் கருதினர். ஆனால், பல்வேறு சாதியினர் ஒரே ஊரில் வாழ நேர்ந்த போதிலும், வெறுப்புமிழும் பிளவுகள் கிராமங்களில் காணப்படவில்லை (சத்தியசீலன் 1988; ஆலாலசுந்தரம் 1999).

இனிப்புக் கடை

மரத்தடியில் தின்பண்ட விற்பனை

தின்பண்டக் கடை

செக்கு

முற்காலங்களில், வேளாண் பணிக்குப் படியாள் முறை இருந்தது; அவருக்கு நாள் கூலியோ, மாத ஊதியமோ கொடுக்கும் வழக்கம் இல்லை; அன்றாடம் உணவும், வருட விளைச்சலில் ஒரு பங்கும் ஊதியமாகத் தரப்பட்டது. கிராமத் தொழிலாளருக்குக் கூலியும், மாத

ஊதியமும் தானியமாகத் தரப்பட்டன. குலத்தொழிலாளருக்கு அன்றாடம் காலையில் கூழும், மாலையில் சோறும் விளைச்சலின்போது வாரமும் (தானியம்) தரும் வழக்கம் இருந்தது.

குண்டானிலே கூழெடுக்குந் தாயே
கொணமுள்ள நம்ம வண்ணான் தாயே
பானையிலே சோறெடுக்கும் தாயே
பாசமுள்ள நம்ம வண்ணான் தாயே
ஊருசுத்தி சோறெடுக்கும் தாயே
நேசமுள்ள நம்ம வண்ணான் தாயே

என்ற நாட்டுப்புறப் பாடல் அதைத்தானே குறிக்கின்றது. இந்த வழக்கம் சலவையாளர் போன்று மற்றவர்க்கும் வழங்கப்பட்டிருக்கலாம் (சத்தியசீலன் *2006: 234*).

வேளாண்மை

வேளாண்மைக்கு ஆதாரம் ஏரும் கலப்பையும்! பதினெட்டாம் நூற்றாண்டில் லெ ழூாந்த்தி வந்த போது, ஓர் உழவன் வெறும் மாடுகளைக் கட்டி, அவை கால்களால் மிதிப்பதைக் கொண்டே ஈரம் தோய்ந்த நிலத்தைப் பண்படுத்துகிறார் என்று குறிப்பிடுகிறார். அடுத்து வந்த காலங்களில் ஏரும், கலப்பையும் மேம்படுத்தப்பட்டு, மரக்கலப்பை, கட்டைக் கலப்பை என மேம்பட்டுவிட்டது; வாய்க்கால் வழியே வரும் ஏரி நீரை, 'ஏற்றம்' கொண்டு இறைத்து, மேட்டு நிலங்களுக்கு நீர்ப் பாய்ச்சுவர். கிணற்று நீரைக் 'கபிலை' என்ற அமைப்பின் மூலம் தொட்டியால் இறைப்பதும் உண்டு. ஒரு பரந்த வயலுக்கு, ஒரு தொட்டி மூலம் நீர் முகந்து பாய்ச்சுவது மிகவும் கடினம்; உடல் உரமிக்கவர்களால்தான் முடியும். எனவே,

பானையிலே நீர் கொறஞ்சா
பாயா தொரு மூலை
என்ன ஏம்மா பெத்த – இந்த
ஏத்தத்தில ஏத்திவிட்ட
ஏத்தத்திலே நான் தொங்கி
எறக்கிரேனே அம்மா (சத்தியசீலன் 1988: 369)

என்பது அத்தகைய மனக்குறையின் வெளிப்பாடே(சத்தியசீலன் *1988*).

வேளாண்மைக் காட்சிகள்: ஏர் உழவு – தொட்டிமூலம் நீர் இறைத்தல்

ஏற்றம்

கபிலை

பொறியாளர் லமைரேசை அசத்திய கபலையின் கிராமப்புறத் தொழில்நுட்பம்

பண்பாட்டுக் கூறுகள்

ஐரோப்பியர் வீட்டில் பழத்தட்டு

ஆளுநர் எதுவார் மனே எடுத்த ஒளிப்படம் ஒன்றில், ஒரு தட்டில் பப்பாளி, அன்னாசி, மா, வாழைப் பழங்கள் அடுக்கி வைக்கப்பட்டுள்ளன. இது ஐரோப்பியரின், குறிப்பாக மேல்தட்டுக் குடிமக்களின் வழக்கமாயிருக்கலாம். மங்கல நிகழ்ச்சிகளில் இவ்வகைப் பழங்கள் சீர் வரிசையாக எடுத்துப்போவதை ஆனந்தரங்கப் பிள்ளை விவரித்திருக்கிறார். அவரும் காலை உணவாக நீரில் ஊறிய பழஞ்சோறு உண்பதே வழக்கம். தமிழர்களின் உணவு வகையில், உயர் சாதியினர் மட்டுமே அரிசியை அன்றாடம் உண்டனர்; ஏனையோருக்குக் காலையிலும் மாலையிலும் கேழ்வரகுக் கூழ், வரகுக் களி உணவானது; என்றோ ஒருநாள், அரிதாக அரிசிக்கஞ்சி கிடைக்கும். ஆனால், உழைத்துக் களைத்தவர்கள், கள்ளோ, சாராயமோ குடிப்பதைத் தவறாகக் கருதவில்லை.

ஆண்கள், நீண்ட கூந்தலை வளர்த்துக் குடுமியாக முடிந்து கொண்டனர். இடுப்பில் ஒரு வேட்டியும் (சோமம்), மேலே ஒரு

வேட்டி துண்டுடன் எளிமை

ஒரு மேட்டுக்குடி

நாகரிக நகர வாசிகள்

சட்டை மேல் சட்டை மீது எளியோர்க்கும் ஆர்வம்

துண்டோடும் உலவினர். பத்தொன்பதாம் நூற்றாண்டின் பிற்பகுதியில் தான், சொக்காய் (சட்டை) அணியத் தொடங்கினர். ஐரோப்பியர்கள் சட்டைக்கு மேல் ஒரு கோட்டுப் போடுவது அவர்களுக்கு விநோதமாகத் தோன்றியது; அதைத் தமிழர்கள் 'சட்டை மேல் சட்டை' என்றழைத்தார்கள். காதில் கடுக்கன், கையில் கங்கணம், விரலில் மோதிரம் அணிவது அவரவர் செல்வ நிலையைப் பொறுத்தது (சத்தியசீலன் 1988: 238).

உயர் சாதிப் பெண்கள் மட்டுமே ரவிக்கை அணிந்தார்கள்; வெளியூருக்குச் சென்றால் மற்றப் பெண்களும் ரவிக்கை அணிந்ததை,

புள்ளி போட்ட ரவிக்க புள்ளே
புதுச்சேரிக்குப் போன புள்ளே – (சத்தியசீலன் 1988: 241)

என்ற பாடல் குறிப்பிடுகிறது. காதில் கம்மல், தோடு (காதோலை), காது மடலில் கொப்பு, காதிலிருந்து கூந்தலுக்கு மாட்டல், கையில் வளையல் என்று பலவித ஆபரணங்களை வசதியான பெண்கள் அணிந்தனர். கால் விரலில் மெட்டி அணிந்திருந்தால் திருமணமானவர் என்று பொருள். ஏழைப் பெண்கள் ஓலையைச் சுருட்டிக் 'காதோலை'யாகச் செருகிக்

கொண்டனர். பெண்கள், காலில் தண்டை, கொலுசு, சிலம்பு எனப் பலவாறு புனைந்தனர் (சத்தியசீலன் 1988).

மீனவர் சமூகம்

மீனவர்களில் இரண்டு பிரிவினர் இருந்தனர். உள்நாட்டு மீனவர்கள் செம்படவர் எனப்பட்டனர். இவர்கள், ஏரி, ஆறுகளில் கட்டுமரம் கட்டி மீன் பிடிப்பர்; கடலோரத்தில், பட்டினம், குப்பங்களில் வாழும் மீனவர்கள், பட்டினவர் எனப்பட்டனர். கடலுக்குச் செல்லக் கட்டுமரம், படகு வகையான சலங்குகளைப் பயன்படுத்தினர். பரம்பரை மீனவர்களோடு, செட்டிகள், வன்னியர் ஆகியோரும் மீன் பிடித்தொழில் செய்தனர். எனினும், சாதிப்பாகுபாடு பாராட்டாமல், அனைவரும் ஒன்றாகவே குடியிருந்தனர் (சத்தியசீலன் 1988).

மீனவர் குப்பம்

அணிகலன்களில், மீனவ மகளிருக்குச் சிலம்பு மீது பெருவிருப்பம். அது குறித்து,

மழை இரைச்சல் கேக்குதம்மா – என் மாமாவே
ஓனக்கு மாதவியால் கால் சிலம்பு – என் மாமாவே
கடலிரைச்சல் கேக்குதம்மா – என் மாமாவே
ஓனக்கு கண்ணகியால் கால் சிலம்பு”

என்று பல பாடல்களில் பாடி மகிழ்கிறார்கள் (சூர்யகலா 1985: பி.ப. 106).

குடும்ப நிகழ்வுகள்

தமிழர் திருமணவிழாவில் ‘காப்புக் கட்டுதல்’ என்பது முக்கியச் சடங்காகும். கட்டிய காப்பு களையும் வரை மணமக்கள் வீட்டைவிட்டு வெளியே போகக்கூடாது என்பது வழக்கம். ஆனால், கிறித்தவ மணமக்கள் அன்றே தேவாலயத்திற்குப் போனார்கள். ஒரு வழக்கத்தை மட்டும் இருவருமே கைவிடவில்லை. முறைப்பெண்ணையும், முறைமாமனையும் இரு மதத்தவரும் திருமணம் செய்துகொண்டனர். அத்தையோ, மாமனோ, குடும்பத்திற்குப் புதியவர் என்பதால், அவர்களது வாரிசுகளும் உறவுக்கு அப்பாற்பட்டவர்களே என்பது

அவர்களது வாதம். மதம் வளரவேண்டி, பாதிரியார்களும், இது வழக்காறு என்பதால், இதைத் தடையிடாமல் தொடர்ந்தனர். 1875இல் திருமணங்கள் கட்டாயமாகப் பதிவிடப்பட வேண்டும் என்று ஆணை வெளியிடப்பட்டது (அனிமேஷ் ராய் 2008; தாவிதன்னுசாமி 2019).

திருமண வாழ்க்கையும் சடங்குகளும்

இளமையில் திருமணம், பால்ய விவாகம், மறுமணம், பொருந்தாத் திருமணம் போன்ற வழக்கங்கள் மலிந்திருந்தன. அதிலும், கணவனை இழந்த பெண்கள், முறையாக இரண்டாம் திருமணம் செய்து கொள்ளாமல், வீட்டுக்குள்ளேயே தாலிகட்டி வேறு ஒருவருடன் வாழ்வது, 'நடு வீட்டுத் தாலி' என்ற பெயரில் நடந்தது; ஆனால், உயர் சாதியினர் இதை இழிவாகக் கருதினர். மனைவிமார், கணவன் பெயரைச் சொல்லும் வழக்கமில்லை; மாறாக, அவரது சாதிப் பெயரைச் சொல்லி அடையாளம் காட்டுவதே வழக்கம் (சத்தியசீலன் 1988).

எரிபொருளாகும்
சாணம் – வரட்டி

மாட்டு வண்டி

கிராமத் திருமணங்களில், முளைப் பாலிகை விடுதல், அரசாணைக் கால் நடுதல் ஆகியவை முக்கியமான சடங்குகள். முற்காலத்தில் அரசனின் அனுமதி பெற்றே திருமணங்கள் நடந்தன. மாறிவிட்ட சூழ்நிலையில், அரசரது பதிலியாக, மூங்கில், ஒதியன் கிளைகளைச் சேர்த்து நட்டு, அதன் சாட்சியாகத் திருமணம் நடத்தப்பட்டது. மண நாளுக்கு முன்பாகவே, முளை விடும் திறன் கொண்ட நவ தானியங்களை ஒரு மூங்கில் தட்டில் முளைக்கவிட்டு, தாலி கட்டி முடிந்ததும், மணமக்கள் இருவரும் உற்றார் உடன்வர, ஊருக்கு வெளியில் ஒரு நீர்நிலை அருகில் சென்று பாத்திக் கட்டி, முளைகட்டிய விதைகளை நிலத்தில் பரப்பி, நீர்ப் பாய்ச்சுவார்கள். வளரும் பயிர் போல் குடும்பம் தழைக்கும் என்பது நம்பிக்கை

பூப்பெய்திய பெண்கள் தனித்திருப்பதற்காகத் தாய் மாமன் பச்சைத் தென்னை ஓலையில் மறைப்புக் கட்டவேண்டும்; இதற்குத்

'தட்டி கட்டுதல்' என்று பெயர். கர்ப்பிணிப் பெண்கள் குழந்தை பிறந்ததும், ஒன்பது முதல் பதினொரு நாட்கள் ஓய்விலிருக்கவேண்டும்; அப்போது தரப்படும் சத்துக்கள் செறிந்த 'செலவுக் குழம்பு' அவர்களது உடலை மீண்டும் வலுப்பெற வைக்கும். தீட்டுக் கழித்த பின்பே, அவர்கள் முன்போல நடமாட முடியும். மகப்பேறால் வலுவிழந்திருக்கும் பெண்களுக்குக் கட்டாய ஓய்வு தருவதற்கான ஓர் உத்தியே தீட்டுக் காலம் என்பதால், நம் முன்னோரின் அறிவுக் கூர்மையை மெச்சத்தான் வேண்டும் (சத்தியசீலன் 1988).

இசைபட வாழ்வு

கிராமவாசிகள், குறிப்பாக உழைக்கும் வர்க்கத்தினர், இசை வாணர்கள், இரசிகர்கள். வாழ்வானாலும் சாவானாலும், இசை இல்லாமல் எந்த நிகழ்ச்சியும் நடைபெறாது. இசைக் கருவிகளுக்கு வழியில்லை என்றால், தாங்களாகவே பாட்டுக்கட்டி, மெட்டமைத்துப் பாடிவிடுவார்கள். ஏர் உழுதாலும், ஏற்றம் இறைத்தாலும், நாற்று நட்டாலும், களை எடுத்தாலும், அறுவடை செய்தாலும், ஆடி மகிழ்ந்தாலும் சொற்கள் அருவி போல் கொட்டிப் பாடலாய்ப் பாயும்; சாவைக்கூட ஒப்பாரிப் பாடல்கள் பாடி எதிர்கொள்ளும் நெஞ்சுரம் அவர்களுக்கேயான தனிப்பண்பு. ஆனால், ஒப்பாரியிடும் வழக்கம் நடுத்தர, கீழ்ச்சாதியினரிடம் மட்டுமே இருந்தது.

திருமண விழாவில் வாண வேடிக்கை

பல்லக்கில் சவ ஊர்வலம்
(கிடை மட்டமாகப் பாடை)

இறந்தவர்களைப் பெரும்பாலோர் அடக்கம் செய்தனர்; வைணவர்கள் எரித்தனர். பிணத்தைப் 'பாடை' எனப்படும் மூங்கிலாலான "கால் கழி கட்டிலில்" (புறம். 286) மீது கிடத்தியோ, பல்லக்குக் கட்டியோ, தேர் அலங்கரித்தோ மயானத்திற்கு எடுத்துச் சென்றனர். அகமுடையார் சாதியினர் அமர்ந்த நிலையில் 'அணை முறித்தல்' என்ற பெயரில் புதைத்தனர். அடக்கம் செய்த இடத்தில், ஒரு மரக்கன்று நடும் வழக்கத்தை, இயற்கையின் மீதான அவர்களது அக்கறையாகக் கொள்ளலாம் (சத்தியசீலன் 1988).

நம்பிக்கைகள்

நம்பிக்கைகள் பலவிதம்; தீய சக்திகள் அண்டாமலிருக்கவும், நோய்கள் தாக்காமலிருக்கவும் தெய்வங்களை, குறிப்பாக அம்மனை

வேண்டி நேர்த்திச் சடங்குகள் செய்தனர். குழந்தைகளுக்குப் பிறருடைய, பழிப்பும் பொல்லாப்பும் நேராமல் இருக்க கன்னத்தில் கறுப்புப் பொட்டு வைத்துக் கண்ணேறு கழிப்பர்.

கண்ணாறு போவதற்கே – கன்னத்திலே,
கறுப்புப் பொட்டு வெச்சிருக்கேன்

என்றும்,

கண்ணாறு பொல்லாது
சுண்ணாம்பும் மஞ்சளும் – தம்பிக்கு
சுத்தி எறிஞ்சிடுவேன்

என்றும் தெரிவிப்பது அதனால்தான் (சூர்யகலா *1985:* பி.ப. *64, 42–43*).

ஏழ்மைக் கோலம்

உழைப்பாளிகள்

கூலி வேலையாட்கள்
(மரத்தில் தூளியில் குழந்தை)

அரிவாள் மணை, முறம்,
உரலும் உலக்கையும்

வெள்ளிக் கிழமையிலே
வெடிய ஒரு சாமத்திலே
கலியாணாமின்னு அல்லவோ – (சத்தியசீலன் 1988: 210. 10. 102)

என்று, திருமணத்திற்கு உகந்த வைகறை நேரத்தை, ஒரு பாடல் சுட்டுகின்றது.

எட்டாம் போர் பொண்ணை
கட்டக் கூடாதுண்ணே (சத்தியசீலன் 1988: பி.ப. 36)

என்ற பாடல் வரிகள் மூட நம்பிக்கையின் வெளிப்பாடு.

பிராமணர்கள், இயற்கையிலேயே அழகான அந்தணப் பெண்களை, பிற சாதி விடலைப் பையன்களிடமிருந்து பாதுகாக்கும் பொருட்டு, மூட நம்பிக்கைகளை விதைத்திருந்தனர்:

நகரத்தில் கோயிலும் குடிசையும்

வழுதாவூர் சாலை (நேரு வீதி)

பாப்பாரப் பொண்ணத் தொட்டா
பாவம் வரும் தோசம் வரும் – (மாசிலாமணி 1985: 237)

என்று மக்களை அஞ்ச வைத்தனர்.

மீனவர்கள், கட்டுமரம் ஏறிக் கடலுக்குள் போகுமுன்னர், சூடம் ஏற்றி, வலம் வந்து, ஆரத்தி எடுத்து, எலுமிச்சை அறுத்து வீசினால், கோலா மீன்களின் தாக்குதலிலிருந்து தப்பிக்கலாம் என்று நம்பினார்கள்.

எல்லை அம்மன் கோயிலிலே – சாமிக்கு
புள்ளி மான் மேயுதடா,
புடிச்சு வாடா நல்லதம்பி – சாமிக்கு
அடிச்சி கறி சமைப்போம் – (சூர்யகலா 1985: பி.ப. 40)

என்ற பாடல் உயிர்ப்பலி தரும் வழக்கம் மீனவரிடமும் உண்டு என்பதற்குச் சான்று (இரத்தினமாலா 1984; சூர்யகலா 1985).

ஒரு நிகழ்ச்சி துயரமானதா, மங்களகரமானதா என்பதை எளிதில் அடையாளம் காட்டினார்கள். வீட்டு வாசலில், குலை வாழை மரங்கள் பக்கத்திற்கு ஒன்று மட்டும் நடப்பட்டிருந்தால் அது துக்க நிகழ்ச்சி; ஒன்றுக்கு மேற்பட்டிருந்தால் அது சுப நிகழ்ச்சி என்பதைத் தூரத்தி லிருந்தே அறிந்துகொள்ளலாம் (வெங்கடசுப்புராய நாயகர் 2011).

கிராமப்புற விழாக்கள்

கிராமங்களில், அமாவாசை விரதம் முறையாகக் கடைபிடிக்கப்பட்டது.

மாசி பொறை கும்பிடய்யா
உங்க – மாமன் குடி ஈடேற,
தை பொறை கும்பிடய்யா – உங்க
தகப்பன் குடி ஈடேற – (சூர்யகலா 1985: பி.ப. 40)

என்று போகிறது ஒரு நாட்டுப்புறப் பாடல். ஊர்ப்புறங்களில், நாட்டுப்புறத் தெய்வங்களே மிகுதி. நாகம்மன், செங்கழுநீரம்மன், முத்துமாரி அம்மன், அங்காளம்மன், திரௌபதி அம்மன், எல்லை அம்மன், சப்த கன்னிமார் போன்ற கிராமத் தேவதைகளுக்காக ஆலயங்கள் எழுப்பப்பட்டு, ஆண்டு தோறும் குடும்பவரி வசூலித்துத் திருவிழா நடத்துவது வழக்கம். சில ஊர்களில் பிள்ளையாருக்கும் கோயில்கள் உண்டு. அய்யனார், கூத்தாண்டவர் ஆகியோர் காவல் தெய்வங்கள். காட்டேரி, முனீசுவரனுக்கு உருவம் கிடையாது. கோயில்கள் சற்றுப் பெரியதாயிருந்தால், காத்தவராயன், போத்தராசா, மதுரை வீரன் போன்ற துணைத் தெய்வங்களும் இருப்பதுண்டு. ஆனால், அம்மன் கோயில்கள் இல்லாத சிற்றூர்கள் மிகவும் அரிதே. இயற்கைச் சூழலில், மரங்கள் அடர்ந்த சோலைகளிலும், வயல்கள் நடுவிலும் புராதனக் கோயில்கள் அமைந்திருந்தன. 'சாமிச் சோலைகள்' எனப்பட்ட அவற்றில், கடவுளர் சிலைகள் வெட்டவெளியில் கூட நிறுவப்பட்டிருந்தன *(சத்தியசீலன் 1983: பி.ப. 135).*

சோலைக்குள் அய்யனார்

குலதெய்வ வழிபாடு

நகரங்களைக் காட்டிலும், கிராமங்களில் குலதெய்வ வழிபாடு மிகக் கடுமையாக அனுசரிக்கப்பட்டது. குறிப்பாக, அயலூரிலிருந்தாலும் ஆண்டுதோறும் ஒருமுறையேனும் சொந்த ஊருக்கு வந்து, புத்தரிசிப் பொங்கலிட்டு, ஆடு பலி கொடுத்து, மாவிளக்கேற்றிக் குலதெய்வத்திற்கு நன்றி செலுத்துவது மரபு:

கும்பிட்ட சாமியெல்லாம் – குல
தெய்வமா நின்னுடுமோ – சத்தியசீலன் (1983: பி.ப. 135)

என்ற இப்பாடலில் அதற்கான அழுத்தம் புலப்படுகின்றதல்லவா! *(சத்தியசீலன் 1983: பி.ப. 135).*

நாவிதர்

புத்தக வியாபாரிகள்

சக்கிலியர்

கோவிலுக்குப் பால் வழங்குபவர்

தெருவோர வியாபாரிகள்

தோட்டக் கலைஞர்கள்

தண்ணீர் கொண்டுசெல்பவர்

ரொட்டி விற்பவர்

தையல் தொழில்

மாட்டின் மேல் பயணிப்பவர்

பொற்கொல்லர் (கம்மாளர்)

நகர வைத்தியர்

பரியேரி – நாவிதர்

குயவர் (குலாலர்)

திருடனுடன் காவலர்

தபால்காரர்

எம்.பி. இராமன்

வலை இழுக்கும் செம்படவர்
(உள் நாட்டு மீனவர்)

மண்பாண்ட விற்பனை

பாம்பாட்டிகள்

கரடி வித்தை

பூம் பூம் மாட்டுக்காரர்கள்

எளிய நாட்டியக் குழு

கள் இறக்கும் சாணார்

கட்டுமரத்தில் செம்படவர்

துணிப்பொதியுடன் வண்ணார்

கொட்டாங்கச்சி வியாபாரி

வித்தைக்காரர்கள்

கோழி வாங்கும் சமையலர்

ஊர்த் திருவிழா

அறுவடைக் காலத்திற்குப் பின் மூன்று நாட்களுக்கு ஊர்த் திருவிழா நடக்கும். ஊருக்குள் இருக்கும் அம்மன் கோயிலிலிருந்து, அலங்கரிக்கப்பட்ட உற்சவர் சிலை ஊர்வலமாகப் போய், காட்டு வெளியிலிருக்கும் காவல் தெய்வமான ஐயனார் ஆலயத்தை அடைந்து, அங்குப் பொங்கலிட்டு, பூசை செய்து, இரவு தெருக்கூத்து நடத்தி, மறுநாள் திரும்புவது வழக்கம். சில சமயம், ஊர்த் திருவிழா பத்து நாள் கூட நீடிக்கும். அப்போது, தினசரி வழிபாட்டுடன், மயானக் கொள்ளை, செடல், தேர்வலம், மஞ்சள் நீராட்டு, ஆகியவை குறித்த நாட்களில் நடந்தன.

வாரா மகமாயி,
தண்ணிய தெளியுங்க
சாம்பிராணி தூவுங்க,
சக்தி வாய்ந்த மாரியாத்தா – (சத்தியசீலன் 1983: பி.ப. 91)

என்று ஊரே கொண்டாடி மகிழும் (சத்தியசீலன் 1983: பி.ப. 135).

மயானக் கொள்ளை

இதில், மயானக் கொள்ளை நீத்தார் வழிபாட்டு வடிவம் எனக் கொள்ளலாம். ஊரார் கூடி, அலங்கரிக்கப்பட்ட அம்மனுடன்

மயானத்திற்குச் சென்று, புது அரிசி, புதிதாய் விளைந்த காய்கறிகளைப் படையலிட்டுப் பூசை செய்வர். இரவில், அம்மன் ஊருக்குத் திரும்பும்போது, காய்கறிகளையும், கனிகளையும் வானத்தில் வீசிக் கொள்ளையிடுவர்:

கொல்லடத்து மலமேலே ஆ . . . ஆ . . .
ஏல . . . கொள்ளை நடக்குதம்மா – (சத்தியசீலன் 1983: பி.ப. 104)

என்ற நாட்டுப் புறப்பாடலிலிருந்து இவ்விழா பற்றி அறியலாம். எவர் தோட்டக் காய்கறியும் எவர் வீட்டுக்கும் போய்ச் சேரும் சமத்துவம் பேணுவது இவ்விழாவின் சிறப்பம்சமாகும். முருங்கப்பாக்கம் திரௌபதி அம்மன் கோயில், கன்னிக்கோயில் சப்த கன்னிமார் ஆலயம், ஆகிய வற்றில் தீமிதித் திருவிழா வெகு சிறப்பாக நடைபெற்றது (சத்தியசீலன் 1988).

தேரோட்டம்

நகர வீதி ஒன்று

அடுத்தடுத்துக் கோயில், குடிசை, கல்வீடு

ஃபிரஞ்சுக் கலாச்சாரத் தாக்கம்

ஃபிரஞ்சியருடன் அன்றாடம் புழங்க நேரிட்டதால், அவர்களையும் அறியாமல் சில ஐரோப்பியப் பண்பாட்டுக் கூறுகள் வாழ்க்கையில் இடம்பெற்றன. பேச்சு வழக்கில் இயல்பாக ஃபிரஞ்சுச் சொற்களைக் கலந்து பேசலாயினர். பீரோ (*Bureau* – அலுவலகம்), கமராது (*Comrade* – நண்பன், தோழன்), எக்கோல் (*Ecole* – பள்ளி), ஒப்பித்தால் (*Hospital* – மருத்துவமனை), மெர்சி (*Merci* – நன்றி), மிசியே (*Monsieur* – ஐயா), தெமாந்து (*Demande* = விண்ணப்பம், கோரிக்கை) போன்ற சொற்கள் வாலாயமாக வந்து விழுந்தன. பிறரது வீட்டுக்குச் செல்லும் முன் தங்கள் வருகையை அறிவித்துவிட்டுச் செல்வது, பரிசுகளுடன் செல்வது, வாசல்வரை வந்து கட்டித் தழுவி வரவேற்பது, ஒரு குழுவில்

இருக்கும் நண்பரைச் சந்திக்கும்போது மற்றவர்க்கும், கைகுலுக்கி, முகமன் கூறுவது போன்ற நல்ல வழக்கங்களை இந்தியரும் மேற்கொண்டனர் (வெங்கடசுப்புராய நாயகர் 2011).

இந்துப் பண்டிகைகள் பற்றிய ஐரோப்பியக் கண்ணோட்டம் மாறாததால், பதினேழாம் நூற்றாண்டில் நிகழ்ந்த, மதம் தொடர்பான கசப்பான அனுபவங்கள், இப்போதும் தொடர்ந்தன. கோயில்கள், தேவாலயங்களில் வழிபாட்டு முறைகள், வழிபடும் பக்தர்களின் பின்னணி, துபாசிகளின் நியமனம், பக்தர்களின் நடை, உடை, பாவனை பற்றி, 1673 முதல் 1800 வரை எழுந்த பல்வேறு பிரச்சினைகள் ஃபிரான்சு வரையில் எதிரொலித்தன; அவற்றின் எதிர்வினைகள் ஆட்சியாளரை உலுக்கின. 19ஆம் நூற்றாண்டில் அவற்றின் தீவிரம் சற்றே குறைந்தது.

1819இல் ஃபிரஞ்சிந்திய அரசின் சார்பாக, ஆளுநர் ஆந்திரே துப்புய் (*André Julien Comte Dupuy*) வெளியிட்ட அரசாணையில், "இந்தியர்கள், அவர்கள் கிறித்தவர்களாயினும், மூர்களாயினும், இஸ்லாமியர்களாயினும் எவராயினும், இதுவரை இருந்த முறைப்படி, அவரவர் சாதியினருக்குரிய சட்டங்கள், சம்பிரதாயங்கள் சடங்குகளின் படியே நடந்துகொள்ளலாம்" என்று தெளிவாக்கியது, அத்தகைய புரிதலின் விளைவே ஆகும் (மெலாங்கின் 2015: 70).

1845ஆம் ஆண்டில் வைசூரி என்னும் பெரியம்மை நோய் கொள்ளை யாகத் தாக்கியது. எனவே. பாதுகாப்பு முன்னெச்சரிக்கையாகச் சுடுகாட்டை காரைக்காலுக்கு இடம் மாற்ற அரசு முயன்றது. மக்கள் அதைக்கூட ஏற்காமல், தங்களது சாத்திர சம்பிரதாயங்கள் அவமதிப்புக்குள்ளாவதாகக் கூறி பெரும் போராட்டத்தையே நடத்தினார்கள் (மெலாங்கின் 2015: 78).

1.3: சுற்றுச்சூழல் சீர்கேடும் பெருந்தொற்றுகளும்

இந்தியாவின் தட்ப வெப்பச்சூழலைக் குறித்து ஃபிரஞ்சியர் அஞ்சியதற்கு, வெப்ப மண்டலச் சூழல் நோய்கள் பற்றிய அச்சமும் ஒரு காரணம். முந்தைய ஆளுநர்களைப் போலவே, பின் வந்தவர்களும் மரங்கள் நடுவதை ஊக்குவித்தனர். 1826இல் ஆளுநர் தெபாசின் தெ ரிஷ்மோன் (*Eugène Desbassyns de Richemont*) ஆணைப்படி, கடற்கரை சாலை எழுபது அடிக்கு அகலப்படுத்தப்பட்டு, நான்கு வரிசைகளில் பூவரசு மரங்கள் நடப்பட்டு, ஒரு நிழற்சாலை அமைக்கப்பட்டது. அப்போதைய ஃபிரஞ்சு அரசின் குடியேற்ற நாடுகளின் அமைச்சரான ஷப்ரோல்

படகுச் சவாரி

ஊசுட்டேரியின் மேற்குத் தோற்றம்

கடற்கரை நிழற்சாலை (கூர் சப்ரோல்)

எங்கும் பசுமை

என்பவர் பெயரில் அதற்கு கூர் சப்ரோல் *(Cours Shabrol)* எனப் பெயரிடப்பட்டது. *1830*ஆம் ஆண்டு அடித்த புயலில் பெரும்பாலான மரங்கள் விழுந்துவிட்டபோதும், மீண்டும் திடலைச் சுற்றிலும் மரங்கள் வைக்கப்பட்டன. கடற்கரையின் தூய்மையைப் பேணும் வகையில், குதிரைச் சவாரிகளும், வண்டிப் போக்குவரத்தும் தடை செய்யப்பட்டன. (ழூான் தெலோஷ் *2004*)

ஐரோப்பிய பாணியில் உடை அணிந்தவர்களுக்கு, வெப்பச் சூட்டில், புழுக்கமான சூழ்நிலையில் பணி புரிவது கடினமாயிருந்தது. *18, 19*ஆம் நூற்றாண்டுகளில் இந்தியாவில் மின்சார வசதியில்லை. *1909*இல் தான் முதல் மின் உற்பத்தி நிலையம் தொடங்கப்பட்டது. ஆகவே காற்று வசதிக்கு மாற்று வழிகளை நாடினர். வீசும் காற்றின் வேகமும், தண்மையும் போதாமையால், பங்க்கா போன்ற இறக்கை விசிறிகளின் பயன்பாடு பரவலாயிற்று.

ஊசுட்டேரிக்கு ஓட்டம்

சின்னஞ் சிறு நகரின் பரபரப்புச் சூழலிலிருந்து மாற்றம் விரும்பியோர், இளைப்பாறுவதற்கும், வெம்மையிலிருந்து விடுபடுவதற்கும், அடிக்கடி சென்று இளைப்பாறும் சுற்றுலாத் தலமாக ஊசுட்டேரி உருவெடுத்தது. (இதைப் புகசூடு ஏரி என்கிறார் ஆனந்தரங்கப்

நிழலும் நிசமும் – ஓய்யாரம்

ஊசுட்டேரியின் எழில் தோற்றம்

உல்லாசப் பறவைகள்

பிள்ளை). பரந்து விரிந்த இந்த ஏரியில், "வண்ண வண்ண அலங்காரப் படகுகள் மிதந்து கொண்டிருப்பதும், அவற்றின் நிழல்கள் அமைதியான நீர்ப்பரப்பில் பிரதிபலிப்பதும், வேறெங்கும் காணாத மிகவும் அருமையான காட்சி" என்று லூயி தெ சரோலிஸ் (Louis de Charolis) என்ற ஃபிரஞ்சுப் பயணி ஒருவர் புளகாங்கிதமடைந்திருக்கிறார் (மெலாங்கின் 2015: 68).

கொள்ளை நோய்களின் பாதிப்பு

மழைக்காலங்களிலும், கோடைப் பருவத்திலும் தொற்றிப் பரவிய கொள்ளை நோய்களான காலரா (அதை வாந்திபேதி என்கிறார்

ஆனந்தரங்கர்), அம்மை (பெரியம்மை) போன்ற நோய்களின் தாக்கத்தால் உயிர்ப்பலிகள் கொத்துக் கொத்தாக வீழ்ந்தன. "போரைக் காட்டிலும் நோயால் பலிகள் அதிகம்" என்கிறார் அவர். அன்று நிலவிய அச்சமும், பீதியும் இப்போதும் பீடித்தது. அதிலும், இரண்டு, மூன்றாண்டுகள் இடைவெளியில் அம்மை நோய் வந்து போனதும், ஒரு சில ஆண்டுகளில் அதன் வீச்சும், வேகமும் கடுமையாக இருந்ததும், ஃபிரஞ்சியரை மனத்தளவில் பெரிதும் பாதித்தன.

1800களில், பலமுறை இந்நோய்கள் ஃபிரஞ்சிந்தியாவை உலுக்கிப் போயின. 1818இல் சந்திரநாகூரைக் காலரா தாக்கியது; அசுத்தமான நீரின் வழியே நோய் பரவியபோது, ஈரமான காற்றும் வீசியதால், நோயின் தாக்கம் தீவிரமானது; சிறியவர், பெரியவர் என்றில்லாமல் அனைவரையும் காவு வாங்கியது; கால்நடைகளும், பறவைகளும் செத்து வீழ்ந்தன; நோய் பரவலைக் கட்டுப்படுத்த அனைத்து விழாக்களையும், பொதுமக்களின் நடமாட்டத்தையும் அரசு தடைசெய்தது. புதுச்சேரியில், 1818 பிப்ரவரியில் தொடங்கி, 1825 பிப்ரவரி வரையில் பலமுறை காலராவின் தாக்குதல்கள் நடந்தன. இதனால் 205 இராணுவ சிப்பாய்கள் இறந்தனர். 1832–1849 காலகட்டத்தில் மட்டும் காரைக்காலில் 2,519 பேர் மாண்டனர் (சுரேஷ் 2015).

1855–1866 ஆண்டுகளில், புதுச்சேரியில் 544 ஐரோப்பியர் உட்பட 6522 பேரும், 1866ஆம் ஆண்டில், ஜூலை முதல் செப்டம்பர் வரை மட்டும், 66 வெள்ளையரையும் சேர்த்து 1650 பேரும் பலியாயினர். 1877ஆம் ஆண்டில் கடுமையான பஞ்சம் நிலவியது. அத்துடன் நோயின் தாக்குதலும் சேர்ந்துகொண்டது. இதனால், ஜனவரியில் மட்டும் 100 பேரும், ஜூலை–ஆகஸ்டில் 400 பேரும் பலியாயினர். 1889, 1898 ஆண்டுகளில், காலராவின் தாக்கம் சோழமண்டலக் கரை முழுவதும் விரிந்தது. இதனால், ஆளுநர் ரொதியே (François Pierre Rodier), வெள்ளையர் பகுதிக்கு அருகிலிருந்த மத்திய சிறைச்சாலையை அப்புறப்படுத்த ஆணையிட்டார்.

தூய்மையற்ற சுற்றுப்புறமே காரணம்

காலரா பற்றி ஆராய்ந்த மருத்துவர் கோலாஸ், தேங்கிக் கிடக்கும் குப்பைகளும், அசுத்தமான தண்ணீருமே காலராவுக்குக் காரணம் என்று அரசுக்கு அறிகை அளித்தார். அதனால், புதுச்சேரியில் குப்பை, கூளங்கள் கிடந்த கடைத்தெருவையும், கறிக்கடைகளையும் தூய்மையாக வைக்க அரசு ஆணையிட்டது. பொதுச் சுகாதாரம் கருதி, 1825இல் ஆளுநர் துப்புய் (**Compte Dupuy**), சவ அடக்கங்கள் அனைத்தும் நகருக்கு வெளியேதான் செய்யப்படவேண்டுமென்று அரசாணை வெளியிட்டார். அதனால், 1778 முதல் பயன்படுத்திவந்த (உப்பளம்) சம்மனசுகள் ஆலயக் கல்லறையில் நெருக்கடி அதிகரித்தது. அதிலும், தலித்துகள், ஐரோப்பியர்கள், இந்தியர்கள் என்று மூன்று பகுதிகள் தனித்தனியே ஒதுக்கப்பட்டன (புர்தா 1995).

புதுச்சேரியில், குறிப்பாகச் சேரிப் பகுதிகளில், சுற்றுச்சூழல் மிகவும் மோசமாயிருந்தது. இந்தியர்களுக்குச் சுற்றுச்சூழல் பராமரிப்புப் பற்றிய விழிப்புணர்வு அறவே இல்லை எனலாம். 1905–1913 காலகட்டத்தில், மொத்த மக்கள் தொகையில் நான்கில் ஒருவர் பெருந்தொற்றால் பாதிக்கப்

பட்டார். 1907இல் மட்டும் காலராவால் 1408 பேர், பெரியம்மையால் 3496 பேர் மாண்டனர். "ஆயிரக்கணக்கில் பாதிக்கப்பட்டிருக்கிறார்கள்; ஆனால், ஏழைகளும், தொழிலாளர்களுமே அதிகம் இறக்கிறார்கள்; அவர்களும், நோய் தொற்றிய ஓரிரண்டு நாட்களிலேயே இறந்து விடுகிறார்கள்; தூய்மையற்ற சூழல், அசுத்தமான குடிநீர், ஊட்டமில்லாத தேகம், நெரிசலான குடியிருப்புகளே அதீத மரணங்களுக்குக் காரணம்" என்றார் மருத்துவர் வெலந்தினோ (சுரேஷ் 2015).

1934–36 ஆண்டுகளில், காலராவினால் 1121 பேர் மட்டுமே இறந்த வேளையில், 1933–35 இரண்டாண்டுகளில் அம்மையினால், அதிகப்படியாக 2887 பேர் பலியானார்கள். ஆகவே, அம்மை நோயினைக் கட்டுப்படுத்தியாக வேண்டியதன் அவசியத்தை அரசு உணர்ந்தது (சுரேஷ் 2015).

தடுப்பூசிக்குத் தயக்கம்

1701இல் ஃபிரான்சுவா மர்த்தேன் காலத்திலேயே புதுச்சேரியில் ஆங்கில முறை மருத்துவமனை தொடங்கப்பட்டுவிட்டது. 18ஆம் நூற்றாண்டிற்குள்ளாக மேலும் ஏழு மருத்துவமனைகளும், மருந்தகங்களும் தொடங்கப்பட்டன. ஆனாலும், காலராவிற்கும் பெரியம்மை நோய்க்கும் ஆங்கில மருத்துவத்திலும் சிகிச்சைகள் கிடைத்தபாடில்லை.

முதன் முதலாக, 1849இல் காலராவுக்குத் தடுப்பூசி (Vaccination) அறிமுகமானது. ஆனால், ஆங்கில மருத்துவத்தில் நம்பிக்கையில்லாத பாமர மக்கள் அதற்கு உடன்படவில்லை. எனவே, ஊசிப் போட்டுக் கொண்டால் ஒரு பணம் இலவசமாகத் தரப்படும் என்று அரசு ஆசை காட்டியதால், தடுப்பூசி இயக்கம் கொஞ்சம் சூடு பிடித்தது. ஆனாலும், பிற்காலங்களில் காலரா பெருந்தொற்று கட்டுக்குள் வராததால், 1863 பிப்ரவரி 21ஆம் நாள், அரசாணை வெளியிட்டுத் தடுப்பூசியைக் கட்டாயமாக்கியது. சுற்றுச்சூழல் சீர்கேடே நோய் பரவலுக்குக் காரணம் என்றுணர்ந்த ஆளுநர் துய்ப்பார் (Duypart), குடியிருப்புப் பகுதிகளில் துப்புரவுப் பணிகளைத் தீவிரப்படுத்தினார்.

குதிருக்குள் ஒளிதல்

1879இல் முதன் முதலாக அம்மை நோய்க்கும் தடுப்பூசி போடும் முறையை ஃபிரஞ்சிந்திய அரசு அறிமுகப்படுத்தியது. ஆனால், இந்துக்கள் அதை ஏற்கவில்லை. தடுப்பூசிப் போட்டுக் கொள்வது இந்துக்களின் நம்பிக்கையைக் கொச்சைப்படுத்தும் செயல் என்றும், இது மாரி அம்மனுக்கு செய்யும் அவமரியாதை என்றும், தங்களின் மத உணர்வுகளுடன் பறங்கியர்கள் விளையாட வேண்டாமென்றும் எச்சரித்தனர். தடுப்பூசி போட்டுக்கொள்ளப் பிடிவாதமாக மறுத்தனர்; சுகாதார ஊழியர்களை ஊருக்குள் விடாமல் தடுத்தனர்; அவர்களிடம் பிடிபடாமலிருக்க வீட்டுப் பரண்கள் மேலும், தொம்பைக் குதிருக்குள்ளும், வயல் காடுகளிலும் ஓடி ஒளிந்தனர். இம்முறை எதிர்ப்பு மத ரீதியாக

எழுந்ததால் அதை அரசால் எளிதாக எதிர்கொள்ள முடியவில்லை. இந்துக்களோடு, முஸ்லிம்களும், குறிப்பாகப் பெண்கள் அனைவரும் எதிர்ப்புக் காட்டினர். சூத்திரர்களுக்கும் தங்களுக்கும் ஒரே ஊசிப் போட்டு, ஒன்றாக்கப் பார்ப்பதாக பிராமணர்களும், உயர் சாதியினரும் குற்றம் சாட்டினர். விவரமறிந்தோர் கூட, பத்திரிகைகளில் கட்டுரைகள் எழுதி அதை நியாயப்படுத்தினர் (சுரேஷ் 2015).

பாமர மக்களின் நம்பிக்கை

இயற்கைச் சூழலில் வாழ்ந்ததால், கிராமவாசிகளுக்கு நல்ல காற்றும், தூய குடிநீரும் தாராளமாகக் கிடைத்தன. அதையும் மீறி, அவர்கள் சுகாதாரத்தில் கவனம் செலுத்தியதைச் சில நாட்டுப்புறப் பாடல்கள் காட்டுகின்றன. "மோப்படிக்கும் பொண்ணே, மோர் எனக்கு வேண்டாம்" என்று தவிர்ப்பதும், "மோரிலேயும் தூய ஜலம்" கலந்ததா என்று கேட்பதும் அத்தகைய அக்கறையின் வெளிப்பாடுகளே (சத்தியசீலன் 1988: 322–73, 74). ஆயினும், பெருந்தொற்றுக்களின் பாதிப்பு அவர்களைக் கலங்கடித்தது.

அம்மனின் கோபத்தைக் தணிக்க மஞ்சளாடை அணிந்து, விரதமிருந்தனர். வீடுகளில் வேப்பிலைத் தோரணம் கட்டி, தினம் தினம் பூசைகள் செய்தனர். திருவிழாக்கள் நடத்தி, தீக்குண்டம் புகுதல், உடலில் ஊசிச் செடல் போடுதல், நாக்கிலும், தாடையிலும் அலகு செருகுதல், முதுகில் கொக்கிகளைக் குத்திக்கொண்டு, அந்தரத்தில் கிடைமட்டமாகத் தொங்குதல் (செடல்) போன்ற நேர்த்திக் கடன்களை மேற்கொண்டனர். அம்மனை அமைதிப்படுத்த ஆடு, மாடு பலி கொடுத்தார்கள்.

அம்மை நோய் தாக்கியவர்களை, வேப்பிலைகளைத் தரையில் பரப்பி, ஆடைகளில்லாமல் கிடத்தினர்; உள்ளூர் வைத்தியர்கள் மூலமே சிகிச்சை அளித்தனர். நோயாளியின் வாந்தி நிற்கும் வரை காலில் சூடு போடுவதும், தசைப் பிடிப்பினால் உடல் முறுக்கேறி விடாமலிருக்கக் கயிறால் கட்டிப்போடுவதும், கிராமிய சிகிச்சை முறைகள். இவை எதுவும் பலனளிக்காதபோது, வீட்டின் ஒரு மூலையிலோ, கோயில் வளாகத்திலோ கிடத்திவிட்டுச் சாவதற்குக் காத்திருந்தனர்.

மடமையில் ஊறிய மக்கள், சாகும் நிலையிலும் மருத்துவமனைகளுக்கு வர மறுத்தனர். நாள்பட்டுச் சீழ் பிடித்துப் போனபின், அழுகிய காயங்களுடன், உடல் பலவீனமாகி, நடக்கவே முடியாத நிலையில், வேறுவழியில்லாமல் மருத்துவமனைக்கு வந்தபோது, நிலைமை மோசமாகிவிட்டிருந்தது (சுரேஷ் 2015).

தடுப்பூசிப் போடும் முயற்சிகள்

மக்களின் அறியாமை பற்றிக் கவலை கொண்ட அரசு, ஒவ்வொரு கொம்யூன்களிலும் தீவிர, தடுப்பூசி இயக்கம் நடத்தப்பட வேண்டு மென்று மேயர்களுக்கு 1884 ஏப்ரல் 3ஆம் நாள் அறிக்கை அனுப்பி, அவர்களின் ஒத்துழைப்பைக் கோரியதோடு, அவர்களுக்கு எச்சரிக்கை யும் விடுத்தது. மேயர்களில் பெரும்பாலோர் ஐரோப்பியர்களானதால்,

இந்து மத நம்பிக்கைகளில் குறுக்கிட்டு, மக்களைக் கட்டாயப்படுத்த அவர்கள் விரும்பவில்லை.

அம்மையால் வெகுவாகப் பாதிக்கப்பட்ட காலாப்பட்டு, ஒழுகரை கொம்யூன்களில் கொத்து கொத்தாகச் செத்து வீழ்ந்தனர். எனவே, இந்தச் சூழ்நிலையில், மக்களின் தீவிர மத நம்பிக்கைளையும் மீறி, அரசு சட்டத்தைக் கையிலெடுக்க வேண்டியதாயிற்று. "ஃபிரஞ்சு மூவண்ணக் கொடியின் கீழ் ஆளும் அரசு, மாரியம்மன் பெயரால் வரும் எதிர்ப்பைப் பொறுத்துக்கொள்ளாது" என்று ஆளுநர் கப்ரியேல் லூயி அங்குல்வான் (*Gabriel Louis Angoulvant*) எச்சரித்தார். எனவே 1906இல் தடுப்பூசிப் போடுவதைக் கட்டாயமாக்கி அரசாணை பிறப்பிக்க வேண்டியதாயிற்று. ஆனாலும், 1907, 1913, 1915களில் ஏற்பட்ட பேரிழப்புகளைக் குறைக்க முடியவில்லை; மக்களின் தயக்கமும் நீங்கியபாடில்லை. அதற்காக, 1930களில் 'மக்கள் அனைவருக்கும் முழுமையான பாதுகாப்பு' என்ற பெயரில் வெகுமக்கள் இயக்கம் ஒன்றை அரசு நடத்தத் தொடங்கியது (சுரேஷ் 2015: 96–97). ஃபிரஞ்சிந்திய அரசு, பெருந்தொற்றுத்தடுப்பில் முழு வெற்றி காணவில்லையானாலும், அதற்கான வழிமுறைகளை வகுத்துச் சென்றதால்தான், விடுதலை பெற்ற புதுச்சேரி அதை வெற்றிகரமாக்க முடிந்தது.

இறக்கைத் திரை விசிறி

ஒரு தடிமனான துணித்திரையையோ, கோரை விழலால் பின்னப்பட்ட பாயையோ ஒரு கழியில் கட்டி, அதன் இருமுனைகளையும் ஒரு கயிறால் இணைத்து, அதைக் கூரையில் பதித்த ஒரு கொக்கியில் கட்டித் தொங்கவிட்டால், அதுதான் பங்கா எனப்பட்ட இறக்கை விசிறி. கழியில் இன்னொரு கயிறைக் கட்டி, அந்தக் கயிறு சாளரம் வழியாக வெளியே விட்டு, அறைக்கு வெளியே ஒரு பணியாள் அதைப் பிடித்து, முன்னும் பின்னும் அசைக்கும்போது, அறைக்குள் அமர்ந்திருப்பவரின் மீது மெல்லிய காற்று தொடர்ந்து வீசிக்கொண்டிருக்கும். வீட்டினுள் கூடம் பெரிதாயிருந்தால், அப்பணியாள் சற்றுத் தூர நின்று கயிறை இழுப்பார். இதுதான், ஐரோப்பியர்களுக்கும் செல்வந்தர்களுக்கும் கோடையில் வெம்மையை வெகுவாகத் தணித்தது. ஒரு சிலர் வெட்டிவேர்க் கற்றைகளையும் அதில் சேர்த்துக் கட்டியபோதும், தண்ணீர் தெளித்தபோதும் காற்றின் ஈரப்பதம் அதிகரித்து, குளுமை மேலும் கூடி இதமாயிருந்தது (புர்தா 1995).

பாடாய்ப் படுத்திய கொசுத்தொல்லை

மழைக்காலம் முடிந்ததும், குளம் குட்டைகள் நிரம்பி நீர் தேங்குவது இயல்புதான். புதுவையைச் சுற்றிலும் சதுப்பு நிலப்பரப்பு; எப்போதும் நீர் நிறைந்த உப்பாறு வாய்க்கால்; ஆங்காங்கே களிமண் வயல்கள்; தென்னை, மா, புளியந்தோப்புகள்; குறுமரக் காடுகள்; பசுமைச் சூழலுக்காக நடப்பட்ட மரங்கள். இத்தகைய சூழலில், பூச்சிகளும், வண்டுகளும் பெருகித் திரிவதை யாரால் தடுக்கமுடியும்? எனவே, சின்னஞ்சிறு பூச்சிகளைக் கூட அருவருப்போடு பார்த்தனர். முறையான கழிவுநீர் மேலாண்மை இல்லாததால், அசுத்த நீர்க் குட்டைகளால் கொசுக்கள் மலிந்தன. மக்களை, குறிப்பாக ஐரோப்பியரை மரண பயம் வாட்டியது.

குழந்தைகளின் தொட்டிலின் மீதும், கட்டிலைச் சுற்றியும் கொசுவலை கட்டியே உறங்கினர். உல்லாசப் பயணம் போகும்போது, கொசுவலையையே கூடார விரிப்பாகக் கட்டித் தங்கினர். ஒரு பெரிய மரத்தின் கிளையிலிருந்து கயிற்றின் மூலம் வலையைத் தொங்கவிட்டு, அதன் உள்ளேயே உண்டு, உறங்கி, இளைப்பாறுவதென வழக்கப்படுத்திக் கொண்டனர். பூச்சிகளுக்கு அஞ்சி, மனிதர்கள் வலைக்குள் முடங்கிக் கிடக்கும் காட்சிகள் “கிரேயோலும் சீமாட்டியும்: ஜொகன்னா பேகம், மார்க்கஸ் துய்ப்ளேக்சு” என்ற தலைப்பிட்டு மதாம் கெப்ளே எழுதிய நூலில் விவரிக்கப்பட்டுள்ளன.

மருத்துவமனைகளிலும் கொசுவலைகள் கட்டப்பட்டிருந்தன. ஆனால், கர்ப்பிணிகள் அதற்குள் பிரசவிக்க முடியமா? படுத்திருக்கும் கர்ப்பிணியின் அருகில் ஒரு பணியாள் அமர்ந்து, விசிறியால் கொசுவை விரட்டி விட்டார் (இராஜா – ரீட்டா 2005).

சாமானிய இந்தியர்களின் நிலை வேறு மாறாக இருந்தது. கறுப்பர் நகரப் பகுதிகளில் வசித்த ஆண்களும், பெண்களும், வீட்டின் முன்புற வராந்தாவில் காற்று வரும் வழியில் படுத்துக்கொண்டனர். பாதுகாப்புக் கருதி பெண்கள் பெரும்பாலும் உட்புற முற்றத்தில் முடங்கிக் கொண்டனர்.

புதுச்சேரியில் நகரம் முட்டைக் கோள வடிவில் விரிவாக்கப்படும் வரையிலும் தோட்டங்கள் நிறைய இருந்தன. நகர விரிவாக்கத்தினால், அவை கட்டடங்களாக மாறத் தொடங்கின. எங்கும் பசுமை மரங்கள் பரந்திருந்த காட்சி மாறி, மஞ்சள் வெள்ளை கலந்த கட்டடங்கள் எழும்பி நகரின் தோற்றமே முற்றிலும் மாறியிருந்தது.

1.4: வளர்ச்சிப் பாதையில் புதுச்சேரி

அயல் நாட்டு வணிகம்

19ஆம் நூற்றாண்டில், நெசவுத் தொழிலையே மட்டும் சார்ந்திராமல், புதுவையில் சூழலுக்கு உகந்த மணிலா, கரும்பு, பருத்தி போன்ற பணப்பயிர்களையும் பெருமளவில் பயிரிடத் தயாரானார்கள். அதற்கேற்ப, தாவரவியல் தோட்டத்தில் அயல் தாவரங்கள் வளர்க்கப்பட்டு, அவற்றின் தகவமைப்புகள், பயிரிடும் முறை பற்றிய தகவல்களோடு, உழவர்களுக்குப் புதிய பயிரினங்கள் அறிமுகப்படுத்தப்பட்டன; வேளாண்மை செழித்தது; வேர்க்கடலையும், தென்னையும் முக்கியத்துவம் பெற்றன. நெல் அறைவையும், எண்ணெய் பிழிவதும் எந்திரமயமானது; மரச்செக்குகளுடன், எந்திர உருளைகளும் பயன்படுத்தப்பட்டதால், மணிலா, எண்ணெய் வணிகம் கொடிகட்டிப் பறந்தது. கள், சாராய உற்பத்தியும் அதிகரித்தது. அரசு வருவாயில் 40 விழுக்காடு மது மூலமே கிடைத்தது. 1861இல் தடையில்லா வணிகம் அனுமதிக்கப்பட்டதும், 1879இல் இரயில் போக்குவரத்துத் தொடங்கியதும், பொருளாதாரத்தை மேம்படுத்தின. ஏற்றுமதி – இறக்குமதி வணிகத்தைக் கையாளும் பொருட்டுக் கடல்சார் வணிக நிறுவனம் (*Messageries Maritimes*) ஒன்று கடற்கரை சாலையில் வாராவதி எதிரில் (தற்போதைய புரோமொனேத்

விடுதி) அமைக்கப்பட்டது. அடுத்த நூற்றாண்டின் முன் பகுதி வரையில் ஏற்றுமதி இறக்குமதி வணிகம் ஓங்கியிருந்தது (கீதா 2008).

இதுபற்றிய நாட்டுப் புறப் பாடல்கள் தரும் தகவல்கள் சுவாரசியமானவை. குறிப்பாக, 1879 ஜனவரி 26இல், மணிலா ஏற்றிய கப்பல் மூலம் தொடங்கிய நிலக்கடலை வணிகம், மர்சேய் துறைமுகத்தின் முக்கிய இறக்குமதிப் பொருளானதால், புதிதாக அறிமுகப்படுத்தப்பட்ட மணிலா (நிலக்கடலை) ரகங்கள் வெகுவிரைவில் விவசாயிகளின் விருப்பப் பயிராயின.

> கோட்டத்தூரு மல்லாக் கொட்ட – ஏலே லம்பா ஏலம்
> ஓங்கி மொளச்சிப் போச்சி – ஏலே லம்பா ஏலம்
> பொறுக்க வாங்க பொண்டுகளா – ஏலே லம்பா ஏலம்
> ரெண்டா போட்டுக்கினு ஒண்ணு தாரேன் – ஏலே லம்பா ஏலம்
> – கோதண்டராமன் (சத்தியசீலன் 1988: 31)

என்று கூவி அழைக்குமளவிற்கு விளைச்சல் பெருகிவிட்டது. 1883 வாக்கில், புதுச்சேரி தென்னிந்திய நிலக்கடலையின் ஏற்றுமதி மையமானது (மெலாங்கின் 2019: 92). இதனால், ஏற்றுமதிக்குக் கொள்முதல் செய்வதில் வியாபாரிகளுக்குள் போட்டி நிலவியது. அப்போது, கூடுதல் விலை கிடைத்தாலும், முன்பே செய்யப்பட்ட ஒப்பந்தக்காரருக்கே விளைச்சலை விற்குமளவிற்கு, ஒரு விவசாயி நாணயமாக, உறுதியோடு நின்றதை ஒரு பாடல் தெரிவிக்கிறது.

> கடலூருக்கு ஏத்திப் போனேன்
> தரவுக் காரன் கூடவே வேலையும் சொன்னான்
> தாங்காது என்னு சொல்லி
> தவளகுத்து ஏத்தி வந்தேன்

மணிலா அறுவடை

விற்பனைக் கூடம்

வாராவதிக்கு எதிரில் கப்பல்

எம்.பி. இராமன்

தவளகுத்து தரவுக்காரன்
தகவே வெலயுஞ் சொன்னான்

என்ற நாட்டுப்புறப் பாடல், வாய்மை தவறாத கிராமத்து விவசாயிகளின் நேர்மையைத் தெரிவிக்கின்றது *(சத்தியசீலன் 1988: 38).*

தொழிற்சாலைகள்

கைத்தறி நெசவு

ஃபிரஞ்சுக்காரர்களின் வருகைக்கு முன்பிருந்தே புதுச்சேரி நெசவுத் தொழிலில் சிறப்புற்றிருந்தது. நூல் நூற்றல், துணி நெய்தல், சாயம் தோய்த்தல் என்று அனைத்து நெசவுத் தொழில்களுக்கும் ஏற்ற தட்ப வெப்பமும், சாயப் பயிரான அவுரி பயிரிட ஏற்ற மண்வளமும், சாயமேற்றத் தரமான நீர் வளமும், புதுச்சேரிப் பகுதியில் கிடைத்ததே இதற்குக் காரணம். உள்ளூர் தொழில் நுட்பத்தில் உருவான, மலிவான, ஆனால், தரமான கைத்தறிகளும், அபரிமிதமான மனித வளமும் அதற்கு வலுவேற்றின.

சாயத்தொழில்

நீலச்சாயம் தோய்ப்பதற்கென்றே சுற்றியிருந்த ஊர்களில் நெய்யப்பட்ட வெள்ளைத் துணிகள் புதுச்சேரிக்குக் கொண்டுவரப்பட்டன. நீலச்சாயத்தூள் அவுரிச் செடியிலிருந்து எடுக்கப்பட்டது. சிவப்பு மற்றும் மஞ்சள் சாயங்களும் இயற்கையாகத் தயாரிக்கப்பட்டுத் துணிகளுக்கு ஏற்றப்பட்டன. அவுரி, இம்புரவேர், சாய வேர்கள், வெம்பாலம் பட்டை, வாழை மர வேர்கள் போன்ற மூலிகைகளுடன், ஆட்டுப் புழுக்கை, நல்லெண்ணெய் முதலிய பொருட்களும் துணிகளுக்குச் சாயம் ஏற்றப் பயன்பட்டன. அக்கால நெசவாளர்கள், மிகப் பெரிய சுடுமண் பானைகளில், சாயத்தூளோடு சுண்ணாம்பைக் கலந்து, சாயம் தயாரித்து, அதில் துணிகளை முக்கிச் சாயம் தோய்த்தார்கள். சாயமேற்றிய துணிகளைக் காயவைத்து, கட்டுக் கட்டாகக் கட்டி, ஏற்றுமதிக்குத் தயார் செய்தனர். சில சமயங்களில், சாயம் தோய்த்தலும், காயவைத்தலும் பல படிநிலைகளில் நடந்தன. ஒரு கட்டத்தில், அவுரிச் செடிகளிலிருந்து நீலச்சாயம் தயாரிக்கும் நூற்றுக்கும் மேற்பட்ட சாயப்பட்டறைகளும், 70–க்கும் மேற்பட்ட சாயத் தொழிற்சாலைகளும் புதுச்சேரியில் செயல்பட்டன. ஆண்டொன்றுக்கு, 16 மீட்டர் நீளமும், ஒரு மீட்டர் அகலமும் கொண்ட 4,00,000 துண்டுத் துணிகளுக்கு சாயம் தோய்க்கப்பட்டது என்ற தகவலே சாயத்தொழிலில் புதுச்சேரியின் மேன்மைக்கு எடுத்துக்காட்டு *(ஜெயசீல ஸ்டீஃபன் 2018: 357–370).*

நகரப் பகுதியில், தெருவுக்குத் தெரு நூல் நூற்றல், துணி நெய்தல், சாயம் தோய்த்தல் ஆகிய வேலைகளில் மக்களில் பெரும்பாலோர் ஈடுபட்டிருந்தனர். அதுவன்றியும், வெளியூர்களிலிருந்தும் தருவிக்கப்பட்ட நெசவாளர்களுக்காகவே, முத்தியால் பேட்டை, முதலியார் பேட்டை போன்ற குடியிருப்புப் பகுதிகளும் ஏற்படுத்தப்பட்டன.

'நீலத் துணி' அல்லது 'கினி' *(Guinées)* எனப்பட்ட முரட்டுப் பருத்தித் துணிக்கு *(Toile – Canvas)* அயல் நாடுகளில் தேவை இருந்தது. குறிப்பாக, அடிமை வணிகம் ஓங்கியபோது, அதன் தேவை மிகவும் அதிகரித்தது.

எனவே, அது மிகப் பெரிய அளவில் உற்பத்திச் செய்யப்பட்ட ஏற்றுமதிப் பொருளானது; அதன் மூலம் ஃபிரஞ்சுக் கும்பினியும் பெருத்த வருவாய் ஈட்டியது. இத்தகைய நெசவுத் தொழில் வளமே, சோழமண்டலக் கடற்கரையில் புதுச்சேரியைத் தங்கள் வணிகத்தளமாக ஃபிரஞ்சுக்காரர்கள் தேர்ந்தெடுத்ததற்கு முக்கியக் காரணம் எனலாம்.

நெசவுத் தொழில் நலிவிற்குக் காரணம்

வேதியியல் சாயப்பொருட்களின் வரவால், குறிப்பாக அனிலின் *(Anilline)* என்ற நீலச்சாயம் கண்டுபிடிக்கப்பட்டபோது, சாயப்பட்டறைகள் நலிவுற்றன. அடுத்து வந்த எந்திரப் புரட்சியின் விளைவாக, 1860ஆம் ஆண்டு வாக்கில், விசைத் தறிகள் பரவலானபோது, உள்ளூர்க் கைத்தறி நெசவுத் தொழிலும் நலிவுற ஆரம்பித்தது. எந்திர உற்பத்திக்கு ஈடுகொடுக்க முடியாமல், கைத்தறித் துணி உற்பத்தியைக் குறைக்க வேண்டியதாயிற்று. ஒரு சில மெல்லிய 'மஃச்லின்' துணி, நீலத் துணி, ஏழை மக்கள் பயன்படுத்தும் முரட்டுத் துணி *(Gadda)* வகைகள் மட்டுமே உற்பத்தி செய்யப்பட்டன. எனினும், அப்போதும் புதுச்சேரிப் பகுதியில், 4,126 நெசவாளர்கள் வாழ்வாதாரத்திற்காகக் கைத்தறிகளை நம்பியிருந்தனர் (இராமதாசு 2021: 52). ஜெயசீல ஸ்டீஃபன் 2018).

எந்திர மயமாகும் நெசவுத்தொழில்

1816ஆம் ஆண்டில் புதுச்சேரியையும், மற்ற ஃபிரஞ்சுப் பகுதிகளையும் ஃபிரஞ்சுக்காரர்களுக்கு ஆங்கிலேயர்கள் இறுதியாகத் திருப்பிக்கொடுத்த பிறகு, 1826–1828ஆம் ஆண்டுகளில் ஆளுநர் தெபாசன் தெ ரிஷ்மோன் *(Desbassayns de Richemont)* மக்களின் வாழ்க்கையை மேம்படுத்தப் பல திட்டங்களைத் தீட்டினார். 1826இல், கிரெயோல் இளைஞர்களுக்குப் பயிற்சி அளித்து வேலை வாய்ப்புகளை உருவாக்குவதற்காகத் தொழிற்பட்டறை களைத் துவக்கினார்.

தொடர்ந்து, 'செனகல்' நாட்டின் *(Senegal)* துணிச்சந்தை, புதுச்சேரித் துணிகளுக்கு மட்டும் என்று ஃபிரான்சு நாட்டு அரசால் அறிவிக்கப் பட்டது. அது, புதுச்சேரியில் பல பஞ்சாலைகள் உருவாக வழிவகுத்தது. அதற்கேற்ப ஆளுநர் தெபாசன் முயற்சியால் நெசவுத் தொழிலை மேம்படுத்த, ஃபிரான்சு நாட்டிலிருந்து 'கோன்ஃபிரெவில்' *(Gonfreville)* என்பவர் தலைமையில் ஒரு நெசவாளர் குழு, நூற்புக் கதிர்களோடும் *(Broche – Spindle)*, விசைத்தறிகளோடும் 1827ஆம் ஆண்டில் புதுச்சேரிக்கு வந்தது. அதுவரை யில் நெசவாளர்கள் கைகளால்தான் நூல் நூற்றனர். அக்குழுவின் நோக்கம், புதுச்சேரியில் நூல் நூற்றல், நெசவு, சாயம் தோய்த்தலை ஐரோப்பிய முறையில் எந்திர மயமாக்குவதாகும். அரசுத்துறையின் ஆதரவில், அக்குழு ஏழைமக்களுக்காக ஓர் அறக்கட்டளை மூலம் 'கருணைப் பயிற்சிக் கூடங்களில்' *(Ateliers de Charité)* எந்திர நெசவை அறிமுகப்படுத்தியது. மேலும், 1828ஆம் ஆண்டு மார்ச்சு முதல் நாள், பருத்தி, பட்டுத்துணி நெசவு மற்றும் சாயம் ஏற்றுதலுக்கான ஓர் அமைப்பையும் கோன்பிரவில் தலைமையில் ஃபிரஞ்சு நிர்வாகம் ஏற்படுத்தியது. அத்துடன், புதுச்சேரி அரசும் மானியத்தைத் தாராளமாக வழங்கியதால் அரசுத் துறையில்

தொடங்கப்பட்ட எந்திர நெசவு, தனியார் பஞ்சாலைகள் தொடங்குவதற்கும் ஊக்கமளித்தது (இராமதாசு 2021: 52–54).

பஞ்சாலைகள் உதயம்

தெபாசனை அடுத்து, 1828இல் ஆளுநராகப் பொறுப்பேற்ற மரி ழொசேஃப் எம்மானுவேல் கொர்தியே (Marie Emmanuel Joseph Cordier), நெசவாலைகள் தொடங்க நிதியுதவிக்கு வழிவகுத்தார். 1828இல் போர்தோ (Bordeaux) என்பவர் ஒரு நூற்பாலை நிறுவினார். இவ்வாலை 1831இல் 2451 கிலோ, 1834இல் 3300 கிலோ நூலிழைகளை உற்பத்தி செய்தது. ஆலைகள் தொடங்கப்பட்டபோது, (வெள்ளை) நகரின் சுற்றுச் சூழலுக்கு ஊறு விளைவிக்காத வகையில், புல்வாருக்கு வெளியே அனுமதிக்கப்பட்டன.

என்னி (கெப்ளே) பஞ்சாலை

சுதேசி (சவானா) பஞ்சாலை

சவானா பஞ்சாலை

1829ஆம் ஆண்டில், தியோஃபில் பிளின் (Theophile Blin), தெல்புருக் (J. Delbruck) ஆகிய இருவரும் சேர்ந்து, நகரத்தை ஒட்டி வில்லியனூர் பாலத்திற்கு மேற்கில், தற்போது சவானா பஞ்சாலை இருக்கும் இடத்தில் ஒரு நவீன நூற்பாலையைத் தொடங்கினர். அடுத்த முப்பதாண்டுகளுக்குள், அது ஏற்றுமதித் தரத்தில் தரமான துணிகளை உற்பத்தி செய்யும் நெசவாலையாகவும் வளர்ந்தது. 1834இல் பாரிசில் நடைபெற்ற கண்காட்சியில் காட்சிப்படுத்தப்பட்ட இவ்வாலையின் துணிகள், பெரும் வரவேற்பைப் பெற்றன.

சிறிது காலத்திற்குப் பிறகு, 'ஷார்ல் புலென்' (Charles Poulain) என்பவர் அதை ஏற்று நடத்தினார். அதுதான் பிற்காலத்தில் 'சவானா பஞ்சாலை' (Savana tissage – Savana mill) என்ற புகழ்பெற்ற பஞ்சாலையாக உருவெடுத்தது. 1835இல், 225 தொழிலாளர்களுடன், அது நாளொன்றுக்கு 60 கிலோ மீட்டர் நீளத்திற்கு நூல் உற்பத்தி செய்தது. 1838ஆம் ஆண்டில், அவ்வாலை விரிவுபடுத்தப்பட்டு, நெசவுத் தறிகள் நிறுவப்பட்டபோது, துணி உற்பத்தியும் தொடங்கியது. 'சவானா' பஞ்சாலைதான் இந்தியாவின் முதல் முழுமையான நூற்பாலையுடன் கூடிய நெசவாலை ஆகும்.

சவானா நெசவாலைக்கான எந்திரங்கள் ஃபிரான்சிலிருந்து, 'லெபிரின்ஸ் – புலென்' (Le Prince et Poulain) குழுமத்திடம் வாங்கப்பட்டன. அக்குழுமமும், புதுச்சேரியில் ஒரு பஞ்சாலை தொடங்க ஆர்வம் கொண்டது. 1830ஆம்

ஆண்டில், உப்பளத்தில், உப்பனாற்றுக்கு வடக்கில், கல்லறைக்குச் செல்லும் சாலையில் ஒரு பஞ்சாலையைத் தொடங்கியது. 1832ஆம் ஆண்டில், ஷார்ல் புலென் *(Charles Poulain)* இவ்விரு பஞ்சாலைகளின் நிர்வாகத்தையும் அவரே மேற்கொண்டார். நெசவுத் தொழிலை எந்திர மயமாக்கிய புலென் ‘புதுச்சேரிப் பஞ்சாலைகளின் தந்தை’ என்று அழைக்கத்தக்கவர். தொடர்ந்து அவரது பிள்ளைகளும் அத்தொழிலில் ஈடுபட்டுப் பஞ்சாலைகளின் வளர்ச்சிக்குப் பெரிதும் துணைநின்றனர். உப்பளம் நூற்பாலை, தொடங்கிய 35–40 ஆண்டுகளில் மூடப்பட்டது (இராமதாசு 2021: 54–55).

சவானா மில் – பெயர்க் காரணம்

1886இல் சவானா ஆலையின் நிர்வாகம், ஃபிரான்சில் போர்தோ நகரிலிருந்த நிறுவனம் (*Society Anonym Savanna*) வசம் மாறியது. அப்போது அங்கிருந்து கொண்டுவரப்பட்ட ‘பேய் மரம்’ (*Devils tree = Alstonia scholaris*) கன்றுகள் இதன் வளாகத்தில் நடப்பட்டன. ஃபிரான்சில் அதன் பெயர் ‘சவானா’. தமிழில் இதன் பெயர் ‘ஏழிலைப் பாலை’. நாற்புறமும் தட்டு போல் விரிந்த ஏழு இலைகளின் நடுவே, கொத்தான இளமஞ்சள் மஞ்சரி மிகவும் கவர்ச்சியானது. ஆலையைச் சுற்றிலும் நெடு நெடுவென வளர்ந்த மரங்களின் கவர்ச்சியான தோற்றம் தனித்துவமான அடையாளம் ஆனது. எனவே, தொழிலாளர்கள் அதைச் ‘சவானா மில்’ என்றே அழைக்க, அப்பெயரே நிலைத்துவிட்டது (சிவ. இளங்கோ 22004: 3–4).

1956இல் ஃபிரஞ்சு முதலாளியிடமிருந்து, கான்பூர் நிறுவனத்திற்குக் கைமாறிய போது, இதன் பெயர் சுதேசி காட்டன் மில் (*Swadesi Cotton Mill*) என்றானது. ஆயினும், மண்ணின் மைந்தர்க்கு இன்றும் இது சவானா மில் தான்.

1864ஆம் ஆண்டில், இறக்குமதியாகும் புதுச்சேரி துணிகளுக்குச் சிலநாடுகள் சுங்கவரி விதித்ததால், ஏற்றுமதி நலிந்து துணிகள் தேக்கமடைந்தன. இதனால், 1870இல் சவானா மூடப்பட்டது. ஆயினும், வணிக அவைத் தலைவரான கஃச்தாவ் கொர்னே *(Gustav Cornet)* எடுத்த முயற்சியால், அரசின் நிதியுதவியுடன் 1875இல் மீண்டும் திறக்கப்பட்டது. அத்துடன், 1877இல் இங்கு உற்பத்தியான துணிகளில் தனி முத்திரை பதித்துக்கொள்ளும் அதிகாரமும் தரப்பட்டது. ஒரு நூற்றாண்டுக்குப் பிறகு, இவ்வாலை நலிவடைந்தபோது, 1980 முதல் ‘தேசியப் பஞ்சாலைக் கழகம்’ *(National Textile Corporation – NTC)* ஏற்றுக்கொண்டது.

என்னி மில் என்னும் கெப்ளே ஆலை

1864ஆம் ஆண்டில் குயவர்பாளையத்தில் *(Cossapaléom)* ‘பழேல் – சி’ *(Pagel et Cie)* நிறுவனம் ஒரு பஞ்சாலையை நிறுவியது. 1892இல் அரசியல் செல்வாக்கு கொண்ட ஃபிரஞ்சியரான ஃகென்றி கெப்ளே *(Gaebele Mill)* முதலியார்பேட்டையில் ஒரு பஞ்சாலையைத் *(Etablissement textile de Modéliarpeth)* தொடங்கினார். அவர் குயவர்பாளையத்து நூற்பாலையையும் வாங்கிக்கொண்டார். 19ஆம் நூற்றாண்டின் இறுதியில் அது மூடப்பட்டபோதும், கெப்ளே ஆலை தொடர்ந்து இயங்கியது.

1902இல், 120 தறிகளில் 4,200 கதிர்களுடன், 500 தொழிலளர்களுக்கு சவானா வேலை கொடுத்தது. 1921இல் ‘பிலேத்தேர் ஏ திசாம் கெசாராம், போதார் ஏ சீ *(Kesaram Poddar et Cie)* என்று பெயர் மாற்றம் பெற்றது.

1923இல் பழேல் – சி ஆலையும் இதனுடன் இணைக்கப்பட்டது. அப்போது அதன் பங்குதாரர்களில் ஒருவரான ‘என்னி’ என்பவர் பெயரால் ‘என்னி மில்’ (Enni Mill) என்றழைக்கப்பட்டது. 1924இல் ஓர் இந்தியர் இதை வாங்கி, ‘தி பாண்டிச்சேரி காட்டன் மில்’ என்ற பெயரில் நிர்வகித்தார். 1942இல் இங்கு 1021 பேர் பணிபுரிந்தனர். 1965 வாக்கில் இது நலிவடைந்தபோது, 1600 பேர் வேலை இழந்தனர். 1967 முதல் அரசின் சார்பில் ‘தேசியப் பஞ்சாலைக் கழகம்’ ஏற்று நடத்தியது (சிவ. இளங்கோ 2004 : 4–5).

ஆலையின் சங்கொலி

புதுச்சேரியில் 60–70 ஆண்டுகளுக்கு முன்பிருந்து, பஞ்சாலைகளில் தொழிலாளர்கள் மூன்று பணிமாற்று முறைகளில் *(equipes-shifts)* வேலை செய்தனர். அவர்கள் புதுச்சேரியைச் சுற்றியிருந்த ஊர்களிலிருந்து வேலைக்கு வரவேண்டியிருந்தது. வீட்டுக்கு வீடு கடிகாரம் இல்லாத காலம் அது. ஆகவே, அவர்கள் வேலைக்குத் தயாராகும் வகையில், நேரத்தை அறிவிப்பதற்காகப் பஞ்சாலைகள் மின்சாரச் சங்கொலி எழுப்பும் வழக்கத்தை மேற்கொண்டன.

ஒவ்வொரு பணிமாற்ற முறை தொடங்கும் முன்னரும், குறிப்பிட்ட கால இடைவெளியில் சங்கொலி முழங்கும். பணிக்கு இடையில், இளைப்பாற அரை மணி நேரம் இடைவேளை. அதற்கு, முன்பும், பின்பும் சங்கு ஒலிக்கும்.

இவ்வாறாக ஒரு நாளைக்கு சுமார் 15 முறைகள் சங்கு ஒலித்தது. காலை 6.30 மணிக்கு ஒலிக்கும் சங்கு வித்தியாசமாக இருந்தது; சற்றுநேரம் ஒலித்து, இறுதியில் விட்டுவிட்டு அது ஒலித்தது. துயிலெழுந்து தயாராகாதவர்களுக்கான சிறப்பு எச்சரிக்கை அது. பணி தொடங்குவதற்கு ஐந்து நிமிடங்கள் முன்பும் ஓர் சிறிய எச்சரிக்கை ஒலி கேட்டதும், தொழிலாளர்கள் ஓட்டமும் நடையுமாக வந்து, உள்ளே நுழைவது அன்றாடக் காட்சி.

சங்கின் ஒலி 10 கிலோமீட்டர்வரை கேட்டதால், தொழிலாளர்கள் மட்டுமின்றிப் பொதுமக்களும் சங்கின் மூலம் நேரத்தை அறிந்துப் பயனடைந்தார்கள் (இராமதாசு 2021: 59).

நூறாண்டுகளுக்கும் மேலாகப் புதுச்சேரி சாமான்யனின் நேரக் காட்டிகளாக இயங்கிய சங்குகள், 2020இல் மவுனமாகிப்போயின.

ரோடியர் பஞ்சாலை

1898ஆம் ஆண்டில் ரொதியே பியெர் ஃபிரான்சுவா (François Pierre Rodier, 1898–1902) ஆளுநராக இருந்தபோது, அவரது பெயரால் ‘ரோடியர்’ (Rodier) பஞ்சாலை நிறுவப்பட்டது. 1816ஆம் ஆண்டுக்குப்பின், ஆங்கிலேயரும் ஃபிரஞ்சியரும் இணக்கமாக இருந்ததால், ஒரு கூட்டு முயற்சியாக 1924இல், லண்டன் நகரைச் சார்ந்த தி பிரிட்டிஷ் பெஸ்ட் குழுமம் (The Birittish Best and Co = B&C Mill) நிர்வாகத்தை மேற்கொண்டது. அப்போது ‘ஆங்கிலோ–ஃபிரஞ்சு நெசவாலை’ (Anglo–French Textile Mill = AFT) எனப் பெயர் மாற்றப்பட்டது. 1899இல் நிலக்கரி கொண்டு வருவதற்கென்றே, தனியாக ஆலைக்குள் சரக்கு இரயில் நேராகச் செல்லும் வகையில் தனித் தண்டவாளம் போடப்பட்டது. 1902இல் இவ்வாலை, 2,500 பேருக்குப் பணி தந்தது. மற்ற பஞ்சாலைகள் போலவே, இதுவும் நலிவுகண்டதால், 1982இல் மூடப்பட்டது. 1986இல் ‘புதுச்சேரி நெசவாலைக் கழகம்’ அதன் நிர்வாகத்தை மேற்கொண்டது (சிவ. இளங்கோ 2004: 5).

பஞ்சாலைகளின் வரலாற்றில், முதல் கட்டத்தில், ஒன்றன் பின் ஒன்றாக, மூன்று தொழிற்சாலைகள் மூலம், துணி வணிகம், குறிப்பாக முரட்டு நீலத்துணி ஏற்றுமதி பெருகியது. மொத்தமாக, 1,980 தறிகள், 85,376 கதிர்களுடன், 8,000 தொழிலாளர்களுடன் 5,000 டன்கள் ஏற்றுமதித் தரமான துணியை உற்பத்தியாயின. 1930இல் 42,944 கதிர்களுடன், 4,500 தொழிலாளர்களுடன், ரோடியர் மில் முதன்மைப் பஞ்சாலையாக உருவெடுத்தது. 17,522 கதிர்களுடன், 2000 பேருடன் சவானா இயங்கியது. கெசாராம் – போதார் ஆலையில், 12,020 கதிர்களுடன், 1,200 பேர் பணிபுரிந்தனர். ஆக, இம்மூன்று பஞ்சாலைகளும்தான் புதுச்சேரியின் முக்கிய வாழ்வாதார மையங்களாகத் திகழ்ந்தன.

ரோடியர் (ஆங்கிலோ–ஃபிரஞ்சு நெசவாலை)

அத்துடன், முத்தியால் பேட்டையில், மூவாயிரத்துக்கும் மேற்பட்ட தறிகள் மூலம் கைத்தறித் துணியும் ஏற்றுமதியானது. மேலும், துணைத் தொழில்களாக, 120 துணி அச்சுக்கூடங்களும் *(Cloth Printing Units)*, 70 சாயப் பட்டறைகளும் *(Indigo Factories)* வெற்றிகரமாக இயங்கின. எனவே, நெசவுத் தொழில்தான் நகரப் பொருளாதாரத்தின் அச்சாணியாகத் திகழ்ந்தது என்றால் அது மிகையல்ல.

இன்றைய நிலை

17ஆம் நூற்றாண்டிலிருந்து நெசவுத் தொழிலுக்குப் பெயர் பெற்ற புதுச்சேரியில், சிறிது காலத்திற்கு முன்பு வரை, 'சவானா', 'ரோடியர்' மற்றும்

பெரிய கடையின் வளர்ச்சி நிலைகள் – இயற்கைச் சூழலில் (செஞ்சித் தூணுடன்)

‘கெப்ளே’ பஞ்சாலைகள் சிறப்பாகச் செயல்பட்டு வந்தன. 2015 தொடங்கி, முதல் இரண்டும், அடுத்தடுத்து மூடப்பட்டன. ‘பாரதி பஞ்சாலை’ என்ற பெயரில் இயங்கிவந்த மூன்றாவது பஞ்சாலையும், 2020 செப்டம்பரில் மூடப்பட்டது. சாமான்ய மக்களின் வாழ்வாதாரத்தின் முதுகெலும்பு அத்துடன் முறிக்கப்பட்டது.

பிற தொழில்கள்

இரண்டு பனிக்கட்டிச்சாலைகளும் *(Ice Factory)*, 28 மணிலா தோலுரிக்கும் ஆலைகளும் *(Shell Factories)*, ஏழு எண்ணெய் பிழியும் தொழிற்சாலைகளும் *(Oil Refineries)*, ஓர் எலும்புத் தூள் அறைவைக் கூடமும் *(Bone Powder Mill)*, ஓர் அரசு சாராய வடிசாலையும் *(Distillery)*, பல அரிசி ஆலைகளும் *(Rice Mill)* தோன்றிவிட்டன (கீதா 2008: 42).

1890களில் ஐரோப்பியச் சந்தைகளில் அமெரிக்க, இந்தியக் கோதுமை குவிக்கப்பட்டதால், ஐரோப்பியப் பொருளாதாரம் பெருமளவு சரிந்தது. இதனால், ஃபிரஞ்சிந்தியாவின் வணிகமும் வீழ்ச்சியடைந்தது. இந்தச் சரிவைச் சரிக்கட்ட ஃபிரஞ்சு அரசு செய்த முயற்சிகளையெல்லாம், பிரிட்டிஷ் இந்திய அரசு முறியடித்தது. எனினும், அந்நூற்றாண்டின் தொடக்கத்தில் தளர்ச்சியுடன் தொடங்கிய விவசாயம், தொழில் துறை வளர்ச்சி, மையப் பகுதியில் வேகமெடுத்து, இறுதியில் விஞ்ஞான, தொழில் நுட்பங்களின் வளர்ச்சியால் நவீனமயமானது.

1.5: பல்துறை மேம்பாடுகள்

புதிய அரசு மாளிகை

தொழில் வளர்ச்சியோடு, அகக்கட்டமைப்பு மேம்பாடும் முக்கியத்துவம் பெற்றது. பழைய அரசு மாளிகை இருந்த இடத்திலேயே நவீன வடிவமைப்பில் பொறியாளர் ஸ்பினாஸ் *(Spinasse 1817–1820)* நான்கு வருடங்களில் கட்டி முடித்தார். வெற்றுத் திடலாக இருந்த கடற்கரை மைதானத்தில் ஆளுநர் நப்போலியன் ஜொசெஃப் லூயி போந்த்தாம் *(Napoléon Joseph Louis Bontemps)* காலத்தில், 1866 ஆகஸ்டு

குடிநீர் வழங்கல் பற்றிய கல்வெட்டு

துய்ப்ளேக்சு சிலையும், திடலும்

15இல் ஆயி மண்டபம் திறந்து வைக்கப்பட்டது, அதில், ஆளுநர் துய்ரான் துய்ப்ரே *(Duyrand D'Ubrey)* ஆட்சியில், 1862ஆம் ஆண்டு நீரூற்று அமைக்கப்பட்ட செய்தி ஒரு கல்வெட்டிலும், ஆயி மண்டபம் பற்றிய வரலாற்றுச் சுருக்கம் இன்னொரு கல்வெட்டிலும் பொறிக்கப்பட்டுள்ளன. அதைச் சுற்றி, பொழுது போக்குவதற்காக ஒரு திடலும் அமைக்கப்பட்டு, 'அரசுத் திடல்' என்று வழங்கப்பட்டது. ஆளுநர் போந்தாம்ப் நிர்வாகத்தில், 1870இல் துய்ப்ளேக்சு சிலை நிறுவப்பட்டது, 1930இல், அரசுத் திடல், 'குடியரசுத் திடல்'*(Place de Republique)* என்று பெயர் மாற்றம் செய்யப்பட்டு, பூங்காவாகும் வகையில் மரங்கள் நடப்பட்டன (இராமதாசு 2021).

இரண்டாம் உலகப் போருக்குப் பின், அந்தப் பூங்கா சீரமைக்கப்பட்டு, ஃபிரான்சின் குடியரசுப் போராளி 'சார்ல் தெகோல் பூங்கா' *(Charles de Gaulle)* என்றும் பெயர் சூட்டப்பட்டது. மர்த்தேனின் தரகரான குழந்தையப்பாவின் தாயாரும், அவரது மனைவி மரியா தியுசும் ஒரு தோட்டத்துடன் கூடிய நிலத்தை மிசியோனருக்குக் கொடையளித்திருந்தனர். அது நகரின் மையத்தில் இருந்ததால், 1826இல் அதன் ஒரு பகுதியில் ஓர் அங்காடி அமைக்கப்பட்டது. 1886இல் தெற்கில் இன்னோர் அங்காடி அமைக்கப்பட்டபோது, இவையிரண்டும், முறையே பெரிய கடை, சின்ன கடை என்று அழைக்கப்பட்டன (மொரே 2020).

தனித்துவமான வீட்டிலக்கம்

தெருக்களுக்கு ஒரு வரிசையில் ஒற்றைப்படை எண்களும், எதிர் வரிசையில் இரட்டைப்படை எண்களும் குறிக்கப்படவேண்டும் என்று ரெமோன் தெ சென் மௌர் *(Raymond de Saint–Maur 1852–1857)* ஆட்சியில், 1856 மே மாதம் 13ஆம் நாள் அரசாணை வெளியிடப்பட்டது. இந்த அமைப்பு, புதுச்சேரிக்கே உரிய தனிச்சிறப்பாகும். அதே ஆணையில், புதுச்சேரியின் 109 வீதிகளுக்கும் பெயரிடப்பட்டது. ரங்கப் பிள்ளை, தியாகு முதலி, கந்தப்ப முதலி, தம்பு நாயக்கர், இஞ்ஞாசி மேஸ்திரி, லூயி பிரகாசம், வெங்கடேசப் பிள்ளை, தில்லை மேஸ்திரி ஆகிய தமிழர்கள், இராம ராஜா, ஐதர் அலி, இராஜா சிங் போன்ற ஒரு சில முன்னாள் அரசர்கள் பெயர்களும் தவிர மற்றத் தெருக்களுக்கு ஃபிரஞ்சியர் பெயர்களே சூட்டப்பட்டன. அரசு மாளிகையின் முன்புறம், பெரிய

வரிசையாய்க் கடைகள் – கல் கட்டடம்

பழைய கலங்கரை விளக்கம்
(ஓவியம்)

பெரிய மணிக்கூண்டு

வாய்க்கால் வரை இருந்த தெற்குப்புறத் தெருதான் துய்ப்ளேக்ஸ் வீதி எனப்பட்டது. பின்னர், மர்த்தினோ நிர்வாகத்தில்தான் வழுதாவூர் வீதி துய்ப்ளேக்ஸ் வீதி என மாற்றப்பட்டது (மர்த்தினோ 1931).

கல்வி வளர்ச்சி

1730ஆம் ஆண்டிலேயே, ஏசு சபையினரால் வெள்ளையருக்காக ஒரு பாடசாலை தொடங்கப்பட்டு, அதில் ஃபிரான்சில் இருந்ததுபோல், இலத்தீனுக்கும் தத்துவத்திற்கும் முக்கியத்துவம் தரப்பட்டது. 1750வாக்கில் அயல்நாடுகளிலிருந்தும் மாணவர்கள் வந்து பயின்றார்கள். ஆனால், பிரச்சார சபைகளால் அதைச் சரிவர நடத்தமுடியாததால், விரைவில் சுணங்கின. தமிழர்களுக்கென்று ஒரு சில அரசுப் பள்ளிகள் தொடங்கப்பட்டாலும், திண்ணைப் பள்ளிக்கூடங்களே முதன்மைக் கல்விக் கூடங்களாக இயங்கின. ஆயினும், அவற்றின் கல்வி முறை காலத்திற்கேற்ப மேம்பட்டிருந்தது.

அரசுப் பள்ளிகள்

1826இல் பிரச்சார சபையால் நடத்தப்பட்ட பள்ளி, அரசுக் கல்லூரி (College Royal) என்ற பெயரில் அரசின் கட்டுப்பாட்டின் கீழ் கொண்டுவரப்பட்டது. இரண்டாவது குடியரசு வந்தபோது, 1848 முதல் காலனியக் கல்லூரி என்றும், இரண்டாம் உலகப் போருக்குப் பின் ஃபிரஞ்சுக் கல்லூரி என்றும் பெயர் மாற்றம் பெற்றது. 1879இல்தான்

இந்தியர்கள் அதில் அனுமதிக்கப்பட்டார்கள். தற்போது லிசே ஃபிரான்சே *(Lycee Francais)* என்ற பெயரில் அனைத்துப் பிரிவினருக்குமான கல்விக் கூடமாக இயங்கி வருகிறது *(தாவிதன்னுசாமி, 2010)*.

உ.வே.சா கூறும் திண்ணைப் பள்ளிக்கூடம்

பத்தொன்பதாம் நூற்றாண்டின் திண்ணைக் கல்விமுறை பற்றித் தமிழ்க் கடல் உ.வே. சாமிநாதையர் 'என் சரித்திரம்' என்ற நூலில் விவரிக்கிறார். முற்காலத்தில் ஐந்து வயதில் மரபு வழியிலான தமிழ்க்கல்வி தொடங்கப்பட்டது. சொந்தமாய்ப் பாடல்கள், புராணங்கள் இயற்றும் வகையில் வித்துவான் ஆக்குவதே அதன் குறிக்கோள். அதுவே, திண்ணைப் பள்ளிக் கல்வி. அது மனப்பாடக் கல்வியே. நீதி இலக்கியம், நிகண்டுகள், அரிச்சுவடி போன்றவற்றை மனப்பாடம் செய்ய வேண்டும். அக்காலத்தில் (1862 வாக்கில்) மாணவர் ஒவ்வொருவரும், "கணக்காயர்" எனப்பட்ட ஆசிரியருக்கு, மாதா மாதம் கால் ரூபாயும், அவர் வீட்டுக்குத் தேவைப்படும் விறகு, காய்கறி, பழம் முதலியவற்றைக் காணிக்கையாகக் தருவது வழக்கம். அதுவே ஆசிரியரது வருமானம் (உ.வே. சாமிநாதையர் 1950).

உற்றுழி உதவியும் உறுபொருள் கொடுத்தும்
பிற்றை நிலை முனியாது, கற்றல் நன்றே

என்ற புறநானூற்றுப் பாடலின் மூலம் (புறம்–183) இத்தகையக் கல்விமுறை யின் தொன்மை விளங்கும். "சித்திரப் பாவையின் அந்தகவடங்கிச் செவி வாயாக, நெஞ்சுக் களனாகக் கேட்டவை கேட்டவை விடாது, உளத்தமைத்துப் போவெனப் போதல்" என்று குருகுலக் கல்வியை நன்னூல் விவரிக்கிறது.

முறை சார்ந்த கல்விக் கூடங்கள் 1827 முதல் தொடங்கப்பட்ட போதிலும், அவற்றிற்கு இணையாகத் திண்ணைப் பள்ளிக்கூடங்கள் இருபதாம் நூற்றாண்டின் அறுபதுகள் வரையிலும் இயங்கி வந்துள்ளன. பாவேந்தர் பாரதிதாசன் தொடக்கக் கல்வியை இம்முறையில் பயின்றே ஆசிரியரானார்.

நவீன கல்விக்கு அடிகோலிய ஆளுநர்

ஆளுநர் தெஸ்பாசன் தெ ரிஷ்மோன் *(Desbassayns de Richemont – 1826–1828)* கல்வி வளர்ச்சியில் பெரிதும் அக்கறைக் காட்டி, இரண்டே ஆண்டுகளில் பல கல்வி நிலையங்களைத் தொடங்கச் செய்தார். 1826இல் அரசுக் கல்லூரியை நிறுவியதோடு, அதே ஆண்டில், பொதுப் பணித்துறையின் தேவைகளுக்காகத் தொழிற்கல்வியை அறிமுகப்படுத்தியதும் அவரே! 1827இல் முதல் முறையாக இந்தியச் சிறுவர்களுக்கான அரசுப் பள்ளிகள் ஆரம்பிக்கப்பட்டன. அதை அனைத்துப் பிரிவினருக்கும் பொதுவாக தொடக்கப் பள்ளியாகத் தொடங்கியபோது, தீண்டாதவர் களுடன் ஒன்றாக அமர்ந்து படிக்க உயர் சாதியினர் மறுத்துவிட்டனர். ஆகவே, 1828இல் தலித்துகளுக்காகத் தனிப் பள்ளிக்கூடம் ஒன்றையும் ஆளுநர் ரிஷ்மோன் தொடங்கினார். பெண் கல்வியில் அக்கறை காட்டி, அவர்களுக்கெனத் தனியான கல்வி நிறுவனம் வேண்டுமென்பதற்காக, ஃபிரான்சு நாட்டிலிருந்து குளூனி சகோதரிகளை வரவழைத்து, உறைவிடப் பள்ளியையும் அவர் தொடங்கினார். 1827இல், பொது மக்களுக்காகப் பொது நூலகம் ஒன்றும் அவரால் திறக்கப்பட்டது. சிறைத் துறையில் சீர்த்திருத்தங்கள் செய்து, கைதிகளுக்கு வசதிகள் செய்துதரப்பட்டன.

திண்ணைப் பள்ளிக்கூடம்

உட்காருவதற்குத்
தடுக்குடன் மாணவன்

வாத்தியார்

மேல் சாதியினர் படிக்கட்டின்
மேல், மற்றவர் தரையில்

15386 ஃபிரான் நிதிக்கொடை கொடுத்து, தொழுநோய் மறுவாழ்வு மையம் அவரால்தான் தொடங்கப்பட்டது. மையக் (பெரிய) கடை தொடங்கியதும் அவரே! இத்தகைய தொலைநோக்குச் சிந்தனையுடன், கல்வியின் அனைத்துப் பரிமாணங்களையும் மிளிரச் செய்த அவரை, நவீன ஃபிரஞ்சிந்தியாவின் வளர்ச்சிக்கு அடிகோலியவர் என்றால் அது மிகையாகாது! (இராமதாசு 2017).

*பின்னாளில், பள்ளி இறுதி நிலையாக, 1834இல் பக்கலோரியாவும் (**Baccalauriat**), 1843 முதல் தொடக்கக் கல்வி நிலையில், இளநிலை பிரவேவும் (**Brevet Elementaire**), உயர் நிலை பிரவேவும் (**Brevet Superieur**), ஃபிரான்சின் பாட முறையில் அறிமுகப்படுத்தப்பட்டன. 1838இல் சட்டப் பாடப் பிரிவு இணைக்கப்பட்டது. வறுமையினால் மாணவர்களின் கல்வி தடைபடக் கூடாதென்பதற்காக, 1931 முதல் மதிய உணவுத் திட்டம் அமலாக்கப்பட்டதோடு, தகுதியின் அடிப்படையில் உதவிப் பணமும் வழங்கப்பட்டது.*

*1846*இல் மறைப் பள்ளியிலிருந்து பிரிந்து, தனியாகப் பெத்தி செமினேர் *(Le Petit Seminaire)* என்ற ஆரம்பப் பள்ளி பிறந்தது. *1873* வரை கத்தோலிக்கர் மட்டுமே அதில் அனுமதிக்கப்பட்டனர். பின்னர் பிற மதத்தினரும், *1899*இல் தலித் கிறித்தவர்களும் சேரமுடிந்தது (இராமதாசு *2017*).

பெத்தி செமினேர் (Petit Seminaire) **பெயர்க் காரணம்**

1778முதல் புதுச்சேரியில், பெரிய மதப்பயிற்சிக் கல்லூரி *(Grande Seminaire de Pondichery)* ஒன்று இயங்கிவந்தது. அதில் 1781 முதல், பாதிரியார் மாஞ்ஞி *(Pere Magny)* தலைமையில், உள்ளூர்க் கிறித்தவ இளைஞர்களைப் பாதிரியார்களாக உருவாக்கும் நோக்கத்தோடு, லத்தீனும், தமிழ் வழியில் தத்துவமும் பயிற்றுவித்தனர். 1843முதல் பாதிரிகள் பயிற்சியோடு, மற்ற இளைஞர்களும் சேர்க்கப்பட்டு, ஃபிரஞ்சு, ஆங்கிலம், அறிவியல் கற்பிக்கப்பட்டது. இந்தச் சூழ்நிலையில், சிறுவர்களுக்கு ஓர் இடை நிலைப் பள்ளியைத் தொடங்கி, அதில் உள்ளூர் இந்துக் குழந்தைகளையும் கட்டுப்பாடின்றிச் சேர்ப்பதென்று கிறித்தவ மதக் குருமார் மாநாடு 1844இல் பரிந்துரை செய்தது. கல்வி வாயிலாக இந்துச் சிறுவர்களைக் கிறித்தவர்களாகவும் பாதிரியார்களாகவும் மாற்றமுடியும் என்று மாநாடு கருதியது. இந்தப் பின்னணியில், ஏற்கெனவே ஒரு பெரிய செமினேர் இருந்ததால், 1850இல் இது சிறிய செமினேர் *(Petit Seminaire)* என்று பெயர் சூட்டப்பட்டது (இராமதாசு 2017).

பெண் கல்வி தொடக்கம்

*1738*இலேயே உர்சுலின் சகோதரிகள் *(Ursuline Sisters)*, அரசின் ஆதரவுடன் பெண்களுக்கென்று ஒரு தனி உண்டுறைவிடப் பள்ளியைத் தொடங்கியிருந்தனர். ஆனால், நிர்வாகத்துடன் ஏற்பட்ட பிணக்குகளால் அவர்கள் வெளியேற நேர்ந்தது. குளூனி சகோதரிகள், *1827*முதல் ஐரோப்பியப் பெண்களுக்கென்ற தனியான உறைவிடப் பள்ளியாக நடத்தினார்கள்; *1829*இல் அதில் சட்டைக்காரச்சிறுமிகளும், ஐம்பதாண்டுகள் கழித்து (*1879*), தமிழ்ச் சிறுமிகளும் சேர்த்துக்கொள்ளப்பட்டனர். அனைத்திலுமே கல்வி இலவசமாக வழங்கப்பட்டது. கத்தோலிக்கப் பாதிரியார்களும் சபைகளின் ஆதரவுடன், இந்துக்களுக்கும், தலித்துகளுக்கும், பெண்களுக்கும் கல்விச் சாலைகள் நடத்தினர் (தாவிதன்னுசாமி, *2010*; இராமதாசு *2017*).

தனியார் பள்ளிகள்

பத்தொன்பதாம் நூற்றாண்டின் பின் பகுதி, கல்வி மறுமலர்ச்சிக் காலம் எனலாம். வீரப்பெருமாள் பிள்ளை என்ற செல்வந்தர், முதல் தனியார் பள்ளியை நடத்திய இந்தியர் ஆவார். *1870*இல் அவர் தொடங்கிய இலவசப் பள்ளி, *1874* வரை இயங்கியது. *1875*இல் தமிழர்களுக்கென்று கலவைக் கல்லூரி தொடங்கப்பட்டது.

*1885*இல், கலவைக் கல்லூரி உயர் நிலைப்பள்ளியாகத் தரம் உயர்த்தப்பட்டதால், அதன் உறுப்புக் கல்விக்கூடமாக ஆரம்பப் பள்ளி ஒன்று மிசியோன் வீதியில், அக்டோபர் *15*முதல் தொடங்கப்பட்டது. அதுவே தற்போது உள்ள வ.உ.சி. மேனிலைப் பள்ளியாகும். *1888*இல் அலியான்ஸ் ஃபிரான்சேஸ் என்ற பெயரில் தொடங்கப்பட்ட ஃபிரஞ்சு மொழிப் பயிற்சி நிறுவனம், இன்றுவரை சிறப்பாக இயங்கி வருகிறது.

கலவைக் கல்லூரி தந்த சுப்பராயச் செட்டியார்

கலவைக் சுப்பராய செட்டியார் புதுச்சேரியின் புகழ்மிகு வணிகர்; செல்வந்தர்; செல்வாக்கானவர். நிதி வணிகம் *(Banquier)* செய்து சேர்த்த பொருளைக் கொண்டு, தமிழ்ச் சிறுவர்கள் படிப்பதற்காக, 1875இல் ஒரு பள்ளிக் கூடத்தைத் *(College Calve)* தொடங்கத் திட்டமிட்டார். அவ்வாண்டு, ஏப்ரல் 25ஆம் நாள் செட்டியாருக்கும் அரசுக்கும் இடையே இதற்கான ஒப்பந்தம் கையெழுத்தானது. இரண்டாண்டுகள் அரசின் உதவி பெற்று இயங்கிய பின், 1877இல் அரசுப் பள்ளியாக மாறியது. அப்போது, செட்டியாரின் ஈகை மனப்பான்மையைப் பாராட்டி, அரசு அவருக்குச் சிறப்புச் சலுகைகள் வழங்கியது. தங்கப் பூண் போட்ட கைத்தடி, அவருக்கே உரித்தான வெள்ளி முத்திரையுடன் கூடிய இடுப்புக் கச்சை, இரண்டு காவலர்கள் பாதுகாப்பு ஆகியவற்றை, 1877 மே மாதம் 26ஆம் நாளில் ஆளுநர் வழங்கினார். ஜூன் மாதம் 22ஆம் நாள், குடியேற்ற நாடுகளுக்கான அமைச்சர் ஒரு தங்கப் பதக்கத்தையும், மண்டலக் கல்வி அதிகாரி *(Officer de Academie)* என்று பொறிக்கப்பட்ட வெள்ளிக் கேடயத்தையும், ஃபிரஞ்சு மன்னரின் சார்பில் அவருக்கு அளித்துப் பெருமைப்படுத்தினார். அப்பள்ளிக்கு எதிரில் இருந்த வீதிக்கும் அவரது பெயர் சூட்டப்பட்டது (இராமதாசு 2017).

மதச் சார்பற்றக் கல்வி

ஃபிரான்சில், 1878இல் மூன்றாம் குடியரசு மலர்ந்ததும், மதச் சார்பின்மையை அரசின் கொள்கையாகப் பிரகடனம் செய்தது. கல்வி முறையில் வேரூன்றியிருந்த கத்தோலிக்கத் தாக்கத்தை நீக்கவேண்டும் என்பது கல்விக் கொள்கையின் ஓர் அங்கமாயிற்று, அதன் விளைவாக, 1881–1882இல் மதச் சார்பற்ற, கட்டாய இலவசக் கல்வி அளிக்கும் சட்டங்கள் இயற்றப்பட்டன. 1886இல் இம்முயற்சிகள் ஃபிரான்சில் முழுமை யடைந்ததால், குடியேற்றப் பகுதிகளின் மீது கவனம் திரும்பியது. அதன் தொடக்கமாக, 1899இல் அயல்நாட்டுப் பிரச்சாரச் சபை நடத்திவந்த காலனியக் கல்லூரி மூடப்பட்டது. இதன் தொடர் நடவடிக்கைகள் இருபதாம் நூற்றாண்டில், கல்விப் புலத்தில் புரட்சிகரமான மாற்றங்களை விளைவித்தன (இராமதாசு 2017).

புதுச்சேரியில் மருத்துவக்கல்வி

1700ஆம் ஆண்டில், ஆளுநர் ஃபிரான்சுவா மர்த்தேன் காலத்திலேயே முதல் மருத்துவமனை இயங்கத் தொடங்கியது. ஆனால் தகுதிபெற்ற மருத்துவர்களும், செவிலியர்களும் உள்ளூரில் இல்லை. ஆதலால், ஃபிரான்சிலிருந்து, போர்தோ, மர்செய் மருத்துவக் கல்லூரிகளிலிருந்து மருத்துவர்களும், ஏசு சபை சார்ந்த செவிலியரும் வந்து பணிபுரிந்தனர். ஒன்றரை நூற்றாண்டுகளுக்கு இதே நிலை நீடித்தது.

1853இல் நான்கு வருட ஃபிரஞ்சு வழி மருத்துவப்படிப்பு, புதுச்சேரியிலேயே தொடங்கப்பட்டது; 1931இல் இது ஐந்து வருடப் படிப்பாக மாற்றப்பட்டது. இது முதலில் தீர்ப்பாயம் (*Tribunal*) இருந்த கட்டடத்தில் தொடங்கப்பட்டது; விடுதலைக்குப்பின், 1956இல் தன்வந்திரி மருத்துவக் கல்லூரியாக மாற்றப்பட்டு, தற்போதைய சட்டப் பேரவைக் கட்டடத்தில் 1964 வரையில் இயங்கியது. 1962 வரையில் புதுச்சேரியில் பணிபுரிந்த ஃபிரஞ்சு மருத்துவர்கள் ஃபிரான்சுக்குத்

தெபாசின் தெ ரிஷ்மோன்

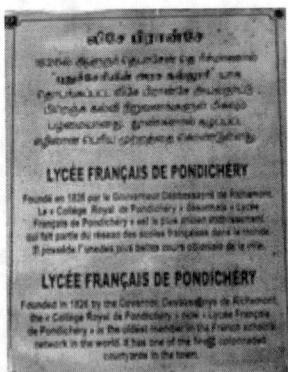
காலனியக் கல்லூரி

கலவைக் கல்லூரி

காலனியக் கல்லூரி

மருத்துவக் கல்லூரி (சட்ட மன்றம்)

அரசு தொடக்கப் பள்ளி
(வ.உ.சி. மேனிலைப் பள்ளி)

அரசு மகளிர் பள்ளி – முன்புறம்

அரசு மகளிர் பள்ளி – கடற்கரைத் தோற்றம்

எம்.பி. இராமன்

திரும்பினர். 1964முதல் தன்வந்திரி மருத்துவக் கல்லூரியானது, ‘ஜவகர்லால் மருத்துவக் கல்வி, ஆராய்ச்சி நிறுவனம்’ (*JIPMER*) என்று பெயர் மாற்றம் செய்யப்பட்டு முழுமையான ஆங்கில மருத்துவக் கல்வி நிறுவனமானது (தாவிதன்னுசாமி 2010; 2019; நல்லாம் 2011).

ஃபிரெஞ்சு எழுத்தில் தமிழ்க் கடிதம்

ஃபிரான்சைப் பின்பற்றி ஃபிரெஞ்சியப் பாட முறையில் கல்வி கற்பிக்கப்பட்டதால், இந்திய மாணவர்கள் கற்பதில் சிரமம் இருந்தது. வீட்டில் தமிழ் பேசிய அவர்களுக்குப் பள்ளிக்கூடத்தில் தமிழ் கற்பிக்கப்படவில்லை. எனவே, அவர்கள் அரைகுறை அறிவே பெற்றனர். ஏதோ சில ஃபிரெஞ்சு வார்த்தைகள் தெரியுமேயொழிய, அதில் எழுதப் படிக்கத் தெரியாது. தமிழில் பேச மட்டுமே தெரியும்; எழுதத் தெரியாது. பிற்காலத்தில், புதுச்சேரி இளைஞர்கள், சார்ல் தெகோலின் ஃபிரெஞ்சு விடுதலைப் படையில் சேர்ந்து போரிட்டக் காலங்களில், இந்தக் குறை அப்பட்டமாக வெளிப்பட்டது. வீட்டுக்குக் கடிதம் எழுதும்போது, இரண்டு மொழிகளுமே சரிவரத் தெரியாததால், சொல்ல வந்த கருத்துக்களைத் தமிழ் சொற்களாக ஃபிரெஞ்சு எழுத்துக்களில் எழுதி அனுப்பினார்கள் (தாவிதன்னுசாமி 2019: 90–91).

நீதி நிர்வாகம்

1819இல் ஃபிரெஞ்சுச் சட்டங்கள் அமலாக்கப்பட்டன. ஆனாலும், இந்துக்களுக்கு அவர்கள் சாதி வழக்கப்படியே தீர்ப்பளிக்கப்பட்டது. இந்தியர்களின் மதப்பிடிமானம் வலுவாகவே தொடர்ந்ததால், பெரிய கடைப்பகுதியில் ஒரு சாவடி நீதிமன்றம் நிறுவப்பட்டு, அதில் பழைய சம்பிரதாயங்கள், சடங்குகளின்படியே தீர்ப்புகள் வழங்கப்பட்டன; சட்டங்களுக்கு அங்கே வேலையில்லை. முற்காலத்தில் சின்ன துரை எனப்பட்ட துணை ஆளுநர், சாவடிகள் மூலம் நீதி வழங்கி வந்த நிலைமாறி, 1827இல் உயர்நிலைக் குழுவே நீதிமன்றமாகச் செயல்பட்டது.

1828இல் நீதிமன்ற ஆலோசனைக் குழு (*Tribunel*) மாற்றியமைக்கப் பட்டது. அதில் பிராமணர், வேளாளர் சார்பில் தலா இரண்டு உறுப்பினர்களும், மற்ற சாதிகள் ஒவ்வொன்றிற்கும் ஓர் உறுப்பினரும் நியமிக்கப்பட்டனர். சாதாரணத் தண்டனைகளோடு, பிரம்படி, சவுக்கடி, காதறுத்தல், சொத்துகளைப் பறிமுதல் செய்தல், நாடு கடத்தல் போன்ற தண்டனைகளும் விதிக்கப்பட்டன. உள்ளூர் மொழி தெரிந்த துபாசிகள் விசாரணையில் உதவி செய்தனர்.

மூன்று நிலைகளில் நீதி

மேல்முறையீட்டுக்குப் பாரிசுக்குப் போகவேண்டியதை மாற்றி, புதுவையிலேயே இரண்டு மட்டங்களில் நீதிமன்றங்கள் – கீழமை நீதிமன்றம், மேல்முறையீட்டு மன்றம் ஆகியவை அமைய 1842இல் ஓர் அவசரச் சட்டம் பிறப்பிக்கப் பட்டது. வழக்கம்போல், உச்ச நீதிமன்றம் பாரிசில் இயங்கியது. நீதி வழங்கல் தொடர்புடைய அனைத்துப்

கடல் வணிக நிறுவனம் (1870)

பணிகளிலும் சட்டப் பட்டம் பெற்றவர்களே நியமிக்கப்பட்டனர். இந்த நடைமுறை, சிறு சிறு மாறுதல்களுடன் 1954 வரை நீடித்தது (தாவிதன்னுசாமி 2010; 2019).

நீதி நிர்வாகக் கட்டமைப்பில் மாறுதல்கள் புகுத்தப்பட்டாலும், நீதி வழங்கும் அடிப்படை மாறவில்லை. இந்துக்களுக்குத் தீர்ப்பு வழங்கும்போது கடைபிடிப்பதற்காக, ஏழு வர்ணாசிரம சமஸ்கிருத நூல்கள் தமிழிலும், பிரஞ்சிலும் மொழிபெயர்க்கப்பட்டு, நீதிபதிகளிடம் வழங்கப்பட்டன. உள்ளூர் வாசிகளோடு, ஃபிரஞ்சிந்தியாவிற்கு வருகை தரும் பயணிகளும் வர்ணாசிரம முறைப்படியே நடந்து கொள்ள அறிவுறுத்தப்பட்டனர். இது பற்றி, 1872இல் வில்லியனூர் திருக்காமீசுவரர் கோயிலில் பொறிக்கப்பட்டக் கல்வெட்டில், "வில்வநல்லூர், இந்தச் சத்திரத்தில் (அனந்தம்மாள் சத்திரம்) வந்திறக்கப் பட்ட யாத்ரீகர்கள், கவர்னர் துரையவர்கள் செய்த தீர்ப்பின்படிக்கு துரையவர்களால் ஏந்துகொள்ளப்பட்ட பொலீஸ் சட்டத்தின் பிரகாரம் இந்துமத சித்தாந்தத்தின்படி, வருணாச்சிரமக் கிரமம் தப்பாமலும், ஆசாரக் குறையில்லாமலும் அமைத்தும் பொலீஸ் சட்டத்தின் நிபந்தனை களுக்கு வழுவில்லாமலும் இருக்க வேண்டியது" என்று குறிப்பிடுகின்றது (தில்லைவனம் 2007: 128; குப்புசாமி – விசயவேணுகோபால் 2006: 374).

சிறார் திருமணங்களும், தேவதாசி முறையும், அடிமை வணிகமும் பலதார மணங்களும், ஃபிரஞ்சுச் சட்டத்திற்குப் புறம்பானவையானாலும் அனுமதிக்கப்பட்டன. ஏழைகளுக்கு, 1854 முதல் இலவச சட்ட உதவிக்கும் வகை செய்யப்பட்டது.

சாதித்துக் காட்டினார் லமெரேஸ்

லமெரேஸ் (Pierre–Eugène Lamairesse), ஒரு நீரியல் நிபுணர்; ஃபிரஞ்சிந்தியாவின் தலைமைப் பொறியாளர்; புதுச்சேரி நகரின் மறு நிர்மாணத்திற்குத் திட்டமிட்டதோடு, அதை நிறைவேற்றுவதிலும் பெரும்பங்காற்றி யவர். 1860 முதல் 1866 வரை, தான் பதவி வகித்த ஆறாண்டுகளில் புதுச்சேரி, காரைக்கால் நீர் நிர்வாகத்தைச் செம்மைப் படுத்தினார். பயிர் நீர்ப்பாசனம் பற்றி ஆராய்ந்த அவருக்கு, இங்கு வயல்களுக்கு நீரிறைக்கும் ஏற்றம், கமலையின் நாட்டுப்புறத் தொழில்நுட்பம் ஆகியவை அறிவியல் அறிஞரான அவரைக் கவர்ந்தது. அவை இயங்கும் முறைகளை வரைபடங்களாகப் பதிந்துகொண்டார். 1857இல் சுண்ணாம்பாறு பாலம், 1862இல் ஆயி குள நீர்த் திட்டம், 1866இல் கடற்கரை வாராவதி ஆகியவற்றைத் திட்டமிட்டு நிறைவேற்றிப் புதுவையின் வளர்ச்சிக்குப் பெரும் பங்காற்றியுள்ளார் (முருகேசன் 1991: 43–44).

தொழில் வளர்ச்சியும், வேளாண்மை வளர்ச்சியும், பணப் பரிமாற்றத்தை நவீனமயமாக்கின. சாலைகளில் சாதிப் பாகுபாடில்லாமல் அனைவரும் போக முடிந்தது. 1854இல் ஆளுநர் வெர்னியாக் அதை

அரசாணையாக வெளியிட்டு, இடங்கை – வலங்கைப் பிரிவினைக்கு ஒரு முற்றுப்புள்ளி வைத்தார் (மெலாங்கின் 2015).

குடிநீர் விநியோகம்

1862, நவம்பர் 17ஆம் நாளன்று முத்தரையர் பாளையத்திலிருந்து கால்வாய் மூலம், பெரிய கடையிலும், அரசுத் திடலிலும் குடிநீர் கொண்டு வரப்பட்டது. ஃபிரஞ்சியர் ஆட்சியில், 1896இல் நகரின் பிற பகுதிகளுக்கும் நீர் வழங்க ஒரு திட்டம் வகுக்கப்பட்டது. ஆயி குளத்தின் அருகில் ஐந்து ஏக்கர் நிலம் கையகப்படுத்தப்பட்டு, அதில் மூன்று கிணறுகள் தோண்டப்பட்டன. அதிலிருந்து இறைப்பிகளால் (Pump) நீரை முகந்து, குளத்திற்கு அருகாமையில், ஒரு பெரிய நீர்த்தொட்டி கட்டித் தேக்கப்பட்டது. அதிலிருந்து 35 சென்டிமீட்டர் விட்டம் கொண்ட பெரிய இரும்புக் குழாய்கள் மூலம், 1902ஆம் ஆண்டில், நகருக்குள் நீர் கொண்டுவரப்பட்டது. 1907–1908இல் நகர் முழுதும் தெருமுனைக் குழாய்கள் மூலம் நீர் விநியோகிக்கப்பட்டது (இராமதாசு 2021: 94–99).

புதுவைக்கு ஆயி குளத்து நீர்

1862, நவம்பர் 17ஆம் நாள் புதுச்சேரியின் வளர்ச்சியில் ஒரு புதிய மைல்கல். வளர்ந்துவரும் புதுவையின் நீர்த் தேவை பெருகியதால், முத்தரையர் பாளையத்து ஆயிக் குளத்திலிருந்து குடிநீர் கொண்டு வரத் திட்டம் தீட்டினார் பொறியாளர் லமெரேஸ்). ஆயி குளப் பகுதியில் கிணறுகள் தோண்டி, ஏற்றங்கள் மூலம் நீரை இறைத்து வாய்க்கால் மூலம் புதுவைக்குள் வரவழைப்பது அவரது திட்டம். ஆனால், யாருக்கும் இந்தத் திட்டத்தின் மீது நம்பிக்கையில்லை.

இதைச் சவாலாக ஏற்றுக்கொண்டார் லமெரேஸ். 1862 நவம்பர் 17ஆம் நாள், பகல் பன்னிரண்டு மணிக்குள் நீர் கொண்டுவரவில்லையென்றால், உயிரை மாய்த்துக் கொள்வதாகச் சபதம் செய்துவிட்டு வேலையைத் தொடங்கினார். இரவும் பகலும் கால்வாய் வெட்டுவதிலும், கிணறு தோண்டுவதிலுமாக, ஊண் உறக்கமின்றிக் கண்விழித்துப் பணியாற்றினார். அவரது திட்டப்படியே, நண்பகலில் பெரிய கடையில், தியாகு முதலியார் நினைவாக அமைக்கப்பட்டிருந்த மணிக்கூண்டு அருகில், வாய்க்கால் வழியாக நீர் வந்து சேர்ந்தது. அங்கிருந்து, ஆளுநர் போந்த்தாம் *(Bontemps)* மாளிகைக்கு எதிரே இருந்தத் திடலிலும் நீர் கொட்டியது; கூடியிருந்த மக்கள் ஆராவாரித்தனர். லமெரேஸ் கண்களிலும் நீர் கொட்டியது. அது, அவநம்பிக்கையைப் பொய்ப்பித்து, சாதித்துக் காட்டிய ஒரு பொறியாளன் விட்ட ஆனந்தக் கண்ணீர்! (முருகேசன் 1991: 44)

தபால் தந்தி சேவை

ஆங்கிலேயர் நிர்வாகத்திலிருந்தபோதே, 1784இல் சந்திரநாகூரிலும், 1787இல் புதுச்சேரியிலும், 1795இல் காரைக்காலிலும், 1796இல் மாகியிலும் அஞ்சல் சேவை அறிமுகமானது. 1815இல் மீண்டும் ஃபிரஞ்சு நிர்வாகம் வந்த பின்னரும் ஆங்கிலேய அரசின் ஒத்துழைப்புடன் இச்சேவை தொடர்ந்தது. முதன் முதலாக, 1854இல் ஆங்கிலேய அரசு அஞ்சல் வில்லைகளை அறிமுகம் செய்தபோது, அதையே புதுச்சேரியிலும் பயன்படுத்திக் கொண்டனர்; அதுவரை முத்திரை மட்டுமே அஞ்சல் சேவையின் குறியீடாயிருந்தது. 1851இல் ஃபிரான்சு அரசாங்கம் தனியாக அஞ்சல் வில்லைகளை அறிமுகப்படுத்தியபோது, அதுவே

ஃபிரஞ்சிந்தியப் பகுதிகளிலும் செல்லுபடியானது. 1853இல் ஃபிரஞ்சிந்திய அரசாங்கத்தின் சார்பில் முதல் அஞ்சல் நிலையம் தொடங்கப்பட்டது. 1859இல் காலனியப் பகுதிகளுக்கென்று தனித்துவமான வில்லைகள் அறிமுகப்படுத்தப்பட்டன. 1856இல் தந்தித் தொடர்பும் நிறுவப்பட்ட தால், நெடும்பயணம் போகும் கப்பல்கள், பாரீசிலிருந்து கப்பல்கள் மூலம் வரும் கட்டளைக்குக் காத்திராமல், புதுச்சேரியிலேயே பயணக் குறிப்புகளைப் பெற்றுக்கொண்டனர் (இந்திய ஆய்வு மையம் 2018).

1866இல் ஓர் இரும்புக் கடற்பாலம் (வாராவதி) அமைக்கப்பட்டவுடன், சரக்குகள் ஏற்றி இறக்குவது எளிதானது. வளர்ந்து வரும் நகரின் கழிவு நீர் அகற்றுதல் பெரும்பாடானதால், பெரிய வாய்க்கால் வடக்கு நோக்கி நீட்டித்துக் கடலுடன் இணைக்கப்பட்டது. 1770இல் திட்டமிடப்பட்ட இந்தப் பணி 1826இல்தான் நிறைவடைந்தது.

போக்குவரத்தில் முன்னேற்றம்

1857இல் செஞ்சியாற்றின் மீதும், 1864இல் அரியாங்குப்பத்தாறு மீதும் இரண்டு பாலங்கள் கட்டப்பட்டதால், தரைவழிப்பயணம் எளிதாயிற்று.

பழைய இரயில் நிலையம்

பழைய இரயில் எஞ்சின்

புஸ்புஸ் – தள்ளுபவர் பின்னால்

முன்பிருந்தும் இழுக்கலாம்

கை ரிக்சா

அலங்காரக் குதிரை வண்டி

கைவண்டிகளும், ஒட்டகம், குதிரை வண்டிகளும், ரேக்ளா வண்டியும் செல்வந்தர்களின் இடுகுறிகளாயின.

புஸ் புஸ் (Pousse Pousse) வண்டி (இராஜா–ரீட்டா 2005: 277–278)

புதுச்சேரியில் 'புஸ் புஸ்' தள்ளுவண்டி தோன்றிய விதம் பற்றி மும்பையிலிருந்து வெளிவந்த 'மதர் இந்தியா' என்ற சஞ்சிகையின் ஆசிரியர் கே.டி. சேத்னா ஒரு கட்டுரை எழுதினார். அவர் புதுவையில் அரவிந்தர் ஆசிரமத்தில் வாழ்ந்தவர்.

ஒரு ஃபிரஞ்சு உல்லாசப் பேர்வழிக்கு விலை மாதுகளுடன் இரவைக் கழிப்பதில் பெருவிருப்பம். அவர்களின் வீட்டுக்கு யாரும் அறியாமல் போய்வருவதற்கு ஒரு வண்டி இருந்தால் வசதியாயிருக்கும் எனக் கருதினார். குதிரை வண்டி வாங்குதவற்கு வசதி இல்லை. கை வண்டியில் (ரிக்சா) போகலாம்; ஆனால் ரிக்சாக்காரன் காட்டிக் கொடுத்துவிடுவானோ என்ற அச்சம்.

தானும் செல்லவேண்டும்; போகுமிடமும் தெரியக் கூடாது; தன் முகத்தையும் வண்டிக்காரன் பார்க்கக்கூடாது. இவ்வாறாகத் திட்டமிட்டுப் பின்னாலிருந்து தள்ளும் வண்டியை அவன் வடிவமைத்துப் பயன்படுத்தினான். இரவுகள் இன்பமாகக் கழிந்தன. அந்த வண்டிதான் புஸ் புஸ்.

இப்போது ஓர் ஐயம் தோன்றலாம்! பழகிப்போன வண்டிக்காரன் காட்டிக் கொடுக்கமாட்டானா? ஃபிரஞ்சுக்காரனுக்கும் அது தெரியும். அதனால், பார்வையற்றவர்களையும், பார்வை மங்கிப்போனவர்களையும் மட்டுமே வண்டியைத் தள்ள வைத்துக்கொண்டான். எப்படி அவன் உத்தி!

சரக்குகள் பரிமாற்றம் எளிதாகும் என்பதால், இரயில் வண்டிப் போக்குவரத்தை அமைப்பதற்கு ஃபிரஞ்சியர் முயன்றபோது ஆங்கிலேயர் ஒத்துழைக்க முன்வரவில்லை. பேச்சுவார்த்தைகள் பல்லாண்டுகள் நீடித்தன; 1878 மே மாதம் 8ஆம் நாள் செய்த ஒப்பந்தப்படி, புதுச்சேரி இரயில்வே நிறுவனத்திற்கு இருப்புப்பாதைகள் போடுவதற்கான செலவாக 1,264.375 ஃபிரான்களுடன், 99 ஆண்டுகளுக்கு, ஆண்டு வருமானத்தில் பராமரிப்பு செலவு போக மீதி ஆதாயத்தில் பாதியை ஃபிரஞ்சு அரசுக்குத் தரவேண்டுமென ஒப்பந்தம் செய்யப்பட்டது. அதன்படி, 1879 டிசம்பர் 15 முதல், விழுப்புரம் – புதுச்சேரி இரயில் போக்குவரத்துத் தொடங்கியது. இப்பாதை கடற்கரையோரமாகவே துறைமுகம் வரையில் நீட்டிக்கப்பட்டதால், சரக்குகள் ஏற்றுமதி, இறக்குமதி மேலோங்கி, வணிகம் செழித்தது.

வண்டிகளின் வரிசை

இரயில் சேவை தொடங்கியபின், பயணம் சற்று இலகுவாயிற்று. 19ஆம் நூற்றாண்டின் இறுதியில் நான்கு சக்கர கூண்டு வண்டிகள் அதிகமாயின. புதுச்சேரி அருங்காட்சியகத்தில் வைக்கப்பட்டுள்ள ஒரு தள்ளுவண்டியின் பெயர் 'புஸ் புஸ்' (*Pusse Pussse*). ஒருவர் அல்லது இருவர் அமரலாம். பின்னாலிருந்து ஒருவர் தள்ளிக்கொண்டே வருவார். பயணியானவர் இருக்கையில் அமர்ந்து கொண்டு, நீண்ட கம்பி மூலம் முன்சக்கரங்களைத் திருப்பிப் போகும் திசையைத் தீர்மானிப்பார்; இதுவே பயண முறை (இராமதாசு 2021).

பெரிய மனங்கொண்ட சின்னா சுப்பராயப் பிள்ளை

சின்னா சுப்பராயப் பிள்ளை ஒரு பெருவணிகர்; 1838 முதல் அயல்நாடுகளுக்குத் துணி வணிகத்தில் கோலோச்சியவர்; 1840களில் ஐரோப்பியப் போர்களின் விளைவாகத் துணி வகைகளுக்குத் தேவை மிகுந்தபோது, நீலத்துணியும், முரட்டுக் காடாத் துணியும் பெருமளவில் ஏற்றுமதி செய்து பத்தே ஆண்டுகளில் ஐந்து லட்சம் பவுனுக்கு மேலான பெருஞ்செல்வம் ஈட்டியவர். ஈகைக் குணம் கொண்ட அவர், சுடுகாட்டுக்கு இலவசமாக நிலம் தந்ததால் 'சுடுகாடு சுப்பராயப் பிள்ளை' என்றும் அழைக்கப்பட்டார்.

அவருக்கு ஆண் வாரிசு இல்லாததால், தத்தெடுத்து வளர்த்து வந்த அண்ணன் மகனும், அவரது மனைவியும் அடுத்தடுத்து இறந்தனர்; இருந்த ஒரே வாரிசான பாச மகள் வேதவல்லியும் பன்னிரண்டே வயதில் 1848இல் அகால மரணமடைந்தபோது, அவர் மிகவும் மனமுடைந்துபோனார். தன் மகளின் நினைவைப் போற்றும் வகையில், அவரது ஐம்பொன் சிலை ஒன்றை ஃபிரான்சில் செய்வித்து, வேதவல்லி நாச்சியார் என்ற பெயரில் கோயில் கட்டி, அதில் நிறுவினார். அக்கோயிலை ஒட்டி ஒரு குளமும் அமைத்து, அன்றாட வழிபாடும், ஏழைகளுக்கு அன்னதானமும் செய்து வந்தார். வாழ்க்கையில் பற்றில்லாமல் அலைந்துகொண்டிருந்தபோது, புதுவைக்கு வந்த வடலூர் வள்ளலார் இராமலிங்க அடிகளை, அம்பலத்தாடும் அய்யன் மடத்தில் சந்தித்து, அவரது ஆசியை வேண்டினார். அறப்பணியில் ஆழ்ந்து ஆறுதல் கொள்ளுமாறு வள்ளலார் கூறிய அறிவுரையை ஏற்று, தான் ஈட்டிய சொத்தின் பெரும் பங்கை, தானமாக 1875ஆம் ஆண்டில் உயில் எழுதி வைத்தார். தனது வாழ்நாளுக்குப் பின்னும், பசியாற்றும் பணி நாள்தோறும் தொய்வில்லாமல் தொடரவேண்டும், நானூறு ஏழைகளுக்கு மாதந்தோறும் ஐந்து ரூபாய் உதவித்தொகை வழங்க வேண்டும், அறுநூறு வறியோர்க்கு மாதம் முழுதும் உணவுக்கான அரிசியை இலவசமாக வழங்க வேண்டும் என்று அவரது உயில் விவரிக்கிறது. அவர் இறந்ததும் அன்றைய மதிப்பில் பத்து லட்சம் ரூபாய்க்கு மேலான சொத்தை அவரது அண்ணன் மகன் அரசிடம் ஒப்படைத்தார். அன்று தொடங்கிய அன்னதானம் இன்றுவரை தொடர்கிறது (பிரபஞ்சன் 2003).

அவரது கொடைமடத்துக்கு அங்கீகாரம் கொடுத்து, நகரில் உருவான ஒன்பதாவது பகுதிக்கு அவரது பெயரைச் சூட்டியது ஃபிரெஞ்சு அரசு. கால வெள்ளத்தில் அப்பெயர் காணாமல் போனாலும், இன்று இருப்பது வேதவல்லி நாச்சியார் கோயிலும், சின்னா சுப்பராயப் பிள்ளை பெயர்த் தாங்கிய ஒரு சத்திரமும், வீதியுமே! ஈட்டிய செல்வமெலாம் ஏழைக்கே என்றளித்த அவரது உயில் ஓர் உலக ஆவணம் என்று போற்றுகிறார் ஃபிரெஞ்சுப் பேராசிரியர் புர்தா (1995) (இராசசெல்வம் 2020: 110–112).

முதல் இரயில் ஓட்டம்

1879 டிசம்பர் *15*ஆம் நாளன்று புதுச்சேரிக்கும் விழுப்புரத்திற்கு மிடையே, வில்லியனூர் வழியாக இரயில் ஓடத் தொடங்கியது.

அதில் முதல் பயணியாக வந்திறங்கியவர், இங்கிலாந்து நாட்டின் பக்கிங்ஃகாம் இளவரசர் *(Duke of Buckingham)*. அதிகாரிகள் புடைசூழப் புதுச்சேரியில் அவர் காலடி எடுத்து வைத்ததும், அவரை இரயில் நிலையத்தில் ஃபிரஞ்சு ஆளுநர் லெயோன்ஸ் லொழியே *(Léonce Laugier)* நேரில் வந்து வரவேற்றார். ஃபிரஞ்சு அதிகாரிகளும், நகரப் பிரமுகர்களும் வரவேற்பில் உற்சாகமாகக் கலந்து கொண்டனர். இளவரசர் இறங்கியதும், *21* பீரங்கிக் குண்டுகள் முழங்கின. இராணுவ வீரர்கள் அணிவகுத்து மரியாதை செய்தனர்.

பழையமேரி கட்டடம்

இந்தோசீன வங்கி (யுகோ வங்கி)

நீதிமன்றம்

வணிக அவை

இரயில் நிலைய வரவேற்பு முடிந்ததும், இளவரசரும் ஆளுநரும் சாரட்டு வண்டியில் அலங்கரிக்கப்பட்டத் தெருக்களின் வழியாக ஊர்வலமாகச் சென்று, அரசு மாளிகையை (இராஜ் நிவாஸ்) அடைந்தனர். வழியெங்கும் கூடி நின்ற மக்கள், அவர்களை ஆரவாரத்துடன் வரவேற்றனர்; நகரமே விழாக்கோலம் பூண்டு கொண்டாடியது.

ஏற்றுமதி, இறக்குமதிக்கு ஏதுவாக, இரயில் பாதை கடற்பாலம் வரை (தற்போதைய காந்தி சிலை வரை) நீட்டிக்கப்பட்டிருந்தது. உடன் வந்தோர் அதுவரை வந்து, துறைமுகத்தில் இறங்கினர் (புர்தா *1995*; முருகேசன் *2013*).

நிதிச்சேவை

*1849*இல் வர்த்தக சபை அமைக்கப்பட்டது. *1870*களில் ஃபிரான்சில் மூன்றாம் குடியரசு உதயமான பின், அரசியல், சமூகப் போக்குகளில் பெரும் மாற்றங்கள் புகுத்தப்பட்டு, நவீன புதுச்சேரிக்கான அறிகுறிகள் தென்படலாயின. *1875*இல் இந்தோ – சீன வங்கி தொடங்கப் பட்டது. *1876*இல் முதன் ஆளுநர் திரியார் (*Adolph Joseph Antoine Trillard*) நிர்வாகத்தில், முதலாவதாக *50* ரூபாய் பணத்தாள் அறிமுகப்படுத்தப் பட்டது. அடுத்து *1, 5, 10* ரூபாய் மதிப்புள்ள பணத்தாள்களும் வெளியிடப் பட்டன. அனைத்திலும், எண்களும் மதிப்பும், 'புதுச்சேரி' என்ற பெயரும் தூய தமிழில் குறிப்பிடப்பட்டன. அதிலும், *50* ரூபாயில் ஐந்து இடங்களில் தமிழ் இடம் பெற்றிருந்தது (கீதா *2008*; கோபாலகிருஷ்ணன் *2015*).

1.6: புதுவையில் ஆன்மீகம்

புதுச்சேரி ஓர் ஆன்மீக பூமி. பண்டைக் காலந்தொட்டே கோயில்கள், அவற்றில் கொண்டாடப்பட்ட திருவிழாக்கள் பற்றிக் கல்வெட்டுகளில் காணக்கிடக்கின்றன. ஆகவே, அவை ஃபிரஞ்சியர் காலத்திலும் தழைத்தோங்கியதில் வியப்பேதுமில்லை.

உலகாயத் தொடர்புகளைத் துறந்து இறையருளால், அறிவியல், யோகம், மருத்துவம், வானநூல், இரசவாதம் ஆகிய துறைகளில் செயற்கரிய செய்யும் ஆற்றல் பெற்ற ஆன்மீகத் தவப்புதல்வர்களே சித்தர்கள். அவர்கள் பற்றற்றவர்கள். ஃபிரஞ்சியர் காலத்திலும் பல சித்தர்கள் புதுச்சேரியில் வாழ்ந்து அற்புதங்கள் நிகழ்த்தியிருக்கிறார்கள். ஆனால், ஆனந்தரங்கப் பிள்ளையின் குறிப்புகளில் இரண்டு மடாதிபதிகள் தவிர்த்துப் பிற சித்தர்கள் குறித்துக் குறிப்புகள் ஏதும் இல்லை, மற்ற மூன்று நாட்குறிப்புகளில் அதுவும் இல்லை என்பது வியப்பிற்குரியது. அவர்களது காலத்திலும், அதற்குப் பின்னும் இன்றுவரை சற்றொப்ப நாற்பத்தியொரு சித்தர்கள் புதுவை மண்ணில் வாழ்ந்து அடங்கியிருக்கிறார்கள் (முருகேசன் *2013*).

புதுவையில் வாழ்ந்த சித்தர்கள் (ஓங்காராநந்தா 1978)

அருள்மிகு ஸ்ரீ குரு சித்தானந்தா சுவாமிகள்

கருவடிக்குப்பம் கோவில்

சித்தானந்தா சுவாமிகள் கடலூர் வண்டிப்பாளையத்தில் பிறந்தவர். பெரிய நாயகி அம்மனின் அருள் பெற்று, திருப்பாதிரிப்புலியூர் பாடலீசுவரர் கோயிலில் தங்கி, அற்புதங்கள் நிகழ்த்திக் காட்டினார். முத்தியால் பேட்டையில் வாழ்ந்த நிலக்கிழார் முத்துக்குமாரசாமிப் பிள்ளை, தனது மனைவியின் தீராத நோயைக் குணப்படுத்திட வேண்டி, புதுச்சேரிக்கு அவரை அழைத்து வந்தார். கடலூரிலிருந்து புறப்பட்டுப் புதுச்சேரியை நோக்கி அவர் வர வர நோயின் தாக்கம் குறைந்துகொண்டே

வந்தது; புதுவைக்குள் அவரது காலடி பட்டவுடன் நோய் முற்றிலும் விலகிவிட்டது. அந்த அதிசயத்தால் அகமகிழ்ந்த முத்துக்குமாரசாமிப் பிள்ளை, சுவாமிகளைப் புதுவையிலே தங்கிவிடுமாறு வேண்டிக்கொண்டார். அதற்கிணங்கிய சித்தர், பக்தர்களின் நோய்களைத் தீர்ப்பதிலும், குறிப்பாக மலடு நீக்குவதிலும் புகழ் பெற்றார். எப்போதும் கற்பலகையில்தான் உணவு உண்பார்; இப்போதும் அவர் சாப்பிட்ட அதே கற்பலகையில் உணவு பரப்பி உண்டால் மகப்பேறு சுகமாகும் என்று கர்ப்பிணிகள் நம்புகின்றனர் (ஓங்காராநந்தா 1978: 90–99).

1837இல், தன் மரணத்தை முன்னமே அறிந்து கொண்ட சித்தர், முக்தியடையும் நாள் வந்ததும், கருவடிக்குப்பத்திலிருந்த பிள்ளையின் தோப்பில் தனது சமாதிக்கான இடத்தை அடையாளம் காட்டிவிட்டு பக்தர்கள் முன்னிலையில், பத்மாசனம் நிலையில் தீப ஒளியில் கலந்தார். அவர் பூசித்த லிங்கம் அவரது சமாதியின் மேல் நிறுவப்பட்டுள்ளது. அவரது சமாதி அமைந்துள்ள ஸ்ரீ குரு சித்தானந்தா சுவாமிகள் கோயிலில் வியாழக்கிழமைகளில் சிறப்பு வழிபாடுகள் நடைபெற்று வருகின்றன.

இந்தக் கோயிலும், அதன் பசுமைச் சூழலும், மகாகவி பாரதியாரை மிகவும் கவர்ந்துவிட்டன. இயற்கை நேயரான அவர் அடிக்கடி இங்கு வந்து ரசிப்பது வழக்கம். சுற்றிலும் மரங்களும், மரங்களில் பறவைகளும், குயில்களின் குரலினிமையும் உள்ளக்கிளர்ச்சியைத் தூண்டியதால்தான் 'குயில் பாட்டு' என்ற சிற்றிலக்கியம் படைத்தார். அத்துடன், இக்கோயிலைப் பற்றியும் பாடத் தவறவில்லை:

> சித்தாந்தச்சாமி திருக்கோயில் வாயிலில் தீபவொளியுண்டாம் பெண்ணே;
> முத்தாந்த வீதி முழுதையுங் காட்டிட மூண்ட திருச்சுடராம் பெண்ணே;
> சித்தாந்தச்சாமி திருக்கோயில் வாயிலில் தீபவொளியுண்டாம் பெண்ணே;
> முத்தாந்த வீதி முழுதையுங் காட்டிட மூண்ட திருச்சுடராம் பெண்ணே!
>
> **– பாரதியார் (கவிதை: சித்தாந்தச் சாமி கோயில்: 1–7)**

சித்தானந்த சுவாமிகள்

கம்பளி ஞானதேசிக சுவாமிகள்

அக்கா பரதேசி சுவாமிகள்

ஸ்ரீ அக்கா பரதேசி சுவாமிகள்

ஸ்ரீ அக்கா பரதேசி சுவாமிகள் ஓர் ஏழைக் குடும்பத்தில் பிறந்தவர். சிறு வயதில் மாடு மேய்க்கும்போது மண் பிள்ளையார் செய்து வணங்குவது வழக்கம். அப்படி ஒரு பிள்ளையாரை ஒரு பெண் பக்தி சிரத்தையுடன் வணங்கியதால், தான் செய்த மண் பிள்ளையாருக்குக் கிடைத்த

அங்கீகாரமாக மனமகிழ்ந்த சுவாமிகள், அப்பெண்ணின் கையை அன்பினால் முத்தமிட்டார். அதை அவர் தவறாகப் புரிந்துகொண்டு இவரைத் திட்டிவிட்டார். தனக்கு எவ்விதத் தவறான எண்ணமும் இல்லை என்பதைக் காட்ட, அன்று முதல் அவரையும் மற்ற பெண்களையும் அக்கா, அக்கா என்றே அழைக்க ஆரம்பித்தார். ஆகவே, இவர் அக்கா பரதேசி என்றே அழைக்கப்பட்டார்.

தெருப்பாடகர்கள்

தப்பட்டை அடிப்பவர்

பக்தியின் உச்சம்

அர்ச்சகர் (பூசாரி)

அம்மனுக்கு விநோதமான நேர்த்திக் கடன்கள்

கோயிலில் கூட்டிசை

வரிசைத் தட்டுடன் ஊர்வலம்

எம்.பி. இராமன்

புதுச்சேரி நகரில், 45அடி சாலை துவங்குமிடத்தில், மண் வடிவ விநாயகரை வைத்து வணங்கிவந்த இவர், பக்தர்களின் மனநோய்களையும், குடும்பப் பிரச்சினைகளையும் தீர்த்துவைத்தார்.

பனை ஓலையை மெல்லிய நார் நாராகக் கிழித்தவாறே ஆத்ம சாதனைகள் செய்வது இவர் வழக்கம். அவரோடு பல பரதேசிகளும் வசித்தனர். இரவு ஏழு மணிக்கு மேல் அவர்கள் ஒவ்வொருவரும் ஒரு காவடியை ஏந்தியவாறு தெருவில் செல்வர். அதில் கட்டப்பட்ட சலங்கைகளின் ஒலி கேட்டு மக்கள் வெளியேவந்து அன்னம் மட்டும் அளிப்பர். குழம்பு மடத்திலேயே தயாராகும். சக்தி பக்தரான இவரைக் களங்கப்படுத்த முனைந்த தாசி ஒருத்தி, அவரை வீட்டுக்கு அழைத்துச் சென்று, அவர் மேல் கையை வைத்ததும் மின்சாரம் பாய்ந்ததுபோல் வீறிட்டாள்; தவறை உணர்ந்து மன்னிப்பும் கேட்டாள்.

1872 ஜூன் மாதம் பூவுலகை நீத்த இவரது சமாதி, வாழைக்குளத்தில் உள்ளது. அவர் வணங்கிய மண் பிள்ளையார் பழைய இடத்திலேயே இன்றும் இருக்கிறது (ஓங்காராநந்தா 1978: 113–118).

ஸ்ரீ கம்பளி பரதேசி சுவாமிகள்

சென்னையைச் சார்ந்த இவர், எப்போதும் கம்பளிப் போர்வை யுடன் காணப்பட்டதால் இவருக்குக் கம்பளி சாமி என்று பெயர் வந்தது. நீர் மேல் படுப்பதும், நோய்கள் தீர்ப்பதும் இவருக்குக் கைவந்த கலை. ஒரு நாள் குளத்தில் மிதந்தவாறு ஜீவ சமாதி ஆனவரை, உயிரோடு மிதக்கிறார் என்று எண்ணி, எவரும் கண்டுகொள்ளவில்லை. இரண்டு நாள் கழித்து, அவரே கூப்பிட்டு "இங்கிருக்கிறான் கம்பிளி" என்று அறிவித்த பின்னரே அவரை எடுத்து அடக்கம் செய்தனர். 1872 டிசம்பர் 21இல் ஜீவசமாதியானார். இந்த மடம் பாக்கமுடையான்பட்டில் உள்ளது (ஓங்காராநந்தா 1978: 122–127).

ஸ்ரீ பரமானந்த தேசிக சுவாமிகள்

முதலியார் பேட்டை, காராமணிக்குப்பத்தில் இரயிலடியோரம் ஸ்ரீ பரமானந்த தேசிக சுவாமிகள் சமாதியைக் காணலாம். 1840 வாக்கில் வடநாடெல்லாம் சுற்றிய பின், புதுச்சேரிக்கு வந்து சேர்ந்தார். காணும்

வைத்திக்குப்பம் ஆலயம்

சோலைச் சூழலில் கம்பளி மடம்

உயிர்களிலெல்லாம் கடவுளைக் கண்ட இவர், வருமுன் உரைப்பதில் வல்லவர். அவர் தங்கியிருந்த இடத்தைக் காட்டி, "அங்கே ஆண்டவன் சிரிக்கப்போறாண்டா, ஆயிரமாயிரம் பேர் வாழப்போறாண்டா, துணி வரப் போகுதடா, துணி வரப் போகுது, பெரிய வண்டி வரப்போகுது" என்று அருள் வாக்குக் கூறினார். அவர் கூறியவாறே, பின்னாளில் ஒரு நெசவாலையும், அதையொட்டி ஒரு இரயில் பாதையும் வந்தன. அவர் பூசித்த லிங்கம், அவரது சமாதியின் மேல் நிறுவப்பட்டுள்ளது (ஓங்காராநந்தா *1978: 100–104*).

ஸ்ரீ அழகர் சித்தர் சாமிகள்

நகருக்குத் தென்மேற்கே, தென்னம்பாக்கத்தில் அழகர் சித்தரின் ஜீவ சமாதி அமைந்துள்ளது. 1840 வாக்கில் வாழ்ந்த அழகர் சித்தர், பேய், பிசாசுகளை விரட்டுவதிலும், மூலிகை மூலம் பாம்புக் கடி நச்சை முறிப்பதிலும், நோய்களைக் குணமாக்குவதிலும் வல்லவர். அவர் இருந்த இடம் ஒரு காடு. அதனுள் இருந்த கிணற்றில் இறங்கிக் குளிப்பது அவரது வழக்கம். ஒரு நாள், தனது பக்தர்களையெல்லாம் வரவழைத்த பின், கிணற்றில் இறங்கியவர் திரும்ப வரவேயில்லை. கிணற்றில் தேடிப் பார்த்தும் கிடைக்கவில்லை. எனவே, அந்தக் கிணற்றையே அவரது சமாதியாகப் பக்தர்கள் வழிபடுகிறார்கள். அந்த ஜல சமாதிக்குப் போக பெண்களுக்கு அனுமதியில்லை.

அக்கோயிலில், ஆண்டு தோறும் சித்ரா பௌர்ணமி அன்று, தமிழகம் முழுவதிலிருந்து நூற்றுக்கணக்கில் நாதசுர இசைக்கலைஞர்கள் கூடி இசைவிழா நடத்துவது கண்கொள்ளாக் காட்சியாகும் (ஓங்காராநந்தா *1978: 85–89*).

கோயில் விழாக்கள் (முருகேசன் 2014)

நேர்த்திக்கடன் என்ற பெயரிலும், பிரார்த்தனை என்ற பெயரிலும் பல்வேறு விதங்களில் பக்தர்கள் தங்களின் கண்மூடித்தனமான பக்தியை வெளிப்படுத்தினர். தெருப்பாடகர்களும், பண்டாரங்களும் ஊர் ஊராகத்திரிந்து பாசுரங்கள் பாடிக்கொண்டிருந்தனர். கோயில்களில் சேர்ந்திசையுடன் குழுப் பிரார்த்தனைகளும் நிகழ்த்தப்பட்டன. எல்லா இந்துக் கோயில்களில் வாணவேடிக்கைகளுடன் திருவிழாக்கள் நடந்து வந்தாலும், குறிப்பிட்ட ஒரு சில கோயில்களும் திருவிழாக்களும் பிரபலமாயிருந்தன.

ஸ்ரீ செங்கழுநீர் அம்மன் கோயில்

வீராம்பட்டினம் செங்கழுநீர் அம்மன் தேர்த் திருவிழா மிகவும் பிரபலமானது. ஆடி மாதத்தில் ஐந்து வெள்ளிக்கிழமைகளில் கூட்டம் அலைமோதி ஊரே நிலைகுத்தும். அப்படிப்பட்டக் கோயில் கட்டப்பட்ட பின்னணியே சுவாரசியமானது.

தல வரலாறு

வீரராகவன் செட்டியார் ஒரு மீனவர். ஒரு நாள் செங்கழுநீர் ஓடையில் வலை வீசிக் காத்திருந்தவருக்கு, நாள் முழுதும் ஏதும் கிடைக்க

வில்லை. மாலையில் அயர்ந்துபோய், வீடு திரும்ப எத்தனித்தபோது, வலையில் ஏதோ ஒரு கனமான பொருள் சிக்கியது; இழுத்துப் பார்த்தால், கரைக்கு வந்தது மீன் அல்ல, மரம். எனவே அதை வீட்டுத் தோட்டத்தில் போட்டுவிட்டு அதைப்பற்றி மறந்துவிட்டார். ஒரு நாள், அடுப்பெரிக்க விறகு தேவைப்பட்டதால், மரத்தை எடுத்துக் கோடரியால் பிளந்தார். என்னே விந்தை! வெட்டிய இடத்திலிருந்து இரத்தம் பீறிட்டடித்தது; அப்பாவி வீரராகவன் அச்சத்தில் உறைந்தார்; அலறினார்; ஊர் மக்கள் கூடினர்; அது இறைவன் திருவிளையாடல் என்றனர்.

எனவே, பக்திப் பரவசத்துடன் மரத்துண்டை வீட்டிற்குள் எடுத்துச் சென்று, சந்தனம் பூசி, குங்குமம் இட்டு, திருநீறு வைத்து வணங்கினார். அன்றாடம் பூசை செய்ய ஆரம்பித்தார். அன்றிலிருந்து அவரது மீன் வியாபாரம் செழித்தது; செல்வந்தரானார்.

ஒரு நாள் ரேணுகாதேவி அம்மன் அவரது கனவில் வந்தாள். "அந்த மரத்துண்டை நான் தான் அனுப்பினேன். எனது வரவை அறிவிக்க அப்படிச் செய்தேன். சக்தியின் வடிவமான எனக்கு ஒரு கோயில் எழுப்பி, மரத்துண்டைப் பீடமாக்கிச் சிலை நிறுவு. இங்கே ஒரு சித்தர் வாழ்ந்த சமாதி இருக்கிறது. அதை நான் காட்டுகிறேன். அங்கு எனக்குச் செங்கழுநீர் அம்மன் என்ற பெயரில் கோயில் கட்டு" என்று கூறி மறைந்துவிட்டது.

மறுநாள், ஒட்டுமொத்த கிராமமும் சேர்ந்து ஊர் முழுக்கத் தேடியது. அந்த வட்டாரம் முழுதும் செடிகளும், புதர்களும் அடர்ந்த காடாக இருந்தது. ஓரிடத்தில் அடர்த்தியான பெரும்புதரை நெருங்கியபோது, அதிலிருந்து ஒரு நாகப்பாம்பு வெளிப்பட்டது. அதே இடத்தில் படமெடுத்து ஆடிய பின், தரையில் மூன்று முறை தட்டிவிட்டு மறைந்துவிட்டது.

அம்மன் அடையாளம் காட்டி விட்டாள் என்று அகமகிழ்ந்த ஊரார், அந்த மரத்துண்டைப் பீடத்தில் வைத்து, ரேணுகாதேவி அம்மனின் தலையை மூலவராக நிறுவிச் 'செங்கழுநீர் அம்மன்' என்ற பெயரிட்டு வழிபடத் தொடங்கினர். அம்மனின் முழு உருவச்சிலை பின்னாளில் மூலவரின் பின்புறத்தில் அமைக்கப்பட்டது. இதுவே அந்தக்கோயிலின் தலவரலாறு (மொரே 2014: 43–44).

வீராம்பட்டினம் செங்கழுநீர் அம்மன் கோயில் வளாகம் – தேர்வலம்

வீரை என்றால் கடல். கடலோரம் அமைந்த மீனவர் குடியிருப்பு என்பதால் வீரைப் பட்டினம் என்பது வீராம்பட்டினம் என்று மருவி

விட்டது. அதையொட்டிய செம்மண் பூமியில் மழை பெய்யும்போது, செம்மண் நிலத்தை அரித்துக்கொண்டு வரும் "செம்புலப் பெயல் நீர்" கடலில் கலக்கும்போது, அப்பகுதி செவ்வோடையாகவும் செந்நிறத்தாரை யாகவும் தோன்றும். அது கடலில் கலக்குமிடத்தில், மீன்கள் கூட்டம் கூட்டமாகக் குவிவதால், மீனவர்களுக்கு நல்ல மீன் வேட்டை கிட்டியது. எனவே, செம்புலப் பெயல் நீர்ப் பகுதியைச் 'செங்கழு நீர்' என்று கொண்டாடினர். அதில் கிடைத்த மரம் மூலம் அம்மன் ஆலயம் நிறுவப்பட்டதால், மூலவர் 'செங்கழுநீர் அம்மன்' ஆனார். அவ்வாலயம் பற்றி ஃபிரஞ்சு வானியல் அறிஞர் லெ ழாந்த்தியும் பதிவிட்டிருக்கிறார்.

வெகுமக்கள் விழாவான தேர்த்திருவிழாவில், புதுச்சேரி ஆளுநர் வடம் பிடித்து ஊர்வலத்தைத் தொடங்கிவைப்பது தொன்று தொட்டு வரும் மரபு (இராஜா–ரீட்டா *2005: 8–10*; முருகேசன் *2014: 300–305*).

பிள்ளையார்குப்பம் கூத்தாண்டவர் திருவிழா

புதுச்சேரி வட்டாரத் திருவிழாக்களில், வித்தியாசமானதும், முக்கியமானதும் பிள்ளையார்குப்பத்தில் சித்திரை முழுநிலவன்று நடைபெறும் கூத்தாண்டவர் திருவிழாவாகும். 'கூவாகம்' திருவிழா என்றும் அழைக்கப்படும் இவ்விழா, பொதுமக்களுக்கானதல்ல; குழந்தை உருவாகும்போது ஏற்படும் மரபணுக் குறைபாடுகளால், ஆணாகவும் இல்லாமல், பெண்ணாகவும் இல்லாமல் வாழும் திருநங்கைகளுக்கான திருவிழா அது. அதுவே அதன் தனித்துவம்.

கூத்தாண்டவர் கோயிலில் மூலவர் அரவான். அவரது படிமம் வெறும் தலைமட்டுமே; அது தரையில் பதிந்திருக்கும் விதமும் வித்தியாசமானதே! அரவானுக்கும் அலிகளுக்கும் என்ன பிணைப்பு?

குருட்சேத்திரப் போரும் அரவானும்

மகாபாரதக் கதை சொல்லும் மரபில், ஒரு நாள் நிகழ்வாக 'அரவான் களபலி' நாடகம் நடக்கும். புராணக் கதையின்படி, அர்ச்சுனனுக்கும், உலுப்பி என்ற நாகக்கன்னிக்கும் பிறந்த அழகு மகன் அரவான். மகாபாரதப்போரில், பாண்டவர்கள் வெற்றி பெறவேண்டு மானால், சாமுத்திரிகா லட்சணம் பொருந்திய ஒரு வீரனைப் பலி கொடுத்தால்தான் வெற்றி கிட்டும் என்று சகாதேவன் ஆரூடம் கூறுகிறான். அவ்வகையில் கண்ணன், அர்ச்சுனன், அரவான் ஆகிய மூவரும்தான் தகுதியானவர்கள் எனத் தெரியவருகிறது. இந்த இக்கட்டான சூழ்நிலையில், கண்ணனுக்கும் அர்ச்சுனனுக்கும் போரில் முக்கிய பங்கிருப்பதால், அரவானை களபலி ஏற்றுக்கொள்ளுமாறு தருமர் கேட்டுக்கொள்கிறார்; அவனும் சம்மதிக்கிறான். ஆனால், போர் முடியும்வரை, தான் முழுமையாகப் போரைக் காண வேண்டும் எனவும், ஓர் இளைஞனாக எதிர்காலம் பற்றிய ஏக்கங்களும் கனவுகளும் தனக்கும் இருப்பதால், ஒரே ஒரு நாளாவது ஒரு பெண்ணைத் திருமணம் செய்து, அவளுடன் குடும்பம் நடத்த வேண்டும் என்றும், இரண்டு வரங்களை அரவான் கேட்கிறான். கண்ண பரமாத்மா அந்த வரங்களை அளிக்கிறார்;

அங்குதான் சிக்கல் முளைக்கிறது. ஒற்றை நாள் மட்டும் சுமங்கலி வாழ்க்கை வாழ்ந்து, அடுத்த நாளே விதவையாக எவரும் முன்வரவில்லை. ஆனால் பாரதப் போரில் வெற்றிகிட்ட அரவான் பலி அவசியம். என்ன செய்வது?

பெண்ணாய் மாறிய பெருமாள்

தன்னால் எழுந்த சிக்கலுக்குத் தானே தீர்வு காண முடிவு செய்கிறார் கண்ண பரமாத்மா. ஆணான அவரே, ஒரு பெண்ணாக உருமாறி அரவானைத் திருமணம் செய்துகொள்கிறார். தனது விருப்பம் நிறைவேற்றப்பட்ட மகிழ்ச்சியில், அரவான் பலியாகத் தயாராகிறான். வைகறையில் அவன் தலை வெட்டப்பட்டுப் பரிகாரம் செய்யப்படுகிறது. பதினெட்டாம் நாள் முடிவில் பாண்டவர்களே வெற்றி பெறுகிறார்கள். இதனையே அரவான் நாட்டுப்புறக் கூத்துக் கலையும், கூத்தாண்டவர் விழாவும் பிரதிபலிக்கின்றன (முனைவர். க. சுபாஷிணி – மானுடமும் மாற்றுப்பாலினமும்! – மின்னம்பலம் – இணைய இதழ், நவம்பர் *8, 2020)*

அரவான் சிலை
(தலைமட்டும் தரையில்)

ஆற்றுக்குப் பயணம்

ஆறுதல் தேடும் அரவாணிகள்

ஆணாகப் பிறப்பினும், ஊக்குநீர்க் கோளாறுகளால் *(Hormones)* தூண்டப்பட்டு, உருவத்தால் ஆணாகவும், உணர்வால் பெண்ணாகவும் பாவித்து வாழும் அரவாணிகள், அரவான் பலியான நாளையே தங்களின் திருநாளாகக் கொண்டாடுகின்றனர். நாடெங்குமிருந்தும், அன்று காலை முதலே பிள்ளையார் குப்பத்தில் கூடும் அரவாணிகள், புத்தாடை அணிந்து, பூச்சூடி, அணிமணி புனைந்து, புதுமணப்பெண்கள் போல அலங்கரித்துகொண்டு திருமணத்திற்குத் தயாராவர். மாலையில், *30* அடி உயரமுள்ள அரவான் சிலையின் முன், பூசாரியே அவர்களுக்குத் தாலிகட்டிச் சுமங்கலியாக்குவார். இரவு முழுதும், ஆட்டமும் பாட்டும், கொண்டாட்டமும் அமர்க்களமாயிருக்கும். வைகறையில், அரவான் சிலை ஆற்றோரம் எடுத்துச்செல்லப்பட்டுப் பலி கொடுக்கப்படும்.

கணவனான அரவான் இறந்து விட்டதால், அரவாணிகள் ஒன்று கூடி, ஒப்பாரி வைத்து, அழுது புலம்பித் தங்களின் தாலியை அறுத்தெறிவார்கள்; வளையல்களைத் தட்டி உடைப்பார்கள். இதனால், ஒரு நாள் சுமங்கலி வாழ்வு வாழ்ந்து, கைம்பெண்ணாக மாறுவதாக ஐதீகம்.

ஆண்டு முழுவதும் சமூகத்தின் கேலிக்கு ஆளாகும் திருநங்கைகளுக்கு, இத்திருவிழா ஒரு நாளாவது மகிழ்ச்சி தந்தால் வரவேற்கத்தக்கதுதானே! *(இராஜா–ரீட்டா 2005: 27–28; முருகேசன் 2014: 351–354)*

கொண்டாட்டங்களும் கலைநிகழ்ச்சிகளும்

பதினெட்டாம் நூற்றாண்டில், குடும்ப, கோயில் விழாக்களில் நடந்த கலை நிகழ்ச்சிகள் பத்தொன்பதாம் நூற்றாண்டிலும் தொடர்ந்தன.

தாலி கட்டிக் கொண்ட மகிழ்ச்சியில் திருநங்கையர்

விடியலில் விதவைக் கோலம்

ஒரு முன்னேற்றமாகப் பாட்டும் வசனமும் கலந்த நாடகங்கள் எழுதி நடத்தப்பட்டன. அவற்றை வாசகப்பா என்றழைத்தனர். “உரைநடையிட்ட பாட்டுடைச் செய்யுள்” என்று கொள்ளலாம். புதுவை ஒதியன்சாலைத் திடலில் இரவில் நாடகங்கள் நடைபெறும். நள்ளிரவில், ஒலி மாசற்ற அமைதிச் சூழலில், நாடக மாந்தரின் பாட்டும் வசனமும் செங்குந்தர் தெரு வரை கேட்டதாம் *(சச்சிதானந்தம் 2009: 118–119).*

கோயில் திருவிழாக்களின் ஓர் அங்கமாக நடக்கும், தீ மிதித்தல், செடல், கரகாட்டம், காவடி ஏந்துதல் போன்ற இந்து மத வழக்காறுகள், ஐரோப்பியருக்கு வினோதமாகத் தோன்றினாலும், பொதுவாக அவற்றை மன மாற்றத்தின் மூலமே மாற்ற முயன்றனர். ஆனந்தரங்கப் பிள்ளை காலத்தில், நெருப்புத் திருவிழாவில் நடந்த விபத்தால், அரசு அதைத் தடை செய்ததும், அரசியல் சமூக அழுத்தம் காரணமாகப் பின்னர் அதை விலக்க நேர்ந்ததும் வரலாற்றுப் பதிவுகளாக உள்ளன *(ஆலாலசுந்தரம் 1999)*

○○○

2

19ஆம் நூற்றாண்டில் அரசியலும் நிர்வாகமும்

2.1: திசை மாறிய குடியேற்றம்

பத்தொன்பதாம் நூற்றாண்டில், அடிமை முறை சட்டப் பூர்வமாக முற்றிலுமாகத் தடைசெய்யப்பட்டு விட்டது. மேற்கத்திய நாடுகளுக்குக் கட்டாயமாகக் கப்பலேற்றப் பட்ட கொடுமை முடிவிற்கு வந்தது. இந்தோசீனம் என்றழைக்கப்பட்ட வியட்நாம், கம்போடியா, லாவோஸ் ஆகிய பகுதிகள் தெற்காசியாவில் ஃபிரஞ்சியரின் புதிய காலனிகளாகச் சேர்ந்திருந்தன. இந்நிலையில், வேறு விதமான குடியேற்றம் நிகழ்ந்தது. வளமான எதிர்காலம் தேடி, புதுச்சேரி மக்கள் தாமே பிற நாடுகளுக்குக் குடிபெயரும் நிலை வந்தது.

மாற்று முறையில் இராணுவ பலம்

ஃபிரஞ்சிந்தியப் பகுதிகளில் இராணுவ நடவடிக்கைகள் மேற்கொள்ள 1815இல் பாரிஸ் உடன்படிக்கை தடை செய்தாலும், ஃபிரான்சின் ஆதிக்க மனப்பான்மை குறைய வில்லை. எனவே, ஒப்பந்தத்தில் வராத புதிய குடியேற்றப் பகுதிகளுக்கு இராணுவ நடவடிக்கைகளை மாற்றிக் கொள்ளத் தந்திரமாகத் திட்டமிட்டபோது, இந்தோ–சீனம் *(Indo–china)* அதற்குத் தோதாயிற்று. மேலும், தெற்காசிய நாடுகளின் நிர்வாக வசதிக்காக, ஃபிரஞ்சு மொழி தெரிந்தவர்கள் தேவைப்பட்டனர். எனவே, பழைய காலனியக் குடிமக்கள் தெற்காசியப் பகுதிகளுக்குக் குடியேறலாம் என்று அரசு சார்பில் அழைப்பு விடுக்கப்பட்டது. புதிய வானம், புதிய பூமி, புதிய வாய்ப்பு என்ற ஈர்ப்பினால், ஃபிரஞ்சிந்தியாவிலிருந்து படித்தவர்கள், படிக்காதவர்கள் என்றில்லாமல் பலரும் புறப்பட்டார்கள். ஒப்புக்குக் கையொப்பமிட்டு ஃபிரஞ்சுக் குடியுரிமை ஏற்ற ‘ரெனோன்சான்கள்’ அதில் முன்னணியிலிருந்தனர்.

கப்பலோட்டினான் தமிழன்!

இந்திய வரலாற்றில் கப்பலோட்டிய தமிழன் என்றதும் நம் நினைவிற்கு வருவது வ.உ. சிதம்பரம் பிள்ளை பெயர்தான். ஆனால், ஆங்கிலேயர் காலத்திலேயே 1895 முதலே டாட்டா கப்பல் குழுமம் வணிகக் கப்பல்களை இயக்கியிருக்கிறது. எனினும், 1906இல் வெள்ளையருக்குச் சவால்விட்டு, இரண்டு வணிகக் கப்பல்களை வ.உ.சி. ஓடவிட்டது, ஒரு சரித்திரச் சாதனை. இது உள்நாட்டுக் கதை.

இவர்களுக்கு முன்பே, அயல் நாட்டவருடன் போட்டிப் போட்டு, அந்நிய மண்ணில் ஒரு தமிழர் கப்பல்களை இயக்கிக் கடல் வணிகம் செய்திருக்கிறார். ஆனால், இங்கல்ல, கொச்சின் சீனா என்று அன்று அழைக்கப்பட்ட இந்தோனேசியாவில்.

இந்தோசீனாவில் குடியேறிய தமிழர்கள் பெரும்பாலும் பணியாளர்களாகச் சேர்ந்து, நடுத்தர வர்க்கமாகவே வாழ்ந்த நிலையில், வணிகர்களாகக் கொடிகட்டிப் பறந்தவர்களும் உண்டு. அந்தக் காலத்திலேயே சைகோன் நகரத்தில், முக்கிய வீதியான கிராந்தியோர் தெருவில், 84ஆம் எண் மனையில் சொந்த வீடு கட்டி வாழ்ந்தவர் தார்மநாதன் புருஷாந்தி. புதுச்சேரியைத் தாயகமாகக் கொண்ட அவர், 1870இல் சைகோனுக்குச் சென்று, ஒரு போர்த்துக்கீசியரை மணந்துகொண்டு, பரியா, சைகோன் இராணுவ மருத்துவமனைகளுக்கு, பால், தீப்பெட்டி, கொசுவலை, வழலைக்கட்டி (சோப்) வழங்கும் ஒப்பந்தக்காரராக வாழ்க்கையைத் தொடங்கினார். அவரது மனைவி, ஒரு சோடா பானம் தயாரிக்கும் தொழிற்சாலையைத் தொடங்கி வெற்றிகரமாக நடத்திவந்தார்.

சிறுவணிகத்தைத்தாண்டி தொழிலில் ஈடுபட விரும்பி, 1890இல் கொச்சின் சீனாவில் (இந்தோனேசியாவின் மீகாங் நதி தீரப்பகுதியில் ஒரு சொந்தக் குழுமம் தொடங்கி, 'அலெக்சாண்டர்' என்ற பெயரில் ஒரு சரக்குக் கப்பலை இயக்கினார். நாம் பென் (*PhnomPenh*) ஹா தியன் (*Ha Tien*) நகரங்களுக் கிடையே சரக்குகளையும், தபால்களையும், கொண்டு செல்வது அவரது பணி. அடுத்த ஆண்டே (1892) 'புருஷாந்தி' என்ற இரண்டாவது கப்பலையும் வாங்கி விரிவுபடுத்தினார். முதலில் அவருக்கு மானியம் வழங்குவதாக உறுதியளித்து, கப்பல் போக்குவரத்துக்கு அனுமதியளித்த கடல்சார் வணிக நிறுவனம், இன்னொரு ஃபிரஞ்சுக் குழுமம் (*Messagieries de Fluviales*) போட்டியில் நுழைந்ததும், அதற்கு அதிக மானியம் அளித்து ஆதரிக்கத் தொடங்கியது. இதனால் மிகவும் பொருளாதார நெருக்கடியில்தான் தார்மநாதன் பியோர் புருஷாந்தியின் குழுமம் இயங்கவேண்டியதாயிற்று. ஒரு ஐரோப்பியனுக்குப் போட்டியாக ஒரு குடியேற்றவாசியை ஆதரிக்க விரும்பாததே காரணம். அம்மட்டன்றி அவரது கப்பல்கள் பழயன, அவற்றின் பயண வேகம் போதுமானதாக இல்லை, அவற்றில் இடவசதிகளும் குறைவு என்று பல்வேறு குறைகள் காட்டி அவரை உற்சாகமிழக்க வைத்தனர். இறுதியாக, 1895இல் சைகோன் எனப்பட்ட வியட்நாம், சயாம் (*Siam*) எனப்பட்ட தாய்லாந்து நாடுகளுக்கும் கூடுதலாகக் கப்பல்களை இயக்க விரும்பியபோது, ஃபிரஞ்சு அரசு அனுமதி மறுத்ததால், அவரால் போக்குவரத்தை விரிவுபடுத்த முடியவில்லை. புருஷாந்தியின் கப்பல்கள் 1900வரை ஓடின.

ஆனால், ஃபிரஞ்சுக் குடியுரிமை பெற்றவனாயினும், அந்நிய நாட்டவன் என்றால், ஓர் அசல் ஐரோப்பியனுக்கு ஈடாக இயங்க முனைந்தால், என்ன கதி நேரும் என்பதற்குப் புருஷாந்தி ஒரு சிறந்த எடுத்துக்காட்டு (நடாஷா 2015).

காரைக்காலைச் சேர்ந்த முகமது சமி என்பவரே 1852இல் இந்தோசீனம் போய், இராணுவத்தில் சேர்ந்த முதல் குடியேற்றவாசி. அங்குக் குடியேறியவர்கள் தங்களின் கல்வித் தகுதிக்கேற்ப, தபால்காரர், காவலர், எழுத்தர், வரிவசூலிப்பவர் ஆகிய பல திறப்பட்ட அரசுப் பணிகளில் சேர்ந்தனர். சட்டம் படித்த ஒரு சிலர், நீதிமன்றங்களில் அதிகாரிகளானதோடு, நீதிபதிகளாகவும் வரமுடிந்தது. தொழில் முறையில், மாட்டுப்பண்ணைகள், துணி, நகை, நிதி வணிகம் ஆகியவற்றிலும் சிறந்து விளங்கினர் (நடாஷா 2015)

கடல் வணிகத்தில் தமிழர்கள்

பதினெட்டாம் நூற்றாண்டிலேயே சில வலங்கை முதலியார்கள் இணைந்து, ஒரு கப்பலை வாங்கி "சங்கராபாரிக்" என்ற பெயரில் மயிலாப்பூர், புதுச்சேரியிலிருந்து, மணிலாவிற்குத் துணிகளை ஏற்றுமதி செய்திருக்கிறார்கள். அந்தக் கப்பலில் ஜெகனிவாச முதலியார் சரக்குப் பொறுப்பளராகவும், லூயி பிரகாசம் மாலுமியாகவும் பணியாற்றினர். (ஜெயசீல ஸ்டீஃபன் 2018)

கடல் வணிகம் செய்த பெருமை ஆனந்தரங்கப் பிள்ளைக்கும் உண்டு. தனது புகையிலை, வெற்றிலை வணிகம் பொருட்டு, புதுச்சேரி, தேவனாம்பட்டினம், திரிகோணமலைக்கிடையே ஒரு கப்பலை இயக்கியிருக்கிறார். அதன் பெயர் என்ன தெரியுமா ? – "ஆனந்தப் புரவி"

தலைநகரான சைகோனைச் சுற்றியே இந்தியர்கள் பெரும்பாலும் தங்கினர்; மற்றப் பகுதிகளில் குடியேறியோர் சிலரே. முதல் முதலாக நகரசபைகள் அமைக்கப்பட்டபோது, அவர்களுக்கு வாக்குரிமை மறுக்கப் பட்டது. அதைப் பாரிஸ் உச்ச நீதிமன்றம் வரை சென்று, போராடிப் பெற்றார்கள். 1870களில், புதுச்சேரியைச் சேர்ந்த துரைசாமி நாயகர் சைகோன் நகரசபை உறுப்பினராகவும் ஆனார் (நடாஷா 2015; தாவிதன்னுசாமி 2019).

பெண்களும் போயினர்

தொடக்கத்தில் ஆண்கள் மட்டுமே சென்றனர். 1870வாக்கில் பெண் களும் குடியேறத் தொடங்கினர். ஆனால், அவர்கள் கப்பலில் போவதில் ஒரு சிக்கல் முளைத்தது. சேலை கட்டிப் பயணம் செய்ய அனுமதி இல்லை என்பதால், அவர்கள் துறைமுகத்திற்கு அருகில் இருந்த சம்மனசுகள் (கப்ஸ்) தேவாலயம் வரை சேலையில் வந்து, அங்கு கவுனுக்கு மாறிக் கொண்டு கப்பலேறினர். திரும்பி வரும்போதும், கவுனைக் கழற்றிவிட்டு, சேலைக்கு மாறி, உள்ளூர்ப் பெண்கள் போலவே ஊருக்குள் வந்தனர்.

புதிய நாடாகவே இருந்தாலும் உடனடி வேலையும், இந்தியாவைப் போலவே தட்பவெப்பச் சூழலும் இருந்ததால், குடியேறியவர்களது வாழ்க்கை சுகமாகவே கழிந்தது (நடாஷா 2015; தாவிதன்னுசாமி 2019: 83).

2.2: பத்தொன்பதாம் நூற்றாண்டில் அரசியல் களம்

முதல் குடியரசால், 1791இல் முன்னெடுக்கப்பட்ட மக்களாட்சி முயற்சிகள், 1804இல் மீண்டும் முடியாட்சி ஏற்பட்டு, முதலாம் நப்போலியன் போனபார்த் முடிசூடிக் கொண்டபின் துவளத் தொடங்கின. 1848ஆம் ஆண்டில் உதித்த இரண்டாம் குடியரசும் நான்காண்டுகளே நீடித்தது; அந்த நிர்வாகத்தில்

நடத்தப்பட்ட தேர்தலும் விழலாக்கப்பட்டது. எனவே, நிரந்தரமான குடியாட்சி முறைகள் அமலாவதற்கு 1870 செப்டம்பர் நான்காம் நாள் மூன்றாம் குடியரசு மலரும் வரை காத்திருக்க வேண்டியதாயிற்று.

1816 ஆக்டோபர் 4இல் துப்புய் (*André Julien Comte Dupuy, 26 September 1816 – October 1825*) ஆளுநராகப் பதவியேற்றார். 1804இல் அமைக்கப்பட்ட உயர் ஆலோசனைக் குழு (*Conseil Superieur*) மீண்டும் அமைக்கப்பட்டது. அத்துடன் வட்டார சபைகளும் அமைக்கப்பட்டன. நீதி வழங்குவதற்காக ஓர் அரச நீதி மன்றமும் (*Cour Royale*) நிறுவப்பட்டது. எங்கும் எதிலும் ஊழல் என்று புரையோடியிருந்த நிர்வாகத்தை நேர்படுத்த அவரது பத்தாண்டுப் பதவிக் காலத்தில் வெகு சிரமப்பட்டார். 1826இல் ஆட்சிப் பொறுப்பேற்ற தெபாசின் தெ ரிஷ்மோன், அரசியல் மாற்றங்களை விட, கல்வி, தொழில் வளர்ச்சியில் அக்கறை காட்டினார்.

1840 ஜூலை 23ஆம் நாள் ஓர் அங்கக அவசரச் சட்டம் (*Ordinance Organique*) பிறப்பிக்கப்பட்டது. அதன் மூலம், அனைத்து அதிகாரங்களும் ஆளுநருக்கே மாற்றப்பட்டு, மன்னரின் எதேச்சாதிகாரம் நிலை நிறுத்தப் பட்டது. இந்தச் சட்டம் ஆளுநர்களை அரசரின் பிரதிநிதிகளாக, சர்வாதிகாரிகளாகச் செயல்படத் தூண்டியது. 1841ஆம் ஆண்டில், ஆளுநருக்கு ஆலோசனைகளை வழங்க, ஒவ்வொரு குடியேற்றப் பகுதியிலும் முக்கிய பிரமுகர்கள் கொண்ட (*Assemble de Notables*) சபைகள் அமைக்கப்பட்டன. இதன் உறுப்பினர்கள் ஆளுநரால், அவரது விருப்பப்படி நியமிக்கப்பட்டனர். 1879ஆம் ஆண்டு ஒரு பொதுச் சபையும் (*Conseil General*), ஃபிரஞ்சிந்தியாவின் ஐந்து பகுதிகளில், தனித்தனியாக பிராந்திய அல்லது வட்டார சபைகளும் (*Conseils locaux*) அமைக்கப்பட்டன. இவற்றின் உறுப்பினர்களையும் பிரமுகர்களின் சபையே நியமனம் செய்தது (கீதா 2008: 43–44).

இரண்டாம் குடியரசின் திட்டங்கள்

1848ஆம் ஆண்டில், புரட்சிக்குப் பின் உருவான இரண்டாம் குடியரசு, முக்கிய சீர்திருத்தங்களைப் புகுத்தியது; அவ்வாண்டு மார்ச் 18ஆம் நாள் இயற்றிய சட்டப்படி, ஃபிரான்சின் தேசிய சபைக்குக் (*Assemblee des Nationale*) காலனியிலிருந்து, நேரடியான பொது வாக்கெடுப்பின் மூலம் ஒரு பிரதிநிதியையும், பொதுச்சபை உறுப்பினர்களுடன் வட்டார சபை உறுப்பினர்களும் வாக்களித்து, ஃபிரான்சின் தேசிய அரசியல் நிர்ணய சபைக்கு ஓர் உறுப்பினரையும் (தெபுத்தே = *Depute*) தேர்ந்தெடுக்க வகை செய்யப்பட்டது. முதன் முறையாக இந்தியர்களுக்கும் வயது வந்தோர் வாக்குரிமை (*Universal Suffrage*) அளிக்கப்பட்டது. ஏப்ரல் 27ஆம் நாள் வாக்காளர்களுக்கான தகுதிகள் நிர்ணயிக்கப்பட்டன. 25 வயதான, ஃபிரஞ்சுக் குடியுரிமை பெற்ற ஆண்கள் வாக்களிக்கும் தகுதி பெற்றனர்; ஆனால், பெண்களுக்கு வாக்குரிமை மறுக்கப்பட்டது.

1849 ஜனவரி 22 முதல் 31 வரை நடந்த தேர்தலில், 33 பேர் போட்டியிட்டனர். அந்தந்த வட்டார வாக்காளர்களும் தங்கள் பகுதியின் வேட்பாளருக்கே வாக்களித்ததால், பெரும்பான்மையான வாக்காளர் கொண்ட புதுச்சேரி ஆதரித்த, ஃபிரின்சின் நாந்த்தே நகர

வேட்பாளர் எளிதில் வெற்றி பெற்றார். ஆனால், அடுத்த இரண்டே மாதங்களில் இந்தத் தேர்தல் ரத்து செய்யப்பட்டது; 1852இல் ஆட்சியைக் கைப்பற்றிய மூன்றாம் நெப்போலியன், ஃபிரஞ்சியரின் எதிர்ப்பால் காலனிகள் பிரதிநிதியைத் தேர்ந்தெடுக்கும் உரிமையை முற்றிலும் ரத்து செய்துவிட்டார். ஜனநாயக மொட்டு மலராமலேயே பட்டுப்போனது (கீதா 2008: 50–51; தாவிதன்னுசாமி 2010, 2019).

மூன்றாம் குடியரசில் மக்களாட்சி (கீதா 2008; அனிமேஷ் ராய் 2008)

1872இல் மூன்றாம் குடியரசு மலரும் வரை, மக்களுக்கு அதிகாரம் வழங்கும் ஜனநாயக முயற்சிகள் தாமதமாயின. உலகெங்கும் காலனியாதிக்கத்திற்கு எதிரான குரல்கள் ஒலிக்கத்தொடங்கியதால், ஃபிரான்சும் தனது வியூகத்தை மாற்றிகொண்டது. காலனி மக்களை அடிமைகளாக நடத்தாமல், சமஉரிமையுடனும், சுதந்திரமாகவும் நடத்துவதன் மூலம், அவர்களை ஃபிரஞ்சுக் கலாச்சாரம், ஆட்சிமுறைகளை ஏற்கச் செய்வது, அதன் மூலம் நாகரிக, பண்பாட்டு வேற்றுமைகளைக் களைந்து, ஒருமைப்படுத்தி, தன்மயமாக்கிக் கொள்வது (Assimilation) என்ற புதிய அணுகுமுறையைக் கையாண்டது (அனிமேஷ் ராய் 2008; கீதா 2008: 43).

அரசியல் அங்கீகாரம் கோரிய சாந்து உடையார்

புதுச்சேரியைச் சேர்ந்தவர் சாந்தொன் ஓதியே என்னும் சாந்து இரத்தினசாமி உடையார். அவர் கல்வியாளரும் கூட. 1860களில் புதுச்சேரியிலிருந்து இந்திய அடிமைகள் ஆப்பிரிக்க, மேற்கிந்திந்தியத் தீவுகளில் தோட்ட வேலைகளுக்காக அனுப்பப்பட்டனர். முதலாளிகளுக்கு ஃபிரஞ்சு மட்டுமே தெரியும், அடிமைகளுக்குத் தமிழ் மட்டுமே தெரியும் என்ற நிலையில் தகவல் பரிமாற்றம் சிக்கலானது. அதைத் தீர்க்கத் தமிழ், ஃபிரஞ்சு இரண்டும் தெரிந்த கல்வியாளர்கள் அங்குத் தருவிக்கப்பட்டனர்.

ரெயூனியன், மார்த்தினிக் தீவுகளில் இருமொழி தெரிந்த தொடர்பாளராகப் பணியாற்றிய பலருள் ஒருவர் புதுச்சேரியைச் சேர்ந்த சாந்து இரத்தினசாமி உடையார். அவர் மட்டுமே அயல்நாட்டில் தங்கியிருந்தபோது, அவரது குடும்பம் புதுவையில் இருந்தது. அவரது மகள் இம்மாகுலேட் இதய மேரிப் பள்ளியில் உண்டுறை மாணவியாகப் படித்தார். சாந்து அங்கிருந்து ஃபிரான்சிற்குச் சென்றபோது அங்கும், பாரிசு இளம் தமிழர்களுக்குத் தமிழும் கற்பித்தார். (ஜெயசீலன் ஸ்டீஃபன் 2018)

1871 பிப்ரவரி முதல் நாள் வெளியான ஆணைப்படி, புதுச்சேரியிலிருந்து பாரீஸ் தேசிய சபைக்கு ஓர் உறுப்பினரைத் தேர்ந்தெப்பதற்காக, மே 28இல் தேர்தல் நடத்தப்பட்டது. ஃபிரஞ்சிந்தியாவில் அதுவே முதல் ஜனநாயகத் தேர்தல். அதில் எட்டுப்பேர் போட்டியிட்டனர்; அதில் சாந்து உடையார் ஒருவரே இந்தியர். மே மாதம் நடந்தத் தேர்தலில், மொத்தம் 29,620 வாக்காளர்களில், 13,597 வாக்குகளுடன் தெபாசின் தெ ரிஷமோன் வெற்றி பெற்றார். சாந்து உடையார் 974 வாக்குகள் மட்டுமே பெற்றுத் தோல்வியடைந்தார். என்றாலும், ஃபிரஞ்சிந்தியத் தேர்தலில், ஃபிரஞ்சியருக்கு ஈடாக, நம்பிக்கையுடன் போட்டியிட்டு, அரசியல் உரிமையை நிலை நாட்டிய முதல் தமிழர் என்ற முறையிலும், காலனி மக்களின் எண்ணங்களை மண்ணின் மைந்தரால் மட்டுமே தெளிவாகப் பிரதிபலிக்க முடியும் என்று நம்பிக் களமிறங்கிய துணிச்சலிற்காகவும், சாந்து உடையாருக்குச் சரித்திரத்தில் இடமுண்டு! (புர்தா 1995).

ஆனால், பழம்பெருமை வாய்ந்த, தொன்மை நாகரிகத்தில் தோய்ந்த சமூகங்களை மாற்றுவதென்பது எளிதன்று என்பது அதிகார மையத்திற்குப் புரிந்தது. எனவே, முதல் படியாகக் காலனி மக்களுக்குக் குடியுரிமை வழங்கி அவர்களை ஃபிரஞ்சியர்களாக்குவது, அவர்களுக்கு வாக்குரிமை வழங்கி, தேர்தல்களில் பங்கேற்கச் செய்வது, அதன்மூலம், அவர்களைத் தலைமைப் பொறுப்புகளில் அமர்த்தி நிர்வாகத்தில் பங்கேற்கவைப்பது என்று அரசியல், நிர்வாகக் கதவுகள் திறந்துவிடப் பட்டன. மேலோட்டமாகப் பார்த்தால், ஜனநாயகம் மலரப்போகிறது என்றே மக்கள் எதிர்பார்த்தனர்; ஆனால், நடந்தது வேறு.

பாராளுமன்றத்தில் பிரதிநிதித்துவம்

1871 பிப்ரவரி ஆணைப்படி, காலனிய வாக்காளர்கள், பொது வாக்கெடுப்பின் மூலம் ஃபிரான்சின் தேசிய சபைக்கு (Assemblee des Nationale) ஓர் உறுப்பினரைத் தேர்ந்தெடுக்க வகைசெய்யப்பட்டது. வயது வந்தோர் வாக்குரிமை விரிவாக்கப்பட்டது; முதன் முறையாக, 25 வயது நிரம்பிய இந்தியர்களுக்கும், பிறப்பு, சொத்து போன்ற சில தகுதிகளின் அடிப்படையில் வாக்குரிமை வழங்கப்பட்டது; அவர்கள் தேர்தலில் போட்டியிடவும் தகுதி பெற்றார்கள். இந்த வாய்ப்பைப் பயன்படுத்தி, சாந்து உடையார் என்ற இந்தியரும் தேர்தலில் போட்டியிட்டுத் தன் இனத்தின் உரிமையை நிலை நாட்டினார்.

ஆனால், தகுதி வரையறையின்றி வாக்குரிமை அளிக்கப்பட்டதைக் கவிஞர் சவராயலு நாயகரும் வரவேற்கவில்லை. போதிய தெளிவில்லாமல், "ஏரடித்தோர் எருச்சுமந்தோர் மாம்பர்கள் மே(ய)ர் ஆவதற்காக அலைவார்கள்" என்று ஆதங்கப்பட்டார்.

> "நிலமுடையார் இல்லாதார் அறிந்தவர்கள் அறியாதார் நியமம் இன்றிப்
> பலமுடைய வாக்களித்து மாம்பர்களை மே(ய)ர்களையேற் படுத்தலாலே
> வலமுடையார் தடியடிக்கு மனங் கலங்கி இவ்வூரில் வாழும் நல்லார்,
> குலமுடையார் 'ஐயோ' இ(ஆ)ங்கிலேயர் ஊர்க்கோடுகின்றார் குவர்னரேறே!"
>
> – (சவராயலு நாயகர் வரலாறு: 56)

என்று ஆளுநருக்கு முறையிடுவதுபோல் தனது எதிர்ப்பைப் பதிவு செய்தார்.

வாதப் பிரதி வாதங்களுக்குப் பிறகு, 1875 நவம்பர் 30இல் இயற்றப்பட்ட சட்டப்படி, பாரிசில் செனத் (Senat) எனப்பட்ட மேல்சபை அமைக்கப் பட்டது. அதற்குக் காலனிய சபை, வட்டார சபைகளின் உறுப்பினர்களும் கூட்டாக வாக்களித்து, மறைமுகத் தேர்தல் மூலம் மேலவைக்கு ஓர் உறுப்பினரை (செனத்தர்=Senateur) அனுப்பும் உரிமை குடியேற்றப் பகுதிகளுக்கு வழங்கப்பட்டது. (கீதா 2008: 43; தாவிதன்னுசாமி 2010, 2019).

பாகுபாடான பிரதிநிதித்துவம்

1879ஆம் ஆண்டு ஜனவரி 25ஆம் நாள், காலனிய சபைக்குப் பதிலாக, 25 பேர் கொண்ட பொது ஆலோசனை சபை அமைக்கப்பட்டது. அதற்கு இரட்டை வாக்காளர் பட்டியல்படி தேர்தல் நடத்தப்பட்டது. இதன்படி, 25 உறுப்பினர் கொண்ட பொதுக்குழுவிற்கு, வாக்காளர்களில்

3 விழுக்காடு மட்டுமே கொண்ட ஃபிரஞ்சியர் 14 பேரையும் 97 விழுக்காடு கொண்ட இந்திய வாக்காளர்கள் 11 பேரையும் தேர்ந்தெடுக்க வேண்டும். அதிலும், புதுச்சேரிக்கு ஒதுக்கப்பட்ட நான்கு பேரிலும், காரைக்காலிற்கான மூவரில் ஓர் இந்து, இரு கிறித்தவர், ஓர் இஸ்லாமியர் எனக் கட்டாயமாக்கப்பட்டது. ஃபிரஞ்சியரின் ஆதிக்கத்தைத் தொடரும் பொருட்டே, பெரும்பான்மை இந்தியர்களுக்குக் குறைவான உறுப்பினர் எண்ணிக்கை நிர்ணயிக்கப்பட்டது வெள்ளிடை மலையாகத் தெரிந்தது. தனித்தனி வாக்காளர் பட்டியல்களும், விகிதாச்சாரத்தை மீறிய தொகுதி ஒதுக்கீடுகளும், இந்தியர் மனங்களை வெல்லமுடியாமல் தடுத்துவிட்டன. இதனால், மக்களாட்சி மாண்பே கேலிக்குரியதாயிற்று.

1880 மார்ச் 12ஆம் நாளிட்ட ஆணைப்படி, கிராமங்கள் மட்டத்திலும் மக்களாட்சி முறை விரிவாக்கப்பட்டது. உள்ளாட்சி அமைப்பாக, கொம்யுன்கள் எனப்பட்ட ஊர்த்தொகுதிகள் அமைக்கப் பட்டன. புதுச்சேரியில் நான்கு, காரைக்காலில் மூன்று, சந்திரநாகூர், மாகி, ஏனாம் ஆகியவற்றிற்கு ஒவ்வொன்று என ஃபிரஞ்சிந்தியா முழுதும் பத்துக் கொம்யுன்களாகப் பிரிக்கப்பட்டது. மே மாதம் நடந்த நேரடித் தேர்தல் மூலம் உறுப்பினர்கள் தேர்வாகி, தங்களுக்குள் ஒருவரை மேயராகத் தெரிவு செய்தனர். லெயோன் கெர் (Leon Guerre) என்ற ஃபிரஞ்சியர், புதுச்சேரியின் முதல் மேயரானார் (முருகேசன் 1991: 123). பாலா பொன்னுத்தம்பி பிள்ளை என்ற தமிழர், தேர்தலில் வெற்றி பெற்று, துணை மேயரான முதல் இந்தியர் என்ற சிறப்புப் பெற்றார். அடுத்து வந்த எல்லாத் தேர்தல்களிலும் ஃபிரஞ்சியர் மட்டுமே முக்கியப் பதவிகளை வகிக்க முடிந்தது. (கீதா 2008; தாவிதன்னுசாமி 2010, 2019).

சர்ச்சைக்குள்ளான வாக்காளர் பட்டியல்கள்

தொடக்கம் முதலே, வாக்காளர் பட்டியல் பிரச்சினைக்குரியதாயிற்று. 1849இல் ஒரு பட்டியல் மட்டுமே வெளியானது; அதில் ஃபிரஞ்சியர் மட்டுமே இடம்பெற்றிருந்தனர். கிரேயோல்கள் கூட சேர்க்கப்பட வில்லை. இதனால் வருத்தமுற்ற இந்தியர்களும், ரெனோன்சான்களும் தங்களுக்கும் வாக்குரிமைக் கோரி அரசிடம் முறையிட்டனர். ஆகவே, 1879இல் இரண்டு பட்டியல்கள் வெளியிடப்பட்டன. ஒன்றில் ஐரோப்பியர் மட்டுமே; இரண்டாவதில் இந்தியரும், சட்டைக்காரர்களான தொப்பிக்காரர்களும், ரெனோன்சான்களும் இருந்தனர்.

சர்ச்சையில் வாக்காளர் பட்டியல்கள்

தொடக்கம் முதலே, வாக்காளர் பட்டியல் பிரச்சனைக்குரியதா யிற்று. 1849இல் ஒரு பட்டியல் மட்டுமே வெளியானது; அதில் ஃபிரஞ்சியர் மட்டுமே இடம்பெற்றிருந்தனர்; கிரேயோல்கள் கூட சேர்க்கப்பட வில்லை. இதனால் வருத்தமுற்ற இந்தியர்களும், ரெனோன்சான்களும் தங்களுக்கும் வாக்குரிமை கோரி அரசிடம் முறையிட்டனர். ஆகவே, 1879இல், வயது வந்தோர் வாக்குரிமை என்ற அடிப்படையில் இரண்டு பட்டியல்கள் வெளியிடப்பட்டன. ஒன்றில் ஐரோப்பியர் மட்டுமே; இரண்டாவதில், இந்தியரும், சட்டைக்காரர்களான தொப்பிக்காரர்களும், ரெனோன்சான்களும் இருந்தனர்.

ஃபிரஞ்சியரின் எதிர்ப்பு

இந்தியர்களுக்கு வாக்குரிமை தருவதிலும், பாராளுமன்றத்தில் பிரதிநிதித்துவம் தருவதிலும், இரு தரப்பிலும் மாறுபட்டக் கருத்துக்கள் இருந்தன. ஆனால், அவற்றிற்கான காரணங்கள் வேறு வேறானவை. ஃபிரஞ்சுக் கலாச்சாரம் பற்றித் தெரிந்துகொள்ளாமல், ஃபிரஞ்சு மொழி அறியாமல், எந்தவித அடிப்படைத் தகுதிகளும் நிர்ணயிக்காமல் இந்தியர்களுக்கு வாக்குரிமை அளித்துத் தங்களுக்குச் சமமாக்குவதை ஃபிரஞ்சியரில் ஒரு சாரார் விரும்பவில்லை (அனிமேஷ் ராய் 2008: 77). வெள்ளையர்களுடன் கருப்பரும் கலக்கும்போது, தங்களின் வாய்ப்புகள் பறிபோய்விடும் என்றும், நிர்வாக அமைப்புகளில் அவர்கள் பெரும்பான்மை பெற்றுத் தங்களின் அதிகார வரம்பில் தலையிடலாம் என்றும் அவர்கள் அஞ்சினர். ஆனால், சிந்தனையாளர்களில் ஒரு பிரிவினர் இதை வரவேற்றனர். ஃபிரஞ்சுச் சட்ட திட்டங்களை ஏற்றவர்களை, ஃபிரஞ்சுக் குடிமகனுக்குச் சமமாகத்தான் நடத்தவேண்டும் என தெபாசின் தெ ரிஷ்மோன் போன்றோர் வாதிட்டனர். இதனால் இந்தியர்–ஃபிரஞ்சியர் ஐக்கியமாவது (*Assimilation*) எளிதாகும் என்பது அவர்களது கணக்கு (கீதா 2008: 33–35).

இந்தியரின் எதிர்ப்பு

இந்தியர் தரப்பில், அனைவருக்கும் வாக்குரிமை என்ற பெயரில், தலித்துகளுக்கு வாக்குரிமை தருவதை உயர் சாதி இந்தியர்கள் விரும்பவில்லை. சாதிப் பிளவுகளும், மதப் பிரிவினைகளும் புரையோடிப் போயிருந்த சமுதாயத்தில் பறையரையும், பள்ளியையும், பார்ப்பனரையும் ஒன்றாகப் பாவித்து வாக்குரிமை தந்ததை மேல்தட்டுப் பிரிவினர் ஏற்கவில்லை. இதனால், சாதிச் சண்டைகள் ஏற்பட்டு, சமூக அமைதி நிலைகுலையும் என்று அவர்கள் எச்சரித்தனர்.

ரெனோன்சான்களின் ஆட்சேபம்

ரெனோன்சான்களுக்கும் இதில் வருத்தமே! அனைவருக்கும் வாக்குரிமையை வரவேற்றாலும், முதல் பட்டியலில் ஃபிரஞ்சியருடன் சேர்க்காமல், இந்தியர்களுடன் இரண்டாவது பட்டியலில் சேர்த்ததால், எண்ணிக்கையில் குறைவான தங்களது முக்கியத்துவம் குறைந்துபோகும் என்பது அவர்களது அச்சம். ரெனோன்சான்களில் கோரிக்கையை அரசு பொருட்படுத்தாததால், பாரிசில் மேல் முறையீட்டு மன்றத்தை நாடி வெற்றியும் பெற்றனர். ஆனாலும், அவர்களை ஐரோப்பியர்களுக்குச் சமமாகச் சேர்க்க அரசு விரும்பவில்லை (கீதா 2008: 45–47).

இது பற்றி ஃபிரஞ்சு அரசின் சார்பில் மனித உரிமைப் போராளியும், அமைச்சருமான விக்தோர் ஷோல்ஷேர் பரிசீலித்தார். தொப்பிக்காரர்களின் ரத்தத்தில் கொஞ்சமாவது, ஃபிரஞ்சு ரத்தம் என்ற அடிப்படையில் அவர்களை முதல் பட்டியலில் சேர்த்தார். ஆனால், ரெனோன்சான்கள் ரத்தம் முழுதும் இந்திய ரத்தம் என்பதால் அவர்களுக்கெனத் தனியாக மூன்றாவது வாக்காளர் பட்டியலைப்

பரிந்துரைத்தார். 'அடிமைகளைக் குடிமக்களாக ஏற்கும்போது, எங்களைத் தவிர்ப்பதேன்' என்ற ரெனோன்சான்களின் வாதம் எடுபடவில்லை. எனவே, விரிவான பரிசீலனைக்குப்பின், அவர்களுக்கென்று தனியாக மூன்றாவது பட்டியல் தயாரிக்கப்பட்டது. அதையும் ரெனோன்சான்கள் ஏற்கவில்லை; முதல் பட்டியலில் சேர்க்காததால் தொப்பிக்காரர்களுக்கு வருத்தம்; பறையர்களுடன் தங்களையும் சேர்த்ததால் மேல்தட்டு வர்க்கத்திற்கு வருத்தம். ஆக, மூன்று வாக்காளர் பட்டியல் முறையால் யாருக்கும் திருப்தி ஏற்படவில்லை (அனிமேஷ் ராய் 2008).

மூன்று தனிப் பட்டியல்கள்

1884இல் மூன்று பிரிவினருக்கும் தனித் தனிப் பட்டியல்கள் வெளியிடப்பட்டன; 572 பேர் கொண்ட ஐரோப்பியர் முதல் பட்டியலிலும், சுமார் 2,000 பேர் கொண்ட ரெனோன்சான்கள் இரண்டாவது பட்டியலிலும், 68,000 பேர் கொண்ட இந்தியர்கள், பிராமணிக்குகள் (Bramaniques) என்ற தொகுப்பில், மூன்றாவது பட்டியலிலும் இருந்தனர். ஆனால், ஒவ்வொரு பட்டியல் வாக்காளர்களும், பொதுச்சபை, வட்டார சபை, நகரசபைகளுக்கான உறுப்பினர்களில், மூன்றில் ஒரு பங்கினைச் சமமாகவே தேர்ந்தெடுக்கவேண்டும் என்று ஆணையிடப்பட்டது. ஆயிரங்களுக்கும், நூறுகளுக்கும் வேறுபாடே காட்டாமல், இப்படித்தான் குடியரசிலும் சமத்துவம் தோற்கடிக்கப்பட்டது (கிருஷ்ணமூர்த்தி 1991).

ரெனோன்சான்களின் வெற்றி

தாங்கள் இந்தியக் குடியுரிமைகளைத் துறந்துவிட்டதால், ஃபிரஞ்சியருடன் ஒரே தொகுப்பில் சேர்ப்பதே நீதி என்பது ரெனோன்சான்களின் வாதம். நீண்ட போராட்டத்திற்குப்பின், 1899ஆம் ஆண்டில் அவர்களின் கோரிக்கை ஏற்கப்பட்டு, முதல் பட்டியலில் ஃபிரஞ்சியருடன் சேர்க்கப்பட்டனர். ஆகவே, 1899இல், மீண்டும் இரட்டைப் பட்டியலே வெளியிடப்பட்டது. இரண்டு பட்டியல் வாக்காளர்களுக்கும் தலா பதின்நான்கு பொதுச்சபை உறுப்பினர் இடங்கள் ஒதுக்கப்பட்டன.

ஆனால், அரைகுறையாக ஃபிரஞ்சு தெரிந்த ரெனோன்சான்கள் எளிதாகப் பட்டியலில் இடம் பிடித்த நிலையில், நன்கு ஃபிரஞ்சு தெரிந்தாலும், பட்டம் பெறமுடியாத இந்தியர்களுக்கு வாய்ப்புப் பறிபோனது. யார் வேண்டுமானாலும் அரசு அலுவலகத்தில் கையெழுத்துப் போட்டாலே பெயரளவில் துறப்பாளராகிப் பதவிக்கு வரமுடிந்தது. இதனால் போலி வாக்காளர் பிரச்சினை வலுத்துக் குழப்பம்தான் மிஞ்சியது. எனவே, ரெனோன்சான்களின் நிலைபாட்டை மற்ற இருதரப்பும் ஆதரிக்கவில்லை. நேற்றுவரை தங்களுக்குக் கீழிருந்தவர்கள், தங்களைவிட மேல்நிலைக்குப் போவதா என்று இந்தியர்களுக்கு ஆதங்கம்; அவர்களால் தங்களின் இனத்தூய்மை களங்கப்படுவதாக ஐரோப்பியர்களுக்கு வெறுப்பு. எனவே, ஃபிரஞ்சு அரசை நிர்ப்பந்தித்து, ரெனோன்சான்கள் முதல் பட்டியலில் சேராவண்ணம் விதிகளைக் கடுமையாக்கிப் பல விதங்களில் முட்டுக்கட்டை போட்டனர் (தாவிதன்னுசாமி 2010, 2019).

ரெனோன்சான்களுக்குக் கட்டுப்பாடுகள்

புதிய விதிகளின்படி, இந்தியர்கள் ரெனோன்சான்களாகி வாக்குரிமை பெறுவதற்குக் கடுமையாகப் போராடவேண்டியதாயிற்று. ஒரு கிறித்தவப் பெயரை ஒட்டாக வைத்துக்கொள்ளவேண்டும், ஃபிரஞ்சிந்தியாவில் பிறந்து 25 வயது நிரம்பியிருக்கவேண்டும், ஃபிரஞ்சுப் பட்டப் படிப்பு முடித்திருக்கவேண்டும், உள்ளாட்சித் தேர்தலில் போட்டியிட்டுக் குறைந்தது ஐந்து வருடங்களாவது உறுப்பினராக இருந்திருக்கவேண்டும், ஃபிரஞ்சு அரசாங்கத்தின் விருது பெற்றிருக்க வேண்டும் என்று பல தகுதிகள் உள்ளவர்களே வாக்காளர்கள் ஆகமுடியும் என்று வரையறுக்கப்பட்டது.

இத்தகைய குளறுபடிகள், 1945இல் மறு சீர்திருத்தங்கள் செய்யப் பட்டு, பெண்களுக்கும் வாக்குரிமை அளித்து, அனைவரும் ஒரே பட்டிய லில் சேர்க்கப்படும்வரை நீடித்தது (அனிமேஷ் ராய் 2008; கீதா 2008).

வேட்பாளரே வராமல் வெற்றி

ஃபிரஞ்சிந்தியாவில் தேர்தல்கள் நடத்தப்பட்டவிதம் மிகவும் கேலிக்குரியது; கேள்விக்குரியது. 1945வரை ஃபிரஞ்சியர் மட்டுமே தேர்தல்களில் போட்டியிட்டார்கள்; மூன்று வாக்காளர் பட்டியல்களால், ஃபிரஞ்சியருக்கும், ரெனோன்சான்களுக்கும் சமத்துவம் கிடைத்ததால், ஐரோப்பியரின் ஆதிக்கம் குறையத் தொடங்கியது. இதனால் வருத்தமுற்ற அவர்கள், தங்களுக்குள் பிளவுபட்டு, இந்தியர்களின் ஆதரவை நாடத் தொடங்கினர். ஃபிரான்சில் வாழ்ந்த வேட்பாளர்கள், பிரச்சாரத்திற்குப் புதுவைக்கு வரமாட்டார்கள். அவர்களுக்காக, அவர்களது இந்திய ஆதரவாளர்களே வாக்குச் சேகரித்து வெற்றி பெற வைப்பார்கள். ஆனால் ஃபிரஞ்சியரின் வாக்குகள் வெறும் மூன்று விழுக்காடு மட்டுமே இருந்ததால், இந்தியர்களின் வாக்குகளைப் பெருவாரியாகப் பெறுபவரே வெற்றி பெரும் நிலை உருவாகியது. இதனைச் செல்வமும் செல்வாக்கும் மிக்கச் சில உள்ளூர்த் தலைவர்கள், சரியாகப் பயன்படுத்திக்கொண்டார்கள். 'ஃபிரான்சு வாழ்க! ஃபிரஞ்சுக் குடியரசு வாழ்க! ஃபிரஞ்சிந்தியா வாழ்க!' என்று கூறிக்கொண்டே, அவர்கள் குறுநில மன்னர்கள் போல் ஆதிக்கம் செலுத்தினார்கள் என்கிறார் அஜித் நியோகி (1991).

1879இல் நடந்த தேர்தலில், அவ்வாறு வெளிச்சத்துக்கு வந்தவர்தான் நாடு சண்முக வேலாயுத முதலியார். இந்தியர்களின் முழு ஆதரவு பெற்ற அவரோடு, ரெனோன்சான்களின் பிரதிநிதியான அவோக்கா பொன்னுத்தம்பியும் சேர்ந்துகொண்டு, ழூயில் கொதேன் (*Juiles Godin*) என்ற புகழ்பெற்ற ஃபிரஞ்சு வழக்கறிஞரைப் பாரிஸ் தேசிய சபைக்கு வெற்றிபெறச்செய்தனர். நாளடைவில் அவர்களிடையே பிணக்குகள் தோன்றினாலும், நாடுவின் செல்வாக்கு 1906வரை நீடித்தது.

ஆசிய, ஆப்பிரிக்க நாடுகளில், முதன் முறையாக ஃபிரஞ்சிந்தியாவில் தான், மக்கள் பிரதிநிதித்துவம், வயது வந்தோர் வாக்குரிமை, பொதுத்தேர்தல் போன்றவை, அரை குறையாகவேனும், ஃபிரஞ்சு

அரசால் அறிமுகப்படுத்தப்பட்டன; அது பாராட்டுக்குரியதே! ஆனால். சமத்துவத்தின் பலனை இந்தியர்கள் முழுமையாக அனுபவிக்க விடாமல், முட்டுக்கட்டைகள் போட்டுக்கொண்டே வந்த நடவடிக்கைகள், குடியாட்சித் தத்துவத்தை மூளியாக்கிவிட்டன (கிருஷ்ணமூர்த்தி 1991).

தத்துவம் அல்ல தனி ஒருவனே

கட்சிகளோ, கொள்கைகளோ முன்னிறுத்தப்படாமல், தனி மனித செல்வாக்கும், வாக்கு வங்கிகளும், அரசியல் ஓட்டத்தை நிர்ணயித்த போக்கு, 19ஆம் நூற்றாண்டு அரசியலின் தனித்துவம் எனலாம். அரசியல் நிகழ்வுகளும், நாட்டின் நிர்வாகமும் அவர்களைச் சுற்றியே சுழலும் அளவிற்கு, உச்சகட்டத் தனிமனித வழிபாடு அடுத்த நூற்றாண்டிலும் தொடர்ந்தது. இது, பதினெட்டாம் நூற்றாண்டின் பின் பாதியில், அரசே சமூகத்தின் சில முக்கியமானவர்களைத் தெரிவு செய்து, பிரமுகர்கள் சபை என்று நியமித்திருந்ததன் நீட்சியே எனலாம் (கீதா 2008).

சமூகக் களத்தில் சதிராடிய பிரமுகர்கள், தங்களின் செல்வாக்கைத் தக்கவைத்துக்கொள்ளும் பொருட்டு, தங்களின் பெயராலேயே கட்சிகள் ஆரம்பித்துக் கொண்டதும், அந்த ஆளுமைகளுக்கிடையே கிளைவிட்ட தலைமைத் தகராறுகளால் கட்சிகள் உடைந்து, கொள்கையும் குறிக்கோளும் குறி தவறிப்போய், தார்மீக அரசியல் தடுமாறியதும், இருபதாம் நூற்றாண்டின் காணக்கிடைக்காத காட்சிகள்.

2.3: அரசியல் போராட்டங்கள்

பதினெட்டாம் நூற்றாண்டை விட பத்தொன்பதாம் நூற்றாண்டில், சமூக, ஜனநாயக உரிமைகளைப் பற்றிய விழிப்புணர்வு வளர்ந்திருந்தது. எனவே, உரிமைக் கோரிப் போராடும் முறைகளும் நவீனமாகி, வெகுமக்கள் இயக்கங்களுடன், நீதிமன்ற சட்டப்போர்களும் வழக்கமாயின. அத்தகைய போராட்டங்களுள், சில வரலாற்று முக்கியத்துவம் பெற்று விட்டன.

சிப்பாய்க் கலகத்தின் தாக்கம்

1857இல் வடநாட்டில் சிப்பாய்க் கலகம் நடந்தது. பிரிட்டிஷாரின் அதிகாரத்திற்கு விடப்பட்ட சவால் என்பதால் ஆங்கிலேயர்கள் அதைக் கடுமையாகக் கையாண்டார்கள். அந்த நிகழ்ச்சி புதுச்சேரியிலும் கலக்கத்தை ஏற்படுத்தியது. ஃபிரஞ்சுக் காவலர்களும் புரட்சி செய்வார்களோ என்ற அச்சம், அரசின் உயர் மட்டத்தில் ஏற்பட்டது; சமூகப் பாதுகாப்புப் பற்றிய அச்சம் ஏனைய ஐரோப்பியர்களையும் தொற்றிக்கொண்டது. இதை உதாரணமாகக் கொண்டு கலவரக்காரர்கள் வெள்ளையர் பகுதிக்குள் புகுந்து, தங்களைத் தாக்கிக் கொள்ளையடிப்பார்களோ என்ற அச்சம் பரவியது. அத்தகைய சூழல் ஏற்பட்டால் சமாளிப்பதற்காகத் தங்களின் தற்காப்புக்காக ஆயதங்களும், வெடி மருந்துகளும் தரவேண்டுமென்று, அறுபத்தோரு வெள்ளையர்கள் கூடி ஆலோசித்து, ஆளுநருக்கு மனு அளித்தனர்; ஆளுநரே அது பற்றிய கவலையில் ஆழ்ந்தார்.

ஆனால், இந்தியர்கள் சார்பில் எவ்வித அசம்பாவிதமும் நடக்காதென்றும், அரசுக்குத் தங்களின் முழு ஆதரவு உண்டு என்றும், 440 இந்தியர்கள் கையொப்பமிட்டு உறுதியளித்தார்கள். அதே சமயம், தங்களையும் ஃபிரஞ்சியருக்குச் சமமாக நடத்த வேண்டுமென்ற கோரிக்கையையும் முன்வைத்தார்கள். அதற்கு நல்ல பலன் கிடைத்தது. 1872இல் மூன்றாம் குடியரசு மலர்ந்ததும், குடியேற்றப் பகுதிகளிலிருந்து, வயது வந்தோர் வாக்களித்து ஒரு மக்கள் பிரதிநிதி பாரிஸ் பாராளுமன்ற தேசிய சபைக்குத் தேர்ந்தெடுக்கப்பட வழி பிறந்தது. ஃபிரான்சுக்கும், அதன் காலனியப் பகுதிகளுக்கும் இடையேயான முதல் ஜனநாயகப் பிணைப்பு இதன் மூலம் பிறந்தது. வெள்ளையருக்கு எதிராக நடந்த போராட்டத்தை வைத்து, இந்தியர்களே, வெள்ளையரிடம் கோரிக்கை வைத்து வெற்றி பெற்றதுதான் வேடிக்கை (அனிமேஷ் ராய் 2008: 7–8).

சமத்துவம் வென்ற பொன்னுத்தம்பிப் பிள்ளை
(கீதா 2008: 53–54)

1873, ஜனவரி 16இல் புதுச்சேரி நீதிமன்றம் ஒரு வித்தியாசமான நிகழ்வைச் சந்தித்தது (கீதா 2008: 53–84).

பொன்னுத்தம்பிப் பிள்ளை ஒரு தமிழர்; வழக்கறிஞர். ஒரு வழக்கில் வாதாடச் சாவடிக்குள், தலையில் தொப்பி, காலுறையுடன் முழுக்காலணி (பூட்சுகளுடன்) அணிந்து நுழைகிறார். 'டக் டக்' என்ற ஒலி கேட்ட நீதிபதி நிமிர்ந்து பார்க்கிறார். 1842 பிப்ரவரி ஏழாம் நாள், ஆளுநர் பிறப்பித்த ஆணையின், 188ஆவது விதி, நீதிமன்ற அலுவலகங்களுக்குள் இந்தியர்கள் தங்கள் சாதிக்குரிய ஆடைகளையே அணிய வேண்டும் என்று குறிப்பிட்டிருந்தது. காலணி அணிந்து வர கறுப்பர்களுக்கு உரிமையில்லை என்ற நியதியை மீறி வந்திருந்த பொன்னுத்தம்பிப் பிள்ளையைப் பார்த்து, "நீங்கள் ஓர் இந்தியர்தானே! ஐரோப்பியர் போல் காலணி அணிந்து, நீதிமன்றத்திற்குள் வருவது குற்றமென்று தெரியாதா?" என்று ஆத்திரத்தில் கொந்தளித்தார். "காலணியை வெளியே விட்டு விட்டு வாருங்கள்; அல்லது அப்படியே போய்விடுங்கள்" என்று எச்சரித்தார்.

நீதிபதியின் குரலில் இருந்த காழ்ப்பும் கண்டிப்பும் பொன்னுத்தம்பிப் பிள்ளையைச் சலனப்படுத்தின; இது அவர் எதிர்பார்த்ததுதான். எனவே, சற்றே ஆசுவாசப்படுத்திக்கொண்டு, நிதானமாக, சன்னமான, ஆனால் உறுதியான குரலில், "மதிப்பிற்குரிய பிரபுவே! வழக்கறிஞர் சங்கத்தில் நானும் ஓர் உறுப்பினன். எனவேதான், ஏனைய வழக்கறிஞர்கள்போல், உங்கள் முன் நிற்கிறேன். இதில் வெள்ளையர் – கறுப்பர், ஃபிரஞ்சியர் – இந்தியர் என்ற பேதத்திற்கு இடமேது? சட்டத்திற்கு முன் எல்லோரும் சமம்தானே!" என்று வாதிட்டார்.

நீதிபதிக்குக் கோபம் சற்றும் குறையவில்லை; அவரை முறைத்துப் பார்த்தார். பொன்னுத்தம்பிப் பிள்ளை தொடர்ந்தார். "பிரபுவே! இந்தக் காலணியும், காலுறையும் இந்தியர்களின் கலாச்சாரத்தில் இல்லாதவை. எப்போது நான் பழைய நடைமுறைகளைத் துறந்து, ஃபிரஞ்சுக் கலாச்சாரப்படி அவற்றை அணிந்து கொண்டேனோ,

அப்போதே எனக்கு உள்ளே வரும் உரிமையும் தகுதியும் வந்து விட்டதல்லவா?" என்று அழுத்தந்திருத்தமாகக் கேட்டார்.

இனவெறி உணர்வில் தோய்ந்த நீதிபதியிடம், அவரது தார்மீக வாதங்கள் எடுபடவில்லை. வழக்கத்தை மீறி நடந்துகொண்டதாலும், ஆளுநரின் ஆணையை அவமதித்ததாலும், நீதிமன்ற நடவடிக்கை களைக் குலைத்ததாலும், பொன்னுத்தம்பிப் பிள்ளையின் வழக்கறிஞர் உரிமத்தை ரத்துசெய்து, பத்து நாட்களுக்கு அவர் நீதிமன்றத்திற்குள் வரக்கூடாது என்று தீர்ப்பளித்தார்.

பொன்னுத்தம்பிப் பிள்ளையின் தன்மானம் சிலிர்த்துக்கொண்டது. "பிறப்பொக்கும் எல்லா உயிர்க்கும்" என்று பரவிய வள்ளுவன் வழி வந்த தமிழனல்லவா! காலணி அணிந்து வெள்ளையருக்குச் சமமாகச் செல்லும் உரிமை கேட்டு அரசுக்கு மனு செய்தார்; பலனில்லை. உள்ளூர் நீதிமன்றமே எதிர்க்கருத்துக் கொண்டிருந்ததால், பாரிஸ் மேல் முறையீட்டு மன்றத்தில் வழக்குத் தொடர்ந்தார்.

மேல் முறையீட்டில் வெற்றி

ஃபிரான்சில் அவருக்காகப் புகழ்பெற்ற வழக்கறிஞர் ழூய்ல் கொதேன் *(Jules Godin)* வழக்காடி வெற்றித் தேடித்தந்தார். ஃபிரஞ்சு வழக்கறிஞர்களுக்குச் சமமாக இந்தியர்களும் நடந்துகொள்வது குற்றமல்ல என்று தீர்ப்பாயிற்று. உண்மையில், இது காலணி உரிமைக்கான தீர்ப்பல்ல. இந்தியர்கள் தங்களது சாதிய அடையாளங்களைத் துறந்து, ஐரோப்பியக் கலாசாரத்திற்கு மாறும்போது, அதை ஆதரிக்கவேண்டும் என்பது அரசின் நிலைபாடு. இதன் மூலம், இந்தியர்கள் அரசியலில் ஆதிக்கம் செலுத்துவதைக் கட்டுப்படுத்த முடியும் என்பதால், இத்தகையத் தார்மீகப் புரட்சியை வரவேற்க வேண்டும். அதைப் பொன்னுத்தம்பி கடைபிடிக்க முன் வரும்போது ஆதரிக்காமல், அவர் மீது நடவடிக்கை எடுத்த ஆளுநர் ஃபாரோனை, அமைச்சர் கண்டித்தார். புதுச்சேரி நீதிமன்ற நீதிபதிகள், சாமி முதலியார், அண்ணாசாமி இருவரும் முந்தையத் தீர்ப்பினை ரத்து செய்தனர் (அனிமேஷ் ராய் 2008: 83).

ஒரே நாளில் கொதேனும், பொன்னுத்தம்பிப் பிள்ளையும் கதாநாயகர்களாகி விட்டனர்! கருப்பு அங்கியும், வெள்ளைப் பட்டை யும், கருப்புக் காலணியும் அணிந்து, எந்த நீதிமன்றத்திலிருந்து வெளியேற்றப்பட்டாரோ, அதே மன்றத்திற்குள் கம்பீரமாக நுழைந்தார் பொன்னுத்தம்பிப் பிள்ளை!

காலணி அணியும் உரிமைப் பெற்றதன் மூலம் சமத்துவச் சாளரத்தின் *(La Porte)* ஒரு கதவைத் திறந்தார். இது அவருக்குக் கிடைத்த முதல் வெற்றி!

இந்த வெற்றியைச் சாதித்துக் காட்டிய வழக்கறிஞர் ழூய்ல் கொதேனை, 1879ஆம் ஆண்டு நடந்த பாரிஸ் பாராளுமன்றத் தேர்தலில் வேட்பாளராக்கி, நாடு சண்முக முதலியார் ஆதரவுடன், ஃபிரஞ்சிந்தியா வின் தேசிய சபைப் பிரதிநிதியாக வெற்றி பெறவைத்து நன்றிக்கடன் செலுத்தினார். இந்த வெற்றியால் புகழ் பெற்ற கொதேன், ஃபிரான்சின் பொதுப்பணித்துறை அமைச்சராகவும் ஆனார். அதில் பொன்னுத்தம்பிப் பிள்ளைக்கும் பங்குண்டல்லவா! (அனிமேஷ் ராய் 2008: 82–83)

மீண்டும் ஒரு சட்டப் போராட்டம்

புதுச்சேரி அரசியல் வானில், ஒரு சமூக நீதிப்போராளியாக உருவெடுத்திருந்தார் பொன்னுத்தம்பிப் பிள்ளை. அவர் மதம் மாறிய கிறித்தவர்; வெகுநாட்களாகியும், மதம் மாறிய தமிழர்கள், குறிப்பாகத் தாழ்த்தப்பட்டவர்கள், ஐரோப்பியக் கிறித்தவர்களுக்குச் சமமாக நடத்தப்படவில்லை. இந்தப் பிரச்சனையைக் கையிலெடுத்த பொன்னுத்தம்பிப் பிள்ளை, தேவாலயத்தில் தாழ்த்தப்பட்டக் கிறித்தவர்கள் பிரித்துவைக்கப்பட்டதை எதிர்த்து, ஐரோப்பியருக்குச் சமமான சமூகத் தகுதி வேண்டும் என்று போர்க்குரல் எழுப்பினர். அவர்களோடு அமர்ந்து திருப்பலி கேட்டார்; அவர்களோடு சரிசமமாக அமர்ந்து, உணவைப் பகிர்ந்துகொண்டார். “நான் ஒரு ஃபிராங்க்கோ இந்தியன்; ஃபிரஞ்சுக் குடிமகன். அதுவே எனது சாதி” என்று வாதிட்டார். தமிழ்க் கிறித்தவர்களின் திருமணங்கள் ஃபிரஞ்சுச் சட்டப்படி பதியப்படவேண்டும், வாக்குரிமையும், தேர்தலில் போட்டியிடும் உரிமையும் வேண்டுமென்று 1878இல் அரசுக்குக் கோரிக்கை விடுத்தார்.

லாபோர்த் அடைமொழி

அவரது கோரிக்கையின் நியாயத்தை ஏற்றுக்கொண்ட ஃபிரஞ்சு அரசு, 1881 செப்டம்பர் 21இல் ஒரு சட்டப்பூர்வமான ஆணையைப் பிறப்பித்தது, அதன்படி, “21 வயதிற்கு மேற்பட்ட இந்தியர் யாவரும், சாதி பேதமில்லாமல், தங்களது இந்திய உரிமைகளைத் துறந்துவிட்டு (துறப்பாளர்கள் – *Renoncans*), ஃபிரஞ்சுச் சட்ட முறைமைகளை ஏற்றுக் கொள்ளலாம். அவ்வாறு மாறிய அனைவரும், அவர்களது வாரிசுகளும், ஃபிரஞ்சுக் குடிமக்களாகவே நடத்தப்படுவர்” என்று அறிவித்தது; இந்து, இந்திய உரிமைகளைத் துறந்து, ஃபிரஞ்சுச் சட்ட முறைகளை ஏற்ற முதல் ரெனோன்சான் ஆனார் பொன்னுத் தம்பி. இன்னுமோர் வாசல் திறந்தது.

துறப்பாளர்கள் (*Renoncans*) ஃபிரஞ்சு முறைமைக்கு மாறி ஏற்பாளர்களாகிக் குடியுரிமை பெற்றது பெரிய சாதனையாகப் போற்றப்பட்டது. சமூக நீதிப் போராட்டத்தில் மற்றொரு கதவைத் திறந்துவிட்ட பொன்னுத்தம்பிப் பிள்ளை, ‘லாபோர்த் பொன்னுத்தம்பி’ என்றழைக்கப்பட்டார். அதைக் கொண்டாடத்தான் ஒரு தெருவிற்கு லாபோர்த் தெரு (*La Porte*) என்று பெயர் சூட்டப்பட்டபட்டது. ‘கதவு’ என்ற சொல்லைத் தன் பெயரின் கிறித்தவ முன்னொட்டாக அவர் வைத்துக்கொண்டது பொருத்தம் தானே!

வாக்காளர் பட்டியலுக்காக ஒரு வழக்கு

ஓர் இந்தியர், ரொனான்சானாகி ஃபிரஞ்சுக்குடியுரிமை பெற வேண்டிய நடைமுறை மிகவும் எளிது. பிறப்பு – இறப்புப் பதிவு அதிகாரி முன்னிலையில், ஒரு படிவத்தில் ஒப்பமிட்டாலோ, கைநாட்டு வைத்தாலோ போதுமானது. ஒரு சிறு கைச்சாத்து மூலம், அசல் ஃபிரஞ்சுக் குடிமகனுக்குச் சமமாகி விடலாம் என்ற விதி ஏராளமான இந்தியர் களை ஈர்த்தது. முதல் ஏற்பாளரானவர் லாபோர்த் பொன்னுத்தம்பிப் பிள்ளை. இதை ஒரு நல்வாய்ப்பாகக் கருதி பலரும் கிறித்தவ

மதத்திற்கும், துறப்பாளர்களாகவும் மாறத் தயாரானார்கள். குறிப்பாக, நகர்ப்புறத்தில் வேளாளர் சமூகம் இதில் முன் நின்றது. கிராமத்தவரும் கும்பல் கும்பலாக வெளியேறி புதுச்சேரியைச் சுற்றியுள்ள குருசுகுப்பம், செவராயப்பேட்டை, சுண்ணாம்புக் காளவாய்ப் பேட்டை ஆகிய பகுதி களில் குடியேறினர்.

ஃபிரஞ்சு புரட்சியைத் தொடர்ந்து, 1790களில் புதுச்சேரியிலும் ஜனநாயகம் மலர்வதற்கான அறிகுறிகள் தென்பட்டன. வயது வந்தோர், வாக்குரிமை மூலம் ஃபிரான்சுப் பாராளுமன்றத்திற்கு ஒரு பிரதிநிதியைத் தேர்ந்தெடுக்க 1879இல் அறிவிக்கை வெளியிடப்பட்டு, அதற்கென வாக்காளர் பட்டியலும் வெளியிடப்பட்டது. அதில் இரண்டு பட்டியல்கள் இருந்தன. ஒன்றில் ஐரோப்பியர்களும், கலப்பினத்தவரும் மட்டுமே இருந்தனர். இந்தியர்கள் அனைவரும் இரண்டாவது பட்டியலில் சேர்க்கப்பட்டிருந்தனர்.

புதுவையை நேசித்த மூயில் கொதேன்

மூயில் கொதேன் (*Juiles Godin*) ஃபிரஞ்சுப் பாராளுமன்றத்திற்குப் புதுச்சேரியிலிருந்து மக்களால் தேந்தெடுக்கப்பட்ட முதல் உறுப்பினர். லாபோர்த் பொன்னுத்தம்பிக்காக வாக்காளர் பட்டியல் வழக்கிலும், ஃபிரஞ்சுக் குடியுரிமை வழக்கிலும் உச்ச நீதிமன்றத்தில் வாதாடி வெற்றித் தேடித்தந்தவர். அதனால், நாடு சண்முக முதலியார், பொன்னுத்தம்பி ஆதரவுடன் 1879ஆம் ஆண்டு நடந்த ஃபிரஞ்சுப் பாராளுமன்றத்திற்கான தேசிய சபை பிரதிநிதித் தேர்தலில் போட்டியிட்டு வெற்றி பெற்றார்.

தமிழின் பெருமையையும் பழமையையும் நன்குணர்ந்த அவரது முயற்சியால், பாரிஸ் பல்கலைக்கழகத்தில் 1879ஆம் ஆண்டு தமிழ்ப் பிரிவு தொடங்கப்பட்டது. அங்குக் கீழைநாட்டுக் கல்விச்சாலையில் தமிழ் கற்பித்து வந்த மரியதாசு என்பவர் இறந்தபோது, தமிழ் வகுப்புகள் தடைபட்டன. அது சமயம், மூய்ல் கொதேன் மீண்டும் தமிழ் வகுப்புகள் தொடர வகைசெய்தார். ஓர் அசம்பாவிதம் காரணமாகத் தீமிதித் திருவிழா தடைபட்டபோது, நாடு சண்முக முதலியார் வேண்டுகோளுக்கிணங்கி, பாரிஸ் உயர் மட்டத்தில் பேசி, மீண்டும் விழா நடக்க ஏற்பாடு செய்தவரும் அவரே! (வேல்முருகன் 2019).

1881வாக்கில் துறப்பாளர் எண்ணிக்கை சுமார் 3000 ஆக உயர்ந்திருந்தது. எனவே, இப்போது சிக்கல் வேறு வடிவில் எழுந்தது. துறப்பாளர்களும், இந்தியர்களும் ஒரே பட்டியலில் சேர்க்கப்படுவதை இரு தரப்பாரும் விரும்பவில்லை.

மறுக்கப்பட்ட சமத்துவம்

ஃபிரஞ்சுக் குடிமகன் என்ற முறையில், ஐரோப்பியருடன் முதல் பட்டியலில்தான் சேர்க்கவேண்டுமென்று பொன்னுத்தம்பிப் பிள்ளை உரிமைக்குரல் கொடுத்தார். 1883இல் நடந்த இரண்டு தேர்தல்களில் ரெனோசான்கள் வெற்றி பெற்றிருந்தார்கள். அதில் கிடைத்த மக்கள்

ஆதரவு அவர்களுக்குத் தெம்பூட்டியது. பதினான்கு மக்கள் பிரதிநிதிகள் சேர்ந்து பாரிசுக்கு ஒரு கோரிக்கு மனு அளித்தனர். இந்தியருக்கான உரிமையைத் துறந்துதானே ஃபிரஞ்சுக் குடியுரிமை பெற்றோம். எனவே சட்டப்படி, முதல் பட்டியலே தங்களுக்கு உரிய இடம் என்பது அவரது வாதம். 60,000 இந்தியர்களுடன் சேர்க்கப்பட்டால், தாங்கள் கடலில் கரைக்கப்பட்ட பெருங்காயமாகி, தங்களின் அரசியல் முக்கியத்துவத்தை இழந்துவிடுவோமென்பது அவரது கணக்கு. எனவே, ஃபிராங்க்கோ இந்தியர்களை ஒருங்கிணைத்து, துறப்பாளர் கட்சி *(Partie des Renoncans)* ஒன்றைத் தொடங்கினார்; மீண்டும் நீதிமன்றக் கதவைத் தட்டினார். ஃபிரஞ்சு அரசின் சார்பில் இந்தப் பிரச்சினையை, விக்தோர் ஷொல்ஷேர் கையாண்டார். மனித உரிமைப் போராளியான விக்தோர், பொன்னுத்தம்பிப் பிள்ளையின் கோரிக்கையில் அரசியல் உள்நோக்கம் இருப்பதைப் புரிந்துகொண்டார். ஆனால், ஃபிரஞ்சுச் சட்டப்படி அவர்களின் கோரிக்கை நியாயமானது என்பதையும் அவரால் புறக்கணிக்க முடியவில்லை. எனவே, ஒரு சமரசத் திட்டமாகத் துறப்பாளர்களுக்கென்று தனியாக ஒரு பட்டியலைப் பரிந்துரை செய்தார். அரசு அதை ஏற்று, 1884இல் மூன்று பட்டியல்களை வெளியிட்டது. ஒவ்வொரு பட்டியலுக்கும், வாக்காளர் எண்ணிக்கையைக் கணக்கிடாமல், சமமான தொகுதிகள் ஒதுக்கப்பட்டன (கீதா 2008: 38).

யார் இந்தப் பொன்னுத்தம்பி ?

முற்காலத்தில், கருவடிக்குப்பம் ஸ்ரீ சித்தானந்த சாமிக் கோயில் வளாகம் ஒரு பெரிய மாந்தோப்பாக இருந்தது. அது வில்லியனூர் முத்துகுமாரசாமிப் பிள்ளையின் பூர்வீகச் சொத்து. அந்த மாந்தோப்பினை, 1837இல் அங்குச் சித்தியடைந்த சுவாமிகளின் நினைவாக நிறுவப்பட்ட சித்தானந்தசாமி மடத்திற்கு அவரது மூன்று மகன்களும், 1869 மார்ச் மாதம் இரண்டாம் நாள், நன்கொடையாக அளித்துள்ளனர். அன்றைய பத்திரப் பதிவில், ஐந்தாம் பக்கத்தில் எண் 93இல் பதியப்பட்ட தானத்தை, புதுவை நகரப் பதிவாளர் (த பெல்லியோன்) அப்பாசாமி மரி ஃபிரான்சுவா நயினியப்பப் பிள்ளை கையொப்பமிட்டுப் பதிவு செய்துள்ளார். சுவாமிகளுக்குக் காணிக்கையாகவே இந்த மாந்தோப்பு அர்ப்பணிக்கப்பட்டது.

சித்தானந்த சுவாமியைப் புதுவைக்கு அழைத்துவந்தவர் முத்துக்குமாரசுவாமிப் பிள்ளை. அவரது மனைவியின் நாள்பட்ட நோயைக் குணப்படுத்த அவரைக் கடலூரிலிருந்து அழைத்துவந்தார். சுவாமியின் சக்தியால் நோய் தீர்ந்ததால் அவருடனே தங்கவைத்துக்கொண்டார். அவரது மகன்தான் பொன்னுத்தம்பிப் பிள்ளை. இதில் தானமளித்த மூன்று கொடையாளிகளுள், மூத்தவராகக் கையொப்பமிட்டவர் அவரே.

'சித்தானந்த சாமித்தோப்பு' என்று அறியப்பட்ட இம்மாந்தோப்பு, "செந்தமிழ்த் தென் புதுவை என்னும் திருநகரின், மேற்கே சிறு தொலைவில் மேவுமொரு மாஞ்சோலை" என்று பாரதியாரால் பாடல் பெற்றது. அவர் அன்றாடம் உலவித் திரிந்து, ஆன்மீக உந்துதல் பெற்ற இத்தோப்பு, பின்னாளில் பாரதியின் குயில் தோப்பு என்றும் வழங்கப்பட்டது (இராஜா–ரீட்டா 2005).

ஃபிரஞ்சியரோடு சேராவிட்டாலும், இந்தியர்களிடமிருந்து விடுபட்டதில் துறப்பாளர்களுக்கு ஓரளவு மகிழ்ச்சியே. ஆனால், தங்களிடமிருந்து பிரிந்தாலும், தனிப்பட்டியல் மூலம் ஒரு நிர்ணய சக்தியாகத் துறப்பாளர்கள் உருவானது பற்றி இந்தியர்களுக்கு ஏமாற்றமே!.

இவ்வாறு, மூன்றாவது முறையாக ஓர் உரிமைக் குரலெழுப்பி வெற்றி பெற்றார் பொன்னுத்தம்பிப் பிள்ளை. தனிப்பட்டியல் மூலம் எளிதில் பதவி கிடைக்குமென்பதால், ஏராளமானோர் துறப்பாளர்களாயினர்; சுயநலமிக்க அரசியல்வாதிகளால், அப்பாவி மக்கள் அவர்களுக்குத் தெரியாமலே துறப்பாளர்களாக ஆக்கப்பட்டனர். பொன்னுத்தம்பி யின் செல்வாக்கு உயர்ந்தது; அரசு விழித்துக்கொண்டது. நீண்ட ஆலோசனைகளுக்குப்பின், 1899இல், ரெனோன்சான் பட்டியலை ஒழித்துவிட்டு, கடுமையான நிபந்தனைகள் விதித்து, உளமார உரிமைத் துறந்தவர்களைக் கண்டறிந்து, அவர்களை மட்டும் முதல் பட்டியலில் சேர்த்துவிட்டு, ஒப்புக்கு மாறிய இந்தியர்களை இரண்டாவது பட்டியலில் மற்ற இந்தியர்களோடு சேர்த்துவிட்டது. தொடர்ந்து போராடி, இதை மாற்றுவதற்குப் பொன்னுத்தம்பிப் பிள்ளை உயிரோடில்லை; 1886இல் அவர் மரணமடைந்துவிட்டார்.

நீண்ட சட்டப் போராட்டத்தால் வென்றெடுக்கப்பட்ட ரெனோன்சான் பட்டியல், 1899 செப்டம்பர் 10இல் வெளியிட்ட அரசாணைப்படி பத்தாண்டுகளுக்குப் பின் பெரிய பட்டியலில் கரைந்து போனது (கீதா 2008: 38).

2.4: ஃபிரஞ்சிந்தியாவில் தேர்தல்கள் நடந்த விதம்

பொது வாக்கெடுப்பின் மூலம் தேர்தல்கள் நடத்த முடிவானதும், விரிவான வழிகாட்டு நெறிகள் வகுக்கப்பட்டன. மத்திய நீதிபதிகள் குழுவின் மேற்பார்வையில் கீழ்மட்டத் தேர்தல் பணிக்குழுக்கள் இயங்கும்; ஒவ்வொரு வாக்குச் சாவடிக்கும் ஒரு தலைமை அதிகாரியும், அவருக்கு உதவியாக இரண்டு அலுவலர்களும் நியமிக்கப்படுவர்; படித்த உள்ளூர் இளைஞர்கள் ஓரிருவர் வாக்காளர்களுக்கும், வேட்பாளர்களுக்கும் உதவி செய்ய அனுமதிக்கப்படுவர்; பட்டியலில் உள்ள ஒவ்வொரு வாக்காளருக்கும் அடையாள அட்டை தரப்படும் என்று முடிவானது.

வாக்குச் சாவடியின் அமைப்பு

ஒவ்வொரு கிராமத்திலும் ஒரு மரத்தடியில் கீற்றுக் கொட்டகைப் போடப்பட்டது. மேலே கூரை மட்டும்தான் இருக்கும். பக்கங்களில் கதவுகள் நிச்சயம் இருக்காது. திரை மறைப்பு இருந்தால் உண்டு. உள்ளே ஒரு மேசை ஒரே ஒரு நாற்காலி, அது அதிகாரிக்கானது. மற்றவர்கள் ஒரு பலகையில் அமர்ந்துகொள்ளலாம். பாதுகாப்புக்கு ஒரு காவலர் துணை புரிவார். இதுதான் வாக்குச் சாவடி (மெலாங்கின் 2015).

வாக்காளர் சாவடிக்குள் நுழைந்த வுடன், வாக்காளர் பட்டியலில் அவரது

பெயரைச் சரிபார்த்தபின், அவர் கையெழுத்துப் போடலாம் அல்லது கைநாட்டு வைக்கலாம், அதிகாரி தரும் வாக்குச் சீட்டில், திரைமறைவில் பதிவிட்டு, அதிகாரி முன்னுள்ள முத்திரை வைக்கப்பட்ட பெட்டிக்குள் போடவேண்டும்.

பகலில் வாக்குப்பதிவு மாலையில் முடிவு

வாக்குப் பதிவு நேரம் முடிந்தவுடன், அன்று மாலையே, சாவடி அதிகாரியே முத்திரையை உடைத்து, எல்லோர் முன்னிலையிலும் வாக்குகளை எண்ணிப் பதிவு செய்வார். வாக்குப்பதிவு விவரங்களை அவர் அன்றே நீதிபதிகள் குழுவிடம் சமர்ப்பிப்பார். உடனே வெற்று உறைகளும், பதிவான வாக்குச் சீட்டுகளும் அங்கேயே எரிக்கப்பட்டுவிடும். எல்லா முடிவுகளையும் தொகுத்து, இறுதியான முடிவை அக்குழு அதிகாரப்பூர்வமாக அறிவிக்கும். இதுதான் தேர்தல் நடைமுறை என்று வகுக்கப்பட்டது.

துல்லியமான நடைமுறைதான். ஆனால் நினைத்தது ஒன்று; நடந்தது ஒன்று (மெலாங்கின் 2015; தாவிதன்னுசாமி 2019).

அவரே வேட்பாளர் அவரே அதிகாரி

சுதந்திரமான வாக்காளர்களுடன், அரசு அதிகாரிகளும், நீதிபதிகளும் தேர்தலில் போட்டியிட அனுமதிக்கப்பட்டனர். மேயரோ அவரால் நியமிக்கப்பட்டவரோ சாவடித் தேர்தல் அதிகாரியாக இருப்பார். வேண்டிய உதவியாளர்களையும் அவரே நியமித்துக்கொள்வார். அவரது முடிவுகளை யாரும் கேள்வி கேட்க முடியாது.

விழிப்புணர்வில்லா வாக்காளர்கள்

வாக்காளர்களில் எண்பது விழுக்காடு படிப்பறிவில்லாத ஏழைகள்தாம்; வாக்குரிமை பற்றிய விழிப்புணர்வு இல்லாதவர்கள். தேர்தலில் நிற்பவர்கள் பலம் பொருந்தியவர்களாகவோ, அதிகாரிகளாகவோ இருந்தால், வேண்டாத வாக்காளர்களுக்கு அடையாள அட்டை தரப்பட மாட்டாது. ஆகவே, வாக்காளர்கள் அச்சத்துடன்தான் வருவார்கள். வந்தவுடன், அதிகாரியே அவர்களது அடையாள அட்டையில் கையொப்பமிட்டுவிட்டு, உறையில் உள்ள வாக்குச் சீட்டை எடுத்துக் கொடுப்பார். நடைமுறையில் பெரும்பாலான நேரங்களில் அவரே முத்திரை குத்திப் போட்டுவிடுவார். அரசாங்கத்தின் ஆதரவும் இருந்தால் கேட்கவே வேண்டாம். கேள்வி கேட்பவர்களையும், தகராறு செய்பவர்களையும் காவலரை வைத்து அவரே விரட்டிவிட்டு, வந்தவர் வாக்கு, வராதவர் வாக்கு எல்லாவற்றையும் அவரே முத்திரை குத்திப் போட்டுவிடுவார். போதாக் குறையாக, வாக்குச் சாவடியைக் கைப்பற்றுவதற்குப் பாதுகாப்பாக, வேட்பாளர்களின் அடியாட்கள் ஆயுதங்களுடன் வாக்குச் சாவடியையே சுற்றி வந்து அச்சமூட்டிக்கொண்டிருப்பார்கள்.

1848ஆம் ஆண்டு தேர்தலுக்காக வாக்களர் பட்டியல் தயாரிப்பதற்கான அறிவிப்பு வெளியிடப்பட்டு, கிராமங்களில் தமுக்குப் போடப்பட்டது. இந்திய வாக்காளர்களின் எண்ணிக்கையைக் குறைக்கத்

திட்டமிட்ட சில குதர்க்கவாதிகள், ரெயுனியன் (*Re Union*), மயோட் (*Mayote*) தீவுகளுக்குக் கூலிகளைச் சேர்ப்பதற்காகவே பட்டியல் தயாரிக்கப்படுவதாகப் புரளி கிளப்பிவிட்டார்கள். இதனால் பயந்துபோன விவசாயிகளும், மீனவர்களும் தங்கள் ஊர்களை விட்டு தமிழகப் பகுதிகளுக்குச் சென்றுவிட்டார்கள். இப்படிப்பட்ட அடிப்படைப் புரிதல் கூட இல்லாத இந்தியர்களை ஏமாற்றுவது, சுயநலம் மிக்க அரசியல்வாதிகளுக்கு மிகவும் எளிதாயிருந்தது (கிருஷ்ணமூர்த்தி 1991: 21).

ஆறாகப் பாயும் மதுவும் அன்பளிப்பும்

1890 முதல், தேர்தல் களத்தில் சாதி, மத உணர்வும் வன்முறையும் தலையெடுத்தன. அப்பாவி வாக்காளர்கள் சாராயம், கள்ளுக்கு அடிமையாகி, குறிப்பிட்ட வேட்பாளருக்கு வாக்களித்துவிடுவார்கள். அதையும் மீறி எதிர்ப்புக் கிளம்பினால், குண்டர்கள் சரமாரியாக அடித்துப்போடுவார்கள். இப்படிக் கேட்பாரில்லாமல் கட்டவிழ்த்து விடப்படும் வன்முறைக்கு அஞ்சி, நேர்மையான வாக்காளர்கள்கூட முதல் நாளே ஊரை விட்டுப் போய்விடுவது வழக்கம். ஊரில் தங்கிய சிலரும் அடக்குமுறைக்கு அஞ்சி, மூன்று நான்கு நாட்களுக்கான உணவுப் பொருட்களை முன்பே சேமித்துக்கொண்டு, வீட்டுக்குள்ளேயே முடங்கிவிடுவர்.

முறைகேடுகளுக்கு ஃபிரஞ்சியர்களும் விதிவிலக்கல்ல. பணத்துக்கும் மதுவுக்கும் விலைபோய், ஆட்டுவித்தபடி ஆடினார்கள். ஒரு செய்தி அறிக்கையில் தேர்தல்கள் நடக்கும் விதம் பற்றிக் குறிப்பிடும்போது, ‘ஐரோப்பியர்களில், குறைந்தது நான்கில் ஒரு பங்கினராவது வேட்பாளர்கள் கொடுக்கும் பணத்துக்கும், பரிசுகளுக்கும் தங்கள் வாக்குகளை விற்பது வழக்கமாகிவிட்டது. தேர்தலுக்கு மூன்று வாரங்களுக்கு முன்பிருந்தே, அவர்கள் வேட்பாளர்களின் செலவில் உண்டு, உடுத்து, குடித்து, புகைத்து கடைசியில் பணமும் பெற்றுக்கொண்டு, அந்த வேட்பாளருக்கு வாக்களித்து வந்தார்கள்’ என்று கண்டித்து எழுதப் பட்டிருந்தது (கிருஷ்ணமூர்த்தி 1991).

வெளியாரின் தலையீடு

1910இல் நடந்த தேர்தலில் வெளியாட்களின் வெறியாட்டம் காரணமாகத்தான், பியர் கஸ்தோனின் (*Pierre Gaston*) நடத்திய சீர்திருத்தக் கட்சி (*Radicals Party*) வேட்பாளர், பால் புளுய்சன் (*Paul Bluysen*), கெப்ளேவின் (*Henri Geabele*) திருச்சபைக் கட்சி (*Clericals Party*) வேட்பாளரும், அப்போதைய பிரதிநிதியுமான (தெபுத்தே) லெமேரைத் (*Lemaire*) தோற்கடிக்க முடிந்தது. புரட்சியாளர் கட்சி இது பற்றி வெளியிட்ட அறிக்கையில், “தமிழகத்துச் சுதேசிகளால்தான் இந்த வெற்றி கிடைத்திருக்கிறது; பாளையங்கோட்டை, திருச்சி, திருநெல்வேலி, மதுரையிலிருந்து வந்து, காரைக்காலில் 3000 பேரும், உதயனக்கரையில் 1000 பேரும், வம்பா கீரைப்பாளையத்தில் 100 பேரும், தங்கள் உயிரையும் பொருட்படுத்தாமல் களப்பணியாற்றி, பாரத மாதாவின் உண்மைப் புதல்வர்களான நமக்கு இந்த வெற்றியைத் தேடித்

தந்திருக்கிறார்கள். நாம் அவர்களுக்கு என்றென்றும் நன்றிக் கடன்பட்டிருக்கிறோம்” என்று பகிரங்கமாகவே கூறியிருந்தது *(கீதா 2008: 64).*

எப்படியும் வெற்றி எனக்கே

தானே அதிகாரி, தானே வேட்பாளர் என்பதால், மாலையில் வாக்குகளை எண்ணியதும் அங்கேயே வாக்கு விவரங்களை அறிவித்து விடுவார். அவரது முடிவைக் கேள்வி கேட்க முடியாது என்பதால், எதிர் வேட்பாளருக்கு அதிக வாக்குகள் விழுந்தாலும், அதைத் தூக்கிப் போட்டுவிட்டு, தானோ அல்லது தனது ஆதரவு பெற்ற வேட்பாளரோ அதிக வாக்குகள் பெற்றதாக அறிவித்துவிடுவார். சில சமயங்களில் நூறு விழுக்காடு வாக்குகளுமே அவர் கணக்கில் காட்டப்படுவதும் நடந்தது. வாக்குச் சீட்டுகள் உடனே எரிக்கப்பட்டுவிடுவதால் உண்மையும் அங்கேயே எரிந்து சாம்பலாகிவிடும்.

மாலையிலேயே வெற்றி ஊர்வலங்களும் நடக்கும்; முழுப் போதையில் ஆடிக்கொண்டே வரும் தொண்டர்கள், தோற்ற வேட்பாளர் களைக் கிண்டல் செய்து முழக்கமிட்டுக்கொண்டும், ஊளையிட்டுக் கொண்டும், வெற்றி வேட்பாளரைத் தூக்கிக்கொண்டு, தெருத் தெருவாகப் போவார்கள். அத்துடன் மோசடித் தேர்தல் முடிவுக்கு வந்துவிடும். அதிகாரப் பூர்வ அறிவிப்பு என்னவோ பெயருக்குத்தான்! *(தாவிதன்னுசாமி 2019).*

ஃபிரான்சுப் பாராளுமன்றத்தில் முறையீடு

தேர்தல் சீர்கேடுகளைப் பொறுக்க முடியாத ஒரு ஃபிரஞ்சுப் பிரதிநிதி, “பொது வாக்கெடுப்பு மூலம் தேர்தலை நடத்தியது ஒரு மாபெரும் தவறு; அது எந்தச் சிகிச்சைக்கும் கட்டுப்படாத ஒரு புற்றுநோய் போலாகிவிட்டது; அதைக் குணப்படுத்த ஒரே வழி எளிதான, உறுதியான வழி அதை ரத்து செய்வதுதான்” என்று ஃபிரான்சுப் பாராளுமன்றத்தில் முறையிடுமளவிற்கு நிலைமை மோசமாக இருந்தது *(தாவிதன்னுசாமி 2019; கீதா 2008: 61).*

கவிஞரின் நேரடி சாட்சியம்

இது பற்றிப் புதுச்சேரிக் கவிஞர் சவராயலு நாயக்கர், ஒரு கவிதையில்,

> துட்டர் இலக்சிய நாளில் வீடுகளில் புகுந்தடிக்கச் சேர்ந்த மாந்தர்
> நட்டமிகச் செய்து பெண்டீர்களைக் கெடுக்க, அதிகாரர் நாடிவந்து
> சுட்ட குண்டால் குற்றமற்றோர் மற்றோர் பட்டிறக்க, பரிகள் வெட்டால் சோர்ந்து வீழக்
> கட்டமுடன் வாக்களிக்கும் இச்செயலால், ஓர் பலனும் கண்டி லோமே!
>
> – சவராயலு நாயகர்

என்று அல்லலுற்று, ஆற்றாது எழுதியதைவிட வேறென்ன சான்று வேண்டும்! *(சவராயலு நாயகர் வரலாறு, கல்வித்துறை 1881: 63–64)*

ஆட்சியர் ஆதரவு, அடியாள் கூட்டம், பண பலம், தாராள மது விநியோகம் அத்துடன் காவலர் ஒத்துழைப்பும் சேர்ந்து, துல்லியமாகத் திட்டமிடப்பட்டத் தேர்தல்களைத் தில்லு முல்லு நாடகங்களாக்கி

விட்டன. 1879–80இல், முதல் பொதுத் தேர்தலில் தொடங்கிய இந்தத் தேர்தல் நாடகம், 1948வரை தொடர்ந்ததுதான் வெட்கக்கேடு (தில்லைவனம் 2007; தாவிதன்னுசாமி 2010, 2019; மெலாங்கின் 2015).

2.5: நாடு சண்முக வேலாயுத முதலியார்

ஆரம்ப கால அரசியல் நிர்ணய சக்தி

புதுச்சேரியின் மண்ணின் மைந்தர், தமிழ் வெள்ளாளர், இந்தியர் தலைவர், தெய்வீக சக்தி கொண்ட சித்தர் என்ற பின்புலத்தோடு, 1876 முதல் 1906 வரையில் புதுச்சேரி அரசியலைத் தன் சுட்டுவிரலசைவில் வைத்திருந்தவர் நாடு சண்முக வேலாயுத முதலியார். இவர் சமூக சேவகரா, சாகசங்கள் புரிந்த சாதுவா, அரசியல் சாணக்கியரா உண்மையில் இவர் யார் என்பது பற்றிப் பல்வேறு கருத்துகள் முன்வைக்கப்பட்டுள்ளன (வேலாயுதனார் 1977).

வெற்றி மீது வெற்றி

நாடு சிதம்பர முதலியார் வெள்ளாளர் சமூகத் தலைவர்; தனது செல்வாக்கால் அனைத்துச் சாதியினரையும் அரவணைத்துப் போனதால் அவரே தமிழர்களின் பொதுவான தலைவராகவும் இயங்கினார். 1849 தேர்தலில், லாக்கூர் (*LaCour*) என்பவரைத் தேர்தலில் அவர் வெற்றி பெறச்செய்தார். நாட்டார்களின் நாட்டாராக விளங்கியதால். நாடு என்ற அடைமொழி அவருடைய பெயருடன் ஒட்டிக்கொண்டது. அவரது மகனான சண்முக வேலாயுத முதலியாருக்கும், தந்தையின் பெயரும், புகழும், செல்வமும் செல்வாக்கும் சேர்ந்தே வந்தன (அனிமேஷ் ராய் 2008).

தந்தையைத் தொடர்ந்து, இளம் வயதிலேயே பொதுவாழ்வில் ஈடுபட்டு, அரசுக்கும் மக்களுக்கும் இடையே தொடர்பாளராகச் செயல்பட்டு, அவரும் மக்களின் நன்மதிப்பைப் பெற்றார். 1873 முதல் காலனிய சபை உறுப்பினராகவும், பொதுச்சபை துணைத் தலைவராகவும், பிரமுகர்கள் சார்பான நீதிமானாகவும், நல்வாழ்வுக் குழு ஆயுள் உறுப்பினராகவும், 1880 முதல் 1906 வரை பலமுறை நகராட்சி உறுப்பினராகவும், மேயராகவும் பதவிகளை வகித்தார் (ஆரோக்கியநாதன் 1993; நடாஷா 2009).

1879ஆம் ஆண்டு நடந்த ஃபிரஞ்சுப் பாராளுமன்றத்திற்கான தேசிய சபை பிரதிநிதித் தேர்தலில், ஃபிரான்சின் புகழ் மிக்க வழக்கறிஞரும், அவோக்கா பொன்னுத்தம்பி பிள்ளைக்குக் காலணி அணியும் உரிமை பற்றிய வழக்கில், பாரிஸ் மேல் முறையீட்டு நீதிமன்றத்தில் வாதாடி, வெற்றித் தேடித் தந்தவருமான ழூயில் கொதேன் (*Jules Godin*) என்பவரை எளிதாக வெற்றி பெற வைத்தார். அதிலிருந்து அவரது செல்வாக்கு ஓங்கத் தொடங்கியது. அடுத்து, 1881இல் நடந்த தேர்தலில் தெபுத்தேவாக, பியெர் அலிப்பையும் (*Pierre Alippe*), செனத்தராக ழாக் எபார் (*Jaques Hebard*) என்பவரையும் வெற்றிபெற வைத்தார். தொடர்ந்து பதினாறு ஆண்டுகள், 1881, 1885, 1889, 1893 தேர்தல்களிலும், பியெர் அலிப்பையே வாகை சூட வைத்ததற்கு நாடுவின் செல்வாக்கே

காரணம். அவரது அரசியல் எதிரியான பொன்னுத்தம்பி 1886இல் மரணமடைந்துவிட்டதால், எதிர்ப்பதற்கு யாரும் இல்லாத தேர்தல் களத்தில், அவர் தனி ஒருவனாய்க் கோலோச்சினார்.

சோதனை மேல் சோதனை

1885இல் முதல் சோதனை வந்தது; ஏற்கெனவே ரெனோன்சான்கள் விரோதம் காட்டிய நிலையில், ஆளுநர் எத்தியன் ரிஷோவின் (*Étienne Richaud*) தூண்டுதலால், கிரெயோல்களும் எதிரிகள் பட்டியலில் இணைந்தனர். விளைவாக, முதன் முதலாக பலமான எதிர்ப்பைச் சந்தித்த நாடு சண்முக வேலாயுத முதலியார் பொதுச் சபைத் தேர்தலில் தோல்வியைச் சந்தித்தார். உடனே, சுதாரித்துக்கொண்ட நாடு, தன் வியூகத்தை மாற்றிக்கொண்டார். வாக்காளர் எண்ணிக்கையைக் கணக்கிடாமல், ஒவ்வொரு பட்டியலுக்கும் சமமான தொகுதிகள் ஒதுக்கப்பட்டதால், குறைந்த எண்ணிக்கை கொண்ட ரெனோன்சான்கள், பெரும்பான்மை இந்தியருக்கு ஈடாகப் பதவிகள் பெறுவது அநீதி என்று வாதிட்டார்; 'அனைத்து வாக்காளர்களுக்கும் ஒரே பட்டியல்' என்ற முழக்கத்தை முன்னெடுத்தார். இதனால், இந்தியர்கள் அனைவரும் அவர் பின்னால் அணி திரண்டனர். 1889இல் பியெர் அலிப்பை 6382 வாக்குகள் வித்தியாசத்தில் வெற்றிபெறவைத்து, இழந்த செல்வாக்கை மீட்டுக்கொண்டார்.

1893ஆம் ஆண்டுத் தேர்தலில் அடுத்த சோதனை வந்தது. இந்தியர் தலைவர்களுள் ஒருவரான சதாசிவ நாயகர், தன் ஆதரவாளர்களுடன், முதலாம் பட்டியல் ஐரோப்பியர்களுடனும், இரண்டாம் பட்டியல் ரெனோன்சான்களுடனும் சேர்ந்துகொண்டு, போல் புளுய்சன் (*Paul Bluysen*) என்பவரை பியெர் அலிப்புக்கு எதிராக நிறுத்தினர். இந்த முறையும் நாடுவின் வேட்பாளரான பியெர் அலிப்பே 10,000 வாக்குகள் வித்தியாசத்தில் வெற்றி பெற்றார்.

1898ஆம் ஆண்டு மார்ச் மாதம் நடந்த பிரதிநிதித் தேர்தலில், நாடுவுடன் ஏற்பட்ட கருத்து வேறுபாட்டால் பியெர் அலிப் தனித்து நின்றார். விளைவு, நாடு ஆதரித்த லூயி ஹென்றி (*Louis Henry*) 31,776 வாக்குகள் பெற்று மாபெரும் வெற்றிபெற்றார்; பியெர் அலிப் பெற்றது வெறும் ஏழு வாக்குகளே! அந்த அளவிற்கு நாடுவின் செல்வாக்கு உச்சத்திலிருந்தது. அவர் மெய்நிகர் 'பிரஞ்சிந்திய அரசர்' என்கிறார் வெபர் (1991).

செல்வாக்கின் ரகசியம்

ஓர் இந்தியருக்கு, ஃபிரஞ்சு அரசில், தான் நினைத்ததைச் சாதிக்குமளவிற்கு எப்படிச் செல்வாக்கு வளர்ந்தது என்பது இன்றைக்குப் புதிராக இருக்கலாம். அங்குதான் நாடுவின் சாணக்கியத்தனம் ஒளிந்திருக்கிறது. மொத்த வாக்காளர்களில் இந்தியர்களே பெரும்பான்மையினர்; ஃபிரஞ்சியர் மிகச் சிறுபான்மையினரே. ஆனால் வேட்பாளர்கள் அனைவரும் ஃபிரஞ்சியரே. எனவே, அவர்கள் வெற்றி பெறவேண்டுமானால் இந்தியர்களின் ஆதரவு தேவைப்பட்டது. அதற்கேற்ப, தலித் அல்லாத மற்ற சாதியினரை ஒன்று சேர்ப்பதில் வெற்றி கண்டு, இந்தியர்களின்

வாக்கு வங்கியை நாடு தன் பிடியில் வைத்திருந்தார். அந்தச் சூழலில், யார் இந்தியர்களின் வாக்கு வங்கியை வைத்திருக்கிறாரோ, அவருடன் சேர்ந்து வெற்றி பெறுவது என்ற உத்தியை அவர்கள் சரியாகக் கடைபிடித்தார்கள்.

அதற்குக் கைமாறாக, புதுச்சேரி அரசியலில் தலையிடக் கூடாது, பாரிசில் நாடுவின் மாற்றாகச் செயல்படவேண்டும் என்பதுதான் உடன்பாடு. அதற்கு ஏதுவாக, பிரபலமான வழக்கறிஞர், செல்வாக்கான செய்தித்தாள் ஆசிரியர், பத்திரிகைக் குடும்பத்தவர் என்று அரசுக்கு அணுக்கமானவர்களையே அவர் வேட்பாளர்களாகத் தேந்தெடுத்தார். அவர்களும் அப்பணியினைக் கச்சிதமாகச் செய்ததால், புதுச்சேரியில் இருந்தவாறே, அவர் தான் நினைத்ததைப் பாரிசில் சாதித்துக் கொண்டார் (வெபர் 1991; தாவிதன்னுசாமி 2010). அவரது செல்வாக்கின் காரணமாக 1894இல் ஃபிரான்சின் உயரிய 'செவாலியே' விருதை வழங்கி அரசு சிறப்பித்தது. இவ்விருதைப் பெற்ற முதல் இந்துத் தமிழர் இவரே! (இராசசெல்வம் 2020).

உள்ளாட்சியிலும் ஆதிக்கம்

உள்ளூரிலும், உள்ளாட்சி, பொதுக்குழு உறுப்பினர்களும் நாடுவின் ஆதரவாளர்களாகவே இருந்ததால், சுமுகமான நிர்வாகம் நடத்தவேண்டி, ஆளுநரும் நாடுவின் சொற்படியே நடக்கவேண்டிய தாயிற்று. அரசுப் பணி நியமனங்கள், பணி இடமாற்றங்கள், சாதி, மதச் சடங்குகளுக்கு அரசின் குறுக்கீடுகளைத் தவிர்த்தல் போன்றவற்றைச் சர்வ சாதாரணமாகச் செய்தார். "இந்தியர்கள் போரிட்டுப் பிடித்த அடிமைகள் அல்ல; ஃபிரஞ்சிந்தியாவின் உண்மையான விசுவாசிகள்; ஆகவே அவர்களுக்கு ஃபிரஞ்சியர் அனுபவிக்கும் உரிமைகள் அத்தனையும் வேண்டும்" என்ற கோரிக்கையை அவர் அழுத்தந்திருத்தமாக எழுப்பினார். எனவே, இந்தியர்கள் அவரை முழுமையாக நம்பினார்கள்.

மதச் சுதந்திரத்திற்கு உறுதி

1861இல் திரௌபதி அம்மன் கோயில் திருவிழாவில், தீக்குண்டத்தில் நடக்கும்போது ஒரு பக்தரின் கையிலிருந்த குழந்தை தவறி நெருப்பில் விழுந்து இறந்துவிட்டது. இதனால், அவ்விழாவை இனிமேல் நடத்தக் கூடாது என்று ஆளுநர் துய்ரான் துய்ப்ரே (*Durand D'Ubraye*) அரசு தடை விதித்துவிட்டது. ஆனால், நடந்தது ஒரு விபத்தே என்றும், அதற்காகத் தமிழர்களின் பாரம்பரிய விழாவினைத் தடை செய்யாமல், தொடர்ந்து நடத்த அனுமதிக்க வேண்டுமென்று தமிழர்கள் கோரிக்கை வைத்தனர். ஆனால், அவர்களது வேண்டுகோள் நெடுநாட்களுக்கு ஏற்கப்படாத நிலையில், நாடு, களத்தில் இறங்கினார். ஃபிரஞ்சுத் தேசிய சபை உறுப்பினராயிருந்த ழுயில் கொதேன் மூலம், 1879இல் மீண்டும் விழா நடக்கச் செய்தார் (ஆலாலசுந்தரம் 1999). அரசின் ஆணையை எதிர்த்து, வழிபாட்டுச் சுதந்திரம் வேண்டிப் போராடியதால், அவர் மீது வெறுப்புற்று, ஆளுநரான லெயோன்ஸ் லொழியே (*Leonce Laugier 1879–1881*) அவரைக் கைதுசெய்து சிறையிலடைத்தார். ஆனால், குற்றம் நிரூபணம் ஆகாததால் விடுவிக்கப்பட்டார்.

1886இல், ஆளுநர் செலரோன் தெ பிளெய்ன் வில் *(Celeron de Blain Ville)* மீண்டும் அவ்விழாவிற்குத் தடைபோட்டார். இம்முறையும், நாடுதான், பியேர் அலிப் மூலம் பிரஞ்சு அரசை அணுகித் தடையாணையை விலக்க வைத்தார். இதனால், 'இந்து மதக் காவலர்' என்ற பிம்பம், அவரை இந்தியர்களின் ஏகபோகத் தலைவராக்கியது; அவர் இட்டது சட்டமானது; சொன்னது வேதமானது. ஒட்டு மொத்த இந்துக்களும் அவர் பின்னால் திரண்டார்கள், வாக்களித்தார்கள்.

எப்படிச் சரிந்தது செல்வாக்கு?

நாடு கட்டிக்காத்த இந்து வாக்கு வங்கியில் ஓட்டை போட்டவர் பொன்னுத்தம்பிப் பிள்ளை; அவர் தமிழ்க் கிறித்தவர். மதம் மாறிய கிறித்தவர்களுக்கு, ஃபிரஞ்சியர்களுக்குச் சமமான சலுகைகள் பெற்றுத் தருவதைக் கொள்கையாக வைத்து ஓர் இயக்கம் நடத்தி வந்தார். அதனால் அச்சமூகம் அவர் பின்னால் திரண்டது. அதன் மூலம், தானும் நாடுவிற்கு இணையான தலைவராகத் தலையெடுக்க அவர் முயற்சித்தார். உள்ளூர் ஃபிரஞ்சியர்களுக்குள்ளும் பதவிப் போட்டி ஏற்பட்டு, அவர்களில் ஒரு பிரிவினர் பொன்னுத்தம்பியை ஆதரித்தார்கள். நாடுவுடன் ஏற்பட்ட கருத்து வேறுபாட்டால், அவருடன் பகைமை பாராட்டிய ஆளுநர் லெமேரும், அவருக்கு ஆதரவுக் கரம் நீட்டினார் *(மெலாங்கின் 2015; தாவிதன்னுசாமி 2019).*

இந்தியர்களிடையே பிளவு

கெப்ளே ஆதரவு தலித் கூட்டம்

பல தரப்பிலும் ஆதரவு திரண்டதால், இந்துக்களின் பக்கம் பொன்னுத்தம்பிப் பிள்ளையின் கவனம் திரும்பியது. 'ப' சமூகங்கள் *(P-factor)* எனப்பட்ட பறையர், பள்ளி, பட்டினவர் ஆகிய ஒடுக்கப்பட்ட இனத்தவரின் கணிசமான வாக்குகளைக் குறிவைத்து அச்சமூகங்களை நாடுவின் வாக்கு வங்கியிலிருந்து பிரித்தார்; அதற்குக் கருவியாச் செயல்பட்டவர் சதாசிவ நாயகர். உயர் சாதியினரையே நாடு பெரிதும் ஆதரிக்கிறார்; பிற்படுத்தப்பட்டவர்களை அலட்சியப்படுத்துகிறார்; ஃபிரஞ்சியரைத் தேர்தல்களில் நிற்கவைப்பதில் காட்டிய அக்கறையை, தமிழர்களைப் பாரிசுக்கு அனுப்புவதில் காட்டவில்லை; அவர்களுக்கு அரசியல் உரிமைகளைப் பெற்றுத் தரக் கிஞ்சித்தும் பாடுபடவில்லை என்ற பிரச்சாரம் அவர்களிடையே நன்றாகவே எடுபட்டது. 1886இல், நாடுவின் எதிரியான பொன்னுத்தம்பிப் பிள்ளை மரணமடைந்ததும், சதாசிவ நாயகர் குழுவினர் அதே வியூகத்தைத் தொடர்ந்தனர். பஞ்சாலை அதிபரான ஹென்றி கெப்ளே *(Henri Gaebele)* 1891ஆம் ஆண்டில், நாடுவின்

இந்தியர் கட்சிக்கு எதிராக ஃபிரஞ்சுக் கட்சியைத் தொடங்கி நடத்தினார். சமூகச் சேவை சங்கம் (*Reveil social*) என்ற அமைப்பின் மூலம் உயர் சாதியினருக்கு எதிரான தலித்துகளை ஒருங்கிணைத்து, ஒரு வலுவான வாக்கு வங்கியை அவர் உருவாக்கி வந்தார்.

சரியும் கோட்டை

1904 ஆகஸ்டு மாதம் 13ஆம் நாள் முதல், ழான் லெமேர் (*Jean Le Maire*) ஆளுநராகச் செயல்பட்டு வந்தார். ஏதோ ஒரு விவகாரத்தில் இருவருக்கும் ஒத்துப்போகாததால், ஃபிரான்சில் தனக்கிருந்த செல்வாக்கின் மூலம், அடுத்த ஆண்டே, 1905 ஏப்ரல் 21ஆம் நாளன்று அவரைப் பதவிலிருந்து நீக்க வைத்தார். எட்டே மாதங்களில் பதவி பறிக்கப்பட்டதைப் பெருத்த இழுக்காகக் கருதிய லெமேர், 1906ஆம் ஆண்டு ஏப்ரலில், ஃபிரான்சிலிருந்து மீண்டும் புதுச்சேரிக்கு வந்து, தானே ஒரு கட்சியை ஆரம்பித்தார்.

ஹென்றி கெப்ளே

லெமேர்

இதற்கிடையில் ஹென்றி கெப்ளே, ரெனோன்சான்களையும், கிரெயோல்களையும் ஒருங்கிணைத்து 'ஃபிரஞ்சுக் கட்சி'யை வலுவாக்கியிருந்தார். இந்தியர்களில், வன்னியர் தலைவரான சதாசிவ நாயகர் ஏற்கெனவே நாடுவுக்கு எதிராகத் திரும்பியிருந்தார். அரசின் பொருளாதாரக் கொள்கை பிடிக்காமல், வணிகர்களான செட்டிகளும், நாடுவுக்கும், அரசுக்கும் எதிராக வாக்களிக்க முடிவு செய்திருந்தனர். எதிரிக்கு எதிரி நண்பன் என்பதுதானே அரசியலில் வெற்றிச் சூத்திரம். அதற்கேற்ப, நாடுவின் பகைவர்கள் அனைவரும் கூட்டணி சேர்ந்து, 1906 தேர்தலில், லெமேரை ஆதரித்தனர். புதுச்சேரியில், இது உயர்சாதி கீழ்சாதி மோதலாகவே நடந்தது; காரைக்காலில், அது இந்துக்கள் இஸ்லாமியர் போட்டியாகத் திரிந்திருந்தது. போட்டியின் தீவிரம் காரணமாக, தேர்தல் வரலாற்றில் முதல் முதலாக, ஃபிரான்சிலிருந்து வேட்பாளர்கள் புதுவைக்கு வந்து நேரடியாகப் பிரச்சாரத்தில் ஈடுபட்டனர். சாதி, மதப் பலப் பரீட்சையாக மாற்றப்பட்ட இந்தத் தேர்தலில், நாடுவின் இந்தியக் குடியரசுக் கட்சி வேட்பாளரான ஹென்ரி துலுக்கைத் (*Henrique Duluc*) தோற்கடித்து, லெமேர் பழி தீர்த்துக்கொண்டார். 'நாடு'வின் கோட்டை கலகலத்துப்போனது (கீதா 2008).

‘நாடு’வைச் சரித்த ‘ப’ காரணி

‘ப’ காரணி’ (P factor), தமிழ்க் கிறித்தவர்களின் முழு ஆதரவு, பெரும்பான்மை ஃபிரஞ்சியரின் பின்புலம் ஆகிய அனைத்தும் ஒன்று சேர்ந்து, நாடுவிற்கு எதிராகத் திரும்பியதால்தான், 1906 தேர்தலில், அவரது வேட்பாளர் தோல்வியடைந்தார். அடுத்து நடந்த பொதுச்சபைத் தேர்தலிலும், அவரது வேட்பாளர் தோல்வியைத் தழுவினார். 1908ஆம் ஆண்டு நகராட்சித் தேர்தலில், அவரது ஆதரவோடு போட்டியிட்ட பியேர் கஸ்தோன் *(Pierre Gaston)*, தொழிலதிபர் ஹென்றி கெப்ளேவிடம் தோற்றுப்போனார். அவ்வாண்டு மேயரான கெப்ளே 1928ஆம் ஆண்டு வரை அசைக்கமுடியாத அரசியல் சக்தியாகத் திகழ்ந்தார் (கீதா 2008; தாவிதன்னுசாமி 2010: 107).

உயர்வும் தாழ்வும்

1876 முதல் 1906 வரை ஃபிரஞ்சிந்தியாவின் முடிசூடா மன்னராக வலம் வந்தவர் நாடு. 1906ஆம் ஆண்டு பிப்ரவரி மாதம் 22ஆம் நாளன்று ஃபிரான்சுப் பாராளுமன்றத்தில் பேசிய தெபுத்தே எத்தியேன் ஃபிளாந்தேன் *(Etienne Flandin)*, “சண்முக முதலியாரும், அவரது சோதிடரும்தான், உண்மையில் ஃபிரஞ்சிந்தியாவை ஆள்கின்றனர்” என்று பகிரங்கமாக அங்கலாய்த்தார் (பத்மநாபன் 2004: 22). மோரிஸ் மோந்த்ரோன் *(Moris Montron)* எழுதிய நூலில், புதுச்சேரியை “சண்முகப் பாளையம்” என்று குறிப்பிடும் அளவிற்கு, நாடுவின் செல்வாக்கு ஓங்கியிருந்தது. அவர் ஒரு “கருப்பு லூயி” என்கிறார் ழேக் வெபர். முப்பது ஆண்டுகளாக, ஆளுநர்கள் தொல்லார் *(Tollard)* தொடங்கி, ழொசெஃப் ஃபிரான்சுவா *(Joseph Francois)* வரை, முப்பத்தொரு ஆளுநர்களுடன் அரசியல் நடத்தி, தன்னிகரற்றத் தலைவராகப் பவனிவந்த நாடுவின் அரசியல் வாழ்க்கை 1906ஆம் ஆண்டு முடிவிற்கு வந்தது (வெபர் 1991: 291–302).

‘பாம்புக்கு அடிபட்டால் பார்ப்பவர் எல்லாம் கல் எறிவார்கள்’ என்பது உண்மையாயிற்று. வலுவிழந்த நாடுவின் வீட்டில் புகுந்து, அவரைத் தாக்க முயன்றபோது, அவர் வளவனூருக்குச் சென்றுவிட்டார்; அவரது வீடு கொள்ளையடிக்கப்பட்டது. பின்னர், 1908ஆம் ஆண்டு புதுவைக்குத் திரும்பி வந்து, ஆனந்தரங்கப் பிள்ளையின் பூர்வீக வீட்டில் தங்கியிருந்தார். டிசம்பர் 9ஆம் நாள் இரவு மரணமடைந்தார். அத்துடன், நாடுவின் சகாப்தம் முடிவிற்கு வந்தது (அனிமேஷ் ராய் 2008).

ஊரே திரண்டு அஞ்சலி

1893 முதல், அரசியலை விடவும் ஆன்மீகத்தில் ஈடுபட்டு வந்தார். அவர் ஒரு சித்தராகவே இயங்கி வந்ததால், மக்களின் மீதான பிடி மேலும் இறுகியிருந்தது. எனவே, அவரது மரணம் ஊரையே கலக்கியது; கடைகள் அடைக்கப்பட்டன; கச்சேரிகளும், நீதிமன்றமும் மூடப்பட்டன; அனைத்துக் கட்சியினரும் வந்து குழுமினர்; பெரிய துரையும், மேயர் கெப்ளேவும் மிகவும் வருத்தமுற்றனர்; ஊர் மக்கள் அழுதுகொண்டே ஓடிவந்தனர்.

விக்கிரமாதித்தன் வீம்புக்கரசு செய்தான்
வீமன் தருமராசன் நாணிப் பகைவருக்கு
பக்குவமாய்த் தம்பி பாராண்டு புகழ்பெற்றான்
இதுவெல்லாம் அரசாமோ ?
நாடு சண்முக முதலியார் அரசுக்கு
எதிர்க்கட்சிகள் நிகரோ ?
ஐயோ சாமி என்றே ஜீவன் பூமி
எல்லாம் தொழப் பெரும்புகழ் தாங்கி
நாடு சண்முக முதலிக்குப் பேரெங்குமாச்சு! (அருள்ராஜ் 2005: 56)

என்று அப்போது வெளியிடப்பட்ட இரங்கற்பா அவரைப் போற்றியது (வேலாயுதனார் 1977; தில்லைவனம் 2007).

ஊருக்கு நடுவில் ஒரு சமாதி

அலங்கரிக்கப்பட்ட பல்லக்கில் அவரது உடலை வைத்து, அதிர் வேட்டுகள் முழங்க இறுதி ஊர்வலம் புறப்பட்டது; வழியெங்கும் நடை பாவாடை விரிக்கப்பட்டது; சாம்பிராணி தூபம் போடப்பட்டது; சீடர்கள் பலர் வெண்சாமரம் வீசிக்கொண்டே வந்தனர்; மக்கள் பந்தம் கொளுத்திக் காட்டினர்; ஐரோப்பியர் மெழுகுவத்தி ஏந்தி நின்றனர்; வழி முழுதும் பன்னீர் தெளிக்கப்பட்டது; அரோகரா என்ற முழக்கம் வானைப் பிளந்தது. வெள்ளாளர் தெருவில், நாடுவின் வீட்டிலிருந்து புறப்பட்ட ஊர்வலம், மேற்கே சென்று, வடக்காகப் பெரிய கடை (பாரதி வீதி) வீதியில் திரும்பி, பின் கிழக்கில் இராஜ வீதியில் (நேரு வீதி) திரும்பி, தெற்கில் மதராஸ் பட்டண வீதி வழியாக, மீண்டும் வெள்ளாளர் தெரு முனைக்கு வந்து சேர்ந்தது; அவரது வீட்டுக்கு அருகில், அவரே கட்டி வைத்திருந்த சமாதியை அடைந்தது. ஊருக்குள்ளேயே நிலவறையில் நல்லடக்கம் செய்ய ஃபிரஞ்சு அரசு சிறப்பு விலக்களித்தது. அந்தச் சமாதி மீது அவர் தொழுதுவந்த நந்தீசுவரர் சிலை நிறுவப்பட்டது.

நந்தீசுவரர் என்ற பெயரில் அங்கேயே ஓர் ஆலயமும் உருவானது. அந்தக் கோயிலுக்குத் தங்க ரதமும் செய்யப்பட்டு, அன்றாடப் பூசைகளும், விழாக்கால வீதி உலாக்களும் நடைபெற்றுவந்தன. கோயில் வளாகத்தில், மாணவர்களுக்கும், இளைஞர்களுக்கும் உடற்பயிற்சி தரப்பட்டது. "நாடு சண்முக நந்தீசா! உன் பாதம் பணிந்தேன் நந்தீசா!" என்று குரு வணக்கம் சொல்லிய பின்னரே பயிற்சிகள் தொடங்கின. தற்போது நந்தீசுவரர் கோயில் சிதிலமடைந்திருந்தாலும், தங்கத்தேர் இன்று மணக்குள விநாயகர் கோயிலின் உள்ளே உள்ளது. ஒரு புறம் அரசியல்வாதியாக விளங்கிய அவரை, இறையருள் பெற்ற சித்தர் என்று கொண்டாடிய அவரது பக்தர்கள், அவரது குரு பூசையைத் தவறாது ஆண்டுதோறும் கொண்டாடிவருகின்றனர் (வேலாயுதனார் 1977).

மக்களாட்சி முறைகள் அறிமுகம் செய்யப்பட்டதும், அதன் முழுமை யான பொருளையும், பலனையும் மக்கள் அனுபவிக்கமுடியாமல், அரசும், தனி மனித ஆளுமைகளும் கைப்பற்றிக் கொண்டதும் பத்தொன்பதாம் நூற்றாண்டின் அரசியல் வரலாற்றில் முக்கியத் திருப்பு முனைகள்.

○○○

3

வடுக்களாய் மாறிய வழக்காறுகள்

3.1: அடிமை முறை

முற்காலத்தில், ஆண்மக்களும் பெண்மக்களும், செல்வந்தர் களிடமும் கோயில்கள், மடங்களிடத்தும் தம்மை விற்றுக் கொண்டு அடிமைகளாயினர்; கடுமையான பஞ்சகாலத்தில், அவர்கள் பராமரிக்க வழியின்றி, தம்மோடு தம் குடும்பத்தாரையும் விற்றுக்கொண்டனர்; அத்தகையோர் வழிவழியாக அடிமைகளாகவே வாழ்ந்து வந்ததும் உண்டு என்ற செய்திகள் கல்வெட்டுகளில் காணக்கிடைக்கின்றன.

தமிழர் மரபில் அடிமை முறை

பண்டைத் தமிழர் வாழ்வியல் முறையில் அடிமை முறை இருந்ததா என்பது பற்றி மாறுபட்ட கருத்துகள் உள்ளன. கிரேக்கப் பயணியர் மெகஸ்தனிஸ் இந்தியாவிற்கு வந்தபோது அடிமை முறை இருந்ததாகத் தெரியவில்லை என்கிறார் கனகசபை (2005: 202). ஒற்றை அதிகாரக் குவியலும், தொழில் சார்ந்த உற்பத்திப் பணிச்சூழலும் மனிதவளத் தேவையைக் காலத்தின் கட்டாயமாக்கியபோது, அடிமை முறை தோன்றியது என்பதே பொதுவான கருத்து.

அத்தகைய சூழல் மன்னராட்சிக் காலத்தில் விளங்கியது. போர் வீரர்களாகவும், அணைகள், கோயில்கள், அரண்மனைகள், கோட்டை கொத்தளங்களில் கட்டுமானப் பணிகளுக்காகவும் மனித சக்தி பெருமளவில் தேவைப் பட்டது. பின்னர் மேய்ச்சல் சமூகமாக வாழ்ந்த மனிதன், வேளாண்மையைத் தொழிலாக மேற்கொண்டபோது, எந்திரங்கள் இல்லாத சூழலில், ஆண்டு முழுவதும் பணியாளர்கள் தேவைப்பட்டனர். இந்தத் தேவைகளைப் பூர்த்தி செய்ய அடிமை முறை இலகுவாயிற்று என்பது ஒரு கருத்து (சிவசுப்பிரமணியன் 2005: 15).

இந்தப் பின்னணியில், தமிழர் மரபில் அடிமைமுறை சங்க காலத்தி லிருந்தே இருந்திருக்கிறது; வாணிபம் செழித்து வளர்ந்த நெய்தல் பகுதிகளிலும் உணவு உற்பத்தி செய்து வந்த மருத நிலப்பகுதிகளிலும் அடிமைமுறை வழக்கிலிருந்தது. அது தனியுடைமைச் சமுதாயத்தின் கொடூர விளைவு என்கிறார் ஆய்வறிஞர் சிவசுப்ரமணியன் (2005: 15).

பழந்தமிழ் இலக்கியச் சான்றுகள்

சங்க காலத்தில் வீட்டடிமை முறை இருந்ததற்கு, 'முல்லைக்கலி (108: 27–33)' பாடல் ஒன்றில் சான்றுள்ளது. தலைவன் தன் இதயத்தைத் தலைவியிடம் கொடுத்து, அவளுக்கு அடிமையாகித் தஞ்சமடைந்து விட்டதாகக் கூறுகிறான். தலைவி அவனிடம் எதிர்க்கேள்வியாக, "என்னை அடிமை ஆக்குதல் எளிதான செயலா? உன் இதயம், தினைப் புனத்தைக் காவல் காக்கும் என் தமையனுக்கு உணவு கொண்டு கொடுக்குமா? ஆநிரை மேய்க்கும் என் தந்தைக்குக் கறவைக் கலம் கொண்டு சேர்க்குமா? தினைத் தாள்களை மேய்ந்துகொண்டிருக்கும் கன்றை மேய்க்குமா?" என்று வினவுகிறாள். இதன்மூலம் வீட்டோடிருக்கும் ஒருத்தியின் கடமைகளை விளக்கி, வேளாண் சமூகத்திடையே வீட்டடிமைகள் என்ற வழக்கமும் உருவாகியதாக சிவசுப்ரமணியம் (2005: 22) கருதுகிறார். சங்க காலத்தில் அடிமை முறை இல்லை என்று கூறும் வரலாற்றாசிரியர் இராமகிருஷ்ணன் (1971: 271), இழி தொழில் செய்வோரையும், வேளாண் கூலிகளையும் சேரிகளில் ஒதுக்கி வைக்கப்பட்டவர்களையும் அடிமைகளாகக் கருத முடியாது என்று வாதிடுகிறார் (இராமகிருஷ்ணன் 1971: 271).

"அடியோர் பாங்கினும், வினைவலர் பாங்கினும் கடிவரையில புறத்து என்மனார் புலவர்" என்கிறது தொல்காப்பியம் (பொருள்: அகத்திணையியல்–25). பயிர் நிலங்களில், காலில் இரும்பாலான விலங்குகள் பூட்டப்பட்ட அடிமைகள் வேலை செய்வர் என்றும், பெண்ணடிமை களைத் 'தொழுத்தை' என்றும் நாலடியார் கூறுகிறது. ஆணடிமைகளுக்கு, குழுப்பறையன், அடியான், மூப்பறையன், விலையன் என்று பெயர். "தோழிதானே செவிலி மகளே" என்று களவியலில் தொல்காப்பியம் (பொருள்: களவு: 34) குறிப்பிடும் பெண், தலைவனின் பரத்தைக்குப் பிறந்த தோழியாக இருக்கலாம் என்கிறார் பிச்சமுத்து (2004).

அடிமைகளாகப் போர்க்கைதிகள்

போர்க்களத்தில் தோற்கடிக்கப்பட்ட மன்னனின் வீரர்கள் வென்றவனின் அடிமைகளாக நடத்தப்பட்டனர். போர்க் கைதிகளாகப் பிடித்துவரப்பட்ட வீரர்கள் ஏரி, குளம் தோண்டல், கோயில் கட்டுதல் போன்ற கடின வேலைக்கும் பிற பணிகளுக்கும் பயன்படுத்தப்பட்டார்கள் என்பதற்கு இலக்கியச் சான்றுகள் உள்ளன. சேரன் செங்குட்டுவன் வட புலம் சென்று, கனக விசயரை வென்று, அவர் தலைமேல் கல்லேற்றிக் கொண்டு வந்தான் என்று சிலப்பதிகாரம் (நீர்ப்படைக் காதை: 1–4) செப்புகிறது. மன்னனைக் கல்சுமக்க வைத்ததும், அவனுடன் போர்க் கைதிகளைக் கொண்டுவந்து கண்ணகிக்குக் கற்கோயில் எழுப்பியதும் அடிமைத் தனத்தின் அடையாளங்களே!

கொண்டி மகளிர்

இராஜராஜசோழன் ஆட்சியில் ஆண்களோடு, பெண்களும் போர்க் கைதிகளாகப் பிடிக்கப்பட்டனர்; பெண்களில் ஒரு சாரார் கோயிலில் தேவதாசிகளாகவும் சிலர் அரண்மைனையில், அந்தப்புரத்தில் இராஜதாசிகளாகவும் ஒதுக்கப்பட்டனர். வெற்றி பெற்ற மன்னர்கள், தோற்ற மன்னர்களின் மனைவியரையும், பிற பெண்டிரையும் சிறை பிடித்து வந்ததைச் சங்க நூல்கள் குறிப்பிடுகின்றன. அவ்வாறு வெளியிலிருந்து கொண்டுவரப்பட்ட பெண்கள் 'கொண்டி மகளிர்' என்று அழைக்கப்பட்டனர். அத்தகைய கொண்டி மகளிர், காவிரிப் பூம்பட்டினத்திலுள்ள அம்பலங்களில் விளக்கேற்றி நிற்பதனைப் 'பட்டினப் பாலை' குறிப்பிடுகிறது (சிவசுப்ரமணியன் 2006; 2010).

> கொண்டி மகளிர் உண்துறை மூழ்கி
> அந்தி மாட்டிய நந்தா விளக்கின்

என்று பட்டினப்பாலையும் (246–257),

> வானவ மகளிர் மான, கண்டோர் நெஞ்சு நடுக்குறூவக் கொண்டி மகளிர்

என்று மதுரைக் காஞ்சியும் (582–583),

> பண்டேர் மொழியிற் பயன்பல வாங்கி
> வண்டிற் றுறக்கும் கொண்டி மகளிர்

என்று மணிமேகலையும் (18: 109) குறிப்பிடுகின்றன.

மன்னராட்சியில் போர்க் கைதிகள்

போர்க் கைதிகளாகக் கொணரப்பட்ட பெண்கள் கோயில்களில் விளக்கேற்றுதல், அரண்மனைப் பராமரிப்புப் பணிகள் போன்றவற்றை மேற்கொண்டனர். சங்க காலத்து அடிமைகள் பொதுவான பணிகளுக்குத் தான் ஆட்படுத்தப்பட்டனர், தொழில் சார்ந்த பணிகளில் இல்லை என்றே தெரியவருகிறது.

இந்தியாவில் அடிமைகள்

"தனிப்பட்டவர்களுக்கு அடிமைகள் இருந்ததற்கான சான்றுகள் இல்லை" என்கிறார் கே.கே. பிள்ளை (1981: 339). ஆனால், ஆங்கிலேயர் ஆட்சியில் ஜமீன்தார்களும், பண்ணையார்களும் அடிமைகளை வெவ்வேறு பெயர்களில் வைத்திருந்தனர். எனவே தமிழகத்தில் அடிமைகள் இருந்தார்கள், ஆனால் அடிமைச் சமுதாயம் இருந்ததில்லை (சிவசுப்ரமணியன் 2005: 96).

பல்லவர் காலத்தில் வேளாண் பெருக்கம் காரணமாக அடிமை முறை விரிவடைந்தது. இப்பொழுது உள்ள முறையில் 'ஆள்' என்று அடிமைகள் குறிப்பிடப்பட்டனர். சோழர் காலத்தில் அடிமைமுறை இன்னும் விரிவாக்கம் பெற்றது. அடிமைகள் குறித்த பல சோழர் காலத்துக் கல்வெட்டுச் சான்றுகள் கிடைக்கின்றன. ஆனால், தமிழகத்தின் பொருள் உற்பத்தி முறையானது, முற்றிலும் அடிமைகளைச் சார்ந்திருக்கவில்லை என்பதும் தெளிவாகிறது.

சோழர் காலத்தில், நில உடைமைச் சமூக அமைப்பு நன்கு வேர்விட்டுத் தழைத்திருந்தது. அடிப்படை உற்பத்திச் சாதனமான நிலத்தின் மீது, பிராமணர்களும் வேளாளர்களும் ஆதிக்கம் செலுத்தி வந்தனர். இவர்களுடன், கோயில்களையும் இணைத்துக்கொண்டனர். இங்குக் கோயில் என்பது தனி சக்தியாகக் காண்பதை விட பிராமணிய, வேளாண் சமூகத்தின் ஓர் அடக்குமுறைச் சாதனமே. அந்த அமைப்பின் பிரதிபலிப்பு இன்றைக்கும் கூட பெருமாள் கோயில்களில் பெருமாள் 'தேவடியாக் குடிக்குச்' சென்று வருவது ஒரு திருநாளாகக் கொண்டாடப்படுகிறது. சோழர், பல்லவர், சேரர், முகமதியர், மராட்டியர், நாயக்கர்களின் ஆட்சிக்காலத்திலும் அடிமை முறை தொடர்ந்திருக்கிறது. தொழில் வளர்ச்சி பெறாத, உற்பத்திகளுக்கான தேவைகளும் வாய்ப்புகளும் அதிகமில்லாத அன்றைய நிலையில், அது ஒரு சாதாரண சமூக நிழ்வாகவே பாவிக்கப் பட்டது.

ஒடுக்கப்பட்ட சாதியைச் சேர்ந்த அடிமை, தீண்டா அடிமை என்றழைக்கப்பட்டார். இவ்வாறு அடிமைகளானவர் மீது, மாடுகளுக்கு இடுவது போல், இலச்சினை பொறிக்கப்பட்டது. அரண்மனை அடிமைகளுக்குப் புலிச்சின்னமும், சிவன் கோயில் அடிமைகளுக்குத் திரிசூலச் சின்னமும், வைணவக் கோயில் அடிமைகளுக்குச் சங்குச் சின்னமும் இலச்சினையாக இடப்பட்டன (சிவசுப்ரமணியன் 2005: 37).

ஐரோப்பியர் காலத்தில்

1493இல் கொலம்பஸ் அமெரிக்காவைக் கண்டுபிடித்ததைத் தொடர்ந்து, கண்ணெதிரில் விரிந்த புதிய உலகத்தை நோக்கி, வெள்ளையர் அணி அணியாகக் குடியேறினர். காலனிய நாடுகளின் நிலவளம், வனவளம், கடல்வளம் என்று இயற்கை வளங்கள் அனைத்தையும் ஐரோப்பியர் களின் சொந்தமாக்கிக்கொண்டனர். பரந்து கிடந்தக் காடுகளைத் திருத்திக் கழனியாக்க ஆள்பலம் தேவைப்பட்டபோது, பண்ணையாட் களாகவும் காடுவெட்டிகளாகவும் கட்டுமானத் தொழிலாளர்களாகவும் 'அடிமைகள்' ஏற்றுமதி செய்யப்பட்டனர். அரிஸ்டாட்டில் காலத்தில் இவர்கள் 'பேசும் கருவிகள்', உயராத கண்கள்' எனப்பட்டனர் (சிவசுப்ரமணியன் 2005: 18).

கீழ்த்திசை நாடுகளுக்குக் கடல்வழி கண்டுபிடிக்கப்பட்டப் பின், ஐரோப்பியர்களின் ஆதிக்கம் விரிவடைந்தது. வணிக வளர்ச்சிக்காக, நெல், கரும்பு, மிளகு, கிராம்பு, காஃபி, இலவங்கம், ரப்பர் போன்ற வற்றைப் பெருமளவில் உற்பத்தி செய்யவேண்டிய தேவை ஏற்பட்டது. அத்தோடு, பயணச் சாலைகள் போடவும், சொகுசு மாளிகைகள் கட்டவும் ஆட்கள் பெருமளவில் தேவைப்பட்டனர். ஐரோப்பியர்களைவிட, கருப்பினத்தவர் கடின உழைப்பிற்கு அயராத உடல் வலிமை மிகுந்தவர் களாக இருந்ததால், அவர்களைத் தருவித்து வேளாண்மைப் பண்ணைகளில் பயன்படுத்தினர்.

காலனிய ஆதிக்கக் காலத்தில் ஆப்பிரிக்கா, ஆசிய நாடுகளிலிருந்து, ஏழைகளும், ஒடுக்கப்பட்டவர்களும் ஆதரவற்றவர்களும் விரும்பியோ, விரும்பாமலோ கொண்டுசெல்லப்பட்டனர். வெள்ளையரின்

சுகவாழ்விற்குக் கறுப்பர்களின் ரத்தமும் சதையும் எலும்பும் வியர்வையும் முதலீடாக்கப்பட்டன. டச்சுக்காரர்கள், ஆங்கிலேயர், ஃபிரஞ்சியர் என அனைவரும் ஆட்களைப் பிடிப்பதில் ஆர்வம் காட்டினர்.

அடிமை வணிக சகாப்தம்

1518ஆம் ஆண்டு ஆகஸ்டு மாதத்தில், ஸ்பெயின் நாட்டு அரசர் முதலாம் சார்லஸ், அட்லாண்டிக் கடல் வழியே அமெரிக்கா செல்லும் அடிமைக் கப்பல்கள், ஆப்பிரிக்கா வழியாக நேராகவே போகலாம் என்று அனுமதித்தார். இது அடிமை வணிகத்தில் முனைப்பாயிருந்த ஃபிரான்ஸ், இங்கிலாந்து போன்ற நாடுகளுக்கு வசதியாகப்போனது. 1619ஆம் ஆண்டு, 20 ஆப்பிரிக்கக் கறுப்பினர்களுடன் 'வெண்சிங்கம்' *(The White Lion)* என்ற தனியார் கப்பல் அமெரிக்காவின் லெய்ட்டன் *(Layton)* நகரிலிருந்து புறப்பட்டு, ஜேம்ஸ் டவுன் *(James Town)* என்ற நகரை அடைந்தது முதல் அடிமை வணிக சகாப்தம் தொடங்கியது. புகையிலைத் தோட்டங்களிலும் நெல் வயல்களிலும் பருத்திக் கொல்லைகளிலும் வேலை செய்வதற்காக, ஆப்பிரிக்காவிலிருந்து அடிமைகள் கொத்துக்கொத்தாக விருப்பமின்றியே கடத்தப்பட்டனர். 17–18ஆம் நூற்றாண்டுகள் முழுதும் இதேநிலை தொடர்ந்தது. ஏறத்தாழ 70 லட்சம் ஆப்பிரிக்க ஆண்களும் பெண்களும் அடிமைகளாக்கப்பட்டனர்.

1848ஆம் ஆண்டு வரையில், அடிமை வியாபாரம் தனியாரிடம் தான் இருந்தது. இதில் முன் நின்றவர்கள் கப்பல் தலைவர்களான மீகாமன்களே. மாலுமிகளே நேரடியாக மக்களை அணுகி, ஆட்களைச் சேகரித்து, மேலை நாடுகளுக்கு விற்றுவந்தார்கள். ஆனால், இந்த முறையில் தொழிலாளர்களுக்குப் பாதுகாப்பும் ஆதாயமும் இல்லை என்று எதிர்ப்புகள் கிளம்பின. 1822, 1824ஆம் ஆண்டுகளில், அடிமை முறையை எதிர்த்து நடந்த போராட்டங்கள் இரும்புக் கரங்கொண்டு ஒடுக்கப் பட்டன. ஆனால், 1831 ஆகஸ்டில், வெர்ஜினியாவில், நாட்டார்கள் தலைமையில், 75 அடிமைகள் வெகுண்டெழுந்து, "ஓடப்பர்கள் எல்லாம் உதையப்பர்களாக" மாறி, இரண்டே நாட்களில் 60 வெள்ளை முதலாளிகளை வெட்டிப்போட்டனர்; ஆடிப்போன அதிகாரவர்க்கம், அதன்பிறகே அசைந்து கொடுக்க ஆரம்பித்தது.

ஃபிரஞ்சிந்தியாவில் அடிமை வணிகம்

(ஜெயசீல ஸ்டீஃபன் 2018: 121–132)

ஃபிரஞ்சிந்தியாவில், ஃபிரஞ்சியரின் வீடுகளில் இந்தியப் பெண்கள் அடிமைகளாகப் பணிபுரிந்தார்கள். வீடுகளைப் பராமரிப்பதும் அவர்களது குழந்தைகளைப் பேணுவதும் சமையல் செய்வதும் துணி துவைப்பதும் அவர்களது பணிகள். இத்தகையோரை வீட்டடிமைகள் *(Half Slaves)* எனலாம் (தாவிதன்னுசாமி 2019).

வணிகமயமாகும் அடிமைத்தளம்

இந்துமாக்கடல் பகுதியில், மொரிஷியஸ், ரெயூனியன் பகுதிகளில் தோட்டக்கலையைப் பொருளியல் ஆதாரமாக ஃபிரஞ்சியர் வளர்த்தனர். அத்துடன் அட்லாண்டிக் மாக்கடலை ஒட்டிய ஆங்கிலேயக்

காலனியத் தீவுகளிலும் அடிமைகள் பெருமளவில் தேவைப்பட்டனர். இதனால், தமக்காக மட்டுமின்றி, பிறருக்காகவும் அடிமை வியாபாரத்தை ஃபிரஞ்சியர் மேற்கொண்டனர்.

ஃபிரஞ்சிந்தியாவில் அடிமை வணிகம்

இந்திய அரசர்கள் ஆதரிக்கவில்லை

குடியேற்றங்களையே கண்டுவந்த புதுவை நகரத்தில் அடிமை வியாபாரம் வெளியேற்றத்தையும் அறிமுகப்படுத்தியது. இந்திய அரசர்கள், நவாபுகள், ஐரோப்பியருடன் அரசியல் உறவு கொண்டபோது, இந்தியர்களை அடிமைகளாக ஏற்றுமதி செய்யக்கூடாது என்ற நிபந்தனை விதிக்கப்பட்டது. 1738இல் தஞ்சைப் பகுதிக்குப் படையெடுத்து வந்த சந்தா சாகிபு ஆண்களைப் போர்க்கைதிகளாகப் பிடித்துப் போனார் (ஆரபி: அக்டோபர் 14, 1738). அதுவன்றி, ஆர்க்காட்டு நவாபு, இஸ்லாமியரைத் தவிர மற்றவர்களை அடிமைகளாக ஏற்றுமதி செய்ய ஐரோப்பியர்களுக்கு அனுமதி அளித்தனர். எனவே, மாமன்னர் சிவாஜி, ஆர்க்காடு, ஐதராபாத் நவாபுகளுடன் ஃபிரஞ்சியர் நட்புக்கரம் நீட்டியபோதும், அந்த உறுதிமொழி கோரப்பட்டது. 1677 ஜூலை 15ஆம் நாள், ஃபிரஞ்சியர் தங்கள் வணிகத்தைப் புதுச்சேரியில் தொடர அனுமதித்தார். தொடர்ந்து 1678 மார்ச்சு மாதம் அவர்கள் அடிமை வணிகம் செய்யமுடியாதவாறு ஓர் ஒப்பந்தமும் செய்துகொண்டார் (மொரே 2014: 97–98). டச்சுக்காரர்களும் ஆங்கிலேயரும் டென்மார்க்கரும் அதைப் பொருட்படுத்தாமல் அடிமை வணிகத்தை அனுமதித்தார்கள். 17ஆம் நூற்றாண்டில்தான் தமிழர்கள் அடிமைகளாக அனுப்பப்பட்டார்கள். இரண்டே ஆண்டுகளில் 20 ஆயிரம் பேர் வரையில் சுமத்ரா தீவின் அசேம் பகுதிக்கு அவர்களால் அனுப்பப்பட்டனர் என்று 1687ஆம் ஆண்டுக்கான பதிவுகளில் மர்த்தேன் குறிப்பிடுகிறார். ஆனால், கும்பினி நிர்வாகமே அடிமை வணிகத்தில் ஈடுபடலாம் என்று அவருக்கு ஆலோசனை கூறப்பட்டபோது, ஃபிரஞ்சுக் கும்பினியின் கௌரவத்திற்கு அது ஏற்புடையதல்ல என்று மறுத்துவிட்டார். நூறாண்டுகளுக்குப் பிறகு, கும்பினியே இதில் நேரடியாக இறங்கியதைக் காலத்தின் கோலம் என்றே கூறவேண்டும் (ஜெயசீல ஸ்டீஃபன் 2018).

கரும்பு வெட்டும் அடிமைகள்

சாயப்பட்டறையில்

காலனிப் பகுதிகளுக்கு அடிமைகள்

தொடக்கத்தில் மொரிஷியஸ் தீவில், லூயி துறைமுகக் கட்டுமானத்திலும், கப்பல் தளங்களிலும் ஆட்கள் அமர்த்தப்பட்டனர். கூடவே வன அழிப்பு பாதை போடுதல், காஃபித் தோட்டங்களின் வேலைக்கும் அவர்கள் தேவைப்பட்டனர். புதுச்சேரியிலிருந்தும் காரைக்காலிலிருந்தும் ஆட்கள் சேர்க்கப்பட்டு, மொரிஷியஸ், ரெயூனியன் தீவுகளுக்கு அனுப்பப்பட்டனர். 1707 செப்டம்பர் 27இல் சென் லூயி என்ற கப்பலில் 25 ஆண்கள் ரெயுனியன் தீவுக்கு அனுப்பப்பட்டனர். அதுமுதல், ஃபிரஞ்சிந்தியாவில் அடிமை வணிக சகாப்தம் தொடங்கியது. லா சிரென் *(La Sirene)* என்ற கப்பல் 1729 மார்ச்சு மாதம் 4ஆம் நாள் கைவினைஞர்களுடன் மொரிஷியஸ் சேர்ந்தபோது, அதில் கட்டடக் கலைஞர்களும் தச்சர்களும் மாலுமிகளும் இருந்தனர். ஆனால், அவர்கள் பணியமர்த்தப்பட்ட முறையில் அவ்வப்போது குற்றச்சாட்டுகள் எழுந்தன; அதே நேரத்தில் விவசாய விரிவாக்கம் துரிதமானதால் தேவை அதிகரித்தது. ஆகவே, 1734 முதல் ஓர் ஒப்பந்தம் மூலமே அடிமைகளைக் கொண்டுவர வழிவகுக்கப்பட்டது. 1775ஆம் ஆண்டில் கிழக்கிந்தியக் குழுமமே இதில் ஆர்வம் காட்டியது.

அடிமைகள் சேர்க்கப்படும் முறை

தொடக்கத்தில் உள்ளூர் முகவர்கள்/தரகர்கள் மூலம்தான் அடிமைகள் சேர்க்கப்பட்டனர். பல்வேறு இடங்களிலிருந்து முகவர்களால் கொணரப்பட்ட அடிமைகள், ஊரில் ஒரு பொது இடத்தில், ஏலத்தில் விடப்படுவார்கள். உள்ளூர், வெளியூர் முதலாளிகள் கேள்வி கேட்டு ஏலத்தில் எடுத்தபின், ஊர்க்கணக்கரால் அடிமைகளின் விவரங்கள் பதியப்படும்; சாவடியில் அதிகாரிகள் முன்னிலையில், வாங்குவோருடன் ஓர் ஒப்பந்தம், தமிழ், ஃபிரஞ்சு இரு மொழிகளிலும் எழுதப்பட்டு, சாட்சிகளுடன் கையெழுத்தாகும். அதன் பின்பு கப்பல் வந்ததும் அவர்கள் ஏற்றுமதி செய்யப்படுவர். ஆயினும், அதில் முறைகேடுகள் நடப்பதாகப் புகார்கள் வந்ததால், நடைமுறை திருத்தப்பட்டது. இரு முறை, 1778 ஜூன் 20இலும் 1790 டிசம்பர் 18இலும் காவல் அதிகாரிகளால் விதிகள் கடுமையாக்கப்பட்டன. கள்ள வணிகத்தைத் தடுக்கவேண்டி, தெரிவு செய்யப்பட்ட அடிமையின் தாயாரும், பாட்டியும் ஒப்பமிட்டால் மட்டுமே ஒப்பந்தம் செல்லும் என்றானது.

எனினும், அத்து மீறல்களும் கள்ள வணிகமும் தொடர்ந்ததால், 1848 முதல், அரசின் மேற்பார்வையில், ஒப்பந்தக்கூலி *(Indentured Labour System)* முறையில் தொழிலாளர்கள் தெரிவுசெய்து, குடியேற்றச் சங்கம் *(Society for Immigration)* மூலம் ஏற்றமதி செய்யப்பட்டனர் (ஜெயசீல ஸ்டீஃபன் 2018).

புதிய மொந்தையில் பழைய கள்

ஒப்பந்தத் தொழிலாளர் முறையில், முகவர்களான 'மேஸ்திரிகள்' (ஆளோட்டிகள்) எனப்பட்ட உள்ளூர் பிரமுகர்கள் மூலம் ஆட்களைத்

திரட்டி, குடியேற்றச் சங்கம்' மூலம் மட்டுமே ஆட்கள் தேர்வு செய்யப்பட்டு, தொழிலாளர்களுக்கும் சங்கத்திற்குமிடையே ஓர் ஒப்பந்தம் மூலம் அவர்களது ஊதியம், பணிக்காலம், பணிச்சூழல், தாயகம் திரும்புதல் பற்றிய நிபந்தனைகள் உறுதி செய்யப்படும். அனைத்தும் அரசின் மேற்பார்வையிலும் கட்டுப்பாட்டிலும் இருக்கும். இவ்வாறாக சட்டப்பூர்வ அங்கீகாரம் தரப்பட்டாலும், அடிமை வியாபாரம் நீதி, நியாயம், தர்மத்திற்கு எதிராக இயங்கியதே வரலாறு *(ஜெயசீல ஸ்டீபன் 2018).*

பாரிசுக்குப்போன அடிமைகள்

ஃபிரஞ்சு கப்பற்படைத் தலைவர் அட்மிரல் சுய்ஃப்ரேன் மாறுபட்டுச் சிந்தித்தார். இந்தியாவிலிருந்து துணியை ஏற்றுமதி செய்வதைவிட, ஃபிரான்சிலேயே அதை உற்பத்தி செய்தால் ஆதாயம் அதிகமாகும் என்று கணக்கிட்டார். 1783இல் அரசரின் அனுமதியுடன் சுமார் 60 நெசவாளர்களையும், அவர்களுக்கு உதவுதற்காக லூயி பிரகாசம் என்ற மொழிபெயர்ப்பாளரையும் மூன்று வருட ஒப்பந்தத்தில் ஃபிரான்சுக்கு அழைத்துச் சென்றார்.

கறுத்த நிறத்தில், கை, கால், கழுத்தெல்லாம் மின்னும் தங்க நகைகளோடு கப்பலில் வந்திறங்கிய இந்தியர்களைப் ஃபிரஞ்சுக்காரர்கள் வினோதமாகப் பார்த்தனர். பாரிஸ் நகரிலிருந்து 25 கிலோ மீட்டர் தூரத்தில், தியூ *(Thieux)* என்ற ஊரில் அவர்கள் குடியமர்த்தப்பட்டனர். வேளாவேளைக்கு அரிசிச் சோறும் அவ்வப்போது ரொட்டியும் ஒயினும் தரப்பட்டன. உள்ளூர் இளைஞர்களுக்குப் பயிற்சி தந்து தேர்ந்த நெசவாளர்களாக்குவதே அவர்களது பணி.

ஆரம்பத்தில் ஆர்வமாக வந்த உள்ளூர் இளைஞர்கள், கடுமையான உடல் உழைப்பிற்குத் தயாராக இல்லை. எனவே, நாளடைவில் அவர்களது நாட்டம் குறைந்தது. சரியான தறிகளும் தரமான பஞ்சும் கிடைக்கவில்லை. எனவே, எதிர்பார்த்த அளவிற்குத் தரமான துணிகளை உற்பத்தி செய்ய முடியவில்லை. மூன்றாண்டு ஒப்பந்தக் காலம் முடிந்ததும் அவர்கள் இந்தியாவிற்கே திருப்பி அனுப்பப்பட்டனர்.

சுய்ஃரேனின் 'உள்நாட்டில் உற்பத்தி' என்ற நோக்கம் நிறைவேறவில்லை. ஆனால், இருக்க இடமும், இந்திய உணவும் இணக்கமான உபசரிப்பும் கிடைக்கப்பெற்ற பெற்ற இந்தியத் தொழிலாளர்கள், ஃபிரஞ்சுக் காலனிகளின் அடிமைகள் போலல்லாமல், வருத்தமின்றியே வாழ்ந்தனர் *(தாவிதன்னுசாமி 2019)*

வீரா நாயக்கரின் குறிப்புகளில்

இந்த நிகழ்ச்சி பற்றி வீரா நாயக்கரும் தனது நாட்குறிப்பில் பதிவிட்டிருக்கிறார். 1788, ஜூலை 21ஆம் நாளுக்கான குறிப்பின்படி, சுய்ஃப்ரேன் தன் பதவிக்காலம் முடிந்து ஃபிரான்சுக்குத் திரும்பும்போது, தமிழ் கைக்கோளர் பலரை மூன்று வருட ஒப்பந்தத்தில் மாத்ர *(Mattre)* என்னும் தீவுவாசிகளுக்கு நெசவுத்தொழில் கற்பிப்பதற்காக அழைத்துச் சென்றார். தன் செலவிலேயே திரும்பவும் புதுச்சேரிக்குக் கொண்டு வருவதாகவும் உறுதியளித்திருந்தார்.

“மேற்சொன்னவர்கள் (கைக்கோளர்கள்) கலாபங்களினாலும் ஷாமத்தினாலும் மிகவும் மெலிந்து, சீவனத்திற்கு வழியில்லாமல், பிழைக்கும் பொருட்டாய் வெளியிலிருந்து புதுவை நகரத்தில் வந்திருந்தபடியாலும், தொழிலாளர்கள் மிகுதியுங் கஷ்டப்பட்டுக் கொண்டிருந்ததனாலும், வீணாய் இறந்துபோவதைவிட, எங்காவது போய் சீவனைக் காப்பாற்றிக் கொள்ள வேண்டியுள்ளது விகிதமென்று துணிந்து சீர்மைக்குப் போகச் சம்மதித்துப் போனார்கள். இற்றை நாள், அந்தக் கைக்கோளரெல்லாம், சமுசாரத்துடன், புருஷான், பெண்டுகள், பிள்ளைகள், 50 சனங்கள் கப்பலிலிருந்து புதுவை நகரத் துறையிலிறங்கி னார்கள். உடன்படிக்கை தப்பாமல் யுரேப்பு தேசத்திலிருந்து தம்முடைய சிலவிலேதானே மறுபடியனுப்பி விட்டார்” என்று சுய்ஃப்ரேனை வீரா நாயக்கர் மெச்சுகிறார்.

வணிகச் சூழலும் அடிமை முறையும்

19ஆம் நூற்றாண்டில் ஐரோப்பிய உணவு முறைகளில் சர்க்கரை முக்கிய இடம் பெற ஆரம்பித்ததால், திடீரென அதன் தேவை அதிகரித்தது. அதற்காகவே, விளைநிலங்கள் அனைத்தும் கரும்புத் தோட்டங்களாக்கப்பட்டன. 1826இல் 8241 ஏக்கரில் பயிரிடப்பட்ட கரும்பு, 1829இல், பதின்மூன்றே ஆண்டுகளில், மூன்று மடங்காக (22,405 ஏக்கர்) அதிகரித்தது. எந்திரப் பயன்பாடு இல்லாத நிலையில், மனித உழைப்பின் மூலமே உற்பத்திப்பெருக்கம் நிகழ்த்த வேண்டியதாயிற்று. மேற்கிந்தியத் தீவுகளான மர்த்தினிக் போன்றவற்றிலும், விவசாயிகள் புகையிலைக்கு மாற்றாகக் கரும்புக்கு மாறினர். இந்திய மலையக நறுமணப் பொருட்களான கிராம்பு, இலவங்கம், மிளகு ஆகியவற்றிற்கும் ஈர்ப்பு மிகுந்ததால், மலபாரிலிருந்தும் கூலிகள் தருவிக்கப்பட்டனர். ஆப்பிரிக்க அடிமைகள் முரடர்களாகவும் அடக்கமில்லாமலும் இருந்ததால் ஆசிய அடிமைகளுக்கு கிராக்கி அதிகமிருந்தது. 19ஆம் நூற்றாண்டின் மையத்தில் குடியேற்றங்களில் வசித்த ஐரோப்பியர்களைவிட அடிமைகளின் எண்ணிக்கையே அதிகமிருந்தது. 1860களில் பண்ணை விவசாயம் நசிந்த காலமும் உண்டு; 1863இல் ஐரோப்பாவில் சர்க்கரையின் தேவை வீழ்ச்சியடைந்தபோதும், பின்னாளில் எதிர்காலம் ஒளிமயமாகும் என்ற நம்பிக்கையில், அயலகத்து அடிமைகள் அங்கேயே தங்கிவிட்டனர் (ஜெயசீல ஸ்டீஃபன் 2018).

யார் யார் போனார்கள்?

சொந்த மண்ணில் வேலை கிடைக்காமல் திண்டாடுவோர், மிகமோசமான பணிச்சூழலில் சிக்கி அல்லலபட்டு விடிவுக்கு ஏங்கியோர், சாதியக் கொடுமைகளிலிருந்து தப்பிப் பிழைத்து, சுதந்திரக் காற்றை சுவாசிக்க ஏங்கியோர், மணவாழ்க்கையில் கசப்புற்றுப் பிரிந்து வாழ வழி தேடியோர் போன்றோர் அந்நிய மண்ணில் சுகவாழ்க்கை வாழலாம் என்ற முகவர்களின் பசப்பு வார்த்தைகளுக்கு மயங்கிப் போனார்கள். தேவதாசிகளுக்கு அளிக்கப்பட்ட நிவந்தங்கள் பறிக்கப்பட்டு, வறுமையில் உழன்று, விபச்சாரத்திற்குள் தள்ளப்பட்டதாலும் அடிமைகள் மிகக் குறைந்த விலைக்கே கிடைத்தனர். சமூகத்தில்

இழித்துரைக்கப்பட்ட பரத்தையரும் போக முன்வந்தனர். பஞ்சம் நிலவி, வறுமை வாட்டிய காலத்தில் அரை வயிற்றுக் கஞ்சிக்கே அல்லாடிய மக்கள், பிழைக்கும் வழியாக முகவர்களிடம் குவிந்தனர்.

ஃபிரான்சுவா மர்த்தேன் ஆட்சிக்காலத்தில் பணப் பற்றாக்குறையும் பஞ்சமும் வாட்டியபோது, அவர்களை அடிமை வணிகத்தில் ஈடுபடுத்தலாம் என்ற யோசனை தரப்பட்டது. ஆனால் மனிதாபிமானம் மிக்க மர்த்தேன் அதை மறுத்தார். ஆனால், லெனுவா போன்ற சில ஆளுநர்கள் அதை அனுமதித்ததோடு, துய்மா போன்றவர்கள் தாங்களே அவ்வணிகத்தில் ஈடுபட்டார்கள். 1734இல் துய்மா புதுச்சேரி ஆளுநராகப் பதவியேற்றதும், அரசே அடிமை வணிகம் செய்வதற்கான ஏற்பாடுகளைச் செய்தார் (ஜெயசீல ஸ்டீஃபன் 2018).

ஆயிரக்கணக்கில் ஏற்றுமதி

பத்தொன்பதாம் நூற்றாண்டில் அடிமைகள் ஏற்றுமதி வேகமெடுத்தது. புதுச்சேரி – காரைக்கால் பகுதிகளிலிருந்து ரெயூனியனுக்கு 1851–82 வருடங்களில் சுமார் 50,800 பேரும், மேற்கிந்தியத் தீவுகளில், கயானாவிற்கு 1853–72 காலத்தில் சுமார் 25,449 பேரும், மர்த்தினிக் தீவிற்கு 1853–72இல் 16,915 பேரும், குவாதிலூப் தீவிற்கு 1854–72 ஆண்டுகளில் சுமார் 25,000 பேரும் கப்பலேறிப் போயினர். கிடைத்திருக்கும் தரவுகளின்படி, இவர்களின் மூன்றில் ஒரு பங்கினரே தாய்நாட்டிற்குத் திரும்பியிருக்கிறார்கள் (ஜெயசீல ஸ்டீஃபன் 2018).

1854–58, 1865–70, 1876–77 ஆகிய ஆண்டுகளில் மழை பொய்த்துப் பஞ்சம் நிலவியபோது அடிமை வணிகம் அமோகமாக நடந்தது. 1854ஆம் ஆண்டில், காலராவும் பஞ்சமும் ஒரு சேரப் பாதித்தபோது, ஒரே ஆண்டில் 18,000 பேர் ஏற்றுமதி ஆயினர்.

அரசியல் ஆதாயமும் உண்டு

பெனுவா துய்மா, 1726–1734ஆம் ஆண்டுகளில், பூர்போன், மொரிஷியஸ், (*Bourbon - La Réunion, Isle de France - Mauritius*) ஆளுநராயிருந்தார். அவருடைய காஃபித் தோட்டங்களிலும் மற்றவரின் கரும்பு, பருத்தித் தோட்டங்களிலும் வேலை செய்வதற்குப் பண்ணையாட்கள் ஏராளமாகத் தேவைப்பட்டனர். ஆகவே, அடிமை வணிகத்தை நெறிப்படுத்துவதுபற்றி ஆலோசிப்பதற்காகவும், எட்டு முதல் 28 வயதுடைய ஆண், பெண் அடிமைகளை வாங்குவதற்காகவும் 1728இல், புதுச்சேரிக்கு வந்தார். 100 அடிமைகளையும் வாங்கினார். இங்குள்ள ஆளுநரின் அதிகாரம், செல்வாக்கு, செல்வக்குவிப்பு பற்றி நேரில் கண்டதும், எப்படியும் புதுச்சேரியின் ஆளுநராகிவிட வேண்டுமென்ற எண்ணம் அவரது உள்ளத்தில் பதிந்துவிட்டது. அதே இலக்கோடு, ஃபிரான்சு அமைச்சரின் உதவியாளர் ஒருவருக்கு 16,000 வராகன் முதல் தவணையாகவும், பின்னர் ஆண்டுக்கு 2,000 வராகன் கையூட்டுத் தருவதாகவும் பேரம்பேசி, பதவி மாற்றம் பெற்று புதுச்சேரியின் ஆளுநரானார். 1734–1741இல் பதவி வகித்த துய்மா, இங்கு நிலவிய பஞ்சத்தைப் பயன்படுத்திக்கொண்டு அடிமை வணிகத்தை ஊக்குவிக்கவும் தயங்கவில்லை (மொரே 2020: 105, 115).

அடிமை வணிகத்தின் பக்கவிளைவைப் பார்த்தீர்களா!

சமூகத்தின் எல்லா சாதிப்பிரிவினரும், குறிப்பாகத் தலித்துகளும் மிகவும் பிற்படுத்தப்பட்டோரும் கூலிகளாகக் கப்பலேறியிருக்கின்றனர். 1859ஆம் ஆண்டில் குவாதிலூப் கப்பலில் சென்ற 23 பிரிவைச் சேர்ந்த 481 அடிமைகளில் 191 பேர் வலங்கையினர்; 134 பேர் இடங்கையினர்; 96 பேர் தமிழரல்லாதோர். வலங்கைப் பிரிவினரில் கவரை செட்டி (43), வெள்ளாளர் (44) ஆகியோர் பெரும்பான்மையாகப் போயினர்; பஞ்சளத்தார் (74), பள்ளி (30), பள்ளர் (14) போன்றோர் இடங்கையினர்; தோட்டிகள், வடுகர், இசை வேளாளர் (மேளக்காரர்) ஆகியோர் தமிழரல்லாதோர் பிரிவில் அடங்குவர்;. அவர்களுடன் 36 முஸ்லிம்களும் போயினர் (ஜெயசீல ஸ்டீஃபன் 2018).

கள்ளச் சந்தையும் கட்டாய ஆள்பிடிப்பும்

பல ஐரோப்பியர்கள், அடிமைப் பெண்களை (வெள்ளாட்டிகள்) வீட்டு வேலைக்கும் வைப்பாட்டிகளாவும் வைத்திருந்தனர். ஆங்கிலேயர், ஃபிரஞ்சுக்காரர் இருவருமே அடிமைகளைக் கப்பலில் ஏவலர்களாக (லஸ்கர்) வைத்திருந்தனர் (டாட்வெல்1986). ஆனந்தரங்கப் பிள்ளையின் நாட்குறிப்பிலும், போர்க்காலங்களில் அரசர்கள் அடிமைகளைச் சிறை பிடித்ததும், கூட்டங்கூட்டமாக அடிமைகளை ஏற்றுமதி செய்ததும் பதியப்பட்டுள்ளன. 1738 அக்டோபரில், தஞ்சையில் போர் முடிந்தபோது சந்தா சாகிபு, அறுப்புத் தானியத்தை எடுத்துக்கொண்டு, சனங்களைச் சிறை பிடித்துப்போனார் என்கிறார்.

"ஐரோப்பியர்கள் ஏழைகளையும் கட்டாயமாகப் பிடித்துச் சிறையில் (சிறையர்) தள்ளிப் பின்னர் அடிமைகளாக அனுப்பினர். லூயி சூத் (Louis Judde) என்ற ஃபிரஞ்சுக்காரன், சிலபேரைத் தனது சிறையர்களாக்கி, அவர்களை ஊர்ப்புறங்களுக்கு அனுப்பி, வேறு பலரைப் பிடித்து வரச் செய்தான். சிலருக்குப் பணம் கொடுத்தும், வெகுபேரைச் சுண்ணாம்பிலே மருந்து கலந்து கொடுத்தும், கையில் மைச்சிமிழ் வைத்துக்கொண்டு மோசம் பண்ணியும், கூலி வேலை செய்யச் சொல்லி அழைத்தும், மொட்டையடித்துக் கைக்கும் காலுக்கும் விலங்கு மாட்டியும், கொட்டடியில் போட்டனர்".

"சூதும் அவன் ஆட்களும் விறகுக்கட்டு, புல்கட்டு விற்கிறவர்களையும் இப்படியே மோசம் பண்ணி அழைத்துச் சென்று சிறையர் ஆக்கினர். தரங்கம்பாடி அருகில் ஒரு வீட்டில் 50–100 பேரை இப்படி அடைத்து வைத்து, ஓர் இரவில் படகின் பேரிலே ஏற்றி அரியாங்குப்பம் கொண்டு வந்தனர். அங்கேயும் ஒரு வீட்டில் பலரை மொட்டையடித்து, விலங்கு பூட்டிக் கறுப்பு ஆடை அணிவித்து வைத்திருந்தனர். அங்கிருந்து சூதின் வீட்டுக்குக் கொண்டுவந்து, அங்கிருந்த சிறைச்கூடத்திலே அடைத்து, நாலு மூன்று தரம் கப்பலிலேற்றினர்" (ஆரபி: ஜூன் 25, 1746).

சின்னஞ் சிறுவர்களைக்கூட விட்டுவைக்கவில்லை. தெருவில் போகும் சிறுவர்களையெல்லாம் பிடித்துப்போனதால், பெற்றோர்கள் தங்கள் பிள்ளைகளை வெளியூருக்கு அனுப்பிவைத்தனர். புதுவையில் போதிய ஆட்கள் கிடைக்காதபோது, சுற்றுப்புறத்தில், கடலூர், சிதம்பரம், திருவண்ணாமலை, காஞ்சிபுரம் பகுதிகளிலிருந்தும், காரைக்காலைச் சுற்றி நாகப்பட்டினம், தஞ்சாவூர் பகுதிகளிலிருந்தும் ஆட்கள் அழைத்து வரப்பட்டனர்.

ஒருமுறை செட்டிகள் சிலரைக் கள்ளத்தனமாக சூத் பிடித்து வைத்திருந்தார். அவருடன் துணி வணிகம் பொருட்டுப் பேசவந்த செட்டிகளுக்கு இது தெரியவந்ததும் அவர்கள் சூதிடம் கேட்டபோது, அவருக்கு உதறல் எடுத்தது. நான் முறையாகத்தான் விலைக்கு வாங்கி வைத்திருக்கிறேன் என்றும், அவர்களில் செட்டிகள் எவரேனும் இருந்தால் அனுப்பிவிடுவதாகவும் கூறினார். இந்தத் தகவல் பரவியதும் செட்டிகள் கூட்டங்கூடி, கும்பினி அலுவலரிடம் புகார் செய்தனர். விசாரணையில் பரமானந்தன் என்ற முகவர்தான் கொண்டுவந்து விற்றார் என்பது தெரியவந்தது. உயர் சாதியினரை, அவர்களது விருப்பமின்றி விற்றதற்காக அவர் கைது செய்யப்பட்டு, சிறையிலடைக்கப்பட்டார்; செட்டிகள் விடுவிக்கப்பட்டனர்.

கள்ள வியாபாரம், கட்டாயச் சேர்ப்பு பற்றி விவரிக்கும் ஆனந்தரங்கப் பிள்ளை, "இந்தச் செய்தி தெரிய வந்ததும், ஆளுநர் துய்ப்ளேக்சு அடிமைத் தரகர் சூதைப் பதவி நீக்கம் செய்ததோடு, சூதிடமிருந்து ஒரு முறை 15 பெண்களையும் நான்கு சிறுவர்களையும், இன்னொரு முறை 9 ஆண்கள், 12 பெண்கள், 11 சிறுவர்களையும் விடுவித்தார். அவரது கையாளான பரமானந்தனைக் கசோத்திலே (சிறையில்) போட்டார்", என்கிறார் (ஆரபி: ஜூன் 28, 1746; மொரே 2020: 143–144).

ஏனத்திலிருந்தும் ஏற்றுமதி

புதுச்சேரி, காரைக்கால் வட்டாரங்களிலிருந்து, போதுமான கூலிகள் கிடைக்காததால், ஏனத்திற்கும் கூலி சேர்க்கும் படலம் விரிவாக்கப் பட்டது. புதுச்சேரியில் இதன் முகவராகச் செயல்பட்டவர் ழூய்ல்ஸ் பெதியே பிரெய்ரி (*Jules Bedier Prairie*) என்ற மாலுமி. ஃபிரஞ்சு அரசின் அனுமதி பெற்று, அவர் தன் துணை மாலுமி பயே (*Pallier*) என்பவருடன் 1849 செப்டம்பர் மாதம் ஏனாமிற்கு வந்தார். அங்கு நிர்வாகியாயிருந்த ழூர்தான் (*Jourdain*) மூலம் உள்ளூர் ஆட்களைப் பிடித்து, அறுபது பேரைச் சேர்த்தார். தூரத்தில் கோரிங்கா ஆற்றில் கப்பல் நங்கூரமிட்டுக் காத்திருந்தது. அது ஆங்கிலேயர் பகுதி. அதற்குச் செல்வதற்காகப் படகில் ஏற்றிக்கொண்டு, அப்பகுதிக்குள் நுழையும்போது, அங்குச் சுங்கச்சாவடியிலிருந்த அதிகாரி தடுத்து நிறுத்தினார். ஃபிரஞ்சியரிடம் உரிய அனுமதியும் சீட்டும் இருந்தபோதும் விடாப்பிடியாகப் படகைப் பிடித்து வைத்தார்.

மறுநாள் இராஜமுந்திரியிலிருந்து ஆங்கில ஆட்சியர் ரென்டர்காஸ்ட் (*Prendergast*) நேரடியாக வந்து விசாரணை நடத்தினார். ஆங்கிலப் படகுகளைப் பயன்படுத்திய குற்றத்திற்காக ஃபிரஞ்சியரையும் கூலிகளையும் கைதுசெய்து, காக்கிநாடா சிறையில் அடைத்துவிட்டார். பின்னர், அதிகாரிகள் மட்டத்தில் நடந்த திரைமறைவு நடவடிக்கைகளுக்குப்பின், மேல்மட்டத்தில் இப்பிரச்சினை விவாதிக்கப்படும் எனக்கூறி அவர்களை விடுதலை செய்தார். சாதாரண வணிகப்பிரச்சினை, இராஜதந்திரப் பிரச்சினை ஆனாதால், பிரெய்ரி தன் முயற்சிகளைக் கைவிட்டார் (பொல்லோசு + பொல்லோசு 2007).

ஆங்கிலேயர் – ஃபிரஞ்சியர் முரண்பாடு

ஒப்பந்தக்கூலி முறையில், ஆங்கிலேயரும் தம் பங்கிற்கு இந்தியக் கூலிகளைக் கல்கத்தா, மும்பையிலிருந்து மொரிஷியசுக்கு அனுப்பி வைத்தனர். அதேநேரத்தில், ஃபிரஞ்சு அரசும் தமிழகப் பகுதிகளிலிருந்து அதிக அளவில் ஆட்களை ஈர்த்ததால், ஆங்கிலேய அரசிற்கு ஆத்திரம் வந்தது. அதன் எதிரொலிதான் ஏனாம் நடவடிக்கை.

நீண்ட பேச்சுவார்த்தைகளுக்குப்பின், ஒரு வழியாக 1861இல் இரு தரப்புக்கும் இடையே ஓர் ஒப்பந்தம் முடிவானது. அதன்படி ஃபிரஞ்சு முகவர்கள், தரகு அடிப்படையில் ஆட்களைச் சேகரித்து அனுப்பலாம். மேஸ்திரிகள் அவர்களால் சேர்க்கப்பட்ட ஆட்களுக்கான பட்டியலை ஓர் ஆங்கிலேயத் தூதரக அதிகாரி சரிபார்த்து ஒப்பமிடுவார். அவருக்கும் மாதம் ரூ. 250 தரகுக் கூலி தரவேண்டும். அவரது ஒப்புதல் கிடைத்தபின், அடிமைகள் கப்பலேற அனுமதிக்கப்படுவார்கள். இதன்படி, ஏனாமில் முகவர்களான மணியம் கனகய்யா, மணியம் சுப்பாராவ் மூலம் ஏராளமானோர், குறிப்பாக மீனவர்கள் அயல்நாடு போனார்கள்.

1864இல் மீண்டும் ஒரு சிக்கல் எழுந்தது. மேஸ்திரிகளுக்கான உரிமத்தை அரசு உயரதிகாரிகள்தான் அங்கீகரிக்க வேண்டும் என்று குடியேறுவோர் நலப் பாதுகாவலர் ஆட்சேபித்தார். மறுபடியும், பேச்சுவார்த்தைகளுக்குப்பின் தூதரக முகவர்களுக்கே அந்த அதிகாரம் வழங்கப்பட்டது; கூலிகள் வணிகம் தொடர்ந்தது.

அலைகடல் மீது ஆறாத் துயரம்

சுமார் நான்காயிரம் கிலோ மீட்டர்களுக்கு அப்பால் உள்ள ஃபிரஞ்சுக் காலனியத் தீவுகளுக்குக் கப்பல் பயணம்தான் ஒரே வழி. புதுச்சேரியிலிருந்து புறப்படும் கப்பல்கள் காரைக்கால் சென்று, பயணிகளை ஏற்றிக்

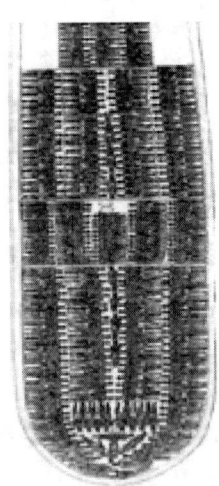 

கப்பலில் அடுக்கப்பட்ட நிலையில் – நெருக்கமாக

கொண்டு, இந்துமாக் கடலூடே முதலில் மொரிஷியசுக்குச் சென்று, பின்னர் ரெயூனியன் வழியாக ஃபிரஞ்சு கயானாவைச் சென்றடைந்தன.

ஆனால், பயணிகள் நிலைதான் பரிதாபமானது. ஒவ்வொரு கப்பலிலும் நூற்றுக்கணக்கான பயணிகள் தரைதளம், மேல்தளம் முழுதும் நெருக்கிக்கொண்டிருந்தனர். காலாற நடமாட இடமில்லை; கழிப்பறைகளும் குறைவே; குழந்தைகளும், பெண்களும் படுக்கையிலேயே சிறுநீர் கழிக்கும் அவலம்; சரியான வெளிச்சமில்லை; சுவாசிக்கக்கூட உப்புக்காற்றுதான்; போதுமான உணவு கிடையாது; குடிக்கத் தண்ணீரும் அளவோடுதான்; கூலிகளின் எண்ணிக்கை அதிகமானபோது, கிடங்கில் அரிசி, மணிலா, துணிப்பொதிகளுடன் மூட்டையோடு மூட்டையாகத் திணிப்பு; இரவில் கடுங்குளிர்; அவ்வப்போது பெருமழை, சூறைக்காற்று, கொந்தளிக்கும் கடல்; வைசூரி, வயிற்றுப்போக்கு, ஸ்கர்வியின் கடுமை; இதுதான் பயணச் சூழல் (மெலாங்கின் 2019: 87).

சான்றாக ஒரு நிகழ்வு: 1853ஆம் ஆண்டு பிப்ரவரி மாதம் இரண்டாம் நாள் 'ஓர்லி' என்ற கப்பல் காரைக்காலில் இருந்து மர்த்தினிக்குப் புறப்பட்டது. அதில் 332 பேர் பயணம் செய்தனர். சாதகமற்ற தட்ப வெப்பநிலையைச் சமாளித்து, பதினைந்து மாதப் போராட்டத்திற்குப் பின் 1854ஆம் ஆண்டு மே மாதம் மர்த்தினிக்கை அடைவதற்குள், ஒன்பது பேர் இறந்துவிட்டனர். மீதிப்பேரும் குற்றுயிரும் குலைஉயிருமாகத்தான் கரையிறங்கினர்; சராசரியாக, 20–25 விழுக்காடு பயணிகள் இறந்துபோயினர்.

இத்தகையக் கடல் பயணம் பற்றி ஆதங்கப்பட்ட ஒரு கவிஞர்,

ஆழ்கடல் ஓரத்தில் நீரோட்டம்
இந்தக் கப்பலில் கஷ்டப்படும்
இந்திய மக்கள் ஐயோ
இந்திய மக்கள்

என்று நெஞ்சுருகுகிறார்.

காலநிலை சாதகமாக இருந்தால், வழக்கமாகப் பயணம் பத்து மாதங்கள் நீடித்தது. இடையில் நோய்வாய்ப்பட்டால் சிகிச்சைக்கு வழியில்லை. வைசூரி, பிளேக், ஸ்கர்வி, வயிற்றுப்போக்கு போன்ற

காத்திருக்கும் நோய்த்தொற்று

கப்பலில் வந்த அடிமைகள்

கொள்ளை நோய்கள் கடுமையானதால் பலர் செத்துமடிந்தார்கள். அவர்களின் பிணங்கள் கடலில் வீசப்பட்டன. நோயாளிகள் பிழைப் பதற்கு வாய்ப்பில்லை என்றால் உயிரோடு தூக்கி எறியப்பட்டார்கள். பெரியவர்கள் நிலை இப்படி என்றால், பெண்கள், குழந்தைகள் நிலை இன்னும் மோசம். இவ்வாறான கடற்பணத்தின் தொடர் துயர்களைக் தாங்கிக்கொண்டு, வளமான எதிர்காலம் பற்றிய வண்ணக் கனவுகளுடன் கரையில் கால் பதித்தவர்களுக்குப் பேரதிர்ச்சிதான் காத்திருந்தது.

கரையிறங்கியும் தொடரும் துயரம்

கரையிறங்கிய பின்னும் தொழிலாளர்களின் துயரம் தீர்ந்த பாடில்லை. நெடுநாளைய கடற்பயணம், சுகாதாரமற்ற சூழ்நிலை, ஊட்டச்சத்தில்லாத உணவு இவை மொத்தமாகச் சேர்ந்து, அவர்களைப் பலவீனப்படுத்தியதால் பலர் நோய்வாய்ப்பட்டனர். அதிலும் பலர், வாந்திபேதி, அம்மை, பிளேக், வைசூரி போன்ற பெருந்தொற்று நோயாளிகள். அவர்களைத் தீவுகளுக்குள் அனுமதித்தால், நோய் எளிதில் பரவித் தாக்கும் வாய்ப்புண்டு என்பதால், அவர்களை லசாரத் *(Lazarete)* எனப்படும் கொட்டடிகளில் தனிமைப்படுத்தி, அவர்களிடம் நோய்த்தொற்று இல்லை என்று உறுதி செய்யப்பட்ட பின்னரே ஊருக்குள் அனுமதிக்கப்பட்டனர். இது ஒரு தற்காப்பு நடவடிக்கையே. அந்த முறையை, 'தனிமை வழி முற்காப்பு' என்னும் பொருளில் குவாரன்டைன் என்கிறது மருத்துவ உலகம் *(ஒபர்லே 2010)*.

லசாரத் என்னும் கொட்டடி

*16*ஆம் நூற்றாண்டில் பிளேக் நோய் ஐரோப்பாவில் வெகுவேக மாகப் பரவியது. எனவே நோய் பரவுதலைத் தடுக்கும் உத்தியாகக் குவாரன்டைன்கள் அமைக்கப்பட்டன. நோய் தொற்றியவர்களையும் அதற்கான அறிகுறிகள் தென்படுபவர்களையும் ஓர் ஒதுக்குப்புறத்தில் தனியாகத் தங்க வைப்பர்; தனிமைப்படுத்தப்பட்ட அவர்களுக்கு மிகுந்த கவனத்துடன் தீவிர சிகிச்சை தரப்படும்; தொற்று அபாயம் முற்றிலும் நீங்கிவிட்டது என்று மருத்துவர்கள் உறுதி செய்த பின்னரே, அவர்கள் பொதுவில் நடமாடமுடியும்; இதுவே குவாரன்டைன் நடைமுறை.

அடிமைகளுக்கான முதல் குவாரன்டைன், *16*ஆம் நூற்றாண்டில் வெனிசில், 'செயின்ட் மேரி நசரத்' தீவில் தொடங்கப்பட்டது. *1775*இல் ஃபிரஞ்சியக் காலனித் தீவான ரெயூனியனில், சேன் தெனிஸ் *(St. Denis)* நகரத்திலும், சேன் ழேக் *(St. Jacques)* பகுதியில் ஒன்றும், *1860*இல் சேன் லா கிராந்த் சலூப் *(St. La Grande Chaloupe)* என்ற இடத்தில் மற்றொன்றுமாக ஆரம்பிக்கப்பட்டன.

நான்கு புறமும் உயர்ந்த மதில்கள்; முற்றிலுமாகத் துண்டிக்கப் பட்ட வெளியுலகத் தொடர்பு; ஆண், பெண்களுக்குத் தனியாகப் பெரிய தொடர் படுக்கைக் கூடங்கள்; தூரத்திலிருந்தே அவற்றை அடையாளம் காட்ட சுற்றிலும் மஞ்சள் கொடிகள் என்று நோயாளிகள் தப்பிக்க வழி விடாமல், ஒரு கடுங்காவல் சிறைபோன்றே சேன் ழேக்

குவாரன்டைன் இயங்கியது. அது ஒரு பள்ளத்தாக்கில் இருந்ததால் ஆற்றில் வெள்ளம் வரும்போதெல்லாம், இரண்டடிக்குத் தண்ணீர் தேங்கிவிடும்; நீர் சூழ்ந்த சூழலில் குளிரும் காற்று, எலும்பையும் துளைத்து நடுங்கவைக்கும்; ஏற்கனவே இருக்கும் நோயுடன், காய்ச்சலும் சேர்ந்து வாட்டும். பத்து மைல்கள் தள்ளி, லா கிரான்த் சலூப் என்ற இடத்தில் இருந்த மற்றொரு லசாரத் மட்டுமே மேட்டுப்பாங்கான இடத்தில் இருந்தது (பயோகொலால் அயோகிப் 2015).

நாளாக நாளாகக் குடிபெயரும் தொழிலாளர்களின் எண்ணிக்கை பெருகியது. அதனால் 'லசாரத்'களில் நெரிசல் கூடியது. அங்கிருந்தப் பணியாளர்களும் ஈவிரக்கமின்றி நடந்து கொண்டார்கள். எந்தக் கொட்டடியிலும் போதுமான மருத்துவ வசதிகள் இல்லை. எனவே, நோய்க் கொடுமை மிகுந்து நோயாளிகள் சாவது சாதாரணமாயிற்று. அவ்வாறு செத்தவர்கள் தனியான கல்லறைகளில் உடனடியாகப் புதைக்கப்பட்டார்கள்.

கொட்டடியில் தங்கும் கால நீளம் தெரியாமலும் நோயின் வேதனை தாங்காமலும் சாவின் பயத்திலேயே செத்துப் பிழைத்தவர்கள் ஏராளம். தனிமைக் காலத்தில் தொழிலாளர்களின் ஒப்பந்தம் செல்லுபடியாகாது, தனிநபர் சுதந்திரமோ, சொத்துரிமையோ, சட்டப் பாதுகாப்போ கிடையாது என்பது கொடுமையிலும் கொடுமை.

பயணிகளின் எண்ணிக்கை அதிகமாகும்போது அவர்களுக்கு அடையாள எண்கள் தரப்பட்டன. சற்றே ஆரோக்கியமானவர்களை, ஏவலர்களாக நியமித்துப் பெருக்கவும் சமைக்கவும் தூய்மைப் பணிக்கும் பயன்படுத்திக் கொண்டனர். சிலர் 'சட்டாம்பிள்ளை' போல் மற்றவர்களைக் கண்காணித்தனர். கொட்டடிக் காலம் முடிந்தபின் அவர்கள் பண்ணையாட்களாகவும், ஏவலர்களாகவும் பிற தொழில் வல்லராகவும், பிரித்து வெவ்வேறு குழுக்களாக அனுப்பப்பட்டனர் (ஒபர்லே 2010).

கைதிகள் போல் அடையாள எண்கள்

ஏன் வந்தது லசாரத்?

1520இல் ஸ்பானியப் படைக்கப்பல் ஒன்று கியூபாவிலிருந்து மெக்சிகோவிற்குப் போனது. அதில் ஸ்பெயின் வீரர்களும் ஆப்பிரிக்க அடிமைகளும் ஒன்றாகப் பயணித்தனர். அவர்களோடு குதிரைகளும் ஆயுதங்களும் ஏற்றப்பட்டிருந்தன. கப்பல் மெக்சிகோவை அடையும்போது, ஓர் அடிமையின் உடலில் கொப்புளங்களும் தடிப்புகளும் தென்பட்டன. அது பெரியம்மை நோய்.

ஆனால், அந்தக் காலத்தில் இப்படிப்பட்ட நோயின் பெயரும் விவரமும் தெரியாததால், அவரை செம்போலா நகரில் ஒரு பழங்குடியினர் வீட்டில் தங்க வைத்தனர். அவரிடமிருந்து அந்தக் குடும்பத்தாருக்குத் தொற்றி, பத்தே நாட்களில் நகரம் முழுவதும் பரவிவிட்டது. நோய்க்கு அஞ்சிய பழங்குடியினர் நகரம் நோக்கிப் போனதால், நகரங்களிலும், பின்னர் நாடு முழுவதும், அங்கிருந்து பிற நாடுகளுக்கும் பரவிவிட்டது. ஓரே ஆண்டில் மெக்சிகோவின் மக்கள் தொகையான 2.2 கோடிப் பேரில், எண்பது லட்சம் பேரைக் காவுகொண்டது. மருத்துவ உலகம் அதுவரை அறியாத பெரியம்மை (*Small box*) நோய் என்பதால், தப்பிக்கும் நடவடிக்கையாகத்தான் லசாரத் என்னும் குவாரன்டைன் வடிவமைக்கப்பட்டது.

லசாரத் கெடுபிடிகள் தவறல்ல!

அடிமைகள் என்பதற்காக அல்ல கெடுபிடிகள்; அவர்கள் நோய்க் கடத்திகளாக ஏந்திகளாக இருந்துவிடக் கூடாதே என்ற ஐயமே காரணம். 1729இல் தமிழக மக்கள், காலரா, பிளேக், வைசூரி, பெரியம்மை போன்ற கொள்ளை நோய்களால் தாக்கப்பட்டனர். 1820இல் மீண்டும் காலரா பரவி மனிதர்களைக் காவு கொண்டது. அத்தகைய சுகாதாரக் கேடான சூழலிலிருந்து வருவோரைப் பரிசோதனை செய்வது தவறில்லையே! 2019–2020இல் கொரோனா என்னும் கோவிட்–19 தீநுண்மி (*Virus*) உலகைத் தாக்கிக் கலங்கடித்தபோது, ஒவ்வொரு மனிதனும் தன்னைத்தானே தனிமைப்படுத்திக் கொள்வதே நோய்த் தொற்றைத் தடுக்கும் வழி என்று உணர்ந்து கொண்டிருப்பதால், குவாரன்டைன் பற்றி சொல்லித் தெரியவேண்டியதில்லை.

1792இல் புதுவையிலிருந்து ஆளுநர் துய்ப்ளெசியும் (*Du Plessis*), குடிமை விவகார ஆணையர் தைரோவும் (*Tyrol*) கப்பலில் வந்திறங்கியவுடன், நிர்வாணமாகவே கப்பலிலிருந்து நடந்து வந்து, வினிகரில் குளிப்பாட்டப்பட்டபின்தான், 'லசாரத்' தின் உள்ளேயே அனுமதிக்கப்பட்டனர். அந்த அளவிற்கு நோய்களின் தாக்கம் இருந்தது. 1930களில், மருத்துவம் முன்னேறிய பின்னரே, லசாரத் கட்டுப்பாடுகள் தளர்த்தப்பட்டன (ஒபர்லே 2010).

பயணத்தின்போதே பாதுகாப்பு

கப்பற்பயணத்தின் துயரங்கள் தொடர்ந்ததால், பிரிட்டிஷ் அரசு, தனது குடியேற்ற ஆணையர்கள் மூலம், ஒரு 'விசாரணை ஆணையம்' அமைத்தது. ஆனால் ஒரு வருட விசாரணைக்குப்பின், அந்த ஆணையம் ஃபிரஞ்சு அரசின் மீது குற்றம் கூறவில்லை. இருந்தபோதும், நெடும் பயணத்தில் சுகாதாரக் கேடுகள் சர்வ சாதாரணமாக ஏற்பட்டு, உயிர்ப்பலியில் முடிந்ததால், ஒரு மருத்துவரையும் உடன் அனுப்பப் பரிந்துரை செய்தது.

*1817–35*இல் சுமார் *35,000* பேர் கள்ளத்தனமாக வந்தவர்கள். *1859* வாக்கில் அடிமைகளாகப் புகுந்த *65,000* பேரில், *37,500* பேர் இந்திய அடிமைகள். எனவேதான், கப்பல் பயணிகள் அனைவருக்கும் மருத்துவப் பரிசோதனை கட்டாயமாக்கப்பட்டது. நோய்த் தொற்றின் அச்சம் உச்சத்திலிருந்ததால், அடிமைகள் முதல் ஆளுநர் வரையில் சோதனை களுக்குத் தப்பமுடியவில்லை; தட்டுமுட்டு சாமான்கள்கூடக் கிருமி நாசினிகளால் கிருமி நீக்கம் செய்யப்பட்டன.

பரிதாபமான பணிச்சூழல்

பண்ணைகளில் பணிச்சுமை கடுமையாக இருந்தது. காலநேரம் பார்க்காமல் உழைக்கவேண்டும்; கஞ்சி குடிக்கவும் சற்று நேரமே இடைவேளை; ஓய்வெடுக்க முடியாது; குறைவான நேரமே தூங்க முடியும். குடிசைகளிலும், தற்காலிகக் கூரை முகாம்களிலும் பழைய கட்டடங்களிலும் அவர்கள் தங்க வேண்டியிருந்தது. அங்கும் சுற்றுப்புறம் தூய்மையானதாக இல்லை; வெட்டவெளியில்தான் காலைக்கடன் கழிக்கவேண்டும்; உடுத்திய துணியையே உடுத்த வேண்டும்; எப்போதோ ஒருநாள் முரட்டுத்துணியாலான ஆடைகள் தரப்படும்; உணவென்றால் பெரும்பாலும் கஞ்சிதான்; அதுவும் வயிறு முட்டக் கிடைக்காது.

தங்குவதற்குத் தகரக் கொட்டகை

வொல்தேர் கண்ட காட்சி

வொல்தேர் (*Voltaire*) ஃபிரஞ்சுச் சிந்தனையாளர். அடிமை முறை ஒழிப்பிற்காகப் போராடிய அவர், கள நிலைமையை நேரில் அறிவதற்காகச் சுரிநாம் *(Surinam)* நாட்டிற்கு ஒரு முறை சென்றிருந்தார்.

அங்கு ஓர் அடிமையைச் சந்திக்க நேர்ந்தது. கரும்பாலையில் வேலை செய்யும்போது அவரது விரல்கள் எந்திரத்தில் மாட்டிக்கொண்டன. அறைவையை நிறுத்திக் காப்பாற்றாமல், முதலாளி அவரது கையை வெட்டிவிட்டார்; பணிக் கொடுமை தாங்காமல் தப்பிக்க முயன்றபோது, அவனது ஒரு கால் வெட்டப்பட்டது. இதனால் இயக்கமின்றி, முடங்கிக் கிடந்த அவன் வொல்தேரைப் பார்த்துத் தன் கையையும் காலையும் காட்டி, இந்த விலை கொடுத்துத்தான், ஐரோப்பாவில் நீங்கள் சர்க்கரை சாப்பிடுகிறீர்கள் என்று பொங்கினான். நொடிந்துபோனார் வொல்தேர்.

முதலாளிகளின் கொடூரத்திற்கும் கூலிகளின் துயரத்திற்கும் இதைவிட வேறு என்ன சாட்சியம் வேண்டும்!

நோய் பீடித்தாலோ, உடல்தளர்ந்து உழைக்க முடியாமல் ஒடுங்கினாலோ, கடுமையான வேலைகளைச் செய்ய மறுத்தாலோ, தப்பிக்கும் நோக்கில் ஓடிச்சென்று பிடிபட்டாலோ சொல்லொணாத் துயரம் நேரும்; ஏச்சும் பேச்சும் காது கூசும்; சவுக்கால் அடிப்பார்கள்; காலால் உதைப்பார்கள்; கை, கால் கட்டித் தொங்கவிடுவார்கள்; வேண்டாமென்பவர்களை நஞ்சு கொடுத்துக் கொன்று புதைத்துவிடும் அவலமும் நடந்தது. பெண்களின் நிலையோ இன்னும் கொடுமையானது. பகல் முழுவதும் உழைக்கும் பலரும், இரவில் கண்காணிகள், முதலாளிகளின் காமப்பசிக்கும் இரையாகவேண்டியிருந்தது. இதுதான் பணிச்சூழல்.

மேற்கிந்தியத் தீவுகளில் கூலிகள் மிகவும் மோசமாக நடத்தப்பட்டார்கள். அவர்களுக்கு வீட்டு நினைவே வராமல் செய்வதற்காகக் கஞ்சா, அபின், சூதாட்டம் போன்ற போதைப் பழக்கங்களுக்கு அடிமையாக்கப்பட்டனர். உழைக்கும் வலிமையில் குதிரைகளைப் போலவும், பணிச்சுமை தாங்குவதில் கழுதைகளைப் போலவும் அயராது வேலை செய்ததால், அவர்களைக் குதிரையும் கழுதையும் கலந்து பிறக்கும் மலட்டுக் 'கோவேறு கழுதைகள்' பொருளில் முலத்தர் (Mulattos) என்றே அழைத்தார்கள்; நடத்தினார்கள் (மெலாங்கின் 2015; தாவிதன்னுசாமி 2019).

தாமஸ் திசில்வுட் (Thomas Thistlewood) என்பவர் ஒரு ஜமைக்கா பண்ணையார். அடிமைக்கூலிகளுக்கு நடந்த கொடுமைகளை அவரது நாட்குறிப்பில் விவரித்திருக்கும் விதத்தைப் படிக்கும்போதெல்லாம் நெஞ்சம் பதைபதைக்கும்.

இந்திய அடிமைகளுக்குக் கட்டுப்பாடுகள்

அடிமைகளை நடத்துவதில் இந்திய முதலாளிகள் அந்நிய எசமானர்களுக்குக் கிஞ்சிற்றும் சளைத்தவர்கள் அல்லர். அவர்களைப் போலவே – அவர்களை விடவும் – கடுமையான கட்டுப்பாடுகளை விதித்தனர்; கடுமை காட்டினர்; கொடுமைப்படுத்தினர்; பண்ணைகளிலும், தொழிலகங்களிலும், வீடுகளிலும் அமர்த்தப்பட்ட அவர்களை முதலாளிகள் கொத்தடிமைகளாகவே நடத்தினர்.

பண்ணையார் வீட்டுக்கு அருகிலேயே குடிசை போட்டுத் தங்க வேண்டும்; பிள்ளைகள் படிக்கக் கூடாது; அனுமதியில்லாமல் திருமணம் செய்யக் கூடாது; சட்டியில்தான் சாப்பிடவேண்டும்; தெருவில் வண்டியை ஓட்டிக் கொண்டு செல்லக்கூடாது; இறங்கி, இழுத்துக்கொண்டுதான் செல்லவேண்டும்; பண்ணையார் வண்டி வந்தால், மாட்டுச் சலங்கை ஒலி கேட்டதும் ஓரமாக ஒதுங்கிவிடவேண்டும்.

கோவணம் மட்டுமே கட்டவேண்டும்; ஆண்டுக்கு ஒரு வேட்டிதான் தரப்படும், அதையும் இடுப்பில் கட்டாமல், தலைப்பாகையாகச் சுற்றிக்கொள்ளவேண்டும்; சட்டை போடக்கூடாது; செருப்பு அணியக்கூடாது; பெண்கள் ரவிக்கை அணியக்கூடாது; சேலையை முழங்காலுக்குமேல் தூக்கித்தான் கட்டவேண்டும்; மிராசுதார் இச்சைக்கு மறுக்காமல் இணங்கவேண்டும்.

அடிமைகளுக்குத் தண்டனைகள்

தப்பித்தவறி தவறிழைத்தால் கடுமையான தண்டனைகள் வழங்கப்பட்டன. சாட்டையடி, அண்ணாந்தாள் பூட்டிக் கல்லேற்றி அடித்தல், மூங்கில் கொட்டத்தில் மாட்டுச் சாணக் கரைசலைக் குடிக்க வைத்தல், திரிக்கைவால் சவுக்கடி, கொக்குப் பிடிப்பது, கால்களுக்குக் கிட்டிபோடுவது, தரையில் கத்தாழை, எழுத்தாணிகளைப் பரப்பி, மரக்கிளையில் தலைகீழாகத் தொங்கவிடுதல், வண்டியில் கட்டி, மாட்டைப்போல் இழுத்து வருதல், சூட்டுக் கோலால் நெற்றியில் தலையெழுத்தைச் சூடு போடுதல், பெண்களின் மார்பகத்தைக் கிட்டியால் முறுக்கிப் பிழிதல் போன்ற கொடூரமான தண்டனைகள் வழங்கப்பட்டன.

அதுமட்டுமன்றி, தண்டனைகள் தரப்படும்போது, ‘அய்யோ’ என்று கத்தக் கூடாது, அய்யா என்றுதான் அழவேண்டும்; குடும்பத்தார் யாரேனும் தண்டனை பொறுக்காமல் கதறினால், அதைப் பார்த்துத் தானும் அழக்கூடாது, உற்றார், உறவினரும் அழக்கூடாது.

முதலாளிக்குக் கோபம் எகிறுமானால், மனைவியின் சிறுநீரைச் சூடு ஆறுவதற்குள் குடிக்கவேண்டும்; அப்போதும் ஆத்திரம் தீரவில்லை யானால், நுகத்தடியால் ஒரே போடு போட்டு, குழி தோண்டிப் புதைத்து, அதன்மேல் தென்னம்பிள்ளை நட்டுவிடுவதும் உண்டு.

வக்கிரம் பிடித்த மனித மனத்தின் கொடூரங்களைக் காணும்போது, ஒரு கோணத்தில், அயல் நாட்டு அடிமை முதலாளிகளே தேவலாம் என்று தோன்றுகின்றதல்லவா! *(சிவசுப்பிரமணியன் 2005: 69–84).*

ஒப்பந்த முறையில் கைவினைஞர்கள்

அடிமை வணிகம் வேறு, கைவினைஞர்கள் புலம் பெயர்வது வேறு. மொரிஷியஸ் தீவுபோன்ற கடல் கடந்த காலனிகளில் கோட்டைகள் கட்டுவதற்காகவும், கிடங்குகள் அமைப்பதற்காகவும், கொத்தனார், தச்சர், கருமார் போன்ற தொழில் திறமை வாய்ந்த கைவினைக் கலைஞர்கள் அதிக அளவில் தேவைப்பட்டனர். சட்டபூர்வமாக அடிமை வணிகம் ஒழிக்கப்பட்ட பிறகு, அதற்கு மாற்றாக வகுக்கப்பட்ட ஒப்பந்தத் தொழிலாளர் முறையின் மூலம் 18, 19ஆம் நூற்றாண்டுகளில், மிகப்பெரிய அளவில், அரசு அங்கீகாரம் பெற்ற ஃபிரஞ்சு நிறுவனம் மூலம், தமிழர்கள் தெரிவு செய்யப்பட்டுப் புதுச்சேரியில் இருந்து புலம் பெயர்ந்தனர் *(ஜெயசீல ஸ்டீஃபன் 2018: 146).*

கவிதைகளில் கசியும் கரிசனம்

அந்நிய பூமியில், அவலச் சூழலில், சொந்தங்கள் படும் துயரம் நெஞ்சைக் கசக்கிப் பிழிய, கவிஞர்கள் உதிர்க்கும் சொற்களில்தான் எவ்வளவு சோகம்!

இயந்திரக் கனவுகளின்
இடிபாடுகளுக்குள்
மல்லாக்காகச் சரிந்தவன்
நீட்ட முடங்கவோ

ஓச்சரித்துத் தூங்கவோ
இல்லாப்படிக்கு
நெடுஞ்சாங் கட்டையாய்
நீர்த்துப்போன நினைவுகள்
விசிற முடியாதபடிக்கு
வெக்கையும், புழுக்கமும்
உள் எங்கும் புகைக்க
இதயங்களும் சமயங்களில்
ஈரலிக்கும்

என்று மறுகுகிறார் கவிஞர் கந்தசாமி.

தொட்டுவிட தொட்டுவிடத் தொடரும்

நிலம் பெயர்ந்து வாழ்ந்தாலும், தாய்நாட்டுக் கனவுகளும், வீடு பற்றிய நினைவுகளும், நீர்த்துப்போகுமா? எப்போதோ வந்துசேரும் கடிதங்களைத் தொட்டுத் தடவித்தான், சொந்தங்களைக் கட்டித் தழுவியது போன்ற ஆறுதல் பெறவேண்டும். ஒரு முறை தொட்டாலும் ஓராயிரம் காட்சிகள் மனக்கண்ணில் ஓடுமல்லவா!.

முதலாளி போர்வையில்
புரியாத பாஷையில்
விசைமாறி வந்து
இதயத்தில் தீ மூட்டும்
அம்மாவின் கடிதங்கள்
உள் வீட்டுக் கஷ்டங்கள்
நினைவோடு வந்து
கண்ணில் நீர் பூக்கும்
பெருமூச்சு தாலாட்டும் – கஜன்.

பரிதவிக்கிறார் பாரதியார்

புதுச்சேரியில் வாழ்ந்த காலத்தில், பாரதியாரும் அயலகத்தது அடிமைகள் படும் அல்லல்கள் பற்றி அறிந்திருந்தார்.

ஆப்பிரிகத்து காப்பி நாட்டிலுந்
தென்முனை யடுத்த தீவுகள் பலவினும்
பூமிப் பந்தின் கீழ்ப்புறத்துள்ள
பற்பல தீவினும் பரவி யிவ்வெளிய
தமிழச்சாதி தடியுதை உண்டும்,
காலடியுதை உண்டும், கயிற்றடி உண்டும்,
வருந்திடும் செய்தியும், மாய்ந்திடும் செய்தியும்,
பெண்டிரை மிலேச்சர் பிரித்திடல் பொறாது,
செத்திடுஞ் செய்தியும், பசியாற் சாதலும்
பிணிகளால் சாதலும் . . .
இஃதெல்லாம் கேட்டு எனதுளம் அழிந்திலேன்"

என்று, கையறு நிலையில் கசிந்துருகினார் மகாகவி (தமிழ்ச் சாதி: 32–33).

ஒப்பந்த மீறல்கள்

அடிமைகளை வாங்கும்போதா, விற்கும்போதோ, நிபந்தனைகளுடன் கூடிய அடிமை ஓலை – பத்திரம் எழுதப்படுவது பழங்காலத்து நடைமுறையே. சோழர் ஆட்சியில் இதை 'ஆளோலை' என்கிறார் சேக்கிழார்.

1848 முதல் கூலிமுறைக்குப் பதிலாக, 'ஒப்பந்தத் தொழிலாளர் முறை' வகுக்கப்பட்டபோது, ஃபிரஞ்சியர் காலத்திலும் இது பின்பற்றப்பட்டது. முதலில் ஏழு முதல் பதினாறு வயது உள்ளவர்கள் விற்கப்பட்டனர். ஒரு கட்டத்தில் 166 குழந்தைகள் மூன்று ரூபாய் முதல் இருபதுக்கே ஏலம் எடுக்கப்பட்டனர். ஒவ்வொரு நபருக்கும் குறைந்தபட்சக்கூலி, மூன்று முதல் ஐந்தாண்டுகள் வரை அயல்நாட்டில் தங்கும் காலம், ஒப்பந்தக் காலம் முடிந்த பின்னர் ஊருக்குத் திரும்ப அனுமதி, பளுவில்லாத பணிச்சூழல், இலவசத் தங்குமிடம், உணவு, போவதற்கான ஏற்பாட்டுச் செலவையும், போக, வரக் கப்பல் கட்டணத்தையும் முதலாளிகளே ஏற்றுக்கொள்ளுதல், பணிக்காலத்தில் தகராறுகள் ஏற்பட்டால் நீதி நாடும் உரிமை பற்றிய நிபந்தனைகளுடன் ஒப்பந்தங்கள் வரையப்பட்டன.

ஆனால், நடைமுறை வேறாக இருந்தது. அக்கரையை அடைந்தவுடன், தொழிலாளர்களுக்குச் சாதகமான பெரும்பாலான நிபந்தனைகள், காற்றில் விடப்பட்டன. சான்றாக, பணியில் தவறிழைப்போரும், குற்றங்களில் ஈடுபடுவோரும் நீதிமன்றத்தில் நிறுத்தப்படவேண்டும் என்பது ஒப்பந்த விதி. ஆனால், அவர்களைத் தோட்ட முதலாளிகளே கைது செய்து அடைத்து வைக்கலாம் என்று விதி மாற்றப்பட்டது (ஜெயசீல ஸ்டீஃபன் 2018).

சமூக வாழ்க்கை – ஒப்பந்தமுறைக்குப் பின்
(ஜெயசீல ஸ்டீஃபன் 2018)

18ஆம் நூற்றாண்டில் கொடூரமாக இருந்த கூலிகளின் வாழ்க்கை நிலை, 19ஆம் நூற்றாண்டில் சற்று மேம்படத் தொடங்கியது. கொடுமை தாங்காத கூலிகளின் கூக்குரலும், ஆதிக்க நாடுகளில் இருந்து எழுந்த மனிதாபிமான உரிமை இயக்கங்களுமே இதற்குக் காரணம்.

கூலிகளோடு கூலியாகச் சென்றாலும், சற்றே படித்தவர்கள், கணக்காயர், மேஸ்திரி, மருத்துவர், ஆசிரியர், துபாசி கண்காணிகளாகவும் நியமிக்கப்பட்டனர். அவர்களின் பொருளாதார நிலைமை சற்றே மேம்பட்டிருந்தது. முதலாளிகளுக்கும் தொழிலாளர்களுக்குமிடையே எளிதான தகவல் பரிமாற்றம் சிக்கலானபோது, இருமொழிகளும் தெரிந்த 'துபாசி'களும் தருவிக்கப்பட்டனர்.

தொழிலாளியாக அல்ல, மனைவியாக

மணமாகாதோரை அழைத்துச்செல்லும் வழக்கம் இல்லையாதலால், தனியாகப் புறப்பட்ட ஆணும் பெண்ணும், தம்பதிகளாகப் பொய்ப் பதிவு செய்துகொண்டு கப்பலேறினார்கள். காலனிகளுக்குச் சென்றதும், அவர்களில் பெரும்பாலோர் பிரிந்து, தத்தம் போக்கில் வாழ்ந்தார்கள். பலர் தங்களுக்குள்ளேயே திருமணம் செய்துகொண்டு குடும்பம் நடத்தினார்கள். சிலர் அயல்நாட்டுப் பெண்களையும் மணந்துகொண்டு கலாச்சாரக் கலப்புக்கு வழிவகுத்தார்கள்.

வொட்டி வீரம்மாவின் உரிமைக் குரல்

கப்பலிலிருந்து இறங்கியதும் 'தம்பதியர்' என்ற நாடகம் முடிவுக்கு வந்துவிட்டதால், பல பெண்கள் தங்களைத் தனித் தொழிலாளர்களாக

அங்கீகரிக்க வேண்டுமென்று உரிமைக்குரல் எழுப்பியதும் நடந்துள்ளது. "நான் இந்தியாவில் இருந்து வந்தபோது என்னுடன் ஒருவர் இருந்தார்; நாங்கள் இருவரும் உம்ஜிண்டோவில் ஒப்பந்தக் கூலிகளாகப் போய்ச் சேர்ந்தோம்; அவர் கொஞ்ச நாளில் செத்துவிட்டார். தூக்கு மாட்டிக்கொண்டார்; ஏன் என்று எனக்குத் தெரியாது. அவர் எனது கணவரல்ல; நாங்கள் இருவரும் சேர்ந்திருந்தோம்; அவ்வளவுதான். எனது முதலாளி என்னை வேலையில் வைத்துக் கொள்ளமாட்டேன் என்றார்; போய் ஒரு கணவனைப் பிடித்துக்கொண்டு வா என்றார்; நான், எனக்குக் கணவன் வேண்டாம் என்றேன்; அது அவருக்குப் பிடிக்கவில்லை. என்னை எந்த ஆணிடமும் அனுப்ப முடியாது; நான் வேலை செய்ய வந்தேன்; எவனோ ஒரு எசமானுக்கு மனைவியாக அல்ல." இது தென்னாப்பிரிக்காவிற்கு சென்ற கூலியான வொட்டி வீரம்மா, தான் அண்டி வாழ்ந்த ஆண்கள் சரியில்லை என்றபோது, தனியாக வாழ அனுமதி கேட்டு எழுப்பிய உரிமைக் குரல் *(அஸ்வின் தேசாய் – குலாம் வாகித் 2010: 6–7).*

ஏற்றம் பெறும் வாழ்க்கைச்சூழல்

கூலிகள் குடும்பமாகிக் குழந்தைகள் பெருகியபோது, அவர்களுக்குக் கல்வி கற்பிப்பதற்காக ஃபிரஞ்சு – தமிழ் தெரிந்த ஆசிரியர்களும் அனுப்பப்பட்டனர். அவர்களுக்கு உதவியாக இருமொழிப் புத்தகங் களும் புதுச்சேரியிலிருந்து அனுப்பப்பட்டன. புதுச்சேரி மிசியோன் அச்சகத்திலிருந்து அகராதி, இலக்கணம், மதபோதனை, அரேபியக் கதை நூலான ஆயிரத்தொரு இரவுகள் போன்ற நூல்கள் அச்சிடப்பட்டு அனுப்பப்பட்டன.

தமிழர்கள் குழுக்களாக வாழ்ந்த இடங்கள் 'மலபார் முகாம்கள்' என்று பெயர்பெற்றன. அவர்கள் தங்களுக்குள் எழும் பூசல்களைத் தீர்த்துக் கொள்வதற்காக 'நாடு' என்னும் 'மூத்தோர் குழு' ஒன்றை அமைத்துக்கொண்டனர். அதில் 'நாட்டார்' என்ற பெயரில் உறுப்பினர்களை நியமித்து, அவர்கள் செயல்படுவதற்கான விதிகளும் வகுக்கப்பட்டன. ஆனால், காலனி அரசு இதை ஏற்காமல், தன்னிடம் ஊதியம் வாங்கும் கூலிகளின் தலைவனையே தமிழர் அமைப்பின் தலைவனாக நியமித்துத் தன் கட்டுப்பாட்டை நிலைநாட்டிக்கொண்டது.

கட்டாய மதமாற்றம்

அடிமைகளைத் தேர்வு செய்து, அவர்களைக் கப்பலேற்றும் நாள் வரையில் அவர்களுக்குக் கிறித்தவப் போதனைகள் செய்து, கிறித்தவர்களாக்கிட வேண்டுமென்று அரசே ஆணை பிறப்பித்தது. கிறித்தவத்தை வளர்ப்பதற்கு அடிமைகளையும் பயன்படுத்திக் கொண்டார்கள். அதற்கு அதிகார வர்க்கமும் துணை போனது. புதுவைவாசிகள் அனைவரும், கும்பினிப் பணியில் இருந்தாலும் இல்லாவிட்டாலும், எந்தப் பொறுப்பில் இருந்தாலும், அவர்களிடம் உள்ள அடிமைகளுக்கு ரோமன் கத்தோலிக்கப் போதனைகள் செய்வதுடன், மூன்றே மாதங்களில் அவர்களைக் கிறித்தவர்களாக மதம்

மாறச் செய்யவேண்டும், எதிர்காலத்தில் அடிமைகளை வாங்கினாலும், வாங்கிய நாளிலிருந்து மூன்றே மாதங்களில், ஞானஸ்நானம் செய்து முடிக்கவேண்டும் என்று ஆளுநர் துய்மா ஆளுகையில், துய்புவா, கோலார் ஆகியோர் ஒப்பமிட்ட அரசாணை ஒன்று, 1741 ஜூன் 18இல் பிறப்பிக்கப்பட்டது. ஆளுநர் துய்ப்ளேக்சு ஆட்சியில், அவரது மனைவியின் மேற்பார்வையில் அந்த ஆணை தீவிரமாகச் செயலாக்கப் பட்டது. அதையும் மீறி, இந்துக்களாகச் சென்ற பலரும் கிறித்தவர்களாக மதம் மாறினார்கள் அல்லது கட்டாயமாக மாற்றப்பட்டார்கள். 1876இல் அடிமைகள் அனைவருக்கும் மதபோதனை செய்யப்பட்டு ஓராண்டுக்குள் கிறித்தவர்களாக்கப்படவேண்டும் என்று மீண்டும் ஓர் அரசாணை பிறக்கப்பட்டது (மொரே 2020; அனிருத்தா ரே 2008: 65).

வழிபாட்டு உரிமை

1823இல் கிறித்தவர்களுக்காக சேன் லூயியில் ஒரு செபக்கூடம் கட்டிக்கொள்ளவும் அனுமதி வழங்கப்பட்டது. அதற்கும் முன்பு, 1806இலேயே முஸ்லிம்கள், அரசு ஒதுக்கிய நிலத்தில் ஒரு மசூதி கட்டிக் கொண்டார்கள். 1816இல் இந்துக்கள் மொரிசியசில், தெர்ரூழ் (Terre Rogue) என்னுமிடத்தில் முதல் கோயிலைக் கட்டினார்கள். 1856வாக்கில், இந்துக்களில் செல்வம் சேர்த்துவிட்ட சில வணிகர்கள், தாங்களே ஓரிடத்தை வாங்கி, மற்றொரு கோயிலையும் எழுப்பினார்கள். நாளடைவில், திருமணங்கள் மூலம் சமூகப் பிணைப்பும் அதிகரித்தது.

சமூகப் பழக்கவழக்கங்கள்

தாயகத் தமிழர்களைப் போலவே அவர்கள் தங்களது அன்றாடப் பழக்க வழக்கங்களை மேற்கொண்டார்கள். பெண்கள் தலைவாரிப் பூச்சூடுவதும் தாம்பூலம் தரிப்பதும் திருமணங்களில் தாலி கட்டிக் கொள்வதும் இயல்பாயிற்று. மாலை நேரங்களில், ஆரவாரமான ஆடல், பாடல், கேளிக்கைகளுக்கு இரவு பதினொரு மணிவரை அனுமதி வழங்கப்பட்டது. கோலாட்டமே பெண்களின் முக்கியமான பொழுதுபோக்கானது.

யாரேனும் மரணமடைந்தால், உற்றார், ஊரார் கும்பலாகச் சேர்ந்து, ஊர்வலமாகச் சென்று இறுதிக்கடன் செய்தார்கள்; சவப்பெட்டி களின் மீது பூக்கள் தூவப்பட்டன; இந்துக்களானால், பாசுரங்கள் பாடப்பட்டன; இசுலாமியர்கள் குரானிலிருந்து ஓதினார்கள்; கத்தோலிக்கர்கள் தனியான கல்லறையில் அடக்கம் செய்யப் பட்டார்கள். இன்றும், மொரிஷியஸ், ரெயுனியன் தீவுத் தமிழர்கள் தங்கள் பழைய கலாச்சாரப் பழக்க வழக்கங்களைக் கைவிட மனமில்லாமல், அரைகுறையாகவேனும் கடைபிடித்து வருகிறார்கள்.

நேட்டாலில் இந்தியக் கூலிகளின் வாழ்வும் வழக்காறுகளும்
(அஸ்வின் தேசாய், குலாம் வாகித் 2010)

தென் ஆப்பிரிக்காவில் நேட்டால் பகுதியில், இந்தியக் கூலிகளின் வாழ்க்கை நிலை, மதங்கள், விழாக்கள் பற்றி அஸ்வின் தேசாய், குலாம்

வாகித் (2010) ஆகியோர் விரிவாகப் பதிவிட்டிருக்கிறார்கள். இறக்குமதியாகி நெடுநாட்களுக்குப் பிறகு, 1885 செப்டம்பரில் கொண்டாடப்பட்ட மொகரம் பண்டிகைதான் முதன்முதலான மதம் சார்ந்த விழா. மூன்று நாட்களுக்கு முதலாளிகள் விடுமுறை விட்டதால் அது வெறும் முகமதியர் பண்டிகையாக மட்டுமே கொண்டாடப்படவில்லை; கொண்டாட்டம் என்ற பெயரில், கடுமையான வேலைப் பளுவிலிருந்து தப்பிக்க ஒரு வழி கிடைத்ததால், சமயக் கட்டுப்பாடுகள், தார்மீக நெறிகள் அனைத்தையும் புறந்தள்ளிவிட்டு, அக்கம் பக்கத்திலுள்ள ஊர்களிலிருந்து, எல்லா மதத்தைச் சேர்ந்த இந்தியர்களும் கூடி விழா எடுத்தனர். விழாவுக்குரிய முஸ்லிம்களும் அப்படித்தான்; பிறை பற்றிய கணிப்பீடு எதுவும் தெரியாமல், எவரோ சொன்ன நாளில் தயாராயினர்.

ரெயூனியனில் பொழுதுபோக்கு – கருப்பரும் தமிழரும்

நேட்டாலில் வசதியான தமிழ்க் குடும்பம்

நூதனமான கொண்டாட்டம்

புலி வேடம்

மொகரத்தின்போது, முகமது நபியின் பெயரர்களான அசன் *(Hasan)*, உசேன் *(Hussain)* ஆகியோர் கொல்லப்பட்டதை, தியாகத் திருநாளாக ஒன்பது நாள் நோன்பிருந்து, பத்தாவது நாள் அவர்களது தர்கா (கல்லறை போன்ற) தாசியாக்களை *(Taziya)* நீரில் விடுவது வழக்கம். அயல்நாட்டில், அடிமை வாழ்வில் நோன்புக் காலம் கேட்க முடியுமா? முதலில் மூன்று நாட்கள், பின் ஐந்து நாட்கள், கடைசியாகப் பத்து நாட்களுக்கு, முதலாளிகளின் அனுமதி கிடைத்தது. அதை இந்தியர்கள் கொண்டாடிய விதம் இன்னும் வேடிக்கையானது. ஒரு நினைவேந்தல் நிகழ்வு என்பதற்கான அறிகுறிகள் இல்லாமல், பட்டாசுகளும் வாண வேடிக்கைகளும் அமர்க்களப்பட்டன; குத்துச்சண்டைப் போட்டிகளும் நடத்தப்பட்டன. பறை மேளம் காதைப் பிளக்க, இளைஞர்கள் புலி வேடமிட்டு ஆடிவர, சிலம்பாட்டத்துடன், தினம்தினம் வீதிவீதியாக ஊர்வலம் போய், இறுதியாகப் பத்தாம் நாள் தாசியாக்களைக் குளத்தில் விடுவதோடு முடிந்தது.

கிறித்தவர்களின் ஆதங்கமும் ஆட்சேபமும்

கூலிகள் அனைவரையும் கிறித்தவராக்குவதில் வெற்றி பெற முடியாததால் கிறித்தவக் குருமார்கள், இந்தச் சந்தடி மிகுந்த ஆரவாரங்களை ஆட்சேபித்ததோடு, தேவாலயம் வழியே ஊர்வலம் போகக்கூடாது என்றும் தடுத்தனர். அதிலும், ஞாயிற்றுக் கிழமையன்று, பூசை நடக்கும்போது காதில் விழுந்த பறையொலி, அவர்களை ஆத்திரம் கொள்ளச் செய்தது. வழியில் இருக்கும் தேவாலயத்திற்கு வராமல், ஊர்க்கோடியில் உள்ள கோயில் வரை போகிறார்களே என்பது அவர்களது ஆதங்கம். நோன்பு என்று சொல்லிவிட்டு, விருந்து வைக்கிறார்கள், ஆட்டம் போடுகிறார்கள், இது, 'கூலி கிறித்துமஸ்' (Coolie Christmas) என்று கூறி ஆறுதல் பெற்றனர்.

மொகரம் கொண்டாட்டத்தில் இந்துக்கள்

கூலிகளில் எண்பது விழுக்காடுக்கு மேல் இந்துக்கள்; அப்படியிருந்தும் அவர்கள் மொகரம் பண்டிகையில் காட்டிய ஆர்வம் விநோதமாயிருந்தது; வேலையிலிருந்து தப்பிக்கக் கிடைத்த ஒரே ஒரு

மொகரம் கொண்டாட்டம் – ஏரியில் கூண்டு விடல் – சர்வ சமயப் பங்கேற்பு

வாய்ப்பையும் நழுவ விட அவர்கள் விரும்பாததே முழு முதல் காரணம். ஆனாலும், சற்றே விவரமறிந்த இந்துக்கள் வீட்டுக்குள்ளேயே தீபாவளி, வருடப் பிறப்பு போன்றவற்றைக் கொண்டாடிக்கொண்டார்கள்.

எழுச்சி பெறும் மத உணர்வு

இந்துக்களும் 1875இல், எட்கோம்பு மலை (Mount Edgecombe) சர்க்கரை ஆலைக்கு அருகிலேயே, ஸ்ரீஎம்பெருமாள் கோயிலைக் கட்டியிருந்தனர். இதுவே முதல் இந்துக் கோயில். 1898இல் விநாயகர் கோயில் வந்தது. 1890இல்தான் முதன்முதலாக, தமிழ் வருடப் பிறப்பு ஸ்ரீஎம்பெருமாள் கோயிலில் பொது விழாவாகக் கொண்டாடப்பட்டது. இவ்வாறு, மெல்ல மெல்லத்தான் இந்து மதத்தின் அடையாளங்கள் வெளிப்படையாகத் தோன்றலாயின.

இந்தச் சூழலில்தான், லாலா முக்கம் சந்த் என்பவரது முயற்சியால், ஆரிய சமாஜத்தைச் சேர்ந்த சுவாமி சங்கரானந்த் (Shankaranand Swamiji),

1908 அக்டோபர் 4ஆம் நாளன்று நேட்டாலுக்கு வந்தார். இந்துக்கள் மொகரம் பண்டிகையில் கலந்துகொண்டு, விமரிசையாகக் கொண்டாடியது அவருக்கு ஆத்திரமூட்டியது. பாமரத்தனமான அவர்களுக்கு இந்துத்துவம் பற்றிய விழிப்புணர்வு இல்லாததுபற்றி வருத்தமுற்று, அது குறித்துத் தீவிரப் பரப்புரைகள் செய்தார். தென்னாப்பிரிக்காவில் உள்ள பீட்டர்மாரிட்ஜ்பேக் தொடர்வண்டி நிலையத்தில் 1893 ஜூன் 7இல் மகாத்மா (மோகன்தாஸ் கரம்சந்த்) காந்தி வெள்ளைக்காரனால் இரயில் வண்டியிலிருந்து கீழே தள்ளிவிடப்பட்டார்; அதனால், அவர் வெள்ளையரின் நிறவெறியை எதிர்த்துப் போராடிக்கொண்டிருந்தார். அதே அனுபவம் சுவாமி சங்கரானந்துக்கும் ஏற்பட்டது. 1909 மார்ச் மாதத்தில் ஒரு நாள் அவரும் மாரிட்ச்பர்க் (Maritzburg) சாலை இரயில் (டிராம்) பெட்டியிலிருந்து இறக்கிவிடப்பட்டார். இதை எதிர்த்து இந்துக்கள் அனைவரும் ஒன்று திரண்டனர்; முகமதியர்களும் கிறித்தவர்களும்கூட அவர்களை ஆதரித்தனர். எனவே நாகரீகமாக உடையணிந்தால் எவரும் பயணம் செய்யலாம் என்று அதிகார வர்க்கம் இறங்கிவந்தது. ஆகவே, அங்கேயே தங்கியிருந்து இந்து மத வளர்ச்சிக்கும், இந்தியர்களின் சமூக முன்னேற்றத்திற்கும் பாடுபட அவர் முடிவு செய்தார்.

இந்துப் பண்டிகைகளுக்கும் விடுமுறை

மொகரத்திற்கு விடுமுறை அளிக்கும் பண்ணை முதலாளிகள், தீபாவளிக்கும், அறுவடைத் திருநாளான பொங்கலுக்கும் சரசுவதி, இலட்சுமி பூசைக்கும் விடுமுறை தராதது ஏன் என்று கேள்வி எழுப்பினார். அது நல்ல பலனைக் கொடுத்தது. இரண்டே ஆண்டுகளில் (1910) இந்துப் பண்டிகைகள் அரசு விடுமுறையுடன், பொது விழாக்களாகக் கொண்டாடப்பட்டன. மொகரம் பண்டிகையில் நடந்த ஊர்வலம் போன்றே, ஸ்ரீராம நவமியில் தேரோட்டம் நடத்தினர். திரௌபதி அம்மன் கோயிலில் தீமிதி விழா மிகுந்த அர்ப்பணிப்புடன் அனுசரிக்கப்பட்டது. இதில் இந்துக்களுடன், இஸ்லாமியரும் கிறித்தவரும் மத வேறுபாடின்றிக் கலந்துகொண்டனர். விரைவில், 1920இல் சுப்பிரமணியர், 1925இல் காளி அம்மன், 1935இல் கங்கை அம்மன் கோயில்கள் வந்துவிட்டன. ஊருக்கு

ஓலைக் குடிசையில் கோயில்

கோயில் விழா

எம்.பி. இராமன்

ஊர், மக்களை நோய், நொடிகளிலிருந்து காக்கும் தெய்வமான மாரி அம்மனை, சிறிய அளவில் ஒரு கூரைக் கொட்டகையில் கூட வைத்து வழிபடத் தொடங்கினர். கந்தவேல் முருகனுக்குக் காவடித் திருவிழாவும், அம்மனுக்குக் கூழ் ஊற்றும் திருவிழாவும் மிகவும் பிரபலமாயின.

பசு வதைக்கு எதிர்ப்பு

ஒருமுறை கடுமையான நோய்வாய்ப்பட்ட இரண்டு பசுக்களை, அரசு துப்பாக்கியால் சுட்டுக் கொல்ல முடிவெடுத்தபோது, இந்துப் பெண்கள், "எங்கள் கோமாதாவைக் கொல்ல விடமாட்டோம், எங்களைக் கொன்றுவிட்டுத்தான் பசுவிடம் போக முடியும்" என்று கதறி அழுதவாறு, பசுக்களின் முன் நின்று மறியல் செய்தார்கள். வேறு வழியின்றி, அரசு அம்முடிவைக் கைவிடவேண்டியதாயிற்று. அந்த அளவிற்கு இந்து மதம் மறுமலர்ச்சி பெற்றிருந்தது.

மறுமலர்ச்சியின் பக்க விளைவுகள்

1913 மே மாதம் 17ஆம் நாள் சுவாமி சங்கரானந்த் இந்தியாவிற்குத் திரும்பினார். கால ஓட்டத்தில் குடும்ப அமைப்பு நிலைபெற்றபோது, சாதி, இன வேறுபாடுகள் மறைந்து ஒரு கலப்பினச் சமுதாயம் உருவாகத் தொடங்கியது. ஆனால், ஆண்கள் மட்டும் தங்களது சாதிப் பெயரைப் பின்னொட்டாக வைத்துக்கொள்ளும் வழக்கம் மறையவில்லை. இந்தச் சூழ்நிலையில், சுவாமி சங்கரானந்தா நடத்திய இந்து விழிப்புணர்வு இயக்கம் மூன்று முக்கிய தாக்கங்களை ஏற்படுத்தியது. முதலாவது, இந்துக்களை ஒருங்கிணைத்து, அவர்களது அடையாளத்தை உணரவைத்து, பொருளாதார ரீதியாக முன்னேற வழி வகுத்தது; இரண்டாவது, வேற்றுமைகளை மறந்து ஒன்றாகப் புழங்கிய இந்திய சமூகத்தினரிடையே, அவரவர் சாதி, குலம், மொழி பற்றிய, உறங்கிக்கிடந்த உணர்வுகளை உசுப்பிவிட்டதன் மூலம், இஸ்லாம், கிறித்தவம், இந்து மதங்களிடையே நிலவி வந்த சமூக, சமய ஒற்றுமை குலைய வித்திட்டது. மூன்றாவது, அரசியல் களத்தில், காந்தி அடிகளுக்கு எதிரான உணர்வுகளை விதைத்து, அவரது இனவெறி எதிர்ப்புப் போராட்டத்திற்கு முட்டுக்கட்டை போட்டது என்றார் ஆஃப்ரிகன் குரானிக்கிள் (*African Chronicle*) என்ற பத்திரிகை ஆசிரியர் பி.எஸ். அய்யர்.

கிறித்தவ வளர்ச்சி

1860–1866 கால இடைவெளியில், இறக்குமதியான 6,445 கூலிகளில், 300 பேர் மட்டுமே கிறித்தவர். 1900–1911இல்தான் அதிக பட்சமாக 1,469 கிறித்தவர் வந்தனர். புதிதாக 443 பேர் மத மாற்றம் செய்யப்பட்டிருந்தனர். ஆக, 1911இல் 2,159 பேர்தான் கிறித்தவர்கள்; அவர்களில் பெரும்பாலோர் தலித்துகளே. அவ்வாறு மதம் மாறியவர்களை சக கூலிகளும் பண்ணை முதலாளிகளும் ஆதரிக்கவில்லை. எனவே, அவர்கள் கிடைத்த வேலையைச் செய்து, வாழ்க்கையை ஓட்டினார்கள். மேலும், ஆங்கிலேயரின் கட்டுப்பாட்டில் புதுச்சேரிப் பகுதிகள் இருந்த கால கட்டங்களில், அவர்கள் கத்தோலிக்கக் கூலிகளின் இறக்குமதியை ஆதரிக்கவில்லை. இந்தக் காரணங்களால், கத்தோலிக்க மறைமுறை பரவுவது எளிதானதாயில்லை.

இஸ்லாமிய வளர்ச்சி

கூலிகளில், சற்றொப்பப் 10 விழுக்காடு பேர் முஸ்லிம்கள். ஆனாலும், இந்துக்களைக் காட்டிலும், கடினமான பண்ணைப் பணிகளைச் செய்யுமளவிற்கு, அவர்கள் உடல் திறனற்றிருந்ததால், முதலாளிகள் அவர்களை வெகுவாக வரவேற்கவில்லை. ஒப்பந்தக்காலம் முடிந்ததும் அவர்களைத் திருப்பி அனுப்புவதிலேயே குறியாயிருந்தனர். அதையும் மீறி, சிலர் தாயகம் திரும்பாமல், அங்கேயே தங்கிவிட்டனர். ஆனால், அவர்கள் சில நடைமுறைச் சிக்கல்களை எதிர்கொள்ள வேண்டியதாயிற்று. மற்ற கூலிகளைப் போலவே, பன்றி விரட்டுவது, சிறைக்கைதி யானால் தாடியை மழிப்பது போன்ற சிறைச்சாலை நடைமுறைகள் இஸ்லாத்துக்கு எதிரானது என்று உரிமைக்குரல் எழுப்பினார்கள். 1880இல் இப்பிரச்சினைகள் கிளம்பியபோது, இந்திய அதிகாரிகளைக் கலந்து ஆலோசித்தபின், முஸ்லிம் கைதிகள் ஓர் அங்குலம் அளவிற்குத் தாடி வளர்க்க அனுமதி வழங்கப்பட்டது. பொதுவாழ்வில், காய்கறித் தோட்டம் வளர்த்தல், வணிகம் செய்தல், கூலியாகவே தொடர்தல் என்று அவர்கள் இயங்கியதால், விரைவிலேயே இந்துக்களுக்கடுத்த கணிசமான சமூகமாக உருவெடுத்தனர்.

அரை நூற்றாண்டுக்குப்பின்

கூலி முறை தொடங்கிய ஐம்பதாண்டுகளில் நிலைமை வெகுவாக மாறி, நேட்டால் எங்கும் கோயில்களும் மசூதிகளும் தேவலாயங்களும் தோன்றிவிட்டன. 1910இல், இந்தியக் கூலிகளின் எண்ணிக்கை 88 விழுக்கடாக இருந்தது; ஆப்பிரிக்கர்கள் 12 விழுக்காடே. ஆனால், அதன்பின், 1913இல், தொழிலாளர் உரிமை கேட்டு நடந்த வேலை நிறுத்தமும், இந்தியர் நலனுக்காக, 1919இல் துவங்கப்பட்ட தென்னாப்பிரிக்க இயக்கமும் (*South African League*), இந்தியர் பற்றியக் கண்ணோட்டத்தைத் திருப்பிப் போட்டன. அதன் விளைவாக, இந்தியர்களை ஒதுக்கிவிட்டு, ஆப்பிரிக்கர்களைப் பணியமர்த்தினர். இதனால், 1925க்குள், கறுப்பினக் கூலிகளின் தொகை 71 விழுக்காடாக உயர்ந்தது. ஆக, இந்தியக் கூலிகளோடு, ஆப்பிரிக்க அடிமைகளும் தத்தம் உழைப்பால் காலனிய நாடுகளின் வளர்ச்சிக்குப் பெரும் பங்காற்றியிருக்கிறார்கள். 18–19ஆம் நூற்றாண்டுகளில், ஐரோப்பியரின் அதீத பொருளாதார வளர்ச்சிக்கு அவர்களின் பங்களிப்பே முக்கியமானது.

இதன் சங்கிலித் தொடராகப் பல அரசியல், சமூகப் பிரச்சினை களும் ஏற்பட்டன. அதனூடே நேர்ந்த மகாத்மா காந்தியின் அரசியல் பிரவேசமும், அதனை ஐரோப்பிய முதலாளிகள் கையாண்ட விதமும், அதன் தொடர் விளைவுகளும் பிந்தைய நிகழ்வுகள் (அஸ்வின் தேசாய் – குலாம் வாகித் 2010).

ஆட்சியாளர்களான அடிமைகள்

1756ஆம் ஆண்டு டீர் (*Deer*) என்ற கிழக்கிந்தியக் கும்பினிக் கப்பலின் தளபதி நிகோலஸ் மொர்ஃபே (*Nicholas Morphey*), இந்து

மாக்கடலின் தீவுக் கூட்டங்களில் ஒன்றைத் தனது நாட்டு அரசரான பதினைந்தாம் லூயிக்காகக் கையகப்படுத்தினார். அதற்கு ஃபிரான்சின் தலைமைத் தணிக்கை அதிகாரியான செசேல் *(Jean Moreau de Séchelles)* பெயரிட்டார்.

பதின்நான்கு ஆண்டுகளுக்குப்பிறகு, *1770* ஆகஸ்டு மாதம், புதுச்சேரி யிலிருந்து புறப்பட்ட தெலெமாக் *(Télémaque)* என்ற கப்பல், பிராயர் தெ பாரே *(Brayer du Barré)* என்ற பொறியாளர் உட்பட 28 பேரை சேந்த்தான் *(Sainte–Anne)* என்ற சிறு தீவில் இறக்கிவிட்டது. அதில் வணிகர்களும் அடிமைகளுமாகப் பதினைந்து வெள்ளையர்களும் எட்டு ஆப்பிரிக்கக் கருப்பர்களும் ஐந்து இந்தியர்களும் அடக்கம். அவர்கள், அந்த ஆளரவமற்ற தீவில் தங்கி, காட்டு மரங்களை வெட்டிப் புதுச்சேரியின் கட்டுமானங்களுக்கு அனுப்பினர். தொடர்ந்து மர வணிகம் சிறப்பாக நடந்ததால், அவர்கள் அங்கேயே தங்கித் தங்கள் குடும்பங்களையும் அழைத்துக்கொண்டனர். அவர்களது அயராத உழைப்பால் அந்தத் தீவுக்கூட்டம் செசெல் *(Seychelles)* என்ற நாடாக உருவெடுத்தது.

செசெல் தீவை நிர்மாணிப்பில் புதுச்சேரித் தமிழர்கள்

புதுச்சேரியிலிருந்து சென்ற ஐந்து பேர், சாரி *(Chary)*, முத்து *(Moutou)*, மன்னாதே *(Menate)*, கோவிந்து *(Corinthe)*, தொமைங்கி *(Domaigne)* ஆகியோர் செசேல் என்ற நாட்டை நிர்மாணித்த முதல் குடியேற்றவாசிகளாவர். *1870*வாக்கில் பிள்ளை, நாயகர், செட்டி, படையாட்சி, நாயுடு, ராசன், ஆறுமுகம் என்ற குடும்பங்கள் அங்குச் செழிப்பான மர வணிகர்களாக வளர்ந்துவிட்டனர்.

இதற்கு முன்பே, மற்றத் தீவுகளில் ஒன்றில், கொச்சி அரசரின் சார்பில், குஞ்ஞாலி மரைக்காயர்கள் *(Kunjali Marakkars)* என்ற கடற்கொள்ளையர்கள் அவ்வப்போது வந்து தங்கிப்போயினர். காலப்போக்கில், அந்தத் தீவுக்கு மாகி *(Mahé)* என்ற பெயர் சூட்டி அவர்களும் அங்கேயே நிரந்தரமாகத் தங்கிவிட்டனர். தமிழர்கள், மலபாரிகள், ஆப்பிரிக்கக் கருப்பர் உழைப்பில் அந்தத் தீவுக் கூட்டம், இன்று இயற்கை எழில் கொஞ்சும், வளமிக்க நாடாக வளர்ந்திருக்கிறது; மாரி அம்மன் கோயிலையும் மசூதியையும் கட்டிக்கொண்டு தங்களின் கலாச்சார அடையாளங்களை மறக்காமல் வாழ்கிறார்கள். அதில் புதுச்சேரியினரின் பங்களிப்பைப் போற்றும் வகையில், அவர்கள் பெயர்கள் தாங்கிய கல்வெட்டு ஒன்று அரசால் அங்கு நிறுவப்பட்டுள்ளது.

புதுச்சேரி மண்ணின் மைந்தர்கள் சேர்ந்து நிர்மாணித்த செசெல் குடியரசு, இவ்வாண்டு *(2020)* தனது 250ஆம் வயதைக் கொண்டாடுகிறது. அடிமைகளாகச் சென்றவர்கள் ஆட்சியிலும் கோலோச்சுகிறார்கள் என்பதை நாமும் கொண்டாடுவோமாக! – லே திண்ணை கிரெயோல் *(Le Thinnai Kreyol)* முகநூல் பதிவு *(2020)*.

தாயகம் திரும்பும் அடிமைகள்

அடிமைத் தளையினின்று விடுவிக்கப்பட்ட போதிலும், அவர்களில் மூன்றில் ஒரு பங்கினரே தாய்நாட்டுக்குத் திரும்பி வந்தனர்.

அடிமையாகப் போனவர்கள் நாடு திரும்பும் விகிதம் தொடக்கத்தில் அதிகமாக இருந்தது. 1851–80களில் போன சுமார் 50,880 பேரில் 2,000 பேர் ரெயூனியனில் இருந்தும், 1853–72இல் கரீபியத் தீவுகளுக்குபோன 25,400 பேரில் 16,000 பேரும், 1853–82இல் மர்த்தினிக் போன 16,000 பேரில் சுமார் 4,200 பேரும் திரும்பி வந்ததாகப் பதிவுகள் உள்ளன. உரிமைகளை இழந்தும், உற்றார், உறவுகளைப் பிரிந்தும், உருளும் புழுவாய் உழல்வதைக் காட்டிலும், ஊரோடு போய்க் கஞ்சி குடித்தேனும் காலம் கழிக்கலாம் என்ற மனப்போக்கு காரணமாக இருக்கலாம் (ஜெயசீல ஸ்டீஃபன் 2018).

கொடுமைகள் அனைத்தையும் சகித்துக்கொண்டு வாழ்ந்தவர்களில், அங்கேயே சிறுகசிறுகச் சேமித்து, சொந்த ஊருக்குப் பணம் அனுப்பி, சொத்துக்கள் சேர்த்தோரும் உண்டு. அவ்வப்போது ஒப்பந்தங்கள் நீட்டிக்கப்பட்டு, இரண்டு மூன்று தலைமுறைகளை வெளிநாட்டிலேயே கழித்த பின், பெரும்பாலோரின் வாழ்க்கைத்தரம் மிகவும் நன்றாகவே உயர்ந்தது. பண்ணையாளாக இருந்த பலரும், பண்ணைக்காரர்களாவும் வணிகர்களாகவும் முதலாளிகளாகவும் முன்னேறி நிலைபெற முடிந்தது. தாயகத்திற்குத் திரும்ப வரும்போது அவர்களது செல்வச் செழிப்பின் சாயல் நன்றாகவே தெரிந்தது.

மாறுபட்ட சிந்தனையில் அயோத்திதாசர்

மகாகவி பாரதியின் சமகாலச் சிந்தனையாளரான அயோத்திதாசர், புலம் பெயர்தல் பற்றி மாறுபட்ட கருத்தைக் கொண்டிருந்தார்.

"நெட்டாலுக்குச் செல்லும் ஏழைக் குடிமக்கள் பெரும்பாலும் தென்னிந்தியவாசிகளேயாம். இத்தென்னிந்திய ஏழைகள் மட்டிலும் நெட்டாலுக்குப் போகும் காரணம் யாதென்றால், இத்தகையாய் நெட்டாலுக்குச் சென்றிருந்த இந்திய ஏழைக் குடிகள் யாவரும் சுகவாழ்க்கையில் இருக்கின்றார் களன்றி, முன்போல் சாதித் தலைவர்கள் வசம் கூலிகளாக வசப்பட்டுக்கொண்டு, குடிக்கக் கூழுக்கும், குண்டியிற கட்ட வஸ்திரத்திற்கு மில்லாமல், எலும்புத்தோலும் குடுவையும் கோலுமாகயில்லை. இவ்வகை நெட்டாலுக்குச் செல்லும் கூலிகள் நாளுக்குநாள் சுகம் பெற்று சீரடைந்து வருவது சகலருக்கும் பிரத்தியட்சமாக விளங்கும்போது அவர்களைப் போகக்கூடாதென்று தடுப்பது, அவர்களேன் சீருக்கு வருகின்றார்களென்று கெடுப்பதற்கே ஆதாரமாக விளங்குகின்றது" என்று வாதிட்டார் (அயோத்திதாசர் சிந்தனைகள் 1910: 236).

காலம் அவரது கூற்றை ஓரளவிற்குச் சரியானதென்றே மெய்ப்பித்திருக்கிறது!

தாயகம் மறந்த அடிமைகள்

அடிமைகளாக அயலகம் சென்ற அனைவரும் திரும்பி வரவில்லை; பலரும், தாயகத்தையும் தங்கள் குடும்பத்தையும் மறந்து அங்கேயே நிரந்தரமாகத் தங்கிவிட்டார்கள். அடிமை வாழ்வும் அவலச் சூழலும் பழகிப்போனபின், மீதிக் காலத்தையும் அப்படியே கழித்துவிடலாம்

என்று அயர்ந்து போனவர்கள் அவர்கள். 19ஆம் நூற்றாண்டின் பிற்பகுதியில் மேம்பட்ட பணிச்சூழலும் பாதுகாப்பும் பலரைத் தங்கவைத்தது.

அயல்நாடு போன தமிழர்கள் சுகவாழ்வு வாழ்வதைக் கேள்விப்பட்ட புதுச்சேரி இளைஞன் ஒருவன் தானும் போக விரும்பி, தன்னுடைய மனைவியிடம் வெளி நாடு போவதால் கிடைக்கும் நன்மைகளை ஒவ்வொன்றாகக் கூறி ஆசை காட்டி, அனுமதி கேட்கிறான். ஆனால், கணவனைப் பிரிந்தால் குடும்பம் பிரியவேண்டுமே என்ற அச்சத்தினால், அவள் ஒவ்வொரு கருத்துக்கும் மறுப்புத் தெரிவித்து, அவனைப் போக விடாமல் தடுக்க முயற்சிக்கிறாள். அதைப் புதுச்சேரியின் நாட்டுப்புறப் பாடல் ஒன்று தெளிவாகக் கட்டுகிறது.

மறு தேசம் போயிட்டா – ஆத்தா
மாண்டு நல்லா மடிஞ்சிடுவேன்
அண்டியிருந்த சீமைய விட்டு – மச்சான்
தாண்டிட ஆகாதய்யா
அஞ்சு பணமும் வேண்டாம் – மச்சான்
அரசாள குப்பம் வேண்டாம்
வண்டி மாடு ரெண்டும் வேண்டாம்
வரல போடா உன் பொழப்பு
மறு தேசம் போயிட்டா – ஆத்தா
மாண்டு நல்லா மடிஞ்சிடுவேன் – சத்தியசீலன் (1888: 133: பி. 161)

என்றெல்லாம் அச்சுறுத்தியும், அவன் முரண்டு பிடித்துக் கப்பலேறிப் போய் விடுகிறான். ஆனால் போனவன் திரும்பவில்லை.

எல்லோரும் போன கப்பல்
நாள வரும் பின்னே வரும் – நீங்க
வள்ளலார் போன கப்பல் – நா(ன்)
கண்ணிலயுங் காணலியே
கப்பல் அதிகாரி கடல் முகத்து ஏபாரி – ஓங்கள
கப்பலில் எத்திவிட்டு – நா(ன்)
கடலோரம் நின்னழுதே(ன்) – நீ
தோணி அதிகாரி தொற முகத்து ஏபாரி – ஓங்கள
தோணியிலே ஏத்திவிட்டு – நா(ன்)
தொறையோரம் நின்னழுதே(ன்) – (சத்தியசீலன் 1988: 188. 91. 6. 18)

என்று கூலியாகப் போனவனை வழியனுப்பிய சோகம் கொப்பளிக்கப் புதுச்சேரிப் பெண்ணொருத்தி பாடும் நாட்டுப்புறப் பாடல், மனத்தை உருக்குகிறது (சத்தியசீலன் 1988).

குலைந்த குடும்பங்கள்

ஆனால், போனவன் வரவே வராதபோது, நொந்து, நொடிந்து போவது, அவள் மட்டுமா? கேளுங்கள் இன்னொருத்தியின் புலம்பலை:

என் தோழிகளெல்லாம் தாயாகிவிட்டனர்;
நான் மட்டும் குழந்தை, குட்டியில்லாமல்,
துணையுமில்லாமல் தனிமையில் கிடக்கிறேன்;
போகுமிடத்தில் உன்னை மயக்குவதற்கும்
சில சிறுக்கிகள் இருப்பார்கள் என்பதால்

போகவேண்டாம் என்று வேண்டி வேண்டி மன்றாடினேன்,
வருஷம் பன்னிரண்டாச்சுது; ஒத்தைக் கடுதாசி கூடக் காணோம்;
வாழாவெட்டியா நான் எத்தனை நாள் வாழமுடியும்?
(அஸ்வின் தேசாய் – குலாம் வாகித் 2010: 3).

என்ற பொருள் பொதிந்த நாட்டுப் புறப்பாடலில், நெஞ்சுருக்கும் சோக ரசம் சொட்டுகிறதல்லவா! அக்கரையில் வந்த புது உறவால், இக்கரையில் குலைந்த குடும்பங்கள் ஒப்பந்தக்கூலித் தொழில் முறையின் கொடூரமான மறுபக்கமல்லவா! குடும்பம் என்னும் அற்புதமான அமைப்பு சிதைந்தது அடிமை முறையின் துயர விளைவுகளுள் ஒன்று (அஸ்வின் தேசாய் – குலாம் வாகித் 2010: 3).

காலம் வெகுவாக உருண்டோடிவிட்டது. பழைய காலனிய நாடுகள் விடுதலை பெற்றுவிட்டன. மனித உரிமை விழுமியங்களின் மாண்பும், சகமனிதனின் தன்மான உணர்வும் மதிக்கப்படும் நிலை உலகமெங்கும் பரவிவிட்டது. எனவே அடிமைகளாகப் புலம்பெயர்ந்த தமிழர்கள், அந்தந்த நாட்டின் குடிமக்களாகத் தம்மை வரித்துக்கொண்டு, அதன் வளர்ச்சிக்கும் பாடுபட்டதால், இன்று ஆட்சியிலும் அதிகார மட்டத்திலும் பங்கு பெருமளவிற்கு வாழ்க்கை தலைகீழாகத் திரும்பி யுள்ளது பாராட்டுக்குரியதே!

அடிமை ஒழிப்பு – முயற்சிகளும் முடிவும்

பல அரசர்களும் மதங்களும் சிந்தனையாளர்களும் அடிமைகளைக் கவுரவமாகவும், மனிதாபிமானத்துடனும் நடத்தக் கோரினாலும், 18ஆம் நூற்றாண்டின் பின்பகுதியிலிருந்துதான் அடிமை முறையை மொத்தமாக ஒழித்துக் கட்டுவதற்கான குரல்கள் வலுப்பெற்றன. சிந்தனையாளரான தாமஸ் பெய்ன் (*Thomas Paine*), 1775 மார்ச் 8ஆம் நாள் ‘அமெரிக்காவில் ஆப்பிரிக்க அடிமை முறை’ (*African Slavery in America*) என்னும் தலைப்பில் ஒரு கட்டுரையை வெளியிட்டு விழிப்புணர்வுக்கு வித்திட்டார். அதன் விளைவாக, 1775இல் ‘நீக்ரோ அடிமை ஒழிப்பு இயக்கம்’ (*Society for the Relief of Free Negroes Unlawfully Held in Bondage*) என்னும் பெயரில் ஓர் அமைப்பு உருவானது. 1784இல் சிந்தனையாளர் பெஞ்சமின் பிராங்க்ளின் (*Benjamin Franklin*) அவ்வமைப்பின் தலைவரானார். இங்கிலாந்தில், 1787ஆம் ஆண்டில் ஆரம்பிக்கப்பட்ட ‘அடிமை ஒழிப்புக் குழு’வின் தலைவரான வில்லியம் வில்பர்போர்ஸ் (*William Wilberforce*) என்பவர் இதற்காக ஒரு பிரச்சார இயக்கம் தொடங்கி நடத்தினார்.

அல்லலுற்ற அடிமைகளிடமிருந்தும், அம்முறையை எதிர்த்த சிந்தனையாளர்களிடமிருந்தும் எதிர்ப்புகள் வலுத்தன. 1789ஆம் ஆண்டில், இங்கிலாந்து முதன்முதலாக அடிமை ஒழிப்புப் பிரகடனம் வெளியிட்டது. மாபெரும் சாம்ராச்சியமே இறங்கி வந்ததால், ஃபிரான்சின் மீதும் அழுத்தம் அதிகரித்தது. ஃபிரஞ்சுப் புரட்சி வெற்றியடைந்து குடியரசு மலர்ந்த நிலையில், “சுதந்திரம், சமத்துவம், சகோதரத்துவம்” என்ற தத்துவம் வலுவாகக் காலூன்றியது. குடியேற்ற நாடுகளின் ஆலோசனை சபைகள், உள்ளூர் நிலவரத்தைப் பொறுத்து நிர்வாக முடிவுகளை எடுத்துக் கொள்ள அனுமதி அளிக்கப்பட்டது. அதையே

வாய்ப்பாகக் கொண்டு, அப்போதைய புதுச்சேரி ஆளுநர் லாஸ் கலியே (Las Galier), 1792 அக்டோபர் ஒன்றாம் நாள், அடிமை முறையை ஒழுங்குபடுத்த ஆணை பிறப்பித்தார். அம்மாதம் 31ஆம் நாளுக்குள் அனைவரும் அடிமை உரிமை ஒப்பந்தங்களை அரசுக்கு அளிக்கவேண்டு மென்றும், தவறினால், அந்த அடிமை விடுவிக்கப்படுவார் என்றும் அறிவித்தார்.

1794ஆம் ஆண்டு பிப்ரவரி 4ஆம் நாள் நடந்த முதல் குடியரசு மாநாட்டில், காலனிய நாடுகளில் அடிமைத்தனம் ஒழிக்கப்படவேண்டும் என்று தீர்மானம் நிறைவேற்றப்பட்டது. "இது மானுடத்திற்கு எதிரான குற்றம். கருப்பின மக்களின் அடிமை முறை, எல்லா காலனியப் பகுதிகளிலும் இத்தோடு ஒழிக்கப்படுகிறது. இதன்பின், காலனிய நாடுகளில் வாழும் அனைத்து மக்களும், அரசியல் சாசனம் வழங்கும் உரிமைகளுக்குத் தகுதியான ஃபிரஞ்சுக் குடிமக்களே" என்று அத்தீர்மானம் குறிப்பிட்டது. அப்போதிருந்த குடியரசு அதைத் தயக்கமின்றி ஏற்றுச் செயல்படுத்த முனைந்தது.

மன்னராட்சியில் தடை நீக்கம்

ஆனால், ஃபிரான்சின் உயர்மட்டப் பிரமுகர்கள், குறிப்பாக, 'நெக்ரியர்' (Negriers) எனப்பட்ட அடிமைப் பெருவணிகர்களுக்கு இது பேரிடியாக விழுந்தது. எனவே, கள்ளத்தனமாக அடிமை வணிகத்தைத் தொடர்ந்ததோடு, அரசின் தடை விலக்கப்படவேண்டுமென்று அரசுக்கு அழுத்தம் கொடுத்தார்கள். அட்லாண்டிக் மண்டலத்தில் விரிவடையும் சர்க்கரை வணிகத்திற்காகவும், வட அமெரிக்காவில் ஃபிரான்சின் ஆதிக்கத்தை நிறுவதற்கான பேராட்டத்திற்காகவும் அடிமைகள் அவசியம் என்று அவர்கள் வாதிட்டார்கள்.

1802ஆம் ஆண்டில் மீண்டும் மன்னராட்சி வந்து, நப்போலியன் அரசரானதும், 1804 முதல் தடையை விலக்கி, அடிமை வணிகம் தொடர ஆணையிட்டார். அடிமைகள் நடத்தப்படும் விதம், அவர்களது முதலாளிகளின் நடவடிக்கைகள் பற்றிய புதிய விதிகள் வகுக்கப்பட்டு, புதுவேகத்துடன் கூலிகள் ஏற்றுமதி தொடர்ந்தது.

19ஆம் நூற்றாண்டில், பல நாடுகள் அடிமை முறையைத் தடை செய்தன. அதாவது அடிமைகளை வைப்பதும், பிடிப்பதும், விற்பதும், வாங்குவதும், கடத்தலும் தடை செய்யப்பட்டன.

ஆங்கிலேயரால் நெருக்கடி

1814இல் ஃபிரான்சு – இங்கிலாந்து போர் முடிவுக்கு வந்தது. பாரிஸ் ஒப்பந்தம் கையெழுத்தானது. 1807இல் அடிமை ஒழிப்பினைப் புகுத்திய இங்கிலாந்து, இந்த வாய்ப்பினைப் பயன்படுத்திக்கொண்டு, 1815 முதல் ஃபிரான்சும் அடிமை முறையை ஒழிக்க வேண்டும் என்ற விதியை ஏற்றுக்கொள்ள வைத்தது. அதற்கு ஐந்தாண்டுக்காலம் அவகாசம் கொடுத்தது. 1817இல் ஃபிரான்சு அதிகாரப்பூர்வமாக நிறுத்தி விட்டதாகக் கூறினாலும், பின்புலத்தில் கள்ள வணிகம் தொடர்ந்தது.

கள்ளத் தோணியில் வந்தால், பத்தாண்டுகள் சிறைவாசம், பத்து லட்சம் ஃபிரான் தண்டம் என்றெல்லாம் நிபந்தனைகள் விதிக்கப்பட்டாலும் தொய்வில்லாமல் ஏற்றுமதி தொடர்ந்தது. 1817–1835 கால இடைவெளியில், சுமார் 45,000 பேரை அனுப்பி வணிகர்கள் கொள்ளையடித்தனர். 1808இல் அமெரிக்கா, 1811இல் ஸ்பெயின், 1813இல் ஸ்வீடன், 1814இல் நெதர்லாந்து, 1819இல் போர்ச்சுகல், 1826இல் டென்மார்க் ஆகிய நாடுகள் பல்வேறு விதங்களில் அடிமை முறையை ஒழிப்பதில் முன்முயற்சிகள் எடுத்தன. இதனால் ஃபிரான்சின் மீது சர்வதேச நெருக்கடி அதிகரித்தது. எனவே, 1826இல் மீண்டும் ஒரு முழுமையான தடையாணை பிறப்பித்த பின்பும், ஃபிரான்சில் கள்ள வணிகம் ஒழிந்தபாடில்லை.

அடிமைகளின் போராட்டங்கள்

அடிமைகள் சேர சேர, தீவுகளில் கூட்டம் சேர்ந்தது; கும்பல் பெருகியது; குறைகளும் குற்றங்களும் பெருகின; கூலிகளிடையே அதிருப்தி பெருகியது. 1822, 1824, 1831, 1833ஆம் ஆண்டுகளில் அவர்கள் போராட்டங்களில் ஈடுபட்டார்கள். அதிகார வர்க்கம் அவற்றை இரும்புக்கரங்கொண்டு ஒடுக்கினாலும், 1831 ஆகஸ்டில் வெர்ஜினியாவில், நாட்டார்கள் தலைமையில் நடந்த போராட்டத்தின் தீவிரத்தால், அடிமை முறையில் மாற்றங்கள் கொண்டு வரவேண்டியதாயிற்று.

1828ஆம் ஆண்டில் இங்கிலாந்து ஒரு குழு அமைத்து பரிசீலித்தபின், முன்பே குறிப்பிட்ட ஒப்பந்தமுறை அமலாக்கப்பட்டது. அதிலும் எதிர்பார்க்கப்பட்ட முன்னேற்றம் கிட்டாததால், 1833இல் தொடங்கிப் படிப்படியான முயற்சிகளுக்குப்பின், 1839இல் ‘அடிமை ஒழிப்புச் சட்டம்’ மூலம் முடிவுக்குக் கொணர்ந்தது. இந்தியப் பகுதிகளிலிருந்து அடிமைகளைத் தெரிவு செய்வதைச் சட்டப்பூர்வமாகத் தடை செய்ததன் மூலம், ஃபிரான்சின் மீதும் நெருக்கடியை அதிகரித்தது. அதற்கும் பலனில்லாமல் போனதால், 1848இல் மீண்டும் ஃபிரான்சில் மலர்ந்த குடியரசு, இன்னொரு தடையைப் புதுப்பித்தது. பல்வேறு முயற்சிகளுக்குப் பின்பும் அடிமை வணிகத்தை ஒழிக்க முடியாததால், இங்கிலாந்தே சட்டப்பூர்வமான வணிகத்தில் இறங்கியது. ஆயினும், கள்ளச்சந்தையால் அதன் நோக்கம் அடிபட்டுப் போனதால், 1860இல் புதிதாக ஃபிராங்க்கோ – பிரிட்டிஷ் ஒப்பந்தம் செய்யப்பட்டது. இதன்படி, இங்கிலாந்து லா ரெயூனியன், மர்த்தினிக், குவாதிலூப், ஃபிரஞ்சு கயானா உள்ளடங்கிய ஃபிரஞ்சுக் குடியேற்றங்களுக்கு ஒப்பந்தக் கூலி முறையில் அதிகாரப்பூர்வமாகவே கூலிகளை அனுப்ப முடிவானது. இதனால் 1860–1882 காலக்கட்டத்தில், இந்தியாவிலிருந்து, குறிப்பாக ஃபிரஞ்சிந்தியப் பகுதிகளிலிருந்து அதிகபட்ச கூலிகள் ஏற்றுமதியாயினர் (ஜெயசீல ஸ்டீஃபன் 2018).

ஒழிக்கும் முயற்சியில் ஒவ்வொரு நாடும்

ஒப்பந்தக் கூலி முறையும் முதலாளிகளுக்கே சாதகமாயிருந்ததால் தொழிலாளர்களின் துயரம் குறைந்தபாடில்லை. எனவே, 1877இல் ஆங்கிலோ – ஃபிரஞ்சுக் கூட்டுக்குழு இந்தத் திட்டத்தை மறுபரிசீலனை

செய்து, அதை முழுமையாக ரத்து செய்யவேண்டுமென்று 1882இல் பரிந்துரைத்தது. இதற்கிடையே, 1878இல் ஃபிரஞ்சு கயானாவும், 1885இல் மார்த்தினிக்கும் அடிமை முறையை ரத்து செய்தன. அரசுகள் தடைசெய்வதும், வணிகர்கள் அதை மீறுவதும் வாலாயமான சூழ்நிலையில், உலகளாவிய அழுத்தம் காரணமாக, 1948இல் ஐக்கிய நாடுகள் சபையே அடிமை ஒழிப்பை மனித உரிமைப் பிரகடனமாக வெளியிட்டு, இந்தக் கொடுமைக்கு முடிவு கண்டது.

ஆங்கிலேயர் ஆட்சிக்காலத்தில் பெருநிலக்கிழார், ஜமீன்தார்கள், போன்றோர் இல்லங்களில், குடும்பத்துடன் அடிமையாக்கப்பட்ட கொத்தடிமைகள், பண்ணையடிமைகள், படியாள் என்ற முறை நிலவியது. அது சுதந்திரத்திற்குப் பின்னும் வெகுகாலத்திற்குத் தொடர்ந்தது; இன்றும் பல்வேறு வடிவங்களில் தொடர்கிறது.

உலக அடிமைமுறைக் குறியீடு – 2016 (Global Slavery Index, Walk Free Foundation, Australia) என்ற அறிக்கை, உலக அளவில் சுமார் நான்கரை கோடிப் பேர் இன்னும் கொத்தடிமைகளாக வாழ்ந்துகொண்டிருக்கிறார்கள் என்று பட்டியலிடுகிறது. இந்தியாவில் மட்டும் 1.4 கோடி பேர், கடனை அடைக்கக் கொத்தடிமைகளாகவும் கட்டாயமாக வேலை செய்யும் அடிமைகளாகச் சிக்குண்டு கிடக்கிறார்கள் என்றும் அந்த அறிக்கை கூறுகிறது.

ஆண்டாண்டுக் காலமாய் அடிமைகள்பட்ட தாங்கொணாத் துயரை நினைவுகூர்ந்து, உலக வரலாற்றின் மிகப்பெரிய மனிதச் சந்தை ஒழிப்பை வலியுறுத்தும் வகையில், ஒவ்வோர் ஆண்டும் ஆகஸ்டு 23ஆம் நாளை, சர்வதேச அடிமை வணிகம் ஒழிப்பு நாளாக ஐக்கிய நாடுகள் சபையே அனுசரித்து வருகிறது. எனவே, அடிமைத்தனம் எவ்வடிவில் இயங்கினாலும் அதைத் துடைத்தெறியும் முயற்சி விரைவில் வெற்றி பெறும் என்று நம்புவோமாக!

3.2: சதி எனப்பட்ட உடன்கட்டை ஏறுதல்

'சதி' (Sati) என்று பரவலாக அறியப்படும் சொல்லுக்குக் 'கற்புடைய மனைவி' என்று பொருள். சிலம்பின் வழக்கில் 'கற்பின் கனலி' என்றும் கொள்ளலாம். கணவனுடைய தகன மேடையில் தீப்பாய்ந்து, அவனுடனே மரணிக்கும் வழக்கத்தையே அது பொதுவாகக் குறிக்கும். சுய விருப்பத்தின்படி தீக்குளித்து மரணத்தைத் தழுவுவதை ஜோவ்கர் (Jauhar) என்றும், வேத சாத்திரப்படி கட்டாயமாகச் சிதையில் தள்ளப்பட்டு மடிதல் சதி என்றும் அறியப்படுகிறது. எவ்வாறாயினும், அத்தகைய பெண்கள் 'சதிமாதா' என்று புனிதப்படுத்தப்பட்டனர். மணாளன் எரியும் சிதையில் மனைவியும் எரிந்து போவதால், தமிழில் இதற்கு 'உடன்கட்டை ஏறுதல்' என்று பெயர்.

அரச குலத்தில் ஆரம்பம்

நான்காம் நூற்றாண்டிலேயே இவ்வழக்கம் தோன்றியதாகக் கூறப்பட்டாலும், சுமார் எழுநூறு ஆண்டுகளுக்கு முன்பு, முகமதியர்

படையெடுத்து வந்தபோது, இந்தியாவில் பரவியதாகத் தெரிகிறது. 1303இல் இந்தியாவிற்குப் படையெடுத்துவந்த அலாவுதீன் கில்ஜியுடன் போரிட்டுத் தோற்ற சித்தூர் அரசி பத்மாவதி, பகையாளிகளிடம் பிடிபடுவதைத் தவிர்க்கவே, அத்தகைய சாவினை விரும்பி மேற்கொண்ட தாகத் தெரிகிறது. பின் வந்த மொகலாயப் போர்களின்போதும், போரில் தோற்ற இராஜபுத்திர வம்சத்து அரசியர் பலரும் தீக்குளித்த நிகழ்சிகள் பல வரலாற்றில் உள்ளன. அரசியர் மட்டுமல்லாது, அரண்மனைப் பெண்டிரும் சில சமயத்தில் ஆயிரக்கணக்கில் தீப்புகுந்தனர்; இதை வடவர் 'சக கமனம்' (சேர்ந்து போதல் – சேர்ந்து சாதல்) என்று குறிப்பிடுகின்றனர். இதைச் சிறப்பித்து, இராஜஸ்தான் மாநிலத்தில், சித்தோர்கர் மாவட்டத்தில் ஆண்டுதோறும் ஜோவ்கர் விழா இன்றுவரை கொண்டாடப்படுகிறது.

தென்னகத்தில் உடன்கட்டை

கர்நாடகத்தில் 1614ஆம் ஆண்டு பிதார் மன்னர் இராஜா மான்சிங் மரணத்தைத் தொடர்ந்து அவரது மனைவியர் அறுபது பேர் உடன்கட்டை ஏறினர். 1680இல் மராட்டியப் பேரரசர் சிவாஜி மரணமடைந்தவுடன், அவரது எட்டு அரசியருள் ஒருவரான ராணி புத்லிபாய் தீக்குளித்தார். 1839இல் பஞ்சாப் மாமன்னர் இரஞ்சித் சிங் சிதையில், பேரரசி குல்ஃபதான் பேகம் உட்பட நான்கு அரசியரும் ஏழு ஆசை நாயகிகளும் சேர்ந்து போயினர்.

இவ்வாறு வடநாட்டில் தொடங்கிய சதிப் பழக்கம், தென்னகத்தில் விசய நகர வம்சத்தினரிடமும் நிலவியதைப் பயணர் பார்போசா துனிஸ் *(Barbosa Tounis)* பதிந்துள்ளார். தஞ்சை நாயக்க வம்சத்தின் மன்னர் இறந்தபோது, நான்கு அரசியருள் இருவரைக் கட்டாயமாகச் சிதையில் தள்ளி எரித்ததை, அபே துய்புவா (1766–1848) சாட்சியமாகப் பதிவிட்டிருக்கிறார்.

உயர் சாதியினர் மட்டத்தில்

தொடக்க காலத்தில் அரச வம்ச வழக்கமாக இருந்த சதி வழக்கம், பின்னர் உயர் சாதியினரான பிராமணர்களிடமும் பரவியது. அக்காலத்தில் பால்ய விவாகம் இயல்பானதால், ஓர் இளைஞன் இறந்தபின், அவனது அழகிய இளம் மனைவி எஞ்சிய காலத்தைக் கைம்மை நோன்பு பூண்டாலும் கற்போடு கழிப்பது கடினம் என்பதால் இதை அச்சமூகம் மேற்கொண்டிருக்கலாம் என்று ஒரு சாரார் கருதுகின்றனர். ஆனால், அவர்கள் இதைப் புனிதச் செயலாகப் போற்றியதோடு, இதைச் சாத்திரங்களும் வழிமொழிகின்றன என்று வாதிட்டார்கள். இத்தகைய சதிமாதர் தெய்வீகத்தன்மை அடைந்தவர்கள் என்றும், சொர்க்கத்தில் அவர்கள் கணவனோடு மகிழ்ச்சியாக வாழ்வார்கள் என்றும் நியாயப்படுத்தினார்கள். அவர்களுக்குக் கோயில் கட்டித் தெய்வீகமாக்கி வணங்குவதும் வழக்கமாயிற்று. புனித முலாம் பூசப்பட்டதால், சமுதாயத்தின் அடித்தட்டு மக்களில் சில பிரிவினரும் இந்தப் பிற்போக்கு வழக்கத்தால் ஈர்க்கப்பட்டு, 'சதி'யை ஏற்றுக்கொண்டார்கள்.

பாரதியின் பார்வையில்

பாரதி வாழ்ந்த காலத்தில், 1905ஆம் ஆண்டு அக்டோபர் மாதம் 30ஆம் நாளன்று, பஞ்சாபைச் சேர்ந்த மாரிபூர் என்னும் ஊரில் ஒரு சதி தகனம் நடைபெற்றது.

“முகம்மத் நாராயணி என்ற பெண்மணி யமுனையில் குளித்து வந்தபின், கிராம அதிகாரிகளால் கொடுக்கப்பட்ட துணியால் அவளது முகத்தைக் கூடியிருந்தவர்கள் மூடினார்கள். அவளது கழுத்துவரை வறட்டியை அடுக்கி நெருப்பைக் கொளுத்தி விட்டு அதில் எண்ணெய், நெய் சொரிந்தார்கள். மத்தளங்கள் அடித்தும், ‘ராம் ராம்’ என்று கூக்குரலிட்டும், அவளது அழுகை வெளியில் கேளாதவாறு பார்த்துக்கொண்டார்கள். சிறிது நேரத்தில் நாராயணி நரபலியாகி சாம்பலாகிவிட்டாள்.

இதை எதிர்த்து டெல்லி அமர்வு நீதிமன்றத்தில் வழக்கு தொடரப்பட்டு, கிராம அதிகாரிகளுக்குத் தண்டனையும் வழங்கப்பட்டது. ஆனால், தாங்கள் எதேச்சையாகத்தான் அவ்விடத்திற்கு வந்ததாகவும், தாங்கள் எவ்வளவோ எடுத்துக்கூறியும் பயனில்லை என்றும் லாகூர் உயர்நீதி மன்றத்தில் மேல்முறையீடு செய்திருக்கிறார்கள். இன்னும் தீர்ப்பு வழக்கப்படவில்லை”.

நடந்ததை இவ்வாறு விவரித்த பாரதி, சதிக்கு ஒத்துழைத்த கூட்டத்தாரை “மூட பக்தி கொண்ட மகா பாதக மிருக ஜனங்கள்; பந்து மிருகங்கள்” என்று சாடுகின்றார்.

கட்டுரையை முடிக்கும்போது, “இருபது வயது கன்னிகையை ஆவலுடன் கொளுத்திப் பார்த்துவிட்டு, தம் நீச உயிர்களுக்குக் கஷ்டம் வரும்போது பொய்யோலமிடுகின்ற இந்த ஈனர்களைக் கோர்ட்டார் இலேசாக விடமாட்டார்களென்று நம்புகிறோம்” என்று பாரதி கொந்தளிக்கின்றார் (சக்ரவரத்தினி – மார்ச் 1906).

ஆயுள் முழுவதும் மூடத்தனத்தின் முடை நாற்றம் போக்கப் பாடுபட்ட பாரதி வேறெப்படிக் கூற முடியும்!

தோற்றத்தின் பின்னணி

சதியின் தோற்றம் பற்றிப் பல்வேறு கருத்துகள் உள்ளன:

1. *விருப்பமில்லாமல் பணக்காரர்களை மணந்து கொள்ளும் பெண்கள், கணவனைக் கொன்றுவிட்டு, பின்னர் தங்களுக்கு விருப்பமான காதலர்களை மணந்து கொள்ளாமல் தடுப்பது.*
2. *மரணத்திற்குப்பின் சொர்க்கத்திற்குப் போகும் கணவன் ‘அப்சரஸ்’ போன்ற பேரழகிகள் சூழச் சுகமாக வாழ்வான் என்ற நம்பிக்கை நிலவியது. ஆகவே, பொறாமை கொண்ட மனைவி அதைத் தடுப்பதற்காகத் தானும் உடன் போதல்.*
3. *காமக் கொடூரன்கள் வாழும் சமூகத்தில், கொடுமை நிறைந்த கைம்மைக் கோலம் பூண்டு வாழ்வது கடினமாதலால், அதைவிடச் சாவதே மேல் என்ற மனப்பான்மை.*

எரித்தலோடு புதைத்தலும் உண்டு

எரிதணலில் புகுவது மட்டுமே சதி அல்ல; அவனோடு சவக்குழியில் புதைபடுவதும் சதியே. ஒடிசா, மராட்டியப் பகுதிகளில் மட்டுமே இவ்வழக்கம் காணப்பட்டது. தோண்டப்பட்ட சவக்குழியில், ஒரு ஏணி மூலம் இறங்கி, சவமான கணவனைக் கட்டியணைத்துக் கொண்டபின், உற்றார், உறவினர் கூடி மண்ணைத் தள்ளி உடன் புதைப்பது பற்றி ஆங்கில எழுத்தாளர் சோல்வின் (Solvyn) விவரித்துள்ளார்.

காலம் தாழ்த்தியும் கணவனைச் சேர்தல்

இதுவே ஒரு சில காரணங்களால் காலம் தாழ்த்தியும் நிகழ்த்தப்படும். புலம் பெயர்ந்த கணவன் அங்கேயே இறந்துவிட்டாலோ, மனைவி கருவுற்றிருந்தாலோ, உடன் கட்டையோ, உடன் சாதலோ தாமதமாக நிகழும். இதைத் "தொடர்ந்து போதல்" என்ற பொருளில் 'அனு மரணம்' அல்லது 'அனுகமனம்' என்றனர். அத்தகைய நிகழ்வின்போது, கணவனின் அடையாளமாக அவன் பயன்படுத்திய ஆடை, தலைப்பாகை, காலணி போன்றவற்றோடு அவளை எரிப்பதோ, புதைப்பதோ வழக்கமானது. அத்தகைய சதிமார், 'அனும்ருதா' என்று புனிதப்படுத்தப்பட்டனர்.

பழந்தமிழர் பழக்கமும் கூட

கணவனை இழந்த மனைவிகள் கைம்மை நோன்பை ஏற்பதும் இல்லறச் சுகம் துறந்து, துறவறம் புகுவதும் பிரிவாற்றாமல் உடன் புதைவதும் உடன்கட்டை ஏறுவதும் வழக்கமே என்பதற்குத் தமிழ் இலக்கியத்தில் சான்றுகள் உள்ளன. தொல்காப்பியத்தில் "நல்லோள் கணவனொடு நனியழல் புகீஇ" (புறத்திணையியல் – நூற்பா–19) என்ற வரி கணவன் இறந்தபின் உடன்கட்டை ஏறுவதைக் குறிக்கிறது. மணிமேகலையில் ஆதிரை உடன்கட்டை ஏறும் முயற்சியும், கம்பராமாயணத்தில் தசரதனின் அறுபதினாயிரம் மனைவியர் உடன்கட்டை ஏறியதாகவும் (அயோத்தியாகாண்டம், பாடல் – 2325, 2327) குறிப்பிடப்பட்டுள்ளது. ஒல்லையூர் தந்த பூதப்பாண்டியன் இறந்தவுடன் அவனது மனைவி பெருங்கோப்பெண்டு உடன்கட்டைப் புகுந்ததைப் புறநானூறு (பாடல்–246; கி.பி. 2ஆம் நூற்றாண்டு) விவரிக்கிறது.

"காதலர் இறந்தபின் கனையெரி பொத்தி ஊதுலைக் குருகின் உயிர்த் தடங்காது இன்னுயிர் ஈவர்; ஈவார் ஆயின் நன்னீர்ப் பொய்கையின் நளிஎரி புகுவர்"– என்று 'ஊர் உரைத்த காதை'யில் மணிமேகலை (2: 42–45) அதைச் சித்தரிக்கிறது.

கணவன் இறந்தபோது, தன் கணவனுடன் தானும் சேர்ந்து புதைக்கப்படுவதற்குப் பெரிய தாழியாக வேண்டுமென ஒரு பெண் கேட்பதைப் புறநானூறு (256) கூறுகிறது.

கலம்செய் கோவே கலம்செய் கோவே!
அச்சுடைச் சாகாட்டு ஆரம் பொருந்திய
சிறுவெண் பல்லி போலத் தன்னொடு
சுரம்பல வந்த எமக்கும் அருளி,

எம்.பி. இராமன்

வியன்மலர் அகன்பொழில் ஈமத் தாழி
அகலிது ஆக வனைமோ
நனந்தலை மூதூர்க் கலம்செய் கோவே! (புறம்: 256)

என்ற இப்பாடல் மூலம், உடன்கட்டை மட்டுமின்றி, உடன் புதைதலும் சங்க காலத்திலேயே நிலவியதும் அறியலாம்.

கைம்மை நோன்பின் கட்டாய விதிகள்

கைம்மை ஏற்கும் விதவையான பெண்ணின் தலைமுடி மழிக்கப்படுகிறது; அவளது வளையல்கள் களையப்படுகின்றன; நறுமணச் சுவை உணவுகள் தவிர்க்கப்பட்டு, வெள்ளை அல்லி அரிசி மட்டுமே உணவாகிறது. இவையே அவளது கைம்மை நோன்பின்போது ஒழுக வேண்டிய விதிகள் என்பதைத் தாயங்கண்ணியார் (புறம்–250) விளக்குகிறார். இத்தகைய கடுமையான நோன்பேற்றுக்கொண்டு, காலமெல்லாம் வெள்ளை அல்லியின் சிறிய அரிசியை மட்டுமே உண்டுகொண்டு, மாண்டவனின் நினைவிலேயே காலம் கழிப்பதுக் கொடுமையிலும் கொடுமை என்கிறார் மாறோகத்து நப்பசலையார் (புறம்–421).

பிற்காலத்தில் உடன்கட்டை நிகழ்வுகள்

கி.பி. 9ஆம் நூற்றாண்டில் நாயன்மார்களில் ஒருவரான திருநாவுக்கரசரின் தந்தை புகழனார் மறைந்தபோது, அவரது தாயார் மாதினியார் உடன்கட்டை ஏறினார். பிற்காலச் சோழர்கள் காலத்தில், கொடும்பாளூர் சிற்றரசன், வீரசோழ இளங்கோவன் (850–871) மனைவி கங்கமாதேவி உடன்கட்டை ஏறுவதற்கு முன், ஒரு கோயிலில் நந்தா விளக்கேற்ற நிவந்தங்கள் கொடுத்தாள் என்று கல்வெட்டுகள் கூறுகின்றன. இராஜராஜ சோழன் தாயாரும், சுந்தரசோழன் (956–970) மனைவியுமான வானவன் மாதேவியும், கங்கை கொண்ட சோழன் (1012–1044) மனைவி வீரமாதேவியும் தெய்வீக மரணம் எய்தினர் என்பதைக் கல்வெட்டுகள், செப்பேடுகள் தெரிவிக்கின்றன.

விரும்பித்தான் தீக்குளித்தனரா?

முழு மனதாரச் சம்மதித்துத் தீக்குளித்தச் சதிமார்களும் உண்டு; விருப்பமில்லாதோரைச் சாத்திரம், சடங்கு என்ற பெயரால் தீக்குள் தள்ளிச் சாகடித்ததும் உண்டு. விரும்பியே உடன்கட்டை ஏறியவர் பெருங்கோப்பெண்டு.

பல்சான் றீரே பல்சான் றீரே
செல்கெனச் சொல்லாது, ஒழிகென விலக்கும்,
பொல்லாச் சூழ்ச்சிப் பல்சான் றீரே;
துணிவரிக் கொடுங்காய் வாள்போழ்ந் தட்ட
காழ்போல் நல்விளர் நறுநெய் தீண்டாது,

அடைஇடைக் கிடந்த கைபிழி பிண்டம்
வெள்ளென் சாந்தொடு புளிப்பெய்து அட்ட
வேளை வெந்தை, வல்சி ஆகப்,
பரற்பெய் பள்ளிப் பாயின்று வதியும்
உயவற் பெண்டிரேம் அல்லேம் மாதோ;

பெருங்காட்டுப் பண்ணிய கருங்கோட்டு ஈமம்
நுமக்குஅரிது ஆகுக தில்ல; எமக்குஎம்
பெருந்தோள் கணவன் மாய்ந்தென அரும்புஅற
வள்இதழ் அவிழ்ந்த தாமரை
நள்இரும் பொய்கையும் தீயும் ஓரற்றே! – (புறநானூறு 246)

என்ற வரிகளில் அவளது உளக்கிடக்கை உறைந்துகிடக்கிறது. விதவைகள் நெய், எண்ணெய் கலப்பில்லாத நீர்சோற்றை உண்ண வேண்டும்; எள் துவையல், புளியிட்ட வேளைக்கீரை மட்டுமே துணைக்கு சேர்த்துக்கொள்ளப் பெறுதல் வேண்டும்; சுகமாகத் தூங்கும் படியாகப் பாயில் படுக்கக்கூடாது; கல் தரையில்தான் படுக்க வேண்டும் என்பது வழக்கம்.

அதைப் பட்டியலிடும் அரசி, அதன் பின்புலத்தில் கூறும் காரணங்கள் பொருள் பொதிந்தவை. "பல்சான்றீரே" எனத் தொடங்கும் அப்பாடலில் 'பழைய சோற்றையும் வேளைக்கீரையையும் மட்டுமே உண்டு, பாயில்லாத் தரையில், கற்படுக்கையில், காலமெல்லாம் படுத்து வருந்தவேண்டிய கைம்பெண்களில் ஒருத்தி அல்ல நான். இத்தகு கொடுமையினும் உடன்கட்டை ஏறுவது தடாகத்தில் குளிப்பது போன்றது. ஆதலால் என்னைத் தடுக்காதீர்கள் சான்றோர்களே!' என்று தீர்க்க மாகக் கூறுகிறாள். "கைம்மை வெறுத்த காரிகை" என்று போற்றுகிறார் கவிஞர் அவளைப் போற்றுகிறார் (புதுவைச் சிவம் 1945).

'பெண்களின் மீது சடங்கு, சம்பிரதாயம் என்ற பெயரால் திணிக்கப்பட்ட வன்கொடுமைகளுள் ஒன்றே கைம்மை நோன்பு. இதைக் கடைப்பிடித்து, அன்றாடம் செத்து மடிவதைவிட, கணவனோடு சாம்பலாவதே மேல் என்றே பொருள் கொள்கிறோம். ஆனால், 'செல்க' எனச் சொல்லாது 'ஒழிக' என்று அவள் கூறும்போது 'நான் செல்வது சரியா?' என்று அவள் கேட்பதாகவே அதன் உட்பொருள் காட்டுகிறது. 'காண்போர் அதைப் புனிதப்படுத்திப் பார்ப்பதைவிட, அவளது ஆழ்மனத்தின் விசும்பலைக் கேளுங்கள்' என்கிறார் பேராசிரியர் இரமேஷ் (தினமணி 2019).

தமிழ்நாட்டில் ஒரு நிகழ்வு

வடபுலத்தை ஒப்பிடும் போது, தமிழகத்தில் இத்தகைய கொடூரச் சம்பவங்கள் அங்கொன்றும் இங்கொன்றுமாகவே நிகழ்ந்துள்ளன; சில இடங்களில் உடன்கட்டை ஏறிய சதிமார் தெய்வநிலையில் வைத்து வணங்கப்படுகின்றனர்.

சான்றாக, இராஜபாளையம் நகரில், சிவகாமிபுரம் தெருவில் 'தீப்பாய்ந்த நாச்சியாரம்மன்' வழிபாட்டைக் கூறலாம். ஒவ்வோர் ஆண்டும் மாசி மாதம் மூன்றாம் செவ்வாயன்று, அருப்புக்கோட்டை, வில்லிப்புத்தூர், ஆண்டிப்பட்டி, சட்டம்பட்டி உள்ளிட்ட ஏழெட்டு ஊர்களிலிருந்து நெசவாளர்களான சாலியர் சமூகத்து மக்கள் வந்து, அம்மனுக்கு விழா எடுத்து வழிபடுகின்றனர்.

குழந்தைகளின் திருமணம்

ஏழு தலைமுறைகளுக்கு முன்னால், சாலியர் சமூகத்தைச் சேர்ந்த நமச்சிவாயம் என்ற ஏழு வயதுப் பையனுக்கு ஐந்து வயதுப் பெண்ணைத் திருமணம் செய்து வைத்தனர். கணவனும் மனைவியுமான அக்குழந்தைகள், ஒருநாள் கண்ணாமூச்சி விளையாடுகையில், கம்பு சேமித்து வைத்திருந்த குதிருக்குள் அவன் ஒளிந்துகொண்டான். அதனால், அவளால் அவனைக் கண்டுபிடிக்க முடியவில்லை; எங்கே தேடியும் அவனைக் காணவில்லை; குதிருக்குள் இறங்கிய அவனால் ஏறிவரமுடியவில்லை.

மூன்று நாட்கள் கழித்துப் பிணம் நாற்றமடித்ததை வைத்துக் குழந்தையின் உடலை வெளியே எடுத்தனர். நமச்சிவாயத்தின் உடலை எரியூட்டியபோது, அந்தச் சிதையில் அவனுடைய மனைவியாகிய அந்த ஐந்து வயதுப் பெண் குழந்தையை அவளுடைய தந்தையே தூக்கிப் போட்டுவிட்டார். எரிந்துபோன அக்குழந்தை மூன்றாம் நாள் உயிர்த்தெழுந்து, எரிந்து கருகிய பட்டுப்பாவாடையுடன் அருகில் உள்ள புத்தூர் அய்யனார் கோயிலுக்குச் சென்று அய்யனாரிடம் அடைக்கலம் கேட்டாளாம். 'என் கணவர் குடும்பம் செழித்து வளர வேண்டும். என் குடும்பம் சிதைந்து மண்ணாகப்போகட்டும்' என்று சொல்லிவிட்டு அய்யனாரிடம் அவள் அடைக்கலமாகிவிட்டாள்.

தீப்பாய்ஞ்ச நாச்சியாரம்மன்

பின்னர், நடந்ததைக் கேள்விப்பட்ட ஊரார் அவளுக்குக் கோயில்கட்டி 'தீப்பாய்ஞ்ச நாச்சியாரம்மன்' என்று பெயர் சூட்டிக் கும்பிடத் தொடங்கினர். ஆலயம் என்றாலும், அதில் சிலை ஏதும் இல்லை. சுவரில் சந்தனம், குங்குமம் பூசி, அந்தச் சுவரின் கீழே ஆண்டுதோறும் ஒரு புதுப் பட்டுப்புடவையை மடித்த நிலையில் வைத்து வழிபடுகின்றனர். மாப்பிள்ளை வீட்டாரே வழிபட்டு வந்த கோயில், இப்போது 'நாச்சியாரம்மன் வகையறா' என்கிற வம்ச வழியினரால் முன்னெடுத்து நடத்தப்படுகிறது (தமிழ்ச்செல்வன், *இந்து தமிழ்திசை*, மார்ச் 29, 2020)

ஃபிரஞ்சிந்தியாவில் அரிதான நிகழ்வுகள்

வடநாட்டைப்போல், ஒரு பொதுவான வழக்கமாக உடன்கட்டை ஏறுதல் புதுச்சேரியில் கடைப்பிடிக்கப்படவில்லை. பதினெட்டாம் நூற்றாண்டில், ஆனந்தரங்கப் பிள்ளை, ரங்கப்ப திருவேங்கடம் பிள்ளை, முத்து விஜய திருவேங்கடம் பிள்ளை, வீரா நாயக்கர் ஆகியோரின் நாட்குறிப்புகளில், 1736 முதல் 1792 வரையிலான நிகழ்வுகள் பதியப்பட்டுள்ளன. அடிமை முறை, பால்ய விவாகம், தீண்டாமை, இடங்கை – வலங்கை ஆகிய பழைய வழக்கங்களைப் பற்றிக் குறிப்பிட்ட இவர்கள், சதி பற்றிக் குறிப்பிடவில்லை என்பது கவனத்திற்குரியது. ஆயினும், விதிவிலக்காகச் சில நிகழ்வுகள் நடந்தேறியுள்ளன. புதுச்சேரிக்கு வடக்கில் கோட்டக்குப்பத்தில், கிழக்குக் கடற்கரைச் சாலையில் தீப்பாஞ்சம்மன் ஆலயம் ஒன்று உள்ளது. அதன் ஆதி அந்தம் பற்றிய

விவரங்கள் கிடைக்கவில்லையாயினும், அது உடன்கட்டை ஏறிய சதி மாதா ஆலயம் என்று ஊகிப்பது கடினமல்ல.

மார்த்தேன் காலத்தில் உடன்கட்டை

ஃபிரான்சுவா மார்த்தேன் காலத்தில் நடந்த ஒரு நிகழ்வை, அவர் தன் நினைவுக் குறிப்புகளில் மனவருத்தத்தோடு பதிவு செய்திருக்கிறார்.

ஓர் இராணுவ அதிகாரி, போரில் ஒரு காலை இழந்தப் பின், ஓய்வு பெற்றுப் புதுச்சேரியில் வந்து தங்கிவிட்டார். எழுபது வயதைக் கடந்த அவர் திடீரென ஒரு நாள் இறந்துவிட்டார். அதனால், நாற்பதே வயதான அவரது மனைவி அவருடன் உடன்கட்டை ஏறத் தயாராகிக்கொண்டிருந்தாள். இதைக் கேள்விப்பட்ட மார்த்தேன், அவளது முடிவை மாற்றுமாறு தனது அதிகாரிகளை அனுப்பிவைத்தார். அரசின் சார்பில் அவளுக்குப் பாதுகாப்பும் பொருளாதாரமும் உறுதி செய்யப்படும் என்று அவர்கள் எடுத்துக்கூறி, எரிபுகும் முடிவைக் கைவிடக் கோரினர். அரசின் அனுதாபத்திற்காகவும் ஆதரவிற்காகவும் ஆளுநருக்கு அவள் நன்றி கூறினாள். கணவனே போன பின்பு, இந்த உலகில் வாழ்வதற்கு எந்தப் பிடிமானமும் இல்லாததால், இனி இந்த உலகில் வாழ்வது கொடுமையிலும் கொடுமை. எனவே முடிவை மாற்றிக்கொள்ளமாட்டேன் என்று கூறி அனுப்பிவிட்டாள்.

மார்த்தேனின் மறு முயற்சி

மார்த்தேனுக்கு மனம் பொறுக்கவில்லை. மீண்டும் அதிகாரிகளை அனுப்பி முயற்சித்தார். அவர்களும் அவளை எப்படியாவது தடுக்க வேண்டுமென்று திரும்ப திரும்ப வலியுறுத்திக் கொண்டேயிருந்தனர். ஒரு கட்டத்தில், அவள் பொறுமை மீறிச் சீறினாள். “இனிமேலும் என்னை யாரேனும் தடுக்கப் பார்த்தீர்களென்றால், பல்லாலேயே என் நாக்கைக் கடித்துத் தருகிறேன், ஆளுநரிடம் கொண்டுபோய்க் கொடுத்துவிடுங்கள், நான் நேரே போய் ஒரு குளம் குட்டையில் விழுந்து செத்துப் போகிறேன்”, என்று கோபமாய் கூறிவிட்டாள்.

ஒரு புறம் சிதை தயராகிக் கொண்டிருந்தது. அவள் எந்தவிதச் சலனமுமில்லாமல், நானும் அவருடன் விரைவில் சேரப்போகிறேன் என்று இயல்பாகத் தனது உறவினர்களிடம் சொல்லிக்கொண்டிருந்தாள். சிதையின்மேல் கணவனின் சடலம் கிடத்தப்பட்டதும், அதைச்சுற்றி மூன்று முறை வலம் வந்தாள். மலர்ச்சியான, ஆனால், தீர்க்கமான முகத்துடன் தன்னிடமிருந்த பொருட்களை, சுற்றியிருந்த உறவினர்களுக்கு ஒவ்வொன்றாகக் கழற்றிக் கொடுத்தாள். பின் யாருடைய உதவியுமின்றித் தானே நடந்து சென்று, சிதையில் கணவனுக்கு அருகில் படுத்துக்கொண்டாள்.

எரியாத நெருப்பை எரியவைத்த பத்தினி

அதன் பிறகு நடந்தது இன்னும் கொடுமையானது. சிதைக்குத் தீ மூட்டப்பட்டது. ஆனால், அது மழைக்காலம் என்பதால் விறகு ஈரமாயிருந்தது. எனவே, சரியாகத் தீப்பிடிக்காததால், கொழுந்துவிட்டு

எரியாமல் வெறும் புகையாகக் கிளம்பியது. அப்போது அவள், கையை அசைத்து, ஆட்களைக் கூப்பிட்டு, "காற்றுக்கு எதிர்த்திசையில் நெருப்பு வைத்தால் எப்படி எரியும், வேறு பக்கமாக வையுங்கள், விரைவில் பரவிவிடும்" என்று கூறினாள். அவ்வாறே செய்ததும் சுற்றிலும் நெருப்புப் பரவியது. சிதைமேல் நெய்ப்பந்தங்கள் வீசப்பட்டன. சிதைக்குள்ளிருந்து எந்தவித சத்தமும் கேட்கவில்லை. சற்று நேரத்தில் இறந்தது ஒன்றும் இறவாதது ஒன்றுமாக இரண்டு உடல்களும் சாம்பலாகிப்போயின. தொய்ந்த மனத்துடன், அதிகாரிகள் தோல்வியுடன் திரும்பினர்.

இந்த நிகழ்வைத் தனது மறக்க முடியாத நினைவுகளுள் ஒன்றாக, 'கணவனுடன் தானும் எரிந்த காரிகையின் கதை' என்று மர்த்தேன் பதிவிட்டிருக்கிறார். இதற்கு முன்பே, உடன்கட்டை ஏறவிருந்த ஒரு பெண்ணிடம் பேசி அவளை மீட்டிருக்கிறார். இந்த இரண்டும் அவருக்கு வெவ்வேறு அனுபவங்கள்தான். இருப்பினும், சமூக வழக்கம் என்ற பெயரில் தன்னைத் தானே எரித்துக்கொள்ளும் முடிவை எந்த மதமும் கண்டிக்கத்தான் வேண்டும் என்பது அவரது கருத்து (மர்த்தேன் 1932–34).

வில்லியனூரில் ஓர் உடன்கட்டை

1735ஆம் ஆண்டில், ஆளுநர் துய்மா ஆளுநராயிருந்தபோது, புதுச்சேரி பகுதியில் இன்னுமோர் உடன்கட்டை ஏறுதலும் நிகழ்ந்துள்ளது (முருகேசன் 2008).

வில்லியனூரை அடுத்த ஊரில் ஒரு பிராமணன் மரணமடைந்த போது, அவனது மனைவி உடன்கட்டை ஏறப்போவதாக அரசுக்குத் தகவல் கிட்டியது. துய்மாவின் ஆணையின்பேரில், அரசு அதிகாரிகள் உடனே அக்கிராமத்திற்கு விரைந்தனர்.

இழவு வீட்டிலிருந்து சுமார் 200 அடி (65 மீட்டர்) தூரத்தில், பெருங்கூட்டம் கூடியிருந்தது. அவ்விடத்தில் சுமார் இரண்டரை அடி உயரத்திற்கு, விறகுக் கட்டைகளால் ஒரு சிதை அடுக்கப்பட்டிருந்தது. அவர்கள் குல வழக்கப்படி, சடலத்தை உட்கார்ந்த நிலையில் சிதையில் வைத்தனர். சதிக்கு உடன்பட்டவள் ஓர் இளம்பெண். சுமார் 17–18 வயதுதான் இருக்கும். அவளை மணப்பெண்போலச் சீவிச் சிங்காரித்து, பொன் நகைகள், புதுச்சேலை அணிவித்து அழைத்து வந்தனர்.

மீட்பு முயற்சியில் அதிகாரிகள்

அப்போது அங்குச் சென்றிருந்த ஃபிரஞ்சு அதிகாரிகள் குறுக்கிட்டு, அவளிடம் பேசினர். இந்தக் கொடுமையான மரணத்திற்கு உடன்படாமலிருக்குமாறும், அவளது வருங்கால வாழ்க்கைக்கு அரசு எல்லா உதவிகளும் செய்யும் என்றும் எடுத்துக்கூறி அவளது மனதை மாற்ற முயற்சி செய்தனர்.

ஆனால், அந்தப் பெண்ணோ அதை ஏற்க மறுத்தாள். அவளது முகத்தில் அமைதி நிலவியது; கொஞ்சமும் சலனமேயில்லாமல், உறுதியுடன் சிதையை நோக்கி நடந்து சென்றாள். சிதைமேல் அமர்த்தப் பட்டிருந்த கணவனின் உடலை ஒரு முறை கட்டி அணைத்தாள்.

பின்னர் தனது கை, காது, கழுத்து, மூக்கில் அணிந்திருந்த நகைகளை ஒவ்வொன்றாகக் கழற்றி, சுற்றியிருந்த பெண்கள் பக்கம் வீசினாள். பின்னர் தனது புடவையையும் களைந்து வீசினாள். வெறும் உள்ளாடை யுடன், கைகளைக் கூப்பி வணங்கியவாறு சிதையை மூன்று முறை வலம் வந்தாள். சிதையின் மீதேறி அமர்ந்துகொண்டு, தன் கணவனின் தலையைச் சாய்த்துத் தன் மடியின்மீது வைத்துக்கொண்டாள்.

அதிகாரிகளுக்கு இருப்புக் கொள்ளவில்லை; பதற்றம் தணியவில்லை. அந்தக் கடைசிக் கட்டத்திலாவது அவளை உடன்கட்டை ஏறாமல் தடுக்கவேண்டுமென்று முயன்றார்கள். பதை பதைப்புடன் அவளை நெருங்கி, "வெளியில் வந்துவிடு" என்று வேண்டினார்கள். அவள் வாய் திறக்கவில்லை; மௌனமாகவே இருந்துவிட்டாள்.

அனலில் கரைந்த கற்பின் கனலி

பின்னர், அவளது கைகள், அவளது கணவனின் கைகளுடன் சேர்த்துக் கட்டப்பட்டன. சுற்றியிருந்த புரோகிதர்கள் உரத்தக் குரலில் மந்திரங்கள் ஓதினார்கள். உற்றார், உறவினர் பலரும் வணங்கியவாறு சிதையைச் சுற்றிவந்தனர். சிதைக்குத் தீ மூட்டப்பட்டது. ஆண்களும் பெண் களும் உரத்தக் குரல் எழுப்பினர். தீ நாக்குகள் கொழுந்துவிட்டு எரிந்தன. உயிரிழந்த சடலமும் உயிரோடு ஒரு பெண்ணும் சாம்பலாகிப் போயினர்.

தீப்பிழம்புகள் சுட்டெரித்தபோதும் உடன்கட்டை ஏறிய பெண்ணிடமிருந்து அசைவோ, அலறலோ கேட்கவேயில்லை. அது வியப்பும் திகிலும் திகைப்பும் நிறைந்த அனுபவமாக இருந்தது.

அண்மையில் ஓர் நிகழ்வு

நாகரிகம் வளர்ந்துவிட்ட இருபதாம் நூற்றாண்டிலும் இக்கொடுமை நிகழ்ந்துள்ளது; இன்னும் நடந்து கொண்டிருக்கிறது. 1987ஆம் ஆண்டு ஜனவரி மாதம், மத்தியப் பிரதேசத்தில், தேவ்ரலா கிராமத்தில், மான் சிங் – ரூப் கன்வார் இருவருக்கும் திருமணம் நடைபெற்றது. அடுத்த செப்டம்பர் நான்காம் நாள் மான் சிங் நோயால் இறந்துவிடுகிறான். ஊரார் முன்னிலையில், அவனுடைய சடலத்தைத் தன்மடியில் கிடத்தியவாறே, சிதையில் அமர்ந்து, எரிந்து போகிறாள் ரூப் கன்வார். திருமணம் முடிந்த எட்டே மாதத்தில், புதுப்பெண் களைகூடக் கலையாத நிலையில், பதினெட்டே வயதான ரூப் கன்வார் மலர்ந்த முகத்தோடு உடன்கட்டை ஏறிய காட்சி உலகையே உலுக்கியது. இந்த அநாகரிகச் செயலுக்குக் கண்டனங்கள் குவிந்தன. ஊரார் மீது வழக்கும் தொடரப்பட்டது. ஆனால், வேடிக்கை பார்த்துக்கொண்டு, வளாயிருந்த ஊராருக்கு, இதில் நேரடித் தொடர்பில்லை என்று குற்றம் சாட்டப்பெற்ற அனைவரையும் நீதிமன்றம் விடுதலை செய்ததுதான் விசித்திரம்!

மாறியது நெஞ்சம், மாற்றினார் ஃபிரஞ்சு நிர்வாகி

*1830*ஆம் ஆண்டில் காரைக்காலிலும் ஓர் உடன்கட்டை நிகழ்ச்சி நடக்கவிருந்தது. ஒரு பிராமணப் பெண் சிதையில் புகத் தயாரானபோது,

அரசு அதிகாரிகள் குறுக்கிட்டுப் பேசினர். அவளது வருங்கால வாழ்க்கை பற்றிய அச்சம் அவசியமற்றது என்றும், அரசே அதற்கு உத்தரவாதம் தரும் என்றும் உறுதியளித்து அவளை மீட்டனர்.

அவளுக்கு மாதா மாதம் உதவிப்பணம் தரவேண்டும் என்று காரைக்கால் நிர்வாகி ஆளுநருக்குப் பரிந்துரை செய்தார். அதை ஏற்றுக்கொண்ட அப்போதைய ஆளுநர் அங்குஸ்த் தெ மலே (*Anguste de Malay*) அவளுக்கு மாதம் 200 ஃபிரான் வீதம் ஆயுளுக்கும் உதவித்தொகை கிடைக்குமாறு ஜனவரி 22, 1830இல் ஆணை பிறப்பித்தார் (முருகேசன் 2008).

1710ஆம் ஆண்டில் தென்தமிழகத்தில் ஒரு மறவர் குலமன்னர் இறந்தபோது, அவரது 47 மனைவியரும் உடன்கட்டை ஏறினர். இது வேதியக் கலாச்சாரத்தின் விளைவே என்று கூறி, இந்துக்களின் சிலை வழிபாட்டையும், திருவிழாக்களையும் தடைசெய்யவேண்டுமென்று ஏசு சபையினர் கடுமையாக வாதிட்டனர் (மொரே 2020: 52).

அரசின் நிலைப்பாடு

இந்துக்களின் மதச் சடங்குகளில் தலையிடுவதில்லை என்பது ஃபிரஞ்சு அரசின் கொள்கை முடிவு. முற்காலத்தில் சில கட்டுப்பாடுகளை விதித்தபோது, அவர்கள் சாதி, இன பேதங்களை மறந்து, அரசின் முடிவை எதிர்த்து ஒன்றுபட்டுக் கிளர்ச்சிசெய்து, பின்வாங்க வைத்தார்கள். எனவேதான், புதுவைப் பகுதிகளில் அரிதாகவே நடந்தாலும், சட்டப் பூர்வமாக சதியைத் தடை செய்யவில்லை; ஆயினும், அரசு அதை ஆதரிக்கவில்லை; அதிகாரிகள் மூலம் தடுத்து நிறுத்த முயன்றது; ஆனால் அது தோல்வியில் முடிந்தது. பின்னர், ஆங்கிலேய அரசைப் போலவே, ஃபிரஞ்சிந்திய அரசம் இதைச் சட்டப்பூர்வமாகத் தடை செய்ததால், இந்த மூடப்பழக்கம் முடிவுக்கு வந்தது.

சாடும் கவிஞர்கள்

துணைவி இறந்தபின் வேறு துணைவியைத்
தேடுமோர் ஆடவன்போல் – பெண்ணும்
துணைவன் இறந்தபின் வேறுதுணை தேடச்
சொல்லிடுவோம் புவிமேல் (கைம்மைப் பழி 1. 30: 25–28)

என்று சாட்டையைச் சுழற்றுகிறார் புரட்சிக் கவிஞர் பாரதிதாசன்.

கடவுளரின் ஆணைஎனில் விதவைத் தன்மை
கணவன்மார் மாண்டவுடன் காதல் அந்தச்
சுடர்க்கொடியாள் உளம் விட்டு மாய்தல் இன்றிச்
சுடுநெருப்பாய் தோன்றி உடல் தீய்ப்பதேனோ?
அடக்குமுறையால் அவர்கள் காதல் தீயை
அணைத்துவிட முயல்கின்றார்! ஆனால் அந்த
மடத்தனத்தால் விபரீதம் விளையக் கண்டும்
மனந்திருந்தா திருப்பவர்கள் மனிதர் இங்கே!

என்று சீறுகிறார் கவிஞர் புதுவைச் சிவம் (2007: 947–948).

கண் மூடிப் பழக்கம் மண் மூடிப் போகட்டும் என்று சபித்த கவிஞர்களின் சாபம் பலித்துவிட்டது என்பது வரவேற்கத்தக்கதே!

சதி ஒழிப்பு முயற்சிகள்

இந்தியாவை ஆண்ட முகலாயப் பேரரசர் அக்பர் (1556–1605), சதி வழக்கத்தை அனுமதிக்க மறுத்தார்; அவுரங்க செப் (1618–1707) அதற்குத் தடையும் விதித்தார். போர்த்துக்கீசியர் ஆட்சியில், 16ஆம் நூற்றாண்டில், கோவா ஆளுநர் ஆல்பர்க் இதைச் சட்டமியற்றி ஒழித்தார். ஆயினும், இது முற்றாக ஒழியவில்லை.

ஐரோப்பியர் கண்ணோட்டம்

19ஆம் நூற்றாண்டில் சமூகச் சிந்தனையாளர்களிடையே இதற்குக் கடும் எதிர்ப்பு கிளம்பியது. ஆங்கிலேய அரசுப் பிரதிநிதிகளான, வெல்லெஸ்லி பிரபுவும் (*Lord Wellesley, 1778–1805*), மின்ட்டோ பிரபுவும் (*Lord Minto 1807–13*) இதை வெகுவாகக் கண்டித்தனர். அவர்களுக்கு முன்பே, இந்தியாவில் கிறித்தவம் பரப்ப வந்திருந்த மதகுருமார்களும் சதிக்கு எதிரான உணர்வைப் பரவலாக வளர்த்து வந்தனர்.

கொல்கத்தாவில் ஒரு நினைவுச்சின்னம்

பிரிட்டிஷ் கிழக்கிந்தியக் கும்பினியின் நிர்வாகியாக இருந்தவர் ஜாப் சார்னோக் (*Job Charnok 1630-1692*). இவர்தான் கல்கத்தா நகரை நிர்மாணித்தவர் என்று நம்பப்படுகிறது. பாரம்பரியமான ஆங்கிலேய பாணி வாழ்க்கையை மாற்றிக்கொண்டு, இந்தியர்போல் வாழ்ந்தவர். அவர் சதி வழக்கத்தை ஏற்காதவர். பாட்னாவில் வணிகராகத் தொழிலைத் தொடங்கியபோது, 1680இல் உடன்கட்டை ஏறவிருந்த ஓர் இந்து விதவையைத் தடுத்துநிறுத்தி, அறிவுரை கூறியதோடு, மரியா என்ற பெயரிட்டுக் கிறித்தவராக்கி, அவளையே திருமணமும் செய்துகொண்டார். இருவரும் ஒரு மகனையும் மூன்று பெண் மகவுகளையும் பெற்றுச் சிறப்பாக வாழ்ந்தனர்.

அந்தப் பெண் பாட்னாவில் வாழ்ந்த காசி பிராமணப் பெண் லீலா (*D.L. Richardson*) என்றும், ஒரு இராஜ புத்திர இளவரசி என்றும் (*W W Hunter*), வங்காள பிராமணப் பெண் (*Hamilton Saheb*) எனவும் வெவ்வேறு விதமாகக் கூறப்படுகிறது.

இருபத்தைந்து ஆண்டு மண வாழ்க்கைக்குப்பின், மரியா அவரது 45வது வயதில் மரணமடைந்தபோது அதைக் குறித்து ஒரு நினைவுச்சின்னம் எழுப்பியுள்ளார்.

அது, இந்தியப் பெண்ணொருத்தியை சதிக் கொடுமையிலிருந்து மீட்டு மறுவாழ்வளித்த சார்னோக்கின் புரட்சி மனப்பான்மைக்குச் சான்றாக இன்றளவும் நின்று புகழ்மணம் பரப்புகிறது (புர்தா 1995: 282).

ஐரோப்பியர்களுக்கு இவ்வழக்கம், விநோதமாகவும் விகாரமாகவும் தோன்றியதால், அதைப் பற்றித் தெரிந்துகொள்வதில் ஆர்வம் காட்டினார்கள். பல ஐரோப்பிய சிந்தனையாளர்கள் பியர்த்தோ தெல்லாவிய் (*Pierto Della Ville*), ராபரட் ஹார்ட்கிரேவ் ஜூனியர் (*Robert L. Hardgrave Jr.*), பியெர் சொன்னேரா (*Pierre Sonnaret*), பல்தாசார் சோல்வின்ஸ் (*Baltazard*

Solvyns), கிராந்ப்ரே *(Grandpre)*, வில்லியம் கேரி *(William Carey)*, மரியா கிரஃகாம் *(Maria Graham)* போன்றோர் இந்தியாவிற்கு வந்து, கண்டு, கேட்டு விரிவாக எழுதியதோடு, அதை எதிர்த்துக் குரல் கொடுத்து, அந்தக் கொடூரமான வழக்கத்தைத் தடை செய்யவும் முயன்றிருக்கிறார்கள். ஒரு சிலர் தாம் கண்ட சதிக் காட்சிகளை ஓவியங்களாவும் தீட்டியுள்ளார்கள். 1803ஆம் ஆண்டு, கல்கத்தாவை ஒட்டிய முப்பது மைல் சுற்றளவில் மட்டும் ஒரே ஆண்டில் 438 சதி சம்பவங்களை வில்லியம் கேரி கணக்கிட்டுள்ளார்.

சதி ஒழிப்பிற்கு சனாதனிகள் எதிர்ப்பு

1798இல் இதைத் தடை செய்ய ஆங்கிலேய அரசு முயன்றபோது, இதற்கு ரிக் வேதத்திலும் அதர்வண வேதத்திலும் அங்கீகாரம் இருப்ப தாகவும், உடன்கட்டை ஏறும்போது சொல்ல வேண்டிய மந்திரங்களும் தெளிவாகக் கூறப்பட்டுள்ளதாலும் இந்து மத வழக்கங்களில் குறுக்கிடக்கூடாது என்று மனு தர்மவாதிகள் கடுமையாக எதிர்த்தனர். இருந்தாலும், சதிமார் உளப்பூர்வமாக விருப்பப்பட்டாலொழிய, சதி நடக்கக்கூடாது என்று அரசு நிபந்தனையுடன் கூடிய தடை விதித்தது. இந்து மத விவகாரங்களில் குறுக்கிடுவதில்லை என்ற அரசின் கொள்கை முடிவின் விளைவே அது.

சட்டம் இயற்றித் தடை

1812 முதல் சிறார் திருமணம், சதி ஒழிப்பை ஒரு சமூகப் போராட்டமாகவே இயக்கியவர்கள் வங்காளத்தைச் சேர்ந்த இராஜாராம் மோகன்ராய், நாதிராய் துவாரகர் ஆகியோர். சதி எதிர்ப்பு இயக்கத்தின் பலனாக, 1817இல் "இந்துக்கள் சட்டத்தின்படி உடன்கட்டை ஏறுதல் மட்டுமே அனுமதிக்கப்படும். (பிந்தைய – தொடர் சாதல்) அனுமரணம் அங்கீகரிக்கப்படவில்லை" என்று அரசு தடை செய்தது. பல நூற்றாண்டுகளாகப் பெண்கள் மீது மதத்தின் பெயரால் நிகழ்த்தப்பட்ட காட்டுமிராண்டித்தனமான வன்கொடுமைத் தாக்குதலுக்கு எதிரான போராட்டத்தில் இது முதல் வெற்றி.

இராஜாராம் மோகன் ராய்

வில்லியம் பெண்டிங்க் பிரபு

தன் தாயை எரியூட்டிய பிப்லோ சரண் சக்ரவர்த்தி கல்லறை

1828ஆம் ஆண்டு, ஸ்காட் மறை முறையின் *(Scottish Church)* முதல் இந்தியப் பாதிரியாரான பிப்ரோ சரண் சக்ரவர்த்தி *(Bipro Charan Chuokurbutty)* என்பவரின் தந்தை இறந்தபோது, வங்காள வழக்கப்படி அவரது தாயாரும் உடன்கட்டை ஏறினார். அவரது தாயார் விரும்பியே தீக்குள் புகுந்ததால், அவராலும் அதைத் தடுக்கமுடியவில்லை; அரசும் குறுக்கிட முடியவில்லை. கிறித்தவரானாலும், இந்து வழக்கப்படி, அந்தச் சிதைக்குத் தீ மூட்டியவர் அவர்தான். எனவே, இது கடும் அதிர்வலைகளைக் கிளப்பியது. இந்துச் சீர்திருத்தவாதிகளுடன் கிறித்தவர்களும் இணைந்து, உடன்கட்டை எதிர்ப்பு இயக்கத்தைத் தீவிரப்படுத்தி, அரசைப் பணிய வைத்தனர். அரசின் அனுமதியுடன் வங்காளத்தில் நடந்த கடைசி சதி நிகழ்வு இதுவே. மனசாட்சிக்கு மாறாக இதை நடத்திவைத்த சக்ரவர்த்தியின் கல்லறையில், இந்நிகழ்ச்சி பொறிக்கப்பட்டுள்ளது. இந்தியத் தலைமை ஆளுநராகப் பொறுப்பேற்றிருந்த வில்லியம் பென்டிங்க் பிரபு *(Sir William Bentinck)* தீவிரமாகச் செயல்பட்டு, 1829ஆம் ஆண்டு, இந்த மூடப் பழக்கத்தை ஒட்டு மொத்தமாகவும் சட்டப்பூர்வமாகவும் தடை செய்தார்.

மனிதரை மனிதர் மரித்தவருக்காய் எரிக்கும் பழக்கம், இனிமேலாவது எரிந்து போகட்டும்!

3.3: வலங்கை – இடங்கைப் பிரிவுகள்

தமிழகத்தில் சங்க காலத்திலிருந்தே, சமூகப் பிரிவுகளும், அமைப்புகளும் மாறி மாறி வந்திருக்கின்றன. அவ்வாறான பிரிவுகளுள் ஒன்று தான் வலங்கை – இடங்கைப் பிரிவு. இது சாதிப்பிரிவு அல்ல; சாதிகள் இருகூறாகப் பிரிந்து அமைந்த தொகுப்புக்களின் பிரிவே. இது பற்றிய நூல் ஒன்று "வலங்கை இடங்கைப் புராணம்" என்ற தலைப்பில் கையெழுத்துச் சுவடியாக, மெக்கென்சி *(McKenzie)* என்பவரால் கண்டுபிடிக்கப்பட்டு, சென்னைப் பல்கலைக்கழகத்தில் பழஞ்சுவடிப் பிரிவில் உள்ளது.

தோற்றம்

இதன் தோற்றம் பற்றிப் பல பார்வைகள் உள்ளன. புராணங்களில், காசிப முனிவர் தொடர்பான ஒரு கதை உண்டு. மன்னன் அரிந்தம சக்ரவர்த்தி விருப்பபடி, காசிப முனிவர் ஒரு வேள்வியைச் செய்தபோது, அரக்கர்களால் பல இடையூறுகள் ஏற்பட்டன. அதைத் தடுக்க, அவரது ஆணைப்படி யாகசாலையின் தீப்பிழம்புகளிலிருந்து 98 பிரிவினர் தோன்றி, அரக்கர்களைத் தடுத்து, அரணாக நின்றனர். வெற்றிகரமாக வேள்வி நடந்தேறியதால் மன்னன் மனமகிழ்ந்தான். மந்திரங்கள் ஓதி

வேள்வியை நடத்தித்தந்த வேதியரைப் பாராட்ட விரும்பினான். காசிப முனிவரையும் வேதியரையும் பல்லக்கில் அழைத்துவரச் செய்தான். அப்போது வேள்வி காத்த மரபினர், பல்லக்கில் வந்த வேதியரது குதிரைகளையும் காலணிகளையும் பராமரித்ததோடு, அவர்கள் பல்லக்கிலிருந்து இறங்கும்போது, இடப்புறமாக நின்று அவர்களைக் கைத்தாங்கலாக இறக்கிவிட்டனர். அதையொட்டி, அவர்கள் இடங்கையினர் எனப்பட்டனர். இது ஒரு கருத்து.

சோழர் காலத்தில்

விசுவகர்மாக்களுக்கும் பிராமணர்களுக்கும் புரோகிதத் தொழில் செய்யும் உரிமை பற்றிய முறையீட்டை விசாரித்த சோழ மன்னர், தன் தீர்ப்பை ஏற்பவர்கள் வலங்கைப் பக்கம் நிற்கலாம் என்றும், விசுவகர்மாவை ஆதரிப்போர் இடங்கைப் பக்கம் நிற்கலாம் என்றும் வகுத்ததாக ஆங்கில ஆராய்ச்சியாளர் கீர்ன்ஸ் (1876) கூறுகிறார்.

பிற்காலச் சோழர் காலத்தில்தான் இப்பிளவு ஏற்பட்டது என்று பெரும்பாலான வரலாற்றாசிரியர்கள் கருதுகின்றனர். கரிகால் சோழனது ஆட்சியில், சமூகத்தின் இரண்டு குழுக்கள் தங்களுக்குள் சண்டையிட்டுக் கொண்டு, மன்னனிடம் நீதி கோரி முறையிட்டனர். அப்போது ஒரு பிரிவினர் அவனுக்கு வலதுபுறமும், எதிர்க்குழுவினர் இடது புறமும் நின்று முறையிட்டனர். அதன்படி, அவர்கள் வலங்கையினர் என்றும் இடங்கையினர் என்றும் அழைக்கப்பட்டு, அதுவே வரலாற்றில் நிலைத்து விட்டது என்றும் கூறப்படுகிறது. ஆனால், இது சங்ககாலத்துக் கரிகாலன் காலத்தில் நடந்திருக்க முடியாது. இதற்குத் தக்க ஆதாரங்கள் சங்க இலக்கியங்களில் காணப்படவே இல்லை. ஆனால், இந்த வலங்கை – இடங்கை சாதிப் பகுப்பு முறைகள் பிற்காலச் சோழர்கள் ஆட்சியில்தான் தோன்றின என்பதற்கு வேண்டுமானால் தக்க ஆதாரங்கள் உள்ளன (இமயவரம்பன் 2018).

ஆதித்திய கரிகால் சோழன் (பத்தாம் நூற்றாண்டு) அரசவையில் பணிபுரிந்த பிராமணர்களால் கொல்லப்பட்டு, உத்தமச் சோழன் அரசனாக்கப்பட்டான். மக்களில் ஒரு பிரிவினர் அதனை ஏற்காமல் போராடத் தொடங்கினர். இன்னொரு பிரிவினர் அவர்களுக்கு எதிராக, உத்தமச் சோழனுக்காகக் களமிறங்கினர். பிராமணர்களின் ஆதரவாளர்களுக்கும் எதிரானவர்களுக்குமான மோதல்களே இடங்கை வலங்கைப் போராட்டத்தின் தொடக்கம் (நீலகண்ட சாஸ்திரி 1971).

வணிக வழியில் வந்ததோ!

“மக்களுக்கிடையே பூசல்கள் ஏற்படும்போது மன்னரிடம் முறையிடுவது வழக்கம். அப்போது வாதி – எதிர்வாதி என்போர் மன்னரின் இடப்புறமும் வலப்புறமும் எதிரெதிராக நின்று தம் தரப்பினை விளக்குவர். அவர்களையே வலங்கை – இடங்கை என்று பெயரிட்டிருக்கலாம்” என்று கே.கே. பிள்ளை (1977) கருதுகிறார். வணிகத்தில், ஏற்றுமதி – இறக்குமதியைத் தனித்தனிப் பிரிவினர் கையாண்டனர். ஏற்றுமதியில் ஈடுபட்டிருந்த நகரத்தாருக்கும், இறக்குமதியில்

ஈடுபட்டிருந்த தெலுங்கர்களுக்கும் ஏற்பட்ட தகராறில், சோழ மன்னர் தலையிட்டுச் சமரசம் செய்து வைத்தார். அதை உறுதிப்படுத்துவதற்காக, ஒரு பிரிவினர் கோயில் கருவறையின் இடதுபுறமும், மற்றொரு பிரிவினர் வலதுபுறமும் நின்று மன்னரிடமிருந்து வெற்றிலை–பாக்கு பெற்று சமரசத்தை ஏற்றுக்கொண்டனர். அன்றிலிருந்தே இவ்வழக்கம் புழக்கத்திற்கு வந்ததாகவும் கூறப்படுகிறது.

வீரர்களால் விளைந்த பிளவு

சோழர் காலத்தில், 10ஆம் நூற்றாண்டு வாக்கில், படைப்பிரிவுகளில் இப்பிரிவு தொடங்கியிருக்கக்கூடும். வலக்கை – இடக்கை, வலது கை – இடது கை, வலங்கை – இடங்கையர், வலங்கைப் பாணத்தார் – இடங்கைப் பாணத்தார் எனப் பலவாறு இரு படைப் பிரிவுகளும் குறிக்கப்பட்டுள்ளன. வலங்கை, இடங்கை என்ற இரு பிரிவுகளுள் பல சாதியினர் அடங்கியிருந்தனர். இந்த இரண்டு பிரிவுகளும் போர் முறைகள் தொடர்பான சாதிப் பிரிவுகளே தவிர, வேறு எந்த அடிப்படையிலும் இவை வலங்கை, இடங்கை என்று பிரிக்கப்படவில்லை. வலங்கைத் தளம், இடங்கைத் தளம் என்றே சோழர் காலக் கல்வெட்டுகளில் இவை குறிப்பிடப்படுகின்றன. தளம் என்பது படைத்தளம் என்ற பொருளுடையது. வலங்கைப் படை என்பது முறையான பயிற்சிபெற்ற படையணி; அதாவது முறைப்படியான இராணுவப்பிரிவு என்பதனாலும், அமைதிக் காலங்களில் விவசாயப்பணி போன்றவற்றையும் கவனிக்கின்ற குடிப்படைகள் போலின்றி, முழுநேர போர்ப்படையாக இருந்தமையாலும் இடங்கைத் தளத்துச் சாதிகளைவிட வலங்கைத் தளத்தைச் சேர்ந்த சாதிப் பிரிவினர் சமூகத்தகுதியில் உயர்வாகக் கருதப்பட்டனர். இன்னொரு கோணத்தில், உள்நாட்டு வீரர்கள் கொண்ட படையானது, வலங்கைப் பழம்படை அல்லது வலங்கை மாசேனை என்றும், குடியேறிய வீரர்கள் கொண்ட போர்ப்படை இடங்கைப்படை என்றும் அழைக்கப்பட்டிருக்கலாம் (இராமச்சந்திரன் 2012).

தஞ்சைக்கோயில் கல்வெட்டு மூலம் இராஜராஜனின் வலங்கைப் படையில், 'பெருந்த நாட்டு வலங்கை வேலைக்காரப் படைகள், அழகிய சோழ தெரிந்த வலங்கை வேலைக்காரர், அரிதுகலங்கன் தெரிந்த வலங்கை வேலைக்காரர், சண்ட பராக்கிரம தெரிந்த வலங்கை வேலைக்காரர், திரய சிகாமணி தெரிந்த வலங்கை வேலைக்காரர், மூர்த்த விக்கிரம பரண தெரிந்த வலங்கை வேலைக்காரர், நித்த வினோத தெரிந்த வலங்கை வேலைக்காரர், ராஜ கந்திரவ தெரிந்த வலங்கை வேலைக்காரர், ராஜராஜ தெரிந்த வலங்கை வேலைக்காரர், ரானாமுக பீம தெரிந்த வலங்கை வேலைக்காரர், விக்கிரமபரண தெரிந்த வலங்கை வேலைக்காரர்' ஆகிய பல்வேறு உட்பிரிவுகள் இருந்துள்ளன என்பது தெரியவருகிறது.

காஞ்சிபுரத்தில், முன்னாளில் 'சலபநாயகன் என்னும் பிராமணத் தலைவன் தலைமையில் வலங்கை சாதியார் 98 பிரிவினர்களும், இடங்கை சாதியார் சில பிரிவினர்களும் தங்களுக்குள் கட்சி உண்டாகியதால், சண்டை இட்டுக் கொண்டனர்' என்று ஒரு சாசனம் தெரிவிக்கின்றது. இந்த வலங்கை இடங்கைப் பிரிவின் காரணமாக பிராமணர்களுக்குப்

பகையாகக் கம்மாளர்களும் கோமுட்டிகளுக்குப் பகையாகப் பேரிச் செட்டிகளும், பறையர்களுக்குப் பகையாகப் பள்ளர்களும் இப்படிப் பல வகுப்பினர்களும் ஒருவருக்கொருவர் பகையாளர்கள் ஆயினர் (இமயவரம்பன் 2018).

கோயில் திருவிழாக்களின்போது, ஊரார் கூடி, இரு பிரிவினராக நின்று வடம் பிடித்துத் தேரிழுத்ததால், இப்பெயர்கள் வந்திருக்கலாம் என்ற கருத்தும் உண்டு. வலங்கை இடங்கை தவிர்த்து, 'முக்கைப்படை' ஒன்றும் சோழர் காலத்தில் இருந்ததாவும், அது தமிழர் அல்லாத அயலவர் அடங்கிய படையாக இருக்கலாம் என்கிறார் சுப்பராயலு (2011).

சமூகவியல் பார்வையில்

நிரந்தரமாகக் குடியிருந்த வேளாண்மைச் சமூகத்திற்கும் இடம் விட்டு இடம் பெயர்ந்த கைவினைஞர்கள், சிறுவணிகர்கள் ஆகியோருக்கும் இடையே நிலவிய பகைமையின் வெளிப்பாடே வலங்கை, இடங்கைப் பாகுபாடு என்பது சமூகவியல் பார்வை. இவ்வகையில், நிலவுடைமை யாளர்களும், அவர்களைச் சார்ந்தவர்களும் வலங்கையினர் என்றும், வணிகத் தொழில் செய்தவர்களும் அவர்களோடு சேர்ந்து கொண்டவர்களும் இடங்கையினர் என்றும் நா. வானமாமலை (2012) கருதுகிறார். நிலையான வசிப்பும் நில உரிமையும் முதலாளித்துவத்தின் சாயலும் இப்பிரிவுகளின் தோற்றத்தில் காரணிகளாகக் காட்டப்படுவது பொதுவுடைமைப் பார்வையின் விளைவு (ஜெயசீல ஸ்டீஃபன் 2018).

அழுந்தப் பதிந்த மரபு

பெரும்பாலும், பிற்காலச் சோழர்களும் நாயக்க மன்னர்களும், வைதீக மனப்பான்மை கொண்டவர்களாகவும், பிராமணர்கள் தனி உரிமைகளைப் பெற்று வாழ்வதற்கு ஆக்கமும் ஊக்கமும் அளிப்பவர் களாகவும் இருந்திருக்கின்றனர். சாதிகள், இனங்கள், வகுப்புகள் என்பவை தர்மத்தின்பாற்பட்டது, நியாயமானது என்பது அவர்களின் அசைக்க முடியாத நம்பிக்கை. ஆகவே அந்தந்தச் சாதியாரும், அவரவர்க்கு உரிய விதிகளுக்கு மாறாக நடக்கக் கூடாது என்பதில் கண்ணும் கருத்தும் உடையவர்களாகவே இருந்து வந்திருக்கின்றனர் (இமயவரம்பன் 2018).

நாளடைவில் இவ்வழக்கம் மங்கத் தொடங்கியது. ஆனால் மன்னர்களின் ஆதரவுடன், பெருநிலக் கிழார்களாகி நிலையாகக் குடியேறிய பிராமணர்கள், தங்களின் குலப்பெருமையையும் மேலாதிக்கத்தையும் நிலைநாட்டிக்கொள்ள அரசனை நாடினர். அவர்கள் நடந்துபோகும் போது குடை பிடித்தல், வருகையின் போது கொம்பு ஊதுதல் போன்ற தற்பெருமை அடையாளங்களுக்கு இடங்கையினரைப் பயன்படுத்திக் கொண்டனர்.

ஒரு சமுதாயத்தையே இரு பெரும் பிரிவுகளாகப் பிளவுபடுத்தியதற் கான காரணம் இன்றுவரை மர்மமாகவே இருக்கிறது. ஆனால், இப்பாகுபாடுகள் சமூக இயக்கத்தில் பெரும் தாக்கத்தினை ஏற்படுத்தி வந்திருக்கின்றன என்பதற்கு கல்வெட்டுகளிலும் செப்பேடுகளிலும்

இலக்கியத்திலும் அயலவர் வரலாற்றுக் குறிப்புகளிலும் ஏராளமான சான்றுகள் உள்ளன.

யார்யார்? எந்தப் பிரிவு?

சோழர் காலத்தில் ஒவ்வொரு பிரிவும் 98 சாதிகளைக் கொண்டிருந்தன. ஆனால், 19ஆம் நூற்றாண்டில், வலங்கைப் பிரிவில் 30 சாதிகளும், இடங்கையில் ஆறு சாதிகளாகவும் குறைந்தன. தட்டார், கொல்லர், கன்னார், தச்சர், மணிகள் இழைப்போர் ஆகிய ஐந்து சாதியினரும் பஞ்சகம்மாளர் அல்லது பஞ்சளத்தார் என்று அழைக்கப் பட்டனர். இவர்களுடன், கம்பளத்தார், செங்குந்தர், தேவேந்திரர், மாதாரிகள், வன்னியர் போன்ற பிரிவினரும் இடங்கையில் அடக்கம். வேளாண்மை சார்ந்த வெள்ளாளருடன், கவரைச் செட்டியார், சேணியர் போன்றோர் வலங்கைச் சாதியினர்.

பிராமணர்கள் எந்தப் பிரிவிலும் சேர்க்கப்படவில்லை. ஆனால் ‘தலித்’ எனப்படும் ஆதிதிராவிடர்கள் எப்போதுமே வலங்கையினருக்கே ஆதரவாக இருந்தனர். அதனால் அவர்களுக்கு வழங்கப்பட்ட ‘வலங்கை முகத்தார்’ என்ற பட்டமே இதற்கு ஆதாரம் (நடனகாசிநாதன் 1995).

சலுகைகள், உரிமைகள், கட்டுப்பாடுகள்

வலங்கை – இடங்கை என்ற பாகுபாடே இவர்களுக்கிடையே வேறுபாடுகளை வளர்த்துவிட்டது. அது அவர்களது அன்றாட வாழ்க்கையின் ஒவ்வோர் அம்சத்திலும் ஆழமாகப் பதிந்திருந்தது. சோழர் காலத்தில், இவர்கள் ஒரே கோயிலுக்குப் போகமாட்டார்கள்; ஒரே மண்டபத்தைப் பயன்படுத்தமாட்டார்கள்; தேவதாசிகள்கூட இருபிரிவினருக்கும் வேறு வேறுதான்; ஒவ்வொரு நகரங்களிலும் ஊர்களிலும் அவர்களுக்கும் தனித்தனி வீதிகள் இருந்தன; வலங்கை விநாயகர், இடங்கை விநாயகர் என்று இறைவனையும் பிரித்துப் பார்த்தார்கள்; இருவரும் கலப்பதேயில்லை என்கிறார் நீலகண்ட சாஸ்திரி (1971). காஞ்சிபுரத்தில் இன்றும் இருக்கும் வலங்கை இடங்கைக் கோயில்கள், மண்டபங்கள் இக்கூற்றிற்கு வலுச்சேர்க்கின்றன.

வீட்டு விழாக்கள் என்றாலும், திருவிழாக்கள் என்றாலும், அவரவர் வீதிகளுக்குள்தான் ஊர்வலம் போகலாம்; சவ ஊர்வலமும் அவ்வாறே. விழாக்காலங்களில் வலங்கையினருக்கு மாதிலர் என்ற தலித் பிரிவினரும், இடங்கையினருக்கு மாதிகர் என்னும் அருந்ததியினர் பிரிவினரும் இசைக்கருவிகள் வாசித்தனர் (இமயவரம்பன் 2018).

இடங்கையினருக்குக் கூடுதல் கட்டுப்பாடுகள்

கம்மாளர்கள் பூசி மெழுகிய கல்வீடு கட்டிக்கொள்ளக்கூடாது; இரட்டை நிலை வாசல் வைக்கக்கூடாது; விழாக்கள், சடங்குகளின் போது இரட்டைச் சங்கு ஊதக்கூடாது; பிரிவுகளுக்குள் மணம் செய்யக்கூடாது; காலணி அணியக்கூடாது என்று பல அடிப்படை உரிமைகள் மறுக்கப்பட்டன. பிற்காலத்தில், ‘கொன்னேறி மெய் கொண்டான்’ என்ற

சோழன் காலத்தில், ஏழு நாடுகளில் வாழும் கம்மாளர்களுக்கு மட்டும் இவ்வுரிமைகளை அளித்தான் என்று கல்வெட்டுகளில் காணப்படுகிறது.

வாயிற்படி அமைத்தல், இசைநிகழ்ச்சிகள் நடத்துதல், சன்னல் வைத்தல், பகலில் தீவட்டி பிடித்தல், குதிரையில் ஏறி வருதல், குடை பிடித்தல், நீண்ட துண்டு (சால்வை, சகலாத்து) அணிதல் போன்ற உரிமைகள் இரு தரப்பாருக்கும் பொதுவல்ல; வலங்கையினருக்கே தரப்பட்டது. அனைத்திற்கும் மேலாக, சில இடங்கைப்பிரிவுப் பெண்மக்கள், பரதவப் (மீனவர்) பெண்களைப் போல இடுப்புக்கு மேல் சேலை போர்த்தக்கூடாது என்றும் கட்டாயப்படுத்தப்பட்டனர் (நடனகாசிநாதன் 1995).

பேதங்களால் மோதல்கள்

சமமான சலுகைகள் வழங்கப்படாதபோது, பாதிக்கப்பட்ட பிரிவு, உரிமைக்குரல் எழுப்புவது இயல்பே. இரு பிரிவினருக்குமிடையே எழுந்த பூசல்களும் மனக்கசப்பும் நாளடைவில் விரிசல்களாகி, மோதல்களாக வெடித்தன. சாதிப் பெயரைச் சொல்லி வசை பாடியதோடு, சச்சரவுகளும் சண்டைகளும் பகைக்குத் தீ மூட்டின. இவற்றைப் பிற்காலக் கல்வெட்டுகளும் செப்பேடுகளும் குறிப்பிடுகின்றன. இவற்றில் வரலாற்று முக்கியத்துவம் வாய்ந்த சில நிகழ்வுகள் அதிக கவனத்தைப் பெறுகின்றன.

கடவுளை வைத்துக் காஞ்சியில் மோதல்

18ஆம் நூற்றாண்டின் முற்பகுதியில், (கி.பி. 1708) சர்வதாரி ஆண்டில், தொண்டை மண்டலத்தின் தலைநகரான காஞ்சிபுரத்தில் நடந்த மோதல் பற்றி, நல்லூர் நாட்டார் வைத்திருந்த செப்புப் பட்டயம் விவரிக்கிறது.

ஒருமுறை காஞ்சி காமாட்சி அம்மனுக்குத் தேர்த்திருவிழா நடந்தது. இத்திருவிழா, பிச்சாவரம் வன்னிய பாளையக்காரர்களான பெரிய சோழகனார், சிவன் சோழகனார், உடையார்பாளையம் வன்னிய பாளையக்காரர்களான பெரிய நல்ல பண்டாரத்தார், சின்ன நல்ல பண்டாரத்தார், அவர்களைச் சார்ந்த சாதியார் முன்னிலையில் நடைபெற்றது.

அதன் ஒருபகுதியாக, இடங்கையினர் உபயமாக அம்மனின் அலங்காரத் தேர்ப் பவனி நடக்கிறது. இந்தத் தேரோட்டத்தில் பாதிப்பங்கு உபயம் செய்யவேண்டும் என்று வலங்கையார் உரிமை கோருகின்றனர். அதை இடங்கையினர் ஏற்க மறுத்துத் தேரை இழுக்கக் தொடங்குகிறார்கள். அதைப் பொறுத்துக்கொள்ளாத வலங்கையினர், ‘சேணியச் செம்புலி’ என்னும் கேரள மாந்திரீகன் மூலம் மந்திரம் செய்து, தேரை இழுக்க முடியாமல் தடுத்துவிடுகின்றனர்.

ஒண்டிப்புலியின் அதிர்ச்சித் தியாகம்

விடுவார்களா இடங்கையினர்! தங்கள் தரப்பிற்கு, ‘ஒண்டிப்புலி அனுமந்தன்’ என்னும் ஒரு மலையாள மாந்திரீகனை வரவழைத்துத் தேரை ஓடவைக்க வழி கேட்டனர். உயிர்ப்பலி கொடுத்தால் தேர் ஓடும் என்று கூறிய ஒண்டிப்புலி, தன் மகனையே தேர் முன் பலிகொடுத்துத்

தேரை ஓட்டிக் காட்டினான். இதனால், அதிர்ச்சி கலந்த மகிழ்ச்சியடைந்த இடங்கையினர், அம்மாந்திரீகனுக்குக் கைம்மாறாகக் கொடைகள் வழங்கிச் சாசனம் எழுதித்தந்தனர். ஒண்டிப்புலியும், அவனது வாரிசுகளும் இந்தப் பட்டயத்தை வன்னியர் வாழும் ஊர்களில் ஆண்டுதோறும் காண்பித்துக் கொடைகள் பெற்றுக்கொள்ளலாம் என்றும் சாசனம் கூறுகிறது.

காமாட்சியம்மன் தேரோட்டம் தடைபட்டதற்காக, மன்னர் கிருஷ்ணராயரவர்கள் கோபித்துக்கொண்டு, "சாமிக்குத் துரோகம் செய்தீர்களென்று ஒன்பது பாளையத்தாரையும் சிறையிலே அடைத்து விட்டார்கள்" என்று சீனாப்புரம் பட்டயம் தெரிவிக்கிறது.

நல்லூர்ப் பட்டயத்தில், ஒண்டிப்புலி தன் மகனைப் பலிகொடுத்த தாகவும், மல்லிகுந்தம் பட்டயத்தில், தலைப்பிரசவக் கர்ப்பிணியான தன் மனைவியைப் பலி கொடுத்ததாகவும் காணப்படுகிறது. அவ்வையார்குப்பம், மல்லிக்குந்தம் செப்பேடுகளில் ஒரு பெண்ணின் தலை வேறு, உடல் வேறாகக் கிடப்பதாகவும், மூன்று தேர்களை ஒன்றன்பின் ஒன்றாகக் கட்டி, தலையால் ஒருவர் இழுப்பதாகவும் கோட்டுருவங்கள் செதுக்கப்பட்டுள்ளன.

இந்நிகழ்ச்சியை விவரிக்கும் தொல்லியல் அறிஞர் நடன காசிநாதன் *(2004)*, ஒவ்வோர் ஆண்டும் 'உண்டு பிலிகாரன்' (ஒண்டிப்புலி) என்பவன் தென்னார்க்காடு மாவட்டத்தில் தேவக்குடி, புதுப்பேட்டை ஆகிய ஊர்களில் ஆண்டுதோறும் வந்து, மோடி வித்தைகள் செய்து நெல் வசூல் செய்வதைத் தானே ரசித்ததாகவும் கூறியிருக்கிறார்.

இந்நிகழ்ச்சி பற்றி ஆறு சாசனங்கள் விவரித்துள்ளன. ஆங்கில நூலாசிரியர் தர்ஸ்டன் *(Thurston 1909)*, தான் எழுதிய 'தென்னிந்தியாவில் சாதிகளும் பழங்குடிகளும்' என்ற நூலிலும் 'பள்ளிகள்' என்ற அத்தியாயத்தில் இந்நிகழ்ச்சியைப் பற்றிக் குறிப்பிட்டுள்ளார் (நடனகாசிநாதன் *1995: 265*).

திருமண நிகழ்வால் தில்லையில் மோதல்

*1844*ஆம் ஆண்டில் கைக்கோளர் வகுப்பைச் சேர்ந்த சரவண முதலி என்பவரது வீட்டுத் திருமண ஊர்வலம் வெள்ளாளர் வீதி வழியே வந்தபோது, அவர்கள் அதை ஆட்சேபித்துக் கல்லெறிந்தனர். இதைப் பஞ்சாயத்தார் விசாரித்து, வெள்ளாளர் செய்தது தவறு என்று கண்டித்தனர். ஆனால், வெள்ளாளர்கள் இதை ஏற்காமல், செங்குந்தர், வன்னியர் வீடுகளைத் தாக்கினர். இதனால் கலவரம் பரவியது.

செங்குந்தர்களுக்கு ஆதரவாக வன்னியர்கள் திருப்போர்க்களம் என்ற ஊரில் கூடினர். எதிரணியில் வெள்ளாளர்களும் திரண்டனர். இரு பிரிவினருக்கும் மோதல் கடுமையானது. இந்தத் தகராறு சோழர் பரம்பரையின் வாரிசான பிச்சாவரம் மன்னர் சோழகனாரிடம் முறையிடப்பட்டது.

மன்னரின் சார்பாக, வடமலை என்பவர் வெள்ளாளரிடம் சமரசம் பேச அனுப்பப்பட்டார். அவரைப் பொன்னம்பலம் என்பவரது வீட்டிற்கு விருந்திற்கும் பேச்சு வார்த்தைக்கும் வருமாறு செய்தி அனுப்பினர்.

ஆனால் பேச்சுவார்த்தையின் போதே வடமலை கொல்லப்பட்டார். தனது தூதராகச் சென்ற வடமலை கொல்லப்பட்டதால் ஆத்திரமுற்ற சோழகனார், வன்னியர்களை ஆதரித்தார். இருதரப்பாருக்கும் போர் மூளும் நிலையில், ஆங்கிலேய அரசின் சார்பில் சிதம்பரம் வட்டாட்சியர் ரெங்க ராயர் என்பவர், இருதரப்பாரிடமும் சமாதானம் பேசிப்பார்த்தார்; எவரும் இறங்கி வரவில்லை. முடிவில் அரசுக் கட்டடங்களுக்கும் கருவூலத்திற்கும் காவலைப் பலப்படுத்திவிட்டு, மாவட்ட ஆட்சியருக்கு அவசர நிலையைத் தெரிவித்து, ஆலோசனை கோரினார்.

மேலிட உதவி வருவதற்குள் நிலைமை கைமீறிவிட்டது; இருதரப் பாரும் மூர்க்கமாக மோதிக்கொண்டனர்; வீடுகள் இடிக்கப்பட்டன; பொருட்கள் சூறையாடப்பட்டன; உயிர்கள் பலியாயின. இறுதியில் வன்னியரின் கை ஓங்கிய நிலையில், இடங்கையினர் வெற்றிபெற்றனர்.

இருவரும் இணைந்ததும் உண்டு

முதலாம் குலோத்துங்கன் ஆட்சியில் (1071) கீழவராக நடத்தப்பட்ட இடங்கையினர் உரிமைகள் கோரியதால், மோதலில் தொடங்கிப் பெருங்கலவரம் வெடித்தது. கோயில்கள் இடிக்கப்பட்டன; பண்டார சபைகள் சூறையாடப்பட்டன; சிலைகள் உடைக்கப்பட்டன; ஊர்கள் கொளுத்தப்பட்டன; இக்கலவரம் புதுச்சேரிக்கும் பரவியது. ஆனால், செல்வாக்கு மிக்க பிராமணர்களும், செல்வந்தர்களான வேளாளரும், இந்தத் தகராறில் பங்கேற்காததோடு, தடுப்பதற்கான எந்த முயற்சியையும் மேற்கொள்ளவில்லை. எனவே, வெறுப்படைந்த இரண்டு பிரிவினரும் ஒன்றாகச் சேர்ந்து அவர்களைத் தாக்கினர்.

சமரச முயற்சிகள்

13ஆம் நூற்றாண்டில், கோச்சடைய வர்மன் திரிபுவன சக்ரவர்த்தி சுந்தர பாண்டியத் தேவரின் 14ஆம் ஆட்சியாண்டில், சித்திரை மாதத்தில், விருதராஜ பயங்கர வளநாட்டில் அடங்கிய குறுக்கை நாடு, காளி நாடு, விளத்தூர் நாடு, மாந்துறை நாடு, திருமங்கல நாடு ஆகிய ஐந்து நாடுகளின் வலங்கை – இடங்கைப் பிரிவினரும் திருமங்கலம் கோயிலில் கூடி, 'இனி சந்திரன், சூரியன் உள்ளளவும் தங்களுக்குள் பிரிவினை பாராட்டமாட்டோம் என்றும், அதை மீறுபவர்கள் ஐந்து நாட்டிற்கும் அநியாயம் செய்பவர்களாவார்கள்' என்றும் முடிவெடுத்துச் சத்தியம் செய்தனர். அம்முடிவினை அரசனின் அனுமதியோடு கல்வெட்டிலும் பொறித்து வைத்தனர்.

சாதி, இன மோதல்களைத் தவிர்க்க சமத்துவம் பேசும் இச்செய்தி, மயிலாடுதுறை வட்டாரத்தில், திருமணஞ்சேரி அருகே உள்ள திருமங்கலம் என்றும் ஊரில் உள்ள பாழடைந்த சிவன் கோயில் கல்வெட்டில் பதிந்துள்ளது.

எதுவரை? எதுவரை?

சோழர் காலத்தில், தமிழகப் பகுதிகளில் வேளாளரும், கர்நாடகத்தில் ஒக்காலியரும், தெலுங்கு நிலத்தில் ரெட்டிகளும் முக்கியமான, முதன்மையான

வேளாண் குடியினர்; அவர்கள் வலங்கையினர். சோழர்களாட்சியில், அவர்களே செல்வாக்குப் பெற்றிருந்தனர். ஆனால், விஜயநகர ஆட்சியில் இடங்கையினர் முக்கியவத்துவம் பெற்றனர். ஆங்கிலேயர் ஆட்சியிலும் இவ்விரு பிரிவினருக்குமிடையே நடந்த மோதல்கள் இரத்தக்களறிகளாயின. சென்னையில், கறுப்பர் நகரப் பகுதியில் 1652இலும், 1789இலும், பெத்த நாயக்கன் பேட்டையில் 1707இலும் பெருத்த கலவரங்கள் நடந்துள்ளன. ஆனால், பத்தொன்பதாம் நூற்றாண்டு தொடங்கி, இப் பெரும் பிரிவுகளின் பேரும் பெருமையும் மெல்ல மங்கி, மறைந்துபோயின (நடனகாசிநாதன் 1995).

திருவாங்கூரில் ஒரு திருப்பம்

திருவாங்கூர் சமஸ்தானத்தில் (சிற்றரசில்) வாழ்ந்த இடங்கைப் பிரிவினரான நாடார் – எழவர் சமூகப் பெண்கள், செம்படவப் (முக்குவர்கள்) பெண்களைப் போலத்தான் சேலை அணிய வேண்டும், உயர் சாதிப் பெண்கள் போல் தோள் மீது போடக்கூடாது என்று அரசர் கட்டளையிட்டார். இதை எதிர்த்து 'தோள் சீலைப் போராட்டம்' நடந்தது. நீதிமன்றத்தில் 1859இல் ஆங்கிலேய நீதிபதி சார்லஸ் டிரிவில்லியன் (*Charles Trivillion*), இவர்களும் மற்றவர் போலவே சேலை அணியலாம் என்று தீர்ப்பளித்தார். ஆனாலும், உயர் சாதிப் பிரிவினர் இதை அனுமதிக்க மறுத்தனர். பிற்காலத்தில் ஒரு வெகுமக்கள் கிளர்ச்சி மூலம்தான் இவ்வுரிமை பெறப்பட்டது.

இன்னொரு வழக்கில் செங்கல்பட்டு மாவட்ட நீதிமன்ற நீதிபதி ஜார்ஜ் கோல்மென் (*George Colemen*), ஒரு தீர்ப்பில், இரு தரப்பினரும் எந்தெந்த நாட்களில் எந்தெந்த விருதுகளை அணியலாம், சலுகைகளை அனுபவிக்கலாம் என்பது பற்றி விரிவாகக் கூறி முந்தைய சர்ச்சைகளுக்கு முடிவு கட்டியுள்ளார்.

புதுச்சேரியிலும் இடங்கை – வலங்கைப் பிரச்சினை

புதுச்சேரியிலும் இடங்கை – வலங்கைப் பிரிவுகளும், பிரச்சினைகளும் தமிழகத்தைப் போலவே தொன்று தொட்டே இருந்து வந்திருக்கிறது. 16, 17ஆம் நூற்றாண்டுகளில் வணிகம் வளர்ந்தபோதும், ஆட்சிப் பரப்பு விரிவடைந்தபோதும், மனித சக்தி பெருமளவில் தேவைப்பட்டது. அப்போது, வெளியூரிலிருந்து வணிகர்களும், கைவினைக் கலைஞர்களும் சாரி சாரியாகக் குடியேறியபோது, அவர்களுடன் சாதிப்பிரிவுகளும், வழக்காறுகளும் சேர்ந்தே வந்தன. இதுவே ஃபிரஞ்சிந்தியாவிலும் இடங்கை வலங்கைப் பிரிவுகள் தலையெடுக்கக் காரணமானது. இது பற்றிய தகவல்கள் ஆனந்தரங்கப்பிள்ளை (1736–1761), ரங்கப்ப திருவேங்கடம் பிள்ளை (1762–66), இரண்டாம் வீரா நாயக்கர் (1772–1792) முத்து விஜய திருவேங்கடம் பிள்ளை (1794–1796) ஆகியோரின் நாட்குறிப்புகளில் விவரிக்கப்பட்டுள்ளன.

ஆங்கிலேயர்களைப் போலவே, இந்தியர்களின் மரபு சார்ந்த பழக்க வழக்கங்களில் தலையிடுவதைத் தவிர்ப்பதை ஃபிரஞ்சியரும் ஒரு கொள்கையாகவே கடைபிடித்தனர். செல்வாக்கைப் பொறுத்து, வலங்கையினரே அரசின் ஆதரவைப் பெற்றிருந்தனர்; அரசின் சலுகைகள்

அவர்களுக்கே வழங்கப்பட்டன. ஃபிரஞ்சியர் ஆட்சியில் ஏற்பட்ட சாதிய சிக்கல்கள் பெரும்பாலும் இடங்கை வலங்கைத் தகராறுகளே. ஆனாலும், பண்டைய மரபுப்படியே கட்டளைகளும், நிபந்தனைகளும், தீர்ப்புகளும் அமைந்திருந்தன (ஜெயசீல ஸ்டீஃபன் 2018: 464–478).

துய்ப்ளேக்சுவுக்கு விளக்கம்

1753 மார்ச் மாதம் 13ஆம் நாள், இடங்கை செட்டிகள் விக்கிரவாண்டியில் கோயில் கட்டியது பற்றிப் பேச்சு எழுகிறது. அப்போது இடங்கை – வலங்கை என்பது என்னவென்று துய்ப்ளேக்சு கேட்கிறார். அதற்குப் பதிலளிக்கும் ஆனந்தரங்கப்பிள்ளை, தன் இரண்டு கைகளையும் விரித்துக்காட்டி, தமுக்கடிப்பவர், கொம்பு, குழல் ஊதுவோர், செட்டி, கம்மாளர், கொல்லர், சக்கிலியர், கருமார், தச்சர் போன்றோர் இடங்கையினர் என்றும், முதலி, பிள்ளை, கவரை, வேளாளர், கைக்கோளர், கோமுட்டி, அகமுடையார் போன்றோர் வலங்கையினர் என்றும் கூறியதாக ஆனந்தரங்கப் பிள்ளையின் குறிப்புகளில் காணப்படுகிறது. அரசின் ஆதரவு வலங்கையினருக்கு இருந்ததால் அவர்களே முதன்மை பெற்றதாகத் தோன்றினும் பணம், சொத்து இருப்பின் அடிப்படையில் நகர வணிகர்களில் மூன்றில் ஒரு பங்கினர் இடங்கையினரே.

தமிழகத்தைப் போலவே, புதுச்சேரியிலும் பிராமணர்கள் பொதுவானவர்களே. அய்யர், அய்யங்கார், ஆச்சாரி, சாஸ்திரி ஆகிய உட்பிரிவுகளுடன் பிராமணர்கள் எப்பிரிவிலும் சேரவில்லை. அவர்களுடன் வட இந்தியர்களான மராட்டியர், குஜராத்தியர், இராஜ புத்திரர்கள், சௌராஷ்டிரர், தெலுங்கர்களான ரெட்டி, ராஜுக்கள், சாத்தாணியர் போன்றோரும், இஸ்லாமியர்களான மரக்காயர், லப்பை, இராவுத்தர்களும் எந்தப் பிரிவிலும் சேராமல் நடுவு நிலைமை வகித்தனர். ஆனால், தமிழகத்தில் இடங்கைப் பிரிவினரான இடையர்கள் இங்குப் பொதுவானவர்கள் என்கிறார் ஆனந்தரங்கப்பிள்ளை. ஏன் அப்படி என்று துய்ப்ளேக்சு வினவும்போது, சுவாமி (கிருஷ்ண பரமாத்மா) இடையர் வீட்டிலே பிறந்ததால் அவ்வாறு என்று பிள்ளைக் குறிப்பிடுகிறார். ஆனால், பின்னொரு நாள், இடையர்கள் வலங்கையினர் என்று அவரே குறிப்பிட்டுள்ளார் (ஆலாலசுந்தரம் 1999).

ஃபிரஞ்சுப் பதிவுகளின்படி

இருபிரிவினரைப் பற்றிய முழுப்பட்டியல் ஏதும் கிடைக்கவில்லை; என்றாலும், 1859ஆம் ஆண்டில் புதுச்சேரியிலிருந்து கப்பலேற்றப்பட்ட அடிமைக் கூலிகளின் விவரம் அவர்களது பிரிவுகளோடு பதியப்பட்டுள்ளது. அதன்படி, அம்பட்டன், ஒட்டர், ரெட்டி, வண்ணார் ஆகியோர் வலங்கையினராகவும், பஞ்சளத்தார், வன்னியர், பள்ளி, பள்ளர் ஆகியோர் இடங்கையினராகவும் பட்டியலிடப்பட்டுள்ளனர் (ஜெயசீல ஸ்டீஃபன் 2018).

இன்னும் சற்றே ஆழ்ந்து நோக்கினால், ஃபிரஞ்சுப் பதிவுகளின்படி, சோழிய, துளுவ, தொண்டை மண்டல உட்பிரிவினர்களுடன் வெள்ளாளர்களும், கோமுட்டி, கவரைச் செட்டிகள் போன்ற

வணிகர்களும், கைக்கோளர், சேடர், சாலியர் உட்பட்ட நெசவாளர்களும், பட்டினவர், செம்படவர் பிரிவுடன் மீனவர்களும், கவுண்டர், முதலியார், முத்தரையர், முச்சியர், சேனையர், நட்டுவனார், குயவர் வலங்கைப் பிரிவில் அடங்குவர். செங்குந்தர், பள்ளி, வாணியச் செட்டி, பேரிச் செட்டி, தேவாங்கர், கம்மாளர், சக்கிலியர், தச்சர், கொல்லர் ஆகியோர் இடங்கைப் பிரிவில் அடங்குவர்.

இந்தத் தொகுப்புகள் அவ்வப்போது மாறியிருக்கின்றன. 1724 பதிவுகளில் குயவர், வண்ணார், தட்டார், தச்சர், துளியர், பாத்திரம், பூட்டுகள் செய்வோர், அகம்படையார், வெல்லம் காய்ச்சுவோர், போன்ற 18 சாதியினர் இரண்டு பிரிவுகளிலும் காட்டப்பட்டுள்ளனர். 1766இல், பள்ளியர்களையும், வாணியர்களையும், தங்கள் பகுதிக்கு வந்து குடியேறினால், அவர்களுக்கு புதிய வீடுகள் கட்டுவதற்கான இழப்பீடு தரப்படும் என்றும், மகாநாட்டார் மூலம் வரி வசூலித்து நிதியுதவியும் செய்யப்படும் என்றும் இடங்கையினர் தூண்டில் போட்டு, அவர்களை வலங்கையினருடன் சேர்த்துக் கொண்டனர். மாறாக, எண்ணெய் உற்பத்தியில் சிறந்து விளங்கி, செல்வந்தர்களாக விளங்கிய எண்ணெய் செட்டி வகுப்பாரை, வணிக வளர்ச்சியைக்கருதி, நகருக்குள் குடியேற்ற ஃபிரஞ்சு அரசு முயன்றது. 1769இல் இடங்கை வாணியர்கள் வலங்கையினருக்கு ஆதரவு தெரிவித்திருந்தபோதும், வலங்கையினர் அதை வரவேற்கவில்லை. அவர்கள் கீழ்ச் சாதியினராதலால், அது சமூகத் தீட்டாகிவிடும் என்று ஆட்சேபித்தனர். எனவே, வேளாண்மை செய்தோர் வலங்கையிலும், பிற தொழில் வணிகர்கள் இடங்கையிலும் முதன்மையானவர்கள்; ஆனால், அவர்களுக்கு ஆதரவளித்த சாதிகளும், பிரிவுகளும் அவ்வப்போது மாறி வந்துள்ளன (ஜெயசில ஸ்டீஃபன் 2018: 466–468).

விதவிதமான கட்டுப்பாடுகள்

ஃபிரஞ்சியர் ஆட்சியின் தொடக்க காலத்தில், நகரத்தில் குடியிருப்புகளை ஒதுக்கும்போதே, இப்பிரிவுகளை அதிகார வர்க்கம் அங்கீகரித்திருப்பது அப்பட்டமாகத் தெரிகிறது. வடக்கில் வெள்ளாளருக்கு அடுத்தே வணிகர்களுக்கான தொகுப்புகள் ஒதுக்கப்பட்டன; செல்வாக்குக் குறைந்த இடங்கைப் பிரிவினர் தெற்கில் தள்ளப்பட்டனர்; பிராமணர்களுக்கும், தமிழ்க் கிறித்தவர்களுக்கும் நடுப்பகுதியில் தெருக்கள் ஒதுக்கப்பட்டன. வலங்கையர் தெருவில் இடங்கையர் நடமாடக் கூடாது; வெள்ளைக் குடை பிடிக்கக் கூடாது; வெள்ளைக் குதிரைமேல் சவாரி செய்யக்கூடாது; அலங்காரப் பாடைகள் கட்டக்கூடாது; பாடையின் மேல் ஐந்து சொம்புகள் (கலசங்கள்) வைக்கக்கூடாது; இரட்டைச் சங்கு ஊதக்கூடாது; இடங்கைத் தாசியர் வலங்கைக் குடும்ப விழாக்களில் பங்கேற்கக்கூடாது; கோயில் திருவிழாக்கள் தனித்தனி நாட்களில்தான் நடக்கும் என்று பல்வேறு கட்டுப்பாடுகள் விதிக்கப் பட்டன. பறையர், வண்ணார், சாணார் ஆகியோர் வெள்ளைக் குடை பிடிக்கலாம், அதில் சுங்கு தொங்கவிடக்கூடாது என்ற சலுகை வழங்கப்பட்டது. வலங்கையருடன் இணைந்தே இயங்கிய பறையருக்கு

வெள்ளைக் குதிரை மேல் உட்காரலாம், ஆனால் சவாரி வரக்கூடாது என்ற கூடுதல் சலுகை காட்டப்பட்டது.

மர்த்தேன் காலத்தில், ஈசுவரன் கோயில் திருவிழாவின்போது, தெருக்கடை வைக்கத் தட்டார் முயன்றபோது, வலங்கையினர் கடையைப் பிரித்துப்போட்டுத் தகராறு செய்தனர். தெருக்களில் நடமாடுவது, வீட்டின் பிறப்பு, இறப்பு, மங்கல நிகழ்ச்சிகள், கோயில் திருவிழா நடத்துவது போன்ற அன்றாட வாழ்வின் ஒவ்வோர் அம்சத்திலும் தகராறுகள் எழுந்ததால் அன்றாட வாழ்வே பிரச்சினையானது.

ஒப்பந்தம் மூலம் தீர்வு

தமிழக அரசின் கீழ்த்திசை நூலகத்தில் உள்ள 'புதுவை இடங்கை வலங்கைச் சாதியார் வரலாறு' என்ற 18ஆம் நூற்றாண்டின் தாட்சுவடியில் (டி.3196), ஆளுநர்கள் துய்மா, லெரி, லொரிஸ்தான் நிர்வாகத்தில், இடங்கை, வலங்கை பிரிவினருக்கிடையே, வெள்ளைக்கொடி, வெள்ளைக் குதிரை, ஐந்து சொம்பு கட்டுதல், ஈட்டி முனை கொண்ட சவளக்கழி பிடித்தல் தொடர்பான பிரச்சினைகள் தீவிரமானதாகத் தகவல்கள் உள்ளன. அதனால், அரசே தலையிட்டு சமரச ஒப்பந்தம் செய்யவைத்து, வாக்குமூலம் வாங்கி, அதில் ஆளுநரும் முத்திரைக் கையொப்பம் வைத்த தகவலும் உள்ளது (நடனகாசிநாதன் 1995).

திருமண ஊர்வலத்திலும் தகராறு

1750 மே 28: அன்று இரவில் ஆனந்தரங்கப் பிள்ளையின் வீட்டுக்கு ஒருவன் ஓடிவந்தான். முத்து அழகப்ப செட்டியின் மகள் திருமண ஊர்வலத்தில் நடனமாடிக் கொண்டு வந்த நான்கு ஆடல் மகளிரை, ஆளுநரின் ஆணை என்று சொல்லி, அரசாங்கப் பணியாளர்கள் மூன்று பேர் பிடித்துச் சென்று சிறையில் அடைத்து விட்டதாகக் கூறினார். அந்தத் தாசியர் இடங்கையினர் கோயிலான காளத்தீசுவரன் கோயிலைச் சேர்ந்தவர்கள்; ஆடி வந்ததோ வலங்கை இல்லத் திருமணம்.

அதற்கு மூன்று நாட்கள் முன்னதாக வலங்கையினரான சின்ன பரசுராமப் பிள்ளை, அழகப்ப முதலி, பெரியண்ண முதலி, முருகப் பிள்ளை, தரகர் அப்பு, கடகுமரன் ஆகிய அறுவரும் ஆனந்தரங்கப் பிள்ளையிடம் ஒரு புகார் தெரிவித்திருந்தனர். செட்டித் தெருவழியாக அவர்கள் போகும்போது. இடங்கைத் தாசிகள் எழுந்து நிற்கவில்லை என்றும், அவர்கள் பொங்கலுக்கு அரும்பாத்தை வீட்டுக்கு வந்து நாட்டியமாடுகிறார்கள், மற்ற வலங்கையர் வீட்டுக்கும் வந்து போகிறார்கள், ஆனால் எங்கள் வலங்கைத் தாசியர் பகிரங்கமாக இடங்கையினர் வீட்டுக்கு வருகிறார்களா என்றும், அது வழக்கத்தை மீறிய குற்றம் என்றும் கூறி, பிள்ளையிடம் நியாயம் வழங்குமாறு கோரியிருந்தனர் (ஆரபி: மே 30, 1750).

ஆளுநரின் ஆதங்கம்

"இதை ஒரு தனிப்பட்ட உரிமையாக அனுமதிக்க முடியாது. மக்களுக்கிடையே துயரத்தைத் தருமானால், இத்தகைய பிரிவுகள் தேவைதானா? எனது முப்பதாண்டுப் புதுச்சேரி வாழ்க்கையில்

இப்படிப்பட்ட பிரச்சினையைக் கேள்விப்படவில்லை" என்று கூறி ஆளுநர் துய்ப்ளேக்சு அவர்களை அனுப்பி வைத்தார்.

திருமணத்திற்கு மறுநாள் ஆளுநர் ஆனந்தரங்கப் பிள்ளை துய்ப்ளேக்சுவை சந்தித்தபோது பல செய்திகளைப் பேசினாலும், இடங்கை வலங்கைப் பிரச்சினை பற்றி ஏதும் கூறவில்லை. அன்று மதியமே, இடங்கையினர் ஒரு கும்பலாக வந்து பிள்ளையைச் சந்தித்தனர். ஆளுநர்கள் மர்த்தேன், லெனுவா காலத்திலேயே இரு தரப்பாருக்கும் உரிய சலுகைகள் பற்றிய முடிவுகள் அடங்கிய ஆவணம், 1720ஆம் ஆண்டில் கையெழுத்தாகி இருப்பதாகவும் கூறினர். தாங்கள் விதிகளை மீறவில்லை என்றும், அப்படி மீறியிருந்தால் அதற்கான தண்டனையையும் தண்டத்தையும் ஏற்றுக் கொள்வதாகவும் கூறினர். அத்துடன், எங்களையும் அழைத்து விசாரிக்காமல், எங்கள் இனத்தாரைச் சிறையில் அடைத்தது நியாயமில்லையே என்றும் குறைப்பட்டுக்கொண்டனர்.

இனிமேல், எங்களது அனுமதி பெறாமல் வலங்கையினர் யானை மேல் சவாரி வரக்கூடாது. நாங்கள் போகும்போது வலங்கைத் தாசிகள் எங்களை மதிக்கவில்லையானால், நாங்களும் புகார் செய்வோம். யாரோ புகார் செய்ததற்காகத் திருமண ஊர்வலத்தன்றே தாசியர் பெண்களை கைதுசெய்து சிறையிலடைப்பதா? இதற்கு விசாரணை வேண்டும்; தவறு செய்தவர்கள் தண்டிக்கப்பட வேண்டும். ஏனோ, ஆளுநர் அவர்களுக்கு சாதகமாகவே நடந்துகொள்கிறார். இப்படியே தொடர்ந்து நடக்குமானால், நாங்கள் இந்த நகரத்தை விட்டு வெளியேறி, எங்கு மரியாதைக் கிடைக்கிறதோ அங்குப் போய்க்கொள்கிறோம் என்றும் கூறினார்கள்.

ஆளுநர் கேட்ட கடன்

1750: மே 30 இதுவரை இப்பிரச்சினை பற்றி ஆனந்தரங்கப்பிள்ளை யிடம் ஏதும் துய்ப்ளேக்சு பேசவில்லை. ஆனால், இடங்கையினர் ஏன் இன்னும் நாட்டியப் பெண்களை விடுவிக்கத் தான் கேட்ட பணத்தை இடங்கையினர் கொண்டு வரவில்லை என்று விசாரித்ததாகப் பிள்ளைக் கேள்விப்பட்டார். தாமதத்தால் ஆத்திரமடைந்த ஆளுநர், புகார் அளித்த அருணாசல செட்டியின் வைப்பாட்டிகள் இரண்டு, மூன்று பேரை, அன்று மதியமே பிடித்துச் சிறையில் போட்டு விட்டார். தன் தலையே போனது போலப் பதறிவிட்டார் அருணாசல செட்டி. தன்னுடைய மனைவியைவிடவும் அவர்கள் மேல் கரிசனம் காட்டி, ஆளுநரைச் சந்தித்து ஒரு தீர்வு காணத் தயாரானார்.

ஜூன் 2: அன்று மாலை ஆனந்தரங்கப்பிள்ளை ஆளுநரைச் சந்தித்தபோது "ஆறு நாட்களாகச் சிறையில் கிடக்கும் தாசிப் பெண்கள் ஏன் என்னிடம் முறையிடவில்லை?" என்று ஆளுநர் கேட்டார். "நீங்கள் தானே அவர்களை முதலில் விசாரித்திருக்கவேண்டும்" என்று பணிவாகத் தெரிவித்தார் பிள்ளை.

"நான் அவர்கள் கேட்டதைச் செய்கிறேன். தற்போது சிப்பாய் களுக்குத் தரவே பணப்பற்றாக்குறை இருப்பது உமக்கே தெரியும்.

பணத்தைத் திரட்டுவது சிரமமாயிருக்கிறது. நான் பத்திரம் எழுதித்தந்தால் அவர்கள் 20,000 ரூபாய் கொடுப்பார்களா? அதற்குமேல் வேறொன்றும் வேண்டாம். இந்தப் பிரச்சினையை மறந்து விடலாம். அவர்களெல்லாம் மகாராஜாக்கள். அவர்களால் கடன் தர முடியும். ஐரோப்பாவிலிருந்து கப்பல் வந்ததும் வட்டியையும், முதலையும் தந்து விடுகிறேன். இதை ஏற்பாடு செய்" என்று பிள்ளையிடம் துய்ப்ளேக்சு தெரிவித்தார்.

இடங்கையினரிடம் இதை ஆனந்தரங்கப்பிள்ளை தெரிவித்தபோது, அவர்கள் அரண்டு போய்விட்டனர். "பணத்திற்கு நாங்கள் எங்கே போவது? குடிக்கவோ, சாப்பிடவோ நேரமில்லை? எங்களுக்கு நியாயம் கேட்கிறோம். இல்லையென்றால் வெளியேறிவிடுகிறோம்." என்றனர்.

ஜூன் 3: இன்றுவரை, இரு தரப்பாரும் பணத்தைத் தயார் செய்யாததால் அவர்களைச் சந்திக்கத் துய்ப்ளேக்சு மறுத்துவிட்டார்.

ஜூன் 9: காலை ஏழு மணிக்கே பிள்ளைக்கு அழைப்பு வந்தது. இடங்கையினரின் முடிவு என்னவென்று அவர் வினவினார். தங்களின் ஆணையை மீறமுடியுமா? பணத்தை அவர்கள் ஏற்பாடு செய்து விட்டார்கள். ஆனால், அப்படிக் கொடுத்தால் இந்தப் பிரச்சினைக்கு சகாயம் செய்யக் கொடுத்ததாக ஆகுமே என்று தயங்குகிறார்கள் என்று பிள்ளை கூறினார்கள்.

"நான் அவர்களிடம் இனாமாகக் கேட்டால் தயங்கலாம். பணத்தட்டுப்பாடு இருப்பதால், கடனாகத்தான் கேட்கிறேன். நாளைக்கு இரண்டு தரப்பையும் வரவழைத்துப் பிரச்சினையை அவர்கள் விருப்பப்படியே தீர்த்து விடலாம்." என்றார்.

குதிரைச் சவாரியும் விதி மீறலே

1748 மே 10: ஆளுநர் மாளிகையின் முன் வலங்கையினர் கும்பலாகக் கூடியிருந்தனர். ஏன் என்று கேட்டார் துய்ப்ளேக்சு. கடலூரில் கும்பினி வர்த்தகரான குமரப்ப செட்டி பேரன் முத்து உலகப்ப செட்டி, புதுப்பேட்டையில் நடந்த திருவிழாவிற்கு வெள்ளைக் குதிரைமேல் ஏறி வந்தான். அவன் திரும்பிப் போகும்போது, சற்றுதூரம் சென்ற பின், தன் மகளையும் ஏற்றிக்கொண்டான். வெள்ளைக் குதிரை, வெள்ளைக்குடை, வெள்ளை அங்கி, வெள்ளைக் கொடி ஆகியவற்றை வலங்கையர் மட்டுமே பயன்படுத்த முடியும். நாடு பூராவும் இதுதான் நடைமுறை. அவன் நியதிகளை மீறி நடந்திருக்கிறான். அவனை ஆளுநர் விசாரித்துத் தண்டிக்க வேண்டும் என்றனர்.

துய்ப்ளேக்சு விசாரித்தபோது, கடலூரிலும் சென்னையிலும் அப்படித்தான் நடைமுறை என்று தெரியவந்ததால் முத்து உலகப்பச் செட்டியைக் கைதுசெய்து சிறையில் அடைத்தார்.

வீதியில் நடமாடக் கட்டுப்பாடு

இடங்கைக்காரர் குதிரைமேல் ஏறித் தங்கள் வீட்டு வாசல் வழியாக வருவதை வலங்கைக் காரர்கள் ஆட்சேபித்தனர். இந்த வழக்கு அதிகாரியின் கவனத்திற்குப் போனது. இது பற்றி, அரசு அதிகாரிகள், ஃபிரான்சு

அரசையும் கலந்து ஆலோசித்தபின், அது புதிதாகத் திறக்கப்பட்ட இராஜ வீதி என்பதால், எவரும் தடையில்லாமல் போக வரலாம்; அவ்வாறே வழுதாவூர் வாசல் வழியாகவும் வரலாம். ஆனால், சகல சாதியாரும், இடங்கை, வலங்கையினரும், தெற்கு வாசல் வழியாக நுழைந்தவுடன் இடது வீதி வழியாகவும், வலது வீதி வழியாகவும் அவரவர் தெருவிற்குப் போக வேண்டும் என்று அரசரது பெயரால் ஜூலை 31, 1741 நாளிட்ட ஆணை வெளியிடப்பட்டு, அது சாவடியிலும், கோட்டையிலும், கெவுனியிலும் (வாயில்) ஒட்டப்பட்டது (ஆரபி: ஆகஸ்டு 13, 1741).

ஆனாலும், தெருவில் நடமாடுவதிலும் தகராறுகள் வந்தன என்பதை ரங்கப்ப திருவேங்கடம் பிள்ளையும் (1762–1766) குறிப்பிடுகிறார். இத்தகைய மீறல்கள் தொடர்ந்து நடந்தன என்பதைப் பிற்காலத்தில் வீரா நாயக்கர் (1772–1792) குறிப்புகளிலும் காணலாம்.

குடை பிடித்து வருவதும் குற்றமே

1788 ஜனவரி 14ஆம் நாள், பொங்கல் திருநாள். அன்று, திருவேங்கடப் பிள்ளை ஆளுநரை மரியாதை நிமித்தம் காண்பதற்காக, மாநாடு கூட்டி, மேளதாளங்களுடன் போய்க் கண்டுகொண்டார்; மரியாதை செலுத்தினார். அவர்கள் திரும்புகையில் பொன்னப்ப செட்டி மகனும், அழகிய மணவாள செட்டி மகனும், ஆளுக்கொரு பட்டுக்குடை பிடித்துக்கொண்டனர். இவர்கள் இடங்கையர். எனவே, அவர்கள் வலங்கையர் தெருவில் வரும்போது, குடைபிடித்தல் வழக்கமல்ல. இருந்தாலும், நல்ல நாளில், பொது நிகழ்ச்சி என்பதால் தகராறு செய்யாமல் காத்திருந்து, மறுநாள் 20–30 வலங்கையர் ஒன்று சேர்ந்து, திருவேங்கடப் பிள்ளையிடம் முறையிட்டனர். இதை ஆளுநரிடம் கூறி நீதி கேட்க வேண்டும் என்று வற்புறுத்தினர்.

முறையீட்டைக் விசாரித்த ஆளுநர், குடையுடன் வந்த இரண்டு பேரையும் சிறையில் அடைத்துவிட்டார். இதைக் கேள்விப்பட்ட இடங்கைக் கம்மாளரும், செட்டிகளும் அவர்கள் இருவரையும் விடுதலை செய்ய முயற்சி செய்தனர்; முடியவில்லை. மறுநாள் காவல் நிலையத்தில் ஒப்படைக்கப்பட்டிருந்த குடைகளை மட்டும் வாங்கிச் சென்றனர்.

இப்படியே இரண்டு வாரங்கள் கழிந்துவிட்டன. 27ஆம் நாள், ஆளுநர் இருதரப்பினரையும் விசாரித்தார். முடிவாக, "இடங்கை வலங்கை இருவரும் அவரவர் தெருக்களில் மட்டுமே குடைபிடித்துக் கொள்ளவேண்டும். அடுத்தவர் தெருக்களில் பிடிக்கக்கூடாது. ஆனால், வெள்ளைக்காரத் தெருவில் இருபிரிவினரும் குடை பிடிக்கலாம். இருந்தாலும், அரசின் அங்கீகாரம் பெற்றவர்களுக்கு மட்டுமே வேறொருவர் குடை பிடிக்கலாம். மற்றவர்கள் தங்களுக்குத் தாங்களே குடை பிடித்துக்கொள்ளவேண்டும்" என்று தீர்ப்பளித்தார்.

வண்டியில் பயணமும் வழக்கமல்ல

1799 பிப்ரவரி 15 வழுதாவூர் கவுனி (வாயில்) தாண்டி, திருவம்பலச் செட்டி மகன் வண்டியில் ஏறிக்கொண்டு வலங்கைத் தெரு வழியாகச்

சென்றான். அவனைத் தடுத்தி நிறுத்திய வலங்கையினர், வண்டியையும் உடைத்துப்போட்டனர். ஆகவே, செட்டிகள் சேர்ந்துகொண்டு, திருவேங்கடம் பிள்ளையிடம் முறையிட்டனர். குறிப்பாக, தேவரா செட்டி, முத்துசாமி முதலி, வினைதீர்த்த முதலி ஆகியோர் இரவு நேரமானாலும் ஆளுநரைச் சந்தித்து முறையிட வருமாறு வற்புறுத்தினர். அந்தி நேரத்தில் தொந்தரவு செய்ததால், பிள்ளைக்கு கோபம் வந்து, அவர்களை மறுநாள் வருமாறு அனுப்பி விட்டார். ஆயினும், இராசகோபால நாயக்கருடன் காவல் அதிகாரி ரெனோ வீட்டிற்குப் போய் நடந்தவற்றை விளக்கினர். வழக்கை ரெனோ ஆளுநரிடம் கொண்டு சென்றார். இருதரப்பினரையும் அழைத்துப் பேசுமாறு கூறியதால், அவர்களை அழைத்துப் பேசிப் பார்த்தார்; எவரும் மசியவில்லை. இடங்கைச் செட்டிகள், தாங்கள் எப்போதும் போலத்தான் வண்டியில் போனதாகக் கூறினார்கள்.

ஆனால், பழங்கால வழக்கத்தைக் கருத்தில் கொண்டு, வலங்கை யருக்குச் சாதகமாகவே தீர்ப்பு வழங்கப்பட்டது. வலங்கையினர் பிடித்து வைத்திருந்த வண்டி மட்டும் திருப்பித்தரப்பட்டது. ஆனால், இடங்கையர் உடைந்த வண்டியைக் காவல் நிலையத்தின் முன் நிறுத்திவிட்டு, வண்டிக்கு இழப்பீடு வேண்டுமெனக் கோரினர். உடைத்தவர்களிடமிருந்து இழப்பீடு வாங்கிக்கொள்ளலாம் என்று காவலர் கூறிவிட்டார். உடைத்தவர் யார் என்று குறிப்பிட்டுப் புகார் அளிக்காததால், வழக்கு பிசுபிசுத்துப்போனது.

தேவதாசியரும் விலக்கல்ல

1788 ஜூலை 16 இராசப்பய்யர் அரண்மனை அதிகாரி. அவர் தன் மகளுக்குத் திருமணம் நடத்தினார். அது வேலூரில் நடந்ததால், ஆளுநர் தோமஸ் தெகொன்வேக்கு (*Thomas de Conway*) வீட்டில் விருந்துக்கு ஏற்பாடு செய்தார். தெருவில் பந்தல் வேய்ந்து, மேசை, நாற்காலிகள் போட்டு, இராணுவ வாத்தியங்கள், மேளதாளங்கள் என்று அமர்க்களப் படுத்தினார். அத்துடன், பிராமணர்கள் பொதுவானவர்கள் என்பதால், இடங்கை – வலங்கை இரு பிரிவு தாசிகளின் நடனத்தையும் ஏற்பாடு செய்திருந்தார். நாட்டியம் முடிந்தவுடன், இடங்கை தாசி ஒருத்தி, மகுடி வாசித்துக்கொண்டு, பாம்பைக் கழுத்தில் போட்டுக்கொண்டு நடனம் ஆடினாள். இதனால் நடைமுறையை மீறியதாகக் கூறிக் கோபித்துக் கொண்டு, வலங்கை தாசிகள் வெளியேறிவிட்டனர். அவர்களைத் தேற்றி, இடங்கையினர் நடனம் முடிந்த பின்னர், தனியாக நிகழ்ச்சியைத் தொடரவைத்துச் சமாதானம் செய்ய வேண்டியதாயிற்று (இவீநா: 168).

மேல் மட்டத்திலேயே காணப்பட்ட பிரிவு மனப்பான்மை, கலைஞர்களையும் பிரித்துப் போட்டமை கண்டிக்கத்தக்கதே!.

நிறுத்தப்பட்டது கோயில் திருவிழா

திருவிழாக்களின் நடைமுறை பற்றிய நடைமுறைகளிலும் இவர்களது பிளவுகள் எதிரொலித்தன. அது முற்றிய நிலையில், அரசே திருவிழாவை ரத்து செய்ததும் நிகழ்ந்திருக்கிறது. 1757 அக்டோபர் 22ஆம் நாளுக்கான குறிப்புகளில் ஆனந்தரங்கப் பிள்ளை அதை விளக்குகிறார்.

அன்று காலையிலேயே ஒரு கருமார மேஸ்திரி, இரண்டு தச்சர்கள் உட்பட ஆறேழு பேர் வந்து ஆனந்தரங்கப் பிள்ளையைச் சந்தித்தனர். இரண்டு மூன்று ஆண்டுகளாகவே வைத்திருந்த கோரிக்கைப்படி, விஜயதசமித் திருவிழாவின் போது, பாரிவேட்டைக்கு வரதராசப் பெருமாள், காளத்தீசுவரன் சுவாமிகளோடு, காளி அம்மனையும் ஊர்வலமாகக் கொண்டு செல்வது பற்றி ஆளுநரின் அனுமதி வாங்கித் தரவேண்டுமென்று கேட்டார்கள். தாங்கள் ஆளுநரைச் சந்தித்தபோது, அவர் விநாயகப் பிள்ளையிடம் இப்பிரச்சினையை விட்டு விட்டதாகக் கூறினார். அவரோ, இன்றைய திருவிழாவில் காளி அம்மனையும், வரதராசப் பெருமாளோடு ஊர்வலமாக எடுத்துச் செல்லுங்கள் என்று கூறிவிட்டார். இதைத் தங்களிடம் தெரிவிக்கவே வந்தோம் என்றனர்.

இந்தப் பிரச்சினையின் பின்புலம் நன்றாகப் புரிந்தவராதலால், இதில் ஆளுநர் உத்தரவை விட, வலங்கையினர் சம்மதம்தான் முக்கியம். எனவே, நீங்கள் வலங்கை நாட்டார்களையும் சந்தித்து, கனிவாகப் பேசி, அவர்களின் அனுமதியையும் பெற்று விட்டால், இந்த உற்சவத்தை அமோகமாக நடத்திவிடலாம் என்று ஆனந்தரங்கப் பிள்ளை ஆலோசனைக் கூறினார். வழக்கம் போலவே இடங்கையினர் முறுக்கிக் கொண்டு, எங்களுக்கு ஆளுநரின் ஆணையே கிடைத்துவிட்டபோது, யாரையும் நாங்கள் கெஞ்சமாட்டோம் என்று மறுத்துவிட்டனர்.

ஏற்கெனவே, ஆளுநர் லெனுவா காலத்திலும் இதுபோல் நடந்தது. காளத்தீசுவரர் திருவிழாவிற்கு வலங்கையினர் ஒத்துழைக்க மறுத்தபோது, ஆளுநர் மிகவும் வலியுறுத்தியதன்பேரில், அவர்கள் சம்மதித்தார்கள். இப்போதும் அப்படி அவர்கள் மறுக்கலாம், பார்த்துச் செய்யுங்கள் என்று கூறி அனுப்பினார்.

இதற்கிடையில், காளி ஊர்வலத்திற்கு ஆளுநர் அனுமதி அளித்துள்ளார் என்பதை, வலங்கையரிடம் விநாயகப் பிள்ளை தெரிவித்தபோது, அவர்கள் வழக்கமில்லாமல் புதிதாக எதையும் ஏற்க மாட்டோம் என்றனர். ஆனந்தரங்கப் பிள்ளையிடமும் தங்களது மறுப்பை அவர்கள் வலியுறுத்தினார்கள். சாதிச் சம்பிரதாயங்களில் இதுவரை இல்லாத ஒன்றை, எப்படி ஒப்புக்கொள்ள முடியும் என்றனர். ஆனால், ஆளுநரே இதில் உத்தரவு கொடுத்திருப்பதால், அதை மதிக்க வேண்டும் என்று அறிவுரை கூறி பிள்ளை அனுப்பி வைத்தார்.

தனி மனிதத் தன்மானத் தகராறு, பொதுப் பிரச்சினையாக்கப்படுவது மனித இயல்பே; அதுவே இங்கும் நடந்தது. ஏற்கெனவே, பிள்ளை மீது பொறாமை கொண்டிருந்த விநாயகப் பிள்ளை, வலங்கையருடன் பிள்ளை சந்தித்ததைத் தனக்குச் சாதமாக்கிக் கொண்டார். பிள்ளை குறுக்கிட்டுத் தூண்டியதால்தான் வலங்கையினர் எதிர்க்கின்றனர் என்று ஆளுநரிடம் பொல்லாங்கு சொல்லிவிட்டார்.

ஆளுநரையும் மீறிப் பிடிவாதம்

ஆளுநருக்கு ஆத்திரம் பொங்கியது. வலங்கையினரை வரவழைத்தார். ஆனால் நேரடியாகச் சந்திக்கவில்லை. தனது பணியாள் மூலம்,

வரதராசப் பெருமாளுடன், காளியும் ஊர்வலத்தில் வருவதானால் திருவிழா நடக்கட்டும். இல்லையேல் திருவிழா நடக்காது என்று கூறி அனுப்பி விட்டார். தொடர்ந்து அவரே, நயினார் மூலம், காளத்தீசுவரன் ஊர்வலம் மட்டுமே நடக்கட்டும் என்று செய்தி அனுப்பினார். வரதராசப்பெருமாள் இல்லாமல் திருவிழா நடத்தமாட்டோம் என்று அவர்கள் உறுதியாய் நின்றனர்.

இந்தச் செய்தி ஆளுநருக்குப்போனது. அவரது ஆணைக்கே மதிப்பில்லையே என்ற கோபம் கொப்பளிக்க, எந்தச் சாமி ஊர்வலமும் வேண்டாம் நிறுத்தி விடுங்கள் என்று கடுமையாகக் கூறிவிட்டார். கடைசியில் திருவிழாவே நின்று போனது.

வலங்கை – இடங்கையினர் பூசல் காரணமாக, வைகுண்ட ஏகாதசியன்று வழக்கமாக நடக்கும் தேரோட்டத்தை அரசே தடை செய்ததை இரண்டாம் வீராநாயக்கரும் 1785 டிசம்பர் 15ஆம் நாளன்று பதிவு செய்துள்ளார்.

கோயில் விழாக்களில் குறுக்கீடுகள்

கோயில் திருவிழாக்களில், இவர்தம் பூசல்கள் தொடர்கதையாக எதிரொலித்த நிகழ்வுகளை முத்து விஜய திருவேங்கடம் பிள்ளை (1794–1796) நாட்குறிப்பிலும், 1794 ஆகஸ்டு 14 முதல் செப்படர் முதல் நாள் வரையிலான பதிவில் விவரித்துள்ளார்.

காளத்தீசுவரன் கோயில் ஆடிப்பூர உற்சவத்தில் வேதபுரீசுவரர் விமானத்தில் எழுந்தருளிய போது, இடங்கை எண்ணெய் செட்டிகளும் சுவாமிக்கு வெள்ளைக்குடை பிடித்தார்கள். அதை ஆட்சேபித்த வலங்கையினர், குடை, கொடியை பிடுங்கிச் சென்று அதிகாரி கர்னல் நிக்சனிடம் கொடுத்து விட்டனர். இது சம்மந்தமான விசாரணையின்போது, இரண்டு பிரிவிலும் சாராத பிராமணர்களிடம் விவரம் கேட்டார் நிக்சன். பிராமணர்களது கருத்து வலங்கையருக்குச் சாதகமாக இருந்ததால், அவர்களுக்கே தீர்ப்பானது. இடங்கைச் செட்டிமார் வெள்ளைக் கொடி தவிர, வேறு நிறக்கொடிகளைப் பிடித்துக்கொள்ளலாம் என்றும் உத்தரவிட்டார். ஆனால், இடங்கை செட்டிமார் இதனை ஏற்க மறுத்தனர். கர்னல் நிக்சன், ஒருதலைப் பட்சமாக நடந்து கொள்கிறார் என்று கூறி, இடங்கையர் சென்னையில் உள்ள செல்வாக்கான இடங்கையரின் ஆதரவைக் கோரினர்; வலங்கையினரும் அவ்வாறே செய்தனர்.

காளத்தீசுவரன் கோயில் செட்டிகள், கம்மாளர் முதலான இடங்கையரின் பிடிவாதம் தளரவேயில்லை. ஆகவே இரு தரப்பாரும் தங்களுக்கான நிரூபணங்களோடு வரச் சொல்லி, விசாரணை தொடர்ந்தது. சென்னைப் பட்டணத்து முல்லாக்களிடம் விவரம் கேட்டபோது, வலங்கையார்தான் வெள்ளைக் குடையைப் பிடித்துப் பார்த்தாக அவர்கள் கூறினார்கள். இறுதியாக, இதுவரை நடந்து வந்த வழக்கப்படியே இருவரும் நடந்துகொள்ள வேண்டும் என்று தீர்ப்பளித்து ஒப்பந்தமும் செய்ய வைத்தார்.

சிறைவரை சென்ற சிக்கல்

கர்னல் தீர்ப்புக்குப் பிறகு, வலங்கையினர் விருப்பப்படியே திருவிழா நடந்து முடிந்தது. ஆனால், இடங்கையினர் இன்னமும் முரண்டு பிடித்து, மேல்முறையீடு செய்ய ஏற்பாடு செய்தனர். இதனால் கர்னல் நிக்சன் கோபமடைந்து, திருவம்பல செட்டியைக் கழுத்தைப் பிடித்துத் தள்ளி, ஓர் அடியும் கொடுத்தார். தடுக்க வந்த சிலரையும், அடித்துச் சாவடியில் காவலில் வைத்தார். ஒரு கட்டத்தில் அவர்களையும், அவர்களது கோயிலையும் இடித்துக் கடலிலே போடப்போகிறேன் என்று உறுமினார்.

மறுநாள், காவலில் இருந்தவர்களை கர்னல் வீட்டுக்குக் கொண்டு வந்தார்கள். இந்த விவகாரத்தில் பொல்லாங்கு செய்பவர் திருவம்பல செட்டி என்று கருதிய நிக்சன், சிப்பாயை விட்டுப் பன்னிரண்டு அடி கொடுக்கச் செய்தார்; அவர் நிலைகுலைந்து வீழ்ந்தார். அடுத்ததாக உடையா செட்டி, வாங்கிய ஓர் அடியிலேயே விழுந்து, எழுந்து, மண்டியிட்டு, மன்னிப்புக் கோரியதோடு அபராதம் கட்டிவிடுவதாகத் தானே முன் வந்து கூறியதால், மன்னித்து விடப்பட்டார். பதினாறு நாட்கள் இழுத்தடித்த விவகாரம் அத்தோடு முடிவுக்கு வந்தது (முவிதி: ஆகஸ்டு *29, 1794*).

உற்சவம் செய்வதிலும் ஊறு

இந்த விவகாரம் அத்தோடு முடியவில்லை. மழைவிட்டாலும் தூவானம் விட்டபாடில்லை என்பதுபோல், ஆடிப்பூரம் உற்சவம் ஒரு வழியாக நடந்தபின், ஆவணி மாதம் வந்த கோகுலாஷ்டமி திருவிழாவில், தகராறு வேறு வடிவில் எழுந்தது. வலங்கையர் பலரும் தேவரா செட்டியார் வீட்டில் கூடியிருந்தனர். மறுநாள் யாதவர் உபயம் ஆதலால், செலவுக்குப் பணம் கேட்டபோது, உற்சவர் தங்களது வீதிக்கும் ஊர்வலமாக வந்தால்தான் தருவோம் என்று கூறினர். முதலில் வலங்கையினர் தயங்கினாலும், பின்னர் ஒத்துக்கொண்டனர்.

அதை அறிந்த இடங்கையினர் மீண்டும் தங்களுக்குள் யோசித்து, அவர்களது உபயம் வேண்டாம், நம் திருவிழாவைத் தனியாக வைத்துக் கொள்வோம் என்று கூறிவிட்டனர். மேலும், கர்னல் நிக்சனிடம் போய் கருடக்கொடி, கருட வாகனங்களை வலங்கையினர் பயன்படுத்தாமல் தடை செய்ய வெண்டும் என்று மனுக்கொடுத்தனர். பெருமாளுக்கில்லாத வாகனமா? ஏன் அதை ஆட்சேபிக்க வேண்டும் என்று வலங்கையினர் பிடிவாதம் பிடித்தனர். இதில் தீர்வு வரும் வரை ஊர்வலமே வேண்டாமென நிறுத்திவிட்டார் கர்னல்.

ஆடிப்பூரத் திருவிழாவின்போது, ஈஸ்வரன் ஊர்வலம் வழக்கமாய் வரும் வெள்ளாளர் தெருவை விட்டு விட்டு, பிராமணர் தெருவிற்குப் போனதுபோல், இப்போதும் எங்கள் தெருவிற்கு வரலாமே என்று யோசித்தோம். ஆனால், அது இப்போது வேண்டாம். நடக்கும்போது நடக்கட்டும் என்று இடங்கையினர் சமாதானமாகக் கூறினர். இந்தப் பிரச்சினைக்குத் தீர்வாக, "இடங்கையினருக்கு வெள்ளை வண்ணம் இல்லை. வெள்ளை தவிர மற்றதுகளுடன் திருவிழா நடத்தலாம்" என்று கர்னல்

நிக்சன் உத்தரவை அனுப்பினார். அதன்படியே இருதரப்பாரும் கோலாகல மாகக் கோகுலாஷ்டமியைக் கொண்டாடினர் (முவிதி: ஆகஸ்டு 11, 1794).

சவ ஊர்வலத்திலும் சச்சரவு

அன்றாட வாழ்வின் அத்தனை நிகழ்ச்சிகளிலும், முரண்டு பிடித்துக்கொண்ட வலங்கை இடங்கையினர், செத்த பிணத்தைக் கூட அமைதியாக அடக்கம் செய்யாமல் தகராறு செய்துகொண்டனர் என்பது வியப்பாயிருக்கிறது. இது பற்றிய விவரத்தை வீரா நாயக்கர் தருகிறார்.

1788 பிப்ரவரி 4ஆம் நாள்: நோயாளிக் கிடங்குத் தெரு (அரசு பொது மருத்துவமனை) என்பது வலங்கையர் தெரு. அதில் ஓர் இடங்கைத் தட்டான் இறந்து போனதால், அடக்கம் செய்வதற்காக ஒரு பல்லக்குக் கட்டத் தொடங்கினார்கள். இதை ஏற்காத பறையர்கள் கும்பலாக வந்து, பல்லக்குக் கட்டக் கூடாதென்று தகராறு செய்ததால், மறுநாள் முழுதும் பிணத்தை அடக்கம் செய்ய முடியவில்லை. எனவே மூன்றாம் நாள், கம்மாளர்கள் கூடிச் சென்று ஆளுநர் தெகொன்வேயிடம் முறையிட்டார்கள். "இதுவரை இருந்த வழக்கப்படி நடந்து கொள்ளுங்கள்" என்று அவர் கூறிவிட்டார்.

கம்மாளர் தரப்பில் பல்லக்குக் கட்டி, தப்பு அடித்து, சேமக்கலம் (தீச்சட்டி) ஏந்திப்போக ஏற்பாடுகள் செய்தனர். இதைப் பறையர் தரப்பு கடுமையாக ஆட்சேபித்தது. "வேண்டுமென்றால் ஏணையில் (தூளி) போட்டு, சந்தடியில்லாமல் எடுத்துச் செல்லுங்கள். அல்லது வாசந்தி (குருக்கத்தி) கட்டி, நான்கு பேர் மட்டும் தூக்கிக்கொண்டு, இரண்டு பேர் மட்டும் உடன் செல்லலாம்" என்று கூறினார்கள். இதற்குக் கம்மாளர்கள் ஒப்பாததால், பிணம் வீட்டிலேயே கிடந்தது.

மறுபடியும் ஆளுநரிடம் முறையிட்டபோதும், எந்தவிதச் சமரசமும் ஏற்படவில்லை. "இதுவரை இருந்த முறையே பின்பற்றப்பட வேண்டும், புதியதாய் ஏதும் செய்யக்கூடாது" என்று அவர் தீர்மானமாய்க் கூறிவிட்டார். எனவே, வேறு வழியில்லாமல், பாடை தூக்க நான்கு பேர், தீச்சட்டியுடன் இரண்டு பேராக, ஆறு பேர் மட்டுமே சென்று, நான்காம் நாள்தான் அடக்கம் செய்யமுடிந்தது.

சண்டையில் முடிந்த சவ ஊர்வலம்

பத்தே நாட்களில் (1788 பிப்ரவரி 16), சிக்கல் வேறு வடிவத்தில் வந்தது. இடங்கைப் பள்ளித் தெருவில் வலங்கை வாணிச்சியின் பிணத்தை, தாரை தப்பு, சேமக்கலம் முதலானவற்றோடு அடக்கம் செய்யத் தூக்கிக்கொண்டு போனார்கள். வழியில் சிதம்பர மேஸ்திரி வீட்டைத் தாண்டும் போது, அவர் வழிமறித்து, தாரை தப்பு அடிக்காமல், சந்தடியின்றிப் போக வேண்டும் என்று தடுத்தார். மற்ற கம்மாளர்களும் அவருடன் சேர்ந்துகொண்டனர். எதிர்த்தரப்பு இதை ஒத்துக்கொள்ளாததால், ஆளுநரிடம் முறையிடச் சென்றனர்.

இந்த இடைவெளியைச் சாதகமாக்கிக் கொண்டு, வலங்கையினர் மேலும் ஆடம்பரத்தோடு ஊர்வலமாகக் கொண்டு சென்று சவத்தைத்

தகனம் செய்துவிட்டனர். பறையர்களும் அவர்களுடன் சேர்ந்து கொண்டனர். அதனால் கோபமடைந்த சிதம்பர மேஸ்திரி மகன், துப்பாக்கியில் மருந்து போட்டுக்கொண்டு, கோயிலிலிருந்து கும்பலை நோக்கிச் சுட்டான்; இதனால் கலவரம் மூண்டது. கோபம் தலைக்கேறிய பறையர்கள், தெருவிலிருந்த வீடுகளின் கதவுகள், சன்னல்களை உடைத்துப் போட்டனர்; வீட்டுக் கூரைகளின் மேல் ஏறி, ஓடுகளை உடைத்து வீட்டிற்குள் தூக்கி எறிந்தனர்; எதிர்ப்பட்ட கம்மாளர்களுக்கும் அடி உதை விழுந்தது. பயந்துபோன சிதம்பர மேஸ்திரி, தப்பித்துப் போய், ஆயுதக்கிடங்குக் காவலர்களிடம், தன் வீட்டில் உள்ள அரசாங்கப் பொருட்கள் எல்லாம் சூறை போகாமல் பாதுகாக்க வேண்டும் என்று புகார் செய்தார். உடனே இரண்டு இராணுவ வீரர்கள் அவரது வீட்டுக்குக் காவலாகப் போடப்பட்டனர்.

இதுகாறும் விவரித்த நிகழ்வுகளின் மூலம், இந்திய சமூகத்தின் அமைப்பையும், அவர்களுக்கு மதம், அது சார்ந்த வழக்காறுகள் மீதும் இருக்கும் இறுக்கமான படிப்பினையும் ஃபிரஞ்சு அரசாங்கம் தெளிவாகப் புரிந்து வைத்திருந்ததை அறியலாம். எனவேதான், சோழர் காலந்தொட்டு நிலவி வந்த சமூகப் பிரிவுகளைச் சமனப்படுத்தும் முயற்சிகளில் அவர்கள் ஆர்வம் காட்டவில்லை. மாறாக, அவர்கள் போக்கிலேயே போய்த் தீர்வு கண்டுவந்தனர்.

ஐரோப்பியர்களின் அணுகுமுறை

சோழர் காலத்தில் வலங்கையினரும், நாயக்கர் காலத்தில் இடங்கையினரும் சலுகைகள் பெற்றிருந்தனர். ஏனைய ஆட்சியாளர்களும், ஆதிக்க வர்க்கமும் ஏதேனும் ஒரு பிரிவையே ஆதரித்து, தமக்குச் சாதகமாக்கிக் கொண்டன. இந்தியக் கலாச்சாரத்திற்குத் தொடர்பில்லாததால், ஆங்கிலேயர்களால் இப்பிரச்சினையை நடுநிலையாக அணுக முடிந்தது. தொடக்க காலத்தில் இந்தியர்களின் சாதி, மதம் சார்ந்த சமூகச் சிக்கல்களில் தலையிட அவர்கள் விரும்பவில்லை. இதை ஒரு கொள்கை முடிவாகவே கடைபிடித்தனர். பின்னாளில் பேதங்கள் பெரிதாகி, சட்டம் ஒழுங்குப் பிரச்சினைகள் கடுமையானதால், நீதிமன்றம் தலையிட நேர்ந்தது. அதையொட்டி, நீதிமன்றத் தீர்ப்புகள் கடுமையாக அமலாக்கப்பட்டதால், இருதரப்பினருக்குமிடையேயான மோதல்கள் மெல்ல மெல்லக் குறைந்து, இருபதாம் நூற்றாண்டில் இவ்வழக்கம் மறைந்தே போனது.

தீர்வுக்கான முயற்சிகள்

வலங்கை – இடங்கைப் பிரச்சினை நீதி நிர்வாகத்திற்குப் பெரும் இடைஞ்சலாக இருந்ததால், 1827ஆம் ஆண்டில், இந்தியர்களுக்கு நீதி வழங்கும் முறை பற்றி ஆராய நாட்டார்கள் அடங்கிய குழுவை அரசு அமைத்தது. அதன் பரிந்துரையின் பேரில், 1840ஆம் ஆண்டில் 'இந்துக்களின் சடங்குகள், சட்டங்கள், வழக்காறுகள் பற்றிய நடத்தை விதிமுறைகள்' அமலுக்கு வந்தன (மெலாங்கின் 2015).

சாதி இந்துக்களின் பிரிவுகளுக்குள்ளும் வலங்கை – இடங்கை பிரிவுகளும், தகராறுகளும் வாலாயமான நிலையில், ஒவ்வொரு

சாதிக்கும் தலைவர்கள் அச்சாதியினராலேயே தேர்ந்தெடுக்கப்பட்டு 'நாட்டார்'களாக நியமிக்கப்பட்டனர். இந்த அமைப்பு, அரசுக்கும், சொந்த இனத்திற்கும், மற்ற சாதியினருக்கும் இடையே ஓர் இணைப்புப் பாலமாக இயங்கியது. அந்தந்தச் சாதியைச் சார்ந்த குடும்பத் தலைவர்கள் வாக்களிப்பு மூலம் தங்களின் 'நாட்டாண்மையை'த் தேர்ந்தெடுத்தனர். அந்தச் சமூகத்திற்குள் ஏற்படும் சிக்கல்களைத் தீர்த்து வைப்பது அவரது பொறுப்பு. ஆயுள் முழுவதும் அவரே நாட்டாண்மையாகத் தொடரலாம். ஆனால் அவர் இரண்டாம் திருமணம் செய்து கொள்ளக்கூடாது என்றெல்லாம் கட்டுப்பாடுகள் விதிக்கப்பட்டன (மெலாங்கின் 2015).

ஏனைய சமூகத்தினரை விட, செங்குந்தர் சாதியினர் இதை முறையாகக் கடைபிடித்தனர். அனைத்துக் குடும்ப நிகழ்வுகளும், தாம்பூலம் மாற்றுவது, திருமணம் உட்பட்ட அனைத்துக் குடும்ப நிகழ்வுகளும் நாட்டார்கள் முன்னிலையில்தான் நடைபெற்றது; இன்றும் நடைபெறுகிறது.

தீர்வுக்கான முயற்சிகள்

1745இல் வலங்கை – இடங்கை பிரச்சினைக்குத் தீர்வுகாண துய்ப்ளேக்சும் ஒரு முயற்சி செய்தார். இரு பிரிவினரிடையே மோதல்கள் அதிகரித்தபோது, சாதி, இன பேதமில்லாமல், அனைவரும் சமமாக நகரில் வலம் வரவேண்டும் என்று உயர் ஆலோசனைக் குழு அரசாணை பிறப்பித்தது. ஆனால் அதை இருவருமே ஏற்றுக்கொள்ளத் தயாரில்லை.

சாத்திரங்கள் சாராத வழக்கம்

இது ஓர் உணர்வு சார்ந்த சிக்கல் என்பதால், 1854ஆம் ஆண்டில் ஆளுநர் வெர்னியா (Verniac) நாட்டார்களைக் கூட்டி, வேத சாத்திரங்கள் எங்கிலும் இடம் – வலம் என்று மக்களைப் பிரிப்பதற்கான வழிமுறைகள் உள்ளனவா என்று கேட்டார். அவ்வாறு இல்லை என்றபோது, சாதிகளையும், சாலைகளையும், இடங்கை – வலங்கை என்று பிரிப்பது கூடாது என்று தடைவிதித்தார் (மெலாங்கின் 2015).

1856ஆம் ஆண்டு நவம்பர் 5ஆம் நாள், ஃபிரஞ்சிந்திய அரசு ஓர் ஆணை பிறப்பித்தது. அதன்படி, கீழ்சாதி இந்துக்கள், மேல்சாதி இந்துக்களின் தெருவில் குடியேறலாம் என்றும், அவ்வாறு பிரித்து வைப்பது முறையல்ல என்றும் அவ்வாணை கூறியது. இதனால், சாதிவாரியான குடியிருப்புகள், இடங்கை – வலங்கை தெருக்கள் என்ற பிரிவுகள் மறைந்து, மெல்ல மெல்லத் தொழில் சார்ந்த கலப்பினப் பகுதிகளாயின. நெசவாளர் மிகுந்த கதிர்காமம் பகுதியில் முஸ்லிம்கள் குடியேறினர். தமிழகப் பகுதிகளிலிருந்து வந்த அரிசனங்கள் வேளாண் தொழிலாளர் களாகப் பல புற நகர்ப் பகுதிகளில் குடிபுகுந்தனர். இதன் மூலம், ஆயிரம் ஆண்டுகளாகத் தமிழ்ச் சமூகத்தை ஆட்டிப்படைத்து வந்த நடைமுறை, ஃபிரஞ்சியர் அரசாணை மூலம் முடிவுக்கு வந்தது.

ஆயினும், தமிழரின் வாழ்க்கையை அலைக்கழித்துவந்த சமூகக் கேடு ஒன்றன் தோற்றமும், முடிவும், வரலாறு விளக்கக் காணாத மறைபொருளாகவே நீடிக்கிறது.

3.4: தேவரடியார்கள் – தேவதாசிகள்

ஒருவருக்கு ஒப்புக்கொடுக்கப்பட்டவர், அவருக்குத் தாசன் ஆவார். தேவரடியார் என்றால், இறைவனின் பணிக்காக அர்ப்பணிக்கப்பட்டவர் என்பது பொருள். தேவர், இறைவன், இறைவி என்றழைக்கப்பட்ட தெய்வங்களுக்கு அர்ப்பணிக்கப்பட்டோர், அடியார், தொண்டர் எனப்பட்டனர். தொடக்கத்தில் ஆண்களும் தேவரடியார்களான முறையானது காலப்போக்கில் மாறி, பெண்களோடு நின்றுவிட்டது. பெண்மக்களாயின், இவர்கள் தேவதாசிகள் என்றும் தேவரடியார்கள் என்றும் அழைக்கப்பட்டனர் (கிளமென்ட் ஈஸ்வர் 2006).

தோற்றமும் வளர்ச்சியும்

இறைவழிபாடு விரிவடைந்து நந்தவனம், நடைச்சுற்று, கிளைக் கோயில்கள் என்று பல தெய்வங்களுடன், விரிவான பெரிய அளவில் கோவில்கள் கட்டி வழிபடும் வழக்கம் வந்தபோது, அவற்றின் பராமரிப்புப் பணிகளுக்காகத் தேவதாசி முறை வகுக்கப்பட்டிருக்கலாம். ஒவ்வொரு குடும்பமும் ஒரு மகவைக் கடவுளுக்கு அர்ப்பணிக்கவேண்டும் என்பது சுமேரிய நாகரிக வழக்கம் (முருகேசன் 2004: 95).

பெண் வாரிசுகள் இல்லாதபோது, ஏழைப் பெண்களை விலைக்கு வாங்கி நேர்த்திக்கடன் செய்வதும் வழக்கம். ஒரு பெண்ணுக்குப் பிரசவத்தில் சிக்கல் ஏற்படும்போது பிறக்கும் குழந்தை பெண் குழந்தையாக இருந்தால், நல்ல படியாகப் பிரசவம் நிகழுமானால், பிறக்கும் குழந்தையைக் கோயிலுக்கு அர்ப்பணித்து விடுகிறோம் என்று நேர்ந்துகொள்ளும் வழக்கமும் இருந்திருக்கிறது. அடுத்தது வறுமை. ஏழைக் குடும்பத்தில் பெண் குழந்தை என்பது பெற்றோருக்குச் சகிக்க முடியாத சுமையாகி விடுகிறது. எனவே கோவிலுக்குக் குழந்தையைக் காணிக்கையாக்கி விடுவார்கள்.

தாசியர் பணிகள்

சின்னஞ்சிறு வயதிலேயே அர்ப்பணிக்கப் படும் இவர்கள், ஆயுள் முழுதும் இறைப் பணியில்தான் காலம் கழிக்க வேண்டும். வளரும்போது, பலர் ஆடல், பாடல்களில் வல்லவர்களாகத் தேர்ச்சி பெறுவர். அவர்களில் கலையிற் சிறந்தோரை 'தலைக்கோல்' எனச் சிறப்பிக்கப்பட்டனர். கோயில் வளாகத்தைப் பராமரித்துத் தூய்மையாக வைப்பது, கோயில் அரங்கில் பாடல்கள் பாடுவது, நடனமாடுவது, தேர்வலம், திருவிழாக்களின்போது ஆடல், பாடலுடன் உடன் செல்வது ஆகியவையே அவர்தம் முக்கியக் கடமைகளாயின. ஆண்களும், வயது முதிர்ந்த, இயலாத பெண்களும், தெய்வச்சிலைகளுக்குச் சவரி, சாமரம் வீசலாம்; பூசைப்பொருட்களைத்

காந்திமதி

தயார் செய்யலாம்; துதிப்பாடல்கள் பாடலாம்; தூய்மைப் பணிகளைத் தொடரலாம் (கிளமென்ட் ஈஸ்வர் 2006).

இருபதாம் நூற்றாண்டில், திருக்குறுங்குடி என்ற ஊரில் பொட்டுக்கட்டி விடப்பட்ட காந்திமதி என்ற தேவதாசி, தான் எப்படி தேவதாசியானேன் என்பதை விளக்குகிறார்: "என் தந்தை கோவிலில் வேலை பார்ப்பவர்; வறுமையால் அவதிப்பட்டார்; அப்போது நான் பிறந்தேன். ஒரு பெண் குழந்தை பிறந்ததைப் பார்த்த கோயிலைச் சேர்ந்தவர்கள், காந்திமதியை பொட்டுக்கட்டி விட்டு விடு; படிப்புச் செலவைக் கோயில் பார்த்துக் கொள்ளும் எனத் தந்தையிடம் சொன்னார்கள். இதை ஏற்று எனக்குப் பெற்றோர் பொட்டுக்கட்டி, கோயில் திருப்பணிக்காக அர்ப்பணித்தார்கள்" என்று அவர் கூறினார் (அருள் சத்தியநாதன் 2015).

எத்தனை எத்தனை வகைகள்!

தேவதாசியரில் சிலர் திருமணம் செய்துகொள்ளாமல், வாழ்நாள் முழுதும் கன்னியராகவே வாழும்போது, அவர்கள் 'பதியிலார்' எனப்பட்டனர். நாட்டியம் தேர்ந்தவர்கள் 'ஆடல் வல்லார்' அல்லது 'நாடகக் கணிகையர்' ஆவர். பெரும்பாலோர் பதியிலாராகவே இருந்தாலும், ஒரு சிலர் செல்வந்தர்களை மணந்து கொண்டு இல்வாழ்க்கையிலும் ஈடுபட்டனர். ஆனாலும், கணவனோடு புகுந்த வீட்டுக்குச் செல்லாமல், கோயில் குடியிருப்புகளிலேயே தங்கிக்கொண்டனர். கி.பி.1049ஆம் ஆண்டு திருவொற்றியூர் கல்வெட்டு சதுரன் சதுரி என்ற தேவரடியார், நாகன்

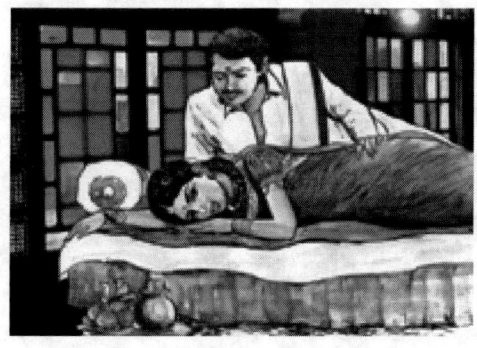

முறையான இல்லறமும் உண்டு

செல்வந்தரின் கண்ணாட்டியாக

பெருங்காடன் என்பவரின் மனைவி என்று குறிப்பிடுகிறது (பராக்கிரம பாண்டியன் 2020). அத்தகைய பெண்கள், தங்கள் கணவர்கள் முறையாக மணந்த மனைவியருடன் வாழ்ந்ததைப் பொருட்படுத்தவில்லை. ஆனால், பலருக்கு இரையாவதைத் தொழிலாக மேற்கொண்டால், 'பரத்தையர்' ஆனார்கள். இலக்கியங்கள், இவர்களைக் 'காமக் கிழத்தி, காவற் கணிகையர், ஆடல் கூத்தியர், இருமனப் பெண்டிர், வரைவிலா மாணிழையார், பொது நலத்தார், வரைவின் மகளிர், விலை மகளிர், தேவரடியார்' என்று சமூகத் தகுதிக்கும், வாழ்ந்த முறைகளுக்கும் ஏற்ப பல்வேறு கோணங்களில் குறிப்பிடுகின்றன. தேவாரத்தில், இவர்கள் 'உருத்திரக் கணிகையர்' எனப்பட்டனர். (திருநாவுக்கரசர் தேவாரம் 4: 200) பிற்காலச் சமூகத்தின்

பார்வையில், இவர்கள் தாசியர், வேசியர் அல்லது பரத்தையர் என்றே பழிக்கப்பட்டனர் (முருகேசன் 2004; சிவசுப்ரமணியன் 2005).

அர்ப்பணிக்கும் முறை

ஒரு தேவதாசியின் வாழ்க்கை என்பது மிக ஆர்வமூட்டும் சுவையான கதை. தேவதாசியாக வேண்டுமென்றால், எந்த ஓர் இளம் பெண்ணும் வழி வழிச்சடங்குகள் சிலவற்றின் ஊடாகப் பயணிக்க வேண்டும்; அவையாவன:

1. சடங்கு பூர்வமான திருமணம்
2. அடையாளப்படுத்தும் புனித நிகழ்வு
3. நிகழ்த்துக்கலைகளில் ஈடுபடப் பயிற்சி பெறுதல்
4. அரங்கேற்றம்
5. ஆலயக் கடமைகள் மேற்கொள்ளல்
6. ஆசாரக் கௌரவங்கள் (சதாசிவன் 2013)

தேவரடியாராக மாறுவது அல்லது மாற்றப்படுவது என்பது மிகப் பாரம்பரியமான நிகழ்வாகும். ஒரு சிறுமி பூப்படையும் முன்பே

கணவனாகத் திரிசூலம்

அர்ப்பணிக்கப்படும் சிறுமி

அர்ப்பணிக்கப்படுவதே வழக்கம். ஆனாலும், அவள் பூப்படைந்தபின், ஒரு குறிப்பிட்ட நாளில், ஊரே கூடிநிற்க, சமயக் குரவர்கள் முன்னிலையில் ஆடம்பரமாக அர்ப்பணிப்புத் திருவிழா நடக்கும். அதில் முதல் நிகழ்ச்சி 'திருமணம்'. அந்த இளம்பெண்ணை மணமகள் போல அலங்கரிப்பர். அர்ப்பணிக்கப்படும் தெய்வத்தின் அடையாளமாக ஏதேனும் ஒரு பொருளை மணமகனாக அவள் அருகில் வைத்து, புரோகிதர்கள் மந்திரம் ஓத, அவளுக்குத் திருமணம் நடக்கும்; இறைவனின் சார்பாகப் புரோகிதரே மங்கலநாணை அணிவிப்பார்; அல்லது அவளே கட்டிக்கொள்வாள். அந்தக் கணம் முதல் இறைவனையே கணவனாக வரித்துக் கொள்வதால், அவள் 'நித்ய சுமங்கலி' ஆகிவிடுவாள். விருந்தும் கேளிக்கையுமாக இந்தத் திருமணத் திருவிழா நடந்தேறும் (பராக்கிரம பாண்டியன் 2020).

தெலுங்கு தேசத்தில், இதைப் 'பொட்டுக் கட்டுதல்' என்று அழைக்கிறார்கள். சூடான கம்பியால் பெண்ணின் நெற்றியில் சூடு

வைத்து, திலகம்போல் வடுவாக்கி, நிரந்தர அடையாளம் வைக்கும் நிகழ்ச்சியே பொட்டுக் கட்டுதல். அது திருமணத்திற்கு ஈடான சடங்கு.

கலைத் தொழில் பழகும் கணிகையர்

அதைத் தொடர்ந்து, அவள் தன் பூர்வீகக் குடும்பத் தொடர்பை விலக்கிக்கொள்ள வேண்டும். அவளை இறைவன் முன் நிற்க வைத்துப் பணிக்கு அர்ப்பணிக்கப்படுவாள். அப்பெண்ணின் திறமை, ஆர்வத்திற்கேற்ப ஆடல், பாடல் போன்ற நிகழ்த்துக் கலைகளில் அவளுக்குப் பயிற்சி அளிக்கப்படும். பயிற்சி முடிந்தபின், கோயில் வளாகத்திலேயே அரங்கேற்றம் நடக்கும். அதைத் தொடர்ந்து, அவளின் கலைப்பணி கௌரவமாகத் தொடரும். இதுதான் கலாச்சாரம் சார்ந்த புனிதப்பணிக்கானப் பழங்கால நடைமுறை. ஸ்ரீமுஷ்ணம் பூவராக சுவாமி ஆலயத்தில், ஒரே கல்லில் அற்புதமாகச் செதுக்கப்பட்டுள்ளன விதவிதமான நாட்டிய முத்திரைகள் இவர்களின் கலைத்திறனுக்குச் சான்றாகும்.

கோயில் சிற்பங்களில் ஆடல் மகளிரின் நாட்டிய பாவனைகள்

கவர்ச்சியான தோற்றத்துடன், காண்போரைக் கவர்ந்திழுக்கும் அழகுப் பதுமைகளாகக் காட்சியளித்ததால், இவர்கள் கணிகையர் அல்லது தேவகன்னியர் எனத் தொடக்க காலத்தில் போற்றப்பட்டனர்.

இசைக் கலைஞர்களுடன் நடனமாடும் தேவரடியார்

அரசர்களின் ஆதரவில் தேவரடியார் மரபு

தேவரடியார் மரபு மிகப் பழமையானது. இந்தியாவில் ‘தாசி’ என்ற பொதுச்சொல்லால் அறியப்பட்டாலும், மாநிலத்திற்கு மாநிலம் வெவ்வேறு மொழிவழிப்பெயர்கள் வழங்குகின்றன. களப்பிரர் வரவால், பௌத்தம், சமணம் ஆகிய சமயங்கள் ஓங்கியபோது, கோயில்களின் முக்கியத்துவம் குறைந்து போனது. இதன் விளைவாகத் தேவரடியார் மரபும் நலிவடைந்தது. சோழ வம்சத்தின் மாமன்னன் இராஜராஜன்

காலத்திலும் பல்லவர் காலத்திலும் இம்மரபு தழைத்திருந்தது. மகேந்திரவர்மன் தொடங்கிய பல்லவர் வம்சத்தில், சைவமும், வைணவமும் தழைத்தபோது, மீண்டும் கோயில் வழிபாடு செழித்தது; கோயில்கள் கலைக் கூடங்களாயின. சைவக் கோயில்களில் தாசியர் 'கணிகையர்' என்றும், வைணவத் தலங்களில் 'மாணிக்கத்தார்' என்றும் மறுவாழ்வு பெற்றனர். பாண்டியர் காலத்திலும், தேவதாசி மரபும், உடன்கட்டை ஏறுதலும் இருந்ததாக வெனிஸ் பயணியர் மார்க்கோபோலோ (*Markopolo*) குறிப்பிட்டுள்ளார். சோழ மரபினரின் சிற்றரசர்களான காடவராயர், சேதிராயர், சம்புவராயர் காலத்திலும் இவ்வழக்கம் தொடர்ந்தது (*கே.கே. பிள்ளை 1977; முருகேசன் 2004; இராசமாணிக்கனார் 2015*).

சமூகத்தின் பார்வையில்

இறைப்பணியில் தோய்ந்தவர்கள் என்பதால், முற்காலத்தில் அவர்கள் மிகவும் மரியாதையுடன், உயர்ந்த சமூகத் தகுதியுடன் நடத்தப் பட்டனர். கலை நிகழ்ச்சிகளின்போது அவர்களுக்கு வெகுமானங்கள் வழங்கப்பட்டதால், பலரும் செல்வந்தர்களாவும் விளங்கினர். பக்தர்கள் அவர்களைத் தொடக்கூடாது; பேசக்கூடாது; அது குற்றமாகும். அவர்களுக்கென்று கோயிலின் அருகிலேயே, அர்ச்சர்களின் குடியிருப்பை ஒட்டியே வீடுகளும், தனி வீதிகளும் இருந்தன.

பெரிய கோயில் கட்டுமானத்தில் தேவதாசியர்

மன்னராட்சிக் காலதத்தில், போரில் வென்ற நாட்டிலிருந்து பெண்களைக் கைதிகளாகப் பிடித்து வந்து, கோயில்களில் தாசியர்களாக அமர்த்தப்பட்டதைக் கல்வெட்டுகள் கூறுகின்றன. குறிப்பாக, தஞ்சைப் பெரிய கோயில் கட்டுமானப் பணிபுரிவதற்காக, வெவ்வேறு கோயில்களி லிருந்து 400 தளிச்சேரிப் பெண்கள் அழைத்து வரப்பட்டனர் (*கிளமென்ட் ஈஸ்வர் 2006*). அவர்களைத் தனியே இனங்காட்ட அரசு அங்கீகாரம் பெற்ற முத்திரைகளும், இலச்சினைகளும் பச்சைகுத்தப்பட்டன. அவர்கள் வசிப்பதற்கென்று, மூன்று தளிச்சேரிகளையும் மாமன்னன் இராஜராஜன் அமைத்தான். வடக்கு, தெற்குத் தளிச்சேரி ஒவ்வொன்றிலும் 96 வீடுகளும், மூன்றாவது வீதியில் 18 வீடுகளும் இருந்தனவாம். தமிழக வரலாற்றிலேயே மிக அதிக எண்ணிக்கையில் தேவரடியார்கள் நியமிக்கப்பட்ட ஒரே கோயில் தஞ்சைப் பெரிய கோயில் மட்டுமே. 'சேரமங்கை, எடுத்த பாதம், குந்தவை, நகரத்தாள், இளங்கோயில், ஆடவல்லாள், சீருடையாள், அறிவாட்டி, பொன்னாலமர்ந்தாள், பூங்காலி, தில்லைக்கரசு' என்பன அவர்களின் பெயர்களில் சில. அந்த 400 நடனக் கலைஞர்கள் பெயர்களும், அவர்கள் ஒவ்வொருவருக்கும் ஒதுக்கப்பட்ட நிலம் (பங்கு) பற்றியும் தஞ்சைப் பெருவுடையார் கோயிலில் உள்ள முதலாம் இராஜ ராஜசோழனின் 29ஆம் ஆட்சியாண்டுக் கல்வெட்டு களில் பொறிக்கப்பட்டுள்ளன (*இராசமாணிக்கனார் 2016; 186–187*).

அந்தப்புரத்தில் இராஜதாசிகள்

இறைவனுக்கு அர்ப்பணித்துக்கொண்ட தேவதாசிகள் போலவே, அரசனுக்கு அடிமையான ஆடல், பாடல், அணங்குகளை இராஜதாசிகள்

என்று கூறுவர். ஆனால். கோயிலில் பணிபுரியும் உரிமையைத் துறந்த பின்பே இவர்கள் இராஜதாசிகளாக முடிந்தது. அரண்மனையிலேயே தங்கியிருந்து, அரச, அரசியருக்கு முன்பும், விருந்தினர் வருகையின்போதும், அரசவையில், இசையுடன் நாட்டிய நிகழ்ச்சிகள் நடத்திக் களிப்பூட்டுவது இவர்களது பணி. அத்துடன், கோயிலுக்கு அரசர் வரும்போது மட்டும், அவரது பரிவாரத்திற்கு முன் ஆடிப்பாடியவாறு வருவதுமுண்டு (கிளமென்ட் ஈஸ்வர் 2006).

இராஜதாசி

விஜயநகரப் பேரரசர் கிருஷ்ணதேவராயரின் அரசவையில் ஏராளமான இராஜதாசிகள் இருந்திருக்கிறார்கள். போர்க்காலங்களில், இவர்களும் படைகளோடு சென்று, படைவீடுகளில் தங்கி, போர் செய்து களைப்புற்ற மன்னர் இளைப்பாறும் நேரங்களில், ஆடியும் பாடியும் உற்சாகப்படுத்தினர். அவரது மனைவி 'சின்னதேவி' ஒரு தேவரடியார்.

ஆழ்வார்களும் நாயன்மார்களும்

சமூகத்தின் உயர்நிலையில் இருந்தோரும், தங்கள் இல்லத்துப் பெண்களை இறைவனுக்கு அர்ப்பணிப்பதைப் பெரும்பேறாகக் கருதினர். குலசேகர ஆழ்வார் தன் மகளான நீலாதேவியை திருவரங்கரனுக்கு அர்ப்பணித்தார். இராஜராஜன் ஆட்சிக்காலத்தில், பக்தர் ஒருவர், நான்கு பெண்களை 700 காசுக்கு வாங்கித் தேவதாசிகளாக்கியதாகத் திருவாலங்காட்டுக் கல்வெட்டு குறிப்பிடுகிறது. மிகவும் வறியவர்களானால், தம்மையே கோயிலுக்கு விற்றுக் கொள்வாராம் (முருகேசன் 2004: 105). சோழகுல சுந்தரி, ரவிகுலமாணிக்கம், சோழதேவி, வானவன் மாதேவி, சோழவல்லி போன்ற பெயர்கள், அரச குலத்தவரும் தேவரடியாராக விளங்கியதற்குச் சான்றாகின்றன (பராக்கிரம பாண்டியன் 2020).

சிவனடியார் சுந்தரமூர்த்தி நாயனார், திருவாரூர் தியாகேசன் கோயில் தாசியான பரவையாரை ஊரறியத் திருமணம் செய்துகொண்டார் என்று பெரிய புராணம் கூறுகிறது. ஜடாவர்மன் சுந்தரபாண்டியன், திருவிதாங்கூர் மன்னர் இராஜா இரவிவர்மா ஆகியோரின் பட்டத்தரசிகளும் தேவதாசிகளே.

சுருங்கக்கூறின், மன்னராட்சியின் முற்பகுதியில் நிதி நிலைமை, குலவரிசை, சமூகத்தகுதி இவற்றில், அவர்கள் மன்னர்களுக்கும், பிராமணர்களுக்கும் அடுத்த நிலையில் இருந்தனர். பல்லக்கில் ஏறும் தகுதி இம்மூவர்க்கு மட்டுமே உரியது. ஆக, மன்னராட்சிக் காலத்தில், தேவதாசி மரபு பாராட்டக் கூடிய பண்பாட்டுக் கூறுகளில் ஒன்றாகவே விளங்கியது.

மாறும் சமூகப்பார்வை

மன்னராட்சிக் காலத்தில் புனிதமாகப் போற்றப்பட்ட இந்த நடைமுறை, அந்நியராட்சியில் சீர்கெடத் தொடங்கியது. ஐரோப்பியப்

பண்பாட்டுக்கு ஒவ்வாத மதங்களையும் வழக்கங்களையும் அவர்கள் ஆதரிக்காததால், கோயில்களின் செல்வமும், செல்வாக்கும் மங்கின. இதனால் போதிய வருவாய் இன்றித் தேவரடியார்கள் வறுமையில் தள்ளப்பட்டனர். ஆகவே, வாழ்வாதாரத்திற்காக அவர்கள் மாற்றுத் தொழில்களைத் தேடவேண்டியதாயிற்று. கட்டான உடலுடன், கலைத்திறனும் கொண்டவர்கள் ஆடிப்பாடும்போது, ஆடாத மனமும் ஆடிப்போவது இயல்புதான். ஆனால், சமூக வல்லூறுகள், பாதுகாப்பற்ற அவர்கள் மீது சாரி சாரியாகப் பாயும்போது, அவர்கள் வேறென்ன செய்ய முடியும்?

ஆடல் மகளிர்

"எந்த ஓர் உன்னதமான அமைப்பும், சமூக விரோதிகளை அதனுள் சுதந்திரமாக ஊடாட அனுமதிக்கப்படும் பட்சத்தில், உருச்சிதைந்து மிக மோசமான நிறுவனமாகச் சிதைந்து, சீரழிந்து போய்விடும்; அதற்குத் தேவரடியாரே சாட்சி" என்கிறார் சதாசிவன் (2013).

சரித்திரம் போற்றும் சமூகச் சேவைகள்

கொடையாளிகளாகத் தேவரடியார்கள்

தாசியர்கள், வாழ்நாள் முழுதும் கலைப்பணியைத் தெய்வீகத் தொண்டாகச் செய்திருந்தாலும், அவர்கள் சேர்த்த செல்வத்தையும், சேமிப்பையும் தமக்கென ஒதுக்கிக் கொள்ளாது, கருணை உள்ளத்தோடு, சமூகப் பொதுநலனுக்காகவும் கொடையளித்துள்ளனர். கோயில் கட்டுதல், திருத்தொண்டர்களுக்கு நிலம் வழங்குதல், கோயிலின் வளாகத்தில் அலங்கார மண்டபம், நாட்டிய மண்டபம் கட்டுதல், திருமஞ்சனக் குளம் தொட்டல், திருவமுது படைக்க நிலக்கொடையளித்தல், திருவிளக்குத் தானம், வெள்ளிக்குடை வழங்கல் போன்ற அறச்செயல்கள் செய்ததற்கான சான்றுகள் மலிந்து கிடக்கின்றன. குறிப்பாக, நீர்வளம் பேணுவதில் அவர்களின் பங்களிப்பு வரலாற்றை வென்று நின்றிருக்கிறது.

"கல்வெட்டுகளில் கோயிலுக்குச் சொந்தமானவராக விவரிக்கப்படும் பெண் 'கோயில் பெண்' ஆவார். கடவுளுக்கு அர்ப்பணித்துக் கொண்டவர் என்ற அர்த்தத்தில் இப்பெண் தேவரடியாள் என்று அடிக்கடிக் குறிப்பிடப்படுகிறார். இவர்கள் நாட்டியக்காரிகள் என்பதைவிட, கொடைகளை வழங்கியவர்களாகவே இருந்திருக்கிறார்கள். அதாவது, கோயிலுக்கே கொடைகள் வழங்கும் உயர்ந்த நிலையில் தேவரடியார்கள். இருந்தனரேயொழிய, பொருளுக்காக விபச்சாரம் செய்தாரில்லை" என்று தேவரடியார் முறை பற்றி ஆங்கிலேய ஆய்வாளர் சி.ஆர். லெசி (C R Lessi) குறிப்பிடுகிறார் (பராக்கிரம பாண்டியன் 2020).

பயிர் நிலம் மீட்ட சகோதரிகள்

தஞ்சைப் பகுதியில், விண்ணமங்கலம் என்ற கிராமத்தைச் சேர்ந்த நாற்பத்தி எண்ணாயிரம் பிள்ளை, மங்கையர்க்கரசி ஆகியோர்

அக்காள், தங்கையர். அவர்கள் அக்கிராமத்தின் ஏரியில் மூழ்கியிருந்த பயிர் நிலங்களைத் தங்கள் செலவில் மீட்டெடுத்து, மறுபயன்பாட்டிற்குக் கொண்டு வந்தனர். அதற்கு நீர் வழங்கிய திருத்திகை என்ற நதியை, அன்னநாடு என்ற ஊரில் மூடச் செய்து, நீர் வற்றியதும், ஏரியைத் தூர்வாரி, ஆழப்படுத்திக் கால்வாய் அமைத்துப் பின் நிலத்தைத் திருத்தி மீட்டெடுத்தனர்.

ஆடலரசனுக்கு அபயம்

சிதம்பரம் தில்லை நடராசர் ஆலயத்தை திப்பு சுல்தான் முற்றுகையிட்டபோது, ஆடல்வல்லானின் ஐம்பொன் சிலையை, வைப்பி என்னும் தாசிதான் காப்பாற்றினாள். ஆலயத்திலிருந்து சிலையை மறைத்து எடுத்துச் சென்று, தனது கிராமத்தின் எல்லையிலுள்ள ஒரு புளியன்மரப் பொந்தினுள் ஒளித்து வைத்தாள். சிலையைத் தேடிய முகமதியப் படையினர் ஏமாந்துபோயினர். முற்றுகை முடிந்ததும் அச்சிலை மீண்டும் அம்பலத்தில் நிறுவப்பட்டது. தேவனைக் காத்த தேவதாசிக்கு நன்றிக் கடனாக, அவ்வூர் "வைப்பிச் சாவடி" எனவும், புளிய மரத்திற்கு "அம்பலப் புளி" எனவும் பெயரிட்டுச் சிறப்பிக்கப்பட்டது (முருகேசன் 2004: 125–126).

கடவுளைக் காத்த கணிகை

முகலாயர் தளபதி மாலிக் கஃபூர் தென்னகத்தில் படையெடுத்து வந்தபோது, கண்ணில்பட்டக் கோயில்களையெல்லாம் சிதைத்துக் கொள்ளையடித்தார். அதில் திருவரங்கம் அரங்கநாதர் ஆலயமும் ஒன்று. இந்தக் கோயில் திரவியங்களைச் சூறையாடியதோடு, மூலவரான பள்ளிகொண்டப் பெருமாளையும் மாசுபடுத்த முயன்றார்.

இப்படையெடுப்பின்போது, அக்கோயிலைச் சார்ந்த தேவதாசிகள் பலரும் கொல்லப்பட்டனர். ஆனால் அதில், தப்பிப்பிழைத்தவர் ஸ்ரீரங்கநாத மாணிக்கம் என்றழைக்கப்பட்ட அம்சலேகா என்ற தேவரடியார். இந்தக் கலவரத்தில் அம்சலேகாவின் தாயாரும், தோழியும், விலாசினி என்ற தேவரடியாரும் கொல்லப்பட்டனர். அதற்குப் பழிக்குப் பழியாக மூல விக்கிரகத்தைக் காப்பாற்ற ஒரு தந்திரம் செய்தாள்.

தன்னை நன்கு அலங்கரித்துக்கொண்டு, கோயிலின் கிழக்கு மதில்மேல் ஏறி நின்று, வெளியில் இருந்த மாலிக் கஃபூரின் படைத்தளபதி மீது பார்வை அம்பைப் பதிக்கவிட்டாள். அவளது மையலில் மயங்கிய தளபதி, அவளை நோக்கி ஓடிவந்தான். ஆனால், அவள் அவனை அண்ட விடாமல் நிறுத்தி, "சற்றுப்பொறுங்கள், எங்களின் ஆண்டவனை வணங்கிவிட்டு வருகிறேன், அப்புறம் நாம் கொண்டாடலாம்" என்று கூறிவிட்டு, ஒரு மூலையை நோக்கிச் சென்றாள். காமப்பித்தம் தலைக்கேறிய தளபதி, அவளை விடாமல் பின் தொடர்ந்தான். இந்த வாய்ப்பைப் பயன்படுத்திக்கொண்டு, அவனை அலைக்கழித்து, மதிலின் ஓரத்துக்கு அழைத்துச் சென்றாள்.

'இதோ எந்தன் தெய்வம் முன்னாலே!' என்று எட்டிப் பார்த்துக் கூறினாள். ஆனால் அங்கே பெரும் பள்ளம்தான் இருந்தது.

அவளது பேச்சைக் கேட்டுத் தளபதி எட்டிப்பார்த்த போது, ஒரே நெம்பாக நெம்பி, அவனது காலை வாரிவிட்டாள். உயர்ந்த மதிலின் மீதிருந்து ஆழப்பள்ளத்தில் வீழ்ந்த தளபதி, உடல் சிதறி மாண்டு போனான்.

தலைவனை இழந்த படை தறிகெட்டுப்போனது; பின்வாங்க முடிவு செய்தது. ஆனால், சிலர் தங்கள் தளபதியைக் கொன்றவளைப் கொன்று பழிவாங்கவேண்டுமென்று அவளைத் தேடி அலைந்தார்கள். அம்சலேகா மிகத் தந்திரமாக மதிலின் மறுபக்கம் இறங்க முயற்சித்தபோது, கீழே விழுந்துவிட்டாள். எதிரிப்படைகள் அயர்ந்து திரும்பிப் போயினர்.

அம்சலேகாவுக்கு மடிகட்டுதல்

மறுநாள் காலையில் அறங்காவலர் குழுத் தலைவர் சிங்கபிரான் குழுவினருடன் வந்து பார்த்தபோது, பேராபத்திலிருந்து பெருமாளைக் காப்பாற்றிய அம்சலேகா, மரணிக்கும் தருவாயில் இருந்தாள். அவர்களிடம், தான் இறந்த பின்னர், பெருமாளின் ஆடையைத் தன் உடல் மீது போர்த்தவேண்டும், அக்கோயிலின் திருமடப்பள்ளியிலிருந்து கொண்டு வரப்பட்ட நெருப்பால்தான், தன் சிதைக்குத் தீ மூட்டவேண்டும் என்று கேட்டுக்கொண்டாள் இந்தக் கௌரவம் தனக்கு மட்டுமின்றி, தேவரடியார் ஒவ்வொருவருக்கும் எதிர்காலத்திலும் தரப்படவேண்டும் என்று வேண்டுகோள் விடுத்தாள். அரங்கனின் திருநாமத்தை முணுமுணுத்தவாறே உயிரை விட்டாள். உலகைக் காக்கும் உலகநாதனை ஒரு தாசி காப்பாற்றிவிட்டாள் (முருகேசன் 2004: 118).

தேவதாசியர் வாழ்ந்தவரையில், 'மடிகட்டுதல்' என்னும் இவ்வழக்கம் திருவரங்கன் கோயிலில் கடைபிடிக்கப்பட்டதாகத் தெரிகிறது.

ஆலயம் எழுப்பி அறக்கொடை

*1920–1930*களில், சென்னையில் மிகுந்த செல்வத்தோடும், செல்வாக்கோடும் வாழ்ந்த தேவரடியார் நாகரத்தினம்மா. அவர், சென்னை ஜோர்ஜ் டவுனில் எத்துணை ஆடம்பரமாக வாழ்ந்தார் என்பதை மருத்துவர் கே. என். கேசரி விவரிக்கும்போது, "சென்னையில் நடைபெற்ற கண்காட்சி மற்றும் விளையாட்டு விழாவுக்கு நாகரத்தினம் வருகை தந்தபோது, பிரதான வாயிலில் யாரையோ பார்க்க

நாகரத்தினம்மாள் கட்டிய திருவையாறு ஆலயம்

மூலவராகத் தியாகராயர்

மக்கள் ஓடுவதைப் பார்த்து நானும் அங்குச் சென்றேன். பெங்களூரு நாகரத்தினம்மா வருவதாகச் சொன்னார்கள். அவர் தன் பரிவாரங்களுடன் வந்த காட்சி அப்படியே என் நினைவில் உள்ளது. அவருக்கு முன்னால் ஒரு பணிப்பெண் வெள்ளிக் கூஜாவில் காஃபியுடன் சென்றாள். இன்னொருத்தி வெந்நீருடனும், மற்றொருத்தி வெற்றிலைப் பெட்டியுடனும் சென்றார்கள். ஒரு பணிப்பெண் ஓலை விசிறியால் எஜமானிக்கு விசிறிக் கொண்டே சென்றாள். அவர்கள் அனைவருமே சர்வலங்காரப் பூஜிதைகளாக இருந்தனர். நாகரத்தினம்மா பட்டுப் புடவை அணிந்து, வைரங்கள் பளபளக்க ஒளிக்கதிர்போல நளினமாக நடந்து சென்றாள். அனைவரும் அவரையே பார்த்துக்கொண்டிருந்தனர். அவர் யார் என்று நான் விசாரித்தபோது, அவர் மிகவும் படித்தவர், ஒரு பண்டிதை என்று சொன்னார்கள். அன்றிலிருந்து நான் தவறாமல் அவரது கச்சேரிகளுக்குச் சென்றுவர ஆரம்பித்தேன்" என்கிறார்.

தேவதாசி என்பதைவிட இசைஞானம் மிக்க சிறந்த பாடகி என்பதற்காகவே அவர் பலராலும் மதிக்கப்பட்டார். திருவாரூக்கு அருகில் கச்சேரி செய்தபோது, தியாகராஜ சுவாமிகளின் சமாதி அழிவில் இருந்ததுகண்டு மனம் வெதும்பி, அதை மீட்டு, ஓர் இசைக் கோவிலாக மாற்ற முடிவுசெய்தார். தேவதாசி யுகம் முடிவுக்கு வந்த பின்னர், அவர் சென்னையிலும் வேறு இடங்களிலும் தமக்கிருந்த சொத்துகளை விற்றுவிட்டு, திருவாரூர் தியாகையரின் சமாதி அமைந்திருக்கும் பகுதிக்கே குடிபெயர்ந்தார். அந்தக் கோயில் நிலத்தை வாங்குவதற்காகத் தனது நன்செய் நிலத்தைப் பரிமாறிக்கொள்ளவும் இணங்கினார். நிதி திரட்டுவதற்காகவே இடைவிடாது கச்சேரிகள் செய்தார். அதைப் புனரமைத்துக் குடமுழுக்கும் செய்வித்தார். அப்போது நடந்த தியாகராயர் கீர்த்தனை விழாவின்போது, அவரும் இசைக் காணிக்கை செய்திட விரும்பியபோது, பெண்கள் பாடுவது மரபல்ல என்று அனுமதி மறுக்கப்பட்டது. மனம் வெதும்பிய நாகரத்தினம்மாள், இரவோடிரவாக நாற்பதுக்கும் மேற்பட்ட பெண் பாடகிகளை வரவழைத்து, ஆண் பாடகர்கள் உள்ளே பாடிக்கொண்டிருக்கும்போதே, கோயிலுக்கு வெளியே தனிக் கச்சேரி நடத்திப் புரட்சி செய்தார். அதன் தொடர்ச்சியாகத்தான் 'ஆண்களோடு பெண்களும் சரிநிகர் சமானமே' என்று மரபு மாற்றியமைக்கப்பட்டது (அருள் சத்தியநாதன் 2015).

நகரத்தினம்மாள் போல் இறைப்பணி செய்யும் திருத்தொண்டைப் பாராட்டி எழுத்தாளர் மாலன் எழுதிய வரிகள் இங்கே மிகவும் பொருத்தமுடையதாக இருக்கும்:

அரசர்கள் இவனைப் போற்றினார்கள்
வித்வான்கள் இவனை விற்றுப் பிழைத்தார்கள்
ஆனால் ஒரு தாசி அல்லவோ
இவனுக்குக் கோயில் கட்டினாள்! – மாலன்

புதுச்சேரியில் தேவரடியார்கள்

(முருகேசன் 2004; கிளமென்ட் ஈஸ்வர் 2002, 2006)

புதுச்சேரியில் தேவதாசியர் பற்றிய விவரங்கள், கல்வெட்டுகள், அயலவர் பயணக்குறிப்புகள் மூலமும், ஆனந்தரங்கப்பிள்ளை, வீரா

நாயக்கர், ரங்கப்ப திருவேங்கடம் பிள்ளை, முத்து விஜய திருவேங்கடம் பிள்ளை ஆகியோரின் நாட்குறிப்புகள் மூலமும் காணக்கிடக்கின்றன. (குப்புசாமி 1980; குப்புசாமி + விசயவேணுகோபால் 2006; முருகேசன் 2004; ஆலாலசுந்தரம் 1992; கோபாலகிருஷ்ணன் 1992; செபஸ்தியன் 2006).

பதிவுகளின்படி, பல்லவர் காலத்தில் தொடங்கி சோழர், நாயக்கர், சிற்றரசர்களான சம்புவரையர் காலத்திலும் புதுச்சேரியில் தேவதாசியர் மரபு பழக்கத்திலிருந்துள்ளது.

பாகூர் திருமூலத்தானமுடையார் கோயிலில் திருப்பணிபுரிந்த வங்காரி, சிங்காரி என்ற இரு தாசியரின் உருவங்கள் பாகூர் ஏரியின் மதகுப்படிக்கட்டுகளில் சிற்பங்களாகச் செதுக்கப்பட்டுள்ளன. அக்கோயில் கருவறைச் சுவர்களின் வெளிப்புறத்திலும், திருபுவனை திருநாராயணப் பெருமாள் கோயிலின் சுவர்களிலும், வில்லியனூர் திருக்காமீசுவரர் ஆலயத்திலும் நாட்டிய மங்கையரின் வடிவங்கள் செதுக்கப்பட்டுள்ளன (கிளமென்ட் ஈஸ்வர் 2006).

வீணை பயிலும் சிறுமியர்

இசைக் குழுவினருடன் தேவதாசியர்

கல்வெட்டுகளில் குறிப்புகள்

மேலும், பாகூர் கோயிலில் காணப்படும் கன்னரதேவன் காலத்துக் கல்வெட்டில், “கணப்பொருமக்களும் தேவரடியாரும்”, என்ற பொறிப்பும் உள்ளது. தேவரடியார்கள் தங்குவதற்கு ‘மத்தவாணச்சேரி’ என்ற தளிச்சேரி யும் இருந்தது இதே போன்று தேவரடியார் பற்றிய கல்வெட்டுக் குறிப்புகள், சோழர்காலக் கோயில்களான, மதகடிப்பட்டு குண்டாங்குழி மகாதேவர், திருபுவனை மாதேவீசுவரம், திருவாண்டார்கோயில் பஞ்சநதீசுவரர், வில்லியனூர் திருக்காமீசுவரர், பண்டைய சோழநல்லூர் மல்லிகார்க்சுனர் ஆலயங்களிலும் கண்டறியப்பட்டுள்ளன. வில்லியனூர் திருக்காமீசுவரர், புதுச்சேரி வேதபுரீசுவரர், உழவர்கரை அகத்தீசுவரர் ஆலயங்களில் தேவதாசிகள் இருந்தனர் என்பது பற்றி ஃபிரஞ்சியரின் பயணக்குறிப்புகளிலும் காணப்படுகின்றன (குப்புசாமி 1974: 86–87; முருகேசன் 2004: 125–126).

ஃபிரஞ்சியர் காலத்தில், தேவதாசிகள்

ஃபிரஞ்சியருக்கு முன்பே புதுச்சேரிக்கு வந்த போர்த்துக்கீசியர் அவர்களை நாட்டியத் தொழில் பயில்வோர் என்ற பொருளில் ‘பெய்லாதேர்’ (*bailadeiras*) என்று அழைத்தனர். 17ஆம் நூற்றாண்டில்,

புதுச்சேரியில் ஆட்சி தொடங்கிய ஃபிரஞ்சியர், அதே சொல்லைத் தங்கள் உச்சரிப்பில் பயாதெர் (*Bayadere*) என்று அழைத்தனர். புதுச்சேரித் தாசியர் பலர் கலைஅறிவோடு, கல்வியிலும், கவிதையிலும் தேர்ந்திருந்தனர். ஏழு வயதில் நாட்டியம் பயின்றதோடு, தேவைக்கேற்ப தமிழ், தெலுங்கு, ஃபிரஞ்சும் கற்றனர்.

ஐரோப்பியர் இத்தகையப் பெண்களை, ஜப்பானில் பரத்தையர் தொழிலில் ஈடுபட்டிருந்த கெய்ஷாக்களாகவே (*Japanese Geishas*) கருதி நாடலாயினர். இந்தியாவுக்கு வந்த ஐரோப்பியர் பலரும், திருமணமாகாமலும், மனைவியில்லாமல் தனியாகவும் வந்திருந்தனர். தங்கள் நாடுகளைப்போல் விபச்சார விடுதிகள் இல்லாத நிலையில், அவர்கள் விபச்சாரிகளைத் தேடிக் கோயிலுக்கும், வீதிக்கும் அலைந்து கொண்டிருந்தனர். இரவில் தமிழர் பகுதிகளில் அவர்களைக் காண்பது அரிதல்ல; அதற்காக வில்லியனூர் வரையில் கூட அவர்கள் போய் வந்தார்கள். தேவரடியாரின் மேன்மை சீரழிந்ததற்கு இதுவும் ஒரு முக்கியக் காரணமே.

1624ஆம் ஆண்டில், திருநள்ளார் தர்ப்பாரண்யேசுவரர் ஆலயத்தில் 36 பேரும், 1824வாக்கில் வில்லியனூர் திருக்காமீசுவரர் கோயிலில் 36 பேரும் இறைப்பணியில் ஈடுபட்டிருந்தனர். கடைசியாக, 1940ஆம் ஆண்டில் கூட திருநள்ளாரில் 18 பேர் இருந்துள்ளனர். வைத்தீசுவரன் கோயிலில் அர்ச்சகர்கள் தெருவிற்கு அருகிலேயே தேவரடியார் தெரு இருந்ததுபோல், புதுச்சேரியிலும் தாசியர் தெரு இருந்ததாக ஆனந்தரங்கப் பிள்ளை குறிப்பிடுகிறார் (கிளமென்ட் ஈஸ்வர் 2006).

புதுவையில் அர்ப்பணிப்புச் சடங்குகள்

புதுச்சேரியில் 'தாசியர் அர்ப்பணிப்பு' முறை சற்றே வேறுபட்டுள்ளது; பல கட்டுப்பாடுகளுடன் கூடியது. தமிழகத்தைப் போலல்லாமல், தாசியின் வாரிசுகளும், வளர்ப்புப் பெண்கள் மட்டுமே தாசியாக மாறினர். இம்முறையில் ஒரு பெண் பருவம் அடையும் முன்பே நட்டுவனார் மூலம் முறையாக நாட்டியம் கற்கவேண்டும். அதில் முதிர்ச்சிப் பெற்றதற் கான நட்டுவனாரின் சான்றிதழுடன், கோயில் அதிகாரி மூலம் ஃபிரஞ்சு அரசுக்கு அனுப்பி, அவர்களது ஒப்புதலைப் பெற்றாகவேண்டும். அதற்கான அனுமதி கிடைத்ததும் அவையோர் முன் ஆடிக்காட்ட வேண்டும். பின்னர், ஒரு நன்னாளில் அவளைத் தாசியாக அங்கீகரிக்கப் 'பொட்டுக் கட்டுதல்' என்ற திருமணச் சடங்கு நடைபெறும்.

வித்தியாசமான பொட்டுக்கட்டுதல்

தாசியாகும் பெண்ணை மணமகள் போலச் சீவிச் சிங்காரித்து, உற்றார் உறவினர் புடைசூழ, மேளதாளத்துடன் ஊர்வலமாகத் திருக்காமீசுவரர் கோயிலை அடைவர்; அவள் முதலில் வலம்புரி விநாயகர் சன்னதியில் வணங்குவாள். பின் உள்ளே சென்று, பரப்பிய நெல் மீது வலது காலையும், உப்பின் மேல் இடது காலையும் வைத்து நிற்பாள். ஒரு சிறிய திரையின் பின்னணியில், நட்டுவனார் தாளம் தட்டச் சிறிது நேரம் நடனம் ஆடித் தன் கலைப்பணிக்குத் கால்கோள் நிகழ்த்துவாள்.

அனைவரும் அங்கிருந்து புறப்பட்டு, சீர் வரிசைகளுடன் மூலவர் சன்னிதிக்குச் செல்வர். கருவறை முன்பு சீர்வரிசைத் தட்டுகள் வைத்து பூசிக்கப்படும். அத்துடன் 'பொட்டு' எனப்படும் தாலி போன்ற ஆபரணம் ஒரு தேங்காய் மேல் வைத்து இறைவனுக்குச் சமர்ப்பிக்கப்படும். பின்னர், அதை மேளதாளங்கள் முழங்க ஈசன் சாட்சியாகப் பெண்ணிற்கு அணிவிப்பதுடன் பொட்டுக்கட்டும் நிகழ்ச்சி நிறைவு பெறும்.

அதைத் தொடர்ந்து, மணமான பெண் தேவரடியாராகி, ஊர்வலமாகத் தன் வீட்டுக்குச் செல்வாள். அங்கு மிகச்சிறப்பான விருந்து நடக்கும். சில சமயம் மற்ற தேவதாசிகளின் ஆடல் பாடலும், நிகழ்ச்சியில் ஆரவாரத்தைக் கூட்டும்.

அது முதல், பொட்டுக்கட்டப்பட்ட பெண் இறைவனின் அடிமை யாவாள். அதாவது தேவதாசியாக அங்கீகரிக்கப்பட்டாள் என்று பொருள். அன்று மாலை, ஆலயத்தின் ஊஞ்சல் மண்டபத்தில் அவளது நடனம் அரங்கேற்றப்படும். அதில் ஊரார் கலந்துகொண்டு, பரிசுப் பொருட்கள் வழங்குவர். அன்று முதலே அவளுக்குப் பிற தேவதாசியர் அனுபவிக்கும் அனைத்து உரிமைகளும் உரித்தாகும்; கோயில் மானியமும் கிடைக்கும்.

புதுவை தாசியர்: வீணையில் தேர்ச்சி; ஆடையில் நேர்த்தி; பார்வையில் குளிர்ச்சி.

கும்ப விளக்கேற்றும் தனியுரிமை

ஏனைய தாசிகளின் கடமைகளையே புதுவைத் தாசியரும் மேற்கொண்டாலும், 'கும்ப ஆரத்தி' ஏற்றும் உரிமை இவர்களுக்கு மட்டுமே உண்டு; அர்ச்சகருக்குக் கூட அந்த உரிமை கிடையாது; அவர்கள் ஏற்றிக் கொடுக்கும் ஆரத்தியைக் காட்டலாம், அவ்வளவே. இதற்கான தனி நடைமுறை இருந்தது. வைகறையில் துயிலெழுந்து, கோயில் குளத்தில் நீராடி, செவ்வாடை உடுத்தி, வாராமல் அள்ளிச் செருகிய கூந்தலுடன், கும்ப விளக்கு என்னும் குடவிளக்கைக் கோயிலில் பெற்றுக்கொண்டு, அதைக் கோயில் குளத்து நீரில் கழுவித் துடைத்து, சந்நிதிக்குக் கொணர்வர். சாமிச் சிலை முன் குடவிளக்கினைத் தாசியரே ஏற்றி, அர்ச்சகரிடம் அளிப்பர். அதைத்தான் அவர் இறைவனுக்கு ஆராதனை காட்டிப் பூசையை நிறைவு செய்வார் (பராக்கிரம பாண்டியன் 2020).

புதுச்சேரியிலும் மடிகட்டுதல் மரபு

புதுச்சேரி மாநிலம், வில்லியனூர் திருக்காமீசுவரர் கோயிலிலும் 'மடிகட்டுதல்' வழக்கம் இன்னும் சிறப்பாகக் கடைபிடிக்கப்பட்டதாக ஆய்ந்துரைத்துள்ளனர். தேவரடியார் இறந்துபோனால், அன்று முதல் இறுதிச் சடங்கு நடக்கும் வரை, கோயிலின் நடை சாத்தப்படும். பின்னர், பரிகாரம் செய்யப்பட்ட பின்னரே நித்திய பூசைகள் தொடரும்.

தெய்வச் சிலைகளுக்கு அணிவிக்கப்பட்ட சேலைகளுள் ஒன்று, மேளதாளத்துடன் எடுத்துச்செல்லப்பட்டு, கோயில் குருக்களால் 'கோடி'யாக சடலத்தின் மீது போர்த்தப்படும். மூலவருக்குப் பூசை செய்த தேங்காய், பழம், வெற்றிலை, பாக்கு முதலியவை தாசியின் மடியில் வைத்துக் கட்டப்படும். பின்னரே சடலம் புதைக்கப்படும். மடிகட்டுதல் என்னும் இந்நிகழ்ச்சி, புதுவையில் தேவதாசிகளுக்குத் தரப்பட்ட தனிமரியாதை ஆகும் (முருகேசன் 2004: 147).

ஆனந்தரங்கர் காலத்தில் தேவதாசியர்

தாசியரும் சமூகச் சடங்குகளும்

தேவரடியார்களாக மிக மரியாதையுடன் நடத்தப்பட்ட காலத்தில், அவர்களைப் பொது நிகழ்ச்சிகளுக்கும், விழாக்களுக்கும் அழைத்து முதல் மரியாதை செய்யப்பட்டது; பட்டுச் சேலைகள் பரிசாக வழங்கப் பட்டன. மங்கல நிகழ்ச்சிகளில் (பெயர், பிறந்த நாள், மஞ்சள் நீர், திருமணம் போன்றவை) அவர்களே முன்னிலை வகித்ததோடு, விழா முடிவில் ஆரத்தியும் எடுத்தனர். ஆரத்தித் தட்டிலும் அவர்களுக்குக் காணிக்கை இடப்படும். திருமணத்தில் தாலி கட்டி முடிந்ததும், நித்திய சுமங்கலிகளான தாசியர் காலில் விழுந்து 'முதல் ஆசி' பெறுவது வழக்கம்.

விநாயகம் பிள்ளை என்பார் தனது வீட்டுத் திருமண அழைப்பைத் தருவதற்காக, ஆளுநர் லெரியின் மாளிகைக்குத் "தாசியர், கொடி, குடை, ஈட்டி நவபத் சகிதமாக ஊர்வலமாகப் போனார்" என்று ஆனந்தரங்கப் பிள்ளை குறிப்பிடுகிறார். புதுச்சேரியின் ஆளுநராக நியமிக்கப்பட்ட

துய்ப்ளேக்சு, ஃபிரான்சிலிருந்து கப்பல் மூலம் வந்திறங்கியபோது, துறைமுகத்திலிருந்து தாசியர் நடனமாடியவாறு வரவேற்கப்பட்டார்.

கோயில் திருவிழாக்களின்போது, சுவாமி ஊர்வலத்தில் உற்சவர் முன்பு அவர்களின் நடனம் முக்கிய நிகழ்வாகும். வேதபுரீசுவரர் ஆலயத்தின் வருடாந்திர உற்சவத்தின் போது, உற்சவர் புதுச்சேரியிலிருந்து புறப்பட்டு, ஒழுகரை அகத்தீசுவரமுடையார் கோயிலுக்குச் செல்லும் போது, தாசியர் ஆடிப்பாடியவாறு முன் செல்வர். ஆங்கிலப் புது வருடப் பிறப்பான ஜனவரி முதல் நாள், வேதபுரீசுவரர் தேர்வலம் நடக்கும்போது, அவர்களது கலை நிகழ்ச்சிகள் கட்டாயம் உண்டு. திருக்காமீசுவரர் கோயில் ஆண்டுத் தெப்பத் திருவிழாவின் போது, அவர்களது இசைக்கச்சேரியும், நாட்டியமும் சிறப்பாக நடந்தேறும்.

சமூக நிகழ்ச்சிகளில், நூல் வெளியீடும் விதிவிலக்கல்ல. 1746ஆம் ஆண்டு ஆனந்தரங்கர் மீது இயற்றப்பட்ட தெலுங்குக் ‘குறவஞ்சி’யின் அரங்கேற்றத்திலும் தாசியர் நாட்டியமாடியிருக்கின்றனர். மங்கல நிகழ்ச்சிகள் மட்டுமல்லாது, துயர நிகழ்ச்சியிலும் அவர்கள் பங்கேற்றுள்ளனர். சென்னைப் பட்டின வாயிலுக்கு அப்பாலிருந்த மயானத்திற்குச் செல்லும் சவ ஊர்வலங்களில் பறை, கொம்பு, தீவட்டி, பல்லக்கு, குதிரைகளுடன் தாசியரும் சென்றனர் (ஆலாலசுந்தரம் 1992, 1999; கோபாலகிருஷ்ணன் 1992).

இந்தியர்களோடு, ஃபிரஞ்சியரும் தங்களது விழாக்களுக்குத் தேவதாசியரின் கலை நிகழ்ச்சிகளை நடத்தியிருக்கிறார்கள். துய்ப்ளேக்சுவின் மனைவி ழான் மதாமின் இரண்டு மகள்களின் திருமணத்திலும் இரவில் தாசியரின் நடனம் நடந்தது. “புதுச்சேரியில் தேவரடியாருடைய ஆடல், பாடல் இல்லாமல் திருமணங்கள், ஊர்வலங்கள் போன்ற எந்தவிதமான விழாக்களோ, குடும்ப நிகழ்வுகளோ, கொண்டாட்டங்களோ நடைபெறுவதில்லை; சமூகத்தில் அவர்கள் மிகவும் மரியாதையுடன் நடத்தப்பட்டனர்” என்கிறார் புதுவையில் தங்கியிருந்த ஃபிரஞ்சு வானியல் அறிஞர் லெ ழாந்த்தி (1779: 170).

வலங்கை – இடங்கை தாசியர்

சோழர் காலச் சமுதாயந்தொட்டு வலங்கை – இடங்கை என்று இருந்த இரு பெரும் சமூகப் பிளவுகள், தேவரடியாரையும் விட்டு வைக்க வில்லை. அது புதுச்சேரியிலும் இருந்துவந்ததைப் பதிவுகள் விவரிக்கின்றன.

வேதபுரீசுவரர் கோயிலின் உரிமை பற்றி வலங்கை, இடங்கை பிரிவினருக்கிடையே ஆளுநர் எபேர் காலத்தில் தகராறு ஏற்பட்டது. அதற்குத் தீர்வாக வேதபுரீசுவரர் கோயில் வலங்கையினருக்கு என்று முடிவு செய்யப்பட்டது. இடங்கைப் பிரிவினருக்காகப் புதிதாகக் காளத்தீசுவரன் கோயில் கட்டித்தரப்பட்டது. அதற்கேற்ப தாசியரும் பிரித்து ஒதுக்கப்பட்டனர். வலங்கைப் பரிவினர் உயர்ந்தவர்களாகக் கருதப்பட்டதால், இடங்கை வீதியில் வலங்கைத் தாசிகள் செல்லலாம்; தடையேதுமில்லை. ஆனால், வலங்கை வீதியில் இடங்கையினர் செல்லவேண்டுமானால், ஆளுநரின் அனுமதிச் சீட்டுப் பெற்று ஒப்புகையிட்ட பின்பே போகமுடியும்.

தடம் மாறியதால் வந்த தகராறு (ஆரபி: மே 28, 29, 1750)

வலங்கை பெரிய மனிதர்கள், வீதியில் சென்றால் இடங்கைத் தேவதாசிகள் எழுந்து நிற்க வேண்டும் என்பது எழுதப்படாத விதி. ஆனால், ஒரு சமயம் அப்பு என்ற வலங்கையர், வெள்ளைக் குதிரையில் ஏறி வந்தபோது, இடங்கைத் தேவரடியார்கள் நிற்காததால் காவல் துறையில் புகார் அளிக்கப்பட்டது. காவலர்கள் அவர்களைக் கைதுசெய்து காவலில் வைத்தனர். இடங்கை செட்டி வணிகர்கள் சிலர் அவர்களை மீட்க முயற்சி செய்தபோது, அதற்கு ஈடாகப் பணம் வேண்டுமென்றாராம், ஆளுநர் துய்ப்ளேக்சு. இடங்கை பெரியோர்கள் போகும்போது, வலங்கைத் தேவரடியார்கள் எழுந்து நிற்பது வழக்கமில்லை என்று சுட்டிக் காட்டியபோது, வலங்கையினர் வரும்போது இடங்கையினர் எழுந்து நிற்பதுதான் வழக்கம், நீங்கள் சொல்வதுபோல் வலங்கையினர் நிற்பது வழக்கமல்ல என்று ஆளுநரே குறுக்கிட்டார்.

நான் ஒன்றும் அவர்களின் கோயில் தெருவில் குதிரையில் வரவில்லை; பொது வீதியில் தான் வந்தேன். எம் இனத்தவருக்கு மட்டுமே வெள்ளைக் குதிரையில் ஏறிவரும் சிறப்புச் சலுகை இருக்கிறது. ஆகவே, இடங்கை தாசியர் எழுந்து நிற்கத்தான் வேண்டும் என்று வலங்கை அப்பு முதலி வாதிட்டார். இந்தச் சச்சரவை, ஆளுநர் துய்ப்ளேக்சுவின் யோசனைப்படி, ஆனந்தரங்கப் பிள்ளையே சுமூகமாகத் தீர்த்து வைத்தார் *(ஆரபி: மே 28, 29, 1750).*

அந்நிய பூமியில் அரும்பிய கவிமலர்

இலங்கையின் யாழ்ப்பாணத்தில், கைத்தடி விக்னேசுவரர் ஆலயத்தின் அறங்காவலர் வேலப்ப முதலியார். அவரது அழைப்பை ஏற்றுத் தமிழகத்தின் குளிக்கரையிலிருந்து, கமலாம்பிகை என்ற தேவரடியார் 1950ஆம் ஆண்டு தனது ஐந்து புதல்வியரோடு புலம்பெயர்ந்தார். அவரது ஐந்தாவது மகளான அஞ்சுகம் 12 வயதில், ஸ்ரீ பொன்னம்பலவாணேசுவரர் ஆலயத்தில் திருப்பாட்டுத் தாரணம் செய்விக்கப்பட்டு தேவரடியாராக அர்ப்பணிக்கபட்டார். வர்த்தகர் சின்னையா பிள்ளையின் அபிமான மனையாளாகவும் வாழ்ந்த அவர், ஆழ்ந்த புலமை மிக்கவர். 44 நூல்களின் சாரத்துடன், தங்கள் குல வரலாற்றை 'உருத்திரக் கணிகையர் வரலாறு' என்று பதிவு செய்திருக்கிறார்.

போலியான வர்ணாசிரமப் புனைவுகளை, மெய்யான விழுமியம் என்று ஒழுகிய ஒரு சமூகத்தின் பலிகடாவான அஞ்சுகம், தன் அறிவுத் திறமையால் சிறந்த வரலாற்றாசிரியராகத் திகழ்கிறார்.

('மலையகத் தமிழகத்தின் முதல் பெண் ஆளுமை' என்ற கட்டுரையில் – நூல்: கூலித் தமிழ் – மு. நித்தியானந்தன் – 2014)

தமிழகத்தில், இடங்கைப் பிரிவைச் சார்ந்த சக்கிலியர் ஒருவர், தலைப்பாகையில் ஒற்றைச் சிவப்புப் பூவைச் செருகிக் கொண்டு வந்ததை எதிர்த்து, வலங்கையினர் கலவரம் செய்ததாக அபே துய்புவா *(1928)* வியக்கிறார்.

கல்வியிற் சிறந்த குப்பு

புதுவையைப் பூர்வீகமாகக் கொள்ளாமல், அடிக்கடி வந்துபோன ஒரு தாசி குப்பு என்கிற பெரிய குப்பு. இவர் மாயூரம் என்னும்

மயிலாடுதுறையில் வாழ்ந்தவர், கல்வி கேள்விகளில் சிறந்து விளங்கிக் கவிஞராகப் பரிணமித்தவர். புதுவைக் கவிஞர் சவராயலு நாயகரின் (1829–1911) சமகாலத்தவர். 1861ஆம் ஆண்டு ஜூன் மாதம் 9ஆம் நாள், சம்பா கோயிலின்முன் ஆளுநர் துய்ரான் துய்ப்ராய் (Durand d'Ubraye) முன்னிலையில், புகழ்மிகு கவிஞர் சவராயலு நாயகர் விழாவில் கலந்து கொண்டு, அவரைப்பற்றி ஐந்து பாடல்களில் புகழ்ந்துள்ளார். சவராயலு நாயகரின் வாரிசு செயராயலு நாயகர் 1904இல் பதிப்பித்த தனிப்பாடற்றிரட்டு என்ற நூலில் அவரது கவிதைகள் உள்ளன.

கவிச்சக்ரவர்த்தி கம்பர் தாம் எழுதிய காவியமான இராமாயணத் திற்குத் தஞ்சைத் தாசி அஞ்சனாட்சியிடம் சாற்றுக்கவி பெற்றாராம். கணிகையர் மரபில், தோன்றினாலும் சாற்றுக்கவி இயற்றுமளவிற்கு அஞ்சனாட்சியின் புலமை சிறந்திருந்தது. கம்பராமாயணத்தில் பாலகாண்டத்தில், மிதிலைக் காட்சியில், கணிகையர் பற்றிக் கம்பர் குறிப்பிட்டிருந்தார். இதனால் மகிழ்வுற்ற அஞ்சனாட்சி, ஒரு 'துதிக்கவி' பாடிக் கொடுத்தார்.

அம்பராவணி சடையரன் அயன் முதல்
உம்பரான் முனிவரால் யோகாரால் உயர்
இம்பரான் பிணிக்கு அரும் இராம வேழம் சேர்
கம்பராம் புலவரைக் கருத்திருத்துவாம்

என்று பாராட்டினார் (கிளமென்ட் ஈஸ்வர் 2006:14).

அத்தகைய புலமை தாசி குப்புவிடமும் இருந்தது. 'மனுச்சோழச் சக்ரவர்த்தி வாசகப்பா' என்னும் நூலுக்கு அவர் வழங்கிய சாற்றுப்பா:

மியூரும் முகிற்குலங்கள் பொங்கரில் வாழ் புதுவை நகர்மேலோன் நல்ல
தாயாரும் புகழ்நாரா யணசாமி மனுச் சோழன் சரிதப்பாவை
வேயூரு முத்தனடி யவர் படிக்கப் பார்க்க அதை விரும்பிக் கேட்க
வாயூருங் கண்ணாடும் செவிதேடும் மேலினியாம் வழுத்தல் என்னே!

– (தனிப்பாடல் திரட்டு 164).

"கடைநிலத்தோ ராயினும் கற்றறிந் தோரைத் தலைநிலத்து வைக்கப் படும்" என்ற நாலடியாரின் (133) கூற்றுக்கு இவர்கள் சிறந்த எடுத்துக்காட்டுகளாவர் (முருகேசன் 2004: 183).

மானியம் அளித்த மன்னர்கள்

இராஜராஜ சோழன் 400 ஆடல் மகளிர் ஒவ்வொருவருக்கும் ஒதுக்கிய நிலம் (நிவந்தம்) போலவே, புதுச்சேரியில், கன்னரதேவனின் 22வது ஆட்சியாண்டில் (கி.பி. 962) வா(பா)கூர் திருமூலநாதர் கோயிலில் இருந்த தேவரடியார்களுக்கு ஆடுகள் கொடுத்த செய்தி ஒரு கல்வெட்டில் காணப்படுகிறது. "இந்நாட்டிற் கட்டிலெறு மன்றாடி வசமொரு ஆடு குடுப்பதாகவும், குடாது திறம்பிளொமைக் கணப்பெருமக்களும், தேவரடியொரு மிரண்டாடு பிடித்துக் கொள்ளப் பெறுவதாகவும்" என்பது கல்வெட்டு வாசகம் (குப்புசாமி 1974; முருகேசன் 2004: 660).

புதுச்சேரியின் தெற்கில் அழிசிப்பாக்கம் (அபிஷேகப்பாக்கம்) அருகே தேடுவார் நத்தம் என்ற ஊர் உள்ளது. நத்தம் என்றால்

தானமாகக் கொடுக்கப்பட்ட நிலப்பகுதி என்று பொருள். வில்லியனூர் தாசியருக்காக, அரச மானியமாகத் தரப்பட்ட ஊர் தேவரடியார் நத்தம் எனப்பட்டது. அதுவே நாளடைவில் மருவி, தேடுவார் நத்தமாகி விட்டது (கிளமென்ட் ஈஸ்வர் 2006).

புதுவைத் தாசியரின் அறக்கொடைகள்

புதுச்சேரிப் பகுதிகளில், பல்லவர் காலத்து வங்காரி – சிங்காரி சகோதரிகள், சோழர் காலத்து ஊசி, வள்ளி, விஜயநகரப் பேரரசுக் காலத்து ஆயி, ஃபிரஞ்சியர் காலத்துக் கண்ணம்மா ஆகியோரின் அறப்பணிகள் குறிப்பிடத்தக்கன.

ஃபிரஞ்சு ஆய்வறிஞர் ழுவேோ துய்ப்ரேய், ஜென்மராகினி மாதாக் கோயிலின் படிக்கட்டுகளிலிருந்து 1935இல் ஏழு கல்வெட்டுத் துண்டுகளைப் படி எடுத்தார். அதில் ஒன்றில், மூன்றாம் இராசேந்திரச் சோழன் காலத்திய 13ஆம் நூற்றாண்டுக்கான எழுத்தமைதியில், திருக்கோயில் ஒன்றுக்குத் தேவரடியார் ஒருவர் கொடையளித்த செய்தி (க.421) பொறிக்கப்பட்டுள்ளது (முருகேசன் 2004; குப்புசாமி–விசயவேணுகோபால் 2006).

வாரிக் கொடுக்கும் வள்ளண்மை

வில்லியனூரில் வசித்தவர் தாசி கண்ணம்மாள். அவர், தன் சகோதரி குப்பம்மாளின் ஒப்புதலுடன் தான் வசித்துவந்த வீட்டையும், நிலம், பொன்பொருளுடன் சொத்து முழுவதையும், கோகிலாம்பாள் கோயிலில் தெப்பத் திருவிழாவும், விநாயகர் சதுர்த்தியும் கொண்டாட தானமாக அளித்துள்ளார். 1918 ஜூலை 7ஆம் நாள், டிசம்பர் 12ஆம் நாள் பதியப்பட்ட ஆவணங்களில், “சன்னிதித் தெருவில் பங்களா உருவ அமைப்புடன் கிழக்கு பார்த்த வீடு, தோட்டம், கிணறு, மரம், செடி, கொடிகள் அனைத்து சமுதாயங்கள் தானம்” என்று குறிப்பிடப்பட்டுள்ளது. அதற்கான தானப்பத்திரம் ஃபிரான்சு நாட்டில் ஆவணக்காப்பகத்தில் இன்றும் உள்ளது. அவர் கொடையளித்த ஈரடுக்கு மாளிகை, கோயிலின் தெற்கு சன்னதித் தெருவில் கிழக்கு நோக்கி இருக்கிறது; ஆனால் இப்போது சிதைந்து கிடக்கிறது. அந்த ஆலயத்தில், 1822–1824இல் 36 தாசிகள் இருந்தனராம். அவர்களில் பலர், மூலவர் உடனுறையும் தேவியர் பெயரையே தாங்களும் சூட்டிக்கொண்டனர். கோகிலாம்பிகை, கோகிலாம்பாள், குயிலாம்பாள் என்பன சில தாசியர் பெயர்கள். ஒரு சிலர் மரியாதையுடன் அம்மா என்ற அடைமொழியால் அழைக்கப்பட்டனர் (செபஸ்தியன் 2006; கிளமென்ட் ஈஸ்வர் 2006).

கிருஷ்ண தேவராயரும் ஆயியும்

(முருகேசன் 2004: 156–161)

பதினாறாம் நூற்றாண்டில் விஜயநகரப் பேரரசரான கிருஷ்ண தேவராயர் (1509–1530), தென்னகம் முழுவதும் வெற்றிக்கொடி நாட்டியபின், தொண்டை மண்டலத்தினையும் வெற்றி கொண்டார். தன் ஆளுமைக்குள்ளான பகுதிகளைப் பார்வையிட 1520ஆம் ஆண்டு வாக்கில் வந்த அவர், செஞ்சியில் தங்கியிருந்தார்.

உள்ளங்காலில் முடி வளர்ந்த உய்யகொண்டான்

அப்போது, 'புதுச்சேரிக்கு அருகே உள்ள ஒழுகரை என்ற ஊரில் ஆதி வேதபுரீசுவரர் (அகத்தீசுவரர்) கோயில் அருகில் வாழும் உய்ய கொண்ட விஸ்வராய முதலியார் என்பவர்க்குத் தேகம் முழுவதிலும், உள்ளங்கால்களிலும் அடர்த்தியான முடிவளர்ந்துள்ளதாம். இதை மறைப்பதற்காக அவர் தங்கத்தினாலான காலணிகளை அணிந்துள்ளாராம்' என்று தான் கேள்விப்பட்ட அதிசயம் பற்றி அமைச்சர் அப்பாஜி மன்னரிடம் கூறினார்.

இதைக் கேட்டவுடன் மன்னருக்கு ஆர்வம் மேலிட்டது. மறுநாளே அதை நேரில் காணவேண்டுமென்று ஒழுகரை நோக்கிப் புறப்பட்டார். உய்யகொண்ட முதலியாரைப் பார்த்து முடித்தபோது, அந்தி சாயத் தொடங்கியது. அங்கிருந்து மன்னரது பரிவாரங்கள், முத்தரையர்பாளையம் தாண்டி வழுதாவூர் வழியாகப் போய் செஞ்சியை அடைவதற்காகப் போய்க்கொண்டிருந்தன. அப்போதுதான் ஒரு விசித்திரமான சம்பவம் நிகழ்ந்தது.

குடிநீர்க் குளம் தொட்ட ஆயி (முருகேசன் 2004: 156–161)

புதுவையின் தாசிமார்களுள் புகழ்மிக்கவர் ஆயி என்பார். முத்தரையர்பாளையத்தில் கணிகைத் தொழில் செய்து வந்த ஆயி, புதுவை மக்களுக்கு நீராதாரம் அமைத்த செயலால் இன்றும் போற்றப்படு கின்றாள். ஆனால், அதன் பின்னணியில் பெரிய வரலாறு அல்லவா பொதிந்துள்ளது!.

கிருஷ்ண தேவராயர் முத்தரையர்பாளையத்தை நெருங்கும்போது, தூரத்தே ஒரு மாளிகை தீப அலங்காரங்களால் ஒளிர்ந்துகொண் டிருந்தது; காற்றிலோ அகிலும் சந்தனமும் கலந்த சுகந்த மணம் வீசியது; மாளிகையின் நெடுங்கதவுகள் அகலத் திறந்திருந்தன. ஆக, அது செல்வச் செழிப்பான ஆலயம் போலவே காட்சியளித்தது.

ஆலயம் தொழுதது ஆபத்தானது

ஆன்மீகத்தில் மிகுந்த நாட்டங்கொண்ட மன்னரின் கைகள் தாமாகவே மாளிகையை நோக்கிக் கூம்பின; தலையைக் கவிழ்த்து மனமார

LEGENDA.

REMOTISSIMO TEMPORE, KICHNARAYER CUM APPAZIAYER MINISTRO VESPERTINUM ITER FACIENS, AYES BAYADERÆ DOMUM SPLENDIDISSIME ILLUMINATAM PROXIME ASPEXIT ET TEMPLUM ESSE CREDENS ADORAVIT.

ERRORIS, PAULO POST, CONSCIUS, DOMUM EVERTI JUSSIT. ET STAGNUM IN IPSO LOCO CAVARI, QUOD MOUTREPALEONIS STAGNUM ET PUTEUM DE SUO, INSTITUENDI ET NOMEN FONTIBUS IMPONENDI, BAYADERÆ AYES SUPPLICITER DEPRECANTI VENIA DATA EST.

FATUR QUOQUE BANGARVAIKAL CANALEM BANGARI BAYADERAM ET BAHUR STAGNUM IPSIUS SOROREM SINGARI BAYADERAM EXCAVASSE.

நீர் வளம் பெருக்கிய தேவரடியார் ஆயி, பங்காரி, சிங்காரி பற்றிய இலத்தீன் கல்வெட்டு (19ஆம் நூற்றாண்டு)

வணங்கி நிமிர்ந்தார். உடன் வந்த பரிவாரமும் மன்னரைப் போலவே மரியாதை செய்தனர்.

மன்னரைக் காணத் தெருமருங்கில் கூடியிருந்த மக்கள் இதைக் கண்டு வியப்படைந்தனர்; வேதனையுற்றனர். 'மன்னர் வணங்கியது கோயிலன்று; ஆயி என்னும் தாசியின் அலங்கார மாளிகைதான்' என்பதை மன்னருக்குத் தெரிவித்தனர். அதைக்கேட்ட மன்னர் அதிர்ச்சியடைந்தார். ஆடல் மகளின் மாளிகையை ஆலயமென்று வணங்கிவிட்டோமே என்ற அவமானம் பிடுங்கித்தின்றது; ஆத்திரம் தலைக்கேறியது.

'எனக்குத் தவறான அறிகுறிகள் காட்டிய அந்த மாளிகையை இடித்துத் தரைமட்டமாக்குங்கள். அந்த இடத்தில் ஒரு குளம் வெட்டி, கிணறும் தோண்டுங்கள்' என்று ஆணையிட்டார்.

பரிகாரம் தேடிய ஆயி

அரசனின் வருகையும், அதன் விளைவும் ஆயியின் காதுகளில் விழுந்தன. விழுந்தடித்துக்கொண்டு ஓடிவந்த ஆயி, மன்னர் முன் மண்டியிட்டு மன்னிப்புக் கோரினாள். அரசரின் ஆத்திரம் தணிக்கும் வகையில், தாசித் தொழிலையே விட்டு விடுவதாகவும், தனது மாளிகையைத் தானே இடித்துத் தள்ளி, அங்கே ஒரு குளமும், கிணறும் தோண்டுவதாகவும் கண்ணீர் மல்க மன்றாடினாள். மனம் வருந்தித் தாள்

வேண்டுகோள் விடுக்கும் ஆயி – கிருஷ்ணதேவராயர்

பணிந்த ஆயியின் குணம் உணர்ந்த மன்னர், அவளது வேண்டுகோளை ஏற்றுக்கொண்டு, மன்னித்தார். பின்னர் தன் பயணத்தைத் தொடர்ந்தார்.

மன்னருக்கு அளித்த வாக்குறுதியின்படி அன்று ஆயி வெட்டிய குளம்தான் புதுச்சேரியின் குடிநீர்த் தேவைக்குப் பின்னாளில் ஆதாரமானது. ஆயியின் கொடையைப் போற்றும் வகையில் ஃபிரஞ்சு அரசு 1866இல் எழுப்பிய நினைவு மண்டபம் (ஜல மாளிகை) கடற்கரை அருகில், பாரதி பூங்காவின் நடுவே ஆயி மண்டபம் என்ற பெயரில் அழகுற நிற்கிறது. இதன் வரலாற்றுச் சுருக்கம் இலத்தீனிலும், தமிழிலும் கல்வெட்டில் பொறிக்கப்பட்டுள்ளது.

கடலூருக்குத் தெற்கே, குள்ளஞ்சாவடி அருகே, ஆயிகுப்பம் என்ற ஊர் தற்போதும் உள்ளது. அது ஆயியின் கருணையைப் பாராட்டி மன்னர் அளித்த நிவந்தமாக இருக்கலாம் (கிளமென்ட் ஈஸ்வர் 2006).

தாசி ஊசியும் ஊசுட்டேரியும்
(முருகேசன் 2004: 161–162)

ஊசி ஒரு தாசி; ஆயியின் தங்கை என்றும் கூறப்படுகிறது. கி.பி. 16ஆம் நூற்றாண்டில் வாழ்ந்தவள். அவள் பெயரால் வழங்கப்படும் ஊசுட்டேரிக்கும் அவளுக்குமான தொடர்புகள் பற்றி வேறு வேறான செவி வழிச் செய்திகள் கிடைத்துள்ளன.

கிருஷ்ணதேவராயரின் கட்டளைக்கிணங்க ஆயி ஒரு குளம் வெட்டிப் பெயர்பெற்றதுபோல், தானும் ஓர் அருஞ்செயல், அறச்செயல் செய்யவேண்டுமென்று ஊசியும் உந்துதல் பெற்றாள். அன்றைய நாளில் ஒழுகரைப் பகுதியில் முறையான பாசன வசதி இல்லை; எனவே பயிர்த்தொழில் பழகுதல் சிரமமாயிருந்தது. குறிப்பாக, மழைவளம் குன்றிய காலங்களில் பயிர்கள் மிகவும் நசிந்தன. எனவே, அங்கிருந்த வனப்பகுதியில் நீராதாரமாக ஒரு ஏரியை வெட்டுவதற்கு அனுமதிக் கோரி அரசரிடம் விண்ணப்பித்தாள். அரசர் அனுப்பிய ஆட்களைக் கொண்டு, தன் செலவில், ஒரு பெரிய ஏரியை வெட்டுவித்தாள். மழை நீரை அதில் தேங்க வைத்து, நிரந்தர ஏரிப்பாசனத்திற்கு வழிவகுத்தாள். அதற்கான முழுசெலவையும் ஊசியே ஏற்றுக்கொண்டாள். ஊசி வெட்டுவித்த ஏரி, அவளது பெயராலேயே ஊசுட்டேரி என்று பெயர் பெற்றது.

ஃபிரஞ்சியர் காலத்தில், செஞ்சியாற்றிலிருந்து ஒரு நீர்வரத்து வாய்க்கால் வெட்டப்பட்டு அதன் நீர்க் கொள்ளளவு அதிகரிக்கப்பட்டது. ஏழு கி.மீ. சுற்றளவும், 15 ச.கி. மீட்டர் பரப்பளவும் கொண்ட இந்த ஏரி, ஏழு கிராமங்களுக்கும், 3800 ஏக்கர் நிலத்திற்கும் நீராதாரமாக விளங்குகிறது. தவித்த உழவுக்குத் தண்ணீர் வளம் காட்டிய தாசி ஊசியின் பேரும் புகழும், தமக்கை ஆயியைப் போலவே இன்றளவும் பேசப்படுகிறது.

ஒழுகரை எரியும் ஊசிட்டேரியும்

இது ஒரு புறமிருக்க, இன்னொரு நாட்டுப்புறக் கதையும் நிலவுகிறது. பிற்காலச் சோழர் காலத்திலேயே (10–13 நூற்றாண்டுகள்), ஊசுட்டேரி இருந்ததற்குக் கல்வெட்டுச் சான்றுகள் உள்ளன. அப்போது அது ஒழுகரை ஏரி எனப்பட்டது. புதுவைப் பகுதியிலேயே மிகவும் பெரிய ஏரி என்ற பொருளில் 'பெரியேரி' என்றும் வழங்கப்பட்டு, அதுவே காலப்போக்கில் 'பரியனேரி' என்று மருவியது. சோழர்களுக்கு முன்பே, பல்லவர் வம்சத்து அரசனான கோப்பெருஞ்சிங்கன் ஒழுகரை ஏரிக்கு வாய்க்காலும், மதகும் அமைத்துக்கொடுத்தான் என்பதும் கல்வெட்டுக் காட்டும் செய்தியாகும்.

ஆயியின் தங்கை ஊசி என்று நம்புவோமானால், அவர்கள் இருவரும் வாழ்ந்த காலம் 16ஆம் நூற்றாண்டாகும். எனவே, காலத்தால் முந்திக் காணப்படும் ஊசுட்டேரியை, ஊசிதான் புதிதாக நிர்மாணித்தாள் என்பது பொருந்தா வாதம். ஆனால், ஏற்கெனவே இருந்த ஏரியைத் தூர் வாரி, ஆழப்படுத்தி, பாசனம் மேம்பட வழி செய்தாள் என்று கூறும் கதை உண்மையாயிருக்க வாய்ப்புண்டு (முருகேசன் 2004: 161–162).

கடம்பேரிப் பராமரிப்பில் கணிகையர் இருவர்
(முருகேசன் 2004: 162–163)

பாகூர் திருமூலநாதர் கோயிலில், சிங்காரி, பங்காரி என்ற இரண்டு சகோதரிகள் தேவரடியாராகப் பணிபுரிந்தனர். அவ்வூரில் கடம்ப மரங்கள் மண்டிக்கிடந்த ஓர் ஏரி இருந்தது. அதற்குக் கடம்பேரி என்று பெயர். மன்னர் காலத்துக் கொடையாக, விவசாயப் பாசனத்திற்காக வெட்டப்பட்ட இந்த ஏரி, நாளடைவில் தூர்ந்துபோனது. புதுச்சேரி யிலேயே இரண்டாவது பெரிய ஏரியான கடம்பேரி தூர்ந்துபோனதால், விவசாயிகள் பெரும் துயரத்திற்குள்ளானார்கள்.

தேவதாசிகளான பங்காரி – சிங்காரி இருவரும் மிகுந்த செல்வந்தர்களாகவும் இருந்தனர். சிங்காரி தன் சொந்தச் செலவில் ஏரியைத் தூர்வாரி, ஆழப்படுத்தியதோடு, அதன் கரைகளையும் எட்டு கிலோமீட்டருக்குப் பலப்படுத்தினாள். நீர்ப் பிடிப்புப் பகுதியையும் ஆறு சதுர கிலோமேட்டருக்கு விரிவாக்கியதால், 6000 ஏக்கர் நன்செய் நிலம் பாசன வசதி பெற்றது. ,

அவரது சகோதரி பங்காரியும் கொடையுள்ளம் கொண்டிருந்தாள். தனது பங்கிற்கு, அதன் நீர் வரத்தை உறுதி செய்வதற்காக, அருகில் ஓடிய தென்பெண்ணையாற்றிலிருந்து, சொர்ணாவூர் தொடங்கிப் பதின்மூன்று கிலோ மீட்டர் நீளத்துக்கு, நீர்வரத்துக் கால்வாய் ஒன்றும் வெட்டினாள். நீர் வெளியேற்றத்தை நெறிப்படுத்த ஒரு கலிங்கலும் கட்டினாள். ஏரிப் பராமரிப்பில் பெரும் பங்களித்த பங்காரியின் பெயரால், அது பங்காரி வாய்க்கால் எனப்படுகிறது (குப்புசாமி 2001).

புதுவையை ஒட்டிய பத்தொன்பது கிராமங்களைச் சேர்ந்த ஆறாயிரம் ஏக்கர் நிலம் அதனால் இன்றும் பாசன வசதி பெறுகிறது. இந்தப் பொதுநலப்பணியில் இவர்களுக்கு 'ஏரமடி' என்பவர் பெருந்துணை புரிந்தார்.

ஏரிக்காவலர் எரமடி

ஆனால் எந்த ஏரியை அவர்கள் புனரமைத்தார்களோ, அதே ஏரியில் ஒரு நாள் அவர்களின் உடல்கள் மிதந்து வந்தன. அதனால் ஆத்திரமடைந்த ஏரமடி, அவர்களின் சாவுக்குக் காரணமானவர்களைப் பழிவாங்கினார். ஒரு கனவுத்திட்டமாகத் தங்களின் சேமிப்பையெல்லாம் கொட்டி, ஏரித் திருப்பணி செய்த பங்காரி – சிங்காரிக்காக, அந்த ஏரியைப் பாதுகாக்க அதன் கரையிலேயே ஏரமடி தினக்காவலில் அமர்ந்து விட்டார்.

அந்த அபூர்வ சகோதரிகளின் உருவங்கள், 1844இல் கட்டப்பட்ட வெள்ளவாரிக் கலுங்கலின் நடுவில், நீர் மட்டத்தில் கடம்பேரியின் வடக்கு மதகுப் படிக்கட்டில் புடைப்புச் சிற்பங்களாகச் செதுக்கப்பட்டுள்ளன. அவர்களது துணைவனும், 'ஏரமடி ஐயனார்' என்ற காவல் தெய்வமாகக் கரையோரம் நின்று இன்றும் காவல் செய்கிறார் (மாலை மலர் – சிறப்பிதழ் 2019). நாட்டுப்புறக் கதையானாலும், இந்த நினைவுச் சின்னங்கள் பாகூர் தேவதாசியரின் அறக்கொடைக்கு மெய்ப்புகள் அல்லவா!

அரசின் கல்வெட்டில் அங்கீகாரம்

மேலும், ஆளுநர் போந்த்தாம் *(Bontemp)* நிர்வாகத்தில், 1866இல் அமைக்கப்பட்ட ஆயி மண்டபக் கல்வெட்டில், "பங்கார் வாய்க்கால் வெட்டிய நாட்டியக்காரி பங்காரி என்பவராலும், பாகூர் ஏரி அவரது சகோதரி நாட்டியக்காரி சிங்காரி என்பவராலும் தோண்டப்பட்டன" (புதுவை மாநிலக் கல்வெட்டு : 69) என்ற செய்தி ஃபிரஞ்சு அரசால் அதிகாரபூர்வமாகப் பொரிக்கப்பட்டுள்ளது. "சிங்கார ஏரிக்குப் பங்காரு வாய்க்காலால் சேருந்தண்ணீர்" என்று பத்தொன்பதாம் நூற்றாண்டில் பாகூரைப் பூர்வீகமாகக் கொண்ட கவிஞர் சவராயலு நாயகர் பதிவிட்டிருப்பதும், தாசியர்தம் வள்ளண்மைக்கும், அதன் உண்மைத்தன்மைக்கும் வலுசேர்க்கிறது. இன்றும், கடம்பேரி நிறைந்து வழியும்போது, ஊர் மக்கள் வங்காரி – பங்காரிக்கு விழாவெடுக்கிறார்கள்.

ஆனந்தரங்கப் பிள்ளை காலத்தில் தாசியர் நிலைமை

ஆனந்தரங்கப் பிள்ளையின் நாட்குறிப்பிலிருந்து அவரது காலத்தில் நிலவிய தேவதாசி மரபின் பல்வேறு பரிமாணங்களை அறிய முடிகிறது.

மோசடி ரங்கம்மாள்

தாசி ரங்கம்மாளின் கதை சற்றே வித்தியாசமானது. ரங்கம்மாளின் பூர்வீகம் திருச்சிராப்பள்ளி. தளவாய் கஸ்தூரி ரங்கய்யன் என்பவரின் மனைவி, ஆனால், எவ்வாறோ தாசித் தொழிலில் வீழ்ந்ததால், திருச்சியை விட்டுவிட்டு காரைக்காலுக்கு வந்தாள். அங்கு வாசம் நான்கு மாதமே; பின்னர் புதுச்சேரிக்கு வந்து நிரந்தரமாகத் தங்கிவிட்டாள்.

1745ஆம் ஆண்டில் ஒரு நாள், புதுச்சேரியைச் சேர்ந்த திருவேங்கடம் பிள்ளை, வீராச் செட்டியார், அவரது பணியாள் ஆகியோர் மீது நிதி மோசடிப் புகார் ஒன்றை, அவள் ஆளுநர் துய்ப்ளேக்சுவிடம் அளித்தாள். இவர்கள் மூவரையும் ஆளுநர் விசாரித்தார்; அனைவருமே குற்றச்சாட்டுகளை மறுத்தனர். தாம் எந்தப் பணமும் வாங்கவில்லை என்றும், அவள் காட்டிய ரசீதில் உள்ளது தன்னுடைய கைச்சாத்து இல்லை என்றும் மறுத்தனர். எனினும் விசாரணைக்காக அவர்கள் மூவருமே ஆறுமாதம் சிறைக்கொட்டடியில் அடைக்கப்பட்டனர்.

மீண்டும் 1746 ஏப்ரல் மாதம் விசாரணை தொடங்கியபோதும், மூன்று பேரும் தங்களின் மீதான குற்றச்சாட்டை உறுதியாக மறுத்தனர். இதற்கு ஒரு வழி கண்டுபிடிக்க, மூவரும் வேதபுரீசுவரர் கோயிலில் தீபத்தைக் கையால் அணைத்துச் சத்தியம் செய்யவேண்டுமென்று ஆளுநர் விதித்தார்.

திருவேங்கடம் பிள்ளை, "நான் இவளுடன் மூன்று தரம் போய், மூன்று பணமும், இரண்டு வேளை படி அரிசியும் கொடுத்து அறிவேனல்லாமல், மற்றபடிக்கு இவள் கையிலே வராகன் வாங்கினதில்லை" என்று கூறியதோடு, தீபத்தை அணைத்துச் சீட்டையும் கிழித்துப்போட்டார்.

வீராச்செட்டியும், "இந்தக் கடன் சீட்டும் நான் எழுதியதல்ல; இந்தச் சீட்டு வரலாறும் நான் அறியேன்" என்று கூறி, சத்தியம்

செய்தார். தெய்வத்தின் சன்னிதியில் சத்தியம் செய்ததால் இருவரையும் ஆளுநர் விடுதலை செய்தார்.

பொய்ப் புகார் கொடுத்தது நிரூபணமானதால், தனக்குத் தண்டனை கிடைக்குமோ என்று அஞ்சிய ரங்கம்மாள், இரண்டு நாளில் ஊரை விட்டே ஓடிப்போனாள் (ஆரபி: ஆகஸ்டு 18–19, அக்டோபர் 19, 1745).

ஓடிப் போனதால் நிம்மதி

தியாகய்யன் என்பவர் அவளுக்கு முப்பது வராகன் கடன் கொடுத்திருந்தார். இதனால் தன் பணம் போனதற்காக வருத்தப்பட்டுப் புலம்பிக் கொண்டிருந்தார். "நீ அவளை அனுபவித்ததற்கும், கொடுத்த பணத்திற்கும் சரியாய்ப் போய்விட்டது" என்று அவரைக் கிண்டலடித்து நண்பர்கள் சமாதானப்படுத்தினர்.

ரங்கம்மாளின் அபாண்டமான பொய்ப்புகாரைக் கேள்விப்பட்டு, அவளோடு தொடர்புகொண்டிருந்த பலரும் அச்சத்திலிருந்தார்கள். ரங்கம்மாள் ஊரைவிட்டே ஓடிப்போனதால், 'சனியன் விட்டது' என்று அவர்கள் அனைவரும் திகில் விலகி, நிம்மதிப் பெருமூச்சு விட்டார்கள் என்று ஆனந்தரங்கப் பிள்ளை குறிப்பிடுகிறார் (ஆரபி ஏப்ரல் 15, 1746).

கவிஞரும் கணிகையும்

ஒரு முறை, ஆனந்தரங்கர் இல்லத்தில் நடந்த மங்கல நிகழ்ச்சியை ஒட்டி நாட்டியம் நடந்தது. இராம கவிராயர் என்ற கவிஞரும் அந்நிகழ்ச்சியில் கலந்துகொண்டார். சுழன்று சுழன்று ஆடிய கணிகையின் ஆட்டத்தை, ஆழ்ந்து ரசித்துப் பார்த்துக்கொண்டிருந்த கவிராயர், பிள்ளை அவருடன் பேச முயற்சித்ததைக் கவனிக்கவில்லை. கவிராயரின் கவனத்தை ஈர்த்த பிள்ளை, "கணிகை மீதே கருத்துப் போலும்" என்று கூறினார்.

பிள்ளையின் சொற்களில் பொதிந்திருந்த கிண்டலைக் கவிராயர் புரிந்துகொண்டார்.

மூவொன்பது என்பதிலோர் நாளில்லை மொய்வனத்தில்
தாவுந்தனி மிருகந் தானில்லை – நேரே
வளையா நடையில்லை வாரிங்கு விம்மும்

முலையாளை யான் முயங்குதற்கு – இராம கவிராயர் (தனிப்பாடல் திரட்டு: 20)

என்று கவர்ச்சிக்குத் தான் மயங்கவுமில்லை, முயங்கவுமில்லை என்பதை இலக்கிய நயத்தோடு பதிலளித்தார் (முருகையன் 2015).

சிம்மாசனப் பிரச்சினையில்

தெலுங்குப் பகுதியில் ஆண்டுவந்த கார்வெட்டி மகாராஜா பொம்மை இராஜபாளையத்தில் இறந்து போனார். அந்த அரியணையை, தப்பிலி ராயப்ப ராஜா என்பவர் அடைய விரும்பினார். எனவே, தளபதி முசாஃபர் கான் மூலம் சந்தா சாகிப்பை அணுகி உதவி

கோரினார். படைகளை அனுப்பித் தனக்கு முடிசூடவைத்தால், மாதம் ஆறு லட்சம் ரூபாய் கப்பம் கட்டுவதாக உறுதியளித்தார்.

ஆனால், தப்பிலி ராயப்ப ராஜா அரச பரம்பரையைச் சேராதவர். இதனை அறியாத சந்தா சாகிப், முசாஃபர்கான் தலைமையில் சுமார் மூன்றாயிரம் பேர்கொண்ட படையைத் தயார் செய்து, இராயப்ப ராஜாவை யானை மீது ஏற்றி நகர்வலமாகப் புறப்பட்டார். இதற்கிடையே ஃபிரஞ்சு ஆளுநர் துய்ப்ளேக்சுவிற்கு இராயப்பாவின் கபட நாடகம் தெரிய வந்தது. சந்தா சாகிப்பைத் தடுத்து நிறுத்தி, இராயப்ப ராஜாவைக் கைதுசெய்து சிறையில் தள்ளினார்.

சிலநாள் கழித்து விடுதலையான இராயப்பா, ஒரு நாள் தாசி வீட்டுக்குச் சென்று, நன்றாகக் குடித்துவிட்டு, தெருவில் வந்து இன்னொரு பெண்ணிடமும் தகராறு செய்தார். இருவரும் கைகலந்து அடித்துக்கொண்டனர். இதில் தலையிட்டுத் தட்டிக் கேட்ட தலையாரியையும் அவன் அடித்து அட்டகாசம் செய்தான். இந்தச் செய்தி நயினாருக்குத் தெரிவிக்கப்பட்டது. அவர் வந்து, அவரைத் தடியால் தலையில் அடித்து, இரண்டு கைகளையும் கட்டிச் சாவடியில் தள்ளினார்.

தாசி மரபு நாளடைவில் எவ்வளவு மாண்பிழந்து போனது என்பதற்கு இந்நிகழ்ச்சி ஓர் எடுத்துக்காட்டு (ஆரபி: அக்டோபர் 3–4; நவம்பர் 12; டிசம்பர் 1, 1749; ஆலாலசுந்தரம் 2001: 177).

பொருளாதாரம் குறைந்தது

முகமதியர்களின் தாக்குதலால் கோயில்களின் செல்வம் கொள்ளையடிக்கப்பட்டு, இருப்பும், இயக்கமும் குறைந்துபோனது. ஐரோப்பியர்களின் வரவிற்குப் பின், நிலைமை மேலும் மோசமடைந்தது. தேவதாசி முறையைக் கிறித்தவ மதப்பிரச்சாரகர்களும் வலுவாக எதிர்த்ததால், அரசின் ஆதரவும் நின்றுபோனது. அரசிடமிருந்த கோயில் நிர்வாகம் உள்ளூர்ப் பிரமுகர்களின் வசமானதால், அங்குப் பணிபுரிந்த தேவதாசியரின் வாழ்க்கையும், அவர்களின் விருப்பு வெறுப்புகளுக்கேற்பவே மாறியது. தற்சார்போடு, பெருவாழ்வு வாழ்ந்த தேவதாசியர், அனாதரவாயினர். ஊர்ப் பெரியமனிதர்களின் கழுகுப்பார்வைக்கும், காமவேட்கைக்கும் உடன்பட்டாக வேண்டிய கட்டாயத்திற்குத் தள்ளப்பட்டனர். மாற்று வழி ஏதுமில்லாததால், அவர்களில் சிலர் தனிமனிதர்களின் வைப்பாட்டிகள் ஆனார்கள். சிலர், பலரின் இச்சைக்குப் பலியாகிப் பரத்தையர் ஆனார்கள். அதாவது, ஆலய மகளிராக ஆராதிக்கப்பட்டவர்கள், பொது மகளிராகப் பொலிவிழந்தார்கள் (அனில் சாவ்லா 2002; முருகேசன் 2004; சதாசிவன் 2013; ஜெயசீல ஸ்டீஃபன் 2018).

கலைவளம் தேர்ந்த கணிகையர், செல்வந்தர்களின் வைப்பாட்டி களாகவும், விபச்சாரிகளாவும் மாறியது காலத்தின் கொடுமைதானே! இதனால்தானே 'பெண்ணின் பெருமை' நூலில் "தாசியர் வேசியராயினர்" என்று வெறுத்துக் கூறினார் தமிழ்தென்றல் திரு.வி.க. (1998: 275).

அருணகிரிநாதரும், பட்டினத்தாரும் தாசியரைப் பாடல்களில் பழித்துரைத்துள்ளனர். திருவள்ளுவர் அதற்காக 'வரைவின் மகளிர்' என்ற ஓர் அதிகாரமே ஒதுக்கி (90), 'அன்பின் விழையார், பொருள் விழையும் ஆய் தொடியர், பண்பில் மகளிர், பொருள் பெண்டிர், பொருட்பொருளார், பொது நலத்தார், மாய மகளிர், வரைவிலா மாணிழையார், இருமனப் பெண்டிர்' எனப் பலவாறு சாடுகின்றார்.

ஃபிரஞ்சியர் ஆட்சியில், தாசியரின் ஆடல் பாடலின்றி எந்த ஒரு பொது நிகழ்ச்சியும், வீட்டு விழாக்களும் நடக்காது. இதன்மூலம் அவர்கள் கவுரமாக வாழமுடிந்தது. ஆனால் காலத்தின் கோலத்தால், போதிய வருமானமின்றித் தவித்த தாசியரின் நிலைமை, உணவுப்பஞ்சம் கடுமையானபோதும், போர்க்காலங்களிலும் வரிச்சுமையால் வறுமைக்குள் தள்ளப்பட்டபோதும் மேலும் மோசமடைந்தது. ஆளுநர் லெரி ஆட்சியில், ஆங்கிலேயர் முற்றுகையிட்டபோது, தெரு முனைகளில் நின்று, குறைந்த காசுக்கே உடலை விற்றுப் பிழைத்த பரிதாபத்தை யும் பதிவுகள் காட்டுகின்றன (ஆரபி ஜூன் 2, 1760; ஆலாலசுந்தரம் 1999). அதேசமயம், பத்தொன்பதாம் நூற்றாண்டின் பிற்பகுதியில் கூட, அவர்களில் ஒரு சாரார் முறையாக இசையும் நடனமும் பயின்றதையும் பல்வேறு இசைக் கருவிகளுடன் குழுவாகக் கலை நிகழ்ச்சிகள் நடத்தியதையும் ஆளுநர் எதுவார் மனேஸ் (1887) படத்தொகுப்பிலிருந்து அறிய முடிகிறது.

தேவதாசி முறையை ஒழிக்கும் முயற்சிகள்

புதுச்சேரிப் பொதுமக்களுக்கும் தேவதாசியர்பால் பரிவிருந்தது. ஃபிரஞ்சியர் காலத்தில் கௌரவமாக நடத்தப்பட்ட தாசியர், ஆங்கிலேயரால் தமிழகப் பகுதிகளில் அடிமைகளாகவும் விலைமாதர்களாகவும் நடத்தப்பட்டனர். இதைப் புதுவைவாசிகள் விரும்பவில்லை. ஒருமுறை, ஆங்கிலேயரால் தேவதாசிகள் கூட்டமாகச் சென்னைக்குக் கொண்டு செல்லப்பட்டபோது, செட்டிகளும் வணிகர்களும் தடுக்க முயன்றதாக முத்து விஜய திருவேங்கடம் பிள்ளை நாட்குறிப்பில் உள்ளது.

20ஆம் நூற்றாண்டின் தொடக்கம்வரை தேவதாசிகள் இல்லாத கோவில்களே தென்னிந்தியாவில் இல்லை. சட்ட விதிகள், சமுதாய அழுத்தங்கள் எல்லாவற்றையும் மீறி, இசைவேளாளர் மரபைச் சேர்ந்த பதினெட்டுத் தேவரடியார்கள், 1940கள் வரையிலும் திருநள்ளார் கோயிலில் இருந்தனர். சட்டத்திற்குப் புறம்பாக இம்மரபு தொடர்வதை, கும்பகோணத்தில் வாழ்ந்த இசைவேளாளர் குடியினர் கண்டித்துத் தீர்மானம் இயற்றினர். அதன் பலனாகத் தேவதாசி முறையிலிருந்து மீட்கப்பட்டு, அவர்கள் சுதந்திரப் பறவைகளாயினர். ஆனால், அக்குலத்து ஆண்கள் இசைக்கருவிகள் இசைப்பது மட்டும் தொடர்ந்தது.

அயலவர் பார்வையில்

16ஆம் நூற்றாண்டில் ஐரோப்பியர்கள் இந்தியாவிற்குள் நுழைந் தனர். அவர்களுக்கு இப்பழக்கம் பெண்ணியத்திற்கு எதிரானது என்ற மனப்பான்மை பரவலாக இருந்தாலும், மதச்சுதந்திரம் கருதி, இதில் குறுக்கிட விரும்பவில்லை. ஆங்கிலேயர் ஆட்சிக்காலத்தில், புதுக்கோட்டை மாவட்டம் விராலிமலை சுப்பிரமணியர் கோயிலில், புதுக்கோட்டை சமஸ்தான நிர்வாகத்தால் அங்கீகரிக்கப்பட்ட 32 தேவதாசிகள் பணியாற்றியுள்ளனர்.

1913ஆம் ஆண்டிலேயே, புதுச்சேரி தீர்ப்பாயம் பதின்நான்கு வயதுக்குட்பட்ட சிறுமிகளை இத்தொழிலில் ஈடுபடுத்தக்கூடாது என்று ஃபிரஞ்சுக் குற்றவியல் சட்டத்தின் 334ஆவது பிரிவின்படி தடைவிதித்தது. இந்தத் தீர்ப்பால் தேவதாசி முறை அதன் முக்கியத்துவத்தை இழந்துபோனது.

அரசுக்குக் கோரிக்கை

தேவரடியார் மரபு அல்லது சிறுமியர்க்குப் பொட்டுக் கட்டப்படும் வழக்கத்தை ஒழிப்பதற்குப் பலரும் பாடுபட்டிருக்கிறார்கள். டென்னர் அம்மையார் *(Lady Denner)* ஓர் ஆங்கிலேயச் சிந்தனையாளர். 1892இல் இந்தியா வந்த அவர், தேவதாசியரின் இழிநிலையைக் கண்டு அதை ஒழிக்குமாறு பொதுமக்களின் சார்பாகக் கோரிக்கை மனு ஒன்றை ஆங்கிலேய ஆளுநருக்கு (வைஸ்ராய்) அளித்தார், ஆனால் அந்நிய நாட்டு மதவிவகாரங்களில் தலையிடுவதில்லை என்பதே ஆங்கிலேய அரசின் கொள்கையானதால், இக்கோரிக்கை நிராகரிக்கப்பட்டது.

காப்பகம் நிறுவிய அமி கம்ரிகேல்

பொட்டுக்கட்டிய சிறுமியருடன் அமி

வட அயர்லாந்தைச் சேர்ந்த அமி கம்ரிகேல் *(Ami Camrichael)* என்ற கிறித்தவப் பெண் போதகர் 1895ஆம் ஆண்டு இந்தியாவுக்கு வந்தார். இந்தியாவில் நிலவிய தேவரடியார் மரபு அவருக்குப் பெரும் அதிர்ச்சியை அளித்தது. தமக்கு என்ன நடக்கிறது என்பதை அறியாத வயதிலேயே, ஏழைச் சிறுமியர்களைக் கோவில்களுக்கு நேர்ந்து கொண்டு, கடவுளின் குழந்தைகளாக விடப்படு வதை அவர் வன்மையாக எதிர்த்தார். அவ்வாறான சிறுமியரைக் காப்பாற்றி, தத்தெடுத்து, காப்பகம் நிறுவிப் பராமரித்தார். ஒரு சமயத்தில், அவரது காப்பகத்தில் சுமார் 700 சிறுமியர் வரை இருந்தனராம். டென்னர் அம்மையார் போலவே, அமியும் தேவரடியார் மரபுக்கு எதிராகத் தொடர்ந்து எழுப்பிய எதிர்ப்புக் குரல்கள் காலப்போக்கில் அன்றைய ஆங்கில அரசை அசைக்கத் தொடங்கின (அருள் சத்தியநாதன் 2015).

முத்துக்கண்ணம்மாள்:
தேவதாசி மரபின் கடைசி வாரிசு

1947ஆம் ஆண்டில் தமிழகத்தில் வழக்கொழிந்துபோன தேவதாசி மரபின் கடைசி வாரிசாகப் பார்க்கப்படுபவர் 80 வயதான விராலிமலையைச் சேர்ந்த முத்துக் கண்ணம்மாள்.

ஏழு வயதில் விராலிமலை சுப்ரமணியசாமிக்கு பொட்டுக் கட்டிவிடப்பட்ட இவர், ஆங்கிலேயர் காலத்தில், புதுக்கோட்டை சமஸ்தானத்தால் அங்கீகரிக்கப்பட்ட 32 தேவரடியார்களில் ஒருவராக இருந்தார். இவர் ஏழு தலைமுறைகளாகத் தேவரடியாராக இருந்த குடும்பத்தின் வாரிசு. "சுப்ரமணியசாமியே என்னைப் போன்ற 32 தேவரடியார்களுக்கும் முதல் கணவன். இறைவனை துதித்துப் பாடவும், ஆடவும் நாங்கள் பிறந்துள்ளோம்" என்று என் பாட்டி சொல்லுவார். தினமும் 400 படிக்கட்டுகள் ஏறிப்போய் காலையும் மாலையும் சுப்ரமணியசாமியைப் பாடி, வணங்கிவிட்டு வரவேண்டும்," என்று கூறுகிறார் முத்துக்கண்ணம்மாள்.

கோயிலில் தினமும் நடைபெறும் வழிபாட்டின்போதும் திருவிழாக்களின்போதும் முருகனைப் போற்றிப் பாசுரங்கள் பாடுவதும், சுவாமி வீதியுலாவின்போது பாடிக்கொண்டே 'சதிர்' என்ற மரபு வழி நடனமாடுவதுமே இவரது முதன்மைப் பணியாக இருந்துள்ளது.

தன்னுடைய காலத்தில் தேவரடியாராக வாழ்ந்த பெண்களின் நிலை பற்றிக் கூறும்போது, "விராலிமலை முருகனை முதல் கணவனாக ஏற்றவர்கள் நாங்கள். நித்திய சுமங்கலி என்று எங்களைக் கூறுவார்கள். நாங்கள்தான் கடைசித் தலைமுறைத் தேவரடியார்கள். திருமணங்களின்போது, நலங்குப் பாடல்கள் பாடி, தாலி எடுத்துக் கொடுக்கும் வழக்கமும் இருந்தது. கோயில்களில் நடனம் ஆடுவதால், எங்களை மரியாதையுடன் நடத்துவார்கள். தினமும் கோயிலில் எங்களுக்கான வருகைப் பதிவேடு இருந்தது. அன்றாடம் கோயிலில் உணவு கொடுப்பார்கள். என் பாட்டி அம்மிணியம்மாளுக்கு 18 ஏக்கர் நிலம் கொடுத்திருந்தார்கள். அந்த நிலத்தின் விளைச்சலில் ஒரு பகுதியை கோயிலுக்கு தந்தது போக மீதமுள்ளதை எங்கள் பயன்பாட்டுக்குச் சேமித்துக்கொள்வோம்".

"நானும் என்னுடைய தோழிகளும் பாலியல் பிரச்சினைகளைச் சந்தித்ததில்லை. முறைப்படி திருமணம் செய்யாவிட்டாலும் நாங்கள் வாழ்க்கைத் துணையாகத் தேர்ந்தெடுத்த ஆண்கள், எங்களின் வேலைகளைப் புரிந்தவர்களாகவும் கண்ணியமாக எங்களை நடத்துபவர்களாகவுமே இருந்தனர்".

"அரசாங்கம் தேவரடியார் முறையை ஒழித்துவிட்டது. ஆனால் எங்களின் நலனில் அக்கறைக் காட்டாமல் போய்விட்டார்கள். கோயில் சடங்குகளில் இருந்த முக்கியத்துவமும் குறைந்துவிட்டதால், சமூக அந்தஸ்தும் இல்லாமல், வறுமை நிலைக்குத் தள்ளப்பட்டோம்" என்கிறார் முத்துக் கண்ணம்மாள்.

1947ஆம் ஆண்டில் தேவதாசி ஒழிப்புச் சட்டம் கொண்டுவந்த பின்னர் கோயில் சேவகத்தைப் பலர் நிறுத்திவிட்டாலும், தான் மட்டும் நடனம் ஆடுவதை நிறுத்தவில்லை என்றும், அதை இன்றும் தொடர்வதாகவும் கூறுகிறார் அவர். உடலில் முதுமைக்கான தளர்வுகள் தென்பட்டாலும், சதிர் நடனத்தின் மீதான ஆர்வமும் பற்றும் அவரை இன்றும் ஆடத் தூண்டுகின்றன. பாடிக்கொண்டே, பாடலுக்கேற்ற பாவத்துடன், தாளத்திற்கு ஏற்றவாறு ஆடிக்காட்டினார். (பிரமிளா கிருஷ்ணன் பிபிசி தமிழ் – ஏப்ரல் 23, 2018).

தள்ளாத வயதிலும் தளராமல் சதிராட்டம்

முத்துலட்சுமி ரெட்டியின் முயற்சி

சாதனையாளர்
முத்துலட்சுமி ரெட்டி

தமிழ்நாட்டின் முதல் பெண் மருத்துவரான டாக்டர் முத்துலட்சுமி ரெட்டி ஒரு தேவதாசி மரபினர். ஆனால், சிறுவயதிலேயே ஒரு புரட்சிச் சிந்தனையாளர் அவருக்கு அடைக்கலம் கொடுத்து ஆதரித்ததால், சமூகக் கசடுகளைப் புறந்தள்ளிவிட்டு, 1912இல் தென்னகத்தின் முதல் பெண் மருத்துவராகிச் சாதனை படைத்தார். அவர், தீர்வறியாப் புற்று நோயாளிகளுக்காக அடையாறு புற்றுநோய் மருத்துவமனை கண்டவர்; ஆதரவற்றோருக்கு அடைக்கலந்தர அவ்வை இல்லம் அமைத்தவர். 1928இல் சென்னை மாகாண சட்டமேலவை உறுப்பினராக நியமிக்கப்பட்டபோது, தன் சமூகம் இழிநிலையில் உழல்வதைத் தடுக்கும் வகையில், தேவதாசி முறையை ஒழிக்கும் ஒரு சட்டத்தை இயற்ற அரும்பாடுபட்டார். அவரது தீவிர முயற்சியால், 1929இல் சென்னை மாநில அரசு, தேவதாசி முறையை ஒழிக்கும் வகையில், இந்து சமய, பண்பாட்டு அறக்கட்டளைச் சட்டத்தில் ஒரு திருத்தத்தை அறிமுகம் செய்தபோது, தேவதாசிகளே அதை எதிர்த்தனர். நாங்கள் கலைஞர்கள், பரத்தையர் அல்ல என்று வாதிட்டனர். அதையும் மீறி, கோயிலில் தேவதாசி முறையைத் தடை செய்து 1930இல் சட்டம் நிறைவேற்றப்பட்டது. ஆனால், அதைப் பொருட்படுத்தாமல், மறைமுகமாக விபச்சாரம் தொடர்ந்ததால், 1947இல் அர்பணிப்புத் தடைச் சட்டம் மூலம் பெண்களைக் கோயிலுக்கு நேர்ந்து விடுவது சட்டவிரோதமாக்கப்பட்டது; அவர்களுக்குத் திருமண உரிமையும் வழங்கப்பட்டது. சாரதா சட்டம் என்று அறியப்படும் சென்னை தேவதாசிச் சட்டம் – (1947), மாதர் தம்மை இழிவு செய்த மடமைக்கு முடிவு கட்டியது (கிளமென்ட் ஈஸ்வர் 2006).

குடும்பத்தாருடன் சிறுமி முத்துலட்சுமி (தரையில்)

தேவதாசிகளை மட்டுமே இச்சட்டம் குறித்தது என்பதால், தென்னிந்தியாவில் பால்வினைத் தொழில் தொடர்ந்தது. எனவே, ஆகஸ்டு 14, 1956 அன்று சென்னை தேவதாசி எதிர்ப்புச் சட்டம் நிறைவேற்றப்பட்டு, பரத்தையர் வடிவிலும் அம்மரபு தொடர்வது முற்றிலும் தடை செய்யப்பட்டது.

சட்டப்பூர்வமாகத் தடைசெய்யப்பட்டாலும், வடகிழக்கு மாநிலங்களில் அங்கொன்றும் இங்கொன்றுமாக இவ்வழக்கம் இன்றும் தொடர்வதாகவே தெரிகிறது. 2005ஆம் ஆண்டு எடுக்கப்பட்ட புள்ளிவிவரங்களின்படி, 'மராட்டியம், கர்நாடகம் எல்லைப் பகுதிகளைச் சேர்ந்த சுமார் இரண்டரை லட்சம் பெண்கள் தேவதாசிகளாகக் கோயில்களுக்கு நேர்ந்துவிடப்பட்டிருக்கின்றனர்' எனத் தேசிய மகளிர் ஆணையம் தெரிவித்துள்ளது. கர்நாடகத்தின் பத்து மாவட்டங்களிலும் ஆந்திராவின் பதின்நான்கு மாவட்டங்களிலும் இந்த வழக்கம் நடைமுறையில் உள்ளதாக அதன் ஆய்வில் தெரியவந்துள்ளது.

அவ்வை இல்லத்தில் முத்துலட்சுமி

அவ்வை இல்லம் திறப்பு விழா

ஆனால் தேவரடியார் மரபு தமிழகத்தில் முற்றிலும் அகற்றப்பட்டிருக்கிறது. இருந்தபோதிலும், வறுமை மற்றும் அறியாமை காரணமாகப் பெண் குழந்தைகளை அவர்கள் பருவம் எய்துவதற்கு முன்னரே கோயிலுக்கு நேர்ந்து விடும் சம்பவங்கள் தமிழகக் கிராமங்களிலும் அரிதாக நிகழ்ந்துள்ளன. அவ்வாறாக, 2007ஆம் ஆண்டின் பிற்பகுதியில் விழுப்புரம் மாவட்டம் சு. கொல்லூர் கிராமத்தைச் சேர்ந்த கிருஷ்ணவேணி என்ற சிறுமிக்கு வறுமை காரணமாகப் பொட்டுக்கட்டப்பட்டதாகச் செய்தி வெளியாகியிருந்தது. விழுப்புரம் மாவட்ட ஆட்சியர் அந்தச் சிறுமியை மீட்டு, பள்ளியில் சேர்த்துப் படிக்க வைத்ததோடு, 'பொட்டுத்' தாலியையும் அறுத்தெறிந்திருக்கிறார் (அருள் சத்தியநாதன் 2015).

ஆலயம் காக்கவும், அருங்கலைகள் வளர்க்கவும் வகுக்கப்பட்ட ஒரு புதுமையான வாழ்வுநெறி, சமூக விரோதிகளின் தவறான அணுகுமுறைகளால் பாழ்பட்டுப்போனது பரிதாபமானதே!

3.5: தீண்டாமை

ஐரோப்பியர் காலத்தில் பிராமணியத்தின் பிடி இறுகியே இருந்தது. அதன் எதிரொலியாகத் தீண்டாமையின் தாக்கமும் தீவிரமாகவே இருந்தது. இந்துக்கள், தலித்துகளைத் தாழ்த்தப்பட்டவர்கள் என்று ஒதுக்கியே வைத்தனர். ஆனந்தரங்கப்பிள்ளைக்கூட அவர்களைக் "கீழ் சாதியினர், பறையர்" என்றே எப்போதும் குறிப்பிடுவதிலிருந்து சனாதன (அ)தர்மம் எந்த அளவிற்குச் சமூகத்தைத் தன் உடும்புப் பிடியில் வைத்திருந்தது என்பதை உணரமுடியும். பொருளாதார ஏற்றத்தாழ்வுகள் அடிமைகளை உருவாக்கியது. பிராமணீயம் அவர்களைத் தீண்டத்தகாதவர்களாக்கியது என்கிறார் சிவசுப்ரமணியன் (2005: 87–89).

கடுமையான கட்டுப்பாடுகள்

17ஆம் நூற்றாண்டுப் புதுச்சேரியில் தலித்துக்களுக்கென்று குடியிருப்புகள் நகரின் வடக்கிலும் தெற்குக் கோடியிலும் இருந்தன. 18ஆம் நூற்றாண்டில் முட்டைக்கோள வடிவ நகரத்தின் வரைபடத்திலும் நகருக்கு வெளியே நான்கு தலித் குடியிருப்புப்பகுதிகள், அலங்கலுக்கு (புலிவார்) வெளியே காட்டப்பட்டுள்ளன. 1740இல் பறைச்சேரி, உழந்தை பறைச்சேரி, பெரிய பறைச்சேரிகளில் சுமார் 350 தலித் குடிசைகள் நகருக்கு வெளியே இருந்தன. வாழிடம், உணவுப் பழக்கம், கொள்வினை, கொடுப்பினை, பழகும் பாங்கியல் போன்ற அகச் சமூகச் செயல்களில் காணப்படும் கடுமையான வேறுபாடுகள், நகரப் பகுதிகளைவிடக் கிராமங்களில் தீண்டாமை தீவிரமாயிருந்ததைக் காட்டுகின்றன. ஊருக்குள் வரக்கூடாது; வந்தாலும் காலணிகளைக் கையில்தான் எடுத்துச் செல்லவேண்டும்; தொட்டுவிட்டால் தீட்டு; பெண்கள் ரவிக்கை அணியக்கூடாது; ஆலயத்திற்குள் நுழையத் தடை என்று பல்வேறு வகைகளில் தீண்டாமை திணிக்கப்பட்டது. ஆயினும், உயர் சாதியினருக்கும் கீழ் சாதியினருக்குமிடையே பெருமளவில் மோதல்கள் நிகழவில்லை. சாதிக் கொடுமையைத் தலைவிதி என்று கமுக்கமாக ஏற்றுக்கொண்ட சமுதாயத்தால்தான் இது சாத்தியமானது என்பது குறிப்பிடத்தக்கது (சத்தியசீலன் 1988).

லெ ழாந்த்தியின் அனுபவம்

தீண்டாமை பற்றிய தனது அனுபவத்தை லெ ழாந்த்தியும் பதிவிட்டிருக்கிறார். “1769 ஆகஸ்டு 20ஆம் நாளன்று நாங்கள் சிங்கி(ரி)க்கோயில் கோபுரத்தை அளப்பதற்காகப் போனோம்; அந்தக் கோயிலின் அர்ச்சகர்கள் எங்களை வரவேற்கவில்லை; ஆயினும் வில்லியனூர் பிராமணர்களைப் போல், வெறுப்பை உமிழவில்லை; மீண்டும் மீண்டும் வற்புறுத்திய பிறகே, எங்களைக் கோயிலுக்குள் அனுமதித்தார்கள்; எங்களுக்கு உதவுவதற்காக வந்த பறையர்களும் எங்களுடனேயே நுழைந்துவிட்டார்கள், உடனே ஒரே களேபரமாகிவிட்டது. அவர்களை வெளியே போகுமாறு விரட்டினார்கள்; அவர்கள் மறுத்தார்கள்; நான் குறுக்கிட்டு, அவர்கள் உதவியில்லாமல் நான் வந்த வேலை முடியாது என்று எடுத்துக் கூறியும், பிடிவாதமாக மறுத்துவிட்டார்கள்; பறையர்கள் எங்கள் மரபுப்படி வாசலைத் தாண்டியே வரக்கூடாது; அவர்கள் கட்டாயம் தேவை என்றால், அவர்கள் செய்யும் உதவியை நாங்களே செய்கிறோம் என்று கூறி, வெளியே அனுப்பிவிட்டுத்தான் மறுவேலை பார்த்தார்கள். சொன்னபடியே, ஏணிகளை ஏந்தினார்கள், அளவீட்டுக் கருவிகளையும் பொருட்களையும் கையிலேயே வைத்திருந்து, அளப்பதற்கு எல்லா வகையிலும் உதவினார்கள். அவர்கள் முகத்தில், நாங்கள் என்ன செய்கிறோம் என்பதை அறிந்துகொள்ளும் ஆர்வத்திற்கான எந்தவித அறிகுறிகளும் இல்லை. கடைசியாக, கருவறைக்குள் போகவேண்டுமென்று கேட்டபோது விடவேயில்லை. அவர்களது பிடிவாதம் பார்த்து நான் வியந்தேன்” என்று நீள்கிறது அவரது பதிவு (லெ ழாந்த்தி 1779: 579).

எளிதான இலக்குகளான தலித்துகள்

சமூகப் புறக்கணிப்பும், மேல் சாதியினர் அவர்களை இழிவாக நடத்திய விதமும், உள்ளூறப் புழுங்கிக்கொண்டிருந்த அவர்களை, கிறித்தவப் போதகர்களின் ஆறுதலான பேச்சும் ஆதரவும் பெரிதும் ஈர்த்தன. கொள்ளை நோயிலும் கொடிய வறுமையிலும் உழன்ற விளிம்பு நிலை மக்களுக்கு, அவர்கள் தந்த பொருளுதவியும் அரவணைப்பும் சமய சஞ்சீவியாக அமைந்தன. அவர்தம் தோழமை, தங்களின் வாழ்வாதாரத்தையும் சமூகத்தகுதியையும் உயர்த்தும் என்ற நம்பிக்கையும் துளிர்விட்டது. இந்துச் சனாதனிகளிடமிருந்து விமோசனம் கிடைப்பதாகத் தோன்றாத நிலையில்தான், தலித்துகள் மத மாற்றத்தை ஒரு மாற்றாகத் தெரிவு செய்தனர். “காலத்தினாற் செய்த உதவி சிறிதெனினும் ஞாலத்தின் மாணப் பெரிதல்லவா”!

தேவாலயத்திலும் தொடரும் தீண்டாமை

எதிர்வந்த நாட்களில், தலித்துகள் பெருமளவில் மதம் மாறிய நிலையில், சிக்கல் வேறுவடிவில் வெடித்தது. தேவாலயங்களில் தலித் கிறித்தவர்களுடன் சமமாக அமர்ந்து பூசை கேட்பதில், உயர்சாதிக் கிறித்தவர்களுக்கு உடன்பாடில்லை. அவர்களை நுழையவிடாமல் தடுக்கப் பார்த்தார்கள். மீறி நுழைந்தபோது பிரார்த்தனைக் கூடத்தின் நடுவே சுவர் எழுப்பிப் பிரித்துக் காட்டினார்கள். கல்லறைக்குள்ளும் தனியிடம் ஒதுக்கித் தீண்டாமையை நிலைநாட்டினார்கள். பாதிரியார்கள் மட்டத்திலும், மதக்கல்வி அளிப்பதிலும் போதனைகள் செய்வதிலும் உயர் சாதியினருக்கு மட்டுமே வாய்ப்புகள் அளித்து, ஓரவஞ்சனை செய்வதாகத் தலித்துகள் பொருமிக் கொண்டிருந்தனர்.

வெந்த புண்ணில் வேல் பாய்ச்சுவதுபோல், தலித் கிறித்தவர்களிடமிருந்து தங்களைத் தனித்துக் காட்டிக்கொள்ள வேண்டி, உயர் சாதியினர் தங்கள் பெயர்களுடன் சாதிப் பெயரையும் சேர்த்துக்கொண்டனர். அதைப் பாதிரியார்களும் கண்டிக்கவில்லை. சில ஐரோப்பியப் பாதிரிகளும் தீண்டாமையைக் கடைப்பிடித்ததால் வேதனை அதிகமாயிற்று. சேரிகளுக்குப் போய் சவப்பூசை செய்ய மறுத்தார்கள். பிணங்களைத் தெருவிற்குக் கொண்டு வந்த பின்னரும் அவற்றைத் தொடாமல், தள்ளி நின்றே பிரார்த்தனை செய்தார்கள். தனிக் கல்லறை ஒதுக்கினார்கள். சாதி இந்துக்களும், பிடிவாதமாக இருந்ததால், இந்தத் தகராறு வெகுநாளைக்குப் புகைந்து கொண்டிருந்தது.

திருச்சபையும் திருத்தவில்லை

ஆனால், ஐரோப்பியர்களைப் பொறுத்தவரை, எவ்விதப் பாகுபாடும் காட்டாமல் சரிநிகர் சமானமாகவே நடத்தினர்’ வீடுகளுக்குள் அனுமதித்தனர்; ஒன்றாகப் பழகினர்; சிலரோடு குடும்பமும் நடத்தினர். தடுப்புச்சுவர் எழுப்பித் தலித்துகளைப் பிரித்துவைப்பதைக் காரைக்கால் பாதிரியார் குர்தூ ஆட்சேபித்து, அந்தப் பிரச்சினையை

ரோமில் இருந்த உயர் மறைத் திருச்சபை வரையில் முறையிட்டபோதும், பெரும்பான்மையான உயர் சாதியினருக்குச் சாதமாகவே முடிவு வந்தது.

எனவே, வேறு வழியின்றித் தலித்துகள் தங்களுக்கென்று தனித் தேவாலயங்கள், கல்லறைகளை அமைத்துக்கொண்டனர் (மொரே 2014).

படைப் பிரிவிலும் தீண்டாமை

சமூகத்தில் நிலவிய சாதியக் கொடுமையை அரசும் கடைப்பிடித்தது கொடுமையிலும் கொடுமையல்லவா? 1773ஆம் ஆண்டு லா தெ லொரிஸ்தான் ஆட்சியில், நவம்பர் மாதம் 12ஆம் நாள், ஃபிரஞ்சு இராணுவம் சீரமைக்கப்பட்டு, பதினொரு அணிகள் (கம்பெனிகள்) கொண்ட படைக்குழு (Battalion) உருவாக்கப்பட்டது. அதில் ஓர் அணி தாழ்த்தப்பட்டக் கிறித்தவர்களுக்காகவே ஒதுக்கப்பட்டது. இது இந்து சாதியத்தைப் பின்பற்றியதால் நிகழ்ந்ததா அல்லது மற்றெவரையும் விட அவர்கள் நம்பிக்கைக்குரியவர்கள் என்பதாலா என்று தெரியவில்லை. எப்படியாயினும், பகுத்தறிவிற்கொவ்வாத இந்த நடவடிக்கையை, தலித் பிரிவினர் எதிர்த்து முறையீடு செய்தனர். பதினெட்டாம் நூற்றாண்டின் மையத்தில், ஃபிரான்சில் சமுதாய சீர்திருத்தச் சிந்தனைக் கருத்துக்கள் வலுப்பெற்று வந்தன. அதுமட்டுமன்றி, ஆங்கிலேயருடனான போர்ச் சூழல் கடுமையாகும் நிலையில், இராணுவத்தில் பிளவு ஏற்படுவதை அரசு விரும்பவில்லை. எனவே, அரசாண்ட மன்னர் பதினாறாம் லூயி, “மனிதர் உணர்வை மனிதர் பழிக்கும்” பழக்கத்தைத் தடுக்கவேண்டிய கட்டாயத்திற்குள்ளானார். 1776 ஜனவரி 20இல் மற்றோர் ஆணை மூலம் இப்பிழை சரிசெய்யப்பட்டது. அனைவரும் சாதி, இன, மொழி பாகுபாடில்லாமல் அரசுப் பணியில் சேர்க்கப்படுவார்கள், படையிலும் வீரர்கள் சமமாக நடத்தப்படுவார்கள், அதற்கு மன்னரின் மீது விசுவாசம் ஒன்றே தகுதி என்று அறிவிக்கப்பட்டது (இராமசாமி 1992: 107).

மறுக்கப்பட்ட உரிமைகள்

இராணுவத்தில் சமரசம் கண்டாலும், சமூகத்தில் நிலைமை மாறவில்லை. 1827 மே மாதம் 25ஆம் நாள் பிறப்பிக்கப்பட்ட சட்டப்படி, அரிசன மக்கள் காலணிகள் அணியத் தடைவிதிக்கப்பட்டது. அதை மீறியவர்கள் சிறையில் அடைக்கப்பட்டனர். தலித்துகள் மட்டுமல்லாமல், 1828இல் கம்மாளரும் காலணி அணியக்கூடாது என்று வெள்ளாளர் சமூகத்தினர் ஆட்சேபித்து, அரசுக்குப் புகார் கொடுத்தனர். ஆயினும், அரசால் அமைக்கப்பட்ட குழுவானது அதை விசாரித்து அளித்த பரிந்துரைப்படி, தலித்துகளின் கோரிக்கை நிராகரிக்கப்பட்டு, கம்மாளர் மட்டும் காலணி அணியலாம் என்று ஆணை பிறப்பிக்கப்பட்டது.

புதுச்சேரியின் வடகிழக்கில் கடலோரக் கிராமமான குருசுகுப்பத்தில் ஒரு நிகழ்ச்சி. 1848ஆம் ஆண்டில், ஃபிரான்சில் முடியாட்சி நீக்கப்பட்டு இரண்டாம் குடியரசு மலர்ந்தது. மனித உரிமைகளை முன்னெடுத்த கட்சிகள் அரசு அமைத்ததால், குருசுகுப்பம் வாசிகள் குதூகலித்தார்கள். காலம் காலமாகத் தங்களை அடிமைப்படுத்தி வைத்து, காலில் செருப்புக்கூட அணிய விடாத அவலம் ஒழிந்ததென்று கொண்டாடினார்கள். உயர்

சாதிக்காரர்கள் தங்களின் தகுதிச் சான்றாகக் காட்டிக்கொண்ட காலணி களைத் தாங்களும் அணிய ஆரம்பித்தார்கள். ஏற்பார்களா உயர் சாதியினர்? வெள்ளாளர்கள் திரண்டு ஆட்சேபித்ததால், பெரும் கலவரம் மூண்டது; குடிசைகள் கொளுத்தப்பட்டன; சிலர் அடித்துக் கொல்லப்பட்டனர். ஆளுநர் லூயி புழோல் (*Louis Pujol 1844–1849*) தலையிட்டு, பழைய முறைப்படியே காலணித் தடை தொடரும் என்றும், மீறுவோர் மீது தண்டம் விதிக்கப் படும் என்றும் ஆணையிட வேண்டிய கட்டாயத்திற்குத் தள்ளப்பட்டார் (நாராயணி குப்தா 1992: 92–101; மெலாங்கின் 2015).

உயர் சாதிக்கே சாதகம்

வணிக வளர்ச்சி, கிறித்தவ விரிவாக்கம் கருதி, இந்தியச் சமூகத்தின் வழக்காறுகளில் தலையிடுவதில்லை என்று ஃபிரஞ்சு அரசு தெளிவான நிலைப்பாட்டை எடுத்திருந்தது; 1819இல் ஃபிரஞ்சிந்திய அரசின் சார்பாக, ஆளுநர் துப்புய் (*Dupuy*) வெளியிட்ட அரசாணையில், “இந்தியர்கள், அவர்கள் கிறித்தவர்களாலும் மூர்களாயினும் இஸ்லாமியர்களாயினும் எவராயினும் இதுவரை இருந்த முறைப்படி, அவரவர் சாதியினருக்குரிய சட்டங்கள், சம்பிரதாயங்கள், சடங்குகளின்படியே நடந்துகொள்ளலாம்” என்று மீண்டும் தெளிவாக்கியது அத்தகைய புரிதலின் விளைவே. 1833இல், மத சம்மந்தமான சச்சரவுகள் எழுந்தபோதே ஓர் அரசாணை மூலம் அது உறுதிசெய்யப்பட்டது. தீண்டாமைச் சிக்கலில் அரசு நீக்குப் போக்காக நடந்துகொண்டதற்கும் அதுவே காரணம் (மெலாங்கின் 2015 : 70).

அரசின் முயற்சிகள்

ஆயினும், தலித்துகளைப் பொது நீரோட்டத்திற்குக் கொண்டுவர ஃபிரஞ்சியர் பல வழிகளில் முயன்றனர். மனுதர்மத்தில் ஊறிய மக்களை அதிலிருந்து வெளியே வரச்செய்வதற்கு, ஓடும் குருதி எல்லோர்க்கும் ஒரே நிறம்தான் என்ற உண்மையை உயர் சாதியினரை உணரவைப்பதற்கும், தலித்துகள் தங்களின் மனித உரிமைகளை உணரச் செய்வதற்கும், சாதி பேதங்களை ஒழிக்கும் வகையில் கல்வியை ஒரு சமூக மாற்றக் கருவியாக்குவது என அரசு முடிவெடுத்தது.

பள்ளிகளில் பாகுபாடு

1828 ஜூலை முதல், இந்தியர்களுக்கு இலவசக் கல்விக்கூடங்கள் ஆரம்பிக்கப்பட்டன. அதிலும்கூட, கிரெயோல்களுக்கும் இந்தியர்களுக்கும் தனித்தனிப் பள்ளிகள் தொடங்கப்பட்டதுதான் விசித்திரம்! ஆயினும், ஊருக்குள் இருந்த பொதுப் பள்ளிகளில் சேர, தலித்துகள் முன்வர வில்லை. இந்துக்களோடு சமமாக தலித்துகள் அமரக்கூடாது என்ற உயர் சாதியினரின் எதிர்ப்பே காரணம். எனவே, வேறு வழியின்றி, அவர்களது காலனிகளிலேயே பள்ளிகள் தொடங்க முடிவு செய்து, 1907இல் முதலில் நான்கு இடங்களில் தொடங்கப்பட்டன. வறுமை காரணமாக தலித் சிறுவர்கள் பள்ளிக்கு வர மறுத்தபோது, மதிய உணவுத் திட்டத்தைப் புகுத்தி அவர்களை ஈர்க்க முயன்றனர்; ஆனாலும் பெரிய வரவேற்பில்லை. அறிவு அற்றம் காக்கும் கருவியாகி விழிப்புணர்வு வந்துவிடும் என்பதை

உணர்ந்திருந்ததால், உயர் சாதியினரும் அவர்களை ஊக்குவிக்கவில்லை (இராமதாசு 2017; தாவிதன்னுசாமி 2019).

ஃபிரஞ்சியருடன் இணக்கம்

1828இல் பறையர் சமூக நாட்டார், பெரிய தாண்டவன் என்பவர், ஆளுநர் தெபாசினுக்குச் சமர்ப்பித்த மனுவில், "ஃபிரஞ்சியர் எந்த விதத்திலும் வித்தியாசமாக நடத்துவதில்லை; தங்கள் பிள்ளைகளைப் போலவே பாவித்து வளர்க்கிறார்கள், நடத்துகிறார்கள். நாங்கள் உங்களுடனே நேசமானவர்களாக (*Francophiles*) இருக்க விரும்புகிறோம்" என்று வேண்டுகோள் விடுத்தார் (அனிமேஷ் ராய் 2008: 74).

பெரும்பான்மையான உயர்சாதியினரை எதிர்த்து அரசு எதுவும் செய்யமுடியாத நிலையில், ஏசு சபையினர் அதைப் புரிந்துகொண்டு, களத்தில் இறங்கினார்கள். கிராமங்களில் மருத்துவ சேவை செய்தார்கள்; சிறுவர்களைக் கூட்டிக் கல்வி புகட்டினார்கள்; ஆதரவற்றோர் இல்லங்கள் நடத்தினார்கள்; குறிப்பாகப் பஞ்சமும் நோயும் வாட்டிய பரிதாபச் சூழலைத் தங்கள் சேவைகள் மூலம் சாதகமாக்கிக்கொண்டு, மதம் பரப்புவதில் முன்னேற்றம் கண்டனர் (வெபர் 1988).

வாக்குரிமை மூலம் சமத்துவம்

வயது வந்தோர் வாக்குரிமையைத் தலித்துகளுக்கும் கொடுப்பதன் மூலம் அவர்களையும் பிற சாதியினர் அளவிற்கு உயர்த்தும் முயற்சியை, ஆளுநர் ஃபரோன் (*Faron*) 1872இல் சற்று எச்சரிக்கையுடன் மேற்கொண்டார். உயர் ஆலோசனை சபையும் அதைக் கட்டாயமாக்க வேண்டுமென்றது. ஆனால், வாக்குரிமை பெறுவதற்கான தகுதிகளைக் கடுமையாக்கிய போது, அந்த நோக்கமும் அடிபட்டுப்போனது. அந்த இக்கட்டான சூழலைத்தான் பொன்னுத்தம்பி தந்திரமாகப் பயன்படுத்திக்கொண்டார். நாடு சண்முக முதலியாருடன் பொன்னுத் தம்பிப் பிள்ளைக்குக் கருத்து வேறுபாடு ஏற்பட்டிருந்தது. எனவே கொழு கொம்பை நாடும் கொடிபோல, தனக்கென ஒரு ஆதரவுத் தளத்தை உருவாக்க வேண்டியிருந்தது. தலித்து களை ரெனோன்சான்களாக்குவதன் மூலம், அவர்கள் வாக்குரிமை பெறுவதோடு, ஃபிரஞ்சியருடன் சமத்துவமும் பெறலாம் என்று தூண்டில் போட்டார்; அதில் வெற்றியும் பெற்றார். ஏராளமான தலித்துகள் ரெனோன்சான்களாகியதோடு, கிறித்தவர்களாகவும் மாறி சனாதனப் பிடியிலிருந்து விடுவித்துக் கொண்டார்கள். 1883 அக்டோபர், நவம்பரில் நடந்த இரண்டு தேர்தல்களில், தலித் வேட்பாளர்கள் வெற்றியும் பெற்றார்கள் (அனிமேஷ் ராய் 2008: 89).

விழித்துக் கொண்டனர் உயர்சாதியினர். அதனால்தான் ரெனோன்சான்களின் தனிப்பட்டியலை நீக்கவேண்டுமென்று, வெள்ளையரோடு சேர்ந்து எதிர்த்தார்கள். ஒரே பட்டியல் வேண்டுமென்று வலியுறுத்தினார்கள். மூன்று பட்டியல் இரண்டானபோது, வாக்குரிமை வழி வந்த சலுகையும் வலுவிழந்துபோனது (அனிமேஷ் ராய் 2008).

திரையரங்குகளிலும் தடுப்புகள்

தடுப்புப் பிரச்சினை தேவாலயத்தோடு நின்றுவிடவில்லை. திரையரங்குகளிலும் இது தொடர்ந்தது. இதனால், ஆத்திரமடைந்த முதலாம் உலகப் போர் வீரர் லத்தூர் சம்பிரமா, தன் நண்பர்களுடன் சென்று அவற்றைத் தகர்த்தெறிந்தார். 1883இல் சாதிப் பிரிவினைகள் பற்றிப் பாரிசில் நாட்டார்கள் கூட்டம் நடத்தப்பட்டது. அதில், தலித்துக்களுக்குச் சம உரிமை தரப்படவேண்டும் என்று அரசு வலியுறுத்தியபோது, தலித்துகள் போலவே பிற்படுத்தப்பட்டவர்களுக்கும் உரிமைகள் வேண்டும் என்று கோரிக்கை வைக்கப்பட்டது. தார்மீக ரீதியில் இது நியாயமாகத் தோன்றினாலும் அதைத் திசை திருப்புவதற்கான முயற்சியே என்கிறார் அனிமேஷ் ராய் (2008).

அரசின் புரட்சிகரமான முயற்சி

1930களில் ஃபிரஞ்சிந்திய விவகாரங்களுக்குப் பொறுப்பான சட்ட அமைச்சர், அரசுக்கு ஓர் அறிக்கை அளித்தார். ஃபிரஞ்சிந்தியாவில் நகர மன்றப் பதிவுகளில் சாதிப் பெயர் குறிப்பிடுவதைத் தடை செய்யவேண்டும் என்று பரிந்துரைத்தார். அதன்படி, தந்தை, தாய், குடும்பப் பெயர் மட்டுமே பொதுப் பதிவேடுகளில் ஏற்றப்பட வேண்டுமென்று, 1937 ஜூன் 13இல் சட்டம் இயற்றி, ஜூலை 15இல் ஆணையும் வெளியிடப்பட்டது.

உடனே, வேளாளர்கள் வேறு ஒரு கோரிக்கை வைத்தார்கள். தங்களின் குடியிருப்புகளின் பெயர்களில் இருந்து சேரி என்ற ஒட்டுப்பெயரை நீக்கி, பேட்டை என்று மாற்றவேண்டும் என்றனர். இதனால் ஒரு மனவியல் மாற்றம் வரலாம் என்று கருதிய அரசு, 1940 ஆகஸ்டு 10இல் ஓர் அரசாணை வெளியிட்டது. அதன்படி, சாதிப் பிரிவுகளைக் குறிக்கும் பள்ளர் தெரு, பறச்சேரி, சக்கிலித் தெரு, வெட்டியான் பறத் தெரு போன்ற பெயர்கள் மாற்றப்பட்டு, சேரி என்ற ஒட்டுக்குப் பதிலாகப் பேட்டை என்ற ஒட்டு சேர்க்கப்பட்டது. ஆனால், பாண்டிச்சேரி, கோட்டுச்சேரி போன்ற பெயர்களுக்கு மட்டும் விலக்களிக்கப்பட்டது.

சமரசம் செய்து கொண்டதா அரசு?

ஃபிரஞ்சியச் சமுதாயம் போன்றே இந்தியச் சமூகத்தை மாற்றும் முயற்சியில், ஃபிரஞ்சியர் தொடர்ந்து தோல்விகளையே கண்டுவந்தார்கள். பிராமணீயத்தின் உடும்புப் பிடியே அதற்குக் காரணம். அதையும் மீறி, அடிமைச் சங்கிலியை உடைத்து வெளியே வரத் தலித்துகள் முயற்சித்தாலும், உயர்சாதியினர் கிளர்ச்சிகள் செய்து, அதன் வேகத்தைக் குறைப்பதில் வெற்றி கண்டனர். அடிமைகளுக்காவது சட்டப்படி மறுவாழ்வு தர முடிந்தது. ஆனால், சாதியத்தை வேதமாகக் கருதும் ஒரு சமூகத்தில் தீண்டாமையைத் தடுப்பதோ, ஒழிப்பதோ இயலாத காரியமாயிற்று. "ஓர் அந்நிய நாகரீகம், அதிகபட்சமாக அதைச் சகித்துக் கொள்ளத்தான் முடிந்தது" என்கிறார் அனிமேஷ் ராய் (2008). இல்லை, "அவர்கள்

தெரிந்தேதான் வேதியத்துடன் சமரசம் செய்துகொண்டார்கள்" என்கிறார் சிவசுப்பிரமணியன் *(2011)*.

> **தீண்டாமையின் மறுவடிவம்**
>
> மாட்டுக் கறியையும் பன்றி இறைச்சியையும் பறையரைப் போலவே வெள்ளையரும் உண்டதால், ஐரோப்பியரையும் இந்துக்கள் தீண்டத்தகாதவர்களாகக் கருதினர்.
>
> 1846 ஆம் ஆண்டு மார்ச் மாதம் 19ஆம் நாள், சென் ஜொசேஃப் திருவிழாவின் போது, பெரிய மறைப்பள்ளியின் (*Grande Seminaire*) புதிய கட்டடத் திறப்பு விழாவும் நடந்தது. அன்றைய கொண்டாட்டங்கள் முடிந்ததும், பெரிய பாதிரியார், விடுதியில் தங்கியிருந்த மாணவர்களுடன் உணவையும் முடித்துவிட்டு, இரவையும் அவர்களுடனே தங்கிக் கழித்தார்.
>
> மாமிசம் உண்ணும் பாதிரியார், இந்தியர்களோடு சமமாக உட்கார்ந்து உணவு அருந்தியதையும் உறங்கியதையும் தீட்டாகக் கருதி, தமிழ்க் கிறித்தவர்கள் போராட்டம் நடத்தினர். பேச்சு வார்த்தைகள் பலனளிக்காததால், மறைப்பள்ளிக்கு நீண்ட விடுமுறை என்ற பெயரில், 1847 டிசம்பர் 27இல் மூடப்பட்டது (இராமதாசு 2017; தாவிதன்னுசாமி, 2019: 79).

ஆனால், *19*ஆம் நூற்றாண்டின் தொடக்கத்தில் இந்தோசீனத்திற்குப் பணியாட்கள் தேவைப்பட்டபோதும், இரண்டாம் உலகப் போருக்கு வீரர்கள் தேவைப்பட்டபோதும் புதுச்சேரியிலிருந்தும் ஆட்கள் பெருமளவில் தெரிவு செய்யப்பட்டனர். ரேனோன்சான்களான தலித்துகளும் இந்த வாய்ப்புகளை முறையாகப் பயன்படுத்திக்கொண்டு, இந்தோசீனத்தில் குடியேறி, இந்துச் சனாதனச் சமூகத்தின் பிடியிலிருந்துத் தங்களை விடுவித்துக் கொண்டார்கள். அங்குப் போர்ப்பயிற்சி பெற்று பாரிசுக்குச் சென்றபின், ஏனைய ஐரோப்பியருடன் பேதமில்லாமல் கலந்து அணிவகுத்து நின்றபோது அவர்கள் கனவு ஓரளவிற்கு நிறைவேறியது.

தீண்டாமை ஒழிப்பு

*1935*இல் ஆங்கிலேய அரசு தாழ்த்தப்பட்டவர்களுக்குச் சில சலுகைகள் வழங்குவதற்காக அவர்களை ஒரு தனிப் பட்டியலில் சேர்த்தது. பொதுவாகத் தலித்துகள் என்றும் ஆதிதிராவிடர் என்றும் வழங்கப் பட்டாலும், அன்றிலிருந்து அவர்கள் சட்டப்பூர்வமாக அட்டவணை அல்லது பட்டியல் இனத்தவர் என்று அழைக்கப்படுகிறார்கள். *1954*இல், புதுச்சேரி இந்திய ஒன்றியத்துடன் இணைந்தபின், தீண்டாமை ஒழிப்புச் சட்டம் புதுச்சேரிக்கும் விரிவுபடுத்தப்பட்டதிலிருந்து, தீண்டாமை தண்டனைக்குரிய குற்றமானது; கல்வி கற்றுத் தங்களின் தகுதியை மேம்படுத்திக்கொண்டதாலும், உரிமைகள் பற்றிய விழிப்புணர்வுடன் சமத்துவத்திற்காகப் போராடி வருவதாலும் அதன் வீரியம் குறைந்து வருகிறது.

○○○

4

புதுவைக்குப் புகழ் சேர்த்த ஃபிரஞ்சியர்

ஐரோப்பியர்களுக்கு, அரசியலும் வணிகமும் மதம் பரப்புதலுமே கீழ்த்திசைப் பயணங்களின் முக்கிய நோக்கங்கள். ஆனால், அரசியலுக்கு அப்பாற்பட்டு, தென்னகத்தின், குறிப்பாகத் தமிழ் நிலத்தின் நாகரிகச் செழுமையும், பண்பாட்டுச் செறிவும், இயற்கையின் வியாபகமும், ஃபிரஞ்சு நாட்டு அறிவு ஜீவிகளைக் கவரத்தவறவில்லை. அறிவின் தாக்கம் மிகுந்த அவர்கள், தாம் கண்டு வியந்த சீர்மைகளைப் பதிவிடவும் தவறவில்லை. அவ்வரிசையில், பேராசிரியர் மெவில் *(Meauville)*, அபே துய்புவா *(Abbe Dubois)*, ஃபோந்த்தேனியோ *(Fonteunieau)* போன்றோர் புதுவையின் பழமையையும், பண்பாட்டையும் நேசித்ததோடு, பாருக்கும் தெரியவைத்தனர். 1840–1850களில் புதுவை அரசுப்பணியிலிருந்தபோது, ஆனந்தரங்கப் பிள்ளையின் சந்ததியினரின் வீட்டிலிருந்த 1735–1761க்கான நாட்குறிப்புகளையும், 1778–1792க்கான முத்து விஜய திருவேங்கடம் பிள்ளையின் குறிப்புகளையும் தேடிக் கண்டுபிடித்ததோடு, அவற்றைப் படியெடுத்த சிறப்புக்குரியவர், தமிழ்ப்பற்றாளரான எதுவார் அரியேல் *(Edouard Ariel)*; அதைத் தொடர்ந்து, 1846இல் ஆனந்தரங்கப்பிள்ளையின் தினசரிதையை அச்சு வடிவில் வெளியிடத் தொடங்கியவர் கலுவா மோன்ட்பர்ன் *(Gallois Montburn)*. தென்னக அரசியல் வரலாற்றின் முக்கியமான காலகட்டத்திற்கான பதிவுகள், அன்றாட நிகழ்வுகளின் நேரடி விவரணைகளாகக் கிடைத்தது அவர்களால்தான். அவர்களுடன், வானியல் அறிஞர் லெ ழாந்த்தி, தொல்லியல் ஆர்வலர் ழுவோ துய்ப்ரேய், தமிழ் இலக்கிய ஆர்வலர் ழூலியன் வேன்சான் ஆகியோரும் தமது தொடர் பங்களிப்புகளால் முக்கியத்துவம் பெறுகின்றனர்.

4.1: லெ ழாந்த்தி – ஃபிரஞ்சு வானியல் அறிஞர்

லெ ழாந்த்தி *(Guillaume Le Gentil de la Galaisière – (1725–1792))* ஒரு புகழ் பெற்ற ஃபிரஞ்சு வானியல் நிபுணர்.

1761ஆம் ஆண்டில், பூமியின் கிழக்கிலிருந்து மேற்கு நோக்கி, சூரியனைத் தாண்டும் சுக்கிரனின் பயணத்தை வைத்து, ஹேலி (Halley) யின் சூத்திரப்படி, சூரியனின் தூரத்தைக் கணக்கிடும் முயற்சிகள் உலகெங்கும் நடைபெற்றுவந்தன. ஆனால், ஜொசெப் நிகோலஸ் தெலிஸ் (*Joseph–Nicolas Delisle*) என்ற ஃபிரஞ்சியர் ஒரு மாற்று முறையினை வகுத்திருந்தார். எனவே, அதைப் பயன்படுத்தும் விதமாக, ஃபிரஞ்சு அறிவியல் பேரவை, 1761இல் சுக்கிரன் பயணத்தின்போது, தனது அறிவியல் அறிஞர்களை உலகின் பல்வேறு பகுதிகளுக்கு அனுப்பித் தரவுகளைச் சேகரிக்க முடிவு செய்தது.

விண்ணியல் ஆய்வாளர்
லெ ழாந்த்தி

அறிவியல் ஆய்வுப் பயணம்

அத்திட்டத்தின் ஒரு பகுதியாக, சுக்கிரனின் விண்வெளிப் பயணத்தைக் காணப் புதுச்சேரிக்குப் புறப்பட்டவர்தான் லெ ழாந்த்தி. அவரது பயணத்தின்போது, கடல்காற்று சாதகமாக இல்லாததால் அலைக்கழிக்கப்பட்டுத் தாமதமாக, மே 24, 1761இல் தான் மாகி வந்து சேர்ந்தார். அங்கு, புதுச்சேரியை ஆங்கிலேயர் கைப்பற்றிய செய்தியைக் கேள்விப்பட்டதால், புதுவைப் பயணத்தைக் கைவிட்டு, மொரிசியசுக்குத் திரும்பவேண்டியிருந்தது. எனவே, வழியிலேயே சுக்கிரன் நகர்வு வந்துவிட்டது. ஆனால், வானம் தெளிவாக இருந்தபோதிலும், நடுக்கடலில் அலைகளால் கப்பல் ஆடிக்கொண்டேயிருந்ததால், சரியாக அட்சரேகை, தீர்க்கரேகையைக் கணிக்க முடியவில்லை; எனவே, முதல் முயற்சி தோல்வியில் முடிந்தது.

லெ ழாந்த்தி வந்த கப்பல் சிஃபிலிட்

விடாமுயற்சியில் லெ ழாந்த்தி

அடுத்த நிகழ்வு மறுபடியும் 1769ஆம் ஆண்டில் வரவிருந்தது. அதற்காகவே, ஃபிரான்சுக்குத் திரும்பாமல், ஆசியப் பகுதிகளைச் சுற்றிவிட்டு

1766 மே மாதத்தில் மணிலாவிற்குச் சென்றார். அங்கிருந்த ஆளுநருக்கு இவர் மீது ஐயம் ஏற்பட்டதால், அங்கிருந்து கிளம்ப வேண்டியதாயிற்று. அதற்குள் புதுவை மீண்டும் ஃபிரஞ்சியர் வசம் வந்துவிட்டது. எனவே, 1768 மார்ச் மாதம் 27ஆம் நாளே, ஒரு வருடம் முன்கூட்டியே வந்துவிட்டார். ஆளுநர் லா தெ லொரிஸ்தான், அவரை வரவேற்று எல்லா ஏற்பாடுகளும் செய்து கொடுத்தார். அங்கு ஆங்கிலேயர் அழிப்பில் தப்பித்து, முற்றிலும் இடிபடாமலிருந்த கட்டடத்தின் மீது ஒரு கூர்நோக்குக் கூடத்தை (Observatory) அமைத்து, தொலைநோக்கிகளுடன் சுக்கிரன் வரவைக் காணக் காத்திருந்தார்.

புதுவைத் துறைமுகத்தில்
லெ ஜாந்தி

தொலை நோக்கி மூலம் ஒத்திகை

தொடர்ந்த துயரங்கள்

1769ஆம் ஜூன் 3ஆம் நாள் சுக்கிரன் பயணம் நிகழவிருந்தது. அதற்கு முதல் நாள் ஆளுநர் லாவும், அவரும் ஓர் ஒத்திகையாக, வானத்தில் வியாழனைக் காண முடிந்தது. எனவே, மிகவும் நம்பிக்கையோடு காத்திருந்தார். ஆனால், இம்முறையும் அவரது கெடுவாய்ப்பு அவரை விடவில்லை. மறுநாள் காலையிலிருந்து மாலை வரை, வானில் மேகக்கூட்டங்கள் சூழ்ந்திருந்ததால், அவரது நோக்கம் நிறைவேற வில்லை. அதனால் மிகவும் மனமுடைந்து நோய்வாய்ப்பட்டார். இவர் 11 ஆண்டுகள், 6 மாதம், 13 நாட்களாகத் திரும்பவராததால், இவர் இறந்துவிட்டதாகவே இவரது குடும்பத்தினர் முடிவு செய்துவிட்டனர்; அவரது மனைவி மறுமணம் செய்துகொண்டார்; சொத்துக்கள் பங்கிடப்படுவிட்டன; அவரது வானியல் பேரவை உறுப்பினர் பதவியும் காலாவதியாகிவிட்டது (வில்லியம் ஆஷ்வொர்த் 2017).

புதிய அனுபவங்கள், புதிய உண்மைகள்

1768 முதல் 1771 வரை அவர் புதுவையில் தங்கியிருந்தார். இந்தப் பயணத்தின்போதுதான் இந்தியாவின், குறிப்பாகப் புதுச்சேரியின் பல பண்பாட்டுக் கூறுகளைப் பற்றி ஆராய்ந்து பதிவிட்டுள்ளார். 1761இல் ஆங்கிலேயரால் அழிக்கப்பட்ட புதுச்சேரியின் அகோர நிலையை 1768இல் ஓர் ஓவியமாய் வரைந்துள்ளார். இன்று வரை ஆங்கிலேயரின் கொடூர தாண்டவத்திற்குக் முக்கிய காணொளிச் சாட்சியம் அதுவே. (இந்த

ஓவியத்தை அவர் 1761இல் வந்தபோது வரைந்ததாகக் கருதப்படுகிறது. அது சரியாக இருக்க வாய்ப்பில்லை. புதுச்சேரி ஆங்கிலேயர் வசம் வந்துவிட்டதால், அவர் வந்தவழியிலேயே திரும்பிப்போய், 1768இல் தான் வந்துசேர்ந்தார். எனவே, 1768–71 இடைவெளியில்தான் இந்த ஓவியத்தை அவர் வரைந்திருக்கக்கூடும்.) தன்னுடைய ஆய்வுகளைத் தொகுத்து அவர் வெளியிட்ட 'இந்தியக் கடலோரப் பயணங்கள்' (1779) என்ற நூலில், புதுச்சேரிப் பயண அனுபவங்களை விவரித்துள்ளார். அதில் பல முக்கிய தகவல்களைப் பதிந்துள்ளார்.

அழிக்கப்பட்ட புதுவை லெ ழாந்த்தி வரைந்த ஓவியம்

வீராம்பட்டினம்

அரிக்கமேடு பகுதியை ஆராய்ந்து அதன் வரலாறுச் சிறப்பை முதல் முதல் உலகுக்கு அறிவித்தவர் அவரே. அரியாங்குப்பம் ஆற்றில் படகில் போய், தேங்காய்த் திட்டுக்கு தெற்கே அதன் தென்கரைமேல் ஒரு பலமான கோட்டையின் எச்சங்கள் இருப்பதைக் கண்டார். "ஓர் அடி நீளமும், 7–8 அங்குல அகலமும் கொண்ட கனமான செங்கற்களால், பத்தடி ஆழமான கடைக்கால் மேல் எழுப்பப்பட்ட சுவர்கள், இங்கு ஒரு நகரமோ, கிராமமோ இருந்ததைக் குறிப்பதாகக் கொள்ளலாம். கரைக்கு ஓரமாகவும், அப்பாலும், இருபதடி ஆழமும் நான்கடி அகலமும் உள்ள பீப்பாய் வடிவ உறை கிணறுகள் காணப்படுகின்றன. இங்கிருக்கும் மதில்களும் சுவர்களும் கிணறுகளும் வீரராகவன் என்ற அரசனுடைய கோட்டையின் எச்சங்கள் என்றும், அந்த அரசனின் பெயரால் இந்தப் பகுதியை வீரப்பட்டினம் என்கிறார்கள்" என்பது அவரது பதிவு (லெ ழாந்த்தி 1779: 146). ஆகவே, வீராம்பட்டினம் வரலாறு குறித்தப் பழமையான பதிவு அவருடையதே! அவருக்குத் துணையாகச் சென்ற தமிழரான மரியதாஸ் பிள்ளை, அந்த அரசன் பெயர் வீரராயன் என்றும், அதனால் அதன் பழைய பெயர் வீரராயன் பட்டினம் என்பதே வீராம்பட்டினம் ஆனது என்கிறார் (மொரே 2014).

பௌத்தம் தழைத்த பூமி

வீராம்பட்டினம் சிதைவுகளுக்கும் அரியாங்குப்பத்திற்கும் இடையே தான் கண்ட ஒரு பழமையான, தெய்வீகமான சிலை குறித்த விபரங்களையும் அவர் பதிவு செய்துள்ளார். "வேதம் போதிக்கும் மதத்தினின்றும் வேறுபட்ட ஒரு மதமும், இங்கு பிராமணர்கள்

வருகைக்கு முன் இருந்திருக்கிறது. ஆனால் அது தற்போது மிகவும் அருகி விட்டது. அதைச் சார்ந்த ஒரு சிலை வீராம்பட்டினம் மணலில் புதைந்து கிடந்தது. அதை பவுத் என்கிறார்கள். இச்சிலையானது தாய்லாந்திலுள்ள புத்தர் சிலை போன்றே காணப்படுகிறது. தலையின் வடிவம், முகபாவம், கைகளை அமைத்திருக்கும் முறை, அதன் காதுகள் அனைத்தும் புத்தர் சிலையை ஒத்திருக்கின்றன. அங்கிருந்த மக்களிடம் நான் விசாரித்தபோது, அவர்களும் இது 'பவுத்' சிலை என்று கூறினர். பிராமணரது ஆதிக்கம் வந்த பின், அவர்கள் பூசித்த வேதியத் தெய்வங்களின் வழிபாடு ஓங்கியதால், இச்சிலையின் மகத்துவம் குன்றிப்போனது என்றும் மக்கள் கூறினர்" (லெ ழாந்த்தி 1779: 146).

மேலும் விசாரித்தபோது, புத்தருக்குக் கோயில் எதுவும் இல்லை எனவும், திறந்த வெளியிலோ, வயல்களுக்கிடையில் மரங்கள் சூழ்ந்த தோப்பிலோ புத்தர் சிலைகள் இருந்தன என்று முதியோர் சிலரிடமிருந்து தெரிந்துகொண்டார். முற்காலத்தில் சிறந்து விளங்கிப் பின் கைவிடப்பட்ட நிலையில் அப்புத்தர் சிலை இருந்ததாக அவர் குறிப்பிடுகின்றார்.

பவுத் சிலை

"நாகப்பட்டினத்தில் சீனக்கோயில் இருந்தது போன்றே புதுச்சேரியிலும் அக்காலத்தில் பர்மா கோயில் இருந்துள்ளது. இதுவும் ஒரு புத்தக் கோவிலேயாகும். இங்கு புத்தக் கோவிலிருப்பதானது, புதுச்சேரி துறைமுகத்தின் புகழை உயர்த்துவதுடன் இங்கு ஒரு புத்த சமூகமும், புத்தமத இயக்கமும் இருந்திருந்தன என்பதைக் காட்டுகிறது. அத்துடன் இந்தோசீனாவிலிருந்து வந்த ஒரு புத்த சமுதாயமே இங்கு வாழ்ந்திருந்தது என்பதையும் உறுதிப்படுத்துகிறது" என்று லெ ழாந்த்தி கருதினார் (முருகேசன் 1991).

சுண்ணாம்பாறு தோற்றம்

சுண்ணாம்பாறு என்பது, ஒரு பெருவெள்ளப் பெருக்கால் கிளையெடுத்த செஞ்சி நதியின் புதுப்போக்கே என்பது மற்றொரு செய்தி; 1743 வரைபடத்தில் கூடக் காணப்படாத தேங்காய்த்திட்டு, அதற்குப் பின்னர் உருவான தீவு என்பது இன்னொரு தகவல். 1770இல் தெ லத்தூர் (*de La Tour*) வரைபடத்தில், இந்த ஆறு சொனன்பார் (*Chonenbar*) என்று குறிப்பிடப்பட்டுள்ளது (மொரே 2014). மேலும், நாளடைவில் பழைய ஆறு

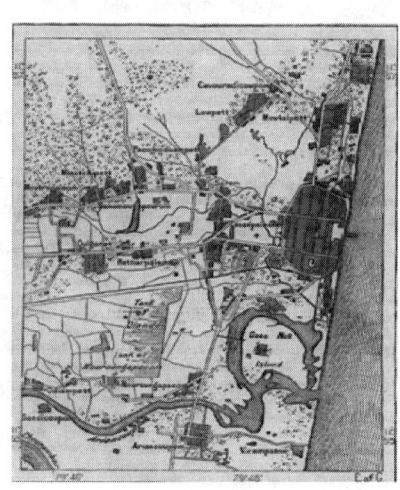

தூர்ந்து, தீவுப்பகுதி நகரத்துடன் நிலவியல் ரீதியாகச் சேர்ந்துவிடும் என்றும் அவர் கணித்திருக்கிறார். தற்போதைய விண்கோள் படத்தில், பழைய அரியாங்குப்பத்தாறு வரும் நீர்த்தாரை சுருங்கியிருப்பது நன்கு தெரிகிறது. இது சரி செய்யப்படாவிட்டால், அவரது ஆரூடம் பலித்துவிடும் வாய்ப்புள்ளது.

பண்பாட்டுப் பதிவுகள்

கோயில் கோபுரங்களின் பரிமாணங்களை அளப்பதற்காகத் தமிழகம், புதுச்சேரியின் பல பகுதிகளுக்கும் சென்று வந்தபோது, கோயில்கள் இல்லாத ஊரே காணமுடியவில்லை என்கிறார். “சிறியதோ, பெரியதோ, குடிசையில் கூட ஒரு கோயில் இருக்கும்; அதனுள் ஒன்றோ, பலவோ சாமி சிலைகள் இருக்கும்; வயல்வெளிகளின் நடுவில், தோப்புகளிலும் சிறு சிறு கோயில்கள் (ஐயனார், அம்மன் கோயில்கள்) இருந்தன. ஊரார், அவரவர் விருப்பப்படி, சாதாரணமான, வெவ்வேறு *(கிராமியத்)* தெய்வங்களைத் தெரிவுசெய்து வழிபட்டார்கள்”.

“பிராமணர்கள் ஆதிக்கம் வந்தபின், கோயில் கட்ட ஓர் இடத்தைத் தேர்வு செய்யும் முறை மாறிவிட்டது. கோயிலுக்கு உத்தேசித்திருக்கும் பகுதியில், ஒரு பசுவை இரவு முழுதும் தங்க விடுவார்கள். மறுநாள் காலையில், அது எந்த இடத்தில் சாணம் கழித்துள்ளதோ, அதுவே கடவுள் குறி காட்டியுள்ள கருவறைக்கான இடம் என்று அந்தணர் ஒருவர் தரையில் குறியிடுவார். ஊரார் அதை ஏற்றுக்கொண்டு, அவ்விடத்தை மையமாக வைத்துக் கோயில் கட்டுவார்கள்” *(லெ ழாந்தி 1779: 158).*

“புதுச்சேரியில் திருமணங்கள், ஊர்வலங்கள் போன்ற எந்தவித மான விழாக்களோ, குடும்ப நிகழ்வுகளோ, பயேதர் எனப்பட்ட தேவதாசியருடைய ஆடல், பாடல் இல்லாமல் கொண்டாட்டங்களோ நடைபெறுவதில்லை; சமூகத்தில் அவர்கள் மிகவும் மரியாதையுடன் நடத்தப்பட்டனர்”, என்பதும் அவரது பதிவுகளே! *(லெ ழாந்தி 1779: 170).*

இந்தியக் கலாச்சாரப் பெருமை

தவர்னியர் *(Tavernier)*, ஹோல்வெல் *(Holwell)*, பெர்னியர் *(Bernier)*, ழேன் ஹென்ரி குரோஸ் *(Jean–Henri Grose)* போன்ற பல மேலைநாட்டு வரலாற்றாசிரியர்கள், இந்தியர்களின் பல தெய்வ வழிபாட்டு முறைகள் பற்றிப் பலவாறு கூறியுள்ளனர். “ஒரு மரத்தையோ, ஒரு கல்லையோ, ஒரு சிலையையோ அவர்கள் வணங்கியதால், சர் வில்லியம் ஜோன்ஸ் *(Sir William Jones)* போன்ற ஒரு சிலர், அதைக் கொடூரமான உருவங்களை வழிபடும் மூடர்கள் என்று பழித்துள்ளனர். படைத்தல், காத்தல், அழித்தல் என்ற மூன்று செயல்களுக்கும், முறையே பிரம்மா, விஷ்ணு, ருத்ரன் *(சிவன்)* என்று மூன்று முதன்மைக் கடவுள்களும், அவர்களுக்குத் துணையாகப் பல சிறுதெய்வங்களும் இருப்பதாக நம்புகிறார்கள். பராசக்தியே மூலக் கடவுள் என்று நம்புவோரும் உண்டு. அதன் உட்பொருள் பற்றி ஆராயாமல், மேலோட்டமாகப் பார்த்ததன் விளைவே இந்தத் தவறான புரிதல்; அவர்கள் இயற்கையை வெவ்வேறு வடிவங்களில் காண்கிறார்கள்; வழிபடுகிறார்கள்” என்ற ஃகோல்வெல்

பார்வையை ஆதரித்துக் கடுமையாக வாதிட்டு, இந்தியக் கலாச்சாரத்தின் பெருமையை அயலவர்க்கு உணர்த்தியவர் லெ ழாந்த்தி (1779).

லெ ழாந்த்தி அன்று கண்ட மண்மேடும், மணல்குன்றுகளும் அரிக்கமேட்டுப் பகுதிகளே. ஆனால் இன்று அவை மணல் கொள்ளையர் களால் கரைந்து கொண்டுள்ளன. ஆனால், அவர் தொடங்கி வைத்த அரிக்கமேட்டுப் பழம்பெருமை, இன்றும் பேசு பொருளாகி யிருக்கிறது; அவரது பெயரும் இந்திய, புதுச்சேரி வரலாற்றில் சிறப்பிடம் பெற்றிருக்கிறது.

4.2: கப்ரியேல் ழூவோ துய்ப்ரேய் (1885–1945)

புதுவையின் பழம் பெருமை போற்றிய ஃபிரஞ்சுப் பேராசிரியர்

1909ஆம் ஆண்டு புதுச்சேரிக்கு வந்த ஃபிரஞ்சியாரான கப்ரியேல் ழூவோ துய்ப்ரேய் (Gabriel Jouveau–Dubreuil), ஒரு தொல்லியல் ஆர்வலர். அவ்வாண்டு, அக்டோபர் மாதம் 10ஆம் நாள் முதல் 1937 வரை புதுச்சேரி ஃபிரஞ்சுக் கல்லூரியில், 27 ஆண்டுகள் கணிதப் பேராசிரியர் பணிபுரிந்தவர். தென்னிந்தியத் தொல்லியல் வரலாறு (Archéologie du Sud de l'Inde), குறித்து கிம்மே அருங்காட்சியகம் (Guimet Museum) ஆதரவில் ஆய்வு நிகழ்த்தி, 1914இல், பாரிசுப் பல்கலைக்கழகத்தில் தொல்லியல் முனைவர் பட்டம் பெற்றவர்.

ழூவோ துய்ப்ரேய்

தென்னிந்தியப் பெருமை கண்டவர்

தென்னிந்தியக் கலை, கலாச்சாரத்தால் கவரப்பட்டதால். திரும்பத் திரும்பப் புதுவைக்கு வந்தார். மாமல்லபுரம் சிற்பங்களை ஆராய்ந்து பல்லவர் சிற்பக்கலைகளைப் பற்றி, ஆழத் துழாவி ஆராய்ந்து, 1916இல், 'பல்லவர்களின் முற்கால வரலாறு' என்ற நூல் வழி, தென்னிந்திய வரலாறில் பல்லவர்களின் சிறப்பைப் பற்றி முதன்முதலாகப் பதிவிட்டார்.

தென்னகம் முழுதும் பயணம் செய்து, இந்தியாவில் உருவ வழிபாடு, திராவிடர் கட்டடக்கலை, தொல்லியல் மேன்மையை ஆராய்ந்து, 'தக்காணத்தின் முற்கால வரலாறு' என்ற நூலை 1919இல் வெளியிட்டார். மாமன்னர் அசோகர் காலத்திலிருந்து, இரண்டாம் புலிகேசி காலம் வரையிலான (கி.மு. 261 முதல் கி.பி. 610 வரை) வரலாற்று நிகழ்வுகளைத் தொகுத்து, அவர் எழுதிய அந்நூல், இந்திய வரலாற்றில் புதிய வெளிச்சங்களைப் பரப்பியது.

தமிழர் நாகரிகமே தென்னிந்திய நாகரிகம்

தமிழர்களுக்குக் கட்டடக்கலையும், சிற்பக்கலை நுணுக்கங்களும் தெரியாமல் வெவ்வேறு வடிவங்களில் கோயில்களைக் கட்டியிருக்கிறார்கள் என்று ஃபெர்குசன் (Fergusan) போன்ற கீழ்த்திசை ஆய்வாளர்கள் குறைகண்டார்கள். கலைத்திறன் இல்லாததால்தான் அரைக்கோள

வடிவில் (குவிமாடம் – *Dome*) கோபுரங்களைக் கட்ட முடியவில்லை என்று கடுமையாக விமரிசனம் செய்தார், மற்றொரு வரலாற்றாசிரியர் சொனோரா (*Sonnorat*). ஆனால், தனது ஆழ்ந்த ஆய்வின் பலனாக, தென்னிந்தியக் கட்டடக் கலையும் சிற்பக் கலையும் கோயில் அமைப்புகளும் வெளிப்படுத்தும் திராவிட பாணி ஒத்திசைவுக் கொள்கையை ழுவோ துய்ப்ரேய் ஆய்வு வழி நிறுவினார். சோழர், பல்லவர், விஜய நகர ஆட்சிக் காலங்களில், தனித்தனியான, ஆனால், ஒத்திசைவான கட்டடப் பாணிகள் இருந்ததை அவர் நிரூபித்தார்.

தென்னிந்தியர்களுக்குப் பெருமையுடன் திரும்பிப் பார்க்கும் வரலாறு இல்லை என்று கூறிய ஐரோப்பிய, இந்திய வரலாற்று ஆசிரியர் களுக்கு, இந்தியா முழுமையும் ஒரே நாகரீகமாகக் கருதிய ஐரோப்பியப் பார்வையை மாற்றி, தென்னிந்திந்திய நாகரிகம், வட இந்திய நாகரிகத்தி லிருந்து முற்றிலும் மாறுபட்ட, தனித்துவமான தமிழர் நாகரிகமே என்று பதிலடி கொடுத்தார்.

அரிக்கமேடு ஆய்வுக்கு அச்சாரம்

1932இல் அவரது இதயம் நோயுற்றது; டைஃபாய்டு காய்ச்சல் தாக்கியது; உடல் பலவீனமானது. ஆயினும் நெஞ்சுரம் தளரவில்லை. 1936இல் ஓய்வு பெற்ற பிறகும், இங்கேயே தங்கி, ஆய்வுகளைத் தொடர்ந்தார். வீராம்பட்டினம் மறைப்பள்ளிப் பகுதிக்கு பௌஷே அடிகளாருடன் (*Fr. Faucheux*) செல்லும்போது, அந்தப் பகுதியில் சிதறிக்கிடந்த கண்ணாடித் துண்டுகளும், சில அரிய கற்களும், பளபளக்கும் பல்வகை மணிகளும் அவரது கவனத்தைக் கவர்ந்தன. அங்கு விளையாடிக்கொண்டிருந்த சிறுவர்களுக்கு இனிப்புகளைப் பரிசாகக் கொடுத்து, மேலும் பல தொல்பொருட்களைச் சேகரித்தார். ஃபிரஞ்சிந்திய அரசு மூலம், 1937இல், ஃபௌழ்சேவும், துய்ப்ரேயும் அரசு நூலகத் தொல்லியல் பிரிவு அலுவலர் பட்டாபிராமன் (*P.Z. Pattabiramin*) துணையுடன் அரிக்கமேட்டுப் பகுதியில் அகழ்வாராய்ச்சியினைத் தொடங்கினர்.

ஆய்வுக்குப் புறப்படும் ழுவோ துய்ப்ரேய்

அள்ளி முடித்த கூந்தலுடன் பெண் தலை, ஆண் தலை

அப்பகுதி ஒரு பழைய நகரத்தின் எச்சமாக இருக்கும் என்று நம்பி, இந்தியத் தொல்லியல் ஆய்வு நிறுவனத் தலைமை இயக்குனர்

மார்ட்டிமர் வீலர் (*Mortimer Wheeler, Director General, Archaeological Survey of India*), அதன் இயக்குனர் ராவ் பகதூர் தீக்சித் (*Rao Bahadur Dikshit, Director, Archaeological Survey of India*), ஐதராபாத் தொல்லியல் ஆய்வு நிறுவன இயக்குனர் குவாஜா முகமது அகமது (*Kwaja Muhammed Ahmad, Director, Archaeological Survey of India, Hyderabad*), *1939*இல், ஹனாயில் இருந்த ஃபிரஞ்சுத் தொல்லியல் அறிஞர் குலுபோவ் (*Gouloubev, French Archaeologist, Indochina*) ஆகியோரை வரவழைத்து அகழ்வாராய்ச்சிகள் நடக்கச் செய்தார்.

*1940*இல் கிருஷ்ணசாமி கவுண்டர் என்பாரது நிலத்தில், ஆம்ஃபோரா சாடிகள் கிடைத்தவுடன் சென்னையிலிருந்து தொல்லியல் அறிஞர்கள் முனைவர் ஐயப்பன், திருமதி ஞானதுரை ஆகியோரை வரவழைத்து செய்த ஆய்வுகள் மூலம், மேலும் ரோமானியப் பொருட்கள் கண்டெடுக்கப்பட்டன. இந்த ஆய்வுகள் மூலம் யவன மதுச் சாடிகளும், எழுத்துக்கள் பொறிக்கப்பட்ட பானை ஓடுகளும் (*Amphora Pottery, Glassware , Glass beads*), கிரேக்க மன்னர் அகஸ்டஸ் தலையுடன் (*Augustus* கி.மு.*63* – கி.பி.*14*) என்று பொறிக்கப்பட்ட கோமேதகப் பதக்கமும் (*insignie*), பழைய நாணயங்களும் கூந்தலைத் தலைமேல் கொண்டையாய்ச் சுருட்டி முடிந்த பெண் தலையும் கண்டெடுக்கப்பட்டன. இதேபோல் வாரிமுடித்த கொண்டையுடன் பெண் தலை ஒன்று *2021* ஜூலையில் கீழடியில் கண்டெடுக்கப்பட்டுள்ளது.

அங்குக் கிடைத்த பொருட்களைப் பகுத்தாய்ந்து, கி.மு. *200* முதல் கி.பி. *200* வரை கிரேக்க அரேபிய நாடுகளுடன் கடல் வணிகத்தில் புகழ்பெற்ற வணிகத்தளமாக விளங்கிய அதன் பழம்பெருமையை உணர்ந்தார். அது பற்றி, *1940*இல் “புதுச்சேரியில் ரோமானிய இடிபாடுகள்” என்ற சிறப்புக் கட்டுரையும் வெளியிட்டார். ஐயப்பனும் அரிக்கமேட்டின் ரோமானியத் தொடர்பு பற்றி ஆங்கில நாளேடான இந்து பத்திரிகையில், ‘தென்னகத்தின் தட்சசீலம்’ என்று பதிவிட்டார். அத்துடன், மூவோ துய்ப்ரேய் சேகரித்த சோழர் கால நாணயங்களிலிருந்து, அது பிற்காலத்திலும் உயிர்ப்புடன் விளங்கியதாக அவர் அறிவித்தார். அரிக்கமேடு தொல்லியல் தடயங்கள் குறித்தும், தமிழர் – கிரேக்கர் வணிகம் குறித்தும், புதுச்சேரியின் புதையுண்ட நகர நாகரிகம் குறித்தும் முதன்முதலில் வெளிச்சம் போட்டுக்காட்டியவர் மூவோ துய்ப்ரேய். அதன் பின்னரே அரிக்கமேட்டின் பெருமையை உலகம் உணரத் தொடங்கியது.

முதல் அருங்காட்சியகம்

*1937*இல் புதுச்சேரி நகரில், பாரதி பூங்காப்பகுதியை அகழாய்வு செய்து, லூயிக் கோட்டையின் இடிபாடுகளைக் கண்டறிந்தார். அவரது முயற்சியால் பொதுப்பணித் துறைத்தலைவர் சுய்ர்லோ (*Surleauv*) தலைமையில் ஏழு நிபுணர்கள் கொண்ட வரலாற்றுச்சின்னங்கள் ஆணையம் ஒன்றை ஆளுநர் போன்வன் அமைத்தார். அந்த ஆணையப் பரிந்துரைப்படி, அரிக்கமேடு ஒரு தொல்லியல் சின்னம் என்று, *1941* மார்ச் *15*ஆம் நாளன்று அரசு அதிகாரப் பூர்வமாக அறிவித்தது. தனது புதுவை வாழ்க்கையில் சேகரித்த பொருட்களைக் கொண்டு,

புதுச்சேரியின் முதல் தொல்பொருட்காட்சியகம் அமைத்தவரும் அவரே. அப்பொருட்கள் இன்றும் பாரிஸ் பகுதியில் அருங்காட்சியகத்தில் காட்சிப்படுத்தப்பட்டுள்ளன (மொரே 2014). தனது தேடல்களின் நடுவே, ஒரு பண்டகசாலையில் துய்ப்ளேக்சு தனக்கெனத் தனியாக வடிவமைத்துப் பயன்படுத்திவந்த கொடியைக் கண்டுபிடித்தவரும் அவரே (மெலாங்கின் 2015).

அரிக்கமேடு பகுதியில் லெ ழாந்த்தி முன்பே பார்த்திருந்த புத்தர் சிலை, ஒரு கூரைக் கொட்டகையில் இருந்தது. அதன் அருகே, மேலும் இரண்டு சிலைகள் மண்ணில் கேட்பாரற்றுக் கிடப்பதைக் கண்டார், அவற்றை சாவடி மணியம், அவரது மனைவியின் சிலைகள் என்று அறிந்து, புத்தர் சிலைக்கு எதிரில் நிறுவினார். அச்சிலைகளில் இருந்த கல்வெட்டு வாசகம், 16–17ஆம் நூற்றாண்டுக்கான எழுத்தமைதி என்று அறிஞர் நீலகண்ட சாஸ்திரி மூலம் உறுதிப்படுத்திக்கொண்டார்.

இதுதான் பொதுக்கே

தனது கண்டுபிடிப்புகளால் கவரப்பட்ட ழுவோ துய்ப்ரேய், கி.பி.முதலாம் நூற்றாண்டின் பயண நூலான செங்கடல் பயணங்கள் *(The Periplus of the Erythrean Sea)*, தாலமியின் பூகோளம் *(The Geography of Ptolemy)* ஆகிய பதிவுகளில் காணப்படும் பொதுக்கா/பொதுக்கே என்ற துறைமுக நகரம், அரிக்கமேடு பகுதியே என்றும் வம்பா கீரைப்பாளையம் பகுதியே பண்டைய துறைமுகம் என்றும், புதுச்சேரி, ஒழுகரையின் புறச்சேரி என்றும், ஈசுவரன் கோயில் பெயர் வேதபுரீசுவரர் கோயில் என்றும், அதுவே கீழ்க்கோயில், ஒழுகரை அகத்தீசுவரன் கோயில் மேல் கோயில் என்றும், 1935–36இல் பல கட்டுரைகளில் பதிவிட்டார். பண்டைய புதுச்சேரியின் இருப்பிடம் பற்றிய கருத்து வேறுபாடுகள் பின்னால் தோன்றிடினும், அதுபற்றிய ஆய்வுத்தீய்க்கு, அடிநெருப்பு மூட்டியவர்களுள், லெ ழாந்த்தியுடன், ழுவோ துய்ப்ரேய்க்கும் பங்குண்டு.

பாண்டிச்சேரியான புதுச்சேரி

புதுச்சேரி பாண்டிச்சேரியான விதம் வெறும் யூகமாகவே இருந்த நிலையில், ஃபிரான்சு தேசிய ஆவணக் காப்பகத்தில், தெ லா ரோன்சியே *(de la Ronsier)* என்பவர் கண்டுபிடித்த, துவாசி தொகுப்புகளிலிருந்து *(Thoisie Collections)*, 1664 இல் கும்பினியின் ஆவணங்களில், இரண்டு இடங்களில் இந்த எழுத்து மாற்றங்கள் நடந்திருப்பதை மூல ஆவணங்களின் ஒளிப்படங்களைப் பெற்று, 1935ஆம் ஆண்டில் உறுதி செய்தார். அதில், புதுச்சேரி என்று ஃபிரஞ்சில் எழுதியதைப் படியெடுக்கும்போது 'யு – *u* என்ற எழுத்து என்–*n* என்று தவறாக எழுதப்பட்டிருந்தது. மேலும், அத்தொகுப்பிலிருந்து 1694 நவம்பர் 20ஆம் தேதியிட்ட டச்சு வரைபடத்தை வெளியுலகிற்கு அறிமுகம் செய்தவர் அவர்தான். புதுச்சேரியின் பரந்த நில அமைப்பைக் காட்டும் அப்படம்தான், இதுவரை கிடைத்துள்ள படங்களில் மிகப் பழமையானது (மொரே 2014, ஜெயசீல ஸ்டீஃபன் 2018). புதுச்சேரியின் பெயர் மாற்றம் பற்றிய ஆதாரத்தை முதலில் வெளிக்கொணர்ந்தவரும் அவரே!

ஆகம நெறிகளில் ஆழ்ந்த அறிவு

கோயில்களில் காணும் மக்கள் கூட்டமும், அவர்களது ஆழ்ந்த பக்தியின் வெளிப்பாடும், அவரை பெரிதும் கவர்ந்தன. ஆகவே, கோவில்களின் அமைப்பு, சிற்பங்கள், வழிபாட்டு முறைகள் பற்றிய ஆழ்ந்த ஞானம் மட்டுமின்றி, கோவில்களில் ஆகம விதிப்படி எப்படி பூசை, நெய்வேத்தியம், அபிஷேகம், ஆராதனை நடைபெற வேண்டும் என்பதைப் பற்றியும், துய்ப்ரேய் சாஸ்திர ரீதியாக அறிந்திருந்தார். தென்னகக் கோயில்களுக்கும் சிற்பங்களுக்கும் கலைச் சின்னங்களுக்கும் ஒளிப்பட ஆவணம் அமைப்பதன் முன்னோடியும் அவரே.

வடலூர் வள்ளலார் சபையில் எப்படி பூசைசெய்வது என்பது பற்றி அர்ச்சகர்களிடையே பெருந்தகராறு ஏற்பட்டு, ஒரு முடிவு எடுக்க முடியாத நிலை ஏற்பட்டது. இதன் விளைவாக, கடலூரிலிருந்த தென்னார்க்காடு மாவட்ட கோவில் அர்ச்சகர்கள் சங்கத்தலைவர், 28.09.1940இல் துய்ப்ரேய் அவர்களுக்குக் கடிதம் எழுதி அவரது கருத்தினைக் கேட்டார். அதற்கு, துய்ப்ரேய் அளித்த ஆலோசனையின்படியே, வடலூரில் வழிபாடுகள் நடக்கத்தொடங்கின.

காரைக்கால் பற்றி

ஆலந்து (Holland) நாட்டின், லெய்டன் பல்கலைக்கழகத்தின் (Leiden University) அருங்காட்சியகத்திலிருந்த ஒரு செப்புப்பட்டயத்தில் உள்ள ‘சிறு சாசனம்’ என்ற பகுதியில் இரண்டு முறை காரைக்கால் பெயர் குறிப்பிடப்பட்டுள்ளது. கி.பி. 1090ஆம் ஆண்டில், இரண்டாம் குலோத்துங்கன் கொடையளித்த நாகப்பட்டினம் புத்தர் கோயிலுக்குக் கிழக்கே, காரைக்கால் பெருவழி இருந்ததாக இந்த லெய்டன் பட்டயம் குறிப்பிட்டது. இந்தத் தகவல்களின் அடிப்படையில், காரைக்கால் பதினோராம் நூற்றாண்டிலும் சிறந்த துறைமுகமாக விளங்கியதாக துய்ப்ரேய் நிறுவினார். இராஜராஜ சோழனின் 29ஆம் ஆட்சியாண்டின் கல்வெட்டு ஒன்றைத் தஞ்சைப் பெரியகோயிலில் கண்டுபிடித்து, அதில் காரைக்கால் தேவதாசி ஒருத்தி அக்கோயிலில் பணிபுரிந்த செய்தியையும் படித்துத் தேவதாசி மரபுக்குச் சான்றளித்துள்ளார்.

ஒப்பற்ற ஆய்வாளர்

இவரைப்பற்றி, சென்னை *தி மெட்ராஸ் மெயில்* என்ற ஆங்கில நாளிதழில் 22.03.1924இல் எழுதிய கட்டுரையில், “சென்னை அரசுத்துறை தொல்லியல் ஆய்வாளர்கள் சென்ற இருபது ஆண்டுகளில் சாதித்ததைவிட, திரு. துய்ப்ரேய் அவர்கள் மூன்றே ஆண்டு காலத்தில் மிகமிக அதிகம் சாதித்துள்ளார்; அதுவும் சென்னை ஆய்வாளர்களுக்கு அளிக்கப்படும் எந்தவித வசதியும், உதவியும் பெறாமல்” – என்று வரலாற்றறிஞர் ஆராவமுதம் கூறுவதே அவருக்குச் சிறந்த சான்றிதழ்.

ஃபிரஞ்சு அரசின் விருது

‘துய்ப்ளேக்சு வரலாறு’, ‘ஃபிரான்சுவா மர்த்தேன் வரலாறு’ உள்ளிட்ட ஏழு நூல்களும், இருபது கட்டுரைகளும் இவரது ஆய்வுத்

திறனுக்குச் சான்றுகளாக விளங்குகின்றன. "புதுச்சேரியை துய்ப்ளேக்சு இருந்த நகரம் என்று கூறுவதில் எந்தச் சிறப்புமில்லை. ஆனால், ஆசியாவிலேயே, ஃபிரஞ்சுப் புரட்சியின் நலன்தரும் திட்டங்களை முதன்முதலில் நிறைவேற்றிய இடம் புதுச்சேரிதான் என்பதே புதுச்சேரியின் தனிச்சிறப்பாகும். சுருங்கக்கூறின், ஆசியாவிலேயே எந்த நகரத்திற்கும் இந்தப் பெருமை கிடையாது – கிடைக்கவும் முடியாது" என்று பெருமிதத்துடன் கூறினார்.

இவரது உழைப்பையும் மதிப்பையும் மெச்சிய ஃபிரான்சு அரசாங்கம், 'செவாலியே தெ லா லெழியோன் தொன்னே' *(Chevalier de la Légion d'Honneur)* என்ற மிக உயரிய தேசிய விருதை இவருக்கு அளித்துப் பெருமைப்படுத்தியது!

மண்ணை நேசித்த மாமனிதர்

துய்ப்ரேய் அவர்கள் புதுச்சேரி மண்ணில் கால்வைத்த நாள் முதல், புதுச்சேரியின் மீது அவருக்கு கொள்ளை ஆசை! அந்தப் பாசத்திற்கும் பற்றிற்கும் எல்லையேயில்லை. கல்லூரியின் விடுமுறை நாட்களான வியாழன், ஞாயிறுகளில், ஒரு பையில் கனமான ஒளிப்படக் கருவியுடன், நடந்தும், மாட்டு வண்டியிலும் ஜட்காவிலும் கரடு முரடான சாலைகளில் அயராது பயணம் செய்தார்; கிடைத்ததை உண்டு, தங்குமிடம் கிடைக்காவிட்டால், வெட்ட வெளிகளிலும் தங்கி ஆய்வுகள் மேற்கொண்டார்.

புதுச்சேரி வாழ்க்கையின் இறுதிப்பகுதியில் அவரது உடல்நலம் சீர்கெடத்தொடங்கியது. தனது 55ஆவது வயதில், 1941 மார்ச் மாதம் 10ஆம் நாளன்று பாரிசுக்குத் திரும்பிச் சென்ற பிறகும் துய்ப்ரேயின் உடல்நிலை முன்னேறவில்லை. அதைவிட, அவர் மனதளவில் மிகவும் பாதிக்கப்பட்டிருந்தார். புதுச்சேரியின் நினைவு அவரை வாட்டியது – மிகமிக வாட்டியது. மர்சேய் *(Marseille)* துறைமுகப்பட்டினத்திற்கு அடிக்கடி சென்று வருவார். அங்குச் செல்வது, அவருக்கு இந்தியாவுக்குச் செல்லும் உணர்வைத் தந்து, ஓரளவு மன நிம்மதியையும் அளித்தது. புதுச்சேரியில் வாழ்ந்த எல்லாப் புதுச்சேரிவாசிகளையும்விட, இவர் மேலான புதுச்சேரிவாசியாகத் திகழ்ந்தார்; இறுதி மூச்சு இருந்தவரை, இவர் புதுச்சேரியை மறந்தாரில்லை.

புதுவைக்குத் திரும்ப வேண்டும்

"ரோமானியர் தொடர்பைப் பற்றிய கண்டுபிடிப்பு மகத்தானது; உணர்வு பூர்வமானது. இந்தியாவின் சூரிய வெளிச்சத்தையும், வெப்பத்தையும் மீண்டும் அனுபவிப்பதே என்னுடைய பேரவாவாகும்; ஆனால், நான் சுருண்டு கிடக்கிறேன். இந்த ஆண்டு, நான் புதுச்சேரிக்குத் திரும்பிச் செல்லும் ஆண்டாக இருக்கக்கூடாதா?" என்று கூறினாரென்றால், புதுச்சேரியை இவரைவிட அதிகம் நேசித்தவர் வேறு யாராக இருக்க முடியும்?

பின்னர், உடல் நலம் மேலும் மோசமடைந்ததால், பாரீஸ் மருத்துவமனை ஒன்றில் சேர்க்கப்பட்டார்; பயனில்லை. இறுதியாக, 1945 ஜூலை மாதம் 14ஆம் நாள், ஃபிரஞ்சு நாடு முழுவதும்,

ஃபிரஞ்சுப் புரட்சியின் ஆண்டுவிழாவையும், தேசிய நாள் விழாவையும் கொண்டாடிக்கொண்டிருக்கும் தருணத்தில் அமரரானார்; அவர் உயிர்விட இதைவிடச் சிறந்த நாள் எது!

இறப்பதற்குச் சிலநாட்கள் முன்பு, டூவோ துய்ப்ரேய் தனது புதுச்சேரி நண்பர் பட்டாபிராமனுக்கு எழுதிய கடிதத்தில், "தங்களைப் பற்றியும், புதுச்சேரியைப் பற்றியும் இடைவிடாது நினைத்துக் கொண்டேயிருக்கின்றேன். நீங்கள் என்னை மறக்கமாட்டீர்கள் என்பது எனக்குத் தெரியும். ஆனால், நீங்கள் மறந்தாலும் மறக்காவிட்டாலும், நிச்சயமாகப் புதுச்சேரி என்னை மறக்காது!' என்று கூறுகிறார்.

உண்மைதான்! டூவோ துய்ப்ரேய் பெயர் விளங்கும் வகையில் துப்ரேயப்பேட்டை என்று ஒரு பகுதிக்குப் பெயரிட்டு, புதுச்சேரி அவருக்கு நன்றிக்கடன் செலுத்தியுள்ளது. இம்மாநிலத்தின் வரலாற்றில் அம்மாமனிதருக்கு ஒரு தனியிடம் உண்டு! *(ழான் ரெனே 1953; முருகேசன் 2006).*

4.3: தமிழ் வளர்ச்சிக்குப் பங்களித்த ழூலியன் வேன்சான் (வேல்முருகன் 2019; திருமலை 2020)

ழூலியன் வேன்சான்

ஃபிரான்சு நாட்டைச் சேர்ந்த ழூலியன் வேன்சான் *(Julien Vinson 1843–1926)* ஒரு மொழியியல் அறிஞர்; நீரியல் பொறியாளர். ஃபிரஞ்சு ஆதிக்கத்திற்கு உட்பட்டிருந்த காரைக்காலில் *1843* ஜனவரி *21*இல் பிறந்தார். ஃபிரான்சு நாட்டில் வனவியல் கல்வி பயின்ற பின், புதுச்சேரியில் நீர் மற்றும் வனத்துறையில் துணை ஆய்வாளராகப் பணிபுரிந்தார்; ழூலியன் வேன்சானின் தந்தையார் காரைக்காலில் நீதிபதியாகப் பணிபுரிந்து வந்தவர். அதன் காரணமாக உடன்பழகியோரிடமிருந்து தமிழ் கற்றதால் ஆர்வம் மிகுந்து, ஓய்வு நேரத்தில் மொழியியல் பாடத்தைக் கற்றுத் தேர்ச்சி பெற்றார். இந்தி, தமிழ் ஆகிய மொழிகளின் மீது தனிக் கவனம் செலுத்தி ஆய்வுகளை மேற்கொண்டார். ஆர்வத்தினால் தமிழறிவை வளர்த்துக் கொண்டு, அவர் தமிழ்மொழியின் இலக்கணத்தை ஃபிரஞ்சில் எழுதினார் *(வேல்முருகன் 2019).*

ஃபிரான்சுக்குச் சென்றபின், *1879*இல் 'வாழும் கீழ்த்திசை மொழிகள் பள்ளி'யில் *(School of Living Oriental Languages)* ஆசிரியராகச் சேர்ந்து, *1882*இல் பேராசிரியராகப் பதவி உயர்வு பெற்று *1926*இல் இறக்கும்வரை பணிபுரிந்தார். அதுபோழ்து, வாழும் கீழ்த்திசை மொழிகள் நிறுவனத்தில் கீழைத்தேய ஆய்வுரைகள் *(Revue orientale – Eastern Review)*, மொழியியல், ஒப்பியல் மொழிநூல் *(Revue de linguistique et de Philologie Comparée – Journal of Linguistics and Comparative Philology)*, ஆகிய இதழ்களின் பொறுப்பாசிரியராக *1916*ஆம் ஆண்டுவரை இருந்தார். இலக்கணம், மொழியியல் குறித்து ஆறு நூல்களை எழுதியுள்ளார். குறிப்பாகத் தமிழ் இலக்கணம் *(1903)*,

அத்ரான் அடிகளின் செமினரியின் ஒரு பகுதி: அன்று

பழந்தமிழ்க் காப்பியமான கம்பராமாயணம் பற்றி ஃபிரஞ்சு மொழியில் எழுதிய நூல்கள் தமிழின் பெருமையை, ஃபிரஞ்சு இலக்கிய உலகிற்கு அறிமுகப்படுத்தின. இவற்றைக் காட்டிலும், பழந்தமிழ் இலக்கியங்களைப் பதிப்பிப்பதில் அவர் காட்டிய ஆர்வமும் பங்களிப்பும் குறிப்பிடத்தக்கன.

தமிழறிஞர் உ.வே.சாவுடன் தொடர்பு

மாபெரும் தமிழ்மேதை மகாமகோபாத்தியாய டாக்டர் உ.வே.சாமிநாதையர், அரும்பாடுபட்டு தமிழ் இலக்கியச் சுவடிகளைத் தேடிக் கண்டறிந்து பதிப்பித்துவந்தார். 'நினைவு மஞ்சரி' என்ற அவரது நூலில், பல்வேறு நாடுகளிலிருந்தும், தமிழ்நாட்டின் பல்வேறு பகுதிகளி லிருந்தும் பெருமக்கள் பலர் உ.வே.சாவிற்கு எழுதிய கடிதங்கள் தொகுக்கப்பட்டுக் கடிதக்கருவூலம் வெளியிடப்பட்டுள்ளது. அந்தநூலில் உள்ள கடிதங்களுள் ஃபிரான்சு நாட்டுத் தமிழறிஞரான ழூலியன் வேன்சான் தமிழ் இலக்கியத்தின்பால் பேரார்வம் கொண்டு எழுதிய ஆறு கடிதங்கள் உள்ளன. தமிழ் இலக்கியங்களிலிருந்து அளவற்ற மேற்கோள்கள் காட்டி அவர் உ.வே.சா.வுக்கு எழுதிய அக்கடிதங்கள், அவரது இலக்கியப் புலமையையும், தமிழ் இலக்கண இலக்கியங்களைப் பதிப்பிக்க வேண்டும் என்பதில் அவருக்கிருந்தப் பேரவாவையும் புலப்படுத்துகின்றன (திருமலை 2020).

கடிதங்கள் கசியும் கரிசனம்

1887இல் உ.வே.சா பதிப்பித்த சீவக சிந்தாமணியைக் கண்ணுற்று மகிழ்ந்த ழூலியன் வேன்சான், 1891ஆம் ஆண்டு ஏப்ரல் மாதத்தில் எழுதிய முதல் கடிதத்தில், அதைக் குறித்துப் பின்வருமாறு எழுதுகிறார்: "நீர் பதிப்பித்த சிந்தாமணியைக் கண்டு மிகவுமதிசயமா யிருந்தோமென்றும், நீர் செய்த வுலகோர்க்குப் பெரிய வுபகார மறிந்தோமென்றும், இன்னம் பழைய புத்த கங்களச்சிற் பதிப்பித்தற் குரியவாயுண்டென்றும், உமக்கு நாமெழுத வேண்டுமென்றெண்ணிக்கொண்டு வருகிறோ மாதலால், மிகவும் களிகூர்ந்து வாழ்வோ மெப்போதென்றால், சிலப்பதிகாரம், மணிமேகலை,

குண்டலகேசி, வளையாபதி என்னும் நாற்பெரும் காப்பியங்களைப் பரிசோதித்துக் கொடுத்த வப்போதே சொல்லுவோம்" *(திருமலை 2020).*

தமிழ்க் காப்பியங்களுடைய பெயர்களை மட்டும் அறிந்த அயல்நாட்டார் ஒருவர் அவற்றைப் படிப்பதில் கொண்டிருந்த வேட்கை, நூல்களைப் பெற மேற்கொண்ட முயற்சி, அரிய நூல்களைப் பொதுமக்கள் பயன்படுத்துமாறு வெளிப்படுத்த வேண்டிய தமிழறிஞர்களின் கடமை ஆகியவற்றை இக்கடிதம் சுட்டிக்காட்டுகிறது என்கிறார் பேராசிரியர் திருமலை *(2020).*

உ.வே.சாவின் பதிப்புப் பணிக்கு உதவி

மூலியன் வேன்சானின் ஆர்வத்தை அறிந்த உ.வே.சா. சிலப்பதிகாரம், மணிமேகலைப் பதிப்புப் பணியில் தாம் ஈடுபட்டிருந்ததைக் குறித்து அவருக்குக் கடிதம் எழுதுகிறார். அதனால் மனம் மகிழ்ந்த மூலியன் வேன்சான், 1891ஆம் ஆண்டு மே மாதம் உ.வே.சா.வுக்குப் பதில் எழுதியதோடு, பாரிஸ் நூலகத்தில் இருந்த மணிமேகலையின் பிரதி ஒன்றிலிருந்து பதிகத்தையும், வீரராகவக் கவி எழுதிய வில்லைப் புராணம் ஓலைச்சுவடியையும் படியெடுத்து அனுப்புகிறார். அதை வைத்துத்தான், உ.வே.சா வில்லியனூருக்கு வந்து, ஆலயத்தைக் கண்டறிந்து, வில்லைப் புராணத்தைப் அச்சில் கொணர்ந்தார். அக்கடிதத்திலும் சிலப்பதிகாரக் காப்பியத்தைப் படிப்பதில் தமக்குள்ள ஆர்வத்தை அவர் வெளிப்படுத்தத் தயங்கவில்லை; 'உரை குறையதாயினும் சிலப்பதிகார மச்சிற் படிக்க வேண்டும்' என்று கூறியுள்ளார் (திருமலை 2020).

உ.வே. சாமிநாதையர், சிலப்பதிகாரத்தை 1892இல் பதிப்பித்து, அதன் ஒரு படியை மூலியன் வேன்சானுக்கு அனுப்பி வைத்தார். அதனைப் படித்துப் பார்த்ததும், மகிழ்ச்சியின் விளிம்புக்கே சென்று, உ.வே. சாமிநாதையரை 'ஒரு அகத்தியனுருக் கொண்டு, அருளுடை மண் மிசை வந்து தோன்றினானே' என்று ஆசிரியப்பா மூலம் மூலியன் வேன்சான் புகழ்ந்து பாடுகிறார் (திருமலை 2020).

"எனதன்பிற்குரிய ஐயாவே! போன கிழமை பெருஞ்சிறப்புப் பொருந்தியதும் மெத்த நலத்தோடு அச்சிடப்பட்டது மாகிய சிலப்பதிகாரமென்கிட்ட வந்தடைந்ததே. ஆதலால் உமக்கு மிகவும் உபகாரமாக இருக்கின்றேன். குண்டலகேசியினும் வளையாபதியினும் பல நூல்களின்கண் மேற்கோளாகக் காத்திருக்கும் செய்யுள்களை அச்சிட வேண்டுமென்று நினைத்துக்கொள்கிறேன். அந்நூல்கள் அச்சிட முடியும்பொழுது எமக்கு இரண்டு பிரதியுமனுப்புக. அவையோடு ஒரு சிலப்பதிகாரப் பிரதியுமனுப்புக. அவைகளின் விலை யுமக்கனுப்புவோம்" என்று கேட்டுக்கொள்கிறார் (திருமலை 2020).

கவிதைகள் இயற்றிய புலமை

பாரிஸ் நகர நூலகத்தில் அரைகுறையாக இருக்கின்ற மணிமேகலைச் சுவடியைப் படியெடுத்துத் தரவும் தயாராக இருப்பதாக 1895ஆம் ஆண்டு எழுதிய கடிதத்தில் கூறிவிட்டு, உ.வே.சா. அனுப்பிய இரண்டு புத்தகங்களுக்காக நன்றி கூறுகிறார். உ.வே.சா.வுக்குப் பாரிஸ்

நூல் நிலையத்திலிருந்த சில புராணச் சுவடிகளைப் படியெடுத்து அனுப்புகிறார். மேலும், தமக்கிருந்த நடைமுறைத் தமிழ்ப் புலமையைக் கொண்டு, உ.வே.சாவிற்கு அவர் எழுதிய கடிதங்களில் ஆசிரியப்பாவும் வெண்பாவும் இயற்றி அனுப்பியுள்ளார். தமிழ்க் காப்பியங்களின் பெருமையைப் புலப்படுத்தும் வெண்பாவும் அதில் ஒன்று. இவ்வெண்பாவைப் படித்த உ.வே.சா. "எனக்கு உண்டான ஆச்சரியம் அளவு கடந்தது" என்று தமது 'நினைவு மஞ்சரி' நூலில் பாராட்டிக் கூறுகிறார் (திருமலை 2020).

நண்பரைப் பாராட்டிக் கவிதை

புதுவையில் வாழ்ந்த கவிஞர் சவராயலு நாயகர் அவரது நண்பர்; சிறந்த தமிழ்ப் புலவரும் கூட. அவரைப் புகழ்ந்து,

மரியதாயினுங் கடியன் வேதியர்க்கும் ஆதவர்க்கும்
பிரியன் செந்தமிழ்ப் பகவலன் பேசு நம்மன்பிற்
குரியன் நற்சவராயலு நாயக னுரைத்த
அரிய பற்பல பாக்கள் இவ்வுலகத்துக் கமுதே!

என்ற பாடல் (கல்வித்துறை 1981 : 91) வேன்சானின் கவித்திறனுக்கு மற்றுமோர் எடுத்துக்காட்டு.

ஏதோ சில காரணங்களால் கடிதப்போக்குவரத்து குறைந்த நிலையில், 1900த்தில் எழுதிய கடிதத்தில், "நீர்குறைந்து வந்தபோது துயராயிருந்த நிலம் போலு மெங்கள் மனத்துக்குயிரளிக்கு மழை போலவே ஒரு காகிதம் எழுதத் தக்கதாக வென்று கேட்டு வருகிறோம். தங்கள் அடி வணங்கும் சினேகிதர்" என்று ஏக்கத்துடன் மூலியன் வேன்சான் கவிதை நடையிலேயே அக்கடிதத்தை முடிக்கிறார். உ.வே. சாமிநாதையரின் தமிழ்த் தொண்டினைப் பாராட்டி, ஃபிரான்சு அரசு ஒரு நன்மதிப்புப் பத்திரம் வழங்கிச் சிறப்பித்தது. அதற்கும் மூலியன் வேன்சான் பரிந்துரையே காரணம் என்பதை உ.வே.சா. தமது 'நினைவு மஞ்சரி'யில் பதிவு செய்கிறார் (திருமலை 2020).

பாரிஸ் தேசிய நூலகத்தில் பாதுகாக்கப்பட்டிருந்த ஆனந்தரங்கப் பிள்ளையின் சந்ததியினரின் நாட்குறிப்புகள், ஃபிரஞ்சில் மொழிபெயர்க்கும் முயற்சிகள், முற்றுப்பெறாத நிலையில், 1894இல் அதை மேலும்தொடர்ந்து ஓரளவு செய்து முடித்தார் (மொரே 2020: 22).

பாண்டிச்சேரியான புதுச்சேரி

புதுச்சேரி பற்றிய பெயர் பெர்சிய மொழியில் புல்செரி (*Pulceri*) என்று இஸ்லாமியர் காலத்து நாணயங்களில் காணப்பட்டதை 1918இல் அவர் பதிவிட்டுள்ளார் (மொரே 2014: 77) அதேபோல், புதுச்சேரி என்ற நகரின் பழைய பெயர் பாண்டிச்சேரி என்றானது, ஒற்றை எழுத்துப் பிழையால் ஏற்பட்டது என்பதை முதன்முதலில் அறிவித்தவர் அவரே. புதுச்சேரி என்றால் புதிய ஊர் என்றும், அப்பெயரை எழுதும்போது, ஃபிரஞ்சிந்தியக் கும்பினியின் அலுவலர்கள் செய்த எழுத்துப் பிழையால்தான், பொந்திசேரி–பாண்டிச்சேரி (*Poudicheri–Pondichery*) என்று பெயர் மாற்றம்

ஏற்பட்டதாக, 1918ஆம் ஆண்டில், அவர் குறிப்பிட்டிருந்தார். ஏசு சபையின் பிரச்சாரகர்கள், தங்கள் பதிவில் 'புதுச்சேரியம்' (Puducherium) என்ற சொல்லைப் பயன்படுத்தியுள்ளதையும் அவர் ஆதாரமாகக் காட்டியிருந்தார். அதைப் பின்பற்றியே, பெயர் மாற்றப் பின்னணியை மூவோ துய்ப்ரேய் (1935, 1955) ஆதாரங்களுடன் விவரிக்க முடிந்தது.

1926ஆம் ஆண்டு நம்பர் 21ஆம் நாள் லிபோர்ன் என்ற ஊரில் அவரது 83ஆம் வயதில் மூலியன் வேன்சான் காலமானார். அயல் நாட்டவர் ஒருவர், தமிழ் மண்ணில் பிறந்து, வளர்ந்து, வாழ்ந்ததால், தமிழ்மீதும், தமிழிலக்கியத்தின்மீதும் காட்டிய ஆர்வமும் பங்களிப்பும் பாராட்டுக்குரியதே!

❍❍❍

பெருமிதம் பேசும் எச்சங்கள்

வல்லரசுகள் காலனி நாடுகளைப் பிடிப்பதும், பின்னர் மக்களின் எழுச்சியால், வெளியேறுவதும் வரலாறு படித்து அறிய வேண்டிய காட்சிகள். ஆனால், அவர்களது ஆட்சிக்காலத்தில் அவர்கள் கட்டிய கட்டுமானங்களும், நிறுவிய சிலைகளும், அவர்களது பழம்பெருமையை இன்றளவும் நின்று நினைவூட்டிக்கொண்டிருக்கின்றன. புதுச்சேரிக்கு வரும் பயணிகளுக்கு, அவை கண்ணுக்கும் கருத்துக்கும் விருந்தாகி மகிழ்வித்துக்கொண்டிருக்கின்றன.

5.1: அரசு மாளிகை (Palace du Gouvernement)

அன்று, ஃபிரஞ்சியர் காலத்தில் அரண்மனை; இன்று, விடுதலைக்குப் பின், ராஜ் நிவாஸ். புதுச்சேரி நகரத்தின் கடற்கரைப் பகுதியில், பாரதி பூங்காவின் வடக்கில், ஃபிரஞ்சுக் கட்டடப் பாணியில் கம்பீரமாக எழுந்து நிற்கும் இரண்டு அடுக்குக் கட்டடமே அரசு மாளிகை.

ஃபிரஞ்சிந்தியாவின் முதல் ஆளுநர் ஃபிரான்சுவா மர்த்தேன் (*François Martin*). அவரது காலத்தில், 1689 முதல் 1693 வரை, பாதுகாப்பிற்காக ஒரு கோட்டையைக் கட்டினார். அவர் கட்டிய 'பர்லோன்' கோட்டைக்கு உள்ளே இயக்குநருக்கான அலுவலகமும் இருப்பிடமும் (*Hotel de la Compagnie*) ஒன்றாகவே இருந்தன. பின்னர், 1702இல் தொடங்கி 1706இல், டெனிஸ் தெ நியோன் (*Denise de Nyon*) என்ற பொறியியலாளரின் வடிவமைப்பில், மர்த்தேன் கட்டிய 'லூயி' கோட்டைக்குள்ளேயே ஓர் அரசு மாளிகை கட்டப்பட்டது. அதற்குப் பின் வந்த ஆளுநர் பியர் லெனுவா (*Pierre Christoph Lenoir*), அவ்விடம் சிறியதாக இருந்ததாகக் கருதியதால், அதன் வடக்கில் ஒரு மாளிகையைக் கட்டினார். 'கும்பினி மாளிகை' (*Hotel de la Compagnie*) எனப்பட்ட அதுவே ஆளுநர் உறைவிடமாகவும் செயலகமாகவும் இருந்தது (ஆலாலசுந்தரம் 1999).

கோட்டைக்குள்ளேயே அரசு மாளிகை

காலப்போக்கில் அந்தப் பழையக் கட்டடமும் வலுவிழந்துபோனது. ஒருநாள் ஆலோசனைக் குழுக் கூட்டம் நடந்துகொண்டிருக்கும் போதே, கூரை பொல பொலவென்று உதிர்ந்ததால், அப்போதிருந்த ஆளுநர் பெனுவா துய்மா (*Benois Dumas*) தனது ஆடையை மாற்ற வேண்டியதாயிற்று. எனவே, 1738இல், அரசு நிர்வாகத்தின் தலைமையிடமாக லூயி கோட்டைக்குள் ஓர் அரசு மாளிகையைக் கட்டத் திட்டமிட்டார். பொறியாளர் ழெர்போ (*Gerbault*) மேற்பார்வையில், அதன் தரைத் தளத்தை மட்டுமே துய்மாவால் கட்ட முடிந்தது.

1742இல் ஆளுநராக ஃபிரான்சுவா துய்ப்ளேக்சு (*Joseph François Dupleix*) வந்த போது அதன் கட்டுமானம் முடியாததால், லெனுவா கட்டிய கும்பினி மாளிகையில்தான் பத்தாண்டுகள் வசித்தார். 1747இல் வந்த மாஃபுஸ் கானும், 1749இல் 216 யானைகள் கொண்ட பரிவாரத்துடன் வந்த சந்தா சாகிபும் முசாஃபர் ஜங்கும் துய்ப்ளேக்சைச் சந்தித்ததும் கும்பினி மாளிகையில்தான்.

பின்னர், துய்ப்ளேக்சு, கோட்டைக்குள் துய்மா கட்டிய தரைத்தளத் தின் மேல்மாடியை, 1749இல் கட்டத்தொடங்கி, 1752இல் கட்டி முடித்துக் குடியேறினார் (ஜெயசீல ஸ்டீஃபன் 2018: 332–335).

தரைத்தளத்தில் எடுப்பான முகப்புடன், 24 பெரிய, உயரமான, கனமான, உருளை வடிவத் தூண்கள் கொண்ட தாழ்வாரம், மூன்று வில் வடிவ முகடுகள், உச்சியில் கலை நயமிக்கச் சிறு தூண்கள் வரிசையாக நிறுத்தப்பட்ட கைப்பிடிச் சுவருடன் அதன் கவின் மிக்க முகப்பை, ஃபிரான்சின் பாரம்பரிய முறையான பரோக் (*French Classism – Baroque*) பாணியில் பொறியாளர் துய்மோன் (*Dumont*) வடிவமைத்திருந்தார். மைய அரங்கத்தைச் சுற்றிலும் பதின்மூன்று வளைவுகளும் வாயில்களும் இருந்தன. நீதி, உண்மை, அறிவு, வணிகத்தைக் குறிக்கும் வகையில் வடிவமைக்கப்பட்டிருந்த நான்கு பெரிய கலை நயமிக்கப் பளிங்குக் கற்சிற்பங்களும் அங்கு நிறுவப்பட்டிருந்தன. அச்சிற்பங்களை துய்ப்ளேக்சு பாரிசிலிருந்து தருவித்திருந்தார். அதன் மையத்தில், உயரமான கிண்ணத்தில், ஓர் உடும்பின் வாயிலிருந்து நீர் சொரிந்துக்கொண்டிருந்த பளிங்குக் கற்சிலை வைக்கப்பட்டிருந்தது. கூடத்தின் இருபுறமும் இரண்டு விசாலமான அறைகளும் இருந்தன. அவற்றில் ஒன்று உயர் ஆலோசனை சபைக்கும், இரண்டாவது விழாக்களுக்கும் பயன்பட்டன. இரு புறத்திலும், அகலமான படிக்கட்டுகள் மாடிக்கு இட்டுச் சென்றன. மாளிகைக்கு எதிரே அமைந்த விசாலமான தோட்டமும், ஆங்காங்கே நிறுத்தப் பட்டிருந்த கற்சிற்பங்களும் அழகுக்கு அழகு கூட்டின (ஆரபி: ஜூலை 11, 1752).

முதல் மாடியின் வெளித்தோற்றமும், தரைத்தளம் போன்றே, 24 தூண்கள் கொண்ட தாழ்வாரத்துடன், கிழக்கில் கடற்கரையைப் பார்த்தவாறு ஒரு மாடத்துடனும் வடிவமைக்கப்பட்டது. உள்ளே ஒரு விருந்தினர் அறையும் வரவேற்பு அரங்கமும் ஆளுநர் வசிப்பிடமும் இருந்தன.

புதிய மாளிகையில் குடியேறியதும் துய்ப்ளேக்சுவின் குடும்பம் மாடியில் தங்கிக்கொண்டது. அதை அலங்கரிப்பதில் அவரது மனைவி மதாம் ழான் *(Madame Jean)* தனிப்பட்ட அக்கறை காட்டினார். வரவேற்பு கூடத்தைச் சுற்றிலும், சுவர்கள் மீது வெள்ளித் தகடுகள் வேயப்பட்டு மின்னின. ஓரத்தில் தங்கச் சரிகை தைக்கப்பட்ட பச்சை நிற வெல்வெட்டுத் திரைச்சீலைகள் சன்னல்கள் முன் தொங்கவிடப்பட்டு, அழகுக்கு அழகு சேர்த்தன. ஐரோப்பாவிலிருந்து வரவழைக்கப்பட்ட மூன்று பெரிய நிலைக்கண்ணாடிகள் அரங்கின் மூன்று பக்கங்களிலும் நிறுத்தப்பட்டிருந்தன. அவற்றிற்கிடையே, துய்ப்ளேக்சிற்கு வந்த பரிசுப்பொருட்கள் நிரலாக அடுக்கி வைக்கப்பட்டிருந்தன.

1738இல் துய்மா தொடங்கி, 1752இல் துய்ப்ளேக்சு கட்டி முடித்த அரசு மாளிகை – படமும் வடிவமைப்பும் பொறியாளர் துய்மோன்.

1752இல் அரசு மாளிகையின் பின்புறத் தோற்றம் – படமும் வடிவமைப்பும் பொறியாளர் துய்மோன்

மாளிகையின் இணைப்பாக தெற்கில் ஒரு மணிக்கூண்டைக் கட்டி, அதில் ஃபிரான்சிலிருந்து வரவழைக்கப்பட்ட கடிகாரத்தை வைத்தார். எந்த விருந்தினர் வந்தாலும் அதைப் பெருமையுடன் சுற்றிக்காட்டத் தவறவில்லை. துய்மாவும் துய்ப்ளேக்சும் கட்டிய மாளிகையை, 'துய்ப்ளேக்சு மாளிகை' *(Dupleix Palace)* என்றே ஆனந்தரங்கப் பிள்ளை குறிப்பிடுகிறார். இன்றுள்ள ஆளுநர் மாளிகையைக் காட்டிலும் அது அழகிலும் அளவிலும் பெரியது. அதில் துய்ப்ளேக்சு கடைசி இரண்டு ஆண்டுகள் மட்டுமே வசித்தார் (புர்தா *1988*; ஜெயசீல ஸ்டீஃபன் *2018: 334*).

1761 ஜனவரியில், ஆங்கிலேயரின் முற்றுகையின் முடிவில், தளபதி லல்லி தொலாந்தல் *(Thomas Arthur Comte de Lally)* குனிந்த தலையுடன் எழுந்து நிற்க, ஆளுநர் லெரி *(Georges Duval de Leyrit)* தன் வாளை உருவி, ஆங்கிலத் தளபதி எயிர் கூட்டின் *(Eyre Coote)* முன் வைத்துச் சரணடைந்ததும் இங்கு தான். அப்போது, வெள்ளை நகரத்துடன் இந்த மாளிகையையும் சேர்த்தே அவர்கள் இடித்துப் போட்டனர்.

புதிய அரசு மாளிகை

*1761*இல் ஐரோப்பாவில் ஏற்பட்ட வெர்சாய் ஒப்பந்தத்தின் பலனாக ஃபிரஞ்சிந்தியப் பகுதிகள் மீண்டும் ஃபிரான்சுக்கே திருப்பித் தரப்பட்டன. அதனால் புதுச்சேரியை ஒப்புக்கொண்ட ஆளுநர் லா தெ லொரிஸ்தான் *(Law de Lauriston)* பழைய அரசு மாளிகையை விட்டுவிட்டு, கும்பினி அலுவலகம் *(Hotel de la Compagnie – 1733–61)* இருந்த இடத்தில், புதிதாக ஒரு மாளிகையை எழுப்ப முடிவு செய்தார்.

1768இல் புர்சேவால் கட்டிமுடிக்கப்பட்ட இரண்டடுக்கு மாளிகை (1793இல் இதுவும் ஆங்கிலேயரால் இடித்துத் தள்ளப்பட்டது).

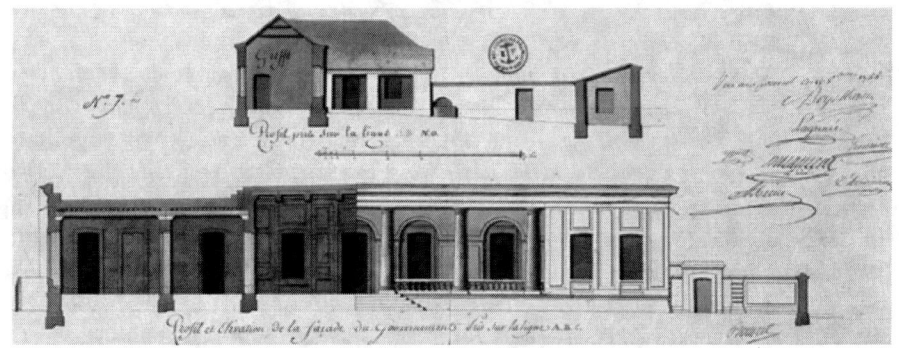

1766–1768இல் புர்சே வடிவமைத்துக் கட்டிய அரசு மாளிகையின் படிப்படியான வளர்ச்சி நிலைகள் – மேலே: முதலில் கூரை வேயப்பட்ட சிறிய கட்டடமானது; அடுத்து ஒரு பகுதியில் ஓடு வேயப்பட்டது; கீழே: தளம் ஓட்டப்பட்ட மாளிகை.

*1765*இல், அவசர அவசரமாகக் கட்டப்பட்ட, வைக்கோல் கூரை வேய்ந்த ஒரு சிறிய கல் கட்டடத்தில்தான் ஆளுநர் லாவின் அலுவலகம் இயங்கியது என்றால் நம்பத்தான் வேண்டும். பிறகுதான் ஓடு வேயப்பட்டது. கால ஓட்டத்தில் கட்டட வடிவமைப்பில் பெரும் மாற்றங்கள் ஏற்பட்டிருந்தன. எடுப்பான முகப்பும், உயரமான தூண்களும் வளைவுகளும் பூவணிகளும் கொண்ட ‘நவீன பரோக் மாதிரி’ எனப்பட்ட ரொசோசோ *(Rococo)* பாணியில், இதைப் பொறியியலாளர் ழான் வெனான் புர்சே *(Jean Venant Bourcet)* வடிவமைத்தார். *1766*இல் தரைத் தளமும், *1768*இல்

மாடியும் கட்டி முடிக்கப்பட்டன. 1769முதல் அதுதான் 'அரசு மாளிகை'யாக *(Palaisre du Gouvernament)* இயங்கியது.

ஆளுநருக்காக, கிழக்கு மேற்காக, நீள்செவ்வக வடிவில் ஒரு கட்டடம்; அதன் எதிரே இரு மருங்கிலும், செவ்வக வடிவில் கும்பினிப் பயன்பாட்டிற்காக இரண்டு கட்டடங்களுடன் புர்சே வடிவமைத்திருந்த அந்த வளாகம், ஃபிரஞ்சுக் கலாச்சாரத்தின் பெருமிதச் சின்னமாக நிமிர்ந்து நின்றது. புதுச்சேரியை, ஆங்கிலேயர்கள் 1778இல் கைப்பற்றிய போது, கொத்தளங்களுடன் கூடிய நகரின் வாயில்கள் மட்டுமே தகர்க்கப் பட்டன. அரச மாளிகையைத் தங்களின் பயன்பாட்டுக்காக வைத்துக் கொண்டனர். அப்போது தப்பினாலும், 1793–1815 ஆக்கிரமிப்பின்போது அதுவும் இடித்துத் தரைமட்டமாக்கப்பட்டது. (பிஷார் 1988; ஜெயசீல ஸ்டீஃபன் 2018: 334).

இன்றைய மாளிகை

மீண்டும், பாரிஸ் ஒப்பந்தத்தின்படி, 1816இல் மூன்றாவது முறையாகப் புதுச்சேரி திரும்பத் தரப்பட்டது. பிறகு, பொறியியலாளர் ஸ்பினாஸ் *(Spinasse)* வடிவமைப்பில் முதலில் தரைத்தளமும், பின்னர் முதல் மாடியும், பழைய வடிவிலேயே, கும்பினியின் மாளிகை இருந்த இடத்திலேயே, மூன்றாவதாகக் கட்டப்பட்ட அரசு மாளிகைதான் தற்போதைய 'ராஜ் நிவாஸ்'. இது 1817இல் தொடங்கி, 1820இல் கட்டி முடிக்கப்பட்டது.

கிழக்கில் செயின்ட் லூயி வீதி, மேற்கில் ஃபிரான்சுவா மர்த்தேன் வீதி, தெற்கில் ரங்கப் பிள்ளை வீதி, வடக்கில் ஜவகர்லால் நேரு வீதி என நாற்புறமும் வீதிகளால் சூழப்பட்ட அரச மாளிகை, ஓர் அரண்மனை போன்ற அழகுடன், மிடுக்கும் கொண்ட கட்டுமானம். சுற்றிலும் கம்பி வேலியுடன் மதில் சுவர், தெற்கிலும் வடக்கிலும் அறுபட்டை தூண்களுடன் நெடிய வாயில்கள், உள்ளே நுழைந்ததும் அழகிய புல்வெளியுடன் தோட்டம், கட்டடத்தை அடைந்ததும் உயர்ந்த புகுமுக மண்டபம், படிக்கட்டுகளில் ஏறியதும் விசாலமான தாழ்வாரம், அதைச் சுற்றிலும் அறைகள், அவற்றிற்கிடையே உயரமான வாயில்கள், பலகணிகள், இரண்டு மூலைகளிலும் மாடிப்படிகள், சுவரெங்கும் பழங்கால ஓவியங்கள், தளத்திலிருந்து தொங்கும் சரவிளக்குகள் ஆகியன கொண்டது உள்ளமைப்பு.

புறத்தோற்றத்தை எடுப்பாகக் காட்டும் வளைவான உச்சிகளுடன், பின்னணியில் பெரியபெரிய சன்னல்கள், வாயில்கள், அவற்றை மூடித்திறக்கும் வகையில் அரை வட்ட வடிவத்தில் கதவுகள், பருமனான உயரமான வட்டத் தூண்கள், இரட்டை இரட்டையாகத் தாங்கி நிற்கும் மாடி; மதராஸ் பாணியில், தூலங்களும் வாரைகளும் வலுவேற்றும் கற்காரைத் தளம்; அதைச் சுற்றிலும் படிகளாய்ச் சரியும் கலைப் பிதுக்கங்கள்; மாடியில் சதுர சிறுதூண்களுக்கிடையே, கலைவடிவான கம்பங்கள் இடையிட்ட கைப்பிடிச் சுவர்; அதன் மேல் பூவணிகள்; தரைத் தளம் போன்றே பெரிய தூண்களும் நீண்ட மாடமும் ஓய்வரங்கமும் ஆளுநர் வசிப்பிடமும், விருந்தினர் கூடமும் அமைந்த முதல் மாடி என்று ஃபிரஞ்சியரின் கைதேர்ந்த கலைநயம் கட்டடத்தின் ஒவ்வொரு பகுதியிலும் மிளிர்கிறது (இராஜ் நிவாஸ், புதுச்சேரி – வலைத் தளம்).

1820இல் ஸ்பினாஸ் வடிவமைத்துக் கட்டிய அரசு மாளிகையின் வாயில்

வெளித்தோற்றம்

வாயில் பகுதி

கண்ணையும் கருத்தையும் ஒரு சேரக் கவரும் வெள்ளை வெளேரென்ற அரசு மாளிகை ஃபிரஞ்சுக் கட்டடக் கலைப்பாணியின் உச்சம், கலாச்சாரத்தின் பெருமைமிகு எச்சம், புதுச்சேரியின் முகம் என்றால் மிகையாகாது. அந்தக் கட்டடம் மீதான மயக்கம் பற்றி உணர வேண்டுமானால், ஒரு பருந்துப் பார்வையில் கலங்கரை விளக்கத்தின் மேலேறியோ, பாரதி பூங்காவின் வடக்கில் நின்றோ பாருங்கள். பளீரென்ற வெள்ளையில் நம்மை மயக்கும் காட்சி, இருநூறு ஆண்டுகளுக்கு முன்னர் அதை வடிவமைத்த பொறியாளரையும், கட்டி முடித்தக் கலைஞர்களையும் சிரம்தாழ்த்தி வணங்கவைக்கும். அவ்வப்போது, சிறு சிறு மாற்றங்கள் செய்யப்பட்டாலும், இரண்டு நூற்றாண்டுகளுக்குப் பின்பும் அதன் மூர்த்தி மட்டும் பெரிதன்று; கீர்த்தியும்தான்!

மீண்டும் மீண்டும் கட்டப்பட்ட மாளிகை

ஃபிரஞ்சியரால் 1738–1752இல், முதலில் கட்டப்பட்ட அரச மாளிகையானது 1761இலும், இரண்டாவதாக 1766–1768இல் கட்டப்பட்ட மாளிகை 1793இலும், ஆங்கிலேயரால் இடித்துப் போடப்பட்டன. மூன்றவதாக 1817–1820இல் கட்டப்பட்டு, 1850–1950க்கான கால கட்டத்தில், அடிப்படை வடிவமைப்பை மாற்றாமல் அவ்வப்போது புதுப்பிக்கப்பட்டுவந்த மாளிகைதான் தற்போதைய ராஜ் நிவாஸ்.

5.2: செஞ்சித் தூண்கள் – சிற்பங்கள்

கடற்கரையில் காந்தி சதுக்கம்; அதன் எதிரே நேரு திடல்; இவ்விரண்டு இடங்களிலும், சுமார் 25–30 அடி உயரம் கொண்ட, பருமனில்லாத,

சிற்பங்கள் செதுக்கப்பட்டக் கருங்கல் தூண்களை யாரும் காணாமல் இருக்க முடியாது. காந்தியடிகள் சிலைக்கு இருபுறமும், பக்கத்திற்கு நான்காக எட்டும், நேரு சிலையைச் சுற்றித் திசைக்கு ஒன்றாக நான்கும், ஆகப் பன்னிரண்டு தூண்கள் வெட்ட வெளியில் செங்குத்தாக நின்று கொண்டுள்ளன. உயரத்திலும் பொதுவான வடிமைப்பிலும் (அடி, இடை, முடி) ஒன்றாக இருந்தாலும், சற்றே அணுகிப் பார்த்தால்தான் அவற்றின் ஒவ்வொன்றின் கலை அமைப்பும் புடைப்புச் சிற்பங்களும் வெவ்வேறானவை என்பது தெரியவரும். பலவித மலர்கள், விலங்குகள், நாட்டிய மங்கையர், பகவான் கிருஷ்ணர், நரசிங்கப் பெருமாள் போன்றவை எளிதில் அடையாளம் காணக்கூடியவை. முத்தாய்ப்பாக உச்சியில் உள்ள தாமரை அழகுக்கு அழகு சேர்க்கிறது (தில்லைவனம் 2014).

இச்சிற்பங்கள் நாயக்கர்காலப் பாணியில் அல்லாமல், வேலூர் ஜலகண்டேசுவரர் ஆலய மண்டபத்தின் தூண்களைப்போலக் காணப்படுவதாக ழூவோ துய்ப்ரேய் கருதுகிறார் (ழூவோ துய்ப்ரேய் 1955: 251–252). இவற்றை செஞ்சித் தூண்கள் என்கிறார் ஆனந்தரங்கப் பிள்ளை. அது உண்மையெனில், அவை செஞ்சியிலிருந்து எப்படி வந்தன? எத்தனை? எப்போது? ஏன்?

வரலாற்றுப் பதிவுகள் கிடைக்காததால், எதுவும் உறுதியாகக் கூறமுடியவில்லை. ஆனால் 1787இல் (அதாவது புதுச்சேரி ஆங்கிலேயரால், 1761இல் நிர்மூலமாக்கப்பட்டு, 25 ஆண்டுகள் கழிந்த பின்னரும்) 168 தூண்கள் புதுச்சேரியில் இருந்ததாக ஒரு கருத்து உள்ளது. செஞ்சியில் ஒரு பெரிய மண்டபத்தைத் தாங்கி நின்ற தூண்களை, சரித்திரச் சிறப்புமிக்க செஞ்சிக்கோட்டை வெற்றியைப் பாராட்டி, துய்ப்ளேக்சுக்கு, செஞ்சிப் பாளையக்காரர் பரிசாகக் கொடுத்தார் என்பது மற்றொரு கருத்து. லூயி கோட்டையின் கிழக்கு வாயிலிலிருந்து, கடற்கரை வரையில் இருமருங்கிலும், வெற்றிப் பெருமிதச் சின்னங்களாக நிறுத்தப்படுவதற் காக அவை நிறுவப்பட்டிருக்கலாம் (இராமதாசு 2021: 3–5).

புதுவைக்கு வந்ததெப்படி?

நீளமான, கனமான தூண்களை, பெரிய பல் சகட வாகனங்களில் வைக்கோல் பரப்பி, அதன்மீது அடுக்கி புதுவைக்குக் கொண்டு வந்தனர் என்கிறார்கள். போக்குவரத்துக்குப் பெரிய வாகனங்களும் சரியான சாலைளும் இல்லாத காலத்தில், செஞ்சியிலிருந்து அவற்றை உடைபடாமல் 70 கிலோ மீட்டருக்குக் கொண்டு வந்திருக்க முடியுமா? ஆகவே, அவை செஞ்சித் தூண்களின் பாணியில் புதுச்சேரியிலேயே செதுக்கப்பட்டிருக்கலாம் என்ற மாற்றுக்கருத்தும் கவனத்திற்குரியதே! ஆனால், அவ்வளவு பெரிய பாறைகள் இங்கே இருந்தனவா என்பது நியாயமான எதிர்க்கேள்வி.

1750ஆம் ஆண்டு செஞ்சிக்கோட்டையை ஃபிரஞ்சுத் தளபதி புஸ்சி கைப்பற்றியதும், அங்கிருந்த வேங்கடரமணர், பட்டாபிராமர் கோயில்கள் இடிக்கப்பட்டன. விஜயநகர வம்சத்தார் கட்டிய அக்கோயில் களை அலங்கரித்த 15 கலைத்தூண்களும் சாய்க்கப்பட்டன. அந்த

வெற்றியைக் கொண்டாடும் விதமாக, துய்ப்ளேக்சு, பாதிரியார் லுவோ, சந்தா சாகிபு ஆகியோர் 1751ஆம் ஆண்டில், செஞ்சிக்கோட்டைடையைப் பார்வையிடச் சென்றபோது அத்தூண்களின் கலைநயம் கண்டு வியந்தனர். துய்ப்ளேக்சு, அவற்றை 100 எருதுகள் பூட்டிய வண்டியில் ஏற்றி வெற்றிச் சின்னமாகப் புதுவைக்குக் கொண்டுவந்தார். 1752இல் அரசு மாளிகை கட்டி முடிக்கப்பட்டபோது, அவை அழகுக்காக மாளிகையின் இரு மருங்கிலும் நிறுத்தப்பட்டன. அவை செஞ்சி அரசர் அளித்த பரிசுகள் என்கிறார், ஃபிரஞ்சு வரலாற்றாசிரியர் ஹென்றி தெக்ளோசெத் தெரே (*Henri De Closets d'Errey* 1933). 1761இல் புதுச்சேரி நகரம் இடிக்கப்பட்டபோது, துய்ப்ளேக்சின் கம்பீரமான அரசு மாளிகையும் தகர்க்கப்பட்டது. அப்போது கருங்கல் தூண்களும் வீழ்த்தப்பட்டன (மொரே 2020; யுவான் கெப்ளே 1960: 53). அப்போது, சிதறிக்கிடந்த தூண்கள் பாதுகாப்பிற்காகத் தரைக்கடியில் புதைக்கப் பட்டன (குளோசைத் தெர்ரே 1934: 860).

1827ஆம் ஆண்டில் கலங்கரை விளக்கமும் கொடிமரமும் நிறுவுவதற்காக நிலத்தைத் தோண்டியபோது, இத்தூண்கள் மண்ணில் புதைந்துகிடந்தன என்றும், 1855ஆம் ஆண்டில் கடற்கரைச் சாலையில் அவை திறந்த வெளியில் கிடந்ததாகவும் பதிவுகள் உள்ளன.

1866ஆம் ஆண்டில் கடற்பாலம் கட்டப்பட்டபோது அதன் இரு பக்கத்திலும் எட்டுத் தூண்கள் நிறுத்தப்பட்டன. 1870ஆம் ஆண்டு துய்ப்ளேக்சு சிலை நிறுவப்பட்டபோது, அதைச் சுற்றிலும் நிறுத்தப்பட்ட நான்கு தூண்கள், தற்போது நேரு சிலையைச் சுற்றி நிற்கின்றன (இராமதாசு 2021: 7). இரண்டு தூண்கள் பெரிய அங்காடியின் வாயிலில் இருந்ததைப் பழைய மணிக்கூண்டின் படத்தில் காணலாம். அவற்றில் ஒன்று இன்றும் பனிக்கட்டிக் கிடங்கினுள் தப்பிப்பிழைத்து நின்று கொண்டுள்ளது. அதில் செஞ்சி 'நாயக்'கும், பழைய புதுவையின் உரிமையாளருமான முத்துக்கிருஷ்ணப்ப நாயக்கர், தன் இரண்டு மனைவியரோடு நின்று கொண்டிருக்கிறார் (மூவோ துய்ப்ரேய் 1955: 253; இராமதாசு 2021: 3–5).

தற்போதைய நிலையில் காந்தி அடிகள் சிலையைச் சுற்றி செஞ்சித் தூண்கள்

1870இல் துய்ப்ளேக்சு சிலை நிறுவப்பட்டபோது எடுக்கப்பட்ட அந்தக்காலப் படத்தைப் பார்ப்பவர்களுக்கு ஒரு வியப்பு காத்திருக்கிறது. செஞ்சி வேங்கடரமணர் ஆலயத்திலிருந்து கொணரப்பட்ட கலைநயமிக்க நான்கு சிற்பங்கள் கொண்ட பீடம், சிலையைத் தாங்கி நிற்பதைக் காணலாம் (ஸ்ரீநிவாசாச்சாரி 1943: 7). இந்தியக் கலைச் சின்னங்கள் ஓர் அந்நிய ஆதிக்கவாதியின் காலின்கீழ் இருப்பது அவமானம் என்று தேசியவாதிகள் ஆட்சேபித்தனர். ஆகவே, 1976இல் துய்ப்ளேக்சு சிலை இடம் மாற்றப்பட்டு, அவ்விடத்தில் நேரு சிலை அமைக்கப்பட்ட போது, அவை ஆயி மண்டபத்தின் நான்கு புறங்களிலும் நிறுவப்பட்டன. அதேபோன்ற சிற்பங்கள் அக்காலத்தில் நகரின் பல்வேறு இடங்களில் வைக்கப்பட்டிருந்தன. அதில் ஒன்று தலைமை அஞ்சலகம் எதிரில் இருந்தது; அவ்விடத்தில்தான் தற்போது பாரதிதாசன் சிலை உள்ளது. இன்னும் பல சிற்பங்கள், அரசு மாளிகையிலும் ஆயி மண்டபத்தின் நான்கு புறங்களிலும் வைக்கப்பட்டுள்ளன (இராமதாசு 2021: 7).

1820ஆம் ஆண்டில் 20, 1870இல் 17ஆக இருந்த தூண்களில் இப்போது 13 மட்டுமே உள்ளன. பெரிய மணிக்கூண்டின் அருகில் இருந்த இரண்டு தூண்களை நாமே பராமரிக்கத் தவறிவிட்டோம். ஆரம்பத்தில் 168 தூண்கள் இருந்தனவென்றால், மீதமிருந்தவை எங்கே? வெற்றிச் சின்னமாக ஆங்கிலேயர் சென்னை செயின்ட் ஜார்ஜ் கோட்டைக்கு கொண்டுச் சென்றிருக்காலம் என்றால், அவை அங்கும் இல்லை; ஆர்க்காட்டு நவாபுகளின் சேப்பாக்கம் அரண்மனையிலும் இல்லையென்றால் எங்கே போயின? யாருக்கும் தெரியவில்லை (புர்தா 1988: 25).

கடற்கரையின் எழிலுக்கு எழில் கூட்டி எஞ்சி நிற்கும் தூண்களைக் கடற்காற்று அரிக்கத் தொடங்கியுள்ளது. அண்மையில் ஒரு தூணின் தலைப்பகுதி விரிசல் கண்டதால், பழுதுபார்க்கப்பட்டது. விசயநகரக் காலக் கலைப்பாணியில் வடிவமைக்கப்பட்டு, ஃபிரஞ்சியர் காலத்தில் நிறுவப்பட்டு, இருநூற்றைம்பது ஆண்டுகளுக்கும் மேலாகப் புதுச்சேரிக்குப் பெருமை கூட்டி நிற்கும் செஞ்சித் தூண்களை மேலும் சிதையாமல் காக்கத் தொல்லியல் துறை முன்வரவேண்டும்.

5.3: கோரிமேடு – பெயர்க்காரணம்

கோரி என்றதும் நினைவுக்கு வருவது முகமதிய ஆக்கிரமிப்பாளர் முகமது கோரியின் பெயர்தான். புதுச்சேரியில் உள்ள கோரிமேட்டுக்கும், அவரது பெயருக்கும் எவ்விதத் தொடர்பும் இல்லை என்பதே உண்மை. இப்பகுதி, ஃபிரஞ்சியரால் மொரட்டாண்டி மேடு என்றும், செங்குன்றம் (செம்மண் மேடு – *Red Hills*) என்றும் அழைக்கப்பட்டுள்ளது. கோரிமேடு என்ற பெயர் பின்னாளில் தோன்றியதே!

1748ஆம் ஆண்டு முற்றுகையின்போது, ஆங்கிலேயப் படையினர் தளபதி போஸ்கோவன் *(Admiral Bocowen)* தலைமையில் புதுச்சேரிக்கு மேற்கில் மொரட்டாண்டிப் (கோரிமேடு) பகுதியில் முகாமிட்டிருந்தனர்.

அக்டோபர் 16ஆம் நாளன்று நடந்த சண்டையில் மேஜர் 'வில்லியம் ஸ்டீவன்ஸ்' (William Stevens) என்பவர் குண்டடிபட்டு இறந்தார். அவரது உடல் அங்கேயே புதைக்கப்பட்டு, (புதுச்சேரி நுழைவு வாயிலுக்குத் தென் மேற்கில், ஜிப்மர் மதிலை ஒட்டி) நினைவுத்தூண் ஒன்றும் நிறுவப்பட்டது.

'கோரி' என்ற சொல்லுக்குப் பாரசீக மொழியில் நினைவுச்சின்னம் என்று பொருள். ஆகவேதான், நினைவுச்சின்னம் இருக்கும் மேடு என்ற பொருளில் 'கோரிமேடு' என்று அழைக்கப்படுகிறது.

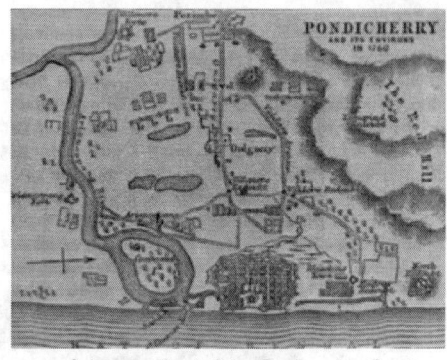

நகரின் வடமேற்கில் செம்மண் மேடு

கோரி பற்றி வீரா நாயக்கர் குறிப்பிலும் காணப்படுகிறது. "ஃபிரஞ்சுப் படைகள் கடலூரை முற்றுகையிட்டபோது, தளபதி துழ்சமன் (Duchemin) என்பவர் 1782 ஏப்ரல் 12ஆம் நாளன்று நோயினால் மரணமடைந்தார். போர்ச்சூழல் காரணமாக அவரை அங்கேயே, மஞ்சக்குப்பத்தில் அடக்கம் செய்தனர். பின்னாளில், அவரது 'அஸ்தி'களை மறுபடி தோண்டி எடுத்துவந்து, கப்ஸ் கோவிலில் கட்டி வைத்துள்ள கோரிக்குள்ளே ஸ்தாபிக்கும் பொருட்டு, ஆளுநர் தெ கொசிஞி, 100 சிப்பாய்கள், தம்பூர், ஒப்பிசியோர்களுடன் மஞ்சகுப்பம் சென்றார்கள். மறுநாள், அஸ்திகளை இராணுவ மரியாதையுடன் புதுச்சேரிக்குக் கொண்டுவந்து, கப்ஸ் கோரிக்குள் அடக்கம் செய்யப்பட்டார்".

'1785 ஜனவரி 7ஆம் நாள் மாரடைப்பால் இறந்து போன தளபதி மர்க்கி தெ புஸ்சியும் (Marquis de Bussy), கப்ஸ் கோவில் தோட்டத்தில் அடக்கம் செய்யப்பட்டிருந்தார். "அங்கேயே புஸ்சி, துழ்சமன் இருவருக்கும் கோரிகள் கட்டவேண்டுமென்று ஃபிரஞ்சு மன்னர் ஆணையிட்டார். அதன்படி 1000 வராகன் செலவில் கப்ஸ் கோவிலின்

புஸ்சியின் கல்லறை

வலப்புறம் மிக நுண்ணிய வேலைப்பாடுடன்கூடிய இரண்டு கோரிகள் சுண்ணாம்பினால் கட்டப்பட்டன. துஷமன், புஸ்சி இருவரது எலும்புகளையும் கோரிகளில் நிறுவியபோது, அரைக்கொடி போட்டு, கையில் கறுப்புக் கட்டி, வினாடிக்கொருமுறை குண்டு சுட்டு, வீரர்கள் அணிவகுத்து நின்று, துப்பாக்கிகளால் சுட்டு மரியாதை செய்தனர்” என்று 1787 ஜூலை 27ஆம் நாளில் அவர் பதிந்திருக்கிறார்.

ஆக, ஆனந்தரங்கப் பிள்ளை, இரண்டாம் வீரா நாயக்கர் குறிப்புகள் மூலம் ‘கோரி’ என்பது நினைவுச்சின்னம் என்பது தெளிவாகிறது.

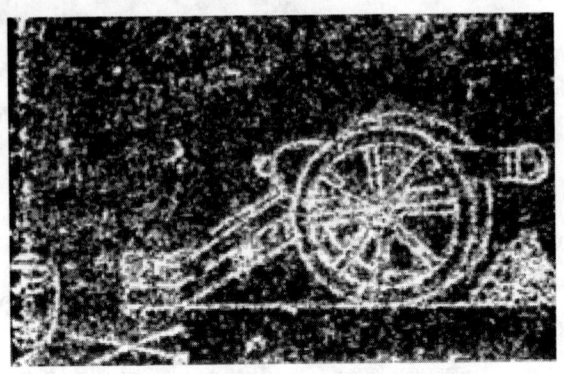

கோரி கல்வெட்டில் ஆயுதக் குவியல்

5.4: கல்லறை சொல்லும் கதைகள்

வில்லியம் ஸ்டீவன்ஸ் நினைவுத்தூண்

கோரிமேட்டில், ஜிப்மர் மருத்துவமனை வளாகத்தின் தெற்குப்புற மதிலுக்கு வெளியே, இந்தியன் காஃபி விடுதிக்கு எதிரே, சாலை ஓரத்தில் ஒரு நினைவுத்தூண் நிற்கிறது. 1778, அக்டோபர் முற்றுகையின்போது,

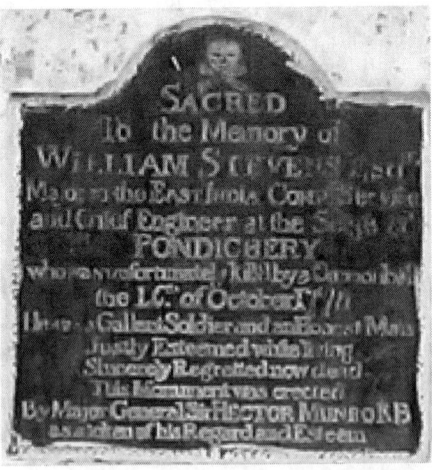

வில்லியம் ஸ்டீவன்ஸ் நினைவுத்தூண், அதன் வாசகங்கள்

ஆங்கிலேயப் படைத்தளபதி போஸ்கோவன் *(Admiral Bocowen)* தலைமையில் கோரிமேட்டுப் பகுதியில், அக்டோபர் 14ஆம் நாளன்று நடந்த சண்டையில் மேஜர் வில்லியம் ஸ்டீவன்ஸ் *(William Stevens)* என்பவர் குண்டடிப்பட்டு இறந்தார். அவரது உடல் அந்தப் பகுதியிலேயே புதைக்கப்பட்டு, நினைவுத் தூண் ஒன்றும் நிறுவப்பட்டது. அதன் கல்லறை வாசகம் பின் வருமாறு:

"1778, அக்டோபர் 14ஆம் நாள், எதிர்பாராத விதமாகக் குண்டுக்குப் பலியான, கிழக்கிந்தியக் குழுமத்தின் மேஜர், பாண்டிச்சேரி முற்றுகையின் தலைமைப் பொறியாளர் வில்லியம் ஸ்டீவன்ஸ் அவர்களின் நினைவாக! துணிச்சலான வீரரும், பெருமைமிக்கவருமான அவர், அவரது தோழர்களால் மிக உயர்வாக மதிக்கப்பட்டார்; அவரது மரணம் அவர்களுக்குப் பேரிழப்பாகும்; அவரது மறைவால் அவர்கள் தவிக்கிறார்கள். அவர் மீது கொண்ட அன்பு, மரியாதை, மதிப்பின் அடையாளமாகத் தலைமை இராணுவத் தளபதி சர் ஹெக்டர் மன்றோவால் (Sir Hector Munro) இந்த நினைவுச்சின்னம் நிறுவப்பட்டது" (புர்தா 1995: 219).

மோர்கன் நினைவுச்சின்னம் (Morgan Memorial)

அதே சண்டையில், முற்றுகையின் மூன்றாம் நாள் வீரமரணமடைந்த கேப்டன் அகுஸ்த் தெ மோர்கன் *(Captain August De Morgan)* நினைவாக அவரது உறவினார்களால் எழுப்பப்பட்ட கல்லறை, ஜிப்மர் மருத்துவமனை வளாகத்தையொட்டி இருந்தது. அந்தச் செவ்வகக் கல்லறையின் மீது ஒரு கலைநயத்துடன் கூடிய பூவணி ஒன்று பொருத்தப்பட்டிருந்தது.

மோர்கன் கல்லறையும், கல்வெட்டு வாசகமும்

அதன் தென்புறச் சுவரில் பதிக்கப்பட்ட கல்வெட்டில், *"தனது 39ஆவது வயதில், பாண்டிச்சேரியில் 1778, அக்டோபர் 16ஆம் நாள் நடந்த சண்டையில் பலியான படைவீரரான கேப்டன் ஒகுஸ்த் தெ மோர்கன் நினைவாக!. அவரை அறிந்த அனைவராலும் அவர் பெரிதும் நேசிக்கப்பட்டார்; அவர் மறைவால் அவர்கள் மனங்கலங்கி வருந்து கிறார்கள்; அவரது மரணம் இராணுவத்திற்கும், அவரது நண்பர்களுக்கும் கும்பினிக்கும் இழப்பாகும். இந்த நினைவுச்சின்னம் அவரது*

ஒன்றுவிட்ட உறவினர்களான மூர்ழ், ஜேம்ஸ் ஆகியோரால், அவர் மீதான அன்பின் அடையாளமாக நிறுவப்பட்டது" என்ற குறிப்புப் பொறிக்கப்பட்டுள்ளது.

அந்தக் கல்வெட்டில், வாசகங்களைச் சுற்றிலும், சிறிய துப்பாக்கிகளும், ஒரு கனத்த தோள் பீரங்கியும், மும்மடங்கு பெரிய துப்பாக்கிகளும், பெரிய குண்டுகளும், வெடிப்பதற்குத் தயார்நிலையில் உள்ள பீரங்கியும், அதன் முன் பீரங்கிக் குண்டுகளின் குவியலும், பீரங்கி வண்டியின் கீழ் ஒரு விசைக் குண்டும் செதுக்கப்பட்டுள்ளன. ஓர் இராணுவ வீரனின் மறைவிற்கு அஞ்சலியாக, இராணுவத் தளவாடங்களை நுணுக்கமாகச் செதுக்கியது, உணர்வு பூர்வமான அஞ்சலிக்கு அடையாளம்.

மூன்று நாட்கள் இடைவெளியில் உயிர் நீத்த இருவருமே ஆங்கிலப் படை வீரர்கள். ஒருவர் மேஜர், இன்னொருவர் கேப்டன். ஒருவருக்கு தலைமைத் தளபதி மன்றோவே நினைவுச்சின்னம் எழுப்புகிறார். மற்றொருவருக்கு அவரது உறவினர்கள் எழுப்புகிறார்கள். ஏன் இந்த வேறுபாடு? முன்னவர் ஆங்கிலேயர்; பின்னவர் ஃபிரான்சிலிருந்து குடிபெயர்ந்தவர் என்பது தானோ!

கல்லறைகள் பற்றி எழுதும்போது, புதுச்சேரியில் அடக்கம் செய்யப்பட்ட முதல் ஐரோப்பியர் பற்றியும் குறிப்பிடவேண்டும். 1616 மார்ச் 30ஆம் நாள் தொழில் முறையாக வந்து தங்கிய சைமன் ஜூஸ்டன் (*Simon Joosten*) என்ற டச்சுக்காரர், இங்கேயே இறந்துபோனதால், அவர் ஐரோப்பிய முறைப்படி அடக்கம் செய்யப்பட்டார். இப்போது சேர்க்கிள் தே பொந்திசேரி (*Cercle de Pondichery*) கட்டடத்திற்கும், பெரிய கால்வாய்க்கும் இடையே அவருக்குக் கல்லறை எழுப்பப்பட்டது.

பதினெட்டாம் நூற்றாண்டில் நகரம் சீரமைக்கப்படும் வரை அது நீடித்தது. 1785 ஜனவரி 7ஆம் நாள் மாவீரன் புஸ்சி (*Bussy*), பொழுதுபோக்காக சீட்டுக்கட்டு விளையாடிக் கொண்டிருக்கும்போது மரணமடைந்துவிட்டார். போர்ச்சூழல் காரணமாகக் கப்பல் போக்குவரத்து முடங்கியதால், அவரது உடலைப் பதப்படுத்தி, ஃபிரான்சுக்கு அனுப்பமுடியாத நிலையில், கப்ஸ் கோயில் வளாகத்தில் புதைக்கப்பட்டது.

தற்போது ஃபிரஞ்சுத் தூதரகம் இருக்குமிடம் 1724 முதல் 1741 வரை கல்லறையாக இருந்தது. வடக்கு அரண் நீட்டிப்புக்காக, அதன் பயன்பாடு தடை செய்யப்பட்டது. அதன்பிறகு, கப்ஸ் கோயில் வளாகத்தில் ஐரோப்பியர்களுக்காக ஒரு கல்லறை அமைக்கப்பட்டது. உயர் சாதியினருக்காக, கலவைக் கல்லூரி வளாகத்தில் அமைக்கப்பட்டிருந்த கல்லறை, பின்னர் முத்தியால்பேட்டைக்கு மாற்றப்பட்டது. தலித்துகளுக்குத் தனியாக உப்பளம் பகுதியில் (வாணரப்பேட்டை) கல்லறை ஒதுக்கப்பட்டது. 1778இல் பெருந்தொற்றுக் காலத்தில், நகரின் சுகாதாரம் கருதி, நகரத்திற்குள் நல்லடக்கம் தடை செய்யப்பட்டு, வாணரப்பேட்டைக்கு மாற்றப்பட்டது. 1784 வரை அது அனைவருக்கும் பொதுவானதாகவே இருந்து, பின்னர் அதனுள்ளேயே தலித்துகளுக்கும் மற்றவர்க்கும் தனிப் பகுதிகள் வரையறுக்கப்பட்டன.

அங்குள்ள சமாதிகளுள் இரண்டு குறிப்பிடத்தக்கன. அமெரிக்க குடியரசுத் தலைவர் உட்ரோ வில்சன் மகள் மார்கரெட் வில்சன் *(Margaret Woodrow Wilson)* புதுவைக்கு வந்தபோது இறந்துவிட்டார்; அவர் இங்குதான் அடக்கம் செய்யப்பட்டார்; அது ஒன்று. இன்னொரு சமாதி, திருமணம் முடிந்த அன்றிரவே, முதலிரவில் மரணமடைந்த புது மணமகள், கிளேர் ஓகோநெல் நீப்ளேன் *(Clare O'Connel Nieplin)* கல்லறை. அதன் மேல் உறங்காத ஓயில் மங்கையாக, அவள் ஏக்கத்துடன் அமர்ந்திருக்கும் பளிங்குச் சிலை காண்போரின் மனதை உருக்குகிறது. புதுவை நகர நிறுவனர் ஃபிரான்சுவா மர்த்தேன் புதுவையில்தான் புதைக்கப்பட்டாலும் அவரது கல்லறை இருந்த இடம் அறியமுடியவில்லை. புதுவை மண்ணை நேசித்த அவர் மண்ணோடு மண்ணாய் கலந்துள்ளார் (புர்தா *1995: 221–223).*

உப்பளம் கல்லறையில் உறங்காத ஓயில் மங்கை

5.5: மிசியோன் அச்சகம் (The Mission Press)

*19*ஆம் நூற்றாண்டின் முற்பகுதியில் கிறித்தவ மதம் தென்னகத்தின் பல பகுதிகளில் காலூன்றி விட்டது. அதைப் பரப்புவதில் பழமைவாதிகளான கத்தோலிக்கர்களுக்கும், திருத்தமுறையாளர்களான புராட்டஸ்டன்டுகளுக்கும் இடையே கடும் போட்டி நிலவியது.

மிசியோன் அச்சக நுழைவு வாயில் (2011)

மிசியோன் அச்சக உள்ளமைப்பு

திருத்தமுறையாளர்கள், கிறித்தவ வேதமான விவிலியத்தையும் (*Bible*) பிற பிரச்சாரக் கையேடுகளையும் பதிப்பித்து, மக்களிடையே விநியோகித்து வந்தனர். இதனால், பல கத்தோலிக்கர்களும் திருத்தமுறையின்பால் ஈர்க்கப்பட்டனர். தமிழகப் பகுதிகளில், சேர்வை இனக் கிறித்தவர்களுக்கும் வன்னியக் கிறித்தவர்களுக்கும் இடையே பிணக்குகள் ஏற்பட்டதால், 1830–40 காலக்கட்டத்தில் ஒரு சாரார் திருத்தமுறைப் பிரிவிற்கு மாறத்தொடங்கினர். அதற்காக அவர்களுக்கு இலவச அரிசியும், ஒரு வட்டிக்கு கடன்களும் தரப்பட்டன.

இந்தச் சூழ்நிலையில், தங்களது பிரச்சார இயக்கத்தை வலுப்படுத்த வேண்டுமானால், தங்களிடம் ஒரு பதிப்பகம் வேண்டும் என்று கத்தோலிக்கர் உணர்ந்தனர்(சம்பத்குமார் + ஆந்த்ரே கரோஃப் 2000).

அப்போது விகாரியேத் என்றழைக்கப்பட்ட மறை மாவட்டத்துக்கு, புதுச்சேரியின் தலைமை குருவாக இருந்தவர் பேராயர் போனான் (*Bonand*). போட்டியைச் சமாளிப்பதற்காகக் கிறித்தவப் போதனை நூல்களை எழுதுமாறு அவர் பாதிரிமார்களை உற்சாகமூட்டினார். ஆனால், அவை வெளியாரிடம் அச்சடிக்கப்பட்டதால் அதிகச் செலவானது. எனவே, முதலில் 1840இல் ஃபிரஞ்சிந்திய அரசிடமும், பின்னர் 1841இல் தலைமைபீடமான வாடிகனிடமும், ஓர் அச்சகம் ஆரம்பிப்பதற்கு அனுமதி பெற்றார். 1791இல் சம்பா கோயில் நான்காவது முறையாகக் கட்டப்படும் வரையில் மிசியோன் வீதி முனையில் தற்காலிகமாக இயங்கிய இடம் காலியாக இருந்தது. ஆகவே, அவ்விடத்தில் மிசியோன் அச்சகத்தைத் தொடங்கினார். கிடைத்திருக்கும் தரவுகளின்படி, 1742, 1746 வரை படங்களில் சம்பா தேவாலயமும் இடிக்கப்பட்ட பழைய ஈசுவரன் கோயிலும் அருகருகே இருந்தன (மொரே 1998; தாவிதன்னுசாமி 2019).

1758இல் லல்லி தொலாந்தல் புதுச்சேரிக்கு வரும்போதே ஓர் அச்சு எந்திரத்தைக் கொண்டு வந்தார். அதை நிறுவுவதற்குள் போர் மேகம் கவியத் தொடங்கியதால், அச்சக முயற்சிகள் நின்றுபோயின. அந்த எந்திரத்தை 1761 முற்றுகையின் வெற்றிச்சின்னமாக ஆங்கிலேயர் சென்னைக்குக் கொண்டுசென்றுவிட்டனர். 1765இல் மற்றுமோர் எந்திரம் வரவழைக்கப்பட்டு அரசு அச்சகம் தொடங்கப்பட்டது. அதில்தான், 1778ஆம் ஆண்டில், ஃபிரஞ்சிந்திய ஆளுநர் பெல்கோம், ஆங்கிலேயத் தளபதி ஹெக்டர் மன்றோவிடம் சரணடையும் அக்டோபர் 17 நாளிட்ட ஒப்பந்தம் அச்சடிக்கப்பட்டது (ஜெயசீல ஸ்டீஃபன் 2018: 588).

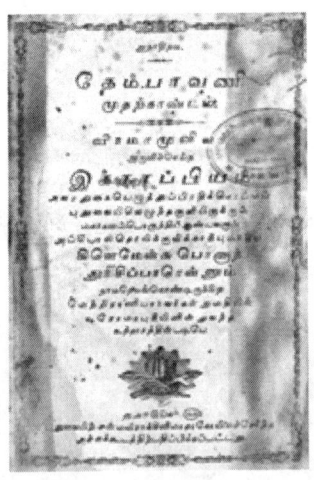

1871இல் அச்சடிக்கப்பட்ட வீரமாமுனிவர் எழுதிய தேம்பாவணி

சம்பா ஆலயம் கட்டி முடிக்கப்பட்டதும், அவ்விடத்தில் ஃபிரஞ்சிந்திய நிர்வாகம், ஓர் அச்சு எந்திரத்தை இனாமாகவும், அரசிதழ் பதிவுத்துறையிடமிருந்து ஓர் எந்திரத்தைக் குறைந்த விலைக்கும் கொடுத்து

அச்சகம் துவக்க ஊக்குவித்தது. தமிழ், ஃபிரஞ்சு, லத்தீன் எழுத்துக்கள் வாங்கியவுடன் மிசியோன் அச்சகம் என்ற பெயருடன், 1831 முதல் செயல்படத் தொடங்கியது. அது புதுச்சேரியின் இரண்டாவது அச்சகமாகும். பாதிரியார் துப்புய் *(Fr. Dupuis)* தொகுத்த தமிழ் – லத்தின் – ஃபிரஞ்சு அகராதியே அதில் அச்சிடப்பட்ட முதல் நூல். இன்றுவரை மிகப் பிரபலமாயுள்ள பாதிரியார் முஃசே *(Fr. Mouset)* தொகுத்த தமிழ் – ஃபிரஞ்சு அகராதியினை வெளியிட்டதும் மிசியோன் அச்சகமே *(சம்பத்குமார் + ஆந்த்ரே கரோஃப் 2000).*

மதப் பிரச்சார நூல்கள் மட்டுமின்றி, அயல்நாட்டுக் குடியேற்றப் பகுதிகளில் வாழ்ந்த அடிமைகளின் குழந்தைகள் கல்வி கற்பதற்காகத் தமிழ், ஃபிரஞ்சு என்று இரட்டை மொழிகளில் புத்தகங்கள் அச்சடித்து ஏனையக் குடியேற்றப் பகுதிகளுக்கு அனுப்பப்பட்டன. நான்கே ஆண்டுகளில், நூற்றுக்கணக்கான நூல்களை அது வெளியிட்டது *(ஜெயசீல ஸ்டீஃபன் 2018).*

புதுச்சேரியின் முதல் தனியார் அச்சகமான மிசியோன் அச்சகம், வெகு நாட்களுக்குப் புதுச்சேரியின் அச்சுத் தேவைகளைப் பூர்த்தி செய்துவந்தது. வளர்ந்துவரும் தொழில்நுட்பத்தின் வேகத்திற்கு ஈடுகொடுக்க முடியாமலும், இடப் பற்றாக்குறையினாலும் மெல்ல மெல்லத் தன் முதன்மையை இழந்தது.

5.6: ழாந்தார்க் (Jean D'Ark – Maid of Orleans)

புதுச்சேரிக் கடற்கரையில் சம்மனசுகள் (கப்ஸ்) தேவாலயத்திற்கு எதிரில், பசுமையான சுகந்தச் சூழலில், ஒரு பெண்ணின் சிலை – கண்ணில் கனல் பறக்க, வெற்றிப் பெருமிதத்தால் நிமிர்ந்த தலையுடன், கையில் கொடியுடன் நிற்பதைக் காணலாம். அவளது காலடியில் காணும் தலைக்கவசம், போர்க்களத் தொடர்பிற்குச் சாட்சி.

அது ழாந்தார்க் என்னும் இளம் ஃபிரஞ்சுப் பெண்ணின் சிலை. அதன் வரலாறு என்ன ? நாடு கடந்து போற்றிச் சிலை எடுக்கும் வண்ணம் அவள் பின்னணி என்ன ?

அது நிகழ்ந்தது 15ஆம் நூற்றாண்டில்; இன்றைக்குச் சுமார் 560 ஆண்டுகளுக்கு முன்பு, இங்கிலாந்துக்கும் ஃபிரான்சுக்கும் இடையே நூறாண்டுகளாகப் போர் நடந்து வந்த சமயம்.

பூர்ழ் மன்னர் என்ற கேலிப் பெயர்

ஃபிரான்சில் ஓர்லெயான்ஸ் மாநிலத்தின் பட்டத்து இளவரசர் *(Duke of Orleans)* வலுவா சார்ல் *(Charles of Valois).* ஆனால், இங்கிலாந்து அரசரே ஃபிரான்சைக் கைப்பற்றி ஆட்சி புரிந்ததால், அவருக்கு அரியாசனம் ஏறி, முடிசூடும் வாய்ப்பில்லாமல், வெறுமே இருந்தார். அவர் வசித்தது பூர்ழ் *(Bourge)* என்ற பகுதியில். எனவே அவரை 'ஓர்லெயான்ஸ் பிரபு' என்றழைக்காமல், 'பூர்ழ் மன்னர்' என்றே ஆங்கிலேயர் கேலி செய்தனர்.

போர்க்களம் புகும் ழாந்தார்க்

தோம்ரெமி *(Domremy)* கிராமத்தில் *1412*இல் பிறந்தவள் ழாந்தார்க். குடும்பத்தின் வறுமை காரணமாக, பள்ளிக்குப் போகாமல், ஆடு மேய்த்துகொண்டு, பெற்றோருக்கு ஆதரவாயிருந்தாள். தன் மாநிலமும் நாடும் பகைவர்களுடன் நூறாண்டுகளாகப் போரிட்டுக் கொண்டிருப்பது, அவளுக்கு வருத்தத்தை அளித்தது. ஆடு மேய்த்துக் கொண்டிருக்கும்போது, அவ்வப்போது அவளுக்குள் ஒரு தேவவாக்கு கேட்டுக்கொண்டே யிருந்தது. ஒரு நாள் அந்த அசரீரி, "ழான், நீ ஃபிரான்சு நாட்டிற்காகப் போருக்குச் சென்று சார்ல் மன்னருக்கு உதவுவாயாக!" என்றது. தேவவாக்கின்படி ழான் போருக்குப் போகத் தயாரானாள். "குதிரையேற்றம் கூடத் தெரியாத நீ எப்படிப் போருக்குப் போக முடியும்?" என்று பெற்றோர் தடுத்தனர். உணர்ச்சிப் பிழம்பாய் உத்வேகம் காட்டியவளை யாராலும் தடுக்கமுடியவில்லை.

வவ்குலேர் *(Vaucouleur)* என்ற ஊரில், பத்ரிகுர் *(Baudricour)* என்ற நீதிபதியிடம் போய் அனுமதி கேட்டபோது, அவரும் அவள் சிறுமி என்பதால் மறுத்தார். விடாப்பிடியாக நின்ற 'ழான்' கண்களில் தென்பட்ட தெய்வீக ஒளி, அவரை இறுதியாகச் சம்மதிக்க வைத்தது. அவளுக்கு ஒரு குதிரையும் தந்து, ஒரு சில வீரர்களையும் சேர்த்தனுப்பினார். நீண்ட சடை முடியை வெட்டிக் குறுக்கிக்கொண்டு, ஓர் ஆண் போர் வீரனைப் போல் தன்னை மாற்றிக்கொண்டாள்.

அருகிலிருந்த லுவார் *(Loir)* பகுதியில், சினோன் *(Chinon)* கோட்டையில் இளவரசர் சார்ல் தங்கியிருந்தார். அவரிடம் சென்று, ஓர்லெயான்ஸ் நகரை மீட்கத் தெய்வம் தனக்குக் கட்டளையிட்டிருப்பதாகக் கூறி, அவரது ஆசியை வேண்டினாள். பூப்போன்ற சிறுமி போர்க்களம் புக விரும்புவதைக் கண்டு வியந்த மன்னர், தயங்கினார்; அவளின் நெஞ்சுறுதியைக் கண்டு, ஒருவாறு ஆசி கூறி, ஒரு படையையும் அனுப்பி வைத்தார்.

பிடிபட்டது ஓர்லெயான்ஸ் கோட்டை

ஓர்லெயான்ஸ் நகரம் ஆங்கிலேயரின் பிடியில் இருந்தது. பலத்த பாதுகாப்புகளையும் மீறி, நகருக்குள் புக முயற்சித்தாள். தன்னுடன் வந்த சிறுபடையுடன், தேசியக்கொடி ஏந்திய ஒரு வீரர் முன் செல்ல, அரணை உடைத்துக் கோட்டைக்குள் நுழைந்தாள். இருதரப்பிற்கும் கடும்போர் நடந்தது. பகைவன் எய்திய அம்பினால் காயமுற்றபோதும், அஞ்சாமல் வழிநடத்தினாள்; கோட்டையை கைப்பற்றினாள். ஒரு சில வீரரைக் கொண்டே ஒரு பெரும்படையை முறியடிக்க முடியுமானால், அவள் சாதாரணப் பெண்ணல்ல, தேவதையால் அனுப்பப்பட்ட ஒரு சூனியக்காரியாகத்தான் இருக்க வேண்டுமென்று அஞ்சிப் பகைவர்கள் சிதறி ஓடினர்.

ஓர்லெயான்ஸ் பிரபுக்கு முடிசூட்டு விழா

ஓர்லெயான்ஸ் நகரம் மீண்டும் ஃபிரான்சு வசம் வந்ததால், மன்னர் ஏழாம் சார்ல் முடிசூட்டிக் கொண்டார். அவ்விழாவிற்கு அவர்

வரும் போதும், அவருக்குப் பாதுகாப்பாக ழாந்தார்க் உடன் வந்தாள்; இடையில் குறுக்கிட்டுத் தாக்கிய ஆங்கிலப்படையை மீண்டும் முறியடித்து, மன்னரைப் பாதுகாப்பாக 'ரேம்ஸ்' நகருக்கு அழைத்துச் சென்றாள். 1429 ஜூலையில் நடந்த முடிசூட்டு விழாவின்போதும், கையில் தேசியக்கொடியை ஏந்தியவாறே விழிப்புடன் காவலுக்கு நின்றாள். விழா சிறப்புற நடந்தேறியது; தேவவாக்கு பலித்துவிட்டது.

மீண்டும் போர்க்களத்தில் ழான்

போர்க்களம் மாறியது, ஆங்கிலேயர் பாரீஸ் நகரை மீண்டும் கைப்பற்றும் முயற்சியாகக் கொம்பாஞ்ஞி (Compaigne) நகரில் தாக்குதல் தொடுத்தனர். அந்தச் சண்டையிலும், களம் கண்ட ழான், மீண்டும் காயமுற்றபோதும், அஞ்சாமல் தொடர்ந்து வியூகங்களை வகுத்துக் கொடுத்தாள். ஆனால், உடன் வந்த வீரர்கள் உயிருக்கு அஞ்சி ஓட்டமெடுத்தனர்; ழான் பிடிபட்டாள்.

ருயென் (Rouen) நகரில் விசாரணை நடந்தது. வயதுக்கு மீறிய வீரம், உருவத்தை விஞ்சிய கம்பீரம், கற்பனைக்கு விஞ்சிய சாதுரியம் இவை அனைத்தும் ஒரு சிறு பெண்ணிடம் காணமுடியுமென்றால் அவள் அதீத சக்திபெற்றவள் என்றார் கஷோன் (Caushon) என்ற பாதிரியார். "அவள் ஒரு சூனியக்காரி, அவளை உயிருடன் எரிக்க வேண்டும்" என்று அவர் தீர்ப்பளித்தார்.

ழானுக்கு மரண தண்டனை

அதன்படியே, 1431ஆம் ஆண்டு மே மாதம் 30ஆம் நாள் ருயென் நகரில், நட்ட நடுவீதியில், மரத்தில் கட்டிவைத்து, ழான் உயிரோடு கொளுத்தப்பட்டாள். 'ஏசுவே' என்றழைத்தவாறே அவள் உயிர் நீத்தபோது அவளுக்கு வயது பதினேழுதான்.

பழைய வளாகத்தில் சிலை

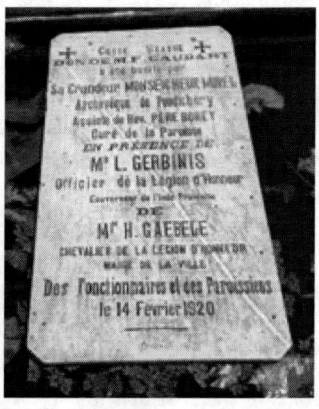

திறப்பு விழாக் கல்வெட்டு

தான் முடிசூடவேண்டுமென்று, பூவாகப் பிறந்துப் புலியாக மாறிய ழானைக் காப்பாற்ற மன்னர் சார்ல் எந்த முயற்சியும் செய்யவில்லை. அவளின் தியாகமும் மன்னரின் தயக்கமும் மக்கள் மத்தியில் கோபக்

கனலை மூட்டியது. வெகுமக்கள் புரட்சியாக வெடித்துக் கிளம்பியது. ஆங்கிலேயரின் இறுதித் தோல்விக்கு வழிவகுத்தது.

சூனியக்காரி தொலைந்துபோனதால், எளிதில் வெல்லலாம் என்ற ஆங்கிலேயரின் எண்ணம் பொசுங்கிபோனது. ஓர்லெயான்ஸ் புரட்சி மூலம் நூற்றாண்டுப் போர் முடிவுக்கு வந்தது. அதற்குத் திருப்புமுனை தந்தது ஓர்லெயான்ஸ் வெற்றி; அதைச் சாதிக்கத் தூண்டுகோலாயிருந்தவள் ழாந்தார்க்.

மறு விசாரணையில் நீதி

மன்னர் சார்லுக்கு ழாந்தார்க்கின் வீரமும் தியாகமும் தாமதமாகவே புரியவந்தன. வாளெடுத்துப் போரிடாமலே, ஒரு படையை வழிநடத்தி, வெற்றிக்கு இட்டுச் செல்ல முடியுமானால், அவளிடம் ஒரு தெய்வீக சக்தியும் தணியாத தேசபக்தியும் இருந்திருக்க வேண்டும் என்று உணர்ந்துகொண்டார். சுமார் 20 ஆண்டுகளுக்குப்பின் இந்த வழக்கை மறுவிசாரணை செய்ய ஆணையிட்டார். போப்பாண்டவர் மூன்றாம் கேலிக்டஸ் *(Calixtus III)* விசாரணை செய்து, ழான் மீதான தண்டனையை ரத்துச் செய்தார்.

ஐந்நூறு ஆண்டுகளுக்குப் பிறகு, 1920ஆம் ஆண்டு மே மாதம் 16ஆம் நாளன்று, போப்பாண்டவர் பதினைந்தாம் பெனடிக்ட் *(Benedict XV)* அவளுக்குப் புனிதர் பட்டம் வழங்கினார். அதைத் தேசியத் திருவிழாவாக 1920ஆம் ஆண்டு ஜூன் 20ஆம் நாளன்று அரசு அறிவித்துக் கொண்டாடியது.

புதுச்சேரியில் ழாந்தார்க் சிலை

புதுச்சேரியில், 1920ஆம் ஆண்டு சம்மனசுகள் ஆலயம் புனரமைக்கப் பட்டது. அப்போது ஃபிரான்சுவா காதர்த் *(Francois Gaudart)* என்ற செல்வந்தர், தேவாலயத்திற்கு எதிரிலிருந்த இடத்தை வாங்கி, அதில் ழாந்தார்க்கின் பளிங்குச் சிலையையும் நிறுவச் செய்தார். 1923ஆம் ஆண்டு பிப்ரவரி 20இல், ஆளுநர் ழெர்பினி *(Gerbiny)* மேயர் கெப்ளே *(Gaebele)* முன்னிலையில், பேராயர் மொரேல் *(Morel)* சிலையை அர்ச்சித்து, அவ்விடத்திற்கு ழாந்தார்க் சதுக்கம் என்று பெயரிட்டுக் காட்சிப் படுத்தினார். அதன்படி, ஒவ்வோர் ஆண்டும் மே மாதம் இரண்டாம் ஞாயிறன்று ழான் திருவிழா உலகமெங்கும் கொண்டாடப்பட்டு வருகிறது (புர்தா 1995; கிளமென்ட் ஈஸ்வர் 2002).

5.7: உரிமைப் போராளி ஷொல்ஷேர் (Victor Schoelcher)

19ஆம் நூற்றாண்டில், புதுச்சேரியில் இயங்கிய ஃபிரஞ்சுக் கல்வி நிறுவனங்களில் தமிழர்க்கு அனுமதியில்லை; அரசு நிர்வாகத்திலும் உரிய பங்கில்லை. 1848இல் ஃபிரான்சின் தேசிய சபைக்குக் குடியேற்ற நாடுகளிலிருந்து பிரதிநிதிகள் தேர்ந்தெடுத்து அனுப்ப சட்டம் இயற்றப் பட்டது. ஆனால், தேர்தலில் ஃபிரஞ்சியர் மட்டுமே போட்டியிட முடியும் என்று மட்டுப்படுத்தப்பட்டது. அதுமட்டுமின்றிப் பலவிதங்களில் ஃபிரஞ்சிந்தியர்களும் பிற ஃபிரஞ்சுக் காலனி மக்களும் மூன்றாந்தரக் குடிமக்களாகவே நடத்தப்பட்டனர்.

அதை எதிர்த்து, அனைத்துக் குடிமக்களுக்கும், சம உரிமை கோரிப் போராட்டம் நடத்தினார் விக்தர் ஷொல்ஷேர்; அதில் வெற்றியும் பெற்றார். 1849ஆம் ஆண்டில் இந்தியா, ஆப்பிரிக்க குடியேற்றப் பகுதிகள் அத்தனைக்கும் பிரதிநிதித்துவம் பெற்றுத் தந்ததோடு, தகுதிபெற்ற ஃபிரஞ்சுக் குடிமகன்கள் எவரும் தேர்தலில் போட்டியிடவும் சட்டப்பூர்வமாக வகை செய்தார்.

அடிமை முறை ஒழிப்பியக்கம்

விக்தர் ஷொல்ஷேர், 1804ஆம் ஆண்டு ஜூலை 22ஆம் நாள், பாரிசில் பிறந்தார். ஒரு பத்திரிகையாளராக உருவான அவர், மன்னர் லூயி ஃபிலிப் அரசின் கொடுமைகளை எதிர்த்து அறிக்கைப்போர் நடத்தினார். 1826 முதல் உலகம் முழுதும் அடிமைகளின் நிலைமை (*Slavery*) பற்றிய தகவல்களைத் திரட்டி, அடிமைத்தனத்திற்கு எதிராகத் தீவிரமாக வாதிட்டு வந்தார். அதற்காகத் தனது செல்வத்தைக் கூடச் செலவழித்துக் கருப்பின அடிமைகளின் நலனுக்காகத் தன்னார்வ அமைப்புகளைத் தொடங்கி நடத்தி வந்தார்.

ஃபிரஞ்சுப் புரட்சிக்குப்பின், மனித உரிமை பற்றிய விழிப்புணர்வு மிகுந்ததால், 1794இல் ஃபிரஞ்சு அரசு அடிமை முறையை ஒழித்தது. அதனால், கரும்பு, பீட்ரூட் பெருநிலக்கிழார்களும், ஃபிரான்சின் அடிமை வணிகர்களும் விவசாயத் தொழிலாளர் பற்றாக்குறையால் பெரும் இழப்புக்காளானார்கள். அவர்கள் கொடுத்த அழுத்தத்தின் விளைவாக, மன்னர் நப்போலியன் 1804இல் அடிமை வணிகத் தடையை நீக்கினார். மீண்டும், 1814ஆம் ஆண்டு இங்கிலாந்து – பாரீஸ் ஒப்பந்தத்தில் அடிமை வணிகம் தடை செய்யப்பட்டாலும், கள்ளச் சந்தையில் அடிமை வணிகம் அமோகமாக நடந்தது. எனவே, 1830இல் அடிமை முறைக்கான தடை நீக்கப்பட்டு, ஒப்பந்தக்கூலி முறையை ஃபிரஞ்சு அரசு புகுத்தியது. பெயர்தான் மாறியதேயொழிய அடிமை வாழ்வின் துன்பங்களிலிருந்து விடுதலை கிடைத்தபாடில்லை.

1829–30இல் வணிகத்தின் பொருட்டு அமெரிக்காவிற்குச் சென்றபோது, கியூபா அடிமைகளின் அவல வாழ்வை நேரில் கண்டுணர்ந்த அவர், அதை எதிர்த்துத் தீவிரமாக எழுதலானார். அதற்காகவே 1840 முதல் 1847 வரை மேற்கிந்தியத் தீவுகள், கிரீஸ், எகிப்து, துருக்கி, ஆப்ரிக்க நாடுகளுக்குச் சென்று ஆய்வுகள் செய்தார். அதைவைத்து ஃபிரஞ்சுப் பாராளுமன்ற உறுப்பினர்களிடம் வாதிட்டு, அவர்களது ஆதரவைப் பெற்றார். அதன் பலனாக, 1845இல் விருப்பமில்லாத அடிமைகள் விடுவிக்கப்படுவார்கள் என்று அரசு அறிவித்தது. அதனால் பலனில்லை; ஒரு விழுக்காடு அடிமைகளே விடுவிக்கப்பட்டனர்.

சட்டப்பூர்வமான நடவடிக்கை

அவரது தொடர் போராட்டத்தின் விளைவாக, அடிமைகள் பற்றிய ஆணையத்தின் தலைவராகவும் அவர் நியமிக்கப்பட்டார். அதன் மூலம் அடிமை முறையை ஒழிப்பதற்கான கருத்துருவைத் தயாரித்தார். அவரது அறிக்கை, 1848 மார்ச் 3, 4ஆம் தேதிகளில் தேசிய சபையில்

விவாதிக்கப்பட்டது. "அடிமை முறையானது மானுடத்தின் மீதான தாக்குதல்; இயற்கையின் விதிகளையும் உரிமைகளையும் முறியடித்து, குடியாட்சித் தத்துவத்தையே முடக்கும் செயல்" என்று கண்டனத் தீர்மானம் நிறைவேற்றப்பட்டது, அதன் விளைவாக, ஃபிரஞ்சு அரசு, 1848 ஏப்ரல் 27இல், குடியேற்றப் பகுதிகளில் அடிமைத்தனத்தை ஒழித்து அரசாணையை வெளியிட்டது. அதன் மூலகர்த்தாவான அவர், 'அடிமைகளின் விடுதலை வீரர்' என்று கொண்டாடப்பட்டார்.

அரசும் மக்களும் அங்கீகாரம்

இதனால், 1848, 1849, 1871ஆம் ஆண்டுகளிலும், மர்த்தினிக் (*Martinique*) தீவிலிருந்து மூன்றுமுறை பாராளுமன்றத்திற்குத் தேர்ந்தெடுக்கப்பட்டார். இடையில், 1851ஆம் ஆண்டு இராணுவப் புரட்சி செய்து, மூன்றாம் லூயி நப்போலியன் ஆட்சியைப் பிடித்தார்; நிலைமை தலைகீழானது. அவரது சீர்திருத்தக் கொள்கைகளைப் பிடிக்காத அரசரால், ஷொல்ஷேர் நாடு கடத்தப்பட்டதால் இங்கிலாந்தில் தஞ்சம் புகுந்தார். மீண்டும், 1870இல் குடியாட்சி மலர்ந்ததும் நாடு திரும்பினார். மரண தண்டனை ஒழிப்பு, காலனிய நிர்வாகத்தில் பெருந்தன்மை, மனித உரிமைப் பாதுகாப்பு என்று தீவிரமாகப் பாடுபட்டதால் மக்கள் ஆதரவு பெருகியது. 1875இல் ஆயுட்கால செனத்தேர் ஆக நியமிக்கப்பட்டார். 1893இல் அவர் மரணமடைந்தார்.

நாடுவிட்டு நாடு போய்

உரிமைப் போராளியான ஷோல்ஷேருக்கு, அவரது பிறப்பிடமான மர்த்தினிக்கில் முழு உருவச்சிலையும் புதுச்சேரியில் மார்பளவு வெண்கலச் சிலையும் நிறுவப்பட்டன. அவருக்கு மார்பளவுச் சிலை அமைப்பதற்காக, 1885இல் புதுச்சேரிப் பொதுச்சபை (*Conseil General*) 1,500 ஃபிரான் அனுமதித்தது; மக்களிடமிருந்து நன்கொடை பெறவும் அனுமதி அளித்தது. நகரமன்றத்தில், பொதுக்குழு கூடும் அறையில் அச்சிலை நிறுவப்படவேண்டும் என்று 'நன்கொடை வசூல் குழு'விற்கு எழுதிய கடிதத்தில் (1885 ஜூன் 8) ஆளுநர் ரிஷோ (*Richaud*) குறிப்பிட்டுள்ளார். ஆனால், அச்சிலை, 1904ஆம் ஆண்டில், அவரது நூற்றாண்டு விழாவின்போதுதான், ஒதியன் சாலையின் தெற்கு மதிலோரம் (கம்பன் கலை அரங்கம் எதிரில்), நிறுவப்பட்டது. இப்போது அங்கிருந்து அகற்றப்பட்டு, அந்தச்சிலை கடற்கரைச் சாலையின் தென்கோடிப்பகுதியில், துய்ப்ளேக்சு சிலை வளாகத்தில் உள்ளது. ஆண்டுதோறும் ஜூலை 21, 'விக்டர் ஷொல்ஷேர் நாள்' என்று கடைபிடித்து அவரது அரும்பணிகள் போற்றப்படுன்றன (விக்டர் ஷோல்ஷேர் – வலைத் தளப்பதிவுகள்)

5.8: கலங்கரை விளக்கம் (Light House – Old)

கடல் வழிச்செலவில் வரும் கலங்களுக்கு அடையாளம் காட்டுவதற்கான உத்தியே கலங்கரை விளக்கங்கள்.

முந்தைய நாட்களில், கரைப்பகுதியிலிருந்து தெரியும் தீச்சுடர்களே துறைமுகத்தின் அமைவிடத்தைக் காட்டின. புதுச்சேரியில், சுமார் 30 மீட்டர் உயரமுள்ள கோரிமேட்டில் இரவு நேரத்தில் தீ மூட்டி வெளிச்சம்

உண்டாக்கி வழிகாட்டினார்கள். அதன் பிறகு, 1836ஆம் ஆண்டு ஜூலை முதல் நாளன்று, 'ராஜ் நிவாஸ்' எனப்படும் அரசு மாளிகை அருகில், கடற்கரையில் பொறியாளர் லூயி கெர் (Louis Guere) வடிவமைத்த ஒரு கலங்கரை விளக்கத்தை அரசு நிறுவியது (இராமதாசு 2021: 9).

சதுர வடிவ அடிச்சுற்றின் மேல், இராட்சத உருளைத்தூண் போல 29 மீட்டர் உயரத்தில் கட்டப்பட்டது. அதன் உச்சிக்குப் போவதற்கு, உள்ளேயே முறுக்கிய ஏணி வடிவில் 132 படிகள் இருந்தன. முதலில், பன்னிரண்டு எண்ணெய் விளக்குகள் நிலையாக எரிந்து ஒளி வீசின. அதன் ஒளி வீச்சு 29 கிலோ மீட்டர் வரை நீண்டது. அது முதலில் அமைக்கப்பட்டபோது, உலகெங்குமிருந்த 250 கலங்கரை விளக்குகளுள் அதுவும் ஒன்றாகத் திகழ்ந்தது; கிழக்குக் கடற்கரையில் முதல் விளக்கும் அதுவே. 1886 மார்ச் மாதத்தில் சில மாற்றங்கள் செய்யப்பட்டன; தரைத்தளத்தின் மீது கோபுரத் தூணைச் சுற்றிலும் அதை வலுப்படுத்தும் விதமாக வட்ட வடிவிலான இரண்டு தளங்கள் கட்டப்பட்டன. 1931இல், கற்காரைப் படிகளுக்குப் பதில், 216 மரப்படிகள் சுழலேணியாக அமைக்கப்பட்டன. மின்சார வசதி பெருகிய நிலையில், 1931ஆம் ஆண்டு செப்டம்பர் 12ஆம் நாளன்று, விளக்கின் சக்தி 1000 வாட்சாக அதிகரிக்கப்பட்டு, சுழலும் ஒளிக்கற்றையுடன் 40 கிலோமீட்டர் வீச்சுடன் அமைக்கப்பட்டது.

காட்சிப் பொருளான கலங்கரை விளக்கம்

1952ஆம் ஆண்டு அடித்த பெரும் புயலில் துறைமுக இருப்புப்பாலம் சேதமடைந்து, அதனால் கப்பல் போக்குவரத்து நின்று போனதால், 1836முதல் ஒளி வீசத் தொடங்கிய கலங்கரை விளக்கம் பயனற்றுப் போனது. அதுமுதல் சுற்றுலாப் பயணிகளுக்கு ஒரு காட்சிப்பொருளாக விளங்கியது. பொதுமக்கள், அதன் மீதேறிப் புதுவையைப் பருந்துப் பார்வையில் கண்டு மகிழ்ந்தார்கள். அதுவும் பாதுகாப்புக் காரணங்களுக்காக 1974 முதல் நிறுத்தப்பட்டது (இராமதாசு 2021: 9–13).

1970ஆம் ஆண்டில், வம்பா கீரைப்பாளையம் பகுதியில் ஒரு புதிய கலங்கரை விளக்கம் அமைக்கும் பணி தொடங்கி, 1978ஆம் ஆண்டு முடிக்கப்பட்டு, டிசம்பர் 10ஆம் நாள் முதல் இயங்கி வருகிறது (பிஷார் 1988).

புதிய பொலிவுடன் பழைய கட்டமைப்பு

134 ஆண்டுகள் ஃபிரான்சின் கடல் வணிக வளர்ச்சிக்குப் பெரும் பயனீட்டிய இவ்விளக்கினை, இந்திய அரசு மீண்டும் ஒரு சுற்றுலாத் தளமாகப் புனரமைக்கவுள்ளது. சுற்றிலும் அமைக்கப்படும் வண்ண வண்ண விளக்குகள், கோபுரத்தை நோக்கி நிறப்பிரிகை ஒளி வீசும்; சுற்றுச் சுவர்களில் வரையப்படும் வண்ண ஓவியங்கள், கலங்கரை விளக்கின் வரலாற்றைக் காட்சிப்படுத்தும்; அதன் உச்சியில், தொலை நோக்கிகள் பொருத்தப்பட்டு, பார்வையாளர்கள் புதுச்சேரியின் எழிலை ரசிக்க வைக்கவும் திட்டமிடப்பட்டுள்ளது.

'தேசிய பாரம்பரியத் தலங்கள் பாதுகாப்பு மையம்' மேற்கொண்டுள்ள புனரமைப்பு முயற்சி, மீண்டும் கலங்கரை விளக்கத்தின் பழம் பெருமையை நிலைநாட்டும் என நம்புவோமாக!

5.9: வாராவதி அல்லது கடற்பாலத் தூண்கள்
(Pillars of Pier)

19ஆம் நூற்றாண்டில் ஃபிரஞ்சிந்தியக் கும்பினியின் வாணிபம் செழித்தோங்கத் தொடங்கியது. புதுச்சேரி சுங்கத் தீர்வை இல்லாத் துறைமுகமாக விளங்கியதால், ஏற்றுமதி, இறக்குமதி விறுவிறுப்பாக நடந்தது. ஆகவே, அதற்கேற்பத் துறைமுகத்தின் கட்டமைப்புகளை மேம்படுத்த வேண்டியதாயிற்று.

கப்பல்களில் வந்த சரக்குகளை உட்கடலிலிருந்து, பெரிய படகுகள் சலங்குகள் மூலம் கரைக்குக் கொண்டு வந்தனர். ஆயினும் கரையை நெருங்கும்போது, காற்றின் அலைக்கழிப்பால், படகுகளில் சரக்குகளை ஏற்றுவதும் இறக்குவதும் சிரமமாக இருந்ததால், ஒரு கடற்பாலம் (Pier) அமைக்கத் திட்டமிடப்பட்டு, பொறியாளர் ஸ்பினாஸ் (Spianasse) வடிவமைப்பில், 1864இல் தொடங்கி, 1866இல் கட்டி முடிக்கப்பட்டது. வாராவதி என்ற அருகிவரும் தமிழ்ச்சொல்லால் கடற்பாலத்தைக் குறிப்பிட்டுப் பயன்படுத்திவந்தனர் புதுச்சேரி மக்கள்!

கடற்கரையிலிருந்து, பெருக்கல் குறி வடிவில் பிணைக்கப்பட்ட இரும்புத் தூண்கள் தாங்கிய சட்டகம் மீது, 192 மீட்டர் நீளத்திற்கு, மரப்பலகைகளாலான தளம் ஒன்று பாலம் போல் அமைக்கப்பட்டு, 1866 ஆகஸ்டு 15 முதல் வாராவதி பயன்பாட்டுக்கு வந்தது. அதன் வாயிலின் முன்பகுதிக்கு (காந்தி சிலை வளாகம்), 'மூன்றாம் நப்போலியன் சதுக்கம்' என்றும் பெயரிடப்பட்டது. பின்னர், பிரான்சில் குடியரசு மலர்ந்தபோது, அதன் நினைவாகக், 'குடியரசு சதுக்கம்' என்று பெயர் மாற்றம் செய்யப்பட்டது. ஆளுநர் போன்தாம்ப் (Napoléon Joseph Louis Bontemps) காலத்தில் அதன் இரு பக்கத்திலும் பக்கத்திற்கு நான்காக, எட்டு செஞ்சித் தூண்களும் நிறுத்தப்பட்டன.

இரும்பின் வலிமை காட்டிய முழுப் பாலமும் முனையமும்

1879ஆம் ஆண்டு புதுச்சேரிக்கு இரயில் சேவை தொடங்கப்பட்ட போது, இருப்புப் பாதை கடற்கரை (காந்தி சிலை) வரை நீட்டிக்கப் பட்டது. அதனால், 1881–82இல் இப்பாலம் மேலும் 64 மீட்டருக்கு நீட்டிக்கப்பட்டது. இரண்டாவது முறையாக, 1908–09 ஆண்டில், 80 மீட்டர் நீளம் கூட்டப்பட்டு, மொத்தமாக 336 மீட்டருக்குக் கடலுக்குள் துருத்திக்கொண்டு, சரக்குகள் கையாள்வதை எளிதாக்கியது. அதன் மேல் போடப்பட்ட ஓர் இருப்புப் பாதை மூலம், சரக்குகளைத் தள்ளுவண்டி

களில் ஏற்றி வந்து, கடற்கரையில் (காந்தி சிலை) நின்ற சரக்கு இரயில் பெட்டிகளில் ஏற்றிவிட்டனர்.

1952ஆம் ஆண்டு நவம்பர் 30இல் வீசிய பெரும் புயலில் பாலம் புரட்டிப் போடப்பட்டு, சேதமடைந்து, செயலிழந்தது. அடுத்தடுத்து வந்த பேரிடர்கள், இரும்புத் தூண்களை ஒவ்வொன்றாகத் தகர்க்க, தற்போது 2020இல், செஞ்சித் தூண்களும், கடலுக்குள் வாராவரியைத் தாங்கி நின்ற சில இரும்புத் தூண்களும் மட்டுமே துறைமுகத்தின் பழம்பெருமையை நினைவூட்டும் வகையில் நின்றுகொண்டிருக்கின்றன (இராமதாசு 2021: 14–26).

புதுச்சேரி துறைமுகம் / வாராவதி – அன்று

கடல் வழிப் பார்வையில் வாராவதி:
ஓரத்தில் கைப்பிடி கட்டும் முன் – கட்டிய பின்

5.10: பயணத் தேவதை (Goddess of Voyage/Travel)

‘நிலம் நோக்கிச் சற்றே கவிழ்ந்த தலை; கருணை சொரியும் கண்கள்; புன்னகை பூத்த மதிமுகம்; உயர்த்தித் தூக்கிய கரங்களில் தீப்பந்தம்; வானத்துத் தேவதையின் வடிவம் போன்ற தெய்வீகம்’. இத்தகைய அமைப்புகளோடு பத்தடி உயரத்தில், விண்ணிலிருந்து இறங்கிய வெண்மைத் தேவதைபோல் தோன்றும் ஓர் இரும்பு வார்ப்புச் சிலை, தற்போதைய இரயில் நிலைய முகப்பில் பயணிகளுக்கு முகமன் கூறி நிற்கிறது. சிலைக்குக் கீழே பீடத்தில், பாம்பு, செடி, சிங்கம் போல் தோன்றும் கொம்பு மனிதன் ஆகியவை சுற்றிலும் பொறிக்கப்பட்டுள்ளன. இச்சிலை, சிற்பி பாதிரியார் மித்துயிரின் மொரோ (Fr. Mthurrin Moreau) வடிமைப்பில், ஃபிரான்சில், வசல் தொஸ்னே வார்ப்பகத்தில் (Vasal D’Osne Foundry) உருவாக்கப்பட்டுக் கொண்டுவரப்பட்டது.

இரயிலடி முன் கற்காரை பீடத்தில்

இப்போதைய நிலை

'பயணத் தேவதை' (*Deesse de Voyages*) என்று பிரபலமாகிவிட்ட அந்தச் சிலை, ஓர் எகிப்து தேவதை என்பது ழூான் தெலோஷ் கருத்து. ஓர் இளவரசி போல் உடையலங்காரமும் கை விளக்கும் தலைக்கு மேல் குடையும் ஒரு கிரேக்கத் தேவதையை நினைவூட்டுவதாகவும் சிலர் கருதுகின்றனர். உலகம் முழுதும் இதன் பிரதிகள் இருப்பதாகத் தெரிகிறது.

உண்மையில், புதுச்சேரிக்கு முத்தரையர் பாளையத்திலிருந்து குடிநீர் கொண்டுவந்து விநியோகம் செய்யத் தொடங்கியதன் அடையாளமாகத்தான் அது நிறுவப்பட்டது. 1863ஆம் ஆண்டு, மேற்கு புல்வார் சாலையில் தண்ணீர்த் தொட்டியின் அருகில் ஒரு விளக்குத் தூணும், அதன் அருகே ஒரு குடையின் கீழ் இந்தச் சிலையும் நிறுவப்பட்டன.

தண்ணீர்த் தொட்டியுடன் இரும்புப் பீடத்தில் சிலை

தூய குடிநீர் வந்ததன் மூலம், புதுச்சேரி மக்களின் குடிநீர்ப் பிரச்சினைக்கு ஆறுதல் என்பது போல் குடையும், வாழ்வில் புத்தொளி பிறந்தது என்பதற்காகத் தீப்பந்தமும் வைக்கப்பட்டன போலும்! 1965இல் இப்போதைய இடத்திற்கு மாற்றம் செய்யப்பட்டது. இதைச் சுற்றிலும் குடிநீர்க் குழாய்கள் அமைக்கப்பட்டிருந்தன. ஆனால், இப்போது, கான்களையும் குடையையும் காணோம்! கலை நுணுக்கம் மிகுந்த பீடத்தையும் காணோம்!

இதேபோன்ற மற்றொரு சிலை மைசூரு அரண்மனையில் மாடிப்படிக்கு அருகில் உள்ளது. நகர விரிவாக்கத்திற்கும் நவீனமயமாக்க லுக்கும் பலியாகி, இடம் மாற்றப்பட்டுப் பொலிவிழந்த ஃபிரஞ்சுக் கலைச் சின்னங்களுள் இதுவும் ஒன்று (கிளமெண்ட் ஈஸ்வர் 2003).

5.11: போர் நினைவுச்சின்னம் (The War Memorial)

கண்டவுடன் நெஞ்சத்தைக் கனக்கச் செய்யும் ஒரு நினைவுச் சின்னம் கடற்கரையில் காந்தி சிலை எதிரே உள்ளது. அதன் பெயர் போர் நினைவுச் சின்னம்.

முன்னாளில், ஐரோப்பாவில் ஆங்கிலேயரும் ஃபிரஞ்சியரும் எதிரும் புதிருமாக அடிக்கடி மோதிக்கொண்டிருந்தனர். 1793–1814ஆம் ஆண்டு களில் நடந்த போர் முடிந்து, பாரிஸ் ஒப்பந்தம் கையெழுத்தானபோது, ஃபிரஞ்சியரின் இராணுவ நடவடிக்கைகளுக்குக் கடுமையான கட்டுப்பாடுகள் விதிக்கப்பட்டன; புதிதாக படை வீரர்களைச் சேர்த்து, இராணுவத்தை வலுவேற்றக்கூடாது என்பது அவற்றுள் ஒன்று.

இந்தியர்களுக்கு அழைப்பு

காலம் மாறியது; 1914ஆம் ஆண்டில், முதலாம் உலகப் போர் தொடங்கியபோது, அச்சு நாடுகளான, ஜெர்மனி – இத்தாலி – அங்கேரி நாடுகளை எதிர்த்து, ஃபிரான்சும் தன் படைகளைப் பலப்படுத்த

புதுப்பிக்கப்பட்ட நினைவுச் சின்னம்

முதலாம் உலகப்போர் தியாகிகள் பட்டியல்

நினைவுச்சின்னம் திறப்பு விழா (1938)

திறப்பு விழாவில் கொடியுடன் வரவேற்பு

வேண்டியதாயிற்று. 1915இல் தொடங்கிக் குடியேற்ற நாடுகளிலிருந்தும் வீரர்கள் இராணுவத்தில் சேர்க்கப்பட்டனர். அப்போது புதுச்சேரி அதில் முன்னணியில் நின்றது. ஆளுநராக இருந்த ஆல்ஃபிரெட் மர்த்தினோ (*Alfred Albert Martineau*), "இக்கட்டான நேரத்தில் நாட்டுக்காகப் போரிட முன்வருவோரை ஃபிரான்ஸ் எப்போதும் மறவாது. அவர்கள் ஃபிரான்சின் சொந்தக் குடிமக்களாகவே நடத்தப்படுவார்கள். ஃபிரஞ்சு இராணுவத்தில் சேர்வோர்க்கு நன்றியுடையவர்களாயிருப்போம்" என்று அறைகூவல் விடுத்தார்.

புதுச்சேரிவாசிகளுள், தாழ்த்தப்பட்டோரும் சட்டைக்காரர்கள் என்ற கலப்பினத்தவரும் தமிழ் முஸ்லிம்களும் பெருவாரியாகச் சேர்ந்தனர். ஃபிரஞ்சுச் சட்டமுறைகளை ஏற்ற ரெனோன்சான்களும் ஃபிரஞ்சுக் குடியுரிமை பெறுவதற்கான நல்வாய்ப்பாகக் கருதிச் சேர்ந்துகொண்டனர். முதலில் சுமார் 800 பேர் சைகோனுக்குப் போய், இராணுவப் பயிற்சி பெற்ற பிறகு, அதிலிருந்து 500 பேர் ஃபிரான்சுப் படைகளுடன் சேர்த்து, நேச நாடுகளான ரஷ்யா, இங்கிலாந்து போன்ற பல்வேறு போர்முனைகளுக்கு அனுப்பப்பட்டனர்.

ஆள் பலத்தோடு, போர் செலவிற்காகப் பொதுமக்கள் சார்பாக முதலில் 1,20,000 ரூபாயும், பின்னர் காயமுற்ற வீரர்களின் சிகிச்சைக்காக 10,000 ரூபாயும் புதுச்சேரியிலிருந்து அனுப்பப்பட்டது (முருகேசன் 1991: 125).

ஆளுநர் போன்வினுக்குக் காவலர் அணிவகுப்பு மரியாதை

போரில் உயிர்த்தியாகம்

நவம்பர் 1919இல் போர் முடிவிற்கு வந்தபோது, புதுச்சேரி வீரர்கள் 75 பேர் வீரமரணம் எய்தியிருந்தனர். அவர்கள் ஆங்காங்கே, இறந்த பகுதிகளிலேயே, எந்தவித மதச் சடங்குகளும் இன்றிப் புதைக்கப்பட்டிருந்தனர். ஃபிரஞ்சு அரசு, உயிர்த்தியாகம் செய்தவர்களுக்கு வீரதீர விருது வழங்கிச் சிறப்பித்தது. அப்போரில் இறந்தோரின் பெயர்கள் ஒரு வெண்கலத் தட்டில் பொறிக்கப்பட்டு நகரமன்றக் கட்டடத்தில் பதிக்கப்பட்டது. (இப்போது அந்த மாளிகை பாரம்பரியச் சின்னமாகப் புனரமைக்கப்படுவதால் அப்பட்டயம் அகற்றப்பட்டுள்ளது).

தியாகிகளுக்கு ஒரு நினைவுச்சின்னம்

அடக்கம் செய்யப்பட்ட இடத்தில் நினைவுச்சின்னம் அமைப்பதுதான் முறை. ஆனால், வெவ்வேறு இடங்களில் புதையுண்டவர்களுக்கு அஞ்சலி செலுத்தப் பொதுவான கல்லறையே பொருத்தமென்று கருதி, புதுச்சேரியில் ஒரு நினைவுச்சின்னம் அமைக்கத் திட்டமிடப்பட்டது. 1935இல் தோன்றிய இக்கருத்துருவிற்குக் கட்டட வடிவமைப்பாளர் தெ லா ஃபோன் (*De la Font*) வடிவம் கொடுத்தார். 1937இல், நினைவுச் சின்னம் அமைப்பதற்காக, ஃபிரான்சு அரசு, குடியேற்ற நாடுகளுக்கான நிதியிலிருந்து, ரூ. 5000 ஒதுக்கியது. 1938 ஏப்ரல் 3ஆம் நாளன்று, அப்போதைய புதுச்சேரி ஆளுநர் குரோசிக்கியா (*Horace Valentin Crocicchia*), அதைத் திறந்து வைத்து மரியாதை செலுத்தினார். விழாவின்போது, விமானத்திலிருந்து வான் வழியே மலர் மாரி தூவி அஞ்சலி செய்யப்பட்டது. அடுத்து வந்த ஆளுநர் போன்வின் (*Louis Alexis Étienne Bonvin*), இராஜா பண்டிகையை வெகு விமரிசையாகக் கொண்டாடினார். விடுதலைக்குப் பின்னரும் பழைய நினைவிடம் இருந்த இடத்தை ஃபிரான்சு அரசே தக்கவைத்துக் கொண்டது. ஆண்டுதோறும், வீரமரணம் அடைந்த தியாகிகளுக்கு அங்கு அஞ்சலி செய்வது வழக்கமானது.

இராணுவ அணிவகுப்பு

அதேபோல், இரண்டாம் உலகப் போரின்போது, ஜெர்மனி, ஃபிரான்சைத் தோற்கடித்து, ஆக்கிரமித்தது. தளபதி சார்ல் தெகோல் (*Charles de Gaulle*) தப்பிச் சென்று, ஃபிரான்சிற்கு வெளியிலிருந்து, தாய்நாட்டை மீட்கப் படை திரட்டிப் போராடினார். புதுவையிலிருந்தும் நூற்றுக்கணக்கான இளைஞர்கள் தெகோலின் இராணுவத்தில் சேர்ந்து, வீரப்போரிட்டு, 1945 மே மாதம், ஃபிரான்சை மீட்டனர். அந்தப் போரிலும், இந்தோசீனா, அல்ஜீரியாப் போர்களிலும் பலர் வீரமரணம் எய்தினர். ஆகவே, ஃபிரான்சை சொந்தத் தாய்நாடாகவே கருதி, அவர்கள் செய்த தியாகத்தைப் போற்றும் வகையில் ஒரு நினைவுச்சின்னம் எழுப்ப ஃபிரஞ்சு அரசு முடிவு செய்தது.

மீண்டும் புனரமைப்பு

எனவே, 1971இல், பழைய நினைவுச்சின்ன வடிவிலேயே புதிய சின்னம் புனரமைக்கப்பட்டது. போர் முடிந்த நாளான பதினோராம்

மாதம், பதினோராம் நாளைக் குறிக்கும் வகையில் இரட்டைப்படையில் இரண்டு, இரண்டாக, சுமார் அறுபதடி உயரமுள்ள நான்கு தூண்கள் அதன் இருபுறமும் நிற்கின்றன. அவற்றின் இடைப்பட்ட சுவரில், "தாய் நாட்டிற்காகப் போரில் உயிர்த்தியாகம் செய்த வீரர்கள் நினைவாக" என்று பொறிக்கப்பட்டுள்ளது. இரண்டு உலகப்போர்கள், அல்ஜீரியப் போர் ஆகியவற்றில் பங்கேற்ற புதுச்சேரி வீரர்களின் பெயர்களும் அகர வரிசையில் சேர்க்கப்பட்டு தியாகிகளின் முழுமையான பட்டியல் அதில் பொறிக்கப்பட்டது. அந்த இருபதடி உயரச் சுவரின் முன்பாக, மிடுக்கான இராணுவச் சீருடையில், குனிந்த தலையுடன், தலைகீழாகக் கவிழ்த்த துப்பாக்கியுடன், முகத்தில் சோகம் ததும்ப, ஓர் இராணுவ வீரன் அஞ்சலி செலுத்தும் சிலை அமைக்கப்பட்டது. அந்த நினைவுச்சின்னம், மீண்டும் 11–11–1971 அன்று திறந்துவைக்கப்பட்டுத் தற்போதைய வடிவில் நிற்கிறது. (தாவிதன்னுசாமி 2018).

இந்தோசீன வீரர்களுக்கும் கௌரவம்

அதன் பின்புறம், ஒரு கல்வெட்டில் இந்தோசீனப் போரில் உயிர் நீத்தப் புதுச்சேரிக் குடிமக்களான சைகோன் வீரர்களின் பட்டியல் பதிக்கப்பட்டுள்ளது.

துய்ப்ளேக்சு பற்றிய காட்சிகள்

அத்துடன், பொன் நிறத்தில் வெண்கலத் தகட்டில் இரண்டு காட்சிகள் செதுக்கப்பட்டுள்ளன. ஒரு பாதியில், புதுச்சேரிக்கு ஆளுநராக துய்ப்ளேக்சு (Joseph François Dupleix) நுழையும் காட்சி உள்ளது. அதில் கம்பீரமாக நிற்கும் துய்ப்ளேக்சுவை அப்போதைய ஆளுநர் பியர் பெனுவா துய்மா (Pierre Benoît Dumas) வணங்கி வரவேற்கிறார்; இந்திய வணிகர்களும் அவருடன் பணிந்த நிலையில் மரியாதையுடன் நிற்கிறார்கள்; துபாசிகள் ஆனந்தரங்கப் பிள்ளையும் கனகராய முதலியும் அவர்களுள் அடக்கம். துய்ப்ளேக்சின் பின்னணியில் கப்பல் படையும், துய்மாவின் பின்புலத்தில் இந்தியத் துணைக் கண்டமும் உள்ளன. பலம்மிகுந்த யானைகளும் பாமர மக்களும் வணங்கி நிற்பது இந்த மாநிலமே வரவேற்பதன் இடுகுறி.

இன்னொரு பகுதியில், 1748 முற்றுகையின்போது மதியூகம் காட்டிய துய்ப்ளேக்சு, தன் மனைவி, மகனுடன் இருப்பதும், அவர் வழிநடத்திய இராணுவத்தின் குறியீடாகக் கப்பலைச் செலுத்தும் மாலுமி, கோட்டை, கொத்தளங்கள், பீரங்கி போன்ற போராயுதங்கள், போரிடும் வீரர்கள், ஆகியவையும் பின்புலத்தில் பொறிக்கப்பட்டுள்ளன. வாழும்போது நீதி மறுக்கப்பட்ட அந்த மாவீரனின் பெருமைகளை வழிமொழியும் இவற்றை, 1930களில் ஃபிரஞ்சுச் சிற்பி பெத்தி (Petit) வடிவமைத்தார். முதலில் அது பாரிசில் துய்ப்ளேக்சு வீதியில் இருந்த ஆரம்பப் பள்ளியில் பதிக்கப்பட்டது. புதுச்சேரியில் உள்ளது அதன் மறுபதிப்பே.

ஒவ்வோர் ஆண்டும், முதல் உலகப்போர் முடிந்து, 1918இல் அமைதி ஒப்பந்தம் கையெழுத்தான, நவம்பர் 11 ஆம் நாளன்று, போர் வீரர் நினைவு

நாளாகச் சிறப்பாகக் கொண்டாடப்படுகிறது. ஃபிரஞ்சுக் கல்லூரி மாணவர்களும் இளைஞர்களும் போரில் பங்கேற்ற இராணுவ வீரர்களும் ஒன்றுகூடி மலரஞ்சலி செலுத்துவர். தேசப் பக்தியை வெளிப்படுத்தும் விதமாக உறுதிமொழியும் ஏற்கின்றனர். ஃபிரஞ்சு அரசின் சார்பில், அதன் துணைத் தூதர் நேரில் வந்து பங்கேற்பது வழக்கம்.

ராஜா பண்டிகையும் தேசிய விழாவும்

1954ஆம் ஆண்டில் புதுச்சேரி ஃபிரஞ்சுப் பிடியிலிருந்து விடுவிக்கப்படுவதற்கு முன்பு வரை, ஒவ்வொரு ஜூலை 14ஆம் நாளும் ஃபிரான்சின் தேசிய விழாவும் இங்கே கொண்டாடப்பட்டது.

1789ஆம் ஆண்டு ஜூலை 14ஆம் நாள், நிலப்பிரபுக்களின் அடக்கு முறைகளாலும், 16ஆம் லூயி (Louis XVI) மன்னனின் கொடுங்கோல் ஆட்சியாலும் ஃபிரான்சு மக்கள் கடும் அவதிக்குள்ளாயினர். வெகுநாள் போராடிவந்த மக்கள் ஒருநாள் வெகுண்டெழுந்து, பஸ்திய் (Basteille) சிறைச்சாலையை உடைத்துக் கைதிகளை விடுவித்துத் தங்களின் சக்தியை உலகுக்கு உணர்த்தினார்கள்.

அதற்கு முன்பு, ஜூலை 12 முதலே 250 பீப்பாய்களில் வெடிமருந்து (15,000 கிலோ) தேக்கி வைத்துச் சிறை அதிகாரி ழோர்தான் தெ லௌனேவையும், மூன்று காவலர், அதிகாரிகளையும் சிறைப்பிடித்துத் தலையைச் சீவித் தள்ளினர். துண்டிக்கப்பட்ட அவர்களது தலைகளை ஈட்டி முனையில் குத்தி ஊர்வலம் நடத்தினர். ஏழை விவசாயிகள் வைத்த தீப்பொறி பெருந்தீயாகப் பரவி, ஜூலை 14ஆம் நாள், ஃபிரான்சு முழுதும் புரட்சியாக வெடித்தது. கொடுங்கோல் மன்னன் 16ஆம் லூயி தூக்கியெறியப்பட்டார். உணவின்றித் தவித்த மக்கள் போராடியபோது, “ரொட்டி இல்லை எனில், கேக் சாப்பிடுங்கள்” என்று பதினாறாம் லூயி மன்னனின் மனைவி மரி அந்துவானத் (Marie Antoinette) இரக்கமின்றிக் கூறியதால், அரச குடும்பத்தினர் பதவியை மட்டுமின்றித் தலையையும் இழந்தனர். அதிகார வர்க்கத்தைச் சேர்ந்த நாற்பதாயிரம் பேர் கில்லட்டின் எனப்படும் கொலைக் கருவியால் தலை துண்டிக்கப்பட்டனர். நூறு புரட்சியாளர்களுக்கு மேல் கொல்லப்பட்டனர். மக்களின் புரட்சி, தளபதி நப்போலியனின் எழுச்சியோடு முடிவுக்கு வந்தது. ஃபிரான்சு தேசம் முழுதும் மக்கள் தெருவில் கூடி ஆனந்தக் கூத்தாடினர்; புரட்சி தொடங்கிய ஜூலை 14 நாளை, மக்கள் ஒன்றுகூடி நாடு முழுதும் சேர்ந்து வெற்றி விழாவாகக் கொண்டாடி வந்தனர்.

சர்வாதிகாரம் ஒழிந்து, ஜனநாயகம் மலர்ந்த நாளை, 1880ஆம் ஆண்டு ஃபிரஞ்சுப் பாராளுமன்றம் தேசிய விழாவாக அறிவித்தது. அந்தப் பாரம்பரியம், குடியேற்ற நாடான புதுச்சேரியிலும் ஆண்டுதோறும் கடைபிடிக்கப்பட்டு வருகிறது.

மக்கள் சக்தியின் வலிமையை நிலைநாட்டிய இந்த நாளைத்தான், புதுச்சேரி மக்கள், முதலில் ‘ராஜா பண்டிகை’ என்று கொண்டாடினர். பின்னர், ஃபிரஞ்சுக் குடியரசுக்கு வித்திட்ட இந்த நாளைப் ‘பெரிய ராஜா பண்டிகை’ என்றும், முதல் உலகப்போர் முடிந்து சமாதான

ஒப்பந்தம் கையெழுத்தான நாளைச் 'சின்ன ராஜா பண்டிகை' என்றும் புதுச்சேரியில் கொண்டாடுவது வழக்கமானது (செபஸ்தியன் 1991).

உற்சாகமாய் பங்கேற்றப் பொது மக்கள்

அண்மைக் காலம் வரை, புதுச்சேரியில் இந்தக் கொண்டாட்டங்கள் முதல் நாளே தொடங்கிவிடும். அதற்கு அறிகுறியாக, மாலையில் 21 குண்டுகள் முழங்கப்படும். அடுத்த நாள் இராணுவம், காவல்துறை உட்பட்ட அனைவரது அணி வகுப்பையும் ஃபிரஞ்சிந்திய ஆளுநர் ஏற்றுக்கொள்வார். பின்பு, காலை தொடங்கி மாலை வரை பொது மக்களுக்கான பலவிதக் கேளிக்கைகள், விளையாட்டுப் போட்டிகள் நடைபெறும். வெவ்வேறு வண்ணங்களிலும் உருவங்களிலும் வேடம் தரித்து, மஸ்கராது *(Masquerade)* என்ற நடனத்தை ஆடுவார்கள்.

கொடியசைத்துக் கொண்டாடும் ஃபிரஞ்சியர்

மஃச்கராத் (புனைவேடம்)

புதுச்சேரியின் சுற்றுப் பகுதிகளில் இருந்து கட்டுச்சோறும் கட்டை வண்டியும் கட்டிக்கொண்டு ஏராளமான மக்கள் கடற்கரைக்கு வந்து கூடுவார்கள். புதுச்சேரிக் கடற்கரையில் இப்போது நேரு சிலை இருக்கும் இடத்தில், ஃபிரஞ்சிந்திய ஆளுநராக இருந்த துய்ப்ளேக்சின் சிலை இருந்தது. துய்ப்ளேக்சு சிலை அருகே மிக நீளமான, கொழுப்புத் தடவிய வழுக்கு மரம் நட்டு, அதன் உச்சியில் பரிசுப் பொருட்கள் கட்டி, அவற்றை எடுக்க இளைஞர்கள் போட்டிப் போட்டுக்கொண்டு வைக்கோலால் கொழுப்பைத் துடைத்து துடைத்து, ஒருவர் பின் ஒருவராக ஏறுவர்; அப்போது திடீரென்று மேலே இருப்பவர் வழுக்க, அத்தனை பேரும் வழுக்கிக் கொண்டு கீழே இறங்கி விழுவர்; கூடியிருக்கும் கூட்டம் கும்மாளத்துடன் கைத்தட்டும். மேலும் ஓடுதல், தாண்டுதல், குண்டு உருட்டுதல் (பெத்தாங்க்) முதலான பந்தயங்களும் நடைபெறும். வாத்துப்பந்தயம், படகுப்பந்தயம், சறுக்குப் பலகை முதலியவைகளும் தொடர்ந்து நடைபெற்றுக்கொண்டே இருக்கும். சறுக்குப் பலகை, முக்கோணம் ஏறுதல் முதலாகிய வேடிக்கைப்பந்தயங் களும் நடைபெறும். போட்டிகளில் வெற்றி பெற்றவர்களுக்கு மாலையில் ஆளுநர் அவர்கள் பரிசளிப்பார். அரசுக் கட்டடங்கள் அலங்கார

வண்ண விளக்குகளால் அலங்காரம் செய்யப்பட்டு இருட்டில் ஒளிரும். இரவு பத்து மணிக்கு வாணவேடிக்கை நடைபெறும். அத்துடன் அந்த 'ராஜா பண்டிகை' என்னும் குடியரசுப் பண்டிகை நிறைவு பெறும். ஆனால், இப்போது அவையெல்லாம் பழங்கதையாகவும் பழைய நினைவுகளாகவும் ஆகிவிட்டன (சிவ. இளங்கோ 2020: முகநூல் பதிவு).

விடுதலைக்குப் பின்

விடுதலைக்குப் பின்னர், இரு அரசுகளும் பங்கேற்கும் விழாவாகப் புதுச்சேரியில் இது நடத்தப்படுகிறது. ஆனால், பழைய ஆடம்பரமும் ஆரவாரங்களும் இல்லாவிடினும், கொண்டாட்டங்கள் நடக்கத்தான் செய்கின்றன. ஃபிரஞ்சுத் தூதரக அதிகாரிகளும் போர்த் தியாகிகளான 'சொல்தா'க்களும் (இராணுவ வீரர்கள்) ஃபிரஞ்சுக் குடிமையுரிமையுடன் புதுவையில் வாழ்வோரும் ஒன்று திரண்டு, கைகளில் ஃபிரஞ்சு தேசியக் கொடியையும் வண்ண வண்ணமான கூண்டு விளக்குகளையும் ஏந்தியவாறு, ஊர்வலமாக அணிவகுத்து வந்து, போர் வீரர் நினைவுச் சின்னம் முன்பு குழுமுவர்.

வண்ணமயமான ஆடைகளில் பொதுமக்களும் இராணுவச் சீருடையில் முன்னாள் வீரர்களும் அணிவகுத்து நிற்பர். ஃபிரஞ்சு அரசு சார்பில், ஃபிரஞ்சுத் தூதரும் புதுவை அரசின் பிரதிநிதியும், முக்கியப் பிரமுகர்களும் விழாவில் கலந்துகொண்டு, மலர்வளையம் வைத்து அஞ்சலி செய்வர், நினைவேந்துவர். ஃபிரஞ்சுப் பாணியில், ஒருவருக்கொருவர் கட்டியணைத்து வாழ்த்துகளைப் பரிமாறிக் கொள்வர். பூதாகரமான விநோத மாறுவேட ஒப்பனைகளில் இளைஞர் பலரும் மாறுவேடமிட்டு ஆடிப்பாடி வருவர். மஸ்கராத் என்னும் இந்நிகழ்ச்சியும் கூண்டு விளக்குகளும், கட்டியணைத்து வாழ்த்துப் பரிமாற்றமும் ஃபிரஞ்சுக் கலாச்சாரத்தின் பிரதிபலிப்பாகும். இரவில் வாணவேடிக்கைகள், விருந்துடன் விழா முடிவுறும்.

ஒரே ஒரு நினைவுச்சின்னம், இருவேறு கொண்டாட்டங்களுக்குக் காரணமாகி, ஃபிரஞ்சிந்திய வரலாற்றின் இருவேறு தருணங்களை நினைவுறுத்திக் கொண்டிருப்பதோடு, "புதுச்சேரி ஃபிரஞ்சுக் கலாச்சாரத்தின் பலகணி" என்று புகழ்ந்த பண்டித ஜவகர்லால் நேருவின் *(Jawaharlal Nehru)* கூற்றையும் மெய்ப்பித்துக் கொண்டிருக்கிறது.

5.12: பெத்தாங்க் (Petanque) என்னும் உலோகக்குண்டு விளையாட்டு

கடற்கரைச் சாலையில், கப்புசியன் கோயிலுக்கு எதிரில் உள்ள மூாந்தார்க் சதுக்கத்தில், சிலர் இரும்பு குண்டுகளை உருட்டி விளையாடிக் கொண்டிருப்பதைக் காணலாம். இந்தியாவில் வேறெங்கும் காணமுடியாத காட்சி இது! ஃபிரஞ்சியர்களுக்கே உரித்தான இந்த இரும்பு குண்டு விளையாட்டுக்குப் பெயர் பெத்தாங்க்.

தெற்குப் ஃபிரான்சின் மர்சேய் நகரில் உள்ள லா சியோட்டாவில், பெத்தாங்க் அருங்காட்சியகம் அமைந்திருக்கிறது. இங்கு இவ்விளையாட்டின்

சுவையான வரலாறு பதிவாகியுள்ளது. ‘பெத்தாங்க்’ (*Petanque*) என்பது தொன்மையான ஆட்டங்களில் ஒன்றாகும். ஆறாம் நூற்றாண்டிலேயே பண்டைய கிரேக்கர்கள் சிறிய காசுகள், கற்கள் போன்றவையோடு தொடங்கிய ஆட்டம் இது. இதை ஃபிரான்சிற்குக் கொண்டு வந்த பெருமை ரோமானியப் படைவீரர்களுக்கும், மாலுமிகளுக்கும் போய்ச் சேரும். காலச் சுழற்சியில் பல மாற்றங்களைக் கண்ட இந்த ஆட்டம், 1910ஆம் ஆண்டுதான் இன்றைய வடிவத்தை அடைந்தது.

பெத்தாங்க் என்றால் ‘ஊன்றிய கால்கள்’ (*Pestancants*) என்று பொருள். 1907ஆம் ஆண்டில் தொடங்கி, முந்தைய நூற்றாண்டின் மத்தியில் ஃபிரான்சில் பிரபலமான இந்த விளையாட்டின்போது, முதலில் ஓடிவந்து குண்டை உருட்டி விளையாடி வந்தனர். பிறகு எப்படி, நின்றது நின்றபடி, ஊன்றிய கால்கள் என்ற பெயர் வந்தது?

நட்பினால் மாற்றப்பட்ட விதிகள்

மர்சேய் பகுதியில் லா சியோட்டா நகரில் வாழ்ந்தவர் எர்னஸ்ட் பித்தியோ (*Ernest Pitiot*); அவரது நண்பரான ழூய்ல் லெனுவா (*Jules Lenoir*) ஒரு சிறந்த பெத்தாங்க் வீரர். அவர் தீடீரென்று முடக்குவாதத்தால் பாதிக்கப்பட்டார். எழுந்து நிற்கக்கூட முடியாத நிலையில், அவரால் எப்படி ஓடி வந்து குண்டு உருட்ட முடியும்? ஆனாலும், லெனுவாவிற்கு விளையாட்டு ஆர்வம் தணியவில்லை. பல்லாண்டு காலம் தன் அணியில் விளையாடி வந்த திறமையான நண்பரை இழக்க விரும்பாத பித்தியோ, நண்பருக்காக, 1910இல் சற்றே விதியை மாற்றினார். முதலில், ஆடுகளத்தின் நீளத்தைக் குறைத்தார். பின்னர் ஒரு வட்டத்திற்குள் இரு கால்களையும் இணைத்து, நின்றவாறே குண்டெறியலாம் என்று மாற்றினார். ஓடி, ஆட முடியாத நண்பருக்காக மாற்றி அமைத்த புதிய விதிகளுடன், முதல் போட்டி 1910ஆம் ஆண்டு லா சியோட்டாவில் நடத்தப்பட்டது. விரைவில் இந்த ஆட்டம் ஃபிரான்சு முழுவதும் பரவிவிட்டது. பின்னர், உலகெங்கும் பிரபலமாகி இன்று 52 நாடுகளில், இரண்டு கோடி பேர் இதை முக்கிய பொழுதுபோக்காக விளையாடுகின்றனர் (வெங்கடசுப்புராய நாயகர் 2015).

புதுச்சேரிக் கிராமங்களில், சிறுவர்களும் இளைஞர்களும் கோலி கண்ணாடி குண்டுகளையும் கூழாங்கல் சில்லுகளையும் வைத்து விளையாடும்போது இதன் இந்திய வடிவத்தைக் காணலாம்.

ஆடுகளமும் ஆட்ட விதிகளும்

சர்வதேச அளவில் நடத்தப்படும் போட்டிகளுக்கான விதிமுறைகள் வகுக்கப்பட்டுள்ளன. ஆறு மீட்டர் அகலமும் 12 மீட்டர் நீளமும் கொண்ட ஒரு செவ்வக ஆடுகளம்; அதற்கு புலோத்ரோம் (*Boulodrome*) என்று பெயர். முதலில் மரத்திலான குண்டுகளைப் (*Boules*) பயன்படுத்தி வந்த நிலையில் 1920ஆம் ஆண்டு வாக்கில் குர்தோ என்பவர் உலோகத்திலான குண்டுகளைப் பயன்படுத்தினார். இதில் பயன்படுத்தப்படும் வழவழப் பான ஆனால் பிடிமானமுள்ள இரும்பு குண்டுகளின் அளவு 70.5 லிருந்து 80 மி.மீ சுற்றளவும், 650 முதல் 800 கிராம் வரை எடையுடன் இருத்தல்

அவசியம். பந்தயத்தின் மையப் புள்ளியாக விளங்கும் இலக்கு குண்டு (சிறிய மரக்குண்டு = Cochonet), 30 மி.மீ. சுற்றளவும் அடர்த்தியான நிறத்திலும் அமைந்திருக்க வேண்டும்.

கொஷோனே (இலக்கு மரக்குண்டு) – உலோகக் குண்டுகள் (பூல்)

ஆடுகளமும் (புலோத்ராம்) ஆட்டக்காரர்களும்

ஒவ்வொரு குழுவிலும் மூன்று பேர் இருப்பர்; ஒவ்வொருவர் கையிலும் இரண்டு குண்டுகள் இருக்கும். அதாவது ஒரு குழுவிற்கு மொத்தம் ஆறு குண்டுகள். பூவா தலையா போட்டுப் பார்த்து, ஆட்டத்தைத் தொடங்குவர். குழுவின் முதல் ஆட்டக்காரர், ஒரு வட்டத்திற்குள் நின்றபடி, இலக்குக் குண்டை முதலில் வீசுவார். இது நின்று வீசும் வட்டத்திலிருந்து ஆறிலிருந்து பத்து மீட்டர் தூரத்திற்குள் போய் விழவேண்டும். ஆடுகள எல்லைக் கோட்டிலிருந்து ஒரு மீட்டர் தள்ளி இருக்கவேண்டும். இவ்விதிக்குட்பட்டு வீச முடியமால்போனால் மீண்டும் ஒருமுறை வாய்ப்பு தரப்படும். தொடர்ந்து மூன்றுமுறை வீச முடியாமல் போனால், இவ்வாய்ப்பு எதிரணிக்குச் சென்றுவிடும்.

இலக்கு குண்டை வீசியபின், இனி கவனம் முழுக்க இக்குண்டின்மீது தான் இருக்கும். முதலில், இக்குண்டை வீசிய அணியிலிருந்து ஒருவர் விளையாட வருவார். அவர் இலக்கு குண்டைக் குறிவைத்து, ஓர் இரும்பு குண்டை வீசுவார். அடுத்து, எதிரணியைச் சார்ந்தவர், அதை மிஞ்சும் அளவு நெருக்கமாக இருக்கும்படி வீச வேண்டும் என்பதே நோக்கம். சில நேரங்களில் முதலில் வீசியவரின் குண்டு, இலக்குக் குண்டோடு ஒட்டியபடி வீசப்பட்டிருக்கும். அத்தகைய சூழ்நிலையில், அக்குண்டை அடித்து விரட்டவேண்டும். அப்படி அடிக்க முயலும்போது இலக்குக் குண்டு சில சமயத்தில் எல்லைக் கோட்டைத் தாண்ட நேர்ந்தால், ஆட்டம் யாருக்கும் வெற்றி தோல்வியின்றி, மீண்டும் தொடங்கும். இப்படி எதிரணியின் குண்டைவிடத் தன் அணியின் குண்டு இலக்கு குண்டின் அருகில் இருக்கும்வரை, அணியில் உள்ளவர்களின் அனைத்து குண்டுகளும் தீருமட்டும் விளையாடியாகவேண்டும். ஒரு வேளை வீசிய முதல் குண்டுக்கே எதிரணியின் ஆறு குண்டுகளும் விரயமாகி விட்டால், மீதி ஐந்து குண்டு வைத்திருக்கும் அணி, எல்லைக்கோட்டுக்கு அப்பால் இலக்குக் குண்டை வெளியேற்றிவிட்டு, கையில் மீதமிருக்கும் நான்கு குண்டுகளுக்கான புள்ளிகளைப் பெறலாம். அல்லது எதிரணியின் குண்டைவிட எத்தனை குண்டுகள் இலக்கு குண்டின் அருகில் இருக்கின்றனவோ அத்தனை புள்ளிகள் பெறமுடியும். எப்படியும்

எதிரணிக்குச் சாதகமாக அமைந்துவிடும் என்று ஊகிக்கும் அணி இலக்கு குண்டை வெளியேற்றி ஆட்டத்தைச் சமமாக்கவும் முயல்வதுண்டு. இப்படி மாறிமாறி ஆட்டம் தொடர, எந்த அணி முதலில் 15 புள்ளிகளைப் பெறுகிறதோ (சில போட்டிகளில் 13 புள்ளிகள்) அது வெற்றிபெற்ற அணியாக அறிவிக்கப்படும்.

ஒவ்வொரு குழுவிலும், ஒருவர் 'கட்டுபவரா'கவும், ஒருவர் 'அடிப்பவரா'கவும் மூன்றாவது நபர் இரண்டையும் செய்யக்கூடியவராகவும் இருப்பது வழக்கம். ஓர் அணியில் 2, 4, 6 பேர் வரை விளையாடலாம். மட்டைப் பந்துபோல (கிரிக்கெட்) இதிலும் ஆடும் திறமைக்கேற்ப, பூவாந்தர் (கட்டுபவர்), தீரர் (அடிப்பவர்), தெமி (சகலகலாவல்லவர்) என்ற தகுதிகளும் உண்டு (வெங்கடசுப்புராய நாயகர் 2015).

புதுச்சேரியில் நுழைந்த விதம்

19ஆம் நூற்றாண்டில் பிரபுகளுக்கான விளையாட்டாக இருந்த பெத்தாங்க்கை, முதலாம் உலகப்போருக்குப் பின் சாமானியர்களும் விளையாடத்துவங்கினார்கள். புதுச்சேரியிலிருந்து, ஃபிரஞ்சு இராணுவத்தில் சேர்ந்து போரிட்ட வீரர்கள், போர் முடிந்து நாடு திரும்பும்போது, பெத்தாங்கையும் இறக்குமதி செய்து விட்டார்கள்.

புதுச்சேரியின் விடுதலைக்குப்பிறகு, ஃபிரஞ்சுக் குடியுரிமை பெற்றவர்கள் குறைந்துகொண்டே வந்ததால், பெத்தாங்கும் மகிமையை இழக்கத் தொடங்கியது. ஆனால், 1960 முதல் பெத்தாங்க் விளையாட்டுக் கழகம் தோன்றி, இந்தியர்களிடமும் இதை ஊக்குவித்ததன் விளைவாக, இது ஒரு வழக்கமான பொழுதுபோக்கு விளையாட்டாக மாறிவிட்டது.

5.13: இஸ்லாமியர் பள்ளிவாசல்கள்

கிறித்தவர் வரும்முன்பே இஸ்லாமியர் புதுச்சேரிக்குள் வந்துவிட்டனர். பதினேழாம் நூற்றாண்டு தொடங்கும்போதே அவர்கள் தனி மதம், தனிக் குடியிருப்பு, தனி வழிபாட்டுத் தலங்களுடன் சமூகத்தின் முக்கிய அங்கமாகத் திகழ்ந்தனர். கடற்கரைப் பகுதியில், 1673இல் ஃபிரஞ்சியர் வருவதற்கு முன்பிருந்தே (வெள்ளையர் பகுதியில்) இரண்டு பள்ளிவாசல்கள் இருந்தன (VEL 1095 – Map of 1693; VEL 1096 – Map of 1694). ஒன்று கப்ஸ் கோயில் பின்புறமும் இன்னொன்று சற்றுத் தள்ளி தென்மேற்கிலும் இருந்தன; அவற்றுடன் தற்போதைய லிசே ஃபிரான்சே கட்டடம், பொதுப்பணித்துறை அலுவலகத்திற்கும் இடையே ஒரு தர்காவும் இருந்தது (மொரே 2020: 63).

இவற்றில் ஒன்று, மர்த்தேனின் வேண்டுகோளுக்கிணங்க, இஸ்லாமியரால் இடமாற்றம் செய்யப்பட்டது. இவற்றுடன், ஈசுவரன் கோயிலுக்கு வடமேற்கே இரண்டு தமிழர் கோயில்களும் இருந்தன (VEL 1096 – Map of 1694). மர்த்தேனுக்குப் பிறகு, பிராமணர்கள் வீதிக்கு அருகிலிருந்த (பிள்ளையார்?) கோயில் நகர விரிவாக்கத்திற்காக அகற்றப்பட்டு, புதிய தெரு அமைக்கப்பட்டது. அது மீராப்பள்ளித் தெரு என்று குறிக்கப்பட்டுள்ளது (V SHAT Series 5D 37 – Map of 1755).

ஆகவே, இந்தப் பள்ளியும் மீராப்பள்ளியாக இருக்கக்கூடும். இவை 1693இல் டச்சு வரைபடத்திலும், 1704இல் தெநியோன் (De Nyon) என்ற ஃபிரஞ்சியர் வரைந்த நிலப்படத்திலும் காட்டப்பட்டுள்ளன. அவை மூன்றுமே இப்போது அங்கில்லை (மொரே 1998).

ஜாமியா மசூதி எனப்படும் குத்பா மசூதி (Kutba Mosque)

புதுச்சேரியில் கட்டப்பட்ட முதல் மசூதி என்ற பெருமைக்குரியது குத்பா எனப்படும் ஜாமியா மசூதி. வெள்ளையர் வரும் முன்னரே, 17ஆம் நூற்றாண்டில், வெள்ளையர் பகுதியில், லிசே ஃபிரான்சே பகுதியில், கிறித்தவப் பள்ளிக்கூட வளாகத்தில் *(7th Day Adventist)* இருந்தது. மசூதியில் பெர்சிய மொழிக் கல்வெட்டுகள் உள்ளதால், அம்மசூதி ஆற்காட்டு நவாபுவால் கட்டப்பட்டதாகத் தெரிகிறது. ஆளுநர் ஃபிரான்சுவா மர்த்தேன் வேண்டுகோளுக்கிணங்கி, சின்ன கடைப்பகுதிக்கு அது மாற்றப்பட்டது.

குத்பா மசூதி – அன்று

ஜாமியா மசூதி

இஸ்லாமியரின் புனிதத் தலமான மெக்காவின் குத்பாவை நோக்கிக் கட்டப்பட்டிருப்பதால், இது குத்பா பள்ளி என்றே அழைக்கப்படுகிறது. அதற்கொப்பவே, இந்தப் பகுதியில் மட்டும், தெருக்கள் கிழக்கு மேற்காக இல்லாமல், இஸ்லாமியரின் மதக் கோட்பாட்டை மதித்து, தெற்கு வடக்காக வடிவமைக்கப்பட்டுள்ளன.

மகமதம் பள்ளி (முகமதியா மசூதி)

குத்பா மசூதிக்கு அருகில், முல்லா வீதியில், முகமதியா மசூதி (*Muhammadia Mosque*) எனப்படும் மகமதம் பள்ளி (*Mahamadam palli*) உள்ளது. முகமதியரின் முதன்மை மொழியான உருது மொழியைக் கற்பிக்கவும் திருக்குரானைப் பயிற்றுவிக்கவும் இது அமைக்கப் பட்டது. இரண்டு உயரமான தூபிகள், ஒரு குளம், தொழுகைக் கூடம் ஆகியவற்றோடு விசாலமாக அமைந்த கட்டுமானம் இதன் தனிச்சிறப்பாகும்.

இடம் மாறிய தர்கா

ஆர்க்காட்டிலிருந்து வந்த மௌலானா (முல்லா) சாயபு என்ற முகமதியப் பெரியவர் இந்துவாக இருந்து இஸ்லாத்துக்கு மாறியவர்; காஜியும் ஆவார். புதுவையில் தங்கி இறைப்பணி செய்துவந்த அவர் காலமானபோது, அடக்கம் செய்யப்பட்ட இடமே வெள்ளையர் பகுதியில் இருந்த தர்கா. எனவே, மர்த்தேன் நிர்வாகம், அங்கிருந்த, முகமதியர்களைக் காலி செய்துவிட்டு, நகருக்குத் தெற்கே குடியேற்றிய போது, மசூதியும் இடம் பெயரவேண்டியதாயிற்று. நாளடைவில், தொடர் பராமரிப்பில்லாததால் தர்கா சீரழியத் தொடங்கியது.

அந்தச் சூழ்நிலையில் முல்லா சாயபு ஒரு நாள், ஆளுநர் மர்த்தேன், முகமதிய நாட்டாண்மை ஆகியோரைப் பிரம்பால் அடித்து, எழுப்பி, தனது கல்லறையை வேறிடத்திற்கு மாற்றுவதற்கு இசைவு தந்ததாகக் கனவு கண்டனராம். கல்லறையை இடம் மாற்றுவதற்காக, ஒரு வெள்ளிக்கிழமையன்று, ஊரார் முன்னிலையில் சமாதியைத் தோண்டியபோது, அனைவரும் திகைத்துப் போனார்கள். சவப்பெட்டிக்குள் இருந்த முல்லாவின் உடல் அன்றுதான் துயில் கொண்டதுபோல் தூய்மையாகக் காணப்பட்டது. இதைக் கேள்விப்பட்டு வியந்த மர்த்தேனே நேரில் வந்து பார்த்ததாகத் தெரிகிறது.

சவப்பெட்டியோடு மௌலானா உடலைத் தற்போதைய பாலியே வீதியில் மறுஅடக்கம் செய்தனர். அதுவே முல்லா சாயபு தர்காவாக உள்ளது (முருகேசன் 1991: 41-42).

மீராப்பள்ளி

மீராப்பள்ளி என்ற பள்ளிவாசல், ஃபிரஞ்சியர் வரும்போது, தமிழர் பகுதியில் குடியிருந்த முஸ்லிம்களின் தொழுகைக்காக அமைக்கப் பட்டிருந்தது. பின்னர் வெள்ளையர் நகரம் அமைப்பதற்காக மர்த்தேன் முயற்சியால் இது இடமாற்றம் செய்யப்பட்டது (மொரே 2020: 130).

1720இல் ஏனாம் வெங்கடாசலப் பிள்ளைத் தெருவில், இந்த இடத்தை சீரா முதலி மரக்காயர் என்ற வணிகர், கூனிமேடு முல்லா சேக்

மீராப்பள்ளி

மீரான் என்பவருக்குத் தானமாகக் கொடுத்தார். *1738* வாக்கில் மீரான் முயற்சியால் இந்தப் பள்ளி கட்டப்பட்டதால் இது மீராப்பள்ளி என்று பெயர் பெற்றுவிட்டது. இப்போது, ஏனாம் வெங்கடாசலப்பிள்ளைத் தெருவில் இருக்கும் மீராப்பள்ளியை கோதிக் இஸ்லாமிய பாணியில், நான்கு பெரும் தூண்கள் தாங்கி நிற்கின்றன. மசூதியின் மேல், இரண்டு பக்கங்களிலும் அழகிய தூபிகளும், உச்சியில் வெண்கலக் கலசங்களும் தூரத்திலிருந்தே அடையாளம் காட்டி நிற்கின்றன. இதனருகிலேயே அதைக் கட்டிய மீரான் *(Meeran)*, சூஃபி குரு முல்லா *(Sufi Saint Mullah)* ஆகியோரும் அடக்கம் செய்யப்பட்டுள்ளார்கள். உள்ளே மீன்கள் குதித்தோடும் தடாகம் ஒன்றும் உள்ளது *(மொரே 2020: 64).*

மார்த்தேனுக்குப் பிறகு, அமைக்கப்பட்ட புதிய தெரு மீராப்பள்ளித் தெரு என்று குறிக்கப்பட்டுள்ளது *(V SHAT Series 5D 37 – Map of 1755).* *1748*இல் துய்ப்ளேக்சு காலத்தில், ஈசுவரன் கோயில் இடிக்கப்பட்டபோது, சம்பாக் கோயிலுக்குத் தெற்கிலிருந்த ஒரு மசூதியையும் இடிக்கப் போவதைக் கேள்விப்பட்ட அப்துல்லா இமான் *(?)* அதைத் தடுத்தி நிறுத்தியதாக ஆனந்தரங்கப் பிள்ளை குறிப்பிடுகிறார். எனவே, தற்போதைய மீராப்பள்ளி *1738* வாக்கில் கட்டப்பட்டுவிட்டதால், மீராப்பள்ளி பற்றிய பெயர்க் குழப்பம் ஆராயப்படவேண்டிய ஒன்று.

5.14: ஆயி மண்டபம்

ஃபிரஞ்சியர் காலத்தில் புதுச்சேரியில் கிடைத்த சதுப்பு நிலத்து ஊற்றுநீரைவிட, ஒழுகரை நீர் சுவையாகவும் உடலுக்குச் சுகமாகவும் இருந்தது. அக்காலத்தில் மாட்டு வண்டிகள் மூலம்தான் குடிதண்ணீர் வெள்ளை நகருக்கு விநியோகிக்கப்பட்டது. எனவே நீர் விநியோகத்தை எளிதாக்குவதற்காக ஃபிரஞ்சுப் பொறியாளர் ஸ்பினாஸ் *(Spinasse)* ஒரு திட்டம் தீட்டினார். ஆயி குளத்திலிருந்து புதுச்சேரி சரிவிலிருப்பதால், நீரோட்டமாக தண்ணீர் கொண்டுவந்து, அது முடிவடையும் இடத்தில் அழகிய நீருற்று ஒன்று அமைப்பதற்கான திட்டத்தை *1820*ஆம் ஆண்டு ஜூலை *20*ஆம் நாளன்று ஆளுநர் லெ கோம்ப்த் துய்புய் *(Le Compte Dupuy)* வசம் அளித்தார். உயரமான குன்றுப்பகுதியிலிருந்து, கீழ் நோக்கிச் சரியும் நகரப்பகுதிக்கு எளிதில் நீர் வரவழைக்க முடியும் என்பது அவரது திட்டம். ஆனால் ஆளுநர் அதில் முனைப்புக் காட்டவில்லை.

ஆயி மண்டபம் (நீர்த் தொட்டி–1900, பின்னணியில் அரசு மாளிகை)

பிற்காலத்தில் குடிநீர்ப் பிரச்சனை சிக்கலானது. புதுவையைச் சுற்றிலும் தோப்புகளும் சதுப்பு நிலங்களும் இருந்ததால் குடிநீர் உவர்ப்பாக இருந்தது. எனவே, மக்கள் தொகை பெருகியபோது மாட்டு வண்டிகள் மூலம் நீர் வழங்கல் கடினமாயிற்று. எனவே, அதற்கான தீர்வு வேண்டி, புதுச்சேரி மக்கள் ஃபிரான்சு மன்னர் மூன்றாம் நப்போலியனுக்குக் *(Napoleyan–III)* கோரிக்கை அனுப்பினர். அதற்கிணங்க, தலைமைப் பொறியாளர் லமரேஸ் *(Lamaresse)* ஒரு திட்டத்தை ஆளுநர் போந்தாம்ப்பிடம் *(Napoléon Joseph Louis Bontemps)* அளித்தார்.

முத்தரையர் பாளையத்துக் குடிநீர்

முத்தரையர் பாளையத்து ஆயி குளத்திலிருந்து, ஆளுநர் மாளிகை சுமார் ஆறு கிலோ மீட்டர் தூரத்தில் இருந்தது. ஆயி குளத்தின் மேற்குக் கரையில் தோண்டப்பட்ட கிணற்றிலிருந்து, இருபுறமும் கல்லால் கரை கட்டிய வாய்க்காலின் வழியாக 1862 நவம்பர் 17 அன்று பெரிய கடைக்கும், கடலோரத்திலிருந்த அரசுத்திடலுக்கும் குடிநீர் கொண்டுவரப்பட்டது. செங்கற்களால் கட்டப்பட்ட சுமார் 20 செ. மீ. பக்கங்களைக் கொண்ட கால்வாய்/குழாயின் வழியாக நீர் வந்தது. நீர் வரும் வழி, சில இடங்களில் தரைக்கு மேலும் சில இடங்களில் தரைக்குக் கீழும் அமைந்திருந்தது. பொறியாளர் லமரேசின் விடாமுயற்சியால் புதுச்சேரியின் நீர்த் தேவைக்கு விடிவுகாலம் பிறந்தது. இது முதல் கட்டம்.

1896இல் ஃபிரான்சிலிருந்து வந்த குடிநீர் பராமரிப்பு நிபுணர் குழு, முத்தரையர் பாளையத்து நீரை நகரம் முழுவதும் வழங்கப் பரிந்துரை செய்தது. அதன்படி, ஆயி குளத்தை ஒட்டி ஐந்து ஏக்கர் நிலம் கையகப்படுத்தப்பட்டு, அதில் மூன்று பெரிய கிணறுகள் தோண்டப்பட்டன. அதிலிருந்து தண்ணீர் உறிஞ்சும் எந்திரங்கள் மூலம் இறைக்கப்பட்டு, மிகப்பெரிய தொட்டியில் தேக்கப்பட்டு, அங்கிருந்து பதின்நான்கு அங்குல விட்டமுள்ள இரும்புக் குழாய் மூலம் நகருக்குள் கொணரப்பட்டு, தரையடிக் குழாய்கள் மூலம் குடிநீர் விநியோகிக்கும் திட்டம் 1907–08இல் விரிவாக்கப்பட்டது; இது இரண்டாவது கட்டம் (தில்லைவனம் 2014).

நினைவுச்சின்னமாக ஆயி மண்டபம்

முதன்முதல் நன்னீர் கொணர்ந்த லமரேசின் திறமையைப் பாராட்டிய ஆளுநர், மன்னர் மூன்றாம் நப்போலியனுடைய அனுமதியின்பேரில், முதன்முதல் நீர் வந்த இடத்திலேயே ஒரு நினைவுச்சின்னம் அமைத்தார்.

இந்தோ – கிரேக்கப் பாணியில், நான்கு பக்கங்களிலும் அகன்ற, பெரிய தூண்களும், உயர்ந்த கூரையுடன் நான்கு புறமும் மிக உயர்ந்த வளைவான வாயில்களும், உச்சியில் 'லல்லி' மலர் போன்ற பூவணியும் அமைந்த மண்டபம் ஒன்று பொறியாளர் லூயி கெரால் *(Louis Guerre)* வடிவமைக்கப்பட்டது. அதன் மேற்கூரையின் மூன்று பக்கங்களில் புடைப்புச் சுதைச் சிற்பங்களும், மேற்குப் பக்கத்தில் இசைக்கருவிகளுடன் சாய்ந்து இளைப்பாறும் நிலையில் ஒரு நங்கையின் அழகிய தோற்றமும் நினைவுச் சின்னத்திற்கு மெருகூட்டுகின்றன. இது ஆயியாக இருக்கலாம்

என்று கருதப்படுகிறது. ஆயி மண்டபத்தின் நடுவில் 19 அடி உயரமும், இரண்டே கால் அடி சுற்றளவும் கொண்ட ஒரு பீடத்தின் மேல் ஃபிரான்சிலிருந்து வரவழைக்கப்பட்ட மூன்று பெண்சிலைகள் நிறுவப்பட்டன (இராமசாமி 1992). அண்மைக்காலம் வரை, நீர்க்குடம் ஏந்திய நங்கையின் சிலை மண்டபத்தினுள் ஓர் அடையாளமாக வைக்கப்பட்டிருந்தது. முதலில் இதற்கு ஆயி மண்டபம் என்ற பெயர் இல்லை. நீரூற்று (*Fontaine*) என்றே ஃபிரஞ்சுப் பதிவுகளில் உள்ளது. பிற்கால வரலாறு, இதை ‘ஜல மாளிகை’ என்றும் ‘ஆயி மண்டபம்’ என்றும் போற்றுகின்றது.

பூங்காவாக மாறும் படிநிலைகள்

தண்ணீர் வழங்கிய தாயுள்ளத்தின் நினைவைப் போற்றும் வகையில் அமைந்த அதில், சுவரின் அடிப்பகுதியில், மூன்று கல்வெட்டுகள் பதிக்கப்பட்டுள்ளன. ஒன்றில் ஆளுநர் துய்ரான் துய்ப்ரே ஆட்சியில், 1862ஆம் ஆண்டு நீரூற்று அமைக்கப்பட்ட செய்தியும், இன்னொரு கல்வெட்டில் ஆயி மண்டபம் பற்றிய வரலாற்றுச் சுருக்கமும், மூன்றாம் நப்போலியன் அனுமதியுடன் இந்த நினைவுச் சின்னம் நிறுவப்பட்ட செய்தியும் பொறிக்கப்பட்டுள்ளன. அதிலேயே, பாகூர் கடம்பேரியின் நீராதாரம் பெருக்கிய இரு தாசியர், பங்காரி சிங்காரியின் ஏரிப் புனரமைப்புப் பற்றியும் இலத்தீன் மொழியில் குறிப்பிடப்பட்டுள்ளது.

ஆயியின் கதை சொல்லும் கல்வெட்டு

1866 ஆகஸ்டு *15*இல், ஆளுநர் போந்தாம்ப் நிர்வாகத்தில் 'ஜல மாளிகை' திறந்து வைக்கப்பட்டது. அதைச் சுற்றியிருந்த இடத்திற்கு, அரசுத்திடல் என்று பெயரிடப்பட்டது. *1930*இல், அதைக் குடியரசுத் திடல் என்று பெயர் மாற்றி, பூங்காவாக்கும் வகையில் மரங்கள் நடப்பட்டன. இரண்டாம் உலகப்போருக்குப்பின், அந்தப் பூங்கா சீரமைக்கப்பட்டு, ஃபிரான்சின் குடியரசுப் போராளி 'சார்ல் தெகோல் பூங்கா' என்றும் பெயர் சூட்டப்பட்டது. (புர்தா *1995*; இராமதாசு *2020*).

ஒரு சாமானியப் பெண்ணின் நினைவு மண்டபத்தை, புதுவை அரசு, மாநிலத்தின் இலச்சினையாகக் கொண்டிருப்பது போற்றற்குரியதே!

5.15: மூன்று மணிக்கூண்டுகள் (Clock Towers)

புதுச்சேரி நகரில், முத்தியால் பேட்டையில் தொடங்கி, இரயிலடியில் முடியும் மையத் தெருவான மகாத்மா காந்தி வீதியில், ஒரே நேர்க்கோட்டில் மூன்று மணிக்கூண்டுகள் அமைந்திருப்பதைக் காணலாம். இவற்றுள் காலத்தால் முந்தியது மைய அங்காடியில் உள்ள மணிக்கூண்டுதான்.

மூன்று மணிக்கூண்டுகள் (தற்போதைய நிலையில்)

பெரிய மணிக்கூண்டு

*1826*இல் நகரின் மையப்பகுதியில், ஒரு புதிய கடைத்தெரு அமைக்கப்பட்டிருந்தது. கடலூர் திவானான (*Sirastaadar*) தியாகு முதலியார் (*1780–1849*) ஒரு செல்வந்தர். புதுச்சேரியில் ஃபிரஞ்சியரின் முதல் துபாசியான தானப்பா முதலியின் குடும்ப வாரிசு. அதில் ஒரு மணிக்கூண்டைக் கட்ட ஏற்பாடுகள் செய்துவந்தார். அதற்கான மணியையும் ஃபிரான்சில், பொறியாளர் வேகனர் (*E.Wagener*) மேற்பார்வையில் வடிவமைத்துத் தருவிக்க ஏற்பாடுகள் செய்த நிலையில், அவர் *1849*இல் மரணமடைந்ததால், அவரது சகோதரர் மகனான தைரியநாதன், தியாகு முதலியாரின் நற்பணியைத் தொடர்ந்தார்.

மக்கள் புழங்கும் இடத்தில் மணிக்கூண்டு அமையவேண்டுமென்று விரும்பி, நகரின் மையத்தில் இருந்த கடைத்தெருப் பகுதியில் இடம் வாங்கினார். அந்த இடத்தை, 1699இல் மரியா தியுஸ் (Maria Dius) என்ற பெண்மணி, பேராயர் கெமனேருக்கு (Quemener) அன்பளிப்பாக அளித்திருந்தார் (மொரே 2020). 1851இல் அங்கு மணிக்கூண்டு கட்ட அரசிடம் அனுமதி வேண்டியபோது, நான்கு மாடிகளுடன், லூயி கெர் (Louis Guerre) வடிமைப்பில் உள்ளதுபோல், சதுர வடிவத்தில்தான் அதைக் கட்டவேண்டுமென்றும் நில உடைமையாளருக்கு உரிய இழப்பீடு வழங்கவேண்டுமென்றும் நிபந்தனைகள் விதித்து அரசு ஒப்புதல் அளித்தது. ஒவ்வொரு மாடியிலும் சுற்று மாடமும் கைப்பிடியாக இரும்புத் தடுப்பும் வைக்கப்பட்டன. மூன்றாவது மாடியில், ஃபிரான்சிலிருந்து வரவழைக்கப்பட்ட கடிகாரம் பொருத்தப்பட்டது. உச்சியில் நான்கு சதுர வடிவத்தூண்கள் தாங்கி நிற்கும் கூண்டில், ஒரு பெரிய மணி தொங்கவிடப்பட்டது. 1851ஆம் ஆண்டு ஏப்ரல் 12ஆம் நாள் தொடங்கிய கட்டுமானம் முடிந்து, 1852 ஜூலை 29இல் இம்மணிக்கூண்டு திறந்துவைக்கப்பட்டது (முருகேசன் 1991: 119).

பெரிய மணிக்கூண்டு

இதுபற்றி, தியாகு முதலியார் இனாமாகக் கொடுத்தக் கடியாரக் கூண்டு கட்டப்பட்ட செய்தியைக் கூறும் கல்வெட்டுகள் தரை தளத்திலும் அதன் கூரைப்பகுதியிலும் பதிக்கப்பட்டுள்ளன. அதைச்சுற்றி ஒரு தண்ணீர்த் தொட்டியும் அமைக்கப்பட்டது. பிற்காலத்தில் அதைச் சுற்றியே மேலும் கடைகள் அமைக்கப்பட்டதால், இந்தப்பகுதியே பெரிய கடை என்ற பெயரில் வளர்ந்தது. இங்கிருந்த தண்ணீர்த் தொட்டியும் கடையாக மாறிவிட்டது. அதை ஒட்டிய தெருவுக்குத் தியாகு முதலியார் வீதி என்று பெயர் சூட்டி அரசு அவரைச் சிறப்பித்தது. 2020ஆம் ஆண்டில், தியாகு முதலியாரின் வாரிசுகளால் மீண்டும் புதுப்பிக்கப்பட்டு, பழைய பொலிவுடன் விளங்குகிறது (இராமதாசு 2021: 38–39).

சின்ன மணிக்கூண்டு

பழைய புஸ்சி வீதி, காந்தி வீதி சந்திப்பில், சின்னகடை முனையில் இருப்பது சின்ன மணிக்கூண்டு. புதுச்சேரியின் பெருவணிகரான இலட்சுமணசாமி செட்டியார், பெரிய மணிக்கூண்டு போலவே, தனது நன்கொடையாக ஒரு மணிக்கூண்டு கட்ட விரும்பினார். அந்தக் காலகட்டத்தில், மைசூரு மன்னருடன் ஃபிரஞ்சியர் நட்புடன் இயங்கினர். *1892* பிப்ரவரி முதல்நாளில், மன்னர் ஸ்ரீ சாமாராஜ உடையார், தனது இருபத்தைந்தாம் ஆட்சியாண்டில், புதுச்சேரிக்கு வருகை தந்தார். ஆகவே, செட்டியாரின் விருப்பத்தைப் பயன்படுத்தி, மன்னர் வருகையின் நினைவுச்சின்னமாக மணிக்கூண்டை அமைக்க அரசு அனுமதி தந்தது. செட்டியார் செய்து கொடுத்த தங்கக் கொல்லூறில், சுண்ணாம்புக் கலவையை எடுத்து வைத்து, மன்னரே அடிக்கல் நாட்டித் திட்டத்தைத் தொடங்கிவைத்தார். ஆனால், *1921*ஆம் வருடம்தான், *25* அடி உயரத்தில், எண்கோண வடிவத்தில், மூன்று மாடிகளுடன், இரண்டாம் மாடியில் கடிகாரத்துடன் கட்டிமுடிக்கப்பட்டது. மார்ச் மாதம் *21*ஆம் நாள், மேயர் ஹென்றி கெப்ளே தலைமையில், ஆளுநர் ழெர்பினி (*Louis Martial Innocent Gerbinis*) அதைத் திறந்துவைத்தார். செட்டியாரின் கருணைக் கொடை பற்றிய கல்வெட்டு தரைத்தளச் சுவரில் பதிக்கப்பட்டுள்ளது (முருகேசன் *1991: 124*; இராமதாசு *2021: 39–40*).

பழைய சின்ன மணிக்கூண்டு, சுற்றிலும் தெருவோரக் கடைகள்

சின்ன மணிக்கூண்டு கல்வெட்டு

முத்தியால்பேட்டை மணிக்கூண்டு

முத்தியால்பேட்டையின் நுழைவில் உள்ளது மூன்றாவது மணிக்கூண்டு. *1962*இல் நிறுவப்பட்டது. ஆனால், ஐங்கோண

வடிவத்தில், ஐந்தடுக்கு கொண்ட இதில், ஆளுநர் துய்ப்ளேக்சுவின் அரசு மாளிகையின் மேல் அமைக்கப்பட்டிருந்த கடிகாரத்தைப் போன்றே வைக்கப்பட்டதாகக் கூறப்படுகிறது. வெகுநாட்களாகச் செயலிழந்திருந்த மணிக்கூண்டை அண்மையில் (2020) சீர்ப்படுத்தி, கோபுரத்தையும் புனரமைத்துள்ளனர். ஒவ்வொரு மணிக்கும் நேரத்தை அறிவிப்பதோடு, ஒரு திருக்குறளையும் கூறி அதன் பொருளையும் விளக்குகிறது மணிக்கூண்டு!

நகரில் உள்ள மற்ற இரண்டு மணிக்கூண்டுகளும் சுற்றிலும் எழும்பிய கட்டுமானங்களால் மறைக்கப்பட்டுள்ளபோது, நாற்புறத்திலும் காணும் வகையில், கலை நயத்திலும் வடிவமைப்பிலும் தனித்திருப்பதோடு, இயற்கை எழிலார்ந்த சூழலில் கம்பீரமாகக் காணப்படுவது இதன் சிறப்பாகும்.

ஃபிரஞ்சியர் காலத்தில், லூயி கோட்டைக்குள் ஒரு மணிக்கூண்டு இருந்தது. மக்களுக்கு நேரத்தைத் தெரிவிப்பதற்காக, முக்கியமான நேரங்களிலும், ஒவ்வொரு நாள் இரவு ஒன்பது மணிக்கும் குண்டு போடப்பட்டதாம்!

5.16: வீராம்பட்டினம் மறைப்பள்ளி

(பாதிரியார் பயிற்சிக் கல்லூரி)

புதுச்சேரிக்குத் தெற்கில், கடற்கரையில் உள்ள மீனவர் குடியிருப்பு வீராம்பட்டினம். அதற்கு வடக்கில், அடர்ந்த மாந்தோப்பின் நடுவில், அரிக்கமேட்டுப் பகுதியில் அரியாங்குப்பம் ஆற்றின் கரையை ஒட்டி, ஒரு பெரிய மாளிகையின் இடிபாடுகளைக் காணலாம். அதை அரிக்கமேட்டுத் துறைமுகப் பகுதியின் இடிபாடுகளாகப் பலரும் தவறாகக் கருதுகிறார்கள்; உண்மை அதுவல்ல. பதினெட்டாம் நூற்றாண்டில் இயங்கிய கத்தோலிக்கக் கிறித்தவ மறைப்பள்ளியின் எச்சங்கள்தாம் அவை. உள்ளூரில் இந்த வீட்டை மக்கள் 'அத்ரான் சாமியார் பங்களா' என்று அழைக்கின்றனர். இந்த வீட்டிற்கு மேற்கே 150 மீட்டர் தொலைவில் அரியாங்குப்பத்தாறு ஓடுகிறது. தொல்லியல் ஆய்வுத்துறையின் வரைபடத்தில், இவ்விடம் ஃபிரஞ்சு மிசியோனர் இல்லம் இடிபாடுகள் (*French Mission House–Ruins*) என்று குறிப்பிடப்பட்டுள்ளது (கிளமெண்ட் ஈஸ்வர் 2002).

முன்னாளில் சியாம் எனப்பட்ட தாய்லாந்து (*Siam=Thailand*) நாட்டில் மதப்பிரச்சாரம் செய்துவந்த அயல்நாட்டு மத போதகர் சபையினர், பௌத்த மதத்திற்கு எதிராக நடந்துகொண்டதாகக் கூறி உள்நாட்டுக் கலவரம் ஏற்பட்டது. அங்கிருந்து அவர்கள் வெளியேற்றப் பட்டதால் 1679இல் புதுச்சேரியில் அடைக்கலம் புகுந்தனர். இளைஞர் களுக்கு வேதாகமம் பயிற்றுவித்து மத குருக்களாக உருவாக்குவதே அவர்கள் பணி. அதற்காக, அயல்நாட்டு மத போதகர் சபையினர் அமைத்த ஒரு பயிற்சிப் பள்ளியே (*Seminaire*).

இறைப்பணியைத் தொடர்வதற்குப் போப்பாண்டவர் ஆறாம் பயஸ் (*Pius VI*) ஆசியுடன், 1771ஆம் ஆண்டில், பாதிரியார்கள் மோர்வான்

(Morvan), பிஞ்ஞோ தெ பெஃகெய்ன் *(Pigneau de Behaine)* ஆகியோர், வீராம்பட்டினம் அருகில் ஒரு இடத்தை வாங்கி, அதில் ஒரு பாதிரியார் பயிற்சிப் பள்ளியைத் *(College Generale, Virampatnam)* தொடங்கினர். பேராயர் பிஞ்ஞோ தெ பெஃகெய்ன் தலைமையில், அங்கு உலகத்தின் பல பலபகுதிகளிலிருந்தும் வந்த சமயப்பற்றாளர்களுக்குப் பயிற்சி அளிக்கப்பட்டது. ஆனால் சீனா, தாய்லாந்து, வியட்நாம் நாடுகளிருந்து வந்த 41 பேருடன் பயிற்சி தொடங்கிய நிலையில், உள்ளூர் இளைஞர்களை ஈர்க்கும் முயற்சி வெற்றிபெறவில்லை. மாறாக, அயல்நாட்டவர்களை, அவர்கள் தீண்டத்தகாதவர்களாகக் கருதி வெறுப்புக் காட்டியதால், உள்ளூர் மக்களுடன் சுமுகமாக இயங்க முடியவில்லை. இதற்கிடையில், ஐரோப்பியப் போர் மூண்டதால், பயிற்சியைத் தொடர முடியாத சூழ்நிலை ஏற்பட்டது. எனவே, அடுத்த ஆண்டே அது மூடப்பட்டது (கிளமென்ட் ஈஸ்வர் *2003*; ஜெயசீல ஸ்டீஃபன் *2018*).

*1774*இல் போர் முடிந்த பிறகு, அத்ரன் பேராயர் பொறுப்பேற்று மீண்டும் நடத்திவந்தபோது, அவர் சியாம் செல்ல வேண்டியதாயிற்று. அதனால், *1782* முதல் பாதிரியார்பால் பர்த்தெலெமியின் *(Fr. Paul Barthelemy)* நிர்வாகத்தில் பயிற்சி தொடங்கியது, ஆனால், நான்கு மாணவர்களே சேர்ந்ததால், *1783*இல் பயிற்சி நிறுத்தப்பட்டது. *1786*இல் சயாமிலிருந்து அத்ரன் பேராயர் திரும்பி வந்து அதற்குப் புத்துயிர் தர முயற்சித்தார். ஆனாலும், அரசியல் சூழல் சாதகமாக அமையாததால், அவர் ஃபிரான்சுக்கே திரும்பிச் சென்றார். பின்னர் அந்தக் கட்டடத்தில், *1792*இல் ஒரு மருத்துவமனை தொடங்கப்பட்டது; அதுவும் தொடரவில்லை. எனவே, செமினரி நிரந்தரமாக மூடப்பட்டது.

இந்தக் கட்டடம், *20*ஆம் நூற்றாண்டின் தொடக்கம் வரை, புதுச்சேரி கிறித்துவ மிசியோனர் சபையின் பராமரிப்பில் இருந்தது. *1855*ஆம் ஆண்டு, டிசம்பர் மூன்றாம் நாளில் ஆயர் லெரூக்ஸ் *(Fr. Leroux)* ஆணைப்படி, ஒரு விவிலியப் பள்ளி *(Catecheist School)* தொடங்கப்பட்டது. அதுவும் நெடுநாள் நிலைக்கவில்லை. அதன் பிறகு, அது கிறித்தவப் போதகர்கள், விருந்தினர்கள் தங்கிச்செல்லும் ஓய்வில்லமாகப் *(Country House)* பயன்பட்டது (புர்தா *1995*; சம்பத்குமார் – ஆந்திரே கரோஃப் *2000*).

இந்த இடம் எவ்வளவு வளத்துடனும் வனப்புடனும் விளங்கியது என்பதைத் தற்போதைய இடிபாடுகளை வைத்தே யூகிக்க முடியும். “மூன்றடி கனமான தடித்த சுவர்களுடன் எடுப்பான முகப்பு; உள்ளே தரைத்தளத்தில் ஒரு நடுக்கூடம்; அதன் ஒரு புறத்தில், போதகர்களுக்கான மூன்று பெரிய அறைகள்; எதிர்ப்புறத்தில், பனை ஓலைத் தடுப்புகளால் சிறு சிறு கூடுகளாகப் பகுக்கப்பட்டிருந்த இரண்டு பெரிய அறைகள்; அவை மாணவர்களுக்கானவை; மையத்தில் ஒரு மேடை; அது ஆசிரியருக்கானது; மாளிகையைச் சுற்றிலும் புல்வெளியும் தோட்டமும்; மூலையில் ஒரு கிணறு – இதுதான் வளாக அமைப்பு. பாதிரியார் பர்த்தெலெமி நிர்வகித்தபோது, இங்கு பயிலும் மாணவர்கள் வாரத்தில் இரண்டு நாட்கள் மட்டுமே தங்கள் தாய் மொழியில் பேசலாம்; மற்ற

நாட்களில், லத்தீனில் மட்டுமே உரையாடவேண்டும்” என்று அப்போது வந்திருந்த பாதிரியார் லௌனே (*Launay 1898*) விவரிக்கிறார் (புர்தா *1995*).

புதுச்சேரி மறை மாவட்டத்தில், தேவாலயங்களைத் தவிர்த்து, மிகப் பழமையான கட்டடம் இதுவே. எனவே, வரலாற்று முக்கியத்துவம் கருதி இது பாதுகாக்கப்பட்ட வரலாற்றுச் சின்னமாகப் பராமரிக்கப்பட்டிருக்க வேண்டும். இந்த மாளிகை கட்டப் பயன்பட்ட பெரிய அளவிலான ரோமானியக் கற்கள், சுற்றுப்பகுதி மக்களால் பெயர்த்தெடுக்கப்பட்டு விட்டன. இச்செமினரியின் முகப்பின் ஒரு சிறு பகுதியும், பிற்பகுதியும் மட்டுமே தற்போது எஞ்சியிருக்கின்றன. மரங்கள் அடர்ந்த தோப்பின் நடுவில், இயற்கைச் சூழலில் அந்தச் செமினரி இருந்ததற்கான எச்சங்கள் இவையே (கிளமென்ட் ஈஸ்வர் *2003*).

*1909*இல் புதுச்சேரிக்கு வந்த ஃபிரஞ்சுக் கல்லூரிப் பேராசிரியரான மூவோ துய்ப்ரேய் அங்கிருந்த பாதிரியார் ஃபௌழ்சே, பட்டாபிராமன் ஆகியோருடன் இணைந்துதான் தனது அரிக்கமேடு ஆராய்ச்சிகளைத் தொடர்ந்தார். ஆய்வாளர்களது வரலாறு மறந்துபோனாலும், அவர்கள் தங்கிய வாழிடங்கள் சிதைந்து போனாலும், அவர்கள் கண்டெடுத்த அரிக்கமேடு நிலைத்த வரலாற்றுப் புகழ் பெற்றுவிட்டது (இராமதாசு *2021*).

5.17: துய்ப்ளேக்சு சிலை

நெடிதுயர்ந்த, கட்டுக்கோப்பான மேனி, பரந்த நெற்றி, குறு குறுக்கும் கண்கள், கூரிய நாசி, ஆட்சித் தலைவனின் மாட்சிமை காட்டும் ஆடை, ஒரு கையில் தீட்டிய திட்டங்களின் ஆவணச் சுருள், எப்போதும் போரிடத் தயார் என்பதை அறிவிக்கும் விதமாக, இடுப்பில் செருகிய வாளின் மீது மறு கை, முன்னேறத் துடிக்கும் வகையில் அடியெடுத்து நிற்கும் வலது கால் என ஒட்டு மொத்தமாகத் துய்ப்ளேக்சின் கம்பீரமான ஆளுமையைப் பிரதிபலிக்கும் அந்தச் சிலை, புதுச்சேரிக் கடற்கரையின் தென்கோடியில் அவர் வந்திறங்கிய கடற்கரைப் பகுதியிலேயே நின்று கொண்டிருக்கிறது. துய்ப்ளேக்சின் நோக்கம், வேகம், விவேகம், துணிச்சல் அத்தனையும் அவர் முகத்தில் ஒளிர்வதைக் காணலாம். அவர், அடுக்கிவைத்திருக்கும் பணமூட்டைகளின் மீது சாய்ந்துகொண்டிருப்பது

1870இல் துய்ப்ளேக்சு சிலை – நிறுவப்பட்டபோது

திறப்பு விழாக் கல்வெட்டு

எதைக் குறிக்கிறது? அவர் கோடி கோடியாய்க் கும்பினிக்குச் சேர்த்துக் கொடுத்த செல்வத்தைத்தானே!

1754ஆம் ஆண்டு ஃபிரான்சிற்குத் திருப்பி அழைக்கப்பட்ட துய்ப்ளேக்சு, கும்பினியின் பார்வையில் குற்றவாளியாக்கப்பட்டுத் தண்டிக்கப்பட்டார். பின்னர் நடந்த உலகளாவிய நிகழ்வுகளால், துய்ப்ளேக்சின் சாதனைகளின் முக்கியத்துவம் புரியவந்தது; ஒரு நூற்றாண்டுக்குப்பின், அவர் நாடுபோற்றும் நாயகனாகக் கொண்டாடப்பட்டார். புதுச்சேரியிலும் முக்கியத் தெருவிற்கு அவரது பெயர் சூட்டப்பட்டது. ஆளுநர் போந்தாம் முயற்சியால், 1869இல் பாரிசில் செய்யப்பட்டு, கப்பலில் கொண்டுவரப்பட்ட அவரது வெண்கலச் சிலை 1870 ஜூலை மாதம் பதினாறாம் நாள் ஆளுநரால் கடற்கரை எதிரே திறந்து வைக்கப்பட்டது. அந்தப்பகுதிக்கு துய்ப்ளேக்சு திடல் என்றும் பெயரிடப்பட்டது. காலம் கடந்தேனும் துய்ப்ளேக்சின் அருமைகளை அரசு உணர்ந்ததை, அச்சிலை நிறுவப்பட்டபோது பதிக்கப்பட்ட கல்வெட்டு வாசகம் பிரதிபலிக்கிறது. 1938இல் போர்வீரர் நினைவுச்சின்னம் நிறுவப்பட்டபோதும் அவரது வாழ்க்கையிலிருந்து முக்கிய தருணங்கள், வெண்கலத் தகட்டில் ஓவியங்களாக வார்க்கப்பட்டன.

சிலை நிறுவப்பட்டபோது, அதன் பீடம் செஞ்சியிலிருந்து கொண்டுவரப்பட்ட கலையழகு மிக்க நான்கு சிற்பங்கள் கொண்டு அமைக்கப்பட்டது. அது இந்திய மண்ணின்மீது அவர் செலுத்திய ஆதிக்கத்தைக் குறிக்கும் ஆணவச்சின்னம் என்று பலரும் கருதியதால், 1979இல், அவரது சிலையை கடற்கரையின் தெற்கு மூலைக்கு மாற்றியபோது பீடமாய் நின்ற தூண்கள் அகற்றப்பட்டன.

துய்ப்ளேக்சு திடல் – பீடமாகச் செஞ்சிச் சிற்பங்கள்
(பின்புறம் அரசுத் திடலில் ஆயி மண்டபம்)

"அவரது வாழ்க்கை ஒரு சகாப்தம்" (Il en mourut bientot de chagrin) என்று வொல்தேர் (Voltaire), "சோதனைகளைச் சாதனைகளாக்கியவர்" என்று மேலிசன் (Malleson 1893) ஆகியோர் அவரைப் பற்றிக் கூறியது பொருத்தமே!

ஆனந்த ரங்கர் கூட்டில் துய்ப்ளேவின் ஆட்சி கண்டோம்,
ஆட்சியில் வெற்றி பெற்றான்! அவன்மனைக் கிழத்தியாலே
வீழ்ச்சியும் பெற்றான், அந்தமெல்லியள் சொல்லால்; இந்நாள்
காட்சியாய் நிற்கின் றான்காண் கடற்கரைஓரம்! அன்னோன்
சாட்சியே ஆள்வோர்க்கெல்லாம், சரித்திரம் காட்டும் பாடம்!

தமிழ்மாமணி கல்லாடன் (2006: xxv)

5.18: ஆனந்தரங்கப் பிள்ளை (1709–1761) மாளிகை – புதுவையின் பெருமிதம் (The Pride of Pudhuchery)

புதுச்சேரியின் முதல் தலைமுறைத் தமிழ்க் குடியேற்றவாசியின் வாரிசு; வெற்றிகரமான ஏற்றுமதி இறக்குமதி வணிகர்; நெசவுத் தொழிலதிபர்; நிலவரி வசூல் நாயகம்; ஃபிரஞ்சிந்திய அரசியல் தலைமைத் தரகர், துபாசி; ஆளுநரின் அந்தரங்க ஆலோசகர்; அரசியல் சாணக்கியர்; பன்மொழி வித்தகர்; புலவரைப் புரந்த புரவலர்; நற்கொடை வள்ளல்; சதுரப்பாட்டு சாமர்த்தியர்; கட்டுப்பாடான ஆன்மீகவாதி; ஆயினும், மதநல்லிணக்கம் பேணிய மாமனிதர். இவையெல்லாம் ஆனந்தரங்கப் பிள்ளை என்ற மகத்தான ஆளுமையின் பல்வேறு பரிமாணங்கள். ஆனால், பதினெட்டாம் நூற்றாண்டில், பழகு தமிழில் சரித்திரம் பதித்துவைத்த தமிழகத்தின் முதல் நாட்குறிப்பு நாயகன் என்றே வரலாறு அவரை வரித்துக்கொண்டுள்ளது.

அவரது துபாசி நியமனமே ஒரு வித்தியாசமான நிகழ்வுதான். 1744ஆம் ஆண்டு ஜனவரி மாதம் மூன்றாம் நாள், ஊரிலுள்ள சமூகத் தலைவர்கள் அனைவரையும் அரசு மாளிகைக்கு வருமாறு அழைக்கிறார் துய்ப்ளேக்சு; பிள்ளையையும் கட்டாயம் வரவேண்டுமென்று சொல்லியனுப்புகிறார். அத்தனை பேரும் கூடியிருந்த அவையில், ஆனந்தரங்கப் பிள்ளையை நடுநாயகமாக நிறுத்தி, அவர் கையில் தீப்பந்தம் ஒன்றைக் கொடுத்து, ஏழு முறை துப்பாக்கியால் வானில் சுட்டு மரியாதை செய்கிறார்; இனிமேல், ஒரு சான்றோனுக்குரிய சலுகைகளுடன் அவர் தனது பல்லக்கிலேயே கோட்டைக்குள் நேராக வரலாம் என்றும் அறிவிக்கிறார்.

ஆனந்தரங்கப் பிள்ளையின் மனதுக்குள் மத்தாப்புப் பூக்கிறது. இந்தப் பெருமைகளுக்கெல்லாம் தான் தகுதியானவன் என்று அவர் கருதினாலும், அதைப் பெருந்தன்மையோடு துய்ப்ளேக்சு வெளிப்படுத்திய விதமும், அவரை எந்த அளவுக்கு ஆளுநர் மதிக்கிறார் என்பதை மற்றவர்க்கு உணர்த்திய விதமும் பெருமிதம் கொள்ளவைத்தது. ஒரு தமிழனுக்குத் தகுதியின்பால் கிடைத்த அங்கீகாரம் என்று நாமும் புரிந்துகொள்கிறோம்.

மேளதாளத்தோடு பல்லக்கில் பயணிக்கும் உரிமை, தங்கப்பூண் போட்ட கைத்தடி வைத்துக்கொள்ளும் உரிமை, குடை பிடித்துக்கொள்ளத் தனியாள் வைத்துக்கொள்ளும் உரிமை, இடுப்புக் கச்சையுடன் குறுங்கத்தியும் வைத்துக்கொள்ளும் உரிமை, பீரங்கிக் குண்டு மரியாதை, இரவில் தீப்பந்தம் வைத்துக்கொள்ளும் உரிமை, காலணியுடன் ஆளுநர் மாளிகைக்குள் நேராகப்போகும் உரிமை, சாதாரண வழக்குகளில்

நியாயவானாக நியாயம் வழங்கும் உரிமை, அச்சாகும் நாணயங்களில் அரை விழுக்காடு பங்குரிமை, இடங்கை – வலங்கை என்றில்லாமல், எந்தத் தெருவிலும் அரசின் அனுமதியில்லாமல் போய் வரும் உரிமை, ஊர் ஊராக வரி வருவாயை மொத்தமாகப் பெற்றுக்கொள்ளும் உரிமை என்று அரசின் சலுகைகள் அத்தனையும் ஒருசேரக் குவிந்த மாபெரும் ஆளுமை அவர் *(ஆலாலசுந்தரம் 1999).*

இதுபற்றி,

சோதி மதிக் குடைகவர் ஆலவட்டம்
துவச மவுதாகிரி பேரிகைகள் சட்டம்
கோதில் பசுஞ்சிவிகையும் பாரித் திட்டம்
குமார பாணங்கன் வாகிரென்னும் பட்டம்
நீதியோடு நிசாமலிகான்அளிக்கப்பெற்று
நிலைகோளும் ஆனந்தரங்கராயர் வாழ்கவே! – (தனிப்பாடல் திரட்டு 21)

என்ற பாடலும் *(ரதிவே: ஜூலை 18, 1795),*

மொழியழகுப் பிரஞ்சியரும் உனைக்கொண்டு
முகமலர்ந்து நிமிர்ந்து பார்ப்பார்
முறையான படையொடு கொடியும்செங் கோலோட
செருப்புள்ள கால்களோட கொழியழகு மாளிகையுட்
கட்டியமும் கூறாமல் காட்சிதர வரலாம் – (தனிப்பாடல் திரட்டு 20)

என்ற மதுரகவிராயர் பாடலும், அரசின் சலுகைகளையும், அவருக்கு பிற நாட்டு மன்னர்கள் அளித்த 'குமாரபாணங்கன்', 'வச்ராதன்', 'வசூர்' போன்ற விருதுகளையும் குறிப்பிடும்போது, தான் பிறந்த மண்ணுக்கும் தன்னைச் சார்ந்த மக்களுக்கும் பெருமை சேர்த்த மகத்தான ஆளுமையின் நாடு கடந்த நற்புகழ் புரியவருகின்றது *(அறவாணன் 1998; முருகையன் 2015 : 152, 155).*

சலுகைகளும் பெருமைகளும் பெறுவதற்காகத் தன்மானத்தை அவர் விட்டுக் கொடுத்தாரில்லை. மறைமுகமாகத் துய்ப்ளேக்சும், நேரடியாக ழேன் மதாமும் கிறித்தவராக மதம் மாறத் தூண்டியபோது, இரந்து பெறாத இந்தத் துபாசிப் பதவியைத் தூக்கி எறிவேன் என்ற துணிச்சல் யாருக்கு வரும்!

1736–1761 வரையிலான கால் நூற்றாண்டுக் காலத்தில், தான் கண்டு, கேட்டு, உய்த்துணர்ந்த அரசியல், சமூக, நிர்வாக நிகழ்வுகளை மட்டுமல்லாது, அதன் தொடர்புடைய உலகத்து நிகழ்வுகளையும் அவர் பதிந்திருப்பதால், முழுமையான விவரங்களுடன் வரலாறு கிடைத்திருப்பது தனிச் சிறப்பு. கர்நாடகத்தின், அதாவது, சோழ மண்டலக் கரையோரம் நடந்த போர்களின் பின்னணியைப் பிரித்துப்போட்டது அவரது நாட்குறிப்புகள்தாம் என்பது வரலாற்றாசிரியர்களின் ஒருமித்தக் கணிப்பு. அலுவலகம் தாண்டி, இல்லத்தினுள்ளும், அதையும் தாண்டி ஓய்வறை வரையிலும் அனுமதிக்கப்பட்டதால், அவரது குறிப்புகள் இல்லையென்றால் துய்ப்ளேக்சு என்ற மாபெரும் ஆளுமையின் பன்முகப் பரிமாணங்கள் முழுமையாகத் தெரிந்திருக்காது என்று கூறுவது மிகையல்ல.

அரசின் உயர் மட்டத்துடன், குறிப்பாகத் துய்ப்ளேக்சின் அடுக்களை வரை போகுமளவிற்கு அவருக்கிருந்த அணுக்கம், வேண்டாதவர்கள் என்று சிலரை மனம் பாவித்தாலும், அந்தக் காழ்ப்பு பதிவுகளில் புகுந்துவிடாமல் அவர் காட்டிய நடுவுநிலைமை, அவரது பதிவுகளுக்கு அதீத நம்பகத்தன்மையைக் கொடுத்துள்ளது என்றால் மிகையாகாது. இது பற்றி ஆய்வாளர் லத்திக்கா வரதராசன் (1976) கூறும்போது, "ஃபிரான்சுவா மர்த்தேன் வரலாற்றுக் குறிப்புகளில் காணும் ஃபிரஞ்சு சார்புநிலை, ஆனந்தரங்கப் பிள்ளையின் நாட்குறிப்புகளில் இல்லை; உணர்ச்சிப் பிழம்புகள் ஆங்காங்கே எட்டிப் பார்த்தாலும் அவர் உண்மைகளைச் சான்றுகளோடு பதியத் தவறவில்லை", என்றே மதிப்பிடுகிறார். ஆம். சாட்சியம் தேவைப்படாத சரித்திரப் பிரமாணங்கள் அவை. அதனால்தானே அவரைத் தென்னிந்தியாவின் நாட்குறிப்பு நாயகன் (*Pepys of South India*) என்று கொண்டாடுகிறோம்!

ஆளுநர் துய்ப்ளேக்சு ஆனந்தரங்கப் பிள்ளையைப் பற்றிக் கூறும்போது, "நான் அறிந்த ஐரோப்பியர், முகமதியர், தமிழர் இவர்களில், அறிவிலும், தீர்க்க தரிசனத்திலும், சமயத்திகேற்ப ஆலோசனை கூறுவதிலும், உழைப்பில் உற்சாகம் காட்டுவதிலும், அரசர்களின் ஆட்சிக்கு ஆக்கம் தேடுவதிலும், கேடு சூழ வைப்பதிலும், ரங்கப்பிள்ளைக்கு ஒப்பாரும் மிக்காரும் யாருமில்லை" என்று பலர் முன்னிலையில் பகிரங்கமாகக் கூறியதே அவரது கீர்த்திக்குச் சான்று.

அவரது சமகால முக்கிய மனிதர்களுள், அவரைப்போல் பாடப் பெற்றவர் அரிதே. நமச்சிவாயப் புலவர், படிக்காசுப் புலவர், சவ்வாதுப்புலவர், மதுர கவிராயர், இராம கவிராயர், தியாகராய தேசிகர் போன்ற பல புலவர்கள், பல மொழிகளில் தனிப்பாடல்களில் அவரது பெருமையினைப் போற்றியுள்ளனர். இதுவன்றி, 'ஆனந்தரங்கன் கோவை' என்ற நூலைத் திருவாரூர் தியாகராய தேசிகர் தமிழிலும், 'ஆனந்தரங்கர் விஜய சம்பு' என்ற நூலை சீனுவாசா வடமொழியிலும், 'ஆனந்தரங்க ராட்சந்தமு' என்ற நூலைக் கவி கஸ்தூரி ரங்கையா தெலுங்கிலும், தமிழில் 'ஆனந்தரங்கர் நொண்டிச் சிந்து'வைத் தியாகராய தேசிகரும் இவரைப்பற்றிக் கவிதை நூல்கள் வாயிலாகப் பாடிப் புகழ் பரவியிருக்கிறார்கள். அண்மையில் 1975இல் "ஆனந்தரங்கர் பிள்ளைத் தமிழ்" என்ற நூலைப் புலவர் அரிமதி தென்னகன் இயற்றியிருக்கிறார் (வேங்கடேசன் 2015: 185).

1746இல் சென்னை முற்றுகையின் வெற்றியால் அளப்பரிய மகிழ்ச்சியடைந்தார் துய்ப்ளேக்சு. போரின்போது தகுந்த ஆலோசனை களை வழங்கிய ஆனந்தரங்கப் பிள்ளையை அழைத்து, "என்ன வேண்டுமானாலும் கேள்" என்றார். பிள்ளை கேட்டது தனக்கல்ல; கைதிகளின் கருணை விடுதலையும் விலை வீழ்ச்சியால் துயரத்திலிருந்த வியாபாரிகளுக்கு நிவாரணமாக வெற்றிலைக்கு உரிய விலையும்தான்; தன்னலமில்லாப் பெருந்தகை அல்லவா! (ஆரபி: டிசம்பர் 25, 1746)

அன்றையக் கவிஞர்கள் மட்டுமல்ல. நமது காலத்திலும், 'ஆனந்தரங்கப் பிள்ளைத்தமிழ்' என்று அரிமதி தென்னகனும்,

அரசியல் மேதையான ஆனந்த ரங்கம் பிள்ளை
பரிசுகள் வழங்கி வந்தப் பாரிக்குச் சமமாம்! – அன்னார்
தரிசனம் புலவர்க்கெல்லாம் தாகத்தைத் தணிக்கும் நீராம்

என்று உவமைக் கவிஞர் சுரதாவும் அவரைப் போற்றிப் பாராட்டியிருக்கிறார்கள்.

ஆனால், ஒரு செல்வாக்கான அதிகார மையமான ஆனந்தரங்கப் பிள்ளை, தனது சுயநலத்தால்தான் வேதபுரீசுவரர் கோயில் இடிப்பைத் தடுக்கத் தவறினார் என்ற குற்றச்சாட்டும் உள்ளது (மொரே 2020). எனினும், ஊருக்கும் உலகுக்கும் பொதுவான சொத்தாக, தென்னக வரலாற்றின் முக்கிய ஆவணமாக இருப்பவை அவரது நாட்குறிப்புகளே என்பதை மறைக்கமுடியாது. 1709ஆம் ஆண்டு மார்ச் மாதம் 30ஆம் நாளன்று, சென்னை பெரம்பூரில், வணிகர் திருவேங்கடம் பிள்ளையின் மகனாக அவதரித்து, ஆளுநர் எபேர் (*Hebert*) அழைப்பின்பேரில் 1719ஆம் ஆண்டு தந்தையுடன் புதுவைக்குக் குடியேறி, மண்ணையும், மக்களையும் நேசித்துப் பெருவாழ்வு வாழ்ந்து, 1761 ஜனவரி 10ஆம் நாள் மரணமடைந்த ஆனந்தரங்கப்பிள்ளை தன் நினைவாக விட்டுச்சென்றது நாட்குறிப்பையும் வீட்டையும்தான் (ஆலாலசுந்தரம் 1999: 207–276).

ஆனந்தரங்கப்பிள்ளை மாளிகை

நகரின் மையத்தில், அவர் பெயரால் விளங்கும் வீதியில், 1735இல் கட்டப்பட்டு, எண் 35இல் நிற்கும் கம்பீரமான கட்டடம்தான் ஆனந்தரங்கப்பிள்ளை மாளிகை. இரண்டடுக்காக அமைந்த இந்த

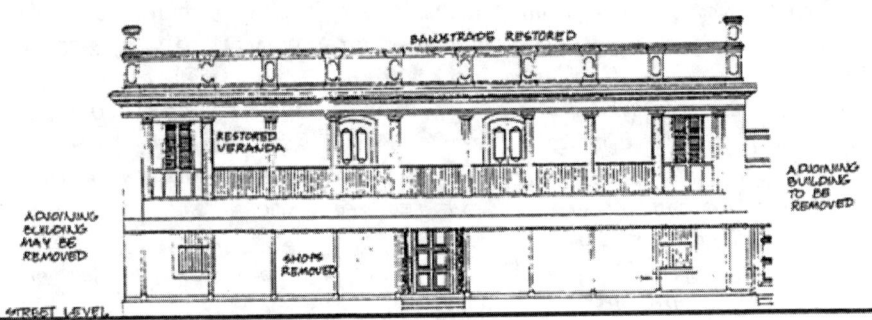

ஆனந்தரங்கர் மாளிகையின் அமைப்பு – முன்புறத் தோற்றம்

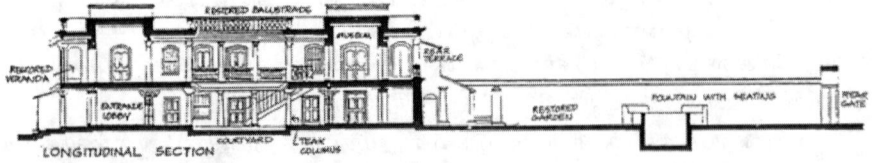

ஆனந்தரங்கர் மாளிகையின் உள்ளமைப்பு (வெட்டுத் தோற்றம்)

மாளிகையின் தரைத்தளம் பழந்தமிழர் பாணியிலும் முதல் மாடி அவர் நெருங்கி அறிந்த ஃபிரஞ்சியர் பாணியிலும் அமைந்து, இரட்டைக் கலாச்சாரக் கலவையாக நிற்கிறது.

தரைத்தளத்தில் திண்ணை, தாழ்வாரம், வாசல், குறடு, நடை, முற்றம், கூடம், பூசை அறை, முற்றத்தைச் சுற்றி அறைகளுடன் முன் கட்டும், தாழ்வாரத்துடன், நீண்ட தோட்டத்துடன் கூடிய பின் கட்டும் முழுதும் பாரம்பரியத் தமிழர் பாணிக் கட்டுமானப் பாணியில் உள்ளன. அதிநுட்பமான கலை வேலைப்பாடுகளுடன் கூடிய வாசலும் கதவும் முற்றத்தைச் சுற்றி, மேல் தளத்தைத் தாங்கி நிற்கும் தேக்கு மரத்தூண்களும், மரச்சிற்பக்கலையின் மேன்மைக்கு எடுத்துக்காட்டு.

இடது புறமாக, மரப்படிக்கட்டுகளில் ஏறி மாடிக்குச் சென்றால், முற்றிலும் மாறுபட்டக் கட்டமைப்பைக் காணலாம். சுண்ணாம்பும் செங்கல்லும் உள்ளிட்ட கல் தூண்கள், மரத்தூல வாரைகள் தாங்கி நிற்கும் தளம், மரச்சட்டக் கதவுகளுடன் பெரியபெரிய சாளரங்கள், விசாலமான முற்றம், அதன் ஒரு பக்கத்தில் ஆனந்தரங்கப்பிள்ளையின் தனியறை அமைந்துள்ளது; தெருவுக்கு இணையாக நீண்ட மாடம், அதற்கு அலங்காரக் கைப்பிடித் தடுப்புடன் கவனத்தை ஈர்க்கும் புறத்தோற்றம்; வீடெல்லாம் அமைந்த வண்ண வண்ண அலங்கார விளக்குகள் அழகுக்கு அழகூட்டும்; வியப்பூட்டும். ஐரோப்பியப் பாணியின் அற்புதம் அங்கே மிளிரக் காணலாம்.

ஆனந்தரங்கப் பிள்ளையின் நினைவுகளைத் தேக்கி வைத்துள்ள அவரது அறை, மேல் மாடியில்தான் உள்ளது. அங்கு அவர் பயன்படுத்திய வாள், இடுப்பில் செருகிய கத்தி, குடை, எழுதுகோல், மைக்கூடு, பலகை போன்றவற்றைக் காணும்போது, பதினெட்டாம் நூற்றாண்டின், ஃபிரஞ்சிந்திய வரலாறும் பண்பாட்டுக் கூறுகளும் நம் மனக்கண்முன் நிழலாடுவது மெய்யே! (பிஷார் 1990)

அதனால்தானோ என்னவோ, 1760–61இல் புதுச்சேரியைப் புழுதிக்காடாக்கிய ஆங்கிலேயர், ஆனந்தரங்கப் பிள்ளையின் அரண்மனைக்கு விலக்களித்துச் சென்றிருக்கிறார்கள். 1735இல் எழுப்பப்பட்ட இம்மாளிகை, 285 வருடங்களாக அவரது புகழையும், பழைய புதுவையின் பெருமைகளையும் சுமந்துகொண்டு, புதுச்சேரியின் கட்டடக் கலாச்சாரக் கலப்பின் மாண்பைப் பறைசாற்றும் மிகப் பழைமையான கட்டுமானம் என்ற பெருமையோடு கம்பீரமாகி நிற்கிறது.

5.19: அருங்காட்சியகம் (Museum)

முன்னோர் மொழிப் பொருளைப் பொன்னேபோல் போற்றுவோம்

– **நன்னூல்**

ஓர் அருங்காட்சியகம், அது அமைந்திருக்கும் மண்ணின் பழம் பெருமையையும், அதன் வளர்ச்சி நிலைகளையும் பண்பாட்டுச் செழுமையையும், காலம் பொத்திக் காத்த எச்சங்கள், கலைவடிவங்களின் வழியாகக் காட்சிப்படுத்தும் கருவூலமாகும். புதுச்சேரியில், ஃபிரஞ்சியர்

வெளியேறிய பிறகு, 1972இல் அருங்காட்சியகம் அமைப்பதற்கான குழு அமைக்கப்பட்டது. 1945இல் அகழ்வாராய்ச்சியாளர் மார்ட்டிமர் வீலர் அரிக்கமேட்டில் கண்டெடுத்தப் பொருட்களுடன், 1978இல் மதகடிப்பட்டு, பாகூர், திருமாம்பாக்கம் பகுதிகளில் இருந்து கிடைத்த கற்சிலைகளும் சேகரிக்கப்பட்டன. தமிழக அரசின் நிலவியல் துறையிடமிருந்து, கனிமங்கள், பாறைத் துண்டுகள் பெறப்பட்டன. இவற்றுடன், புதுவைவாசிகள் சேர்த்து வைத்திருந்த அரிய பொருட்களைக் கொடையாகப் பெற்று, 1983ஆம் ஆண்டு மார்ச் மாதம் 25ஆம்நாள், புதுவை அருங்காட்சியகம் நிறுவப்பட்டது. பின்னர் இடப்பற்றாக்குறை காரணமாக 1998–99இல் தற்போதைய வளாகத்திற்கு மாற்றப்பட்டது. இந்தியாவின் இளைய அருங்காட்சியகமாக இருப்பினும், அதன் உள்ளிருக்கும் சிற்பங்களும் சிலைகளும் காட்சிப் பொருட்களும் கற்காலந்தொட்டே நிலவிய நாகரிகம், பண்பாடு, தொழில் வளம் பற்றிய சான்றுகளுடன், புதுவைப்பகுதி மேலை நாடுகளுக்கு, குறிப்பாக ஆசிய நாடுகளுக்கானக் 'கீழ்த்திசை வாசல்' (The French Riviera of the East) என்று திகழ்ந்ததை மெய்ப்பிக்கின்றன (இராஜாராம் 2006).

தற்போது அருங்காட்சியகம் அமைந்துள்ள இடம், 18ஆம் நூற்றாண்டைச் சார்ந்த ஃபிரஞ்சு வணிகர் கார்வல் ஹோ (Carvel Hoe) என்பவரது, 'ஃபிரஞ்சு வில்லா' (வீடு) ஆகும். விடுதலைக்குப்பிறகு, இது சட்டம் மற்றும் கல்வித்துறையின் அலுவலகமாக இருந்தது. 1998இல் சீர் செய்யப்பட்டு, கலை, பண்பாட்டுத் துறையின் கீழ் அருங்காட்சியக மாக மாற்றப்பட்டது. இதில், சிற்ப அரங்கு, தொல்லியல் பிரிவு, செப்புத் திருமேனி அரங்கு, போக்குவரத்து அரங்கு, நாணயப் பிரிவு, ஃபிரஞ்சிந்திய அரங்கு, படக்காட்சிகள் என்ற பிரிவுகளில் பொருட்கள் வகைப்படுத்தப்பட்டுள்ளன.

தொல்லியல் பிரிவு

ஈராயிரம் ஆண்டுகளுக்கு முன்பே, புதுச்சேரிப் பகுதி பரபரப்பான துறைமுகமாக இயங்கியபோது, அரேபிய, கிரேக்க நாடுகளோடு

புராதனக் கட்டடத்தில் அருங்காட்சியகம்

சிறப்பாகக் கடல்சார் வாணிபம் செய்து வந்தது. அன்றைய துறைமுகத்தின் பின்புலப் பகுதி எனக் கருதப்படும் அரிக்கமேடு, புதுவையின் தென்பகுதியில் உள்ளது. அங்கும், புதுச்சேரியின் சுற்றுப்பகுதிகளிலும் செய்யப்பட்ட அகழ்வாராய்ச்சிகளின் மூலம், இப்பகுதியின் தொன்மை பற்றிய பல சான்றுகள் கிடைத்துள்ளன.

அருகன்மேடு அல்லது அருகுமேடு எனப்பட்ட அரிக்கமேட்டில், யவனர் (ரோமானியர்) காலப் பானை ஓடுகள் (அரெத்தைன் மற்றும் ரௌலெட்டெட் ஓடுகள் – *Arretine and Rouleted ware*), பலவகைப்பட்ட பழங்கால உள்நாட்டுப் பானைப் பகுதிகள், கருப்பு, சிவப்பு நிற சுடுமண் ஓடுகள், பிராமி எழுத்துகள் அமைந்த ஓடுகள், மது உலர்ந்து கெட்டியான துகள்களுடன் கூடிய யவன மதுச் சாடிகளின் பகுதிகள் (*Shards of Amphorae*), அலங்கார ஓடுகள் ஆகியன காட்சியில் வைக்கப்பட்டு உள்ளன. கண்ணாடி மணிகள் (*Glass beads*), சங்கு, தந்தம் ஆகியவற்றாலான வளையல்கள், சுடுமண் காதணிகள், தொங்கட்டான்கள், விளையாட்டுப் பொருட்கள், இடைத்தரக் கற்களான செவ்வந்தி, கோமேதகம், வெண் பளிங்குத் துண்டுகள், கிரேக்கச்சின்னம் அமைந்த படிக்கல், செங்கற்கள், அடுப்பு ஆகியவை காட்சிப்படுத்தப்பட்டுள்ளன. கண்ணாடி மணிகள் செய்வதற்குப் பயன்படுத்தப்பட்ட உலைக்களம், கற்கருவிகள், மரத்தாலான சுத்தி, சுடுமண் பொம்மைகள் முதலியனவும் வைக்கப்பட்டுள்ளன.

தொன்மைக்கால வாழிடங்களான பாகூர், முத்தரையர் பாளையம், பிள்ளயார் குப்பம், சுற்றுக்கேணி பகுதிகளில் கிடைத்துள்ள முதுமக்கள் தாழிகளும் (*Burial Urns*), கற்காலம் சார்ந்த கைக் கோடரி, பெருங்கற்காலக் கல் கோடரி, கல் கருவிகள், ஈமப்பானைகளும், புதிய கற்காலத்தைச் சேர்ந்த இருக்கையுடன் கூடிய முது மக்கள் தாழி ஆகியவையும் புதுச்சேரிப் பகுதியின் தொன்மைக்கும், படிப்படியான நாகரிக வளர்ச்சிக்குமான ஆதாரங்கள்.

செப்புத் திருமேனி அரங்கு

புதுவை, காரைக்கால் பகுதிகளில், பூமிக்கடியிலிருந்து புதையலாகக் கிடைக்கப்பெற்ற, கலை நுணுக்கமிக்க 81 சோழர் காலச் செப்புத்திருமேனிகள் இந்த அரங்கை அலங்கரிக்கின்றன. திருவாண்டார் கோயில் என்னும் ஊரில் கிடைத்த நடராசர், உமா மகேஸ்வரி அம்மன், காரைக்கால் பகுதியில் உள்ள சுரக்குடியில் கண்டெடுக்கப்பட்ட எழில் கொஞ்சும் திரிபுராந்தகர், திரிபுரசுந்தரி வார்ப்புகளுடன், விஜயநகரம், நாயக்கர் காலத்திய செப்புச் சிலைகளும் உள்ளன. அதிலும், காரைக்காலிலிருந்து பெறப்பட்ட மாணிக்கவாசகர் திருமேனியின் அடிப் பகுதியில் 'கோதையான் குலோத்துங்கராயன்' இத்திருமேனியை வழங்கி, திருவமுதுக்கும் திருவிளக்குக்கும் நிலக்கொடை அளித்த செய்தி', 13ஆம் நூற்றாண்டின் எழுத்தமைதியில் பொறிக்கப்பட்டுள்ளது. இவ்வாறு பீடத்தில் சாசனக்குறிப்பு கொண்ட சிலைகள் மிகவும் அரிது (இராஜாராம் 2006).

திறந்த வெளியில் கற்சிலைகள்

ஏம்பலம் பகுதியிலிருந்து, முற்காலப் பல்லவர் காலத்து மகிஷாசுரமர்த்தினி, சுப்பிரமணியர், கிருமாம்பாக்கம் பகுதியிலிருந்து

சங்ககாலப் புத்தர் தலை, மதகடிப்பட்டு வட்டாரத்திலிருந்து தலையில்லா புத்தர் உடல், நந்தி, காரைக்கால் மாத்தூர் பகுதியிலிருந்து தட்சணாமூர்த்தி, சூரியதேவர், இலிங்கோத்பவர், உமாமகேஸ்வரர், பைரவர், அம்மன் ஆகியோரின் கருங்கல் சிற்பங்கள் கண்டெடுக்கப்பட்டு, தரைத்தளத்தில் வைக்கப்பட்டுள்ளன.

பல்வேறு கற்சிற்பங்கள்

நாணயப் பிரிவு

ஃபிரஞ்சு நாணயங்களோடு, ஃபிரான்சின் மற்றக் குடியேற்றப் பகுதிகள், ஆங்கிலேயர், அவர்தம் குடியேற்ற நாடுகள், சுதந்திர இந்தியா ஆகியவற்றிலிருந்து புதுவையில் புழங்கிய நாணயங்கள் இங்கு வகைப்படுத்தப்பட்டுள்ளன. மிகப் பழமையான கையால் செதுக்கப்பட்ட வெள்ளி, தாமிரம் *(Punch Mark coins)* வெட்டு நாணயங்களும், ஒரு பக்கம் யானை, மறுபக்கம் சிங்கம் உள்ள சதுர வடிவ நாணயமும் இப்பிரிவின் சிறப்பாகும்.

ஃபிரஞ்சிந்தியாவின் இந்தோ–சீனா வங்கி வெளியிட்ட, ஒரு ரூபாய், ஐந்து ரூபாய் பணத்தாள்கள் மூலம், ஆங்கிலம், ஃபிரஞ்சு ஆகிய மொழிகளுடன், அவற்றின் மதிப்பும், ஊரின் பெயர் புதுச்சேரி என்று தமிழிலும் தரப்பட்டுள்ளதை அறியலாம்.

ஃபிரஞ்சிந்திய அரங்கு

ஃபிரஞ்சிந்தியர் காலத்திற்கே உரிய பொருட்களுக்கான இவ்வரங்கில், அலுவலகம், வீடுகளில் பயன்படுத்தப்பட்ட மரச் சாமான்கள், அறைகலன்கள், பீங்கான் பாத்திரங்கள், பளிங்குச் சிலைகள், உணவகப் பொருட்கள் போன்றவை மக்களிடமிருந்து பெறப்பட்டுக் காட்சிப்படுத்தப்

பட்டுள்ளன. குறிப்பாக, 18ஆம் நூற்றாண்டைச் சேர்ந்த இருகால்கள் மட்டும் கொண்டு, சுவரை அணைத்தபடி நிற்கும் மேசை, கட்டில், சுதந்திரம்–சமத்துவம்–சகோதரத்துவம் என்ற தத்துவத்தைக் குறிக்கும் மரியான் சிலை, ஃபிரஞ்சிந்தியக் காலத்துத் தட்டச்சுக் கருவி, 1820ஆம் ஆண்டில் இயங்கிய அச்சு எந்திரம், பியானோ இசைக்கருவி, செஞ்சிக் கோட்டை வீரர்களின் குழந்தைகள் விளையாடிய கோலிக்குண்டுகள் ஆகியவற்றைப் புதுவையில் மட்டுமே காண முடியும் (இராஜாராம் 2006).

ஃபிரஞ்சுக் குடியரசின் சின்னம் – அன்னை மரியான் பளிங்குச்சிலை

போக்குவரத்து அரங்கு

ஃபிரஞ்சிந்தியர் காலத்தில் உயர் வகுப்பினர் பயன்படுத்திய போக்குவரத்து வாகனங்கள் இவ்வரங்கில் வைக்கப்பட்டுள்ளன.

பல்லக்கு: 18ஆம் நூற்றாண்டைச் சார்ந்த நீடராஜப்பையர், ஃபிரஞ்சு ஆளுநருக்குத் திவானாகப் பணிபுரிந்த காலத்தில், அவர் தம் பயணத்திற்குப் பயன்படுத்திய பல்லக்கினை இவ்வரங்கில் காணலாம்.

மாட்டு வண்டி: மரத்தால் செய்யப்பட்டு, இரட்டை மாடுகள் பூட்டி இழுத்துச் சென்ற வாகனம்.

கோச்சு வண்டி: 19ஆம் நூற்றாண்டில் குதிரை இழுத்துச்சென்ற வண்டி.

புஸ்–புஸ் வண்டி: புஸ்–புஸ் என்னும் ஃபிரஞ்சு வார்த்தைக்குத் தள்ளு–தள்ளு என்பது பொருள். 19ஆம் நூற்றாண்டின் பிற்பகுதியில் பயன்படுத்தப்பட்ட இதைப் பின்பக்கத்திலிருந்து ஆட்கள் தள்ளும்போது நகரும் வண்டியை, முன்புறத்து இருக்கையில் அமர்ந்திருப்பவர் கைப்பிடியை இயக்கி ஓட்டிச்செல்வார்.

ரிக்சா: 19ஆம் நூற்றாண்டின் பிற்பகுதியில், மனிதனை மனிதன் இழுத்துச் செல்லும் வகையில், புழக்கத்திற்கு வந்த பயண வாகனம் (இராஜாராம் 2006).

படக்காட்சிக் கூடம்

பற்பல ஓவியங்கள், படிமங்கள் வைக்கப்பட்டிருந்தாலும், பழங்காலத்துத் தஞ்சாவூர் ஓவியங்கள் (*Thanjavur paintings*), அந்தோணியோ கரெகியா வரைந்த 'தனே' ஓவியம் (*Colonial Portraits*), உலக வரலாறு குறித்த சம்பவங்களின் பட்டியல் தரும் உலக வரலாற்று வரைபடம், 1760களில் புதுச்சேரியின் நிலவியல் வரைபடம் ஆகியவை குறிப்பிடத்தக்கன.

இங்குள்ள, பதினைந்தாம் நூற்றாண்டைச் சேர்ந்த முதலாம் ஸ்ரீரங்கராயர் கொடுத்த செப்புப் பட்டயம், கிருஷ்ணா அய்யர் என்பவர், பனை ஓலைகளில் எழுதிய 'அருணகிரி புராணம்' கையெழுத்துப் படிவம் ஆகியவை கவின்கலை நுணுக்கங்களின் சிறப்புக்குச் சான்று.

ஆண்டுதோறும், மே மாதம் 18ஆம் நாளன்று, புதுவை அருங்காட்சியகத்தில், 'உலக அருங்காட்சியக நாள்' கடைபிடிக்கப்பட்டு வருகிறது. அண்மைக்காலமாக, அந்நாளில் தொல்லியல் மேன்மை பற்றி, பொது மக்களுக்கு விழிப்புணர்வூட்டும் வகையில், அரிக்கன்மேடு, தமிழ் பிராமி எழுத்துகள் போன்ற மையக்கருத்துக்களில் சிறப்புக் கண்காட்சிகள் நடத்தப்பட்டு வருவது வரவேற்கத்தக்கது (வலைத்தளப்பதிவு).

> அருங்காட்சியகத்திற்குப் போவதென்பது, நமது வாழ்க்கையின் அழகு, உண்மை, மெய்ப்பொருளுக்கான ஒரு தேடல்தான்; எப்போதெல்லாம் முடியுமோ, அப்போதெல்லாம் அருங்காட்சியகம் சென்று வாருங்கள்
>
> **– மைரா கெல்மன்**

5.20: தாவரவியல் தோட்டம் (Botanical Garden)

*1705*இல் வரையப்பட்ட நிலப்படத்தில், பல தோட்டங்களும் தோப்புகளும் நிறைந்த இயற்கை எழிலார்ந்த பகுதியாகவே புதுச்சேரி காணப்படுகின்றது. வில்லியனூர் கெவுனிக்கு (வாயில்) தெற்கில் ஒரு தோப்பு இருந்ததாகவும், அங்கு ஆளுநர்கள் வெப்பம் தணிக்கப் போவது வழக்கம் என்றும் ஆனந்தரங்கப் பிள்ளை குறிப்பிடுகிறார். *1740*இலேயே, இரயிலடி அருகில், தற்போதைய இருதய ஆண்டவர் ஆலயம் இருந்த இடத்தில் அமைந்திருந்த ஒரு மருத்துவமனையைச் சுற்றி இது போன்ற ஒரு தோட்டம் இருந்தது. *(Labernadie 1936)*. அது தாவரவியல் தோட்டம் *(Jardin Botanique)* என்று வரைபடத்தில் குறிப்பிடப்பட்டுள்ளது.

பெரோத்தே

அரசுத் தோட்டமாய் ஆரம்பம்

*1768*இல் வந்த லெ மூாந்த்தி அரசுத்தோட்டம் *(Jardin du Roi)* பற்றியும், அதிலுள்ள பனை மரவகைகளைப் பற்றியும் குறிப்பிட்டுள்ளார் (லெ மூாந்த்தி *1779*). *1816*க்குப் பிறகு, மாறிவிட்ட அரசியல், பொருளாதார நிலைகளுக்கேற்ப, வேளாண்மையில் கருத்தூன்ற வேண்டிய கட்டாயம் ஃபிரஞ்சு அரசுக்கு ஏற்பட்டது. எனவே, *1825*இல், குடியேற்ற நாடுகளின் அமைச்சரின் அறிவுரைப்படி *(Minister de la Marine)*, கரும்பு, அவுரி, பருத்தி, மணிலா ஆகியவற்றின் அயல்நாட்டுப் பயிரினங்களைப் புதுவைச் சூழலில் வளர்வதற்கு ஏற்புடையதா என்பதுபற்றி ஆராய வேண்டியது அவசியமாயிற்று. அதன்பொருட்டு, *1826*ஆம் ஆண்டில், *18* எக்டேர் பரப்பில் விரிவாக்கப்பட்டு, ஒரு பிரிவு அரசுத் தோட்டம் என்றும், இரண்டாவது பிரிவு பயிர்ச்சூழல் பரிசோதனைத் தோட்டம்

(Jardin d'Acclimatation) என்றும் பராமரிக்கப்பட்டது. அது தற்போதைய இரயில் நிலையம் வரை நீண்டிருந்தது.

காலனியத் தோட்டம்

1827 ஜூன் 26ஆம் நாளிட்ட ஆணைப்படி, இது காலனியத் தோட்டம் *(Jardin Colonial)* என்று பெயர் மாற்றப்பட்டது. பெலான்ழே *(Belanger)* என்பவர் இயக்குநராக நியமிக்கப்பட்டார். உழவர்களுக்குப் புதிய பயிரினங்களைப் பரிந்துரை செய்யும்முன், அவை இந்தியச் சூழலில் வளர்ந்து, மகசூல் தருமா என்று 'பயிர்ச்சூழல் பரிசோதனைத் தோட்டத்தில்' சோதிக்கப்பட்டது. 1828இல் சிராஜிலிருந்து புகையிலை, டாக்காவிலிருந்து பஞ்சு, கரும்பு போன்றவை இங்குக் கிடைத்த முடிவுகளுக்கேற்ப, விவசாயிகளுக்குப் புதிய பயிரினங்களைப் பயிரிடுதல் பற்றிய அறிவுரைகளுடன் வழங்கப்பட்டன. இங்கு இரண்டு ஏக்கர் பரப்பளவில், சற்றொப்ப, 900 வகையான தாவரங்கள் வளர்க்கப்பட்ட தாக 1829இல் இதைப் பார்வையிட்ட ஃபிரான்சின் தாவரவியல் அறிஞர், விக்தோர் ழக்கமொன் *(Victor Jacquemont)* குறிப்பிட்டிருக்கிறார் (குப்தா + மர்லாங் 1961).

பெரோத்தேவின் பங்களிப்பு

1838இல் இதன் பொறுப்பேற்ற தாவரவியல் அறிஞர் பெரோத்தே *(George Samuel Perrottet)* வேளாண் பிரிவைத் தக்கவைத்துக்கொண்டு, தென்மேற்குப் பகுதியில் இந்தத் தோட்டத்தை விரிவாக்கி, ஒரு முறையான தாவிரவியல் தோட்டமாகவே *(Jardin Botanique)* வளர்க்க விரும்பி வடிவமைத்தார். இடையில் ஃபிரான்சுக்குச் சென்றுவிட்டு, 1843இல் திரும்பவும் வந்துப் பொறுப்பேற்று, 1870இல் அவர் இறக்கும் வரையில், இருபத்தைந்தாண்டுகள் முழு ஈடுபாட்டுடன் இந்தத் தோட்டத்தை உருவாக்கினார். அவ்வமயம், பயிரினங்களைப் பற்றிய சோதனை முயற்சிகள் ஒரு புறம் நடந்து கொண்டிருந்தாலும், 1843இல் ஒரு நீள்வட்ட வடிவிலான தோட்டத்தில், அயற்சூழல் தாவரங்களை வளர்ப்பதற்கான ஒரு தாவரக்குடில் *(Plant House – Green House)* ஒன்றும் குளமும் அமைக்கப் பட்டன. கொல்கத்தா, சென்னை, சிலோன் (இலங்கை), ரெயூனியன், சேர்வராயன் மலைத்தொடர் போன்ற அயல்பகுதிகளில், பல்வேறான தட்பவெப்பநிலைகளில் வளர்ந்த செடிகளையும் இங்கேயே அதற்கேற்ற சூழ்நிலையை உருவாக்கி வளர்த்துக் காட்டினார். பட்டுப் புழு வளரத் தேவையான முசு முசுக்கை வளர்ப்பதிலும் வெற்றி பெற்றார். பெரோத்தேவின் முயற்சியால் 1867வாக்கில் இங்கு முந்நூறுக்கும் மேற்பட்ட தாவர இனங்கள் வளர்க்கப்பட்டன. தென்னாப்பிரிக்காவிலிருந்து கொண்டுவந்து நடப்பட்ட செவந்தேனியா மரக்கன்று, இன்று 180 ஆண்டுகளைக் கடந்து நெடுமரமாகிக் கிளை பரப்பி வாழ்ந்து கொண்டிருக்கின்றது. அதுவே அவருக்குப் பெருமை சேர்க்கும்.

தொடர்ந்த விரிவாக்கம்

அவருக்குப்பின், குந்தெஸ் லக்குர் *(Countest Lacour – 1870)*, பெல்லெத்தியே *(Pelletier – 1875)*, ரெனோ *(Reynaud – 1885)* ஆகியோர்

இதன் பொறுப்பாளர்களாகப் பணியாற்றியிருக்கிறார்கள். 'காலனியத் தோட்டம் – தாவிரவியல் தோட்டம் – பயிர்ச்சூழல் பரிசோதனைத் தோட்டம் ஆகியவற்றின் தாவரங்கள்' என்ற தொகுப்பினை லக்குர் வெளியிட்டார். அடுத்துப் பொறுப்பேற்ற பெல்லெத்தியேவிடம், ஆர்க்கிட் வகை அழகு மலர்த் தாவரம் 'வெனில்லா'வை *(Vanilla)*, ரெனோ கொடுத்தார். அது ஒரு நறுமணப் பொருள் தரும் தொற்றுச் செடியாகும் *(Epiphyte)*. எனவே பணப்பயிரான அதை, பெல்லெத்தியே எளிதில் வளர்த்துப் புதுவையில் அறிமுகப்படுத்தினார்.

ரெனோ, ஒரு கடற்படை மருந்தியல் நிபுணர்; வேளாண்மை, தாவரவியலும் கற்றவர். எனவே, அவர் பொறுப்பேற்றதும், லைபீரியாவிலிருந்து காஃபி, கொக்கோவையும், ஜாவா தீவிலிருந்து நீல அவுரியையும், கயானாவிலிருந்து ஆமணக்கு, நாகலிங்கத்தையும், செனகலிலிருந்து நிலக் கடலை வகைகளையும் கொண்டுவந்து அறிமுகம் செய்தார் (குப்தா – மர்லாங் 1961). 1879இல் ஓர் ஆர்ட்டீசியன் நீருற்று *(Artesian Spring)* நிறுவப்பெற்று ஓர் அழகுப் பூங்காவாகவும் உருவாக்கப்பட்டது. 1890இல் அஷார் *(Achart)* இதன் முதல் இயக்குநராக நியமிக்கப்பட்டார். மருத்துவரும் இயற்கை ஆர்வலருமான பரமானந்த மரியதாசு இதன் இயக்குநர் பொறுப்பேற்ற முதல் தமிழர் ஆவார்.

பொங்குநீரூற்று

வெனில்லா வளர்ப்பு

1904இல் இங்கு 250 புதர், மர இனங்களும், 250க்கும் மேற்பட்ட குறுஞ்செடிகளும் வளர்ந்திருந்தன (யூஜின் 2019).

தாவர வளம்

1927இல், சவானா பஞ்சாலையின் தொழிலாளர்களுக்குக் குடியிருப்புகள் கட்டுவதற்காக காலனியத் தோட்டத்தின் *(Jardin Colonial)* ஒரு பகுதி, ஹென்றி கெப்ளே தலைமையில் கூடிய பொதுக்குழு தீர்மானத்தின்படி விற்கப்பட்டது. அதில் கட்டுமானங்கள் ஏதும் கட்டப்படாத நிலையில், அதுவே ஆட்டுப்பட்டி என்றானது. இதனால், பதிவுகளின்படி 42 ஏக்கரில் தொடங்கப்பட்ட இத்தோட்டம், இன்று 11 ஏக்கராகச் சுருங்கிவிட்டது. தற்போது, 52 தாவரக் குடும்பங்களைச்

சேர்ந்த 132 பேரினங்கள், 198 சிற்றினங்களுக்குட்பட்ட 2200க்கும் மேற்பட்ட மரங்களும் அடங்கியுள்ளன. 175 ஆண்டுகளுக்கும் மேலான ஆஃப்ரிக்க மரமான செவந்தேனியா (Khaya senegalensis), அசுர வளர்ச்சி பெற்றுள்ள இலவம் (Silk cotton tree – Bombax malabaricum), நாகலிங்கம் (Cannon ball tree – Couroupita guianensis), குடுவை மரம் (Beggars Bowel – Crescentia cujeta), தோதி, சீமை பப்பரப்புளி (African baobab – Adansonia digitata), உவா (Dillenia indica) ஆகிய அரிய மரங்கள் இதன் இயற்கை வளத்திற்குச் சான்று. அத்துடன், 20 மில்லியன் ஆண்டுகளுக்கு முன் வாழ்ந்து, கல்லாகிப்போன திருவக்கரை கல்மரங்களும் (Fossil – Petrification) இங்கே கொண்டுவரப்பட்டு, கல்மரப் பிரிவு ஏற்படுத்தப்பட்டுள்ளது (யூஜின் 2019).

இப்போதைய நிலை

1954இல், புதுச்சேரி இந்திய நிர்வாகத்தின்கீழ் வந்தபோது, இங்கு வனத்துறை இல்லாததால், இத்தோட்டம் வேளாண் துறையின்கீழ் வந்தது. 1965இல், இந்தியத் தாவரவியல் அளவைக் கழகத்தின் இயக்குநர், (Director, Botanical Survey of India) எஸ்.பி.சென் நேரடியாக வந்து ஆய்வு செய்தபின், தாவரப் பதனீட்டகம், பாறைத் தோட்டம், மூலிகை, புதரினங்கள், மரவகைகள் (Arboretum) ஆகிய பிரிவுகள், ஆய்வுக்கூடம் (Laboratory) ஆகியவற்றை அமைத்து ஓர் அறிவியல் பூர்வமான ஆய்வு வளாகமாக உருவாக்கப் பரிந்துரை செய்தார். ஆயினும், அவரது ஆலோசனைகள் இன்றுவரை முழுமையாக நிறைவேற்றப்படவில்லை (யூஜின் 2019).

தாவர வகைகளின் வளர்ச்சிக்கும் பராமரிப்புக்கும் மட்டுமே வடிவமைக்கப்பட்ட இத்தோட்டம், இன்று இயற்கைப் பாதுகாப்பு, தாவர இனப் பராமரிப்பு ஆகிய முதன்மை நோக்கங்களிலிருந்து மெல்லப் பிறழ்ந்து, சிறுவர் பூங்கா, திறந்தவெளி அரங்கம், உணவுக்கூடம் என்று திரிக்கப்பட்டு, களியாட்டக்களமாக மாறிவருவது விரும்பத்தக்கதல்ல; புதுச்சேரியில் வனத்துறை தொடங்கப்பட்ட பிறகும், இந்த அவலநிலை நீடிப்பது வருத்தத்திற்குரியது.

ஃபிரஞ்சு அரசின் நிர்வாகம் தோட்டத்திற்குள்ளேயே ஒரு நினைவுச் சின்னத்தை நிறுவி பெரோத்தேவை, நிறுவனர் என்ற தகுதியுடன் சிறப்பித்துள்ளது. உள்ளே எஞ்சியுள்ள பசுமைப்பகுதியில் வளர்ந்துகொண்டிருக்கும் ஒரு சில அயல்நாட்டுத் தாவரங்களும், ஓங்கி நிற்கும் செவந்தேனியாக்களும் மட்டுமே, அதன் பழம்பெருமைக்குச் சான்றாக நிற்கின்றன.

5.21: ஃபிரஞ்சு ஆராய்ச்சி நிறுவனம்
(Instituite Francaise – French Institute)

ஃபிரஞ்சிந்தியக் குடியேற்றப் பகுதியின் மீதான நீடித்த அக்கறையை வெளிப்படுத்தும் விதமாக, ஓர் ஆராய்ச்சி நிறுவனத்தைப் புதுச்சேரியில் நிறுவுவதென்று, ஃபிரஞ்சு அரசு ஓர் ஆய்வு நிறுவனத்தை முன்மொழிந்தது;

இந்திய அரசும் அதை ஏற்றுக் கொண்டது. இந்தியா – ஃபிரான்சு அரசுகளுக்கிடையே ஏற்பட்ட இணைப்பு ஒப்பந்தம் – 1954, விதி 24இன் படி, ஃபிரஞ்சு ஆராய்ச்சி நிறுவனம், ஃபிரஞ்சுக் கலாச்சாரத்தையும், பண்பாட்டுக் கூறுகளையும், இந்திய நாகரீகம், பண்பாடு பற்றியும் ஆராய்வதற்காகவும், 1955 மார்ச்சு மாதம் 3ஆம் நாள் தொடங்கப்பட்டது. 1960இல் சூழலியல் பிரிவும், 1988இல் சமூக அறிவியல் பிரிவும், 1990இல் புவிப்பரப்புக் கணிப்பியல் பிரிவும் தொடங்கப்பட்டன.

அறிஞர் ழான் ஃபிலியோசா (*Jean Filiozat*) இதன் முதல் இயக்குநர்; பின்னர், பியெர் லெக்ரி (*Pierre Legris*), பஸ்கால் (*Pascal*) போன்ற அறிஞர்களின் நிர்வாகத்தில் ஒரு சர்வதேசப் புகழ்பெற்ற ஆராய்ச்சி நிறுவனமாக வளர்ந்துள்ளது.

ஓலைச்சுவடி / ஒளிப்படக் களஞ்சியம்

இந்திய வரலாறு, சமயங்கள், நாகரிகம் பற்றிய ஆய்வுகளின் விளைவாக ஓர் ஓலைச்சுவடிக் களஞ்சியம் அமைக்கப்பட்டுள்ளது. இதில், சமஸ்கிருதம், தமிழ், தெலுங்கு, மலையாளம், துளு, ஆகிய மொழிகளில் 8187 ஓலைச்சுவடிகளும் 1144 ஓலைப் பிரதிகளும் சேகரிக்கப்பட்டுள்ளன. ஆகவே, இது ஓலைச்சுவடிகளுக்கான ஆதார மையமாகவும் களஞ்சியமாக வும் இயங்கிவருகிறது. ஒளிப்பட ஆவணக் கருவூலத்தில் (*Photo Archives*), சிவன், விஷ்ணு, பிரம்மா, கிராமியத் தெய்வங்கள், இராமாயணம், மகாபாரதம், பாரம்பரியக் கட்டுமானங்கள், நினைவுச் சின்னங்கள், அரண்மனைகள், பௌத்தம், சமணம், அவை தொடர்பான சிற்பங்கள், தென்னக ஆலயங்களின் உலோகச் சிலைகள், ஓவியங்கள், மரச்சிற்பங்கள் ஆகியவை ஒளிப்படங்களாக ஆவணப்படுத்தப்பட்டுக் கணினிமயமாக்கப்பட்டுள்ளன. அத்துடன், கோயில்கள், கோபுரங்கள், கற்காலப் பாறை ஓவியங்கள், பழங்கால அணிகலன்கள், தந்தத்தாலான கலை வடிவங்கள் போன்றவை 1,60,000 ஒளிப்படங்களாகக் குவிக்கப்பட்டுள்ளதால், இது ஓர் உயராய்வு நிறுவனமாக அங்கீகரிக்கப்பட்டுள்ளது. அண்மையில், செம்மொழியாம் தமிழ் பற்றிய ஆய்வுகளையும் துவக்கியுள்ளது.

சமூகவியல் பிரிவு

சமூக அறிவியல் பிரிவு மக்களுக்குப் பயன்படும் வகையில், மக்கள் பெருக்கம், நீராதாரம், நகர்ப்புற வளர்ச்சி, மானுடவியல், புவியியல், பாரம்பரிய மருத்துவம், கிராமியத் தொழில் நுட்பம், சட்டம், பொருளியல் போன்றவற்றில் கருத்தூன்றி வருகிறது. சமுதாயத்தில் பாரம்பரிய மருத்துவச் சூழல் பற்றிய ஆய்வினை, ஆசியாவில் மேற்கொண்டிருக்கும் (*MeSH – Medicine Environment Societies Health – South Asia*) ஒரே நிறுவனம் இதுவே.

சூழலியல் பிரிவு

1960இல் ஆரம்பிக்கப்பட்ட சூழலியல் பிரிவு, உலகளவில் புகழ் பெற்றுள்ளது. கர்நாடக மாநிலத்தில், குடகு மலைப்பகுதியில் அமைந்துள்ள மழைக்காடுகளில் உப்பங்களா வனப்பகுதியில் 16 ஏக்கரில் ஒரு நிரந்தர

ஆய்வுக் களம் அமைத்து, வனங்களின் இயக்கம், உயிரிப் பன்மயம், காலநிலை மாற்றங்கள் பற்றிய நெடுங்கால ஆய்வு மேற்கொள்ளப்பட்டுள்ளது. சிமோகா, பிலிகிரிரங்கன் மலைப் பகுதிகளில் மேலும் இரண்டு ஆய்வுக்களங்கள் அமைக்கப்பட்டுள்ளன. தாவரக் காப்பகத்தில் 5726 சிற்றினங்கள், 257 குடும்பங்களைச் சேர்ந்த 24,000 தாவரங்கள் பக்குவப்படுத்தப்பட்டுப் பாதுகாக்கப்பட்டுள்ளன. இந்த அரிய தொகுப்பில் 18, 19ஆம் நூற்றாண்டில், தாவரவியல் அறிஞர்கள் பெரோத்தே (Perrottet), ழக்கமோன் (Jacquemont) போன்றோர் சேகரித்த செடிகள் பதப்படுத்தப்பட்டு, இன்றுவரை பாதுகாக்கப்பட்டுள்ளன. அனைத்திற்கும் மேலாக, சாமானியர்களும் தாவரங்களை எளிதில் அடையாளம் கண்டு, பெயர் அறியும் வகையில், ஒரு மென்பொருள் வட்டு உருவாக்கி அரிய பங்களித்துள்ளது. அதிலுள்ள 3470 ஒளிப்படங்கள், இளம் தாவரவியல் மாணவர்களுக்கு ஓர் அமுதசுரபி.

மகரந்தவியல் பிரிவு

மகரந்தவியல் பிரிவு, முற்காலச் சூழல் (Paleo Environment) பற்றிய ஆய்வுக்காக, மண்ணுக்கடியில் புதைந்துகிடக்கும் 22,000 மகரந்தப் படிவங்களைச் சேகரித்து வகைப்படுத்தியுள்ளது. மகரந்த அகழ்வாராய்ச்சிகள் மூலம், பண்டைக் காலத்தில் நிலவிய தட்பவெப்பம், அந்தச் சூழல் மண்டலத்திற்கேற்ப வளர்ந்த தாவரங்கள் பற்றிய அரிய உண்மைகளை வெளிக்கொணர்ந்துள்ளது.

நூலகம்

இந்நூலகத்தில், 380 ஆராய்ச்சித் தொகுப்புகள், 440 ஆய்வறிக்கைகள், 144 சஞ்சிகைகள், 70,000 புத்தகங்கள் தொகுக்கப்பட்டுள்ளன. ஃபிரஞ்சியர் காலத்துக் கடிதங்கள், நூல்கள், அரசுக் குறிப்புகள் கிடைப்பதால் இந்திய, அந்நிய வரலாற்று ஆய்வாளர்களுக்கு இது ஒரு தகவல் களஞ்சியமாகத் திகழ்கிறது.

நிறுவனத்தின் குறிப்பிடத்தக்க சாதனைகள்

இந்நிறுவனம், பல்வேறு துறைகளில் பலவாறு பங்களித்து வந்தாலும், சில சாதனைகள் மிகவும் குறிப்பிடத்தக்கன.

மானுட நாகரிகவியல் பிரிவு ஆயிரம் ஆண்டுகளுக்கும் மேலாக மக்கள் பயின்று வரும் சைவ சித்தாந்தம் தொடர்பான விரிவான களப்பணிகள் மூலம், கையெழுத்துப் படிவங்களின் 8400 தொகுப்புகள், எண்ணற்ற ஒளிப்படங்களின் சேமிப்பின் வீச்சு, விரிவின் அடிப்படையில் ஐக்கிய நாட்டுக் கல்வி, சமூகம், பண்பாட்டு நிறுவனம் (யுனெஸ்கோ = UNESCO) இதனை “உலக நினைவகம்” என்று அங்கீகரித்துள்ளது.

சூழலியல் பிரிவு திருவக்கரையில் காணப்படும் கல்மரங்கள், தொலை தூரத்திலுள்ள மலைத்தொடர்களிலிருந்து காட்டாற்று வெள்ளத்தில் அடித்துவரப்பட்டு, மண்ணில் புதையுண்டு, காலப்போக்கில் கல்லானவை என்று அறிவித்தது சூழலியல் பிரிவே.

மகரந்தவியல் பிரிவு புதுச்சேரியின் பல பகுதிகளில் ஏரி, குளம், குட்டைகளில் புதைந்துள்ள மகரந்தங்களை அகழ்ந்தெடுத்துச் செய்த ஆய்வுகளின் அடிப்படையில், ஐந்து மில்லியன் ஆண்டுகளுக்கு முன்னர், வெப்பம் மிகுந்திருந்த மியோசின் *(Miocene period)* யுகத்தில், கிழக்குக் கடற்கரையோரத்தில் அடர்ந்த வெப்ப மழைக்காடுகள் *(Tropical Evergreen Forests)* பரவியிருந்தன என்றும், பின்னர் தொடர்ந்து ஏற்பட்டக் காலநிலை மாற்றங்களால், மழைக்காலம் சுருங்கிய சூழலில், அவை 'வெப்ப மண்டல உலர் பசுமை முட்புதர்க்காடு'களாக *(Tropical Dry Evergreen Thorn Forest – Scrub Jungle)* மாறி, தற்போது மரக்காணம், புத்துப்பட்டுப் பகுதிகளில் எச்சங்களாகக் காணப்படுகின்றன என்றும் நிரூபித்துள்ளது.

களவுபோன கோயில் சிலைகளை மீட்க ஆவண சாட்சியம்

தமிழகத்தின் அரியலூர் மாவட்டத்தில் உள்ள ஸ்ரீபுரந்தான் பிருகதீசுவரர் ஆலயம் ஒன்பதாம் நூற்றாண்டைச் சேர்ந்தது. அதிலிருந்த எட்டு ஐம்பொன் சிலைகளும், 2003ஆம் ஆண்டு முதல், பல கட்டங்களில் திருடப்பட்டு வெளிநாடுகளுக்குக் கடத்தப்பட்டுவிட்டன. இச்சிலைகளுள், ஒரு மீட்டர் உயரம் கொண்ட காளிங்க நர்த்தனமாடும் நடராசர் சிலையும் ஒன்று. சேகர் கபூர் என்ற தொல்பொருள் கள்ளவணிகர் மூலம், இது கைவினைப் பொருள் என்ற பொய்ச் சான்றிதழுடன் அமெரிக்காவிற்குக் கடத்தப்பட்டு அங்கிருந்து, ஆஸ்திரேலியாவின் ஆசியத் தொல்பொருள் அருங்காட்சியகத்திற்கு விற்கப்பட்டுவிட்டது.

2008இல்தான் இந்தத் திருட்டு வெளிச்சத்திற்கு வந்தது. இந்தத் தகவல் அறிந்த தமிழக அரசின் சிலைக் கடத்தல் தடுப்புப் பிரிவு, இந்தச் சிலையைத் திருப்பித் தருமாறு ஆஸ்திரேலிய அரசிடம் கோரியபோது, அது மறுத்துவிட்டது. ஆகவே, ஜெயங்கொண்டாம் அமர்வு நீதிமன்றத்தில் வழக்குத் தொடரப்பட்டது. விசாரணையின்போது, இது 1971இலேயே சேகர் கபூர் வசம் இருந்ததால், 2003இல் கடத்தப்பட்ட ஸ்ரீபுரந்தான் பிருகதீசுவரர் கோயில் சிலையாக இருக்க வாய்ப்பில்லை என்றும் வாதாடப்பட்டது. இதை மறுத்துத் தமிழக அரசு முன்வைத்த எதிர் வாதங்கள் எடுபடாத நிலையில், ஃபிரஞ்சு ஆராய்ச்சி நிறுவனத்தின் தொல்லியல் பிரிவு உதவிக் கரம் நீட்டியது.

நீதிமன்றத்தில் ஒளிப்படம்

இந்நிறுவனத்தினர், தங்களது கோயில் சிற்பங்கள் பற்றிய ஆய்வுத் திட்டத்தின் ஒரு பகுதியாக, 1994இல் ஸ்ரீபுரந்தான் கோயிலுக்கும் சென்று, அதன் சிலைகளைப் பல்வேறு கோணங்களில் படம்பிடித்து ஆவணப்படுத்தியிருந்தனர். இந்தப்படங்கள் நீதிமன்றத்தில் சமர்ப்பிக்கப் பட்டபோது, அதை நுணுக்கமாக ஆராய்ந்த தொல்லியல் அறிஞர்கள், கடத்தப்பட்டது ஸ்ரீபுரந்தான் கோயில் நடராசர் சிலைதான் என்று சான்றளித்தனர்; அந்த அடிப்படையில், 1971இல் தன்னிடம் இருந்ததாக சேகர் கபூர் காட்டியது பொய்ச் சான்றிதழ் என்றும், அது கடத்தப்பட்டக் கோயில் சிலைதான் என்று தீர்ப்பாயிற்று. அதை ஆஸ்திரேலிய அரசும் ஏற்றுக்கொண்டது. 2014 செப்டம்பர் 5ஆம் நாளன்று, அதன் பிரதமர்

டோனி ஆபோட் *(Tony Abbot)*, அச்சிலையை இந்தியப் பிரதமர் நரேந்திர மோடியிடம் ஒப்படைத்தார். 2003இல் களவாடப்பட்ட நடராசர், கண்டம் விட்டுக் கண்டம் தாவிய பின், 2014இல் இந்தியாவிற்குத் திரும்பினார்.

ஃபிரஞ்சு ஆராய்ச்சி நிறுவனம், தனது ஒளிப்பட ஆவணத்தைப் பகிர்ந்ததால்தான் இது சாத்தியமானது. இந்நிறுவனத்தின் பங்களிப்புகளில், இது ஒரு துளிதான். வெளியுலகம் அறியாத பல சாதனைகளை, இதன் பல்வேறு பிரிவுகளும் ஓசையின்றிச் செய்துவருகின்றன.

இதன் கட்டடம், இந்தோ – ஃபிரஞ்சுக் கட்டடக் கலையின் கலவைக்கும், பழமைக்கும் எடுத்துக் காட்டாக விளங்குகின்ற ஒரு பாரம்பரியக் கலைச்சின்னம் எனலாம். உண்மையில், ஃபிரஞ்சு ஆராய்ச்சி நிறுவனம், ஃபிரஞ்சிந்தியாவின் எச்சம் என்பதைவிட, நிரந்தர அறிவுக் கொடை என்பதே பொருத்தமாகும்.

6

காணாமல் போன கருணை வடிவங்கள்

பழங்காலத்தில் மனிதர்கள் விருந்தோம்பலிலும் அறப்பணிகளிலும் சிறந்திருந்தனர். இயற்கையின் மீதும் அக்கறையுடன், அடுத்தவர் துயர் களையும் பல உத்திகளைக் கையாண்டு, தங்களின் பரிவினை வெளிப்படுத்தினர். பெரிய வள்ளல்கள், பெரிய அளவில் தான தர்மங்கள் செய்துகொண்டிருக்க, நடுத்தரக் குடும்பத்தினரும் இயன்ற அளவிற்குத் தங்களின் கருணையை வெளிப்படுத்தினர். ஆனால் அவற்றில் பல தற்போது அருகிவிட்டன; அற்றுப்போய் விட்டன.

6.1: சுமைதாங்கி

போக்குவரத்துச் சாதனங்கள் இல்லாத காலங்களில், தலை கொள்ளாச் சுமையுடன் வெகுதூரம் பயணிக்கும் உழைப்பாளிகள், சற்று இளைப்பாறிச் செல்லும் இடமாக இடையிடையே ஒரு தரிப்பிடத்தைக் கருணை உள்ளங்கோண்டோர் அமைத்தனர். சிரமமின்றித் தனியாகவே சுமைகளை இறக்கவும், திரும்பத் தூக்கியேற்றவும் வசதியாக, உயரமான

மேடைபோல் அமைக்கப்பட்ட அமைப்பே சுமைதாங்கி யாகும். இந்தச் சுமைதாங்கிகள் மூன்று நீளமான தனித்தனியான கருங்கல் தூண்களால், தலை கீழ் 'ப' வடிவில் அமைக்கப்பட்டன. சில நேரங்களில், இறந்தோரின் நினைவாகவும் இவை அமைக்கப்பட்டு, களைப்பாற நினைக்கும் வழிபோக்கர்களுக்குப்

பயன்பட்டன. பதினெட்டாம் நூற்றாண்டிலும் பெரியண்ண முதலி சாவடி அருகில் ஒரு சுமைதாங்கி இருந்ததாக ஆனந்தரங்கப் பிள்ளையின் நாட்குறிப்பில் காணப்படுகிறது (ஆலாலசுந்தரம் 1999: 338; ஆரபி: ஆகஸ்டு 9, 1760). புதுச்சேரியில் முத்தியால்பேட்டை மணிக்கூண்டு அருகில் வெகுநாள் வரையில் ஒரு சுமைதாங்கி நின்றிருந்தது; இப்போது காணவில்லை.

நகரமயமாக்கலுக்கும் நாகரீக மோகத்திற்கும் பலியானபோதும், ஈர நெஞ்சில் எஞ்சி நின்ற, மனிதம் மெச்சும் நற்பணிகளுள் இதுவும் ஒன்று.

6.2: தண்ணீர்த் தொட்டி

இருபதாம் நூற்றாண்டின் முற்பகுதியில், பொதுமக்களுக்குக் குடிநீர் விநியோகம் செய்வதற்காக நகரத்தின் பல்வேறு இடங்களில், தண்ணீர்க் குழாய்கள் (கான்கள்) அமைக்கப் பட்டன; பின்னர் தெரு முனை களில் கான்கள் நிறுவப்பட்டு விநியோகம் பரவலாக்கப்பட்டது.விடுதலைக்குப்பின், வீடுகளுக்கே குழாய்கள் மூலம் நீர் வழங்கப்பட்டதால் பழைய கான்கள் பயனிழந்துவிட்டன.

தாகம் என்பது மனிதர்களுக்கு மட்டுமல்லாது விலங்குகளுக்கும் உண்டல்லவா! நெடும் பயணம் போகும் வழிப்போக்கர்களும், மேய்ச்சல் கால்நடைகளும் திரியும் பறவைகளும் தாகம் தீர்த்துக்கொள்ள வசதியாகக் கருணை உள்ளம் கொண்ட கனவான்களால் ஆங்காங்கே தண்ணீர்த் தொட்டிகள் அமைக்கப்பட்டன. மொரட்டாண்டியில் ஒரு தண்ணீர்ப் பந்தல் இருந்ததை ஆனந்தரங்கப் பிள்ளை குறிப்பிட்டுள்ளார்.

1927ஆம் ஆண்டு பிப்ரவரி மாதம் ஏழாம் நாள், வடக்கு புல்வாரில் வீரராகவ வடிவேல் கிராமணி என்பவர் அமைத்த ஒரு தொட்டி பழைய மதராஸ் வாயில் முனையில், தியாகி அன்சாரி துரைசாமி சிலைக்கு எதிரில் உள்ளது. நாளடைவில் அதன் பயன் குறைந்து போனதால், 1999ஆம் ஆண்டில் சாலையோரப் பூங்காவாக மாற்றப்பட்டது; இப்போது சீரழிந்துகொண்டுள்ளது. தொட்டியின் சுவரின் மேல் அமைந்துள்ள, பசுக்களின் நேசனான பாலகிருஷ்ணர், இன்னும் குழல் ஊதிக்கொண்டிருக்கிறார்; பசுக்களைத்தான் காணவில்லை; பரபரப்பான பழைய காலங்களை அசை போட்டுக் கொண்டிருக்கிறார் போலும்!

6.3: சாவடி என்னும் சத்திரம்

சாவடி என்பது மராட்டியச் சொல். பண்டைக்காலம் தொட்டே சத்திரம் எனப்படும் சாவடி வழிபோக்கர்கள் தங்கி இளைப்பாறும் ஓய்விடமாக ஊர்தோறும் அமைக்கப்பட்டிருந்தது. அக்காலத்தில் ஊர்கள் நீண்ட இடைவெளிவிட்டு தொலைவில் இருந்தன; போக்குவரத்து வசதியும் கிடையாது. கால் நடையாகவோ, மாட்டு வண்டியிலோ,

குதிரை, ஒட்டகம், யானை மீதிலோ பயணம் செய்வது வழக்கம். 'வடக்கில் வாரணாசி எனப்படும் காசியிலிருந்து, தென் கோடியில் இருக்கும் இராமேசுவரம் வரை ஒரு மிக நீண்ட பயணப் பாதை இருந்தது. 'காசிப்பட்டணச் சாலை' என்றழைக்கப்பட்ட அது புதுச்சேரி வழியாகச் சென்றது' என்று ழூவோ துய்ப்ரேய் (1952) கூட பதிவிட்டிருக்கிறார் (புர்தா 1995: 95–98). அவ்வாறு நெடும் பயணம் மேற்கொள்கையில், பயணிகளுக்கும், வாகனங்களுக்கும் ஓய்வு தேவைப்படும்போது, இளைப்பாறுவதற்காக ஈகைக் குணம் கொண்டோரால் ஆங்காங்கே கட்டப்பட்டிருந்த தற்காலிகத் தங்குமிடங்களே சத்திரங்கள் எனப்பட்ட சாவடிகள் (திருமுருகன் 2002).

சிதையும் பிள்ளைச் சாவடி

சாவடிகளின் அமைப்பு

சாவடிகள் ஒரு பொதுவான அமைப்பில் ஊருக்கு வெளியே, சாலைகளின் ஓரங்களில் இந்திய–கிரேக்க பாணியில் கட்டப்பட்டிருக்கும். வளைவுகளுடன் கூடிய முகப்பு, நீண்ட தாழ்வாரம், உள்ளே ஒரு முற்றம், சுவர் முனைச் சாடி வடிவில் அதைத் தாங்கி நிற்கும் தூண்கள், சுற்றிலும் அறைகள் என்று அமைந்திருக்கும். பெரும்பாலானவற்றில், சவாரி வந்த மிருகங்களை அடைக்கத் தோட்டமும், அதன் பின்னால் நீராதாரமாக ஒரு குளமும் இருக்கும். ஒரு பயணத்தின்போது, ஒருவர் தன் வேலைக்காரர்களுடன், ஒரு நாள் மட்டுமே தங்க அனுமதி உண்டு (புர்தா 1995: 72–80; செபஸ்தியான் 1991: 52–57).

சாவடிகளின் பெருமை

சத்திரங்கள் அமைத்துப் பயணிகளுக்கு தங்குமிடமும், உணவும் தந்து உபசரிப்பது இந்தியக் கலாச்சாரத்தின் தனிச்சிறப்பு. கொடையாளியின் செல்வ நிலைமைக்கேற்ப அங்கு வசதிகள் செய்யப்பட்டிருக்கும். ஆகவேதான், ஐரோப்பியர்கள் அவற்றைக் கண்டு வியப்பில் ஆழ்ந்தனர். ஃபிரஞ்சுச் சிந்தனையாளர் ரூசோ (*Rousseau*), "ஐரோப்பாவில் மட்டுந்தான் விருந்தோம்பல் விலைக்கு விற்கப்படுகிறது; ஆசியாவில் அது இலவசம். அங்கு எல்லாவித வசதிகளும் இல்லாவிடினும், என்னை ஒரு சக மனிதன் முக மலர்ச்சியோடு வரவேற்கிறான்

என்பதே உன்னதம்" என்று சாவடிகளைப் பற்றிப் பரவசப்படுகிறார் (புர்தா 1995: 72–80.

ஃபிரஞ்சு அரசுப் பணியாளரும், ஒரு படையணிக்கு நிர்வாகியுமான ரொபேர் சால் (*Rober Challes*), மர்த்தேன் காலத்தில், 1690–91இல் புதுச்சேரிக்கு வந்தார். அவர் தனது பயணக் குறிப்பில், "கீழை நாட்டு மக்கள் மிகவும் கருணை உள்ளம் கொண்டவர்கள். உள்ளூர், வெளிநாடு என்ற பாகுபாடில்லாமல், வழிப்போக்கர்கள் தங்கிக்கொள்ளலாம்; சில சாவடிகளில், தண்ணீரும் உணவும் கூடக் கிடைக்கும்; சமயத்தில் நீங்களே சமைத்துச் சாப்பிடுவதற்கும் வசதிகள் இருக்கும்; உங்களுக்கு மட்டுமல்ல, உங்களை ஏற்றி வந்த விலங்குகளுக்கும், இடமும் தீனியும் உண்டு" என்று பதிவிட்டுள்ளார். 1768–70இல் தங்கியிருந்த லெ ழாந்த்தியும், 1782இல் தாவரவியலாளர் சொனேராவும் (*Sonnerat*) சத்திரங்கள் பற்றிப் பாராட்டியுள்ளனர் (புர்தா 1995: 72–73).

வில்லியனூர் சாவடியில் இளைப்பாறும் ஐரோப்பியர்

புதுச்சேரிப் பகுதியில், எல்லை பிள்ளைச் சாவடி, நீர்நிலை வசதிகளுடன் பெரியதாக இருந்ததால், நவாபுகள், ஐரோப்பிய ஆளுநர்கள், அயல்நாட்டு விருந்தினர் போன்றோர் ஓரிரு நாட்கள் கூடத் தங்கினர். மேலும், மீனாட்சி அம்மாள், தேவநாயக செட்டி, அரும்பாத்தைப் பிள்ளை, சின்னா சுப்பராயப் பிள்ளை, முத்திருசப் பிள்ளை, நயினியாப் பிள்ளை, சேஷால செட்டி ஆகியோர் பெயரிலும் சத்திரம், சாவடிகள் இருந்தன. கந்தப்ப முதலியார் கட்டிய பெரிய முதலியார் சாவடி, ஆனந்தரங்கப் பிள்ளை கட்டிய திருவேங்கடப் பிள்ளைச் சாவடி போன்றவை நெடும்பயணத்தின் ஆயாசம் போக்கிச் சுகமளித்தன. தலித்துகளுக்காக மரி கிருஷ்ணாபுரத்திற்கு அருகில் பறையன் சாவடி என்று ஒன்று இயங்கியது போன்ற தகவல்கள் ஆனந்தரங்கப் பிள்ளையின்

நாட்குறிப்புகளில் உள்ளன. இந்தச் சத்திரங்களின் இலவசச் சேவைக்கான செலவுக்காக நிலங்களும் தானமாக எழுதி வைக்கப்பட்டன.

ஐரோப்பியர் வந்த பின், சத்திரங்களை சாவடிகள் என்பது வழக்கமாயிற்று. ஆனால், அவர்கள் இதை ஓய்விடமாக மட்டுமல்லாமல், வரி வசூல் செய்யும் (மகமை) இடமாகவும், கீழ்நிலை நீதிமன்றமாகவும், சிறைச்சாலையாகவும் ஆவணப் பதிவகங்களாகவும் வணிக மையங்களாகவும் பலவாறு பயன்படுத்தியுள்ளனர் (திருமுருகன் 2002). ஆனால், நாகரீக, தொழில் நுட்ப வளர்ச்சி ஏற்படுத்திய மாறுதல்கள், இவற்றின் தேவையைக் குறைத்துவிட்டன. சிதிலமடைந்த சத்திரங்களின் கட்டடங்கள்தாம் பண்டைய வள்ளல்களின் கொடைமடத்தை இன்னும் நினைவூட்டிக் கொண்டிருக்கின்றன (புர்தா 1995: 84).

7

திருப்பங்கள் நிறைந்த 20ஆம் நூற்றாண்டு

7.1: இருபதாம் நூற்றாண்டின் தலைவாயிலில் நிலைமை

1670இலிருந்து 1900 வரையிலான 230 ஆண்டுகளில் ஐரோப்பிய வரலாற்றில் ஏற்பட்ட சமூக, அரசியல், பொருளாதார மாற்றங்கள், ஃபிரஞ்சிந்தியாவிலும் பிரதிபலித்தன. ஐரோப்பாவில், இருபதாம் நூற்றாண்டு பிறந்தபோது, ஆங்கிலேயருக்கும் ஃபிரஞ்சியருக்குமிடையான ஆதிக்கப் போர்கள் முடிவுக்கு வந்திருந்தன. ஃபிரான்சில், நெடுங்காலமாகத் தொடர்ந்திருந்த முடியாட்சி, 1789, 1848, 1872இல் நடந்த புரட்சிகளால் வீழ்த்தப்பட்டு, மூன்றாவது குடியரசு மலர்ந்திருந்தது. அதனால், அவ்வப்போது மேற்கொள்ளப்பட்டு, தடைபட்டுவந்த மக்களாட்சி முயற்சிகள், அடுத்தடுத்த கட்டங்களுக்கு நகர்ந்தன. ஆசிய, ஆப்பிரிக்கக் காலனிப் பகுதிகளில், இனவெறிக் கொடுமை களை எதிர்த்து, விடுதலைக் குரல்கள் ஓங்கி ஒலிக்கத் தொடங்கியிருந்தன. ஆயினும், காலனிப்பகுதிகளை வலுப்படுத்தி, எவ்வாறேனும் தக்கவைத்துக் கொள்ள வேண்டும் என்பது ஃபிரான்சின் இலக்காயிருந்தது. எனவே, அதற்கான முன்னெடுப்புகள் முக்கியத்துவம் பெற்றன (அனிமேஷ் ராய் 2008; கீதா 2008).

இரு நாடுகளுமே, வணிக விரிவாக்கத்திற்கும் வளர்ச்சிக்கும் முதன்மை அளித்ததால், அதன் ஊற்றுக்கண் களான காலனியப் பகுதிகளின் வளர்ச்சியிலும் அக்கறை செலுத்தின. அறிவியல், தொழில் நுட்பத்தின் அபார வளர்ச்சி, பொருளாதார வளர்ச்சிக்குப் பெரும் தூண்டுகோலாயிருந்தது. சமூக நிலையில், நிலப்பிரபுத்துவம், வணிகர்களின் ஏகபோகம் ஒழிந்தது; அதற்கு ஆதாரமாக இருந்த அடிமை முறையும் சட்டப்பூர்வமாக ஒழிக்கப்பட்டது. இருந்தாலும், ஃபிரான்சின் கடிவாளம் தொடர்ந்து ஆங்கிலேயரின் கையில்தான் இருந்தது. ஒரு நல்வாய்ப்பாக, இடையில்

வந்த இரண்டு உலகப் போர்கள், அரசியல், வணிகப் போக்குகளைப் புரட்டிப் போட்டதோடு, ஃபிரான்சு – இங்கிலாந்து உறவிலும் சாதகமான மாற்றங்களை ஏற்படுத்தின (கீதா 2008).

இந்தியாவில் நிலைமை

பதினெட்டு, பத்தொன்பதாம் நூற்றாண்டுகளில், இந்தியப் பகுதிகள் முகமதிய சுல்தான்களின் ஆதிக்கப்போட்டியிலும், பின்னர் ஐரோப்பியரின் காலனிய விரிவாக்கத்திற்கும் பலியாகி, 1815க்குப் பிறகுதான் அரசியல் நிலைத்தன்மை ஏற்பட்டது. ஃபிரஞ்சியரின் வருகையால் வேகமெடுத்த ஏற்றுமதி, இறக்குமதி வணிகம் ஆங்கிலோ–இந்தியப் போர்க்காலங்களில் சுணங்கி, 19ஆம் நூற்றாண்டில் மீண்டும் விரிவடைந்தது. மக்களுக்கு அதிகாரம் வழங்கித் 'தன்மயமாக்கும்' (Assimilation) முயற்சிகள், வைக்கோல் கன்றுக்குட்டியைக் காட்டிப் பசுவின் பால் கறப்பதாகவே தொடர்ந்தன (அனிமேஷ் ராய் 2008).

7.2: இந்தோசீனம் – போர் முனைக்குப் போகும் வாயில்

இருபதாம் நூற்றாண்டின் தொடக்கத்தில், முதலாம் உலகப் போர் மூண்டபோது, புதுச்சேரியிலிருந்து குடியேற்றம் வேகமெடுத்தது. ஃபிரான்சின் இராணுவத்திற்கு அதிக ஆள்பலம் தேவைப்பட்டதால், குடியேற்ற நாடுகளின் பக்கம் பார்வையைத் திருப்பியது. பழைய காலனிகளில் இருந்து இராணுவத்திற்கு நேரடியாக ஆள் சேர்ப்பதை வெர்சாயி ஒப்பந்தம் தடுத்தது. அத்துடன், 1905ஆம் ஆண்டு இராணுவச் சட்டப்படி ஃபிரஞ்சியர் மட்டுமே இராணுவத்தில் சேரமுடியும்; மற்றவர்க்கு அனுமதியில்லை. ஆனால், போர் வரும் சூழலில் இராணுவ வீரர்கள் அதிகமாகத் தேவைப்பட்டதால், சட்டைக்காரர்களும் ரெனோன்சான்களும் சேரும் வகையில் சட்டம் திருத்தப்பட்டது. 1915–30, மேலும் புதிய காலனியான இந்தோசீனா ஒப்பந்த வரையறைக்குள் வரவில்லை. எனவே, அங்கு இராணுவ நடவடிக்கைகளுக்குத் தடையில்லை. ஆகவே, புதுச்சேரிவாசிகளை, குறிப்பாகத் தலித்துகளையும், ரெனோசான்களையும் சட்டைக்காரர்களையும் முஸ்லிம்களையும் அங்குக் குடியேறவைத்து, அங்கேயே பயிற்சியும் கொடுத்து இந்தோசீனப் படையணி (Indochina Regiment) ஒன்றை உருவாக்கி, ஃபிரான்சுக்கு அழைத்துக் கொண்டனர். அதன்படி, ஃபிரஞ்சிந்திய வீரர்களின் முதல் தொகுதி, முதலாம் உலகப் போரில் பங்கேற்பதற்காக, 1914 செப்டம்பர் 26 அன்று மர்சேய் துறைமுகத்தில் இறங்கியது; அக்டோபர் 22இல் களத்தில் இறக்கப்பட்டது. 1915ஆம் ஆண்டு டிசம்பர் 30இல் சட்டத்தை மேலும் தளர்த்தி, விருப்பமுள்ள எவரும் படையில் சேரலாம் என்று அறிவித்ததால், இந்தியர்களும் இராணுவப் பணியில் சேரும் வாய்ப்பைப் பெற்றனர். 1916ஆம் ஆண்டில், 'இந்தியர் படையணி' என்று உருவாகுமளவிற்கு எண்ணிக்கை பெருகியிருந்தது.

காலனி வீரர்கள், சாதி, இனம் என்று பிரித்துக் காட்டாமல், மற்ற ஃபிரஞ்சியரோடு ஒரே படையணியில் சேர்த்துக் கொள்ளப்பட்டனர். புதுச்சேரியில், சமூகத்தில் கிடைக்காத சமத்துவம் போர்ப்படையில் கிடைத்ததால், அவர்கள் புதிய உற்சாகத்தோடும் அர்ப்பணிப்போடும்

போரிட்டார்கள். போர் முடிந்தபின், ஃபிரான்சில் தங்கியிருந்தபோதும், மக்கள் அவர்களை மிகவும் தோழமையுடன் நடத்தினர். அவர்களில் பெரும்பாலோர் புதுவைக்கு வராமல், இந்தோசீனாவிற்கே திரும்பிப் போனார்கள். அந்த அளவிற்குப் புதுவையைவிட அங்கு வாழ்க்கைத் தரம் சிறந்திருந்தது. இரண்டாம் உலகப் போர் தொடங்கும் வரை, தங்களது உறவினர்களையும் அழைத்துக்கொண்டனர். 1930 வரையிலான இருபதாம் நூற்றாண்டின் முற்பகுதி, குடியேற்றத்தின் பொற்காலம் என்று கூறலாம் (ஜெயசீல ஸ்டீஃபன் 2018).

முதலாம் உலகப் போரில் பங்கேற்க, 1914 செப்டம்பர் 30ஆம் நாள் மார்சேய் சென்றடைந்த புதுச்சேரி வீரர்களுடன் கை குலுக்கும் ஃபிரஞ்சுச் சிறுவன்

ஃபிரஞ்சு வீரர்களுடன் கலந்த இந்திய வீரர்கள்

இந்தோசீனாவில் வீரர்கள்

முதலாம் உலகப் போர் வீரர்கள்

பீரங்கிகளுடன் ஒரு படையணி – சரிசமமாக இந்திய ஃபிரஞ்சு வீரர்கள்

நேதாஜியின் இராணுவத்தில் புதுச்சேரிவாசி

லெயோன் புருஷாந்தி (*Leon Pruchandy*), 1910இல் சைகோனுக்குச் சென்று, அங்கேயே பிரவே படித்து, 1930களில், சைகோனில், கடன் வழங்கும் ஃபிரஞ்சு வங்கியில் கணக்காளராகப் பணி புரிந்தவர். 1941 சனவரி 26 அன்று இந்தியச் சிறையிலிருந்துத் தப்பித்த நேதாஜி சுபாஷ் சந்திர போஸ், வெளி நாட்டில் இந்தியச் சுதந்திர இயக்கம் தொடங்கினார். (*India Independance League–IIL*) அதில் சேர்வதற்காகத் தன் வங்கிப் பணியைத் துறந்து, நேதாஜியைச் சந்தித்து, இந்திய தேசிய இராணுவத்தில் (*Indian National Army–INA*) தன்னையும் இணைத்துக்கொண்டார் லெயோன் புருஷாந்தி. அவர் இலவசமாகக் கொடுத்த, பால் பிலான்ழ்சே தெருவில் (*Rue Paul Blanchey*), 76ஆம் எண்ணுள்ள அவரது வீட்டில்தான் இயக்கத்தின் செயலகம் இயங்கியது. இரண்டாம் உலகப் போரின்போது, 1945இல் ஜெர்மனியும் ஜப்பானும் தோற்கடிக்கப் பட்டதால், நேதாஜி தப்பித்து வெளியேற வேண்டியதாயிற்று. அப்போது, அவர் கடைசியாக 1945 ஆகஸ்டு மாதம் 18ஆம் நாள் சைகோனுக்கு வந்தார். லெயோன் புருஷாந்தியும் அவரைச் சந்தித்து, எதிர்காலத் திட்டங்களைக் கேட்டறிந்தார். அங்கிருந்து கிளம்பிப்போன நேதாஜி, தைவானுக்கு அருகில் ஒரு விமான விபத்தில் இறந்துபோனார் என்று கூறப்பட்டது.

எனவே, ஃபிரஞ்சு, இங்கிலாந்து இராணுவங்கள் லெயோன் புருஷாந்தி வீட்டை முற்றுகையிட்டு, அலசிப்பார்த்ததோடு, நேதாஜியைக் கடைசியாகச் சந்தித்தவர் என்பதால், அவரைக் கைது செய்து, நேதாஜியின் பயணத் திட்டம், தங்கச் சேமிப்பு, பண இருப்புப் பற்றிய விவரங்களைக்கேட்டு, சிறையில் அடைத்துச் சித்திரவதை செய்தனர். சிறைக் கொடுமைகளின் விளைவாக, மனநலம் பாதிக்கப்பட்ட லெயோன் புருஷாந்தி, தன் பழைய நினைவுகளை முற்றிலும் இழந்துபோனார். 1946இல், அவரது தாயார் அவரைப் புதுச்சேரிக்கு அழைத்துவந்து விட்டார். இறுதிவரை, நடப்பு நிகழ்வுகள் எதுவும் அறியாமலேயே, ஒரு ரோபோட்டைப் போல் வாழ்ந்து மறைந்தார். நேதாஜியின் மரணம் அன்று முதல் இன்று வரை ஒரு புதிராகவே நீடிக்கிறது.

ஒரு புதுச்சேரிக் குடிமகன், அயல் நாட்டில் இந்திய விடுதலை இயக்கத்தில், தேசப்பற்றோடு பங்கேற்றது இந்த மண்ணுக்குப் பெருமைதானே!

[தர்மநாதன் மகனான லெயோன் புருஷாந்தியின் பெயரன் மொரே (*J.B.P. More*) அளித்த விவரங்களைத் தொகுத்தவர் நந்தினி சென்குப்தா].

ஒரு பகுதியினர் தாய்மண்ணான புதுச்சேரிக்குத் திரும்பிவந்து, இங்கேயே தங்கிவிட்டார்கள். முன்பு ஆளுநராக இருந்த ஆல்ஃபிரெட் மர்த்தினோ (*Alfred Albert Martineau*) வாக்களித்தபடி, அவர்களுக்குக் குடியுரிமையும் தரப்பட்டது. 'சொல்தாக்கள்' (*Soldiers*) என அழைக்கப்பட்ட அவர்களுக்கு, ஃபிரஞ்சு அரசு தாராளமாகவே ஓய்வூதியம் வழங்கியது. இந்திய நாணய மாற்று விகிதத்தில் அது மிக அதிகமானதால், அவர்கள் சுக போக வாழ்க்கை வாழ்ந்தனர். சொல்தாக்கள் என்றாலே தனிக் கவுரவம் இருந்தது. போர்வீரர்கள் மட்டுமன்றி மற்றவர்களும் கணிசமான ஊதியம் பெற்றார்கள். ஆகவேதான், புதுச்சேரி விடுதலை பெற்றபோது, ஏராளமான ரெனோன்சான்கள் ஃபிரான்சுக்கு நிரந்தரமாகக் குடியேறினார்கள்.

1954 நவம்பர் முதல்நாள் ஃபிரான்சுக்குக் கப்பலேறும் ரெனோன்சான்கள்

அஞ்சு வீட்டுக் கஞ்சித் தண்ணி தெகோலு
இப்ப அஞ்சடிச்சா காப்பி தண்ணி தெகோலு
அப்போ அரைப் பணத்து மைக்கிழங்கு தெகோலு
இப்போ ஆறுபணம் வவ்வா மீனு தெகோலு
அஞ்சு வீட்டுக் கஞ்சித் தண்ணி தெகோலு
அப்போ கிழிஞ்சிபோன சேலைதுண்டு தெகோலு
இப்போ அறுந்துகிச்சாம் கவுறுபாடி தெகோலு

(தகவல்: வெங்கடசுப்புராய நாயகர்)

என்ற புதுச்சேரி நாட்டுப்புறப் பாடல் அதைச் சரியாகவே எதிரொலிக்கிறது (தில்லைவனம் 2007: 171).

போருக்குப்பின் வியட்நாமில் நிலைமை

1920க்குப்பின் வியட்நாமியக் குடிமக்களின் அணுகுமுறையில் மாற்றங்கள் தோன்றலாயின. இந்தியர்கள் செய்துவந்த பலவித வணிகத்தால் அன்றாட வழக்கைத் தேவைகள் எளிதில் கிடைத்ததாலும், அவர்களுக்குக் கிடைத்த குடியுரிமை, வாக்குரிமைகளால் ஓர் அரசியல் நிர்ணய சக்தியாக உருவானதாலும் அவர்களை ஃபிரஞ்சியர் அணுக்கமாக நடத்தினர். இதனால் பூர்வீகக்குடிகளான வியட்நாமியர்களின் முக்கியத்துவம் குறைந்துவருவதாகக் கருதி, அவர்களுக்கு இந்தியர் மீது வெறுப்பும் பொறாமையும் உண்டாயிற்று. 1930களில் உலகளாவில் தோன்றிய பொருளாதார மந்தம் இந்தோசீனத்தையும் பாதித்தது. அதனால், அவர்களின் வாழ்வாதாரம் கேள்விக்குறியானதால் பொறாமையும் வெறுப்பும் வேர்விட்டுக் கிளைத்து, ஓர் எதிர்ப்பியக்கமாக உருவெடுத்தது. வாழ்க்கைச் சூழல் பாதகமாக மாறியதால், ஒரு பகுதித் தமிழர்கள் வெளியேற முடிவெடுத்து தாய்நாட்டுக்குத் திரும்பத் தொடங்கினர். 1880 முதல் 1930 வரையிலான அரை நூற்றாண்டுக்காலத் தொடர்பைத் துண்டித்துக்கொள்ளத் தயங்கிய ஒரு சாரார் மட்டும் அங்கேயே தங்கிவிட்டனர் (நடாஷா 2015).

புதுவையில் ஒரு குட்டி சைகோன்

போருக்கு முன்னும் பின்னும் சைகோனிலிருந்து வந்தவர்கள், சம்பாதித்துச் சேமித்த பணத்தில், ரெட்டியார் பாளையம் பகுதியில், வெளிநாட்டு ரசனையுடன் சொகுசான மாளிகைகள் கட்டிகொண்டனர்; இந்தோசீனப் பாணியிலான வீடுகளின் வடிவமைப்பும், வீட்டுக்குள் இருந்த மது நிரம்பிய பீப்பாய்களும், புதுப்புது உணவு வகைகளும் அவர்களைத் தனித்துவமாகக் காட்டின. போர்களில் பங்கேற்றுத் திரும்பிய வீரர்கள், தங்களுக்கென்று தனி அடையாளமாகத் தனி தேவாலயம் கட்டிக்கொண்டதோடு, தனி நினைவுச் சின்னமும் அமைத்தனர். நடை, உடை, பாணியில் விநோதமாக உலவிய அவர்களை, உள்ளூர் மக்கள் பெயரிட்டு அழைக்காமல், 'சைகோன்காரர்கள்' என்றே பொதுவாக அழைத்தனர். முந்தைய நாட்களில், 'கீழ்த்திசை பாரிஸ்' என்று புகழப்பட்ட ரெட்டியார்பாளையம் பகுதி, இதனால் 'குட்டி சைகோன்' என்று மாறியிருந்தது (நடாஷா 2015; தாவிதன்னுசாமி 2019).

இரண்டாம் உலகப்போரில் புதுச்சேரியின் பங்களிப்பு

இரண்டாம் உலகப்போர் தொடங்கியதும், இந்தோசீனா ஜெர்மனியுடன் கைகோர்த்தது; ஏனைய இந்திய காலனிப் பகுதிகள் பிரிட்டிஷ் ஆதரவில் இயங்கியதால் ஃபிரான்சு நேசநாடுகளின் அணியில் சேரவேண்டிய தாயிற்று. ஆதலால், புதுச்சேரிவாசிகளின் தொழில்முறையிலான கீழ்த்திசைக் குடியேற்றம் திடுதிப்பென முடிவுக்கு வந்தது (அனிமேஷ் ராய் 2008: 7–8).

போர் வீரர்களின் தியாகத்திற்கு அங்கீகாரம்

உலகப் போர்களில் உயிர் நீத்தப் புதுச்சேரி வீரர்களுக்குக் கடற்கரையில் ஒரு போர் வீரர் நினைவுச் சின்னத்தையும் மறவாமல் நிறுவி, ஃபிரஞ்சு அரசு தன் நன்றியைப் பதிவு செய்துள்ளது. அதில், முன்புறத்தில் புதுச்சேரியிலிருந்து ஃபிரான்சுக்குப் போனவர்களின் பெயர்களும், பின்புறத்தில் இந்தோசீனப் போரில் பங்கேற்று வீரமரணம் அடைந்தவர்களின் (சைகோன்காரர்கள்) பெயர்களும் கல்வெட்டில் பொறிக்கப்பட்டுள்ளன.

பர்மியத் தமிழர் நிலைமை

1930களில், இந்தோசீனா தவிர, மலேசியா, சிங்கப்பூர், பர்மா (மியான்மர்) ஆகிய நாடுகளுக்கும் புதுச்சேரிவாசிகள் குடியேறினர். ஆனால், இந்தோசீனாவில் கிடைத்த அளவிற்குச் சமூகச் சமத்துவமும், சம்பாதிக்கும் வாய்ப்புகளும் கிட்டவில்லை. எனவே, அவர்கள் தாயகம் திரும்பிய போது, சைகோன்காரர்கள்போல் ஆடம்பரம் காட்ட முடியவில்லை. அந்நாடுகளின் விடுதலைக்குப் பின்னரே அவர்களுக்கும், அவர்களது மொழிக்கும் அந்தந்த நாடுகளில் உரிய அங்கீகாரம் கிடைத்துள்ளது. சிங்கப்பூர், மலேசியாவில் பள்ளிகளில் தமிழ் பயிற்றுவிக்கப்படுவதோடு, ஆட்சிமொழியாகக்கூட அங்கீகரிக்கப்பட்டுள்ளது. அங்கேயே தங்கிவிட்ட தமிழர்கள் அந்நாட்டு அரசியல் சட்டத்துக்கு இணங்கி நடந்து

கொண்டதால், அரசின் குடியரசுத் தலைவர் போன்ற உயர் பதவிகளிலும் அமர முடிந்துள்ளது (தாவிதன்னுசாமி 2019: 84).

ஆயினும், பர்மியத் தமிழர்களின் நிலை மற்றக் குடியேற்ற நாடுகளைப் போல மெச்சும்படியாக இல்லை. இன்றளவில், மியான்மரில் பத்து லட்சத்திற்கும் மேற்பட்ட தமிழர்கள் வாழ்வதாகக் கருதப் படுகிறது. குறிப்பாக, யாங்கோன் என்ற நகரத்தில் மட்டும் மூன்று லட்சத்திற்கும் மேற்பட்ட தமிழர்களும், பக்கோ, மூன், கரீன், ஏராவடி உள்ளிட்ட மாநிலங்களிலும் தமிழர்கள் பெருமளவில் வாழ்ந்து வருகிறார்கள். அங்கு இன்றளவும் தமிழ் மொழி பேசப்பட்டு, கலாச்சாரமும் பாரம்பரியமும் பாதுகாக்கப்பட்டு வருகிறது. 1948ஆம் ஆண்டுக்கு முன் பிரிட்டனின் ஆதிக்கத்திலும், மியான்மரில் (பர்மா) சுதந்திரம் பெற்ற பின்னும், இராணுவத்தின் அதிகாரமே நீடித்தது. எனவே, பெரும்பாலான தமிழர்களுக்குக் குடியுரிமையும் சமூக அங்கீகாரமும் கிட்டவில்லை. கல்வி பெறும் வாய்ப்புகளும் கவுரமான வேலைவாய்ப்பு களும் அரிதான நிலையில், தமிழர்கள் பெரும்பாலும் தூய்மைப் பணியாளர்கள், உதவியாளர்கள் எனக் கடைநிலை ஊழியர்களாகவே பணிபுரிய வேண்டியதாயிற்று. ஆகவே, வாய்ப்புக் கிடைத்தபோது, அவர்கள் தாயகம் திரும்பவே விரும்பினர் (சாய்ராம் ஜெயராமன், பிபிசி தமிழ், 10 பிப்ரவரி 2021).

7.3: அந்நிய மண்ணில் இந்தியத் தேசியம்

அந்நிய மண்ணில் வாழ்ந்தாலும், இந்திய மண் வாசனை ஆழ்மனத்தில் கமழ்ந்துகொண்டேயிருந்தது. வாழ்வாதாரத்திற்காக அரசுப் பணிகளில் சிலர் சேர்ந்தாலும், வணிகத்திலும் பலர், குறிப்பாகச் செட்டியார்கள் சிறந்து விளங்கினார்கள். பொது நலனுக்காகச் சங்கங்கள் அமைப்பது, செய்தித்தாள் நடத்துவது, இந்திய விவகாரங்களில் அக்கறை காட்டுவது போன்றவற்றிலும் ஈடுபட்டார்கள்; அவை தடைபடவுமில்லை; அரசால் தடுக்கப்படவுமில்லை.

புதுச்சேரியைச் சேர்ந்த சைகோன் சின்னையா, இந்திய விவகாரங் களை முன்னிறுத்தி, 'தேச சேவகன்', 'இந்தோசீனா – இந்தியா' (Indo-chine-Inde) ஆகிய செய்தி இதழ்களைத் தமிழில் நடத்தி, நாட்டுப்பற்றை வளர்த்து வந்தார். (இவர்தான், பின்னர் புதுச்சேரிக்கு வந்து, 1922இல் 'தேசசேவகன்' என்ற இதழைத் தமிழிலும், ஃபிரஞ்சிலும் நடத்தியவர்). 1937இல் மகாத்மா காந்தி தொடங்கிய 'அரிசன சேவா சங்கம்' அங்கும் தொடங்கப்பட்டது. அதன் சார்பில், 1939 ஜூலை இரண்டாம் நாள் ஒரு கூட்டம் நடத்தப் பட்டது. அந்தக் கூட்டத்தில் இந்தியாவிலிருந்து, வழக்கறிஞர் வாசுதேவ அய்யங்கார், சுப்ரமணிய அய்யர் ஆகியோர் கலந்துகொண்டனர்.

1939இல் இரண்டாம் உலகப் போர் தொடங்கியபோது ஓர் அறச்சங்கடமான நிலை உருவானது. ஃபிரான்சில் இட்லர் ஆதரவுடன் ஜெர்மனியின் ஆதிக்கம் நிலவியது. 1940இல் அச்சு நாடுகள் அணியில் இருந்த ஜப்பான், வட வியட்நாமுக்குள் புகுந்தது. ஆனால், இந்தியாவோ ஜப்பான்–ஜெர்மனிக்கு எதிராக, நேச நாடுகளுடன் எதிரணியில் இருந்தது.

எனவே, யாரை ஆதரிப்பது என்ற குழப்பம் நிலவியது. அந்தச் சமயத்தில்தான், *1941*இல் நேதாஜி சுபாஷ் சந்திர போஸ், ஆங்கிலேயரிடமிருந்து தப்பிச் சென்றார். *1943* அக்டோபர் *21* அன்று, சிங்கப்பூரில் இந்திய தேசிய இராணுவத்தை *(Indian National Army–INA)* உருவாக்கி, இந்திய சுதந்திரப் பிரகடனத்தை வெளியிட்டார். ஒரு தேசிய அரசையும் நிறுவி, இந்திய விடுதலைக்காகப் போரிடத் தொடங்கினார். அவரது வீர தீர நடவடிக்கை களால் சைகோன் தமிழர்கள் பெருமளவில் ஈர்க்கப்பட்டார்கள். *1944*இல் அவர் சைகோனுக்கு வந்தபோது, திரளான இந்தியர்கள் வரவேற்றார்கள். *1945* ஜூலை மாதம் 'இந்திய வாரம்' கொண்டாடினார்கள்; இந்தியர் வீடுகள், கடைகளில் இந்திய தேசியக் கொடி ஏற்றப்பட்டது. 'ஈடன்' திரை அரங்கில் *4*ஆம் நாள் நடந்த கூட்டத்தில், பெருந்திரளாகக் கலந்துகொண்டு, நிதி வழங்கினர். லெயோன் புருஷாந்தி இல்லத்தில் அவரது அலுவலகம் இயங்கியது.

"பதிவில்தான் நாங்கள் ஃபிரஞ்சியர்கள்; உணர்வால் இந்தியரே" என்ற முழக்கத்தோடு இந்தியர்கள், குறிப்பாகத் தமிழர்கள் இந்திய தேசிய இராணுவத்தில் சேர்ந்தார்கள். பர்மா வரையிலும் முன்னேறிய ஐ. என். ஏ. படையிலும் சேர்ந்து போரிட்டு வீர மரணம் அடைந்தவர்களும் உண்டு *(மொரே 1999: 447–460)*.

7.4: உலகப் போர்களும் சமுதாய வளர்ச்சியும்

இருபதாம் நூற்றாண்டின், முதல் பாதி உலகப்போர்களில் கழிந்து போனதால், பெரிதான திருப்பங்களுக்கு வாய்ப்பில்லாமல் போனது. பொதுவான வளர்ச்சியில் சுணக்கம் ஏற்பட்டாலும், மேல்நாட்டு அறிவியல், தொழில் நுட்பங்கள் பல்வேறு துறைகளிலும் மாற்றங்களைத் தோற்றுவித்தன. குடிநீர் விநியோகம் விரிவாக்கப்பட்டு, *1908*இல் நகரின் பல இடங்களில் பொது குடிநீர்க் குழாய்கள் அமைக்கப்பட்டன; இரயில் நிலையம் எதிரே பயணத்தேவதை சிலை நிறுவப்பட்டது. *1909*இல் மின் உற்பத்தி தொடங்கியது. புதிய வீடுகள் பெரும்பாலும் இந்தோ – ஃபிரஞ்சுப் பாணியிலேயே கட்டப்பட்டன. தெருக்களுக்குப் பெயரிடப்பட்டு, வீடுகளுக்கு எண்கள் தரப்பட்டன. *1911*ஆம் ஆண்டில் ஆளுநரான ஆல்ஃபிரட் மர்த்தினோ *(Alfred Martineau 1910–1911, 1913–1918)*, ஃபிரஞ்சுப் பண்பாட்டை நிலைப்படுத்தும் வகையில், வெள்ளையர் பகுதியில்

ஆயி மண்டபம் சுற்றி அரசுத் திடல்

இருந்த தெருக்களுக்கெல்லாம், ஃபிரஞ்சியர் பெயர்களை தேடிப்பிடித்துச் சூட்டினார். 1911 முதல், நாட்டிலேயே முதன்முறையாக, வேளாண்மைக் கூட்டமைப்பு மூலம் நீர்ப்பாசனம் முறைப்படுத்தப்பட்டது (இராமதாஸ் 2006).

1927இல் ழாந்தார்க் சிலை நிறுவப்பட்டது; பொது நிகழ்ச்சிகளுக்குப் பயன்பட்டு வந்த அரசு மாளிகையின் எதிரில் இருந்த குடியரசுத் திடலில், 1930இல் ஆயி மண்டபத்தைச் சுற்றிலும் செடி, கொடி, மரங்களுடன் இயற்கை எழில் கொஞ்சும் பூங்கா அமைக்கப்பட்டது; நகரெங்கும் மரங்கள் நடப்பட்டன. 1937இல் பெரிய வாய்க்காலுக்கு கற்காரைத்தளம் போடப்பட்டு, வடக்கில் நீட்டிக்கப்பட்டது; 1938இல் போர் வீரர் நினைவுச் சின்னம் திறந்துவைக்கப்பட்டது. விவசாயம் தொடர்ந்து பொருளாதாரத்தின் அச்சாணியாக நீடித்தது. ஆனால், வரிச்சுமையையும் மீறி, கிராமியப் பொருளாதாரம் அவ்வளவாகப் பிரகாசிக்க முடியவில்லை.

இடையில் இரண்டாம் உலகப் போர் (1941–1945) குறுக்கிட்டதால், மேலும் வளர்ச்சித் திட்டங்களுக்குப் போர்க்காலம் முடியும்வரை காத்திருக்க வேண்டியதாயிற்று. ஆயினும், பாதுகாப்புக் கருதி, காவல் துறை மேம்படுத்தப்பட்டது;

சமூக அமைப்பில்

சமூக அமைப்பில், பிராமணியத்தின் முக்கியத்துவம் நீடித்தது. வலங்கை – இடங்கைப் பிரிவுகள் சட்டப்பூர்வமாகத் தடைசெய்யப் பட்டதால், அவற்றின் தாக்கம் மங்கத்தொடங்கி, சாதிப்பிரிவுகள் தலையெடுத்தன. அதனால், அரசியல் களத்தின் தன்மை மாறி, தனி மனிதச் செல்வாக்கு நிர்ணய சக்தியாக உருவெடுத்தது. மகாத்மா காந்தி, ஜவகர்லால் நேரு, பாலகங்காதர திலகர் போன்றோரின் புதுச்சேரி வருகையின் விளைவாக, இந்திய அரசியலின் தாக்கம் ஏற்பட்ட பிறகே, கொள்கை ரீதியான அரசியல் தலையெடுத்தது. மகாத்மா காந்தியின் பிரச்சாரத்தால், தீண்டாமை ஒழிப்பு ஓர் இயக்கமாக உருவெடுத்தது. ஆயினும், அரசின் சட்டங்களாலும் தடைகளாலும் அகிம்சைப் பிரச்சாரத்தாலும் தீண்டாமையை முற்றிலும் ஒழிக்க முடியவில்லை (மெலாங்கின் 2015).

வணிகத்தில் ஏற்றத்தாழ்வுகள்

1901 முதல் 1914 வரை, இடைப்பட்ட 1905, 1906, 1907 ஆகிய மூன்றாண்டுகளைத் தவிர இந்தியக் கடல் வாணிபம் சிறப்பாக இருந்தது. புதுச்சேரி, காரைக்கால், கடலூர், நாகப்பட்டினம் ஆகிய துறைமுகங்களுக்கு இரயில் பாதைத் தொடர்பு ஏற்பட்டதால், ஃபிரான்சுக்கு மணிலாப் பயறு, இந்தோ – சீனாவிற்கு துணிவகைகள், ஆங்கிலேயக் காலனிகளுக்கு உயர் ரகத்துணி, மாட்டுத் தோல், எலும்புத் தூள், பட்டு, வெங்காயம் போன்றவையும் ஏற்றுமதியாயின. ஆங்கிலேயக் காலனிகளிலிருந்து, தகர டப்பா உணவுப் பொருட்கள், சர்க்கரை, பாக்குக் கொட்டை, மரக்கட்டை, மது வகைகள், சிமெண்டு, நிறமிகள் போன்றவை இறக்குமதியாயின. ஃபிரஞ்சிந்திய வரலாற்றில் மிக அதிக அயல்நாட்டு செலவாணிக் கையிருப்பு இருந்த காலம் அது.

இந்தியர் பகுதி-ரங்கப்பிள்ளை தெரு

துய்ப்ளேக்சு (நேரு) வீதி

இந்தியன் காஃபி விடுதி

வீட்டுப் பணியாட்கள்

கலப்புப் பாணி வீடு

வைணவப் பண்டாரம்

பாரதியார் வாழ்ந்த இல்லம்

கடற்கரையில் இந்தியர், ஐரோப்பியர்

எம்.பி. இராமன்

காவலர் அணிவகுப்பு

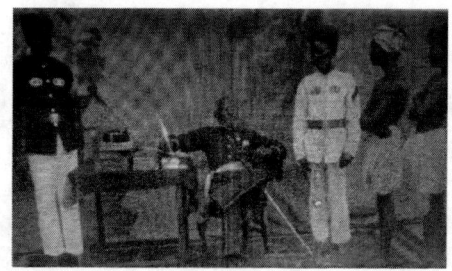
காவல் நிலையக் காட்சி

சேர்க்கிள் பொழுதுபோக்குக் கழகம்

பசுமைப் போர்வையாய் மரம் வளர்ப்பு

கைதிகளுடன் காவலர்கள்

ஆயி மண்டபம்

கடற்கரை நிழற்சாலை

1913வாக்கில் முதல் உலகப் போர் வரும் சூழல் நிலவியபோது, ஏற்றுமதி பாதிக்குப் பாதியாகக் குறைந்தது; அடுத்ததாக இரண்டாம் உலகப் போர் தொடங்கும் வரை (1919–1941) ஏற்றுமதி வெகுவாகக் குறைந்தாலும், இறக்குமதி பன்மடங்கு அதிகரித்தது. ஐரோப்பாவில் ஏற்பட்ட பொருளாதார மந்தம் காலனிகளையும் பாதித்தது; விலைவாசிகள் உயர்ந்தன; பொருட்களுக்குத் தட்டுப்பாடு ஏற்பட்டது. 1936இல் சோசலிசக் கட்சியின் லெயோன் பிளம் (*Leon Blum*) ஆட்சியில் வேளாண்மை ஊக்குவிக்கப்பட்டது; தொழிலாளர் நலச் சட்டம் இயற்றப்பட்டு, பஞ்சாலைத் தொழிலாளர்களின் பணிச் சூழல் மேம்பட்டது.

இரண்டாம் உலகப் போரின் போது, ஃபிரான்சு ஜெர்மனியின் பிடியில் சிக்குண்டதால், ஃபிரஞ்சிந்தியப் பகுதிகளின் அத்தியாவசியப் பொருள் தேவைகளுக்கு, அண்மையில் இருந்த பிரிட்டிஷ் இந்தியாவைச் சார்ந்து இயங்கவேண்டியதாயிற்று. இரயில் போக்குவரத்து, அஞ்சல் சேவை, சுங்கம் ஆகியவை ஆங்கிலேயரின் கட்டுப்பாட்டில் இருந்தன; அதற்கு, ஆண்டொன்றுக்குப் பன்னிரண்டு லட்சம் ரூபாய் இழப்பீடாகக் கட்டப்பட்டது (கீதா 2008).

பொருளாதார நிலைமை

1841இலேயே ஒரு சுங்க வரி ஒப்பந்தம் மூலம் ஃபிரஞ்சிந்தியா விலிருந்து, இந்தியப் பகுதிகளுக்குள் நுழையும் பொருட்களுக்கு சுங்க வரி வசூலிக்கப்பட்டது. அதேசமயம், ஃபிரஞ்சிந்தியத் துறைமுகங்கள் வரியில்லாத் துறைமுகங்கள் என்று அறிவிக்கப்பட்டதால், தங்கம், வெள்ளி, மது வகைகள், சைக்கிள்கள், சிறு மகிழுந்துகள், இறக்குமதிப் பட்டியலில் முக்கியத்துவம் பெற்றன; கள்ளக் கடத்தல் பெருகியது; புதுவைவாசிகளில், மூன்றில் இரண்டு பேர் கடத்தலில் ஈடுபட்டிருந்தனர் என்று அரசின் அறிக்கை கூறியது. இதனால் ஆங்கிலேயருக்கு வருவாய் இழப்பு ஏற்பட்டதால், இருதரப்புக்கிடையே உரசல்கள் ஏற்பட்டன. இறுதியில், 1848இல் அனைத்துத் துறைமுகங்களிலும் சுங்க வரி ரத்து செய்யப்பட்டதால், மீண்டும் உறவு சுமுகமானது (அனிமேஷ் ராய் 2008; கீதா 2008).

இதையே நல்வாய்ப்பாகப் பயன்படுத்தி புதிய போக்குவரத்து வாகனங்களான மிதிவண்டிகள், சீருந்துகள் போன்றவையும், கைக்கடிகாரங்களும் பெருமளவில் இறக்குமதி செய்யப்பட்டன. இந்நூற்றாண்டின் பிற்பாதியில் கை ரிக்சா, பேருந்தும் அறிமுகமாயின.

இரண்டு உலகப் போர்களின் விளைவாக தாய்நாடான ஃபிரான்சின் பொருளாதாரமே தள்ளாடிய நிலையில், காலனிகளுக்குப் பெரிதும் நிதியுதவி செய்ய முடியவில்லை. வருவாயைப் பெருக்குவதற்காக நிலவரி இரட்டிப்பாக்கப்பட்டது; வீடுகளுக்கும் வரி விதிக்கப்பட்டது; முத்திரைத்தாள் கட்டணமும் உயர்த்தப்பட்டது. உப்பு, சாராயம் மூலம்தான் நாற்பது விழுக்காடு வருவாய் ஈட்டப்பட்டது. இருப்பினும், உலகெங்கும் எழுந்த காலனிய எதிர்ப்புக் குரல்கள், ஃபிரஞ்சிந்தியாவிலும் எழாமல் தடுக்க, உள்ளாட்சி முறைகள், பொருளாதார மேம்பாடு, வணிக வாய்ப்புகள், சுகாதாரம் ஆகியவற்றில் கவனம் செலுத்தப்பட்டது.

பெரும்பாலான தொழில்நுட்பங்களும் கண்டுபிடிப்புகளும், மேலை நாடுகளோடு நின்றுவிட்டதால், வாழ்க்கைத்தரம் மெச்சக்கூடியதாக மேம்படவில்லை (அனிமேஷ் ராய் 2008; கீதா 2008).

அரசியல் களம்

காலனிய அளவில், நிர்வாகியாக ஆளுநரும், அவருக்கு ஆலோசனை கூற ஒரு பொதுச் சபையும், வட்டாரங்களில் வட்டார சபைகளும், ஊரகங்களில் கொம்யூன்களும் பழையபடியே தொடர்ந்தன. ஆனால், பதினெட்டாம் நூற்றாண்டில் தொடங்கிய வாக்காளர் பட்டியல் குழப்பங்கள் தீர்ந்தபாடில்லை. ஃபிரஞ்சியரின் எண்ணிக்கை குறைந்துகொண்டே வந்ததால், அவர்களை வாக்காளர் பட்டியலிலிருந்து நீக்கவேண்டுமென்ற குரல் ஓங்கி ஒலித்துவந்தது.

வாக்காளர் பட்டியல்களில், இன ரீதியான இந்த ஏற்றத்தாழ்வையும் பாகுபாட்டையும் கண்டித்த புரட்சிக் கவிஞர்,

குவலயத்தில் சமத்துவநிலை காட்டவந்த
பிரஞ்சுக் குடியரசின் நிழலில்
இவனுயர்ந்தோன், இவன் தாழ்ந்தோன் என்றுரைத்தால்
யார் சகிப்பார் இந்த அழலை?
கவிந்திருக்கும் ஒரு குடைக்கீழ் உள்ளவரில்
சிலர்க்கு நிழல் சிலர்க்கு வெயிலோ?
குவிந்த பொருளோ விஷமோ சமமாக
அடையாத தெவ்வகையிலோ?
மேலவர் என்றோர் தொகுதி, கீழவர்க்கென்றோர் தொகுதி,
மீதிபெயர்க்கோர் தொகுதி

மேன்மைக்குடியரசில் இதுவோ கதி? – பாரதிதாசன்

என்று கடுமையாகச் சாடியுள்ளார் (மன்னர் மன்னன் 1985: 478).

இத்தகைய ஆட்சேபணைகளின் விளைவாக ஃபிரஞ்சு வாக்காளர் எண்ணிக்கை ஐம்பதுக்குக் குறைந்தால் அவர்களை ஒரே பட்டியலில் சேர்க்கலாம் என்று அரசு அறிவித்தது. இதனால், புதுச்சேரி, காரைக்காலுக்கு மட்டும் இரண்டிரண்டு பட்டியல்களும், மாகி, ஏனாம், சந்திரநாகூர் ஒவ்வொன்றுக்கும் ஒரு பட்டியலும் வெளியிடப்பட்டன. 1945இல்தான் அனைத்துப் பகுதிகளுக்கும் ஒரே பட்டியல் தொகுக்கப்பட்டது.

நோய்க்கிருமி கண்டுபிடிப்பில் புதுவை

1956இல் தன்வந்திரி மருத்துவக் கல்லூரியின் முதல் முதல்வர் கர்னல் லபெய்சோனி *(Col. Lapeissony)* என்பவர் ஆவார். அவர் திறமை வாய்ந்த, நுண்ணுயிரியியல் ஆராய்ச்சியாளர். ஆய்வில் மிகுந்த நாட்டம் கொண்ட அவர், "ஜப்பானிய மூளைக் காய்ச்சலால் இறந்த ஒரு நோயாளியின் மூளையை வெட்டி எடுத்து, மருத்துவர் இட்டிகண்டி இராமன் *(Itticandy Ramin)* மூலம் ஒரு சாடியில் போட்டு, ஃபார்மலின் ஊற்றி, ஃபிரான்சு நாட்டில், பாரிசிலிருந்த லூயி பஸ்டேர் நிறுவனத்திற்கு *(Pasteaur Institute)* அனுப்பி வைத்தார்.

அதிலிருந்துதான், நோய்க்காரணியான புதிய தீக்கிருமி கண்டுபிடிக்கப் பட்டது; அது தடுப்பு மருந்து கண்டுபிடிப்புக்கும் வழிகோலியது. அதற்கான முழுப்பெருமையும் புதுச்சேரியையே சாரும்! (புர்தா 1995; நல்லாம் 2011).

எஞ்சின் மூலம் குடிநீர் சேகரிப்பு

சின்ன வாய்க்கால்

செங்குந்தர் (அரவிந்தர்) வீதியில்

பெரிய வாய்க்காலுக்குத் தரைத்தளம்

பழைய அஞ்சல் தலைமையகம்

செயலகத்தில் மின் உற்பத்தி நிலையம்

சுங்க வரி அலுவலகம்

எம்.பி. இராமன்

மிதிவண்டி

சைக்கிள் ரிக்சா

கட்டுமரத்தில் இறக்குமதியாகும் சீருந்து

பழைய வகை மகிழுந்து

புதுச்சேரியின் முதல் தலைமுறை உந்து வாகனங்கள்

முதல் தலைமுறை மாதிரிப் பேருந்து

ஃபிரஞ்சியர் ஆட்சியில் புதுச்சேரி: நாடும் பண்பாடும் (1815–1945)

கல்வி வளர்ச்சி

பத்தொன்பதாம் நூற்றாண்டின் இறுதியில், நான்காம் குடியரசின் பிரதமர் ழூயில்ஸ் ஃபெரி (*Jules Ferry*) ஃபிரான்சில் அமலாக்கிய புதிய கல்விக்கொள்கையின் விளைவாகக் குடியேற்ற நாடுகளிலும் புரட்சிகர மாற்றங்கள் நிகழ்ந்தன. 1903ஆம் ஆண்டு ஜனவரி மாதம் முதல், அரசுக் கட்டுப்பாட்டில் உள்ள அனைத்துப் பள்ளிகளின் ஆசிரியர்கள் அனைவரும் மதப் பாகுபாடில்லாமல் இயங்க வேண்டும், பள்ளிகளில் உள்ள மதச் சின்னங்கள் முற்றிலும் நீக்கப்படவேண்டும் என்று குடியேற்றப் பகுதிகளுக்கான அமைச்சர், ஆளுநர்களுக்கு அறிவுறுத்தினார். அதன் விளைவாகப் புதுச்சேரியில் இயங்கிய காலனியக் கல்லூரி, சமயச் சார்பற்ற புதுச்சேரிக் கல்லூரி என்ற பெயரில் இயங்கத் தொடங்கியது. இங்கிருந்த அரசு பெண்கள் பள்ளிகள் அனைத்தும் கிறித்தவச் சபையினரால் நிர்வகிக்கப்பட்டன. குளூனி, இம்மாகுலேட் நிர்வாகங்கள் அரசு புகுத்திய மாறுதல்களைச் செய்ய மறுத்ததால், அப்பள்ளிகள் மூடப்பட்டன. 1826ஆம் ஆண்டு முதல் குளூனி சகோதரிகள் நிர்வகித்து வந்த நான்கு பள்ளிகளுடனான முக்கால் நூற்றாண்டுத் தொடர்பு துண்டிக்கப்பட்டதால், அங்கிருந்து வெளியேறிய பெண் துறவிகள், புதிதாக ஆறு பள்ளிக்கூடங்களை உருவாக்கிக் கொண்டனர் (இராமதாசு 2017)

ஆயினும், அரசின் முயற்சிகளையும் மீறி, கல்வியறிவைப் பாமர மக்களிடம் பரப்புவது பெரும் சவாலாக இருந்தது. 1898ஆம் ஆண்டு முதல் இந்தியச் சிறுவர்களுக்கும் கல்வி கட்டாயமாக்கப்பட்டிருந்த போதிலும், 1936இல் ஆளுநர் ஹொராஸ் குரோசிக்கியாவின் (*Horace Crocicchia*) மதிப்பீட்டில், 36 விழுக்காடு சிறுவர்களே பள்ளிக்கல்வி பெற்றுக்கொண்டிருந்தார்கள். எனினும் பழமையில் தோய்ந்த ஒரு சமுதாயத்தில் இதுவும் ஒரு குறிப்பிடத்தக்க முன்னேற்றமே! (இராமதாசு 2017)

மக்களிடம் மாற்றம்

நகரப்பகுதியில், தெருவுக்குத்தெரு குடிநீர் விநியோகம் பரவலாக்கப்பட்டது. வணிகமயமாக்கலின் சாயல்கள் பளிச்சென்று தென்பட்டன. மூக்குக் கண்ணாடிக்கும் முகம் பார்க்கும் கண்ணாடிக்கும்,

1900களில் நகரப்பகுதியில் திண்ணையில் அரட்டை

தொலைநோக்கிக்கும் வெளிநாட்டை எதிர்பார்த்திருந்த நிலை மாறியது. இறக்குமதி செய்யப்பட்ட மிதிவண்டிகளும் சீருந்துகளும் கைக்கடிகாரங்களும் உயர் மட்டச் செல்வந்தரின் இடுகுறிகளாயின. நடை, உடை, பாவனைகள் நவீனமாயின. வேட்டி, துண்டோடு, கிராமப்புற மனிதர் சட்டையும் அணியத் தொடங்கினார்.

தங்க(ம்) இன்னா சைக்கிள் வண்டி, தரையில் ஓடும் ரப்பர் வண்டி
கருப்பு சைக்கிள் வண்டி, என்ன மாமாவே, சின்ன மாமாவே
செவுப்பு சைக்கிள் வண்டி, என்ன மாமாவே, சின்ன மாமாவே

என்று பாட்டுப் பாடிக் கொண்டாடுமளவிற்கு, சைக்கிள் சாமானியருக்கு எட்டாத தகுதிச் சின்னமாக இருந்தது (சத்தியசீலன் 1983: பி.ப. 53).

சட்ட மேல சட்ட போட்டு, சரிகைத்துண்ட மேல போட்டு,
சைக்கிள் மேல போனா கூட – நான் சட்ட பண்ணப் போறதில்ல

என்னும் நாட்டுப்புறப் பாடல் உயர் தகுதிக்கான மாற்றங்களை அடையாளம் காட்டுகிறது (சத்தியசீலன் 1988: பி.ப. பா. 9 . 7–10).

ழுயில்ஸ் ஃபெரிக்குப் பாராட்டு

ஃபிரான்சுப் பிரதமர் ழுயில்ஸ் ஃபெரி (*Jules Ferry* 1880–1881; 1883–1885) அவர்களின் மறுமலர்ச்சித் திட்டங்களால்தான் புதுச்சேரியிலும் இலவசக் கட்டாயக் கல்வி முறை புகுத்தப்பட்டு, சாமானியனுக்கும் கல்விக் கூடத்தின் வாசல் திறந்தது. ஃபிரஞ்சு மொழியோடு, தமிழ் மொழிக்கும் முக்கியத்துவம் கிடைத்தது.

புரட்சிக் கவிஞர் பாரதிதாசன், ‘ழுயில்ஸ் ஃபெரி சட்டங்கள்’ என்று கல்வியாளர்கள் போற்றியத் திட்டங்களைப் பற்றி,

“வறியவர்க்கெல்லாம் கல்வியின் வாடை
வரவிடவில்லை மத குருக்களின் மேடை
நறுக்கத் தொலைந்தது அந்தப் பீடை
நாடெல்லாம் பாய்ந்தது கல்வி நீரோடை”

என்ற கவிதை வரிகளின் மூலம் பாராட்டியுள்ளார் (மன்னர் மன்னன் 1985: 47).

பதினெட்டாம் நூற்றாண்டில், ஆனந்தரங்கர் போன்ற செல்வந்தர்களே காலையில் பழைய சோறு உண்ட காட்சி வெகுவாக மாறிவிட்டது. இருபதாம் நூற்றாண்டின் முற்பகுதியில், தமிழின், தமிழரின் பெருமையைப் பாடும் புரட்சிக் கவிஞர் பாரததிதாசன் பாட்டில், மக்களின் உணவு வகைகளைச் சுட்டிக்காட்டிச் செல்கிறார்.

கனியிடை ஏறிய சுளையும் – முற்றல்
கழையிடை ஏறிய சாறும்,
பனிமலர் ஏறிய தேனும் – காய்ச்சுப்
பாகிடை ஏறிய சுவையும்,
நனிபசு பொழியும் பாலும் – தென்னை
நல்கிய குளிரிள நீரும்,
செந்நெல் மாற்றிய சோறும் – பசுநெய்
தேக்கிய கறியின் வகையும்,

தன்னிகர் தானியம் முதிரை – கட்டித்
தயிரோடு மிளகின் சாறும்,
நன்மதுரஞ்செய் கிழங்கு – காணில்
நாவிலினித்திடும் அப்பம் – பாரதிதாசன் (கீற்று: மார்ச்சு 10, 2010)

என்ற வரிகள் காலை உணவாக அப்பம், பகலில் கனிச்சுளை, பழச்சாறு, தேன், பால், இளநீர், கைக்குத்தல் அரிசிச் சோறு, நெய்பெய்த காய்கறிக் கலவை, மிளகு ரசம், தயிர் என்று பலவித உணவு வகைகள் வழக்கிலிருந்ததைக் காட்டுகின்றன.

வெள்ளையரது பொழுதுபோக்கிற்காக, 1907இல் பாண்டிச்சேரி பொழுதுபோக்கு சங்கம் (Cercle de Pondichery) ஒன்று ஆரம்பிக்கப்பட்டது. நீண்ட முயற்சிகளுக்குப் பிறகு, 1936இல் ஃபிரஞ்சுத் தூதர் (Conseil General) அதில் அனைத்துப் பிரிவினரையும் சேர்த்துக்கொள்ள வழிவகுத்தார்.

கிறித்தவ வளர்ச்சி

வணிக நோக்கம் நிறைவேறினாலும், இன்னொரு முக்கிய குறிக்கோளான தமிழர்களைக் கிறித்தவர்களாக்கும் பணியில் நிறைவான வெற்றி கிடைத்ததாகக் கூறமுடியாது. ஆட்சி, அதிகாரத்தைத் தவறாகப் பயன்படுத்தியது ஒரு காரணம்; தமிழரின் பண்பாட்டுக் கூறுகளைப் பொறுத்துக்கொள்ளாமல், கலாச்சாரக் கடுமை காட்டியது அடுத்தக் காரணம். காலம் கற்பித்த கசப்பான அனுபவங்களை உணர்ந்துகொண்டு, அவர்களது அணுகுமுறைகளை மாற்றிக் கொள்ளத் தாமதித்தது மற்றுமொரு காரணம். எல்லாவற்றிற்கும் மேலாக, மூன்றாம் குடியரசின் கல்விக் கொள்கையின்படி, மதச் சார்பற்ற கல்விமுறை புகுத்தப்பட்டதால் கல்விக்கூடங்களின் மீதான கத்தோலிக்கப் பிடிமானம், முற்றிலும் தளர்ந்துபோனது. இதனால் மதமாற்றம் செய்யும் முயற்சிகள் ஓரளவுக்கே வெற்றி பெற்றன.

7.5: முன்னத்திப் போராட்டங்கள்

களத்தில் இறங்கும் இளைஞர் படை

ஃபிரஞ்சுக் குடியரசு ஆட்சியில், ஃபிரான்சில் சட்டபூர்வமாக வழங்கப்பட்ட பேச்சுரிமை, எழுத்துரிமை, சங்கம் அமைக்கும் உரிமை ஆகியவை காலனிய மக்களுக்கு மறுக்கப்பட்டிருந்தன; நிற வேற்றுமை நிராகரிக்கப்படவில்லை; சமூக, அரசியல் சமத்துவம் பேணப்படவில்லை; எல்லாம் ஏட்டளவோடு நின்றுபோயின. ஆகவே, ஆற்றல் மிகுந்த இளைஞர்கள் இணைந்து செயல்பட மாற்று வழிகளில் சிந்தித்தனர்.

கருத்துச் சுதந்திரத்துக்குக் கட்டுப்பாடுகள் – தெப்போ கட்டுதல்

ஃபிரஞ்சு அரசு தேசிய உணர்வை இளைஞர்களிடத்தில் பரவவிடக் கூடாது என்பதில் கருத்தாகச் செயல்பட்டது. அரசியல் சார்பான சங்கங்கள் அமைப்பது தடை செய்யப்பட்டிருந்தது. எனவே, இலக்கியம், பொழுதுபோக்கு, சமூக சிந்தனை அமைப்புகளாக இயங்க முடிவு செய்து அரசை அணுகினர். அதற்குக் கடுமையான நிபந்தனைகள் விதிக்கப்

பட்டன. குறைந்தது இருபது பேர் உறுப்பினராகவேண்டும்; அமைப்பின் நோக்கங்கள், சட்ட திட்டங்கள், செயல்பாடுகளை அரசாங்கத்திற்கு முன்கூட்டியே தெரிவித்து ஒப்புதல் பெற வேண்டும்; சமூக சிந்தனையோடு மட்டுமே செயல்பட வேண்டும்; அரசியல் நடவடிக்கைகளில் ஈடுபட மாட்டோம் என்று உறுப்பினர்கள் பிரமாணப் பத்திரத்தில் கையொப்பமிட்டு விண்ணப்பிக்கவேண்டும். அதன் பிறகு, சங்கம் ஆரம்பிப்பதன் பின்னணியை முழுமையாக ஆராய்ந்த பின்பே அனுமதி அளிக்கப்படும். அதற்கும் ஓராண்டு வரை காத்திருக்க நேரிடும்.

சங்கங்கள் ஆரம்பித்த பிறகும், நடவடிக்கைகளுக்குக் கட்டுப்பாடுகள் தொடர்ந்தன. புத்தகங்கள், அறிக்கைகள், துண்டறிக்கைகள், சுவரொட்டிகள் வெளியிட வேண்டுமென்றால் அரசின் தணிக்கைக் குழுவின் அனுமதி பெற்றே வெளியிட முடியும். பொதுக்கூட்டம் நடத்தவேண்டுமானால், பேச்சாளர்கள் பட்டியலுடன் மூன்று வாக்காளர்கள் கையொப்பமிட்டு, மூன்று நாட்களுக்கு முன்பே விண்ணப்பிக்கவேண்டும். இதற்கு 'தெப்போ கட்டுதல்' என்று கூறுவார்கள் (அருள்ராஜ் 2005: 61). அனுமதி கொடுத்தாலும், ஆளுநர் அதை எப்போது வேண்டுமானாலும் விழலாக்கலாம். அரசுக்கு எதிராகக் கூட்ட நடவடிக்கைகள் இருக்குமானால், வழக்குத் தொடர்ந்து தண்டனை வழங்கப்படும். இவ்வாறுதான் ஃபிரஞ்சிந்திய அரசு மக்களை அரசியல் சுதந்திரமற்ற அடிமைகளாகவே வைத்திருந்தது (கிருஷ்ணமூர்த்தி 1991: 23–24).

அத்தனைக் கட்டுப்பாடுகளுக்கிடையேயும், 1934ஆம் ஆண்டில், 141 சங்கங்கள் ஃபிரஞ்சிந்தியாவில் பதியப்பட்டிருந்தன (கீதா 2008: 74).

மாணவர் போராட்டங்கள்

ஃபிரஞ்சிந்தியாவில், இருபதாம் நூற்றாண்டின் முற்பகுதியில் நடந்த போராட்டங்கள்தாம், அரசின் மீதான அதிருப்தியை மக்கள் வெளிப்படுத்திய நேரடி நடவடிக்கைகள் ஆகும். இதில் முன்னணியில்

மாணவர் போராட்டம்

நின்றவர்கள் மாணவர்களே!. அந்தச் சமயங்களில், அச்சமின்றித் தெருவில் இறங்கிப் போராடுவதில் இளைஞர்கள் காட்டிய நெஞ்சுரமும், துணிவும் பின் வந்த நாட்களில் விடுதலை இயக்கம் தொடங்குவதற்கான நம்பிக்கை விதையை ஊன்றின எனலாம்.

முதல் மாணவர் போராட்டம் – காந்தி குல்லாய் போராட்டம்

1915ஆம் ஆண்டு தென்னாப்பிரிக்காவிலிருந்து இந்தியாவுக்குத் திரும்பிய மகாத்மா காந்தியின் அரசியல் பிரவேசம் இந்திய அரசியலில் புத்தெழுச்சியை ஏற்படுத்திக்கொண்டிருந்தது. அது புதுச்சேரி மக்கள், மாணவர்கள் இடையேயும் எழுச்சியினை ஏற்படுத்தியது. 1921ஆம் ஆண்டு வாக்கில், காந்தியக் கொள்கையை பின்பற்றுவதை அறிவிக்கவும், தேசிய உணர்வை வெளிப்படுத்தும் அடையாளமாகவும், தேசியவாதிகள் ஒரு கதர்க் குல்லாயை அணிந்துகொண்டனர். மகாத்மா காந்தியின் அறிவுரைக்கு மதிப்பளித்து, ஜவஹர்லால் நேரு இதனைத் தவறாமல் அணிந்து பிரபலப்படுத்தியதால் இது 'காந்தி குல்லாய்' எனப் பிரபலமாயிற்று.

அதன் விளைவாக, புதுச்சேரி மாணவர்கள், காந்தியின் மீதான பற்றினாலும், தேசிய உணர்வை வெளிக்காட்டும் விதமாகவும், காந்தி குல்லாயை அணிந்து வகுப்புகளுக்குச் செல்லத் தொடங்கினார்கள். ஆனால், ஆட்சியாளர்கள் அதை அந்நிய ஆதிக்க எதிர்ப்புச் சின்னமாகக் கருதினார்கள்.

1922ஆம் ஆண்டில் ஒரு நாள், புதுச்சேரியில் பெத்தி செமினேர் பள்ளியில் வகுப்புகள் தொடங்கும் முன்னர் மாணவர்கள் விளையாடிக்கொண்டிருந்தனர். அவர்களில் ஒருவர் காந்தி குல்லாய் அணிந்திருந்தார். அந்தப் பக்கம் வந்த பாதிரியார், "அது என்ன குல்லாய்?" எனக் கேட்டார். அதன் பெயர் "காந்தி குல்லாய்" என்று கூறியதும் அவருக்குக் கோபம் தலைக்கேறியது. அந்த மாணவரிடம், "காந்தி குல்லாய் அணிந்து கொண்டு விளையாடக்கூடாது. வெளியில் வீசிவிட்டு வா" என்று கண்டித்து, வெளியேற்றிவிட்டார்.

"உலகம் முழுதும் மகாத்மா காந்தியை உயர்வாகப் போற்றிய நிலையில், இந்தப் பாதிரியாரின் நடவடிக்கை விநோதமாயிருந்தது. காந்தி குல்லாய் அணிந்து வந்தால் இவருக்கென்ன?" என்று, இது பற்றி 'சுகாபிவிருத்தினி' பத்திரிகை கண்டித்தது. இந்த நிகழ்ச்சி மாணவர்களிடையே பெரும் எழுச்சியைத் தூண்டிவிட்டது. கலவைக் கல்லூரி மாணவர்களும் அதே போல் காந்தி குல்லாய் அணிந்து வரத்தொடங்கினார்கள். கல்லூரி நிர்வாகம் மூன்று மாணவர்களைப் பள்ளியைவிட்டு நீக்கியது. இதனால், ஏனைய கல்வி நிலைய மாணவர்களும் ஒருங்கிணைந்து, வகுப்புகளைப் புறக்கணித்துப் போராட்டம் நடத்தித் தங்கள் எதிர்ப்பினைக் காட்டினர் (சுகாபிவிருத்தினி: ஆகஸ்டு 1, 1922; அருள்ராஜ் 2005: 75–76).

ஃபிரஞ்சுப் பள்ளிகளில் தமிழ்க் கல்வி

ஃபிரஞ்சுக் கல்வி முறையின் வரலாற்றைப் படிக்கும்போது, தமிழ் மொழிக்கும், தமிழர் நாகரிகத்திற்கும் முக்கியத்துவம் தரப்படவில்லை என்ற

குறைபாடு முன்னிறுத்தப்படுகிறது. 1827இல் முதன்முதலாகப் பள்ளிகள் தொடங்கப்பட்டபோது, ஃபிரஞ்சு மொழியும், இலத்தினும், ஃபிரான்சைப் பற்றிய வரலாறும் கற்பிக்கப்பட்டன.

ஆகவே, அரசுப் பள்ளிகளுக்கு மக்கள் தங்கள் பிள்ளைகளை அனுப்பத் தயங்கினர்.

புதுச்சேரியில் மட்டுமல்லாது, ஆப்பிரிக்கக் காலனியப் பகுதிகளிலும் இதே பாடத்திட்டம் கற்பிக்கப்பட்டது. அந்தக் காலனியப் பகுதிகளில் பேச்சு மொழிகள் மட்டுமே இருந்தன; எழுத்து வரிவடிவங்கள் இல்லை. ஆகவே ஃபிரஞ்சு மொழியும், ஃபிரஞ்சு வழிக் கல்வியும் கற்பிக்கப்பட்டதை அவர்கள் எதிர்க்கவில்லை. இந்தப் பின்னணியில், அனைத்துக் காலனிப் பகுதிகளுக்கும் ஒரு பொது மொழியாகவும், ஆட்சி மொழியாகவும் ஃபிரஞ்சு இருக்கவேண்டும் என்பதற்காகவே இந்தத் திட்டத்தை ஃபிரஞ்சியர் நடைமுறைப்படுத்தினர் (சச்சிதானந்தம் 2009: 20–22).

ஆனால், புதுச்சேரியில் நிலைமை வேறு. தமிழ் மொழி மிகத் தொன்மையான செம்மொழி; தமிழருக்கென்று நெடிய பாரம்பரியமும், பெருமிதமிக்க வரலாறும் உண்டு. ஆகவே அவர்களுடைய மனக்குறைக்கு ஓர் அடிப்படை இருந்தது. தமிழர்களின் கருத்தையும், தமிழ் மொழியின் செழுமையையும் உணர்ந்த அரசு, மாற்று ஏற்பாடாகத் தமிழ், மலையாளம், தெலுங்கு, வங்காளம் ஆகிய மொழிகள் வழியில் அந்தந்தப் பகுதிகளில் பாடங்களைக் கற்பிக்க முன்வந்தது. 1902ஆம் ஆண்டு முதல் அதற்கான ஆசிரியர்களும் நியமிக்கப்பட்டனர்.

ஆனால், சிக்கல் வேறுவடிவில் எழுந்தது. திண்ணைப் பள்ளிகளில் பயிலும் மாணவர்கள் பத்து, பன்னிரண்டு வயதில் அரசுப் பள்ளிகளில் சேர வந்தனர். அவர்களுக்கு ஃபிரஞ்சு மொழி தெரியாது. அதைக் கற்றுக் கொள்வதற்கு ஐந்து, ஆறு ஆண்டுகள் ஆகிவிடும். அதன் பிறகும் கூட, சுமார் 100 ஃபிரஞ்சுச் சொற்களை மட்டுமே அவர்கள் அறிந்திருப்பார்கள். அவர்களுக்கு வரலாறு, புவியியல், நல்லொழுக்கம் போன்றவற்றை ஃபிரஞ்சு மொழியில் கற்பிக்கும் போது, கற்றுக்கொள்ளக் கடினமாயிருந்தது. காலம் விரயம் மட்டுமின்றி, அவர்களுக்கு ஆர்வம் குறைந்து, மூளைச் சோர்வும், சோம்பலும் ஏற்பட்டது. 1927இல் நடந்த மாணவர் போராட்டத்திற்கு இதுவே அடிப்படைக் காரணம்.

ஆகவே, மாணவர்கள் நேரடியாக அரசுப் பள்ளிகளில் சேர வேண்டுமானால், தமிழ்வழியில் ஆரம்பக் கல்வியைப் புகுத்த வேண்டும் என்று அரசு முடிவு செய்தது. அதன்படி, ஒன்றாம் வகுப்பு முதல், நான்காம் வகுப்பு வரையில், தமிழ் நூல்களைப் பாடத்திட்டத்தில் வைத்து, இலக்கண இலக்கியங்களைக் கற்பிக்கும் முறையில் பாடத்திட்டம் வகுக்கப் பட்டது. ஆனால், அலுவல் மொழி ஃபிரஞ்சு என்பதால், பள்ளிகளில் பணிபுரிந்த தமிழ் ஆசிரியர்களுக்கு நடைமுறைச் சிக்கல்கள் அவர்களுக்கு மன உளைச்சலைத் தந்தன. உடன் பணிபுரிந்த ஃபிரஞ்சு ஆசிரியர்கள் ஒத்துழைப்பு தரமறுத்தனர்; அவர்களை அலட்சியப்படுத்தினர். இதனால் தமிழ் வழிக் கல்வி தள்ளாடியது (சச்சிதானந்தம் 2009: 20–24).

யாருக்கு நான் விசுவாசி?

முத்துக்குமாரசாமிப் பிள்ளை ஓர் ஆசிரியர். தமிழ், ஆங்கிலம், ஃபிரஞ்சு மொழிகள் அறிந்தவர். சிலம்பக் கலையில் வித்தகர். இவர்தான் கருவடிக்குப்பத்தில் தங்கள் குடும்பத்திற்குச் சொந்தமான சித்தானந்த சுவாமிகள் ஆலய வளாகத்தில், வாஞ்சிநாதனுக்குத் துப்பாக்கி சுடும் பயிற்சி அளிப்பதில் பங்கேற்றவர். பாரதமாதா சிலையில் துப்பாக்கியை மறைத்து, அதனை வாஞ்சிநாதனுடன் பாகூர் வழியாக, திருப்பாதிரிப்புலியூர் இரயில் நிலையம் வரை கொண்டு சேர்த்தவர்.

அவர் வில்லியனூரில் ஆசிரியராகப் பணியாற்றியபோது, மூன்றாம் வகுப்புக்குப் பாடம் நடத்திக் கொண்டிருந்தார். அப்போது ஒரு பாடத்தை நடத்தாமல் அடுத்த பாடத்திற்கு சென்றார். இதைக் கேள்விப்பட்ட தலைமை ஆசிரியர், அவரிடம் காரணம் கேட்டபோது, அவர் அந்தப் பாடத்தை எடுக்க மாட்டேன் என்று மறுத்தார். ஆகவே, அவர் கடமை தவறியதாகக் குற்றம் சாட்டினார் தலைமை ஆசிரியர்.

கல்வித் துறை உயரதிகாரி பள்ளி ஆய்வுக்காக வந்தபோது, அவரிடம் இந்தப் பிரச்சனையைக் கூறி நடவடிக்கை எடுக்கக் கோரினார். முத்துக்குமாரசாமிப் பிள்ளையின் வகுப்பில் நுழைந்த அதிகாரி, “நீங்கள் ஏன் ஜார்ஜ் மன்னர் பற்றிய பாடத்தை நடத்தவில்லை?” என்று வினவினார். அதற்குப் பதிலளித்த முத்துக்குமாரசாமி, “நானும் இந்த மாணவர்களும் ஃபிரஞ்சு நாட்டின் குடிமக்கள். ஆனால், ஜார்ஜ் மன்னர் ஆங்கிலேய அரசர். அவரைப் பற்றி ஆங்கிலேயர் ஆட்சி நடக்கும் இந்தியாவில் இருப்பவர்கள் வேண்டுமானால் தெரிந்து கொள்ள வேண்டும். அதை நம் மாணவர்கள் ஏன் படிக்க வேண்டும்? அதனால் என்ன பயன்? ஆகவேதான், நான் அதை கற்பிக்கவில்லை” என்று தைரியமாகக் கூறினார். கல்வி அதிகாரிக்கு அவருடைய வாதம் சரி எனப்பட்டது. ஆகவே, “நீர் கூறுவது சரிதான்” என்று அவரைப் பாராட்டிவிட்டு அகன்று விட்டார்.

இப்படித்தான் ஏறுமாறான, பயனற்ற கல்வித்திட்டம் புதுச்சேரியின் மாணவர்களுக்கு கற்பிக்கப்பட்டது (அருள்ராஜ் 2005: 64–65).

கலவைக் கல்லூரி மாணவர் போராட்டம் – 1927

1927ஆம் ஆண்டு, ஃபிரான்சின் பாடத்திட்டப்படி கற்பிக்கப்பட்ட ஏகாதிபத்தியக் கல்வி முறையை எதிர்த்து, கலவைக் கல்லூரி மாணவர்கள் களத்தில் இறங்கிப் போராடினார்கள்; வகுப்புக்களைப் புறக்கணித்தார்கள்; நான்கு பேர் உண்ணாநோன்பு மேற்கொண்டனர். இதனால் மாணவர் தலைவர்கள் பள்ளியிலிருந்து நீக்கப்பட்டனர். மாணவர்களுக்கு ஆதரவாகப் பெற்றோர்களும் போராட்டத்தில் இறங்கியதால், அரசு இறங்கிவந்தது. மாணவர்களுக்கு அளித்த தண்டனை ரத்து செய்யப் பட்டது. இது கல்வி உரிமைக்காக நடத்திய போராட்டம் என்பதைவிட அந்நிய ஆட்சிக்கு எதிரான எச்சரிக்கை மணி எனலாம். இதுவே, 1947ஆம் ஆண்டிற்குப்பின் நடந்த விடுதலை இயக்கத்திற்கு முன்னோடியாக அமைந்தது (பத்மநாபன் 2004: 23; அருள்ராஜ் 2005: 76–77).

கலவைக் கல்லூரி மாணவர் போராட்டம் – 1928

*1928*ஆம் ஆண்டில், சுப்பையா கலவைக் கல்லூரியில் ஆறாம் படிவம் படித்துக்கொண்டிருக்கிறார். அவ்வாண்டு முடிவில் மாணவர்கள் சென்னைப் பல்கலைக்கழகத்தின் மெட்ரிகுலேஷன் தேர்வு எழுத வேண்டும். ஆனால், முறையான பயிற்சி பெறாதவர்கள் பள்ளி ஆசிரியர்களாக நியமிக்கப்பட்டிருந்தனர். அதனால், மாணவர்களால் சரியாக தேர்வுக்குத் தயாராக முடியவில்லை. எனவே, சுப்பையா மாணவர்களைத் திரட்டி, வகுப்புகளைப் புறக்கணிக்கச் செய்தார். மூன்று வாரங்கள் பள்ளிப் புறக்கணிப்புத் தொடர்ந்தது. இதனால் கல்வித்துறை இயக்குனர் கவலை அடைந்தார். மாணவர்களின் ஒழுங்கீனம் பற்றி ஒரு விசாரணைக்கு குழு அமைத்தார். அதன் பரிந்துரையின்படி, சுப்பையா ஆறுமாதங்களுக்குப் பள்ளியில் இருந்து விலக்கி வைக்கப்பட்டார். இன்னும் 21 பேர் இரண்டு மாதங்களுக்கு விலக்கி வைக்கப்பட்டார்கள். இது மாணவர்கள், பெற்றோர்கள் இடையே கொந்தளிப்பை ஏற்படுத்தியது. பெற்றோர்கள் ஒன்று சேர்ந்து, ஒரு சங்கம் தொடங்கி, மாணவர்களுடன் இணைந்து போராடினார்கள். இரண்டு மாதப் போராட்டத்திற்குப் பின், மாணவர்களுக்கு அளித்த தண்டனை வெற்றிகரமாக விலக்கிக்கொள்ளப்பட்டது *(சுப்பையா 1990:20–21).*

முறையான கல்வி கேட்டுப் போராட்டம் – 1936

*1936 செப்டம்பர் மாதம் 22*ஆம் நாள் கலவைக் கல்லூரி மாணவர்கள் மீண்டும் போராட வேண்டிய நிலைக்குள்ளானார்கள். பள்ளிக் கட்டணத்தைக் குறைக்கவேண்டும், சோதனைச் சாலைகளில் போதுமான வசதிகள் வேண்டும், விளையாட்டுக் கருவிகள் பற்றாக்குறையை போக்கவேண்டும், இந்திய வரலாறும், நிலவியலும் புறக்கணிக்கப்படு வதை மாற்றவேண்டும் என்ற காரணங்களால் மாணவர்கள் மீண்டும் வகுப்புகளைப் புறக்கணித்தார்கள். இதனைக் கடுமையாகக் கையாள எண்ணிய நிர்வாகம், மூன்று மாணவர் தலைவர்களைப் பள்ளியிலிருந்து நீக்கியது. ஏற்பார்களா மாணவர்கள்! போராட்டம் தொடர்ந்தது; அரசு பணிந்தது. மீண்டும் அனைவரும் பள்ளிக்குச் சென்றனர் *(சுப்பையா 1990: 108).*

மாணவர்களைப்போலவே, 1922ஆம் ஆண்டு முதலே பஞ்சாலைத் தொழிலாளர் உரிமைக் குரல் எழுப்பத் தொடங்கியிருந்தனர். ஆக, சமுதாயத்தின் இரு பெரும் வலிமைமிக்கக் கூறுகளான இளைஞர்களும், தொழிலாளர்களும் ஆதிக்க எதிர்ப்பு உணர்வுகளுடன் போர்க்களத்தில் நின்றார்கள் *(அருள்ராஜ் 2005: 75–76).*

பஞ்சாலைத் தொழிலாளர் போராட்டம்

(சுந்தரராசு 1944; சுப்பையா 1991; கருணாநிதி 1997; சிவ. இளங்கோ 2004)

நெசவுத் தொழிலும், துணி வணிக உற்பத்தியும், ஏற்றுமதியும் ஃபிரஞ்சிந்தியப் பொருளாதாரத்தின் ஊற்றுக் கண்களாக விளங்கின. அவ்வப்போது ஏற்ற இறக்கங்கள் கண்டாலும் பதினேழாம் நூற்றாண்டு தொடங்கி, இருபதாம் நூற்றாண்டு வரை, பெரும்பாலான புதுச்சேரி மக்களுக்கு நெசவே வாழ்வாதாரம். ஆலை முதலாளிகள் ஐரோப்பியர்;

ஆள்வோர் ஃபிரஞ்சியர்; இவ்விருவர் கூட்டணியில் முதலாளிகளின் வாழ்க்கை வளமாகவே இருந்தது. ஆனால் அவர்களை வாழவைத்தத் தொழிலாளர்களின் நிலைமைதான் பரிதாபத்திற்குரியதாக இருந்தது.

தொழிலாளர்களின் பணிச்சூழல்

காலையில் சூரியன் எழுமுன் வந்தால், அது மறைந்த பின்தான் வெளியேற முடியும்; பல நேரங்களில், தீவட்டி பிடித்துக்கொண்டுதான் வீடு திரும்பவேண்டும்; தாய் தந்தை முகமே குழந்தைகளுக்கு நினைவிருக்காது; மழலைச் சொல்லும் பலர் கேட்டறியார்; கடிகாரம் இல்லாததால், குறைந்தது பன்னிரண்டு மணிநேரம் வேலை; கூலி குறைவு, ஆனாலும் பணி நிரந்தரமல்ல; எந்தப் பிரிவிற்கும் முணுமுணுக்காமல் மாறத் தயாராக இருக்கவேண்டும்; வாரந்திர விடுமுறை கிடையாது; பெண்களுக்கும் இரவுப் பணி உண்டு; அவர்களுக்கு ஓய்வோ, மறைவிடமோ கிடையாது; வெட்ட வெளிதான் கழிப்பறை; கைக் குழந்தைகளுக்குப் பாலூட்டவும் போதுமான இடைவெளி தரப்படமாட்டாது; பேறு காலங்களில் விடுமுறை எடுத்தால், ஊதியம் கிடையாது; சிறுவர்களுக்கும் வேலை தரப்பட்டது; அவர்கள் அதிகாரிகளின் வீடுகளிலும், தோட்டங்களிலும் பணிசெய்யவேண்டும்; குற்றம், குறை என்று எவரும் முறையிடக் கூடாது; ஆலைக்குள் விபத்துகள் நடந்து படுகாயம் ஏற்பட்டாலும், சிகிச்சை தரப்படாது, இழப்பீடும் தரப்படாது என்ற நிலையில் தொழிலாளர்கள் கசக்கிப் பிழியப்பட்டார்கள்.

1900த்திலிருந்து 1935 வரை பஞ்சாலைகளில் சங்கம் கிடையாது. தொழிலாளர்களுக்குப் பரிந்து பேசவோ, போராடவோ எவருமில்லை. சங்கம் வைத்துப் போராட உரிமையும் இல்லை. பெரும்பாலான தொழிலாளர்கள் ஏழைகள்; படிப்பறிவில்லாதவர்கள்; உரிமைகள், சங்கம் பற்றிய விவரம் அறியாதவர்கள். சுருங்கக் கூறின், பாரதி கூறியவாறு, "கஞ்சி குடிப்பதற்கிலார், அதற்கான காரணம் யாவுமென்ற அறிவுமிலார்" என்ற நிலைதான் நிலவியது (சிவ. இளங்கோ 2004: 7).

ஆயினும், தொழிலாளர்கள் அவ்வப்போது ஒன்றிணைந்து, சிறு சிறு அளவில் முறையீடு செய்தல், பேச்சு வார்த்தை நடத்துதல், அதிகபட்சம் தங்கள் பிரிவில் மட்டும் பணி முடக்குதல் போன்ற நடவடிக்கைகளில் ஈடுபட்டு வந்தனர். நியாயமான கோரிக்கைகளுக்காக நீதிமன்றத்தைத்தான் நாடவேண்டும். ஆனால், அங்கு பணியாற்றிய நீதிமான்கள் ஐரோப்பியர்களுக்குச் சாதகமாகவே தீர்ப்புகள் வழங்குவர். காரணம், பஞ்சாலை முதலாளிகள் அனைவரும் ஐரோப்பியர்களே; அதிகார வர்க்கமும் முதலாளிகள் பக்கமே!

1840இல் இயற்றப்பட்ட அங்கக அவசரச் சட்டம் ஆளுநருக்கு அனைத்து அதிகாரங்களையும் அளித்த காரணத்தால், ஒரு சர்வாதிகார ஆட்சி தான் இங்கு நடந்து வந்தது. அதுவும் முதலாளிகளுக்குச் சாதகமாக இயங்கியது (அருள்ராஜ் 2005: 82).

போராட்டங்களின் முன்னோட்டம்

தொழிலாளர் போராட்டம் என்றால் 1936 போராட்டம்தான் வரலாற்றில் படிந்த வடுவாகக் கருதப்படுகிறது. ஆனால், அதற்கு முன்பே பல கட்டங்களில் தொழிலாளர்கள் தங்கள் உரிமைகளுக்காக அவ்வப்போது போராடிவந்ததைச் செய்தி இதழ்கள் பதிவிட்டுள்ளன.

முதல் தொழிலாளர் போராட்டம்

1908ஆம் ஆண்டு மே மாதம் ரோடியர் பஞ்சாலையில் நடந்த கூலி உயர்வு போராட்டம் தான் முதல் போராட்டம். தினக் கூலியில் அரை அணா உயர்த்தவேண்டுமென்று கோரி, பத்து நாட்கள் நடந்த அந்தப் போராட்டம் வெற்றிகரமாக முடிந்தது. எந்தவிதத் தொழிற்சங்கமும் இன்றி, எவருடைய வழிகாட்டுதலும் இன்றி, தொழிலாளர்கள் தங்களுக்குள்ளாகவே இணைந்து நடத்திய போராட்டம் அது.

1936 தொழிலாளர் போராட்ட வெற்றிச் சின்னம்

1910ஆம் ஆண்டில், அதே கோரிக்கை வைத்துப் போராடிய போது, 20 விழுக்காடு உயர்வுடன் வெற்றி கிட்டியது. இவ்வாறாக, சின்னச் சின்ன வெற்றிகளுடன் தொழிற்சங்கப் போராட்டங்களுக்கு ரோடியர் பஞ்சாலை முன்னோடியாகத் திகழ்ந்திருக்கிறது.

1914இல் ஃபிப்ரவரி மாதத்தில் ரோடியர் ஆலைத் தொழிலாளர்கள், நூலிழையை எடை போட்டுக் கூலி தரும் முறையை மாற்றி, தினக்கூலி முறையை அமலாக்கவேண்டும் என்ற கோரிக்கையை முன்வைத்தனர். ஆனால், மேலாளர் பிடிகொடுக்காமல் விடுமுறையில் சென்றுவிட்டார். ஆலை முடங்கிப்போனதால், முதலாளியே தொழிலாளர்களிடம் நேரடியாகப் பேசித் தீர்வுகண்டார் (சுகாபிவிருத்தினி 5.2.1914).

பஞ்சத்தால் நடந்த போராட்டம்

*1919*ஆம் ஆண்டு ஜூலை *29*ஆம் நாள், சவானா ஆலை மேலாளர் தங்களின் சக தொழிலாளர்கள் *13* பேரை அடித்ததைக் கண்டித்து ஆர்ப்பாட்டம் செய்தனர். சரியான தலைமை இல்லாத நிலையில், வழக்கறிஞர் குட்டியா துரைசாமிப்பிள்ளை தலையிட்டுத் தீர்த்துவைத்தார்.

அதே ஆண்டில், மழை பொய்த்ததால் கடும் பஞ்சம் நிலவியது. செப்டம்பர் மாதத்தில் ரோடியர் மில் தொழிலாளர்கள் கூலி உயர்வும், அரிசியும் கேட்டு ஐந்து நாள் வேலை நிறுத்தம் செய்தனர். ஆளுநர் முன்னிலையில் நடந்த பேச்சுவார்த்தையில் உடன்பாடு ஏற்பட்டது. இதில் தொழிலாளருக்காக முயற்சி எடுத்தவர் வழக்கறிஞர் பழனிராஜாப் பிள்ளை.

சவானா ஆலையில் ஆட்குறைப்பு

அக்டோபர் மாதத்தில் பஞ்சத்தைக் காரணமாகக் காட்டி, சவானா ஆலய நிர்வாகம் ஆட்குறைப்பு செய்தது. ஏற்கெனவே, அரைப் பட்டினியில் உழன்றுகொண்டிருக்கும்போது, உள்ள வேலையும் போனால் எப்படி? ஆகவே, அதை எதிர்த்து *30* நாட்கள் வேலை நிறுத்தம் செய்தும் நிர்வாகம் அசைந்துகொடுக்கவில்லை. ஆளுநர் முன்பு நடந்த பேச்சுவார்த்தையிலும் உடன்பாடு எட்டப்படவில்லை. கூலி உயர்வு தரவும், தொழிலாளர் களுக்கு மீண்டும் வேலை தரவும் நிர்வாகம் ஒரேயடியாக மறுத்து விட்டது. ஆளுநரும் கைவிரித்து விட்டார். இது பற்றி நீதிமன்றத்தில் தொடரப்பட்ட வழக்கில் செல்லான் நாயகர் வழக்கை நடத்தினார். ஆயினும், பணிநீக்கம் செய்யப்பட்ட தொழிலாளர்கள் நடுத்தெருவில் நின்றபோது, அவர்களின் தோழர்கள் வேலைக்குச் சென்று கொண்டிருந்தார்கள். பிரித்தாளும் சூழ்ச்சியில் ஆலய நிர்வாகம் வெற்றி பெற்றுவிட்டது

பங்குதாரர் காட்டிய பரிவும் வீணே

ஆலையின் பங்குதாரர்களில் ஒருவரான ழெ என்னும் ஃபிரஞ்சுக்காரர் வந்தபோது, அவர் தொழிலாளர்களின் குறைகளைப் பரிவுடன் கேட்டு, பல சலுகைகளை அறிவித்தார். ஆனால், ஆலை நிர்வாகம் அவற்றை அமல்படுத்தாததால், *1920*ஆம் ஆண்டு மே மாதம் தொழிலாளர்கள் மீண்டும் வேலை நிறுத்தத்தில் ஈடுபட வேண்டியதாயிற்று. நிர்வாகம் தொடர்ந்து கடுமை காட்டி, தொழிலாளர்களுடைய கோரிக்கைகளை ஏற்க மறுத்தது. எனவே பசியாலும், பஞ்சத்தாலும் வாடிக்கொண்டிருந்த தொழிலாளர்கள், வேறு வழியின்றி வேலைக்குத் திரும்ப வேண்டியதாயிற்று *(சுகாபிவிருத்தினி 30–4–1920; 8–6–1920).*

சங்கம் அமைக்க அழைப்பு

தொழிலாளர்கள் உரிமைகளைக் கோரிப் போராட்டத்தில் இறங்குவதும், நிர்வாகம் அதை இரும்புக்கரம் கொண்டு ஒடுக்குவதும் தொடர்ந்த சூழ்நிலையில், 'சுஜனரஞ்சனி' பத்திரிகையில் ஒரு கடிதம் வெளியானது. 'ஃபிரான்சில் உள்ளதுபோல் வேலை நேரம், பதினொன்றே முக்கால் மணியில் இருந்து, பத்து மணி நேரமாகக் குறைக்கப்பட வேண்டும்;

அதற்காக ஒரு சங்கம் அமைத்துத் தொழிலாளர்கள் போராட வேண்டும்' என்று அந்த அனாமதேயக் கடிதம் வலியுறுத்தியது. அதுதான் சங்கம் அமைக்கும் உரிமை பற்றிய முதல் வெளிப்பாடு (சுஜனரஞ்சனி 1920; சிவ. இளங்கோ 2004: 17).

ஆதரவு காட்டிய ழொசேப் தாவீது

அந்தச் சமயத்தில், மேயர் கெப்ளேவுக்குப் போட்டியாக அரசியலில் இயங்கிய ழொசேஃப் தாவீது, தொழிலாளர்களுக்கு ஆதரவாக நீதிமன்றத்தில் போராடினார். தொழிலாளர்களுக்கு ஒரு சங்கம் அமைக்கவும் முனைப்பாகச் செயல்பட்டார். அதற்கு முன்னோட்டமாக, 'புதுவைப் பஞ்சாலைத் தொழிலாளர் நல நிதி' ஒன்றை ஏற்படுத்தினார். ஆக, தொழிலாளர்களுக்குப் பரிந்து பேசி முதல் முறையாக ஓர் அமைப்பையும் ஏற்படுத்தியவர் அவரே (சுகாபிவிருத்தினி 21.1.1921; சிவ. இளங்கோ 2004 : 21). (ஆனால் இவரே அடுத்த 15 ஆண்டுகளில், அரசியல் அழுத்தங்களால், அரசின் தொழிலாளர் விரோத போக்குக்குத் தூணாகத் துணை நின்றார் என்பதுதான் புதிராக உள்ளது).

கதவடைத்த நிர்வாகம்

1922இல் சவானா, ரோடியர் பஞ்சாலைத் தொழிலாளர்கள் கூலி உயர்வுக்காக நடத்திய போராட்டத்தை முறியடிக்க, நிர்வாகம் கதவடைப்பு செய்தது. தொழிற்சங்கப் போராட்ட வரலாற்றில், முழு ஆலையையும் மூடியதோடு, பாதுகாப்புக்கு இராணுவத்தையும் வரவழைத்தது அப்போதுதான்.

தொழிலாளி மீது துப்பாக்கி சூடு

அந்த ஆண்டு பிப்ரவரி மாதம் 27ஆம் நாள் ஒரு துயர நிகழ்ச்சி நடந்தது. தொழிலாளர் சிலர் கூலி உயர்வு, வார விடுப்பு சம்பந்தமாக நிர்வாகிகளிடம் பேசிக்கொண்டிருந்தபோது, பேச்சு முற்றி, தகராறு ஏற்பட்டது. ஆத்திரமடைந்த ஃபிரஞ்சு நிர்வாகி தனது கைத்துப்பாக்கியால் சுட ஆரம்பித்தார். அதில் ஒரு தொழிலாளி காயம் அடைந்தார். இதனால் தொழிலாளர்கள் ஆத்திரமடைந்து, கலவரத்தில் ஈடுபட்டனர். நிலைமையைச் சமாளிக்கக் காவலர்கள் அழைக்கப்பட்டனர். கலவரத்திற்குக் காரணமானவர்கள் என்று 34 பேர் கைது செய்யப்பட்டு, வழக்குத் தொடரப்பட்டது.

இதில் பாதிக்கப்பட்டது தொழிலாளர்கள்தாம். பலருக்கு உடலிலும் தலையிலும் காயங்கள் ஏற்பட்டன. சிலருக்குக் குண்டுக் காயங்களும் இருந்தன. ஆயினும், அரசும், நீதி நிர்வாகமும் பஞ்சாலை நிர்வாகத்திற்கு ஆதரவாக இருந்ததால், வாதியான நிர்வாகி விடுதலை செய்யப்பட்டார்; அடிபட்ட தொழிலாளர்கள் சிறையில் தள்ளப்பட்டனர்; அபராதமும் விதிக்கப்பட்டது. இப்படித்தான், அரசும், நிர்வாகமும் தொழிலாளர் விரோதப் போக்கைக் கையாண்டு கொண்டிருந்தன (சுகாபிவிருத்தினி 1.4.1922).

நிர்வாகங்களின் கெடுபிடி: 1922–24

*1922*ஆம் ஆண்டில் ரோடியர் பஞ்சாலைத் தொழிலாளர்கள் கூலி உயர்வு கோரினர். அதை ஏற்கமறுத்தது நிர்வாகம். போராடிய தொழிலாளர்களை ஆலையிலிருந்து வெளியேற்றுவதற்குக் காவல் துறையினரும், இராணுவமும் தடியடி நடத்திக் கலைத்தனர். அந்தக் கலவரத்தில் பலருக்குக் கை, கால்கள் முறிந்தன. தப்பியோடிய ஒரு தொழிலாளி ஆலையினுள் இருந்த வெந்நீர்க் குளத்தில் வீழ்ந்து இறந்து போனார். அரசியல் செல்வாக்கு மிகுந்த ழொசேஃப் தாவிது நிர்வாகத்திடம் பேச்சுவார்த்தை நடத்தி, சில சலுகைகளைப் பெற்றுத் தந்தார். ஆயினும் *300* தொழிலாளர்கள் வேலையில் இருந்து நீக்கப்பட்டனர் (அருள்ராஜ் *2005: 74*).

சவானா ஆலையிலும் இதே கோரிக்கைகளுக்காகக் கிளர்ச்சி செய்தனர். ஆலை நிர்வாகம் அவர்களிடம் தந்திரமாக பேச்சுவார்த்தை என்ற பெயரில் வெளியேற வைத்துக் கதவடைப்பு செய்தது. மேயர் கெப்ளேவின் அடியாட்கள் மூலம் தொழிலாளர்கள் மிரட்டப்பட்டனர்; போராட்டம் ஒடுக்கப்பட்டது. *1924*இலும் இதே கதை தொடர்ந்தது. நிர்வாகம் கதவடைப்புச் செய்து தொழிலாளர்களைப் பரிதவிக்கவிட்டது. ஒரு படி மேலே போய், நிர்வாகத்தின் சட்ட திட்டங்களை ஏற்பவர்கள் மட்டுமே மறுபடியும் வேலைக்கு எடுத்துக் கொள்ளப்படுவார்கள் என்று திட்டவட்டம் காட்டியது. எத்தனை நாள்தான் வேலையின்றி, ஊதிய மின்றி தொழிலாளர்கள் தாக்குப் பிடிக்க முடியும்? வேறு வழியின்றி, நிர்வாகத்தின் முன் தொழிலாளர்கள் அடி பணிந்தார்கள்; வெறுங்கையுடன் வேலைக்குத் திரும்பினார்கள் (அருள்ராஜ் *2005: 74*).

'பரோபகாரி அவோக்கா' செல்லான் நாயகர்

செல்லான் நாயகர், 1912ஆம் ஆண்டு பாரிஸ் பல்கலைக் கழகத்தில் சட்டமேற்படிப்பு (*Licence en Droit*) முடித்து 1914ஆம் ஆண்டு வழக்கறிஞராக பணியாற்றத் தொடங்கியவர். பஞ்சாலைப் போராட்டங்களில் குற்றம் சாட்டப்பட்ட தொழிலாளர்களுக்காக இலவசமாக வாதாடியதால் "பரோபகாரி அவோக்கா" எனப் பெயர் பெற்றிருந்தவர். 1919 ஆம் ஆண்டு புதுச்சேரி சட்டசபையின் முந்தைய வடிவமான பிரதிநிதித்துவ சபையில் (*Representative Assembly*) உறுப்பினராக இருந்தார்.

1920 ஆம் ஆண்டு பொதுச்சபை உறுப்பினராக (*Conseil General*) தேர்வானார். 1922ஆம் ஆண்டு ' மக்கள் (பாப்புலர்) கட்சி' எனும் கட்சியை தோற்றுவித்தார். 1927ஆம் ஆண்டு, ழொசேஃப் தாவீதுவுடன் தொழிலாளர் அமைப்பைத் தொடங்கக் காரணமாக இருந்தார். பின்னாளில் புதுச்சேரியின் விடுதலை இயக்கத்தின் தூணாக விளங்கினார்.

*1924*இல் ஜனவரி, ஆகஸ்ட் மாதங்களில், சம்பளத்துடன் வழங்கப்பட்ட அரிசியை நிறுத்தியதால் தொழிலாளர்களுடன் ஏற்பட்ட தகராறின் காரணமாக, ரோடியர் பஞ்சாலையும், அத்துடன் சவானா, கெப்ளே ஆகிய ஆலைகளும் கதவடைப்புச் செய்தன. நீண்ட இழுபறிக்குப் பிறகு, பதினைந்து

நாட்களுக்கு ஒரு முறை அரிசி வழங்க ரோடியர் பஞ்சாலை சம்மதித்தது. ஆகவே அது ஜனவரியில் திறக்கப்பட்டது. ஆனால், மற்ற ஆலைகள் அதை ஏற்கத் தாமதமானதால், 1925 ஏப்ரல் மாதம்தான் இயங்கத் தொடங்கின.

சட்ட ஆய்வுக் குழுவில் செல்லான் நாயகர்

இவ்வாறாக, கோரிக்கை வைப்பதும், நிர்வாகம் இழுத்தடித்துப் பணியவைப்பதுமாக இருந்த நிலையில், 1927இல் ஒரு திருப்பம் நிகழ்ந்தது. ஃபிரான்சு நாட்டில், 1854இலிலிருந்து அமலில் இருந்த தொழிலாளர் சட்டங்களில் ஒரு சில மாறுதல்கள் செய்யப்பட்டன. இந்த மாற்றங்கள் ஃபிரஞ்சிந்திய அரசுக்கும் பொருந்துமா என்பதை ஆராய்வதற்கு ஒரு குழு அமைக்கப்பட்டது. அக்குழுவில் செல்லான் நாயகர் இடம் பெற்றிருந்தார். ஃபிரான்சில் உள்ள தொழிலாளர் நலச் சட்டங்களில் உள்ளபடி, தொழிலாளர்களுக்கு அதிக ஊதியம், குறைவான வேலை நேரம் என்பதை ஃபிரஞ்சிந்தியாவில் அமலாக்கவேண்டுமென்று அக்குழு பரிந்துரை செய்தது. ஃபிரான்ஸ் அரசு அதைப் புதுச்சேரியில் ஆளும் ஃபிரஞ்சிந்திய அரசின் ஒப்புதலுக்காக அனுப்பிவைத்தது. இங்கு, அதில் அக்கறை காட்டப்படாமல் கிடப்பில் போடப்பட்டது.

1930களிலும் இதே நிலைதான் நீடித்தது. ஜெனிவாவில் கூடிய சர்வதேசத் தொழிலாளர் மாநாடு, கட்டாய வேலை வாங்குவது பற்றிப் பரிந்துரைகள் செய்தது. அதுவும், புதுச்சேரிக்குப் பொருந்துமா என்று ஃபிரஞ்சிந்திய அரசின் கருத்து கேட்கப்பட்டது. அதை இங்கு அமலாக்கத் தேவையில்லை என்று பதிலளிக்கப்பட்டது.

கருக்கொள்ளும் தொழிற்சங்க இயக்கம்

இந்தப் பரிதாபகரமான சூழலில், ஆலைகளின் மையமான முதலியார் பேட்டை இளைஞர்கள் சுந்தரராஜு, நந்தகோபால் ஆகியோர் தொழிலாளர்களை ஒருங்கிணைத்துக்கொண்டிருந்தனர். அவர்களின் துணையோடு அனைத்துத் தொழிலாளர்களையும் ஒருங்கிணைத்து, மறைமுகத் தொழிற்சங்கம் அமைப்பதில் சுப்பையா ஈடுபட்டார் (அருள்ராஜ் 2005: 74, 81).

முதல் தொழிலாளர் மாநாடு – 1931

புதுச்சேரிப் பஞ்சாலைத் தொழிலாளர்களின் அவல நிலையைப் போக்கத் துணிந்த சில சுயமரியாதை இயக்கத் தோழர்களின் முயற்சியால், ஒரு தொழிலாளர் மாநாடு ஏற்பாடு செய்யப்பட்டது. 1931 செப்டம்பர் மாதம் 6ஆம் நாள், ஒதியன்சாலை மைதானத்தில் நடந்த கூட்டமே புதுச்சேரியின் முதல் தொழிலாளர் மாநாடு ஆகும். அப்போதைய சென்னை மாகாணத்தின் பிரதமர், டாக்டர் ஆர். சுப்பராயன், ஜனக சங்கர கண்ணப்பர், சி.ஆர். ஸ்ரீநிவாசன், கே.என். ரங்கசாமி ஆகிய தமிழகத் தலைவர்கள் இம்மாநாட்டில் பங்கேற்று, தொழில் துறையில் உழைப்பாளிகளின் பிரச்சனைகள் பற்றி விரிவாக விளக்கினர்.

முடிவில், 'ஃபிரஞ்சுத் தொழில் சட்டத்தை ஃபிரஞ்சிந்தியாவில் அமலாக்குவது பற்றி ஆராய்ந்த குழுவின் பரிந்துரைகளை நிறைவேற்ற

வேண்டும்; தொழிலாளர்களின் பணி நேரத்தைக் குறைக்க வேண்டும்; தொழிலாளர்களுக்குத் தனிச் சங்கம் அமைக்கும் உரிமை வேண்டும்; பிரிட்டிஷ் இந்தியாவில் இருப்பது போன்று, தொழிற் சட்டங்கள் ஃபிரஞ்சிந்தியாவிலும் நடைமுறைப்படுத்த வேண்டும்' ஆகிய தீர்மானங்கள் நிறைவேற்றப்பட்டன. எதிர்வரப்போகும் காட்டுத்தீக்கு அன்று நெருப்பு வைக்கப்பட்டுவிட்டது.

பொது நல இயக்கங்களின் ஆதரவு

*1930*இல் தொடங்கப்பட்ட இந்திய வாலிபர் சங்கம் ஒரு சமூக நல அமைப்பு. ஆயினும், அது *1931, 1932* ஆண்டுகளில் நடத்திய மாநாடுகளிலும் தொழிலாளர்களின் கோரிக்கைகளுக்கு ஆதரவாகத் தீர்மானங்கள் நிறைவேற்றப்பட்டன. அத்துடன் இராமகிருஷ்ணா வாசகசாலை, அரிசன சேவா சங்கம் ஆகிய அமைப்புகளின் உறுப்பினர்களும் தொழிலாளர்களுக்கு ஆதரவாகத் திரண்டனர்.

1935 – சவானா பஞ்சாலைப் போராட்டம்

*1935*இல் பிப்ரவரி மாதம் *4*ஆம் நாளன்று சவானா பஞ்சாலைத் தொழிலாளர்கள் சில கோரிக்கைகளுக்காகப் போராட்டத்தில் இறங்கினர். குறிப்பாக, கூலியை மூன்றிலிருந்து ஆறு அணாவாக உயர்த்துவது, வேலை நேரத்தைக் குறைப்பது, இரவில் மகளிர் பணி செய்யத் தடை, *14* வயதுக்கு கீழ்ப்பட்ட சிறுவர்களை பணியமர்த்தக் கூடாது, பெண்களின் பேறு காலங்களில் அவர்களுக்கு ஒரு மாதம் பாதி சம்பளத்துடன் கூடிய விடுமுறை அளிக்க வேண்டும் என்பவை தான் அவர்களது கோரிக்கைகள்.

சவானா பஞ்சாலைத் தொழிலாளர்கள் ஏறத்தாழ மூவாயிரம் பேர், சுப்பராயலு, தெபுவா தாவிது, பெரியநாயகசாமி, அமலோர் தலைமையில் பணி முடக்கம் செய்து வீதியில் இறங்கிப் போராடினார்கள். ஏட்டிக்குப் போட்டியாக, நிர்வாகம் கதவடைப்பை அறிவித்து, ஆலையை இழுத்து மூடியது. தினமும் ஆலையின் சங்கு ஊதும்; ஆனால், தொழிலாளர்கள் எவரும் வரமாட்டார்கள். பட்டினி போட்டால் பணிந்து போவார்கள் என்ற எதிர்பார்ப்பு பொய்த்துப்போனது. அரசாங்கமும் தொழிலாளர்களுக் காகப் பரிந்து பேச முன்வரவில்லை.

ஒரு புறம் தொழிலாளர்களின் வாழ்வாதாரம் பாதிக்கப்பட்டாலும், ஆலையின் ஏற்றுமதி வணிகம் பெரும் சரிவு கண்டது. எனவே, நிர்வாகம் இறங்கிவர வேண்டியதாயிற்று. எனவே, சவானா மில் நிர்வாகி பியெர் வலோ *(Valot), 84* நாட்கள் போராட்டம் நீடித்த பிறகு, பேச்சுவார்த்தைக்கு அழைப்பு விடுத்தார். ஏப்ரல் மாதம் *29*ஆம் நாள் ஒப்பந்தம் ஏற்பட்டது. ஒருவழியாக, பதினொன்றரை மணி நேர வேலை நேரத்தைப் பத்து மணிநேரமாகக் குறைக்கவும், தினக்கூலி மூன்று அணாவை ஏழு அணாவாக உயர்த்தவும் நிர்வாகம் ஒப்புகொண்டது. இதனால் தொழிலாளர்களுக்கு ஓரளவுதான் வெற்றி கிடைத்தது. ஆனாலும் 'ஒன்றுபட்டால் உண்டு வாழ்வு' என்ற நீதியை தொழிலாளர்களுக்கு உணர்த்திய இந்தப் போராட்டம், ஏனைய பஞ்சாலைத் தொழிலாளர்களிடமும் எதிர்பார்ப்பைத் தூண்டியது *(அருள்ராஜ் 2005: 81; சிவ. இளங்கோ 2004: 57).*

நெருங்கும் உச்சகட்டம்

கப்பல் வணிகச் சிக்கல்கள், சுங்க வரிப் பிரச்சனை, வரம்பு கடந்த போட்டிகள், ஃபிரஞ்சு நாணய மதிப்பு வீழ்ச்சி காரணமாகப் புதுச்சேரியிலும் துணி உற்பத்தியைக் குறைக்கவேண்டியதாயிற்று. இதை வாய்ப்பாகக்கொண்டு, சவானா மில் நிர்வாகம் பழிவாங்கும் நடவடிக்கைகளில் ஈடுபட்டது. பணி முடக்கத்தை முன் நின்று நடத்திய போராட்டத் தலைவர்களில் ஒருவரான சுப்பராயலுவை, ஜூலை மாதம் 23ஆம் நாள் பணியிலிருந்து நீக்கியது. தங்களுக்காகப் போராடிய தலைவன் வேலையற்றுப் போவதைப் பொறுத்துக்கொள்ள முடியாமல், அவருடன் பணியாற்றிய 209 தொழிலாளர்கள் நிர்வாகி 'தெ போஸ்த்'தைச் (De Post) முற்றுகையிட்டனர். அவர்களும் பணியில் இருந்து நீக்கப்பட்டனர். நிர்வாகம் உடனே நெசவுப் பிரிவை மூடியது. இதனால் கொதிப்படைந்த தொழிலாளர்கள் 25ஆம் நாள் முதல் மீண்டும் வேலை நிறுத்தம் செய்ய வேண்டிய கட்டாயம் ஏற்பட்டது.

இதனை எதிர்கொள்ள மாற்று ஏற்பாடாக, ழொசேஃப் தாவிதின் வன்முறைக் கும்பலை வைத்து, புதிய ஆட்களைப் பணி அமர்த்து வதற்கு நிர்வாகம் முயன்றது. ஆனால், தொழிலாளர்களும், அவர்தாம் குடும்பத்தாரும், ஆலை வாயிலில் நின்று கொண்டு, அவர்களை உள்ளே விட மறுத்தனர். எனவே, அந்த முயற்சியும் தோல்வியில் முடிந்தது. இரண்டரை மாதங்களுக்குப் பிறகு, வேறுவழியின்றி நிர்வாகம் தொழிலாளர்களின் கோரிக்கையை ஏற்று, பணி நீக்கம் செய்யப்பட்டவர்களை மீண்டும் பணியில் தொடர அனுமதித்தது (சுப்பையா 1990; அருள்ராஜ் 2005: 82).

பிரச்சனையின் மீது இந்திய வெளிச்சம்

இது தொழிலாளரின் ஒன்றுபட்டப் போராட்டத்திற்குக் கிடைத்த இன்னொரு வெற்றி. இதைக் கொண்டாடவும், தொழிலாளர்களின் ஒற்றுமையை வலுப்படுத்தவும், உரிமைகள் பற்றிய விழிப்புணர்வை விதைக்கவும் 1935 ஜூன் மூன்றாம் நாள், கரிசான் தோட்டத்தில் (நடேசன் நகர்) ஒரு வெற்றி விழாக் கூட்டம் ஏற்பாடு செய்யப்பட்டது. அந்தக் கூட்டத்தில், தமிழகத்திலிருந்து அகில இந்திய இரயில்வே தொழிலாளர் பேரவையின் துணைச் செயலர் குருசாமியும், மதுரை பஞ்சாலைத் தொழிலாளர் சங்கத்தின் நிர்வாகி வரதராஜுலு நாயுடுவும் கலந்து கொண்டனர். இதன் விளைவாக புதுச்சேரியில் மட்டுமே மையமிட்டுக் கொண்டிருந்த தொழிலாளர் பிரச்சனை அகில இந்திய முக்கியத்துவம் பெறத்தொடங்கியது.

சர்வதேச தொழிலாளர் அமைப்புக்குப் புகார்

புதுச்சேரியிலிருந்து திரும்பிச் சென்ற குருசாமி, அகில இந்திய தொழிலாளர் சங்கக் கூட்டமைப்பின் துணைச் செயலாளர் ஜம்னாதாஸ் மேத்தாவுக்கு புதுச்சேரியில் தொழிலாளர்களின் பரிதாப நிலை பற்றி ஓர் அறிக்கை அளித்தார். வேர்சாய் ஒப்பந்தப்படி பஞ்சாலைத் தொழிலாளர்களுக்கு உரிமைகளையும், சலுகைகளையும் சட்டபூர்வமாக வழங்குமாறு, ஜெனிவாவில் இயங்கிய 'சர்வதேசத் தொழிலாளர் நிறுவனம்'

(International Labour Organisation – ILO) மூலமாக ஃபிரான்சு அரசுக்கு அழுத்தம் தரவேண்டுமென்று வலியுறுத்தினார். அதை ஆதாரமாகக் கொண்டு, வி.வி. கிரியும், குருசாமியும், புதுச்சேரி பஞ்சாலைத் தொழிலாளர்களின் பிரச்சனைகளை ஒரு 'குற்றப்பத்திரிகை'யாகத் தயாரித்து இரயில்வே தொழிலாளர் சங்கம் மூலமாகவும் புகார் மனுக்கள் அளித்தனர் *(சுப்பையா 1990: 49–53).*

ஏமாற்றம் தந்த ஆய்வறிக்கை

1935 ஆகஸ்ட் மாதம், அந்தக் குற்றப்பத்திரிகையை விசாரிப்பதற்காக ஓர் ஆய்வுக் குழுவை சர்வதேசத் தொழிலாளர் நிறுவனம் அனுப்பியது. ஆனால், ஏழு மாதங்கள் ஆய்வு செய்த அந்தக் குழு, ஃபிரஞ்சிந்திய அரசின் அழுத்தத்தின் பேரில், தொழிலாளர்களுக்குச் சாதகமான பரிந்துரைகளை அளிக்காமல், அரசின் அணுகுமுறையையும், ஆலை நிர்வாகத்தின் போக்கையும் ஆமோதித்து அறிக்கை அளித்தது. நம்பிக்கையோடு காத்திருந்த தொழிலாளர்களுக்கு இந்த அறிக்கை பேரிடியாக விழுந்தது *(சிவ. இளங்கோ 2004: 63).*

ஃபிரான்ஸ் தொழிலாளர் அமைப்புகளுடன் தொடர்பு

ஆனால், அதிலும் ஒரு நன்மை விளைந்தது. உள்ளூர்ப் பிரச்சனைமேல் உலகின் கவனத்தை ஈர்க்க அது வழிசெய்தது. குறிப்பாக, ஃபிரான்சில் 'தொழிலாளர் பொதுக் கூட்டமைப்பு' *(General Confederation of Workers)* ஒரு வலுவான இயக்கமாக உருவாகியிருந்தது; அது தொழிலாளர் உரிமைக்காகப் பல போராட்டங்களை நடத்திக்கொண்டிருந்தது. அதனுடன் தொடர்பு ஏற்பட்டு, புதுச்சேரியிலும் தொழிற்சங்கங்கள் அமைத்துப் போராடுவது பற்றிய தெளிவு கிடைத்தது. இருநாட்டுத் தொழிலாளர் அமைப்புகளும் ஒருங்கிணைந்து செயல்படுவதற்கான வழி பிறந்தது. *(சுப்பையா 1990: 48; சிவ இளங்கோ 2004: 64).*

இரண்டாவது கட்டம்

சர்வதேசத் தொழிலாளர் நிறுவனம் சரியான நடவடிக்கை எடுக்காததால், கடுமையாகப் போராடினால்தான், ஃபிரான்சில் தொழிலாளர் அனுபவிக்கும் உரிமைகள் புதுச்சேரியிலும் கிட்டும் என்ற கசப்பான முடிவுக்குத் தொழிலாளர்கள் தள்ளப்பட்டனர்.

பீடுறும் பிரஞ்சு தேசத்தில் தொழிலாளர்க்குப்
பெருநன்மை நேற்றளித்தார்
பிழைக்க வழியிலாத பிரஞ்சிந்தியாவில் மட்டும்
பெரும்பழி ஏற்றல் சரியோ ?

என்று கவிஞர் புதுவைச் சிவம் *1936*இல் பாடல் வழிக் கேட்ட கேள்விதான், அவர்களது நியாயமான கோரிக்கையும் கூட *(சிவ இளங்கோ 2004: 75).*

கருக்கொள்ளும் தொழிற்சங்கம்

சவானா போராட்டம் பெற்ற வெற்றியின் விளைவாக, மற்ற இரண்டு ஆலை முதலாளிகளும் அதே ஒப்பந்தத்தை அமலாக்க வேண்டும் என்ற

நியாயமான கோரிக்கையை மற்ற தொழிலாளர்களும் எழுப்பினர். தங்களுக்குக் குரல் கொடுக்கக் கடல் கடந்த சக தோழர்கள் இருக்கிறார்கள் என்ற மனோதைரியம் புதுச்சேரித் தொழிலாளர்களுக்கு வந்தது.

அதிகாரப்பூர்வமாக சங்கம் என்று அமைக்க வழியில்லாவிட்டாலும், மறைமுகமாக ஓர் இயக்கமாகவே இயங்கத் தொடங்கினார்கள். இதைத் தொடங்கி வைத்தவர் ரோடியர் மில் தொழிலாளி முதலியார்பேட்டை சுந்தரராசு. மற்ற ஆலைத் தொழிலாளிகளான, நந்தகோபால், அரங்கேசன், பெரியநாயகசாமி, சுப்பராயலு, குப்புசாமி, அந்துவான் போன்ற முன்னோடிகள் ஒருங்கிணைப்பில் ஈடுபட்டார்கள்.

பாவேந்தர் பாரதிதாசன், கவிஞர் சிவப்பிரகாசம், எஸ்.ஆர். சுப்பிரமணியன் ஆகியோர் நேரு வீதி கண்ணம்மை அச்சகத்தின் மாடியில் ஆலோசனைக் கூட்டங்களில் கலந்துகொண்டு பேருதவி புரிந்து வந்தனர். இராமகிருஷ்ணா வாசகசாலை, ஃபிரஞ்சு இந்திய வாலிபர் சங்க உறுப்பினர்களும் இரவு நேரக் கூட்டங்களில் தொழிலாளர்களுக்கு ஆலோசனை வழங்கினர். அந்த அமைப்புகளில் தீவிரப் பணியாற்றிய தோழர் சுப்பையாவும் தொழிலாளர் பிரச்சனைகளில் ஆர்வம் காட்டத் தொடங்கினார் (சிவ இளங்கோ 2004: 67).

சுப்பையா படித்தவர்; பண்பாளர்; ஆயுள் காப்பீட்டு நிறுவனத்திற்கு உழைக்கும் பாட்டாளி என்பதால் தொழிலாளர்கள் அவரை நம்பி ஏற்றுக்கொண்டனர். ஆகவே, அவர் காவல் துறையின் கண்காணிப்பு வளையத்துக்குள் கொண்டுவரப்பட்டார். அவர் தொழிலாளர்களை இரவு நேரங்களில் பஞ்சாலைக்கு எதிரிலுள்ள தென்னந்தோப்புக்குள் மறைவாகச் சந்தித்து ஆலோசனைகள் வழங்கிக்கொண்டிருந்தார். ஒருவழியாக சங்கம் என்ற பெயர் இல்லாமலேயே ஓர் இறுக்கமான அமைப்பு தோன்றியவுடன் போராட்டம் அடுத்த கட்டத்திற்கு நகர்ந்தது (சுப்பையா 1990: 52–53; சிவ இளங்கோ 2004: 68).

தடையை மீறிக் கொண்டாட்டம் – 1936

இந்தச் சூழ்நிலையில், 1936இல் புதுச்சேரியில் தொழிலாளர் தினமான மே தினம் கொண்டாடுவதற்கு ஏற்பாடு செய்யப்பட்டது. அதை இரண்டாவது தொழிலாளர் மாநாடாக மே மாதம் 10ஆம் நாள் ரெட்டியார்பாளையத்தில் நடத்த ஏற்பாடுகள் மும்முரமாக நடந்தன. அதை முதலில் அனுமதித்தக் காவல் துறை, மேலிட அழுத்தத்தால், திடீரென்று அனுமதியை விலக்கிக் கொண்டது. அத்துடன், மாநாட்டிற்குச் சிறப்பு அழைப்பாளர்களாக வந்திருந்த வி.வி. கிரி, குருசாமி ஆகியோர் மாநாட்டில் கலந்து கொள்ளக்கூடாது என்று தடை விதித்து, அவர்கள் உடனடியாகப் புதுச்சேரியை விட்டு வெளியேற வேண்டும் என்றும் ஆணையிட்டது. அவர்களும் வேறு வழியின்றி திரும்பிச் சென்றனர்.

ஆனாலும், ஏற்கனவே நூற்றுக்கணக்கானோர் திரண்டுவிட்டிருந்த நிலையில், அதிகார வர்க்கத்திற்கு அஞ்சி, மாநாட்டைக் கைவிடத் தொழிலாளர்களுக்கு மனமில்லை. எனவே, புதுச்சேரியில் நடத்தத் திட்டமிட்ட மாநாட்டை, எல்லையைத் தாண்டி, தமிழகப் பகுதியான

பெரம்பையில், லாம்பேர் சரவணன் தலைமையில் வெற்றிகரமாக நடத்தி முடித்தனர் (சுப்பையா 1990: 74–75).

நாடெங்கிலும் கண்டனக் குரல்கள்

செல்வாக்கான தொழிற்சங்கவாதிகளுக்குப் பேச்சுரிமையை மறுத்ததோடு அல்லாமல், அவர்களைக் கட்டாயமாக வெளியேற்றிய புதுச்சேரி அரசின் கொடுங்கோன்மை, அகில இந்திய அளவில் கவனம் பெற்றது; கண்டிக்கப்பட்டது. இதை சர்வதேசத் தொழிலாளர் நிறுவனத் திற்கும் அவர்கள் முறையீடு செய்தனர். இப்பிரச்சனையில் தீவிரம் காட்டிய அவ்வமைப்பு, புதுச்சேரி தொழிலாளர் பிரச்சனையில் கவனம் செலுத்துமாறு ஃபிரான்ஸ் அரசுக்கு அறிவுறுத்தியது.

திருப்தியில்லாத தீர்வு

சர்வதேசத் தொழிலாளர் அமைப்பு கொடுத்த அழுத்தத்தாலும், ஃபிரான்சின் தொழிலாளர் பொதுக் கூட்டமைப்பு முயற்சியின் விளைவாக வும், 1936 மே 23ஆம் நாள், ஒரு தொழிலாளர் நலச் சட்டத்தை ஃபிரஞ்சு அரசாங்கம், பிறப்பித்தது. ஆயினும், சங்கம் அமைக்கும் அடிப்படை உரிமை அதில் சேர்க்கப்படவில்லை. அதன்படி, மகளிரும் குழந்தைகளும் இரவு நேரத்தில் பணி செய்யக் கூடாது என்ற பரிந்துரையை மட்டுமே புதுச்சேரி ஆலைகளின் நிர்வாகங்கள் ஏற்றன (சுப்பையா 1990: 59–60).

பேச்சுரிமைக்குத் தடை

1936 ஆம் ஆண்டு மே மாதம் 23 நாள் ஃபிரான்சில் அறிவிக்கப்பட்ட சட்டம் ஜூன் மாதம் பதினாறாம் நாள், புதுச்சேரியில் அரசிதழில் வெளியிடப்பட்டது. உழைப்புக்கு உரிமை தரும் இந்தச் சட்டத்தை வரவேற்க, ஜூன் மாதம் 21ஆம் நாள் ஒரு விழா ஏற்பாடு செய்தபோது, அதையும் அரசாங்கம் தடை செய்து, அனுமதி மறுத்தது. ஆண்டாண்டுக் கால முயற்சிக்குப்பின் கிடைத்த வெற்றியைக் கொண்டாடும் நிகழ்வைக் கைவிடத் தொழிலாளர்கள் தயாராயில்லை. மறுபடியும் ஜூன் மாதம் 28 ஆம் நாள், மூன்று பஞ்சாலைத் தொழிலாளர்களும் ஊர்வலமாகச் சென்று, கோரிமேடு தாண்டிய தமிழகப் பகுதியில் கொண்டாடி மகிழ்ந்தார்கள் (சுப்பையா 1990: 77).

சாதகமான ஆட்சி மாற்றம்

1936இல் ஃபிரான்சில் நடந்த தேர்தலில், சோஷலிசக் கட்சி, தீவிர சோசலிசக் கட்சி, பொதுவுடைமைக் கட்சி ஆகிய கட்சிகள் அடங்கிய 'மக்கள் முன்னணி' வெற்றி பெற்று ஆட்சியைக் கைப்பற்றியது. இந்த ஆட்சி மாற்றம், புதுச்சேரித் தொழிலாளர்களின் விடியலுக்கு வெளிச்சம் காட்டியது. ஃபிரான்சில் ஆதிக்க சக்திகளுக்கு எதிராகப் போராடி தொழிலாளர்களுக் காக வாதிட்டு வந்தவர்களே, ஆட்சி பீடத்தில் அமர்ந்ததால், புதுச்சேரி தொழிலாளர்களுடைய பிரச்சனையிலும் கனிவோடு கவனம் செலுத்தினர். ஃபிரஞ்சு அரசு சாதகமான நிலையை மேற்கொண்டாலும், புதுச்சேரியில் இருந்த ஃபிரஞ்சிந்திய அரசு நேர்மாறாகச் செயல்பட்டு வந்தது.

இறுதிக் கட்டம் – 1936

தங்களுக்குச் சங்கம் அமைத்துப் போராடும் உரிமையை சட்டபூர்வ மாக அளிக்க வேண்டும் என்பது தொழிலாளர்களின் தலையாய கோரிக்கை. அத்துடன் பேச்சுரிமைக்கும் தடை விதிக்கப்பட்டதால், மூன்று ஆலைகளின் தொழிலாளர்களும் அதிருப்தி அடைந்தார்கள்.

மாறிய வியூகம் – உள்ளிருப்புப் போராட்டம்

அரசின் எதிர்ப்புணர்வும், ஆலை நிர்வாகத்தின் அடக்குமுறையும் தொடர்ந்த காரணத்தால், இறுதிக் கட்ட நடவடிக்கையாகத் தொழிலாளர்கள் வேலைநிறுத்தத்தை தொடங்கினர். தொழிலாளர் நலச் சட்டங்களை உடனடியாக அமல்படுத்த வேண்டுமென்று ஜூன் மாதம் 23ஆம் நாள் சவானா தொழிலாளர்களும், அடுத்த நாள் கெப்ளே (என்னி) தொழிலாளர் களும் வேலை நிறுத்தத்தில் ஈடுபட்டார்கள்; அடுத்து ரோடியர் பஞ்சாலைத் தொழிலாளர்களும் சேர்ந்துகொண்டனர். மொத்தமாக 8000 தொழிலாளர்கள் வேலை நிறுத்தத்தில் குதித்தார்கள்.

ஃபிரான்சின் தொழிலாளர் சங்கங்களுக்கும், புதுச்சேரி தொழிலாளர் அமைப்புகளுக்கும் இடையே ஏற்பட்ட தொடர்பினால், உள்ளிருப்பு வேலை நிறுத்தம் என்ற புதிய போராட்ட உத்தி இங்கு மேற்கொள்ளப்பட்டது. பேச்சுவார்த்தை, வேலைநிறுத்தம் போன்ற அமைதியான போராட்ட முறைகள் கைகூடாத காரணத்தினால், புதுச்சேரி தொழிலாளர்களும் இந்தத் தீவிர முறைக்குள் தள்ளப்பட்டனர். சுமார் ஐயாயிரம் பேர் கொண்ட பெருந்திரள் ரோடியர் மில் வளாகத்திற்குள் கூடிவிட்டது. பலரும் மாடிகள் மீது ஏறி நின்று கொண்டு, வெளியேற மறுத்தனர். மாற்றப்பட்ட வியூகத்தால் மருண்டு போன நிர்வாகம், கடுமையைக் கூட்டியது.

குறைக்கப்பட்டது பணி நேரம்

உள்ளிருப்பு ஆறுநாள் நீடித்தது. போராட்டத்தை முடிவுக்குக் கொண்டு வர நிர்வாகம் எடுத்த முயற்சிகள் பலனளிக்கவில்லை. எனவே, சென்னையில் இயங்கிய பி. & சி. மில்லிருந்து *(Buckingham & Carnatic Mill)* ரோடியர் மில் பொறுப்பாளரான பிர்லே *(Pirle)* புதுச்சேரிக்கு வந்து, ஆளுநர் சலோமியா *(Léon Solomiac, 1934–1936)* முன்னிலையில் பேச்சுவார்த்தை நடத்தினார். மேயர் ழொசேஃப் தாவீது, துணை மேயர் இரத்தினவேலுப் பிள்ளை ஆகியோரும், தொழிலாளர்கள் சார்பில் 12 பிரதிநிதிகளும் கலந்துகொண்டனர். முடிவில் வேலை நேரம் பத்து மணியிலிருந்து ஒன்பது மணி ஆகக் குறைக்கப்பட்டது; ஒப்பந்தம் கையெழுத்தானது. முதன்முறையாக தொழிலாளர்கள் ஒருங்கிணைந்து நடத்திய தீவிரப் போராட்டம் வெற்றிக் கனி பறித்தது. ஆனால், சங்கம் அமைக்கும் உரிமை பற்றி ஃபிரான்சில் உயர்மட்டத்தில் பேசி ஒரு மாதத்தில் முடிவை அறிவிப்பதாகவும், அதற்கேற்பப் போராட்டத்தைத் தள்ளி வைக்குமாறும் ஆளுநர் கேட்டுகொண்டார் (அருள்ராஜ் 2005: 82; சிவ இளங்கோ 2004: 70).

ரோடியர் மில் தொழிலாளர்களுக்கு கிடைத்த வெற்றி, ஏனைய பஞ்சாலைத் தொழிலாளர்கள் மத்தியில் உற்சாகமூட்டியது. இது மூன்று

பஞ்சாலைகளுக்குமான பொதுவான தீர்வாக வேண்டுமென்று அவர்கள் கோரிக்கை விடுத்தனர். ஆனால் நிர்வாகங்கள் அலட்சியம் காட்டி ஏற்க மறுத்தன. ஆகவே, வேறு வழியின்றி அவர்கள் இறுதிக் கட்டப் போராட்டத்திற்குத் தயாரானார்கள்.

மீண்டும் போராட்டம்

இதற்கிடையில், ஆளுநர் கேட்ட ஒரு மாத அவகாசம் முடிந்த நிலையில், அரசும், நிர்வாகமும் எந்த முன்னேற்றமும் காட்டவில்லை. ஆகவே, ஜூலை *23* முதல் மூன்று ஆலைகளின் தொழிலாளர்களும் ஆலை வளாகத்திற்குள்ளேயே அமைதியான முறையில் உள்ளிருப்புப் போராட்டத்தில் இறங்கினர். ஆளுநர் சலோமியா, மேயர் தாவிதுடன் வந்து பேச்சு வார்த்தை நடத்தினார்; அதில் முடிவேதும் எட்டப்படவில்லை. எனவே, அரசாங்கத்தின் உதவியோடு அதை முறியடிப்பதற்கான அனைத்து முயற்சிகளையும் நிர்வாகங்கள் மேற்கொண்டன. வெளியாட்களை வைத்து ஆலையை ஓட்டுவதற்கான முயற்சிகளை, தொழிலாளர்களும் அவர்களது குடும்பத்தாரும் முறியடித்தனர் (சிவ இளங்கோ *2004: 72–73*).

ஜூலை 30 – கருப்பு தினம்

ஒரு வாரம் கழிந்த பின்னும் தொழிலாளரின் உறுதி குலைய வில்லை. காவல் துறைக்குப் பக்கப் பலமாக இராணுவமும், மேயராக இருந்த தாவீதுவின் கூலிப்படையும் களத்தில் இறக்கப்பட்டன. மூன்று ஆலைகளையும், சுற்றி, ஒரு கோட்டையைப் போல் பாதுகாப்புப் பலப்படுத்தப்பட்டு, இராணுவம் குவிக்கப்பட்டது.

ஜூலை *30*ஆம் நாள் ஒரு துயரமான நாளாக விடிந்தது. போராட்டக்காரர்களையும், பொதுமக்களையும் அச்சுறுத்தும் விதமாக, இரண்டு லாரிகளில் ஏணிகள், கேடயங்கள், தடிகளுடன், சுழல் துப்பாக்கி ஏந்திய இராணுவத்தினர் நகரின் தெருக்களில் ஊர்வலமாக வந்து ரோடியர் ஆலை முன் குவிந்தனர். உள்ளிருப்புப் போராட்டத்தில் ஈடுபட்டிருந்த ரோடியர் பஞ்சாலைத் தொழிலாளர்கள், ஐரோப்பிய அதிகாரிகளையும், தலைமை நிர்வாகி 'மார்ஷ்லேண்ட்'டையும் (*G.O. Marshland*) முற்றுகையிட்டார்கள்.

தொழிலாளர் மீது துப்பாக்கி சூடு

மார்ஷ்லேண்ட் நிர்வாகி மட்டுமல்ல, பிரிட்டிஷ் தூதரக மேலதிகாரி யும் கூட. எனவே, அவரைப் பாதுகாப்பாகக் கொண்டுவரவேண்டிய பொறுப்பு அரசுக்கு இருந்தது. அவர்களை வெளிக்கொணர எடுத்த முயற்சிகளுக்குத் தொழிலாளர்கள் இணங்கவில்லை. எனவே, இராணுவ லாரிகள் ஆலையின் கதவை இடித்துத் தள்ளியதும் திபு திபுவென இராணுவம் உள்ளே புகுந்தது. இது தொழிலாளர்களின் ஆத்திரத்தைக் கிளறிவிட்டது. இராணுவத்தினருக்கும், தொழிலாளர்களுக்கும் இடையே மோதல் ஏற்பட்டுக் கைகலப்பானது. இந்தக் கலவரச் சூழலைச் சாதகமாக்கி, மார்ஷ்லேண்ட் தப்பிக்கப் பார்த்தார். அதைத் தடுக்க முயன்ற தொழிலாளர்களை நோக்கி அவர் தன்னுடைய கைத்துப்பாக்கியால் சுட்டதில், சின்னையன் என்ற

தொழிலாளி குண்டு பாய்ந்து செத்து விழுந்தார். கண்ணெதிரில் சகதோழன் ஒருவன் மடிந்ததைக் கண்ட தொழிலாளர்கள் வெகுண்டெழுந்தனர். பழநி என்ற தொழிலாளி, அந்தத் துப்பாக்கியைத் தட்டிப் பறித்துக் கொண்டு, நிர்வாகிகளைக் குறிவைத்தார். நிலைமை கட்டுக்கடங்காமல் போனதால் பாதுகாப்புக்கு வந்த போலீசாரும் இராணுவத்தினரும் தடியடிப் பிரயோகம் செய்து தொழிலாளர்களை வலுக்கட்டாயமாக விலக்கிவிட்டு, மார்ஷலேன்ட்டை மீட்டு ஒரு காரில் ஏற்றி அனுப்பி வைத்தனர் (அருள்ராஜ் 2005: 83).

அதிகாரிகள் மீது திரும்பிய ஆத்திரம்

ரோடியர் மில்லில் நடந்த துப்பாக்கிச் சூடு பற்றிய செய்தி சவானா வரை எட்டிவிட்டது. எனவே, அந்தக் கார் வில்லியனூர் சாலையைத் தாண்டுவதற்கு முன்பாகவே, அங்கே குழுமியிருந்த சவானா தொழிலாளர்கள் அதை மறித்துத் தீ வைத்துக் கொளுத்திவிட்டார்கள்; நிர்வாகி மட்டும் தப்பி ஓடிவிட்டார். அந்த இடத்தில் இருந்த அரசு தலைமை வழக்கறிஞர் மொந்தகாகம் என்பவர் தாக்கப்பட்டதால் அவரது பற்கள் உடைபட்டன (கருணாநிதி 1997; சிவ இளங்கோ 2004: 77).

சுழன்றன துப்பாக்கிகள் – விழுந்தன பிணங்கள்

இதனால் பாதுகாப்பு படையின் ஒரு பிரிவினர், ரோடியர் பஞ்சாலையிலிருந்து சவானா நோக்கி விரைந்தனர். அங்கு, தொழிலாளர்களில் ஒரு சாரார் ஆலைக் கட்டடங்கள் மீது நின்றுகொண்டு கோரிக்கைகளை முழங்கிக் கொண்டிருந்தார்கள். இராணுவத்தினரும் போலீசாரும் அவர்களைக் கலைந்து போகுமாறு எச்சரித்தார்கள். ரோடியர் மில்லில் நடந்த தாக்குதலைக் கேள்விப்பட்ட தொழிலாளர்கள், கையில் கிடைத்ததை எல்லாம் எடுத்துக் காவலர்கள் மீது வீசித் தாக்கினார்கள். ஆத்திரமடைந்த பாதுகாப்பு வீரர்கள், சாலையிலும், ஆலைக் கட்டடங்கள் மீதும் இருந்த தொழிலாளர்கள் மீது சுழல் துப்பாக்கியால் சுடத் தொடங்கினர்; பெரும் கலவரம் வெடித்தது.

இராணுவத்தினரும், போலீசாரும் தங்களிடமிருந்த கடைசிக் குண்டு தீர்ந்து போகும் வரையில் தொழிலாளர்களை நோக்கிச் சரமாரியாகக் குண்டு மழை பொழிந்தனர். அதில் மூன்று பேர் அவ்விடத்திலேயே மாண்டுபோனார்கள். குண்டுக் காயங்களுடன் மருத்துவமனைக்குக் கொண்டு போனவர்களில், மேலும் ஒன்பது பேர் மரணமடைந்தார்கள். தடியடியாலும், தோட்டாக்களாலும், கை, கால் உடல்களில் காயம்பட்டு ரத்தம் சொட்டச் சொட்ட மருத்துவமனைக்கு ஓடியோர் ஏராளம் (*தினமணி* 1–8–1936; சிவ இளங்கோ 2004: 77).

கண்ணெதிரே நடந்த அக்கிரமங்கள், உதிரம் கொதித்த உழைப்பாளிகளை உசுப்பிவிட்டன. சவானா ஆலையின் பஞ்சுக் கிடங்கிற்குத் தீ வைத்துக் கொளுத்திவிட்டனர். தொழிலாளியின் நெஞ்சில் எரிந்த கனல் போலவே, கிடங்கில் வைத்த நெருப்பும் நெடுநாள் எரிந்துகொண்டிருந்தது (அருள்ராஜ் 2005: 84).

1936 ஜூலை முதல் 1937 ஜனவரி வரை மூன்று ஆலைகளும் மூடப் பட்டன. தொழிலாளர்கள் மட்டுமல்லாமல், அவர்தம் குடும்பத்தாரும் வறுமைக் குழிக்குள் தள்ளப்பட்டனர். எங்கே போனது ஃபிரஞ்சியரின், "சுதந்திரம், சமத்துவம், சகோதரத்துவம்" என்ற தத்துவம், என்ற கேள்வி நாடெங்கும் எழுந்தது (சுப்பையா 1990: 81–84; அருள்ராஜ் 2005: 85).

கொடுமையைத் தோலுரிக்கும் கொலைச்சிந்து

மனித உயிரிழப்புச் செய்திகளைப் பாடுபொருளாகக் கொண்டு பாடப்படும் பாடல் கொலைச் சிந்து. அதன் நோக்கம் செய்திகளை மட்டும் மக்களிடத்தே கொண்டு சேர்க்க வேண்டும் என்பதல்ல; கொலை நிகழ்விற்கான காரணங்களைச் சுட்டிக்காட்டி அத்தகைய காரணங்களைத் தவிர்க்க வேண்டும் முயல்வதே.

தொழிலாளர் போராட்டங்கள் தீவிரமடைந்தபோது புரட்சிக் கவிஞர் பாரதிதாசனும், கவிஞர் புதுவைச் சிவமும் பல வகைகளில் ஆதரவு காட்டினர். தொழிலாளர் இயக்கத்தை ஊக்குவிக்கும் வகையில் பல வணிகர் சங்கங்கள் இவர்களை அணுகிக் கவிதைகள் எழுதித் தரும்படி கேட்டுப் பெற்று வெளியிட்டு ஆதரவு காட்டின.

1936ஆம் ஆண்டு ஜூலை 30ஆம் தேதி தொழிலாளர்கள் மீது கட்டவிழ்த்து விடப்பட்ட கொலை வெறித் தாக்குதலும், அதில் கொல்லப்பட்ட தொழிலாளிகளின் உயிர்த் தியாகமும் கவிஞர்களை உலுக்கின. அப்போது கவிஞர் புதுவைச் சிவம் பாடியதே இந்தப் படுகொலைப் பாட்டு:

பாடுபட்ட தொழிலாளர் உரிமைதனைக் கேட்டதற்குப்
படுகொலைதான் புரிந்து விட்டார்
பாசமுள்ள தாய்தந்தை பெண்டுபிள்ளை சுற்றத்தார்
பதறிடக் கதியிழக்கச் செய்தார்!
ஏழையாம் தொழிலாளர் உரிமைதனைக் கேட்பதற்கும்
இங்கொரு வழியுமில்லை
ஏகாதிபத்தியத் திமிர் கொண்டு நம்மவர்க்கே
இழைத்திடு கின்றார் தொல்லை!
பார்க்கப் பரிதாபமே – மில்லில்
பாடுபட்டோர் சேதமே – உளம்
வேர்க்கும் அநியாயமே – மக்கள்
வீணில் மாண்ட கோரமே

எனப் பாடிச் சாடினார் புதுவைச் சிவம் (2003: 10–13; சவானா மில் படுகொலைப் பாட்டு – 1936).

தொழிலாளர் வர்க்க வரலாற்றையும், சமதர்மத்தையும் பேசிய இப்பாடல் புதுவையின் அனைத்துப் பொதுக்கூட்ட மேடைகளிலும் தொடர்ந்து பாடப்பட்டது. அவரது சவானா பஞ்சாலைப் படுகொலைப் பாட்டைத் தொடர்ந்து, பல இடதுசாரிக் கவிஞர்களும் இந்நிகழ்வைப் பாடியும், எழுதியும் சாடி வந்தனர். சவானா மில் படுகொலைச் சம்பவம் 'ஜூலை 30 – தியாகிகள் தினம்' என இன்றும் நினைவு கூரப்படுகிறது (மணிகோ. – பன்னீர்செல்வம், தி இந்து–தமிழ்த் திசை, அக்டோபர் 27, 2014)

தலைமறைவு வாழ்க்கை

தொழிலாளர் நடவடிக்கைகளில் தீவிரம் காட்டியதால் காவலர்களின் கழுகுக் கண்கள் சுப்பையாவைக் கண்காணித்துக் கொண்டேயிருந்தன. எனவே, அவர் தலைமறைவாகத் தங்கிக்கொண்டு, இரவு நேரங்களில் மாறு

வேடத்தில் வந்து ஆலோசனைகளை வழங்கிக் கொண்டிருந்தார். ஜூலை 30 கொலைவெறித் தாக்குதல் பற்றிய முழு விவரங்களை, ஒரு நண்பர் வீட்டில் தங்கியிருந்தபோதுதான் போராட்டத் தலைவர்களிடமிருந்து பின்னர் அவரால் அறியமுடிந்து (சிவ இளங்கோ 2004: 115).

சங்கடத்தில் ஃபிரஞ்சு அரசு

தொழிலாளர்கள் மீது அவிழ்த்து விடப்பட்ட இந்தக் கொடூர அடக்குமுறை நாட்டையே குலுங்கச் செய்தது. இந்தியா முழுதும் கண்டனக் குரல்கள், கண்டனக் கூட்டங்கள், கண்டன ஆர்ப்பாட்டங்கள் என்று, ஃபிரஞ்சு அரசாங்கம் பல்முனைத் தாக்குதலுக்குள்ளானது.

உரிமைக் குரல் எழுப்பிய தொழிலாளர்களின் உயிர்த்தியாகம் உலகை உலுக்கியது. புரட்சி என்ற சொல்லுக்குப் பொருளைப் போதித்த ஃபிரான்ஸ் நாடு உலக அரங்கில் தலைகுனிந்து நின்றது. அகில இந்தியத் தொழிலாளர் இயக்கத் தலைவர் வி.வி. கிரி, பிரிட்டிஷ், ஃபிரான்ஸ் தொழிற்சங்கங்களுடன் தொடர்பு கொண்டு நிலைமையை உணர்த்தினார்.

ஃபிரான்சில் சாதகச் சூழ்நிலை

இதற்கிடையில், ஃபிரான்சில் புதிதாகப் பதவி ஏற்றிருந்த மக்கள் முன்னணி அரசு தொழிலாளர்கள் ஏற்படுத்திய அரசு; தொழிலாளர்களுக்கு ஆதரவான போக்கைக் கடைபிடிக்கும் அரசு. ஆகவே, பதவியேற்ற இரண்டு மாதங்களுக்குள்ளாகவே அதன் காலனிப் பகுதியில் நடந்த இந்த பஞ்சமா பாதகச்செயல் அரசை அதிர்ச்சிக்குள்ளாக்கியது.

ஃபிரான்ஸ் கம்யூனிஸ்ட் கட்சியின் பாராளுமன்ற தேசிய சபை உறுப்பினர் (*Depute*) கப்ரியேல் பெரி (*Gabriel Peri*), புதுச்சேரி தொழிலாளர் படுகொலையைக் கண்டித்து, அரசு இதில் தலையிட வேண்டுமென்று, கோரிக்கை வைத்தார். அதற்குப் புதிய அரசு உடனடியாகச் செவி சாய்த்தது. புதுச்சேரியின் வருந்தத்தக்க நிகழ்வுகள் பற்றி ஆய்வு செய்து அறிக்கை அளிக்க, ழூஸ்தென் கொதார் (*Justin Gaudart*) என்ற முன்னாள் அமைச்சரை அனுப்பிவைத்தது; அவர் மேலவை (செனட்) உறுப்பினரும் கூட.

ஆளுநருக்குக் கண்டனம்

நிலைமையைச் சரியாகக் கையாளாததற்காகப் புதுச்சேரி ஆளுநரான சொலோமியாவை அரசு கண்டித்தது. உடனடியாகத் தொழிலாளர் தலைவர்களை அழைத்து அமைதித் தீர்வு காணுமாறு அறிவுரை பறந்தது. எனவே, சொலோமியா, சென்னைக்குத் தன் தூதரை அனுப்பி, வி.வி. கிரியின் ஆலோசனையைப் பெற்றார். ஆளுநரின் அழைப்பிற்கிணங்கி தமிழகத்திலிருந்து வி.வி கிரி, எஸ். குருசாமி ஆகியோரும், தலைமறைவா யிருந்த சுப்பையா, எஸ். ஜே. எக்ஸ். துரைசாமி ஆகியோரும், 1936 ஆகஸ்டு 19ஆம் நாள் பேச்சுவார்த்தையில் பங்கேற்றனர். அந்தக் கூட்டத்தில், குறைக்கப் பட்ட வேலை நேரம், வார ஓய்வு நாள், தொழிலாளர் இழப்பீடு, பிரசவ விடுமுறை, ஓய்வுக் கால சலுகை, தொழிற்சங்க அங்கீகாரம் போன்ற முக்கிய அம்சங்கள் அடங்கிய பரிந்துரைகள் இறுதி செய்யப்பட்டன. அதன்படி 10 மணி நேர வேலை 8 மணியாகக் குறைக்கப்பட்டது. பெண்களுக்குப்

பகலில் மட்டுமே பணி ஒதுக்கப்பட்டது. ஊதியத்துடன் பேறுகால விடுமுறை ஒப்புக்கொள்ளப்பட்டது (சுப்பையா 1990: 88–90).

இது நிர்வாகத்திற்கும், தொழிலாளர்களுக்குமிடையே ஏற்பட்ட உடன்பாடே; சட்டபூர்வமானதல்ல. ஏற்கெனவே, இதே போன்ற பரிந்துரைகள் ஃபிரான்சு அரசின் பரிசீலனையில் இருப்பதாகவும், அடுத்த கட்டம் தொழிலாளர் நலச் சட்டம் இயற்றி அமலாக்க வேண்டியதே என்று ஆளுநர் தெரிவித்தார். ஆகவே, விரைவில் ஃபிரஞ்சிந்திய தொழிலாளர் நலச் சட்டம் அமலாகும் என்று கிரி நம்பிக்கை தெரிவித்தார் (*தி இந்து* 20-8-1936; சிவ. இளங்கோ 2004: 84–86).

இந்நிலையில், தொழிலாளர் விரோதப் போக்கை கடைபிடித்த சொலோமியா பாரிசுக்குத் திரும்பப் பெறப்பட்டார். அவருக்குப் பதிலாக குரோசிக்கியா (*Horace Valentin Crocicchia, 1936–1938*) செப்டம்பர் 9ஆம் நாள் ஆளுநராகப் பொறுப்பேற்றார். ஃபிரஞ்சிந்தியப் பகுதிகளுக்குப் பொருத்த மான தொழிலாளர் நலச் சட்டம் தக்க முறையில் நடைமுறைப்படுத்தப் பாடுபடுவேன் என்று உறுதியளித்துத் தன் பணிகளைத் தொடங்கினார்.

அவர், ஆலை நிர்வாகிகளுடனும், தொழிலாளர்கள் பிரதிநிதி களுடனும் பல்வேறு கட்டங்களாகப் பேச்சுவார்த்தைகள் நடத்தியபிறகு, 1936 அக்டோபர் 31ஆம் நாள் ரோடியர் பஞ்சாலைக்கான ஒப்பந்தம் கையெழுத்தானது.

அதன்படி,

- ◆ நாளொன்றுக்கு எட்டு மணி நேரப்பணி,
- ◆ வாரத்திற்கு 56 மணி நேரம்,
- ◆ 25 ஆண்டுகள் பணி முடித்தால் ஓய்வூதியம்,
- ◆ நிர்வாகத்தின் பங்குடன் தொழிலாளர் நல நிதி,
- ◆ பணிக்காலத்தில் இறந்தால் வாரிசுகளுக்கு வேலை,
- ◆ மகளிருக்கு ஊதியத்துடன் ஐந்து வார பிரசவ விடுப்பு,
- ◆ ஆலை வளாகத்திற்குள் மருத்துவ வசதி ஆகிய சலுகைகளும் ஒப்பந்தத்தில் சேர்க்கப்பட்டன.

ஆனால், சங்கம் அமைக்கும் உரிமை பற்றி ஃபிரான்ஸ் அரசிடம் ஆலோசித்துக் கூறுவதாக ஆளுநர் கூறிவிட்டார். காலங்காலமாகத் தொழிலாளிகளின் குருதியை வியர்வையாய் உறிஞ்சிய முதலாளிகளின் முதுகெலும்பு முறிக்கப்பட்டுவிட்டது (சிவ. இளங்கோ 2004: 88–89).

முரண்டு பிடிக்கும் நிர்வாகங்கள்

பேச்சுவார்த்தைகள் சுமுகமாக முடிந்தாலும், ஆலைகள் திறப்பது அவ்வளவு எளிதாக இல்லை. ரோடியர் மில் நிர்வாக மேலாளர் பிர்லே பஞ்சாலை உடனடியாகத் திறக்கப்படாது என்றும், அவ்வாறு திறக்கப்படுமானால் விசுவாசமான தொழிலாளர்கள் மட்டுமே வேலைக்கு எடுத்துக்கொள்ளப்படுவார்கள் என்றும் கண்டிப்புக் காட்டினார்.

படுகொலைக்குச் சாட்சியான சவானா, சாம்பல் கூளமாகாகக் காட்சி அளித்ததால், அதை உடனடியாகத் திறப்பதற்கான சாத்தியக்கூறுகள் இல்லை என்று நிர்வாகம் அறிவித்துவிட்டது. மேலும் எரியும் நெருப்பில் எண்ணெய் வார்ப்பதுபோல், போராட்டத்தில் ஈடுபட்ட காரணத்திற்காக, 50 தொழிலாளர்களை சவானா நிர்வாகம் நீக்கிவிட்டது. அக்டோபரில் அது பற்றிய பேச்சுவார்த்தைகளின்போது, தொழிலாளர் தலைவர்கள் வற்புறுத்தலின்பேரில் அவர்களுக்குப் பொதுப்பணித்துறையில் அரசுப்பணி வழங்கப்படும் என்று ஆளுநர் உறுதியளித்தார். ஆனால், அது தாமதமானதால், தொழிலாளர்கள் மீது பழிவாங்கும் நடவடிக்கைகள் நிறுத்தப்பட வேண்டும் என்று சுந்தரராசு தலைமையில் ஆளுநரைச் சந்தித்து மனு அளித்தனர் (சிவ. இளங்கோ 2004: 93).

இயங்கிக் கொண்டிருந்த ஒரே ஆலை கெப்ளே ஆலைதான். அதன் நிர்வாகம், டிசம்பர் 19 அன்று, முக்கியப் போராளிகள் என்று கருதிய 25 பேரை வேலையை விட்டு நீக்கியது. பிற தொழிலாளர்கள் வேலைக்குத் திரும்பினாலும், அவர்களுடைய முந்தைய பணிக்காலம் கணக்கிடப்படாமல், புதிய ஆட்களாகவே கருதப்படுவார்கள் என்று அறிவித்தது. இவ்வளவு கடுமையை எதிர்கொள்ள முடியாதென்றும், ரோடியர் ஆலை போலவே தங்களுக்கும் ஒப்பந்தம் வேண்டுமென்றும் தொழிலாளர்கள் உள்ளிருப்பில் ஈடுபட்டார்கள். ஆறு நாட்களுக்குப் பிறகும் தீர்வு ஏற்படாததால், ஆளுநர் தலையிட்டு உடன்பாடு ஏற்படச் செய்தார். டிசம்பர் 25 அன்று போராட்டம் விலக்கிக்கொள்ளப்பட்டது (சிவ. இளங்கோ 2004: 92–93).

நேருவின் ஆதரவு

இந்தியாவின் 'இரண்டாவது ஜாலியன் வாலாபாக் படுகொலை' என்று வரலாற்று ஆசிரியர்களால் குறிப்பிடப்படும் இந்தத் தொழிலாளர் போராட்டத்தின் துயரம் ஜவகர்லால் நேருவின் இதயத்தை உலுக்கியது. வேதனையின் விளிம்பில் இருந்த சுப்பையா, இந்திய தேசிய தொழிற்சங்க காங்கிரஸ் தலைவரான ஜவகர்லால் நேருவுக்கு இது குறித்து விரிவாகக் கடிதம் எழுதினார். அவரைப் புதுச்சேரிக்கு வரும்படி அழைத்தார். காங்கிரஸ் கட்சியும் புதுச்சேரியின் அடக்குமுறைகள் பற்றி விரிவாக அறிக்கை அளித்திருந்தது. அக்டோபர் 17இல் ஜவஹர்லால் நேரு புதுச்சேரிக்கு வந்தார். தொழிலாளர்களுடைய போராட்டத்தை அன்று நடந்த கூட்டத்தில் ஆதரித்ததோடு, இலக்கை அடைவதற்காகப் பாரிசுக்குச் சென்று, அரசு அதிகாரிகளையும், அமைச்சர்களையும் சந்தித்து, நிரந்தரத் தீர்வு காணுமாறு சுப்பையாவுக்கு ஆலோசனை கூறினார் (சுப்பையா 1990).

சுப்பையாவின் பயண ஏற்பாடுகள்

ஃபிரான்சுக்குப் போவதற்கான ஏற்பாடுகளில் சுப்பையா இறங்கினார். சென்னையில் வி.வி. கிரியின் வீட்டில் நடந்த ஆலோசனையின்போது, அவரது பயணச் செலவுகளுக்காக அகில இந்திய காங்கிரஸ் தலைவர் ஸ்ரீநிவாச ஐயங்கார் 5000 ரூபாயும், செல்வராஜ் செட்டியார் 2500 ரூபாய் பணத்துடன், குளிர்ச் சூழலுக்கான ஐரோப்பியப் பாணி உடுப்புகளும் தைத்துக் கொடுத்தார். மேலும் பல தேசியவாதிகளும் பண உதவி செய்தனர்

(கருணாநிதி 1997). பாகூர் அன்னுசாமி தனது மனைவியின் நகைகளை அடகு வைத்து நிதியுதவி செய்தார் (சுப்பையா 1990).

புறப்படும் நாள் நெருங்கிய போது, ஜவஹர்லால் நேரு ஃபிரான்சில் சமூகப் பிரச்சனைகளுக்காகப் போராடும் நான்கு தலைவர்களுக்கு, சுப்பையாவுக்கு உதவுமாறு அறிமுகக் கடிதங்கள் அனுப்பினார். பொதுவுடமை சித்தாந்தவாதி காரல் மார்க்ஸ் பெயரன் லோங்கேவென் *(Longeuven)*, ஏகாதிபத்திய எதிர்ப்புப் போராளி ஃபிரான்சுவா ழூர்தேன் *(Francois Jourdin)*, சோசலிச அரசியல்வாதி பியெர் கோத் *(Pierre Cot)*, பத்திரிகையாளர் மதாம் ஆந்திரே வியோலி *(Madam Andre Violis)* ஆகியோரே நேரு பரிந்துரைத்தத் தலைவர்கள். அத்துடன், பாரிசில் சுப்பையாவிற்கு உதவி செய்யச் சொல்லி தன்னுடைய நண்பரான மதாம் லூயி மோரன் *(Madam Louis Morin)* அவர்களுக்கும் மார்ச்சு 31 அன்று ஒரு கடிதம் எழுதி அதையும் சுப்பையாவிடம் சேர்க்கச் செய்தார். அந்தக் கடிதங்கள் சுப்பையாவிடம் போய்ச் சேரத் தாமதமாகும் என்ற ஐயம் கொண்டார் நேரு. எனவே, அக்கடிதங்களின் மற்றொரு நகலைக் கையெழுத்திட்டு, விமானம் மூலம் அனுப்பி, சுப்பையாவின் பயணத்தின் இடையில் அவர் ஜிபுதி துறைமுகம் சேரும்போது கிடைக்கவும் ஏற்பாடு செய்தார் (சுப்பையா 1990).

சுப்பையாவும், வழக்கறிஞர் சவரிநாதனும், 1937 மார்ச்சு மாதம் 6ஆம் நாளன்று சென்னையில் ‘ஃபெலிக்ஸ் ருசெல்’ *(Felix Roussel)* என்ற கப்பல் மூலம் கிளம்பி, 26ஆம் நாள் ஜிபுதி துறைமுகம் சேர்ந்தனர். அங்கு நேரு ஒரு முன்னெச்சரிகையாக விண்ணஞ்சல் மூலம் அனுப்பிய அறிமுகக் கடிதங்கள் சுப்பையாவிடம் தரப்பட்டன. தொழிலாளர் பிரச்சனையில் நேரு காட்டிய அதீத அக்கறையை எண்ணி அவர் வியப்பில் உறைந்து போனார். மறுநாளே (மார்ச்சு 27), மறக்காமல் ஒரு நன்றிக் கடிதமும் எழுதத் தவறவில்லை அவர். அங்கிருந்து, ஏப்ரல் மாதம் 5ஆம் நாள் இருவரும் மர்சே துறைமுகத்தை அடைந்தனர்; ஆறாம் நாள் பாரிஸ் போய்ச்சேர்ந்தனர் (சுப்பையா 1990: 122–130).

பாரிசில் திருப்பங்கள்

அவர்கள் இறங்குவதற்கு மூன்று மாதங்களுக்கு முன்பே, புதுச்சேரித் தொழிலாளர்களின் போராட்டக் காட்சி ஃபிரான்சுக்கு மாறியிருந்தது. ஃபிரஞ்சு அரசு அனுப்பிய செனட் உறுப்பினர் மூஸ்தேன் கொதார், அக்டோபர் மாதத்தில் புதுச்சேரிக்கு வந்து தீர விசாரணை செய்த பின் தனது அறிக்கையை நவம்பர் மாதத்தில் அரசுக்கு அளித்தார். உடனே அரசு எந்திரம் முடுக்கிவிடப்பட்டது. அது பற்றிய விவாதம் பாராளுமன்றத்தில் நடந்த போது, கூட்டணிக் கட்சிகளே ஃபிரஞ்சிந்திய அரசின் செயல்களைக் கடுமையாக விமரிசித்தன.

பாராளுமன்றத்தில் உறுதிமொழி

1936 டிசம்பர் 31ஆம் நாள், கடல் கடந்த காலனிகளுக்கான அமைச்சர் மோரிஸ் முத்தே *(Maurice Moutet)* பதிலளிக்கையில், “1927 இல் ஃபிரான்சு அரசு அமைத்த (செல்லான் நாயகர் பங்கேற்ற) ஆய்வுக் குழுவின் பரிந்துரைகள்

கவனிக்கப்படவேயில்லை. அதைப் பரிசீலிப்பதற்காக அறிவுறுத்தப் பட்ட ஃபிரஞ்சிந்திய அரசு அதைக் கிடப்பில் போட்டு விட்டது பிறகு இயற்றப்பட்ட தொழிலாளர் நலச் சட்டங்கள் இரண்டாண்டுகளாக, 'காலம் கனியவில்லை' என்ற காரணம் காட்டிக் கிடப்பில் போடப்பட்டு விட்டன. அவை அமலாக்கப்பட்டிருந்தால் இந்தப் போராட்டங்களுக்குத் தேவை இருந்திருக்காது. நடந்த குளறுபடிகளுக்கு அதுவே காரணம். தற்போதைய அரசு, சாதகமான நடவடிக்கைகள் எடுத்து வருவது பற்றிய தகவல்கள் தொழிலாளர்களுக்குத் தெரியவில்லை; அதனால்தான் இந்த உள்ளிருப்பு போராட்டம் நடத்தப்பட்டிருக்கிறது. இந்த அரசு தொழிலாளர் நலச் சட்டங்களை அமலாக்கும்" என்று உறுதிபடக் கூறினார் (சிவ இளங்கோ 2004: 92).

சடுதியில் செயலாக்கம்

அடுத்த இரண்டே வாரங்களில் அமைச்சரின் உறுதிமொழி செயலாக்கப்பட்டது. புதுச்சேரி தொழிலாளர்களுக்கான 'தொழிலாளர் நலச் சட்டம்' (*Labour Code*), பாராளுமன்றத்தால் இயற்றப்பட்டு 1937ஆம் ஆண்டு ஜனவரி மாதம் 18ஆம் நாள் அரசிதழில் (*Journal Officiale*) வெளியிடப் பட்டது. இதை அமலாக்குவதற்காக, குடியேற்ற நாடுகளான அமைச்சகத் திற்கும் இந்த சட்ட நகல் அனுப்பி வைக்கப்பட்டது. அதை, குடியேற்றப் பகுதிகளுக்கான அமைச்சரகம் குடியரசுத் தலைவர் ஒப்புதல் பெற்று, ஏப்ரல் 6ஆம் நாள் ஃபிரஞ்சிந்திய அரசுக்கு அனுப்பி வைத்தது. அது, புதுச்சேரியில் 1937 மே மாதம் 15ஆம் நாள் ஃபிரஞ்சிந்திய அரசின் அதிகாரபூர்வ இதழில் வெளியிடப்பட்டு நடைமுறைக்கு வந்தது.

இதன்படி 1938 ஜனவரி முதல் தேதி தொடங்கி,

- நாளொன்றுக்கு எட்டு மணி நேர வேலை,
- கூடுதல் ஒவ்வொரு மணி நேரத்திற்கும் ஒன்றரை மடங்குக் கூலி,
- இரவுப் பணியானால் இரு மடங்குக் கூலி,
- பெண்களை இரவு நேர வேலைக்கு அனுப்பக்கூடாது,
- பாதி சம்பளத்துடன் எட்டு வாரம் பேறுகால விடுப்பு,
- பணிநேரத்தில் குழந்தைகளுக்குப் பாலூட்ட 30 நிமிட ஓய்வு,
- வாரந்தோறும் ஞாயிறு கட்டாய விடுமுறை,
- பணிக்காலத்தில் விபத்து நேர்ந்தால் ஈட்டுத்தொகை,
- பதினெட்டு வயதுக்குக் கீழான சிறுவர்களைப் பணியமர்த்தத் தடை,
- சங்கம் அமைக்க உரிமை,
- பேச்சுவார்த்தை நடத்தி நிர்வாகத்துடன் ஒப்பந்தம் செய்து கொள்ளும் உரிமை,
- முன்னறிவிப்புக் கொடுத்து வேலைநிறுத்தம் செய்யும் உரிமை

ஆகியவை சட்டபூர்வமாக உறுதி செய்யப்பட்டன. இவற்றுடன் தொழிற்சாலை வளாகங்களில் சுத்தமும், சுகாதாரமும் காற்றோட்டமும் உறுதி செய்யப்பட வேண்டும் என்றும் சட்டவிதிகள் கூறின(சிவ. இளங்கோ *2004: 94–98*).

இரு கோடுகள்

தொழிலாளர் போராட்டத்தை வெற்றிப் பாதைக்கு இட்டுச் சென்றவர்களில் முக்கியமானவர்கள் இரண்டு பேர்;

கே. சுந்தரராசு

ஒருவர் கே. சுந்தரராசு. இன்னொருவர் வ. சுப்பையா.

முதலியார்பேட்டை கே. சுந்தரராசு ரோடியர் பஞ்சாலைத் தொழிலாளி. உழைப்பாளிகளின் துயரை அனுபவப் பூர்வமாக உணர்ந்தவர்; வெளிப்படையான சங்க நடவடிக்கைகள் தடை செய்யப்பட்டிருந்த நிலையில், மூன்று பஞ்சாலைத் தொழிலாளர்களையும் மறைமுகமாக ஒருங்கிணைப்பதில் முன்னோடியாகக் களமாடியவர். சுப்பையா ஃபிரான்சுக்குப் பயணம் மேற்கொள்ளும் முன்பே, தொழிலாளர் நலச் சட்டம் இயற்றப்பட்டுவிட்டபோதிலும், அதைப் போராடிப் பெற்ற வெற்றியாகவே கொண்டாடிய அழுத்தந்திருத்தமான தொழிற்சங்கவாதி. அதனால்தான் தொழிற்சங்க இயக்கம் மூலம் சுப்பையா கம்யூனிஸ்டுக் கட்சியை வளர்க்க முனைந்தபோது, அதை அவரால் ஏற்கமுடியவில்லை (சுந்தரராசு 1944). அவர், தனது சகாக்களோடு அமைத்துக் கொடுத்த போர்க்களத்தில்தான் சுப்பையா நாயகனானார் (சிவ. இளங்கோ 2004: 100–102).

வ. சுப்பையா

சுப்பையா ஒரு பிறவிப் போராளி; மாணவராயிருந்தபோதே அரசை எதிர்த்துப் போராட்டங்கள் நடத்திய துணிச்சல் காரர். அரசின் கெடுபிடிகளால் கரந்துறைந்தபோதும், ஆலோசனைகள் வழங்குவதற்காக மாறுவேடம் பூண்டேனும் வந்துசேர்ந்தவர்.

ஜவகர்லால் நேருவின் நெஞ்சுக்கினிய நண்பர்; இளம் வயது முதலே தேசியவாதி; காங்கிரஸ்காரர். 1927இல் சென்னை, ஆவடியில் அகில இந்திய காங்கிரஸ் மாநாட்டில் பங்கேற்றவர்; 1934இல் காங்கிரஸ் இயக்கக் கிளையைப் புதுச்சேரியில் ஆரம்பிக்க விரும்பியவர்; 1937இல், பஞ்சாலைத் தொழிலாளர் போராட்டம் வென்றபின்னர், 1937–38இல் அரிபுராவில் நடந்த அகில இந்திய காங்கிரஸ் மாநாட்டில் தீவிர சோசலிசவாதிகள் குழுவின் ஆதரவாளராகப் பங்கேற்றவர். 'இவர் 1942இல் கம்யூனிஸ்டுக் கட்சியைத் தொடங்கும் வரை காங்கிரஸ்காரர்தான்' என்கிறார் அகில இந்திய கம்யூனிஸ்ட் கட்சியின் தலைவர்களுள் ஒருவரான டாக்டர் திவியன் (சுப்பையா பவழ விழா மலர் 39–40).

பொதுவாழ்க்கையில் அழுந்தக் கால் பதித்த பின், கொண்ட கொள்கைக்காக எந்த வித அடக்குமுறையையும் எதிர்கொள்ளத் தயங்காதவர். வியூகங்கள் வகுக்கும் அறிவுக் கூர்மையாலும், அரசுடனும், நிர்வாகங்களுடனும் பொருள் பொதிந்த பேச்சுவார்த்தைகள் நடத்தும் வல்லமையாலும் தொழிலாளர் போராட்டம் வெல்லத் துணை நின்றவர் (சிவ. இளங்கோ 2004).

ஒரே நேர்க்கோட்டில் பயணித்த இரு பெரும் தொழிற்சங்க ஆளுமைகளை, இரட்டைக்கிளவியாக்கி, இணை கோடுகளாகப் பிரித்துப்போட்டது அரசியல்!

ஆண்டுக்கணக்காக போராட்டத்தின் முடிவில், வெற்றிச் சங்கு ஊதிய தொழிலாளர்கள், 1937 ஆம் ஆண்டு ஜூன் மாதம் 23ஆம் நாள் தங்கள் முதல் தொழிற்சங்கத்தை ரோடியர் பஞ்சாலையில் சுந்தரராசு தலைமையில் அதிகாரபூர்வமாகத் துவக்கினர். சவானா மில்லில் வல்லபதாஸ் தலைமையிலும், கெப்ளே ஆலையில் ராயப்பன் தலைமையிலும் தொழிற்சங்கங்கள் தொடங்கப்பட்டன (சிவ. இளங்கோ, 2004: 99).

உற்சாகத்தில் உழைப்பாளி வர்க்கம்

சுப்பையா பாரிசில் காலடி எடுத்து வைக்கும் முன்பே புதுச்சேரித் தொழிலாளர் பிரச்சனைக்கு நிரந்தரத் தீர்வு காணப்பட்டுவிட்டது. மூன்று மாதங்கள் பாரிசில் தங்கியிருந்த சுப்பையா, நேருவின் நண்பர்கள், அரசு அதிகாரிகள், அமைச்சர்களைச் சந்தித்து ஆலோசனைகளைப் பெற்றார். பின்னர், இரண்டாண்டுக் காலக் களப்போராட்டம் வெற்றிகரமாக முடிந்துவிட்ட நிலையில், இந்தியாவிற்குப் புறப்பட்டார். அவர் திரும்பி வரும் நிகழ்வானது, தொழிலாளர் ஒற்றுமையின் வெற்றிக் குறியீடாக, வரலாறு காணாத அளவில் பெரும் விழாவாகக் கொண்டாடப்பட்டது.

ஜூலை மாதம் 6ஆம் நாள் புதுச்சேரி துறைமுகத்தில் வந்து இறங்கிய அவருக்கு உழைக்கும் வர்க்கமே ஒன்றுதிரண்டு வரவேற்பு அளித்தது. படகிலேறிக் கப்பலுக்கே சென்று, அழைத்துவந்தார் சுந்தரராசு. வெற்றிக் களிப்பில் தொழிலாளர் வர்க்கம் மிதந்தது அன்று (சுந்தரராசு 1944; சுப்பையா 1990: 131–136).

கடந்து வந்த பாதை

இருபத்தைந்து ஆண்டுகளாக பஞ்சாலைத் தொழிலாளர்கள் நடத்திவந்த உரிமைப் போராட்டங்களை ஒடுக்கிட ஃபிரஞ்சு ஏகாதிபத்தியம் மேற்கொண்ட அடக்குமுறைகளின்போது, ஆரம்பக் கட்டங்களில், செல்லான் நாயகர், ழொசேப் தாவிது, இரத்தினவேலுப் பிள்ளை போன்ற ஒரு சில வழக்கறிஞர்கள் மட்டுமே ஆதரவாயிருந்தனர்.

சுகாபிவிருத்தினி, சுஜனரஞ்சனி, தேசசேவகன், புதுவை முரசு, சுதந்திரம் போன்ற பத்திரிகைகள் அவர்களுக்குக் கேடயங்களாக முட்டுக்கொடுத்து வந்தன. 1930களில், சுந்தரராசு, அவருக்குத் துணையாக நந்தகோபால், அரங்கேசன், லக்குருவா, பெரிய நாயக்கன், நடேசன், பெரியநாயகசாமி, சுப்புராயலு, குப்புசாமி, அந்துவான் நாராயணசாமி, எட்டியப்ப நாயக்கர், மன்னர், இராமானுஜம், கந்தசாமி, போன்ற தொழிலாளர்கள் தோள்கொடுத்துப் பாட்டாளிகளைத் திரட்டினர். பாரதிதாசன், புதுவைச் சிவம் என்னும் சிவப்பிரகாசம், பெருமாள் அவோக்கா போன்ற சுயமரியாதை இயக்கத்தவரும், எஸ்.ஆர். சுப்பிரமணியம், ஆர்.எல். புருசோத்தம ரெட்டியார் போன்ற தேசியவாதிகளும் துணை நின்றனர்; தொடர்ந்து சுப்பையாவின் வழிகாட்டுதலில் போராட்டம் வெற்றிக்கொடி நாட்டியது.

அரசின் அதிகாரத்துக்கும், நிர்வாகத்தின் ஆணவத்திற்கும் அஞ்சி, ஊரடங்கிய பின் ஒதுக்குப் புறங்களில் ரகசியமாய்க் கூடி ஆலோசித்து, தயங்கித் தயங்கிப் போராடிய காலம் மாறி, ஒரு சங்கப் பலகையின்

கீழ் உரிமையுடன் அமரும் தருணம் விடிந்து விட்டது. ஆம், ஆசிய வரலாற்றில் முதன்முறையாக ஒரு புதிய பொன்னேடு பொறிக்கப்பட்டு விட்டது. ஆனால், உயிர்த்தியாகம் செய்த பதினைந்து உழைப்பாளிகளின் எலும்புகளைக் கொண்டு, அடியுதை உண்டும், கசையடி பட்டும் ஏராளமான தொழிலாளர்கள் சிந்திய ரத்தத்தில் தோய்த்தல்லவா அது எழுதப்பட்டது! அது வரலாற்றுச் சுவடு மட்டுமல்ல, வடுவும் கூட! *(சுப்பையா 1990; சிவ. இளங்கோ 2004).*

7.6: அரசியல் களம்: தோற்றத்தில் மாற்றங்கள்

தனியொருவனும் தத்துவமும்

'மக்களுக்கு அதிகாரம்' என்ற பெயரில், பத்தொன்பதாம் நூற்றாண்டில் அவசரகதியில் அறிமுகப்படுத்தப்பட்ட பிரதிநிதித்துவம், மக்களைச் சாதி ரீதியாகவும், மத ரீதியாகவும், பிளவுபடுத்தி, இன மோதல்களைத்தான் விடையாகத் தந்தது. அந்நூற்றாண்டின் இறுதி வரை, நாடு சாம்பசிவ முதலியார், நாடு சண்முக முதலியார், பொன்னுத்தம்பிப் பிள்ளை போன்றோரின் தனிமனிதச் செல்வாக்கை மையமாகக்கொண்டே அரசியல் களம் இயங்கியது. *"ஃபிரான்சு வாழ்க! ஃபிரஞ்சுக் குடியரசு வாழ்க! ஃபிரஞ்சிந்தியா வாழ்க!" (Vive la France, Vive la Republique Française, Vive l'Inde Française)* என்று முழங்கிவாறு, அதிகார மையங்களை அனுசரித்துப் போனவரையில் அவர்களது செல்வாக்கு நீடித்தது. ஆகவே, உண்மையான ஜனநாயக மரபுகள் மலர்வதற்கு வழியில்லாத நிலையோடு, இருபதாம் நூற்றாண்டு விடிந்தது. காலம் கழிந்ததே ஒழிய, காட்சிகள் மாறவில்லை *(அஜித் நியோகி 1991: 2; கீதா 2008: 47).*

ஆனால், செல்வாக்குடைய தலைவர்கள் தனிக்கோலோச்சியது மாறி, ஓரிரண்டு பேராவது இணைந்து, ஒரு குழுவாகச் செயல்பட்டால்தான் ஒரு பொது எதிரியை எதிர்கொள்ள முடியும் என்ற அளவிற்குச் சற்றே மாற்றம் கண்டது. இது வரவேற்கத் தக்க முன்னேற்றம். அதுவே, பின்னாளில், தனி மனிதர்களும், குழுக்களும் ஒருங்கிணைந்து, கொள்கையை மையமாகக் கொண்ட ஓர் இயக்கமாகச் செயல்படுவதற்கான முன்னோட்டமாக விளங்கியது. புதுச்சேரிக்கு வந்த இந்திய தேசியத் தலைவர்களான, பால கங்காதர திலகர், மகாத்மா காந்தி, ஜவஹர்லால் நேரு, விவேகானந்தர் ஆகியோரின் தாக்கத்தால், 1940களில் கொள்கைப் பிடிப்புடன் ஓர் இலக்கை நோக்கிப் பயணிக்கும் கொள்கை சார்ந்த அரசியலாக மருவியது *(கீதா 2008: 81–82).*

கெப்ளே வருகிறார்

நாடு சண்முக முதலியார் அரசியல் களத்தில் இருந்து அகன்ற பிறகு அவருடைய இடத்திற்குக்குப் போட்டியாக ஃகென்றி கெப்ளே *(Henri Gaebele)* உருவானார். அவர் ஃபிரான்சில் எந்திரப் பொறியியல் பட்டம் பெற்றவர். புதுச்சேரிக்கு வந்து, ஒரு பஞ்சாலையின் உரிமையாளராக நிலை கொண்டவர். 1908ஆம் ஆண்டில், ஃபிரஞ்சுக் கட்சியைத் *(Partie le France)* தொடங்கி, நாடு சண்முகம் முதலியாரின் ஆதரவு பெற்ற வேட்பாளர் பியெர் கஸ்தோனைத் *(Pierre Gaston)* தோற்கடித்து, புதுச்சேரி

நகராட்சியின் தலைவராக (மேயர்) வெற்றி பெற்றார். அவரே பொதுச் சபை உறுப்பினராகவும் தேர்ந்தேடுக்கப்பட்டார்.

ஆனால். தோல்வியடைந்த கஸ்தோன், வாளாயிருக்கவில்லை; வன்னியர் தலைவரான சதாசிவ நாயகர், நல்லூர் சதாசிவ செட்டியார், குட்டியா துரைசாமிப் பிள்ளை, ஆகியோரைச் சேர்த்துக்கொண்டு புரட்சிகரக் கட்சியை (*Radicals Party*) தொடங்கினார். 1910 ஏப்ரல் 24இல் நடந்த தெபுத்தே தேர்தலில், கெப்ளே ஆதரவுடன் போட்டியிட்ட லெமேரை, பால் புளுய்சனை நிற்கவைத்துத் தோற்கடித்துப் பழிதீர்த்துக் கொண்டார்.

ஆனால், அது தற்காலிக வெற்றியே! அடுத்து 1910இல் வந்த தெபுத்தே தேர்தலில் காற்று மாறி வீசியது; மாற வைத்தார் கெப்ளே. பால் புளுய்சனை தன் கட்சிக்கு இழுத்து, பியெர் கஸ்தோன் கட்சி வேட்பாளரைத் தோற்கடித்தார். அதன் பிறகு அவருக்கு வெற்றி முகம்தான். 1924 வரை பால் புளுய்சனையே தொடர்ந்து வெற்றிபெறச் செய்தார். பதவியை வைத்து, ஆளுநருக்கும், அதிகார வர்க்கத்துக்கும் நெருக்கமானார். 1908 தொடங்கி அடுத்த 20 ஆண்டுகளுக்கு, அவரின் செல்வாக்கு புதுவையில் கொடி கட்டிப் பறந்தது.

செல்வாக்கு சேர்ந்த விதம்

புதுச்சேரி சுங்க வரியில்லாத் துறைமுகமானதால், வைரங்களையும் விலை உயர்ந்த பொருட்களையும் இறக்குமதி செய்த வணிகர்கள், அவற்றைத் தமிழகத்திற்குக் கடத்திப் பெரிய அளவில் ஆதாயம் பார்த்தார்கள். அதிகாரிகளைக் கைக்குள் போட்டுக்கொண்டு, மேயர் கெப்ளே அவர்களுக்குப் பாதுகாப்பாகச் செயல்பட்டார். அதனால், அவரது மகன்கள், அல்பேர் (*Albert*) வணிக அவைக்கும் (*Chambre de Commerce*), ஃப்நித் (*Fnitz*) விவசாய அவைக்கும் (*Chambre de Agricole*), ரொபேர் (*Robert*) பொதுக் குழுவுக்கும் (*Conseil Général*) தலைவர்களாக்கும் அளவிற்கு அவரது செல்வாக்கு உச்சத்தை எட்டியது. அந்த அளவிற்கு அரசியலைக் குடும்ப வியாபாரமாகவே நடத்தினார் (கீதா 2008: 71).

அரசுக்கு எதிராக எங்குக் குரல் கேட்டாலும், அவற்றை ஒடுக்குவதில் தன்னுடைய அடியாட்களுடன் முன்னணியில் நின்றார். அரசுடன் இணக்கமாக நீடிப்பதற்காகத் தன்னுடைய முன்னாள் ஆதரவாளரான வல்லபதாசு என்ற வழக்குரைஞரைக் கூடப் பழிவாங்கத் தயங்கவில்லை. நீதிபதியாகப் பணியாற்றிய தன்னுடைய மருமகன் ஃபேபர் (*Fabre*) மூலமாக, அவரை மூன்று மாதங்களுக்கு வழக்கறிஞராகப் பணியாற்றக்கூடாது என்று தடை விதிக்கச்செய்தார் (பத்மநாபன் 2004: 23).

இன்னொரு சமயம், கெப்ளேவை விமரிசித்து ஃபிரான்சுநாட்டின் இதழ் ஒன்றில் ஒரு கட்டுரை வெளியானது. அதை பழநி சின்னையா இரத்தினசாமி நாயுடு என்பவர், தமிழில் மொழி பெயர்த்துத் துண்டறிக்கை யாக வெளியிட்டார். அதனால் வெகுண்ட கெப்ளே, அவர் மீது மானக்கேடு வழக்குத் தொடுத்து இழப்பீடு கோரினார். தனது செல்வாக்கைப் பயன்படுத்தி, பதினைந்து நாள் சிறை வாசமும், ஆயிரம் ரூபாய் இழப்பீடும் தண்டனையாகத் தீர்ப்பளிக்கச் செய்தார். எய்தவன் இருக்க அம்பை நொந்த

கதையாக, ஃபிரான்சுநாட்டின் இதழ் மீது காட்டவேண்டிய வெறுப்பை ஒரு சாமான்யன் மீது காட்டி ஆறுதல் தேடிக் கொண்டார் (அருள்ராஜ் *2005: 74–75*).

அதே வேகத்தில், பஞ்சாலைத் தொழிலாளர்கள் தங்கள் கோரிக்கை களுக்காகப் போராடியபோது, போலீசாருக்கும் இராணுவத்திற்கும் துணையாகத் தன்னுடைய அடியாட்கள் படையையும் களத்தில் இறக்கிவிட்டு, தனது விசுவாசத்தை வெளிப்படுத்திவந்தார் (பத்மநாபன் *2004: 23*).

தாவிது கட்சியின் அத்தியாயம்

*1922*இல் முதல் மாற்றம் நிகழ்ந்தது. இந்தியரிடம் செல்வாக்குப் பெற்றிருந்த செல்லான் நாயகர், ஃபிரஞ்சியரிடம் செல்வாக்குப் பெற்றிருந்த ழொசேஃப் தாவிது (*Joseph David*) ஆகியோர், போராட்டங்களில் ஈடுபட்டுக் கொண்டிருந்த பஞ்சாலைத் தொழிலாளர்களுக்கு ஆதரவாகச் செயல்பட்டுக் கொண்டிருந்தனர். அவர்கள் இருவரும், காரைக்காலைச் சேர்ந்த தோமஸ் (*Thomas*) என்பவருடன் இணைந்து மக்கள் கட்சி (*Popular Party*) என்ற இயக்கத்தைத் தொடங்கினர். ஆனால், அது அதிகார பூர்வமாக ஃபிராங்க்கோ – இந்துக் கட்சி என்றாலும், மக்களால் 'தாவிது கட்சி' என்றே அழைக்கப்பட்டது. இது கெப்ளேவின் ஃபிரஞ்சுக் கட்சிக்கு எதிராகச் செயல்பட்டதால், இதை நாசகாரச் சக்தி என்றும், ஃபிரான்சு அரசுக்கு விரோதமானது என்றும் பழித்தார் கெப்ளே. ஆனால், அரசுடன் சேர்ந்துகொண்டு, பஞ்சாலைத் தொழிலாளர்களுக்கு விரோதமாக கெப்ளே செயல்பட்டதால், தாவிது கட்சிக்கு மக்களின் ஆதரவு பெருகிவந்தது.

கெப்ளேவின் வீழ்ச்சி

*1928*இல் இல் தெபுத்தே (*Depute*) தேர்தல் வந்தது. அந்தத் தேர்தலில், கெப்ளேவின் ஃபிரஞ்சுக் கட்சி சார்பில் போட்டியிட்ட அங்குல்வானை (*Angoulvant*), தாவிது கட்சியின் வேட்பாளரான சொப்போனா (*Coponat*) என்பவர், *38,000* வாக்குகள் பெரும்பான்மையுடன் தோற்கடித்தார். அடுத்து வந்த செனத்தேர் (*Senataire*) தேர்தலிலும், தாவிது கட்சி வேட்பாளர் யூஜின் லெ மோர்ஞியிடம் (*Eugene le Morgne*) கெப்ளே கட்சி வேட்பாளர் தோற்றுப்போனார். அது முதற்கொண்டு, கெப்ளேவின் அரசியல் செல்வாக்கு மங்கத் தொடங்கியது. அதைத் தொடர்ந்து, அவ்வாண்டில் நடந்த, பொதுச் சபை, வட்டார சபை, நகர சபைகளுக்கான தேர்தல்களிலும் அவரது கட்சி மண்ணைக் கவ்வியது. அத்துடன் அரசியலில் கெப்ளேவின் ஆதிக்கம் முடிவு கண்டது. அடுத்த பத்தாண்டுகளுக்கு ழொசேஃப் தாவிது கட்சியின் செல்வாக்கு நீடித்தது (கீதா *2008: 72*).

முதலாம் உலகப்போரின் தாக்கம்

முதலாம் உலகப் போரின் விளைவாக, மக்களிடையே உரிமைகள் பற்றிய விழிப்புணர்வும், தெளிவும் ஏற்பட்டது. இதுவரை ஃபிரஞ்சு அரசால் வழங்கப்பட்ட சலுகைகளும், உரிமைகளும் வெறும் கண்துடைப்பே என்பதனை அவர்கள் உணரத் தொடங்கினர். நிர்வாகத்தின் மீதான

அதிருப்தி மெல்ல வலுப்பெற்று, மாணவர்களுக்கும், தொழிலாளிகளுக்கும் தங்களின் உரிமைகளைப் போராடிப் பெறவேண்டிய அவசியம் புரிய வந்தது. அதன் வெளிப்பாடாக ஆங்காங்கே கிளர்ச்சிகள் தோன்றின. இந்த உணர்வுதான் வலுப்பெற்று, பின்னாளில் காலனிய எதிர்ப்பு உணர்வாகவும், விடுதலை வேட்கையாகவும் பரிணமித்தது *(கீதா 2008)*.

இளைஞர் இயக்கங்கள்

அரசியல் மையங்களான சங்கங்கள்

புதுச்சேரியிலும் இந்திய தேசியத்தின் தாக்கத்தால், *1929*ஆம் ஆண்டு, 'நட்புறவுக் கழகம்' ஒன்று தொடங்கப்பட்டது. சுப்பையா, சக மாணவர்களுடன் சேர்ந்து, ஃபிரஞ்சிந்திய இளைஞர் சங்கம் *(Frenchindia Youth League)* தொடங்கினார். அதன் சார்பில் 1931இல் டாக்டர் வரதராஜுலு நாயுடு, தெ.பொ. மீனாட்சிசுந்தரனார், ஜே.எஸ். கண்ணப்பர், சி. நடேசன் ஆகியோர் பங்கேற்ற முதல் மாநாடு நடந்தது. தேசிய உணர்வு கொண்ட மாணவர்களும், இளைஞர்களும் "பரஸ்பர சகோதரத்துவ சங்கம்", "ஐந்து மாணவர்கள் குழு", "கஸ்தூரிபாய் இராட்டைக் கழகம்", "திருவள்ளுவர் இராட்டைக் கழகம்" போன்ற அமைப்புகளை ஏற்படுத்திச் செயல்பட்டனர். இந்த அமைப்புகள், வெறுமனே கூடிக் கலையும் அரங்கங்களாக அல்லாமல், கருத்துப் பரிமாறும் அறிவுக் கேந்திரங்களாக இயங்கின *(சுப்பையா 1990: 22–23)*

இராமகிருஷ்ணா வாசக சாலை

*1930*ஆம் ஆண்டில் உழைக்கும் வர்க்கத்தின் இளைஞர்கள் ஒன்று சேர்ந்து, சின்ன மணிக்கூண்டு அருகில் இராமகிருஷ்ணா வாசகசாலையைத் தொடங்கினார்கள். ஆரோக்கியசாமி முதலியார் இலவசமாகத் தந்த கட்டடத்தில் அது இயங்கியது. பெயருக்கேற்ப அது, படிப்பகமாகவும், சிறார்களுக்கு இரவுப் பாடசாலையாகவும் திகழ்ந்தது.

அரசின் கெடுபிடிகளைச் சமாளிப்பதற்காக, மார்கழி மாதத்தில் பஜனை என்ற பெயரில் பாரதியார் பாடல்களையும், தேசபக்திப் பாடல்களையும், வீதி வீதியாகப் பாடி, தேசிய உணர்வை வளர்த்தது. இந்திய விடுதலைப் போராட்டம் பற்றிய பதிப்புகள் அனைத்தும் அங்கு வரவழைக்கப்பட்டன. காந்தியச் சிந்தனைகளான, தீண்டாமை ஒழிப்பு, மது விலக்கல், சுதந்திரம் பற்றிக் கலை நிகழ்சிகள் மூலம் பிரச்சாரமும் நடந்தது. சமூக, அரசியல் விவகாரங்களைப் பற்றிய விழிப்புணர்வை மக்களிடையே ஏற்படுத்தியது.

பாரதியின் யோசனைப்படி, பாரதமாதாவின் சிலை இங்குதான் வடிவமைக்கப்பட்டது. இரவு நேரங்களில் பஞ்சாலைத் தொழிலாளர் களின் போராட்டங்களுக்கான திட்டங்கள் அங்கு வகுக்கப்பட்டன. அதில் அனுபவம் பெற்ற இளைஞர்கள் பின்னாளில் தொழிலாளர் போராட்டங்களின்போது முக்கியப் பங்காற்றினார்கள்.

தேசியவாதிகளான ஆர். எல். புருஷோத்தம ரெட்டியார், வ. சுப்பையா, எஸ். ஆர். சுப்பிரமணியம், அவுக்கா சவரிநாதன் போன்றவர்கள் அங்குதான்

திட்டங்கள் தீட்டுவார்கள். புதுச்சேரி விடுதலை இயக்க வரலாற்றில் அதற்கெனத் தனியிடம் உண்டு. 'புதுச்சேரி அரசின் சின்னமாக வைக்கும் தகுதி அதற்குத்தான் உண்டு' என்கிறார் பழுத்த விடுதலை வீரர் அருள்ராஜ் *(2005: 78–79).*

அரிசன சேவா சங்கம்

*1933*இல் மகாத்மா காந்தி இந்தியாவில் ஆரம்பித்த அரிசன சேவா இயக்கம், தேசிய உணர்வு உள்ளவர்கள் ஒன்று சேர, ஒரு மேடை அமைத்துக் கொடுத்தது. *1933*ஆம் ஆண்டு டிசம்பர் *6*ஆம் நாள், சவரிநாதன், கிருஷ்ணசாமிப் பிள்ளை ஆகியோரின் முயற்சியால் அதன் கிளை புதுச்சேரியில் தொடங்கப்பட்டது. மோரிஸ் கிளேரோன் *(Maurice Clairon)*, கணபதி சேகர் *(Ganapathi Sagaire)*, துரைராஜ் *(Durairadjou)* ஆகியோர் அதில் இணைந்தார்கள். சுப்பையா அதன் செயாலாளரானார். இச்சங்க உறுப்பினர்கள், காந்தி வகுத்தத் திட்டப்படி, தாழ்த்தப்பட்ட மக்கள் வாழும் பகுதிகளுக்குச் சென்று, சேரிகளைத் தூய்மைப்படுத்தியதோடு, அங்கிருந்த குழந்தைகளையும் பராமரித்து, அவர்களுக்கு வேண்டிய உதவிகளைச் செய்தார்கள். அவர்களது குடியிருப்புகளில் தாழ்த்தப்பட்ட மக்களுக்கென்று இரவுப் பள்ளிகள் அமைத்து அவர்களின் கல்வியறிவு மேம்படுவதற்குப் பாடுபட்டார்கள்.

*1934*ஆம் ஆண்டு ஃபிரஞ்சிந்தியப் புதுச்சேரியின் வரலாற்றில் ஒரு முக்கியமான ஆண்டு. பிப்ரவரி *16*ஆம் நாள், மகாத்மா காந்தி, காரைக்காலுக்கு வந்தார். சுப்பையாவின் தீவிர முயற்சியால், அவர் மறுநாள் புதுச்சேரிக்கு (பிப்ரவரி *17*) வந்து, ஒதியன் சாலைத் திடலில் உரையாற்றினார். "தீண்டாமை ஒரு சாபக்கேடு; அதிலும் சமத்துவத்தையும், சகோதரத்துவத்தையும் போதிக்கும் ஃபிரஞ்சு அரசில், அது ஒரு பெரும்பாவம், சமூக அநீதி; அது ஒழிக்கப்படவேண்டும்" என்பதே அவரது உரையின் சாரம்.

சமூக நலனுக்காகவும், தேசியக் கொள்கைகளைப் பரப்புவதற்காகவும், சுகாபிவிருத்தினி, சுஜனரஞ்சனி, தேசபக்தன், புதுவை முரசு, ஆகிய செய்தி இதழ்கள் இயங்கி வந்தன. அவற்றுடன், சுப்பையாவின் முயற்சியால், *1934* ஜூன் மாதம் முதல் சுதந்திரம் என்ற மாத இதழ் வெளிவரத் தொடங்கியது *(சுப்பையா 1990: 46–47).*

மகா ஜன சபை

*1934*இல் இந்தியாவில் இயங்கிய காங்கிரஸ் இயக்கத்தைப் புதுச்சேரியிலும் தொடங்கலாமா என்று சுப்பையா, நேருவுக்குக் கடிதம் மூலம் ஆலோசனை கேட்டார். "சுதந்திரம் எனது பிறப்புரிமை" என்ற நோக்கத்தோடு இந்திய தேசியக் காங்கிரஸ் செயல்பட்டு வருவதால், அதன் கிளையாகப் புதுச்சேரியில் இயங்கினால், அரசியல் ரீதியாகவும், நிர்வாக ரீதியாகவும் சங்கடங்கள் ஏற்படலாம் என்று நேரு கருதினார். எனவே, இந்தியப் பகுதிகளில் இயங்கிவந்த சமூக அமைப்புகள் போன்ற ஓர் அமைப்பினைத் தொடங்குமாறு அவர் யோசனை கூறினார்.

அதன்படி, *1937*ஆம் ஆண்டு, ஆகஸ்டு தொடக்கத்தில் மரி சவரி, துரைராஜ், ஆர். எல். புருசோத்தம ரெட்டியார், டேனியல் தட்சணாமூர்த்தி,

எஸ்.ஆர். சுப்பிரமணியம், துரைசாமி, ஷொசேப் லத்தூர், ஆகியோர் மகா ஜன சபையைத் தொடங்கினர். ஆகஸ்டு இறுதியில் அதன் தொடக்க விழா நடந்தது. அரங்கசாமி நாயக்கர், சவரிப்பிள்ளை, வையான் தெ பழநூர், லெயோன் சென்ழான் ஆகியோர் காரைக்காலிலும், ஐ.கே. குமாரன் மாகியிலும் இவ்வமைப்பின் கிளைகளைத் துவக்கி நடத்தினர். அதுவரை இயங்கிவந்த சமூக இளைஞர் சங்கம், அரிசன சேவா சங்கம், இராமகிருஷ்ணா வாசகசாலை ஆகிய அமைப்புகளும் இப்புதிய தேசிய இயக்கத்துடன் கரம் கோர்த்தன (கீதா 2008: 75).

மகா ஜன சபையின் நோக்கங்கள்

1840ஆம் ஆண்டு பிறப்பிக்கப்பட்ட அங்ககச் சட்டத்தின் மூலம் அதிகாரங்கள் அனைத்தும் ஆளுநரிடம் குவிக்கப்பட்டிருந்தன. இது மக்கள் பிரதிநிதிகளிடம் பரவலாக்கப்பட வேண்டும். ஃபிரஞ்சியர், இந்தியர் எனப் பிரிக்கப்பட்ட இரட்டை வாக்காளர் பட்டியல்கள் நீக்கப்பட்டு அனைவருக்கும் பொதுவான ஒரே பட்டியல் தயாரிக்கப்படவேண்டும். நியாயமான, நேர்மையான, அரசியல் குறுக்கீடில்லாத தேர்தல்கள் நடத்தப்படவேண்டும் என்பன அதன் முக்கிய நோக்கங்கள் (சுப்பையா 1990: 145–146).

மாணவர்கள், தொழிலாளர்கள் போராடியபோது அரசு காட்டிய கடுமையும், கட்டவிழ்த்துவிட்டக் கொடுங்கோன்மையும் அரசுக்கு எதிரான உணர்வினை மக்கள் மனத்தில் விதைத்திருந்தன. எனவே, பொதுமக்களிடமும் போராட்டக் குணம் ஆழ்ந்த வேர்விட்டு, அகலப் பரவியதால், மகாஜன சபாவின் செல்வாக்குப் பெருகியது. அரசியலில் வேறுபட்டிருந்த தலைவர்கள், தங்கள் வேற்றுமைகளை மறந்து, ஒரு பொது நோக்கோடு ஒன்றிணைந்ததால் இது சாத்தியமாயிற்று. ஆனால், இது அதிகார வர்க்கத்தின் தூக்கத்தைக் கலைத்தது.

இந்தியரின் எதிர்பார்ப்பு

முதலாம் உலகப் போருக்குப்பின், ஃபிரான்சின் பொருளாதாரம் வீழ்ச்சி கண்டது; விலைவாசிகள் உயர்ந்தன. அதனால் ஃபிரஞ்சிந்தியாவில் அதிகாரிகளுக்கு ஊதிய உயர்வு தரவும், அதனால் அதிகரிக்கும் செலவினங்களுக்காகப் பொதுமக்கள் மீது வரி விதிக்கவும் அரசு முயன்றது.

ஆனால், இந்தியரின் பிரதிநிதியான செல்லான் நாயகருக்கு அதில் உடன்பாடில்லை. ‘ஊழலில் திளைத்த அதிகாரிகளைப் பதவிநீக்கம் செய்யவேண்டும்; இரட்டை வாக்காளர் பட்டியலை ஒரே பட்டியலாக்க வேண்டும்; 12 உறுப்பினர் பொதுச் சபையில் 1,85,840 இந்தியர்களுக்கும், 560 ஃபிரஞ்சியருக்கும் தலா ஆறு இடங்கள் வழங்கியதை ரத்துச் செய்ய வேண்டும்; மகளிருக்கும் வாக்குரிமை வழங்கவேண்டும்; அரசின் வருவாயில் 55% அதிகாரிகளின் ஊதியம் என்பதைக் குறைக்கவேண்டும்; போர்க்காலத்தில் போடப்பட்ட வரிகளை விலக்கவேண்டும்; போருக்குப் பின் திணிக்கப் பட்ட சுங்க வரியை ரத்துச் செய்யவேண்டும்’ என்ற கோரிக்கைகளுக்காக அவர் பாடுபட்டுக் கொண்டிருந்தார்.

எனவே, பொதுச் சபையில் வாதிட்டு, ஐரோப்பியர்களுக்கான ஊதியத்தையும், மக்களுக்கான வரியையும் குறைக்கச் சட்டம் இயற்றச் செய்தார் (கீதா 2008: 71).

ஃபிராங்க்கோ – இந்துக் கட்சி

அடிக்கடி நடந்த பஞ்சாலைத் தொழிலாளர்களின் போராட்டங்களால், அரசு திணறிக்கொண்டிருந்த தருணம் அது. ஒருபுறம் தொழிற்சங்க அச்சுறுத்தலைச் சமாளிக்கவும், மறுபுறம் அரசியல் களத்தில், மகா ஜன சபையின் செல்வாக்கை எதிர்கொண்டு, அரசுக்குத் துணைநிற்கும் ஓர் அமைப்பை உருவாக்கவும் ஆளுநர் குரோச்சிக்கியா திட்டமிட்டார்.

ஆளுநர் போட்ட தூண்டிலில் சிக்கிய ஒருவர், மேயர் ழொசேஃப் தாவிது; செல்லான் நாயகரின் செயலால் அதிகார வர்க்கம் அவருக்கு எதிராகத் திரும்பியிருந்தது. அதுதான் ழொசேஃப் தாவிதின் அரசியல் அடித்தளம். எனவே, 1928இல் இணைந்து வெற்றிகளைக் குவித்த செல்லான்–தாவிது கூட்டணியை உடைத்து, கெப்ளேவின் வெற்றிடத்தை ழொசேஃப் தாவிது மூலம் நிரப்ப ஆளுநர் குரோச்சிக்கியா திட்டமிட்டார். தாவிது ஃபிரஞ்சுக் குடியுரிமை பெற்றவரானதால், ரெனோன்சான்கள், ஃபிரஞ்சியர் ஆதரவு கிடைக்கும் என்று கணக்குப் போட்டு செல்லான் நாயகரிடமிருந்து அவரைப் பிரித்தார்.

மற்றொருவர் செல்வராஜ் செட்டியார். இவர் மூலம் மீனவ சமுதாயத்தின் ஒட்டுமொத்த ஆதரவும் கிடைக்கும் என்பது ஆளுநரின் கணக்கு. கப்பல்களிலிருந்து சரக்குகளை ஏற்றுவதும், இறக்குவதும் அவரது முகமைக்கே தனியுரிமை. அந்தச் சூழலில், படகுத் தொழிலாளர் மட்டத்திலும் தொழிற்சங்கம் அமைக்கும் முயற்சிகள் தென்பட்டதால், அதனை ஒடுக்க அரசின் ஆதரவு தேவையென்று செல்வராஜ் செட்டியாரும் கருதினார். இவர்கள் இருவரையும் இணைத்து, 1936 செப்டம்பர் 28இல் ஃபிராங்க்கோ – இந்துக் கட்சியை மகா ஜன சபைக்கு எதிராகச் செயல்பட வைத்தார். ஃபிராங்க்கோ – இந்துக் கட்சிதான் ஃபிரஞ்சிந்தியாவின் முதல் பதிவு செய்யப்பட்ட அரசியல் கட்சியாகும்.

ஃபிராங்க்கோ – இந்துக் கட்சி, சமுதாயத்தின் மேல்மட்ட ஆதரவை மட்டுமே பெற்றிருந்ததால், ஒரு வலுமான வெகுமக்கள் இயக்கமாக மாறமுடியவில்லை. ஆயினும், ஆளும் வர்க்கத்தின் ஆதரவு இருந்ததால், அடுத்த பத்தாண்டுகள் வரை, அது புதுச்சேரியில் ஒரு முக்கிய அரசியல் சக்தியாகத் திகழ்ந்தது (சுப்பையா 1990: 148; பத்மநாபன் 2004: 26).

முதல் பலப் பரீட்சை

1937ஆம் ஆண்டு மே மாதம், நகரசபைத் தேர்தல்களை நடத்த அரசு முடிவு செய்தது. அத்தேர்தலில் மகா ஜன சபைக் கட்சியினரே பெரும்பாலான இடங்களில் பெருவாரியான வாக்குகள் பெற்றிருந்தனர். ஆனாலும், புதுச்சேரியில் தேர்தல்கள் நடந்த விதம் விநோதமானது. அவை பாசாங்குத் தேர்தல்கள்: அதில் வெற்றி பெற்றவர் தோற்பார், தோற்றவர் வெற்றி பெற்றவராக அறிவிக்கப்படுவார். ஆணவம் பிடித்த

அரசின் அநியாயச் செயல்களுள் இதுவும் ஒன்று. அவ்வாறே, மகா ஜன சபைக் கட்சியினர் வெற்றி பெற்றதற்குப் பதிலாக, அரசு ஆதரவு பெற்ற ஃபிராங்க்கோ – இந்துக் கட்சியினர் வெற்றி பெற்றதாக அறிவிக்கப்பட்டது.

அரசின் இந்த எதேச்சாதிகாரத்தை எதிர்த்து மக்கள் கிளர்ச்சி செய்தார்கள். அரசு அதைப் பொருட்படுத்தாமல், அக்டோபர் மாதம் 10ஆம் நாள், அடுத்த கட்டமாகப் பிரதிநிதிகள் சபைக்கும், வட்டார சபைகளுக்கும் தேர்தலை நடத்துவதில் மும்முரமாயிருந்தது. இடையில் வன்னியர் – மீனவர் மோதல்கள் வெடித்தபோதிலும் குறித்த நாளில் தேர்தல்கள் நடத்தப்பட்டன. இரட்டை வாக்காளர் பட்டியல்படியே வாக்குப்பதிவு நடந்தது. 604 பேர் கொண்ட முதல் பட்டியல் வாக்காளர் களுக்கும் மூன்று உறுப்பினர், 38,233 பேர் கொண்ட இந்தியர்களுக்கும் அதே மூன்று உறுப்பினர் என்று தேர்தல் நடந்தது. அதில் மகா ஜன சபை வேட்பாளர்கள் வாக்காளர்களின் ஆதரவைப் பெருவாரியாகப் பெற்றிருந்த போதிலும், ஃபிராங்க்கோ – இந்துக் கட்சியினரே வெற்றி பெற்றதாக அறிவிக்கப்பட்டது. ஆனால், காரைக்காலில் மகா ஜன சபையின் வெற்றியை அவர்களால் தடுக்கமுடியவில்லை (சுப்பையா 1990: 163–164).

முதலியார் பேட்டையில் கலவரம்

1937 அக்டோபர் தேர்தலுக்கு முன்னோடியாக, அம்மாதத் தொடக்கத்தில் முதலியார் பேட்டையில் ஃபிராங்க்கோ – இந்துக் கட்சியினரின் தேர்தல் பிரச்சாரக் கூட்டம் ஏற்பாடு செய்யப்பட்டது. அது ஆலைத் தொழிலாளர் செறிந்திருந்த ஊர். அப்பகுதி மக்களிடையே அந்தக் கட்சிக்கு செல்வாக்கு இல்லாததால் கூட்டம் சேரும் வாய்ப்பில்லை. அதை ஈடுகட்ட, மீனவர் தலைவரான செல்வராஜ் செட்டியார், அருகிலிருந்த கடலோரக் கிராமமான வீராம்பட்டினத்தில் இருந்து 400 பேரை இலவச வேட்டி, சட்டை கொடுத்து அழைத்து வந்து கூட்டத்தை நடத்த முடிவு செய்தார். அடியாள் பலம் காட்டி அச்சுறுத்துவதன் மூலம், தேர்தலின்போது நினைத்ததைச் சாதிக்கலாம் என்பது அவரது திட்டம் (அருள்ராஜ் 2005: 86).

வீதியில் மோதிய சமூகங்கள்

முதலியார் பேட்டையின் காவல் அதிகாரியான ததாலா ரமணய்யா, தொழிலாளர் மீது தாக்குதலுக்கான முன்னேற்பாடுகளைச் செய்திருந்தார். தடிகளையும், கற்களையும் சாக்கு மூட்டைகளில் கட்டி ஒரு வண்டியில் கொண்டுவந்து, பாலத்தின் கீழ் முதல் நாளே மறைத்து வைத்திருந்தார்.

காலை எட்டரை மணிக்கே, குண்டர்கள் புடை சூழ, ததாலா கிளம்பிவிட்டார். தாக்குதலை எதிர்பார்த்திருந்த தொழிலாளர்கள், கூட்டத்தில் கலந்துகொள்வதைத் தவிர்க்க, முன்பாகவே புறப்பட்டுப் பஞ்சாலைக்குள் சென்றுவிட்டனர். தாமதமாக வேலைக்குச் சென்று கொண்டிருந்த தொழிலாளர்கள் விரட்டப்பட்டார்கள்; வீடுகள் சூறையாடப்பட்டன; பெண்கள் துன்புறுத்தப்பட்டார்கள். இதனால் பெண்கள் கூட்டமாகச் சென்று ஆலை முன் ஆர்ப்பாட்டம் செய்தார்கள். உள்ளே பணியில் இருந்த தொழிலாளர்கள் வெகுண்டெழுந்து வெளியே வந்தார்கள். இரு தரப்புக்கும் மோதல்கள் வெடித்தன. ஏராளமான பேருக்கு

இரத்தக் காயங்கள் ஏற்பட்டன. அது வன்னியர்–மீனவர் இனக் கலவரமாக உருவெடுத்தது (அருள்ராஜ் 2005: 86–87).

செட்டியார் வீடு மீது தாக்குதல்

முதலியார்பேட்டை கலவரத்தின் எதிர்வினையாக, தொழிலாளர்கள் ஒன்று சேர்ந்து, குருசுக்குப்பத்தில் உள்ள செல்வராஜ் செட்டியார் வீட்டைச் சூழ்ந்துகொண்டு, கற்களாலும், ஆயுதங்களாலும் தாக்கத் தொடங்கினர். அக்கம் பக்கத்தில் இருந்த மீனவர்கள் திரண்டு வந்து பதிலுக்குத் தாக்கினர். இரண்டு தரப்பும் கடுமையாக மோதிக்கொண்டிருந்தபோது, தாமதமாக வந்த இராணுவம் துப்பாக்கிச் சூடு நடத்தியது; பலர் இறந்து போனார்கள். அந்தச் சடலங்களை செட்டியாரின் ஆட்கள் படகில் ஏற்றிப் போய்க் கடலில் கொட்டிவிட்டு இறப்புகளை மறைத்துவிட்டனர். செட்டியார் வீட்டில் இல்லாத காரணத்தால் அவர் தாக்குதலில் இருந்து தப்பி விட்டார் (முருகேசன் 2004: 84).

அடுத்தடுத்த நாட்களிலும் மோதல்கள் தொடர்ந்து, ஒதியன்சாலை, நெல்லித்தோப்பு ஆகிய இடங்களுக்கும் பரவியது. காரைக்காலில் தாவிதின் நண்பரான அருள் வன்முறையை முன்னின்று நடத்தினார். ஆகஸ்டு 16 ஆம் நாளன்று, சென்னையிலிருந்து வி.வி. கிரி புதுச்சேரிக்கு வந்து, தொழிலாளர் நலத் துறை உயர் அதிகாரிகளிடம் இது பற்றி நேரடியாகப் புகார் மனு அளித்தார். முடிவில் சமரசம் பேசி இந்தக் கலவரத்தை அதிகாரிகள் முடிவுக்கு கொண்டு வந்தார்கள் (சுப்பையா 1990: 97–99, 153–155).

மழை விட்டது; தூவானம் விடவில்லை

1937 அக்டோபர் 10இல் நடந்த பொதுச் சபைத் தேர்தல்களிலும் தாவிது கட்சியே வெற்றி பெற்றதாக அறிவித்து, ஆளும் அதிகார வர்க்கம் தனது ஆதிக்கத்தை நிலை நாட்டிக்கொண்டது. வெற்றி பெற்ற ஆணவம் தலைக்கேற, அக்டோபர் மாதம் 21ஆம் நாள், வீராம்பட்டினம் மீனவர்கள் மீண்டும் திரண்டு வந்து, காக்காயன் தோப்பு, அரியாங்குப்பம் பகுதிகளில் இருந்த ஆலைத் தொழிலாளர்களைத் தாக்கினர். உடற்காயங்களோடு ஓர் உயிர்ப் பலியும் விழுந்தது. மதுரை என்ற தொழிலாளி பலியானார். ஒருவழியாக, ஒரு வாரத்திற்குப்பின் அமைதி திரும்பியது (சுப்பையா 1990: 157; அருள்ராஜ் 2005: 87).

மோசடித் தேர்தலை எதிர்த்து ஒத்துழையாமை இயக்கம்

தொடர்ச்சியாக நடந்து கொண்டிருந்த அரசியல் மோசடிகள் மக்களிடத்தில் கொந்தளிப்பை ஏற்படுத்தின. மகா ஜன சபையுடன், தொழிற்சங்க இயக்கத் தலைவர்களும் இணைந்து அரசுக்குப் பாடம் புகட்டத் தீர்மானித்து, ஒத்துழையாமை இயக்கத்தைத் தொடங்கினர். தேர்தல் முடிவுகளை ரத்துச் செய்வதுடன், நகர சபைகளைக் கலைக்கவேண்டும், உண்மையில் வெற்றிபெற்ற மகா ஜன சபை வெற்றியாளர்களை மீண்டும் உறுப்பினர்களாக நியமிக்கவேண்டும் என்று கோரினர். இல்லையேல், அரசுடன் தொடர்புகள் துண்டிக்கப்படும் என்றும் எச்சரிக்கை விடுத்தனர்.

ஒவ்வொரு கிராமத்திலும் பஞ்சாயத்துகளை ஏற்படுத்தி, நிர்வாகத்தை அவர்களே நடத்தினர். இதன் மூலம் உள்ளாட்சி (கொம்யூன்), அரசு அலுவலகங்கள் செயலற்றுப்போயின. எந்தச் சிக்கலுக்கும், காவல் துறையை யும், நீதிமன்றங்களையும் நாடாமல் புறக்கணித்தனர். மக்களிடையே ஏற்பட்ட பிரச்சனைகள் அனைத்தும் பஞ்சாயத்துகள் மூலம் தீர்க்கப்பட்டன. ஆக, ஃபிரஞ்சிந்திய அரசுக்கு எதிராக ஒரு போட்டி அரசாங்கமே செயல்படத் தொடங்கியது. ஒத்துழையாமை இயக்கம் வெற்றிகரமாக நடந்த போதிலும், அரசு தேர்தல் முடிவுகளை ரத்துச் செய்ய மறுத்தது (அருள்ராஜ் 2005: 87–88).

வரிகொடா இயக்கம்

அடுத்தக் கட்டமாக, போராட்டம் தீவிரப்படுத்தப்பட்டது. மக்கள் வரிகொடா இயக்கம் தொடங்கினர். தேர்தலில் வெற்றி பெற்றதாக அறிவிக்கப்பட்ட ஃபிராங்க்கோ – இந்துக் கட்சி உறுப்பினர்களின் வீடுகளுக்கு எதிரில், அவர்கள் தங்கள் பதவியை விட்டு விலக வேண்டும் என்று வற்புறுத்தி ஆர்ப்பாட்டம் செய்தனர். சிலர் பதவி விலகினாலும், பெரும்பாலானோர் அரசின் ஆதரவு இருந்ததாலும், தாவீது கட்சியினரின் மிரட்டலுக்கு அஞ்சியும் பதவியில் ஒட்டிக் கொண்டிருந்தனர் (சுப்பையா 1990: 165–168).

பின்வாங்கும் அரசு எந்திரம்

ஒத்துழையாமை இயக்கமும், வரிகொடா இயக்கமும் அரசின் நிர்வாகத்தையும், நீதியையும் நிலைகுலைய வைத்தன. மக்கள் சக்தியின் முன் அதிகார வர்க்கம் மண்டியிட வேண்டிய தருணம் கனிந்தது; போராட்டக்காரர்களுடன் சமரசம் பேசியது. கடந்த தேர்தல் முடிவுகளை ரத்துச் செய்வதாகவும், ஆறு மாதங்களுக்குள் மறு தேர்தல்கள் நடத்தப்படும் என்றும் ஆளுநர் குரோச்சிக்கியா உறுதியளித்தார் (கிருஷ்ணமூர்த்தி 1991: 44).

அதன்படி, அடுத்த இரண்டு மாதங்களில், மகாஜன சபை அளித்த பட்டியல்படி 1938 ஜனவரி முதல் வாரத்தில் நகரசபையின் உறுப்பினர்கள் நியமிக்கப்பட்டனர். ஒருவாறாக இயல்புநிலை திரும்பியது. மக்கள் சக்திக்கு மறுபடியும் வெற்றி கிடைத்தது (சுப்பையா 1990: 169; அருள்ராஜ் 2005: 87–88).

ஃபிரான்சில் ஆட்சி மாற்றம் – கலைப்பும் திணிப்பும்

அடுத்த மூன்று மாதங்களில், ஃபிரான்சில் நடந்த ஆட்சி மாற்றத்தால் ஃபிரஞ்சிந்தியாவின் அரசியல் நிலைமை தலைகீழாக மாறியது. உழைக்கும் வர்க்கத்திற்கு ஆதரவாயிருந்த சோஷலிஸ்ட்டு – கம்யூனிஸ்டு கூட்டணி ஆட்சி கவிழ்ந்தது. ஏப்ரல் 16இல் நடந்த தேர்தலில், தீவிர சோஷலிஸ்டுகள் கட்சி ஆட்சியைப் பிடித்தது. இதனால், தொழிலாளர் விரோதப் போக்கைக் கடைபிடித்த புதுச்சேரி நிர்வாகம், புதுத்தெம்பு பெற்றது. தொழிலாளர் பிரச்சனைகளைப் பரிவுடன் அணுகிக்கொண்டிருந்த ஆளுநர், மீண்டும் கண்டிப்புக் காட்டத் தொடங்கினார். ‘நகரசபையின் நியமனங்கள் ரத்து செய்யப்படும்; ஆறு மாதங்களுக்குள் மறு தேர்தல்கள் நடத்தப்படும்’ என்று ஆளுநர் குரோச்சிக்கியா அளித்திருந்த உறுதிமொழிகள் காற்றில் பறக்க விடப்பட்டன.

முத்தியால்பேட்டையில் எதிர்ப்பு

1938 மே மாதம் 26ஆம் நாள், அரசின் முறைகேடுகளைக் கண்டித்து முத்தியால்பேட்டை காவல் நிலையம் முன் இளைஞர்கள் திரண்டு ஆர்ப்பாட்டம் செய்தனர்; அவர்கள் மீது துப்பாக்கிச் சூடு நடத்தப்பட்டது; அதில் இரண்டு பேர் மாண்டுபோனார்கள். வெங்கடாசலம் நாயகர் நடத்திய 'சுகாபிவிருத்தினி' என்ற பத்திரிகை அரசைக் கண்டித்து எழுதியதால், ஜூலை 19 அன்று தடை செய்யப்பட்டது. சமூக விரோதிகளின் தொடர் தாக்குதலால் அச்சத்தில் உறைந்துபோன பொது மக்கள் புதுவையை விட்டு வெளியேறி அகதிகளாகத் தஞ்சம் புகுந்தனர் (கிருஷ்ணமூர்த்தி 1991: 45; அருள்ராஜ் 2005: 88).

இந்தோசீனாவிலிருந்து இராணுவம்

மக்களின் எழுச்சியை அடக்குவதற்காக, 1937 நவம்பரில் இந்தோ–சீனாவிலிருந்து நவீன ஆயுதங்களுடன் ஒரு போர்க்கப்பல் இராணுவத்தின் பதினோராவது படையணியைக் கொண்டுவந்து இறக்கியது. தெருவில் நின்று போராடும் தொழிலாளர்களையும், அவர்களை வழிநடத்தும் தலைவர்களையும் அச்சுறுத்தவே இந்த ஏற்பாடு (கிருஷ்ணமூர்த்தி 1991: 48).

1938 மே மாதத்திலிருந்தே தொழிலாளர்கள் மீது அடக்குமுறை அவிழ்த்து விடப்பட்டது. இராணுவத்துடன், மேயர் ஜொசேஃப் தாவிது – செல்வராஜ் செட்டியார் கூட்டணியின் ஆட்களும் களமிறக்கப்பட்டனர். அனைத்து ஊர்களுக்குள்ளும் புகுந்து தாக்குதல் நடந்தது. வீடுகள் கொளுத்தப்பட்டன; படிப்பகங்கள் சூறையாடப்பட்டன; பெண்கள் மானபங்கம் செய்யப்பட்டனர்; ஊர்ப் பிரமுகர்கள் கைது செய்யப்பட்டு சிறையில் தள்ளப்பட்டார்கள் (அஜித் நியோகி 1997: 8).

நூற்றுக்கணக்கான தொழிலாளர்கள் மீது பொய் வழக்குகள் போடப்பட்டன. கிராமப் பஞ்சாயத்துக்கள் கலைக்கப்பட்டன. பொழுதுபோக்கு மன்றங்கள், இளைஞர் சங்கங்கள், விளையாட்டுக் கழகங்கள், வாசக சாலைகள் அனைத்தும் சூறையாடப்பட்டன. ஆளுநர் குரோச்சிக்கியா மீண்டும் நகராட்சிகளைக் கலைத்துவிட்டு, பழையபடியே, 1938 ஜூன் 22 இல் அறிவித்தபடி, ஃபிராங்க்கோ இந்துக் கட்சியினரையே மீண்டும் நியமித்தார் (சுப்பையா 1990: 188; கிருஷ்ணமூர்த்தி 1991: 46).

பொது அமைதிக்குப் பங்கம் விளைவிப்பதாகக் குற்றம்சாட்டி, துரைராஜ், எஸ்.ஆர். சுப்ரமணியம், ஆர்.எல். புருஷோத்தம ரெட்டியார் போன்ற தலைவர்கள் கைது செய்யப்பட்டனர். சுப்பையாவையும் கைது செய்ய ஆணை பிறப்பிக்கப்பட்டது. அதே சமயம், அவர் தமிழகத்தில் புகுந்தால் அங்கும் கைது செய்ய போலிஸ் தயாராக இருந்தது. எனவே, 1938ஆம் ஆண்டு ஜூன் மாதம் சுப்பையா தப்பிச்சென்று, சென்னையில் தலைமறைவு வாழ்க்கையைத் தொடங்கினார்.

கிராம்பு இறக்க மறுப்பு – எல்லை கடந்த மனித நேயம்

1938 ஏப்ரலில் அரசாங்கத்தை உறுத்திய மற்றொரு சம்பவமும் நிகழ்ந்தது. தென் ஆப்பிரிக்காவில் இந்திய வியாபாரிகளால் வெள்ளையரின் வணிகம்

பாதிக்கப்படுவதாகக் கூறி, இந்தியர்களை அந்நாட்டு அரசு கொடுமைப் படுத்திக் கொண்டிருந்தது. ஆகவே, வெள்ளை வியாபாரிகளுக்குப் பாடம் கற்பிக்கவேண்டி, தென் ஆப்பிரிக்காவில் இருந்து கப்பல்களில் வரும் சரக்குகளை இந்தியத் துறைமுகங்களில் இறக்கக் கூடாது என்று என்று இந்திய தேசிய காங்கிரஸ் கட்சி தீர்மானம் நிறைவேற்றியது. மார்ச்சு மாதத்தில் சான்சிபார் துறைமுகத்திலிருந்து கிராம்பு ஏற்றிக்கொண்டு சில கப்பல்கள் வந்தன. ஆனால், இந்தியத் துறைமுகங்கள் எதிலும் கிராம்பு இறக்குமதி செய்ய முடியவில்லை. எனவே, ஃபிரஞ்சிந்தியத் துறைமுகமான புதுச்சேரியில் அதை இறக்குமதி செய்ய ஆங்கிலேய அரசு முயற்சித்தது; ஃபிரான்ஸ் அரசும் அதை ஏற்றுக்கொண்டு உதவ முன்வந்தது. ஆளுநர் குரோச்சிக்கியா அதில் குறியாயிருந்தார்.

அதன்படி, கிராம்பு ஏற்றிய கப்பல் புதுச்சேரி துறைமுகத்திற்கு வந்து சேர்ந்தது. ஆனால் இந்திய மக்களுக்குத் தங்கள் ஆதரவைத் தெரிவித்து, புதுச்சேரி படகுத் தொழிலாளர்களும், நவதானிய வியாபாரிகளும் கிராம்புவை இறக்குமதி செய்யவும் முடியாது, விற்பனை செய்யவும் முடியாது என்று தீர்மானித்து இறக்க மறுத்தார்கள். தமிழக காங்கிரஸ் தலைவரான ஓமந்தூர் இராமசாமி ரெட்டியார் புதுவையில் மூன்று நாட்கள் தங்கிப் புறக்கணிப்பை வெற்றிகரமாக ஒருங்கிணைத்தார். தென் ஆப்பிரிக்கக் கப்பல் ஏப்ரல் 25ஆம் நாள் திரும்பிப் போனது. அதன் மூலம் ஃபிரஞ்சியர்–ஆங்கிலேயரின் தொழிலாளர் விரோதக் கூட்டு முயற்சியும் முறியடிக்கப்பட்டது. அத்துடன், இந்தியச் சோதரர்க்கு இடுக்கண் வருங்கால், புதுவை மக்கள் தோள்கொடுத்துத் தூக்கி நிறுத்தத் தயங்கமாட்டார்கள் என்பதையும் இரு வல்லரசுகளுக்கும் புரியவைத்தது (கிருஷ்ணமூர்த்தி 1991: 45).

செல்வராஜ் செட்டியார் கொலை

நிர்வாகங்களால் தொழிலாளர்களின் உரிமைகள் மறுக்கப்படுவ தற்கும், அரசாங்கத்தால் போராட்டங்கள் ஒடுக்கப்படுவதற்கும், கொடூர மான தாக்குதல்கள் தொடுக்கப்படுவதற்கும், சக தொழிலாளர்களின் உயிர்ப்பலிகளுக்கும் செட்டியார் – தாவிது கூட்டணிதான் காரணம் என்ற எண்ணம், வன்மமாகத் தொழிலாளர்கள் மத்தியில் ஊன்றியது. இதனால் வெறுப்பின் உச்சத்திற்கே சென்ற தொழிலாளர் ஒருவர் 1937ஆம் ஆண்டு ஜனவரி மாதத்தில் ஒரு நாள், ழொசேஃப் தாவிது பிரார்த்தனைக்குப் போகும்போது, அவரைத் துப்பாக்கியால் சுட்டார்; ஆனால், அவர் காயங்களுடன் தப்பிப்பிழைத்தார்; அருகிலிருந்த ஒரு குழந்தை மீது குண்டு பாய்ந்து இறந்தது.

இதே போல், போராட்டத்தில் ஈடுபட்டதால் வேலையிலிருந்து நீக்கப்பட்டிருந்த தொழிலாளி ராமையா, செட்டியாரைப் பழிவாங்கத் துடித்துக்கொண்டிருந்தார். 1938 டிசம்பர் 16ஆம் நாள் காலை 11 மணி அளவில், கடற்கரைச் சாலையில் அரசுக் கட்டிடத்தில் இருந்து செல்வராஜ் செட்டியார் படிக்கட்டில் இறங்கி வந்து கொண்டிருந்தார். அவரைப் படிக்கட்டில் ஏறி மடக்கிய ராமையா துப்பாக்கியால் சுட்டுக் கொன்றார். அவர் இறந்துவிட்டார் என்று உறுதி செய்துகொண்டு, தானும் அதே துப்பாக்கியால் வாய்க்குள் சுட்டுக்கொண்டு மரணமடைந்தார்.

அரசின் அக்கிரமச் செயல்களுக்குத் துணை போனதால் கிளம்பிய ஆத்திரம்தான், தாவீது மீதான தாக்குதலாகவும், செல்வராஜ் செட்டியார் கொலை வடிவிலும் வெடித்தது (அருள்ராஜ் 2005: 88–89).

கலவர பூமியாகும் புதுச்சேரி

தங்கள் இனத்தலைவர் கொலை செய்யப்பட்டதைக் கேட்டு மீனவர்கள் கொதித்தெழுந்தனர். குருசுக்குப்பம், வைத்திக்குப்பம், வீராம்பட்டினம், மீனவர்கள் பயங்கரக் கலவரத்தில் இறங்கினர். கையில் கிடைத்த ஆயுதங்களை எடுத்துக்கொண்டு, கண்ணில் பட்டவர்களையெல்லாம் வெட்டித் தள்ளினர். பெண்கள் கூடை கூடையாகக் கற்களைக் கொண்டு வந்தார்கள்; ஆண்கள் அக்கற்களை வீசித் தாக்கினார்கள்; சிறுவர்கள் கூடப் பார்ப்பவர்களை வாயால் வந்தபடி திட்டினார்கள். அரிவாளும், கத்தியும் வைத்திருந்தவர்கள், யார் யாரை வெட்டுகிறார்கள் என்றே தெரியவில்லை; வீடுகளைச் சூறையாடினர்; பெண்கள் அவமானப்படுத்தப்பட்டனர். அமைதியைக் காக்க வேண்டிய காவல்துறையும், இராணுவமும் அவற்றை வேடிக்கை பார்த்தன. செட்டியாரைச் சுட்ட இராமையாவின் உடல் மூன்று நாட்களுக்கு மேல், அவரது உறவினர்களால் பெறமுடியாமல், மருத்துவ மனையிலேயே கிடந்தது (முருகேசன் 2004: 86; அருள்ராஜ் 2005: 88–90).

புதுவையில் பொது மக்கள் வாழ முடியாத நிலை ஏற்பட்டது. மக்கள் ஊரை விட்டு வெளியேறி, அண்டைப் பகுதிகளில் அகதிகளாகத் தஞ்சம் புகுந்தனர். இதன் எதிரொலியாகக் காரைக்காலும் கலவரக் களமானது. மாகியில் நடந்த மோதல்களில் சிலர் கொல்லப்பட்டனர். 1938இல் மோதல்கள் தீவிரமானதைத் தொடர்ந்து கிளர்ச்சியை அடக்குவதற்காக இராணுவம் கட்டவிழ்த்து விடப்பட்டது (அருள்ராஜ் 2005: 89–90; கீதா 2008: 77).

இராமையாவின் வாக்குமூலம்

செட்டியாரை சுட்டுக்கொன்ற இராமையா ஒரு இடதுசாரிப் பிடிப்புள்ள இளைஞர். அவர் தனது சட்டையில் இரண்டு கடிதங்களை எழுதி வைத்திருந்தார். ஒரு கடிதத்தில், காவல்துறையின் அத்து மீறல்கள், அரசியல் கட்சிகள் ஆதிக்க சக்திகளுக்கு ஆதரவு கொடுத்தது, ஃபிரான்சில் இருந்த அரசாங்கம் காலனிப் பகுதிகளுக்கு இழைத்த துரோகம் ஆகியவையே தன்னைத் துப்பாக்கி ஏந்தத் தூண்டியதாகக் குறிப்பிட்டிருந்தார். இன்னொரு கடிதத்தில், தாவீதின் ஃபிராங்கோ – இந்துக் கட்சியின் அராஜகச் செயலையும், அக்கட்சியின் பிரதிநிதிகளாக ஷொசேஃப் தாவீது, தோமாஸ், செல்வராஜ் செட்டியார் ஆகியோர் பொதுச் சபை உறுப்பினர்கள் என்ற பெயரில், அரசை ஆட்டுவித்து, அப்பாவி மக்களுக்கு இழைத்த கொடுமைகளையும் குறிப்பிட்டு, அதனால்தான் செட்டியாரைக் கொலை செய்ய முடிவு செய்ததாக எழுதியிருந்தார் (முருகேசன் 2004: 85).

வன்னியர் மீது வன்மம் ஏன்?

சமூகத்தின் ஒரு பிரிவினரை, இன்னொரு பிரிவினர் தாங்கொணா வன்மத்துடன் தாக்கியதற்கான பின்னணி குறித்துத் தியாகி அருள்ராஜ் கூறுவதாவது: ‘தொழிலாளர்கள் மேல் ஏற்பட்ட பகையினால்தான் செட்டியார் சுடப்பட்டார் என்று ஒரு பக்கம் பேசிக்கொண்டார்கள்.

ஆனாலும், அவர் உடன்பிறப்புக்கள் போல் இணக்கமாக, அமைதியாக வாழ்ந்த மீனவரையும், வன்னியரையும் மோதவிட்டு வேடிக்கை பார்த்தார்; அதனால் ஆத்திரமடைந்த வன்னிய இளைஞர்கள் அவரைக் கருங்குரங்கு என்றும், வைரக் கடுக்கன் காதுக்காரன் என்றும் வசைபாடினார்கள்; இராஜா டாக்கீஸ் (காமராஜர் சதுக்கம்) அருகிலிருந்த சேதுராம செட்டியார் சத்திரத்தில் அந்த இளைஞர்கள் அடிக்கடி கூடி, அவரைப் பற்றிக் கேலியாக, தரக் குறைவான வார்த்தைகளால் பாட்டுக் கட்டிப் பாடுவார்கள். இந்தச் செய்கைகள் செட்டியாருக்கு அதிக ஆத்திரத்தைக் கொடுத்ததாம். அதனால் வளர்ந்த விரோதம் தாக்குதலாக வெளிப்பட்டது' என்கிறார் (அருள்ராஜ் 2005: 89).

ஆளுநருக்கு வேண்டுகோள்

1938 செப்டம்பர் 21இல் புதிய ஆளுநராக லூயி அலெக்சிஸ் போன்வென் (Louis Alexis Étienne Bonvin, 1938 – 1945) பதவியேற்றிருந்தார். அவர் முந்தைய ஆளுநர்கள் போலன்றி, யாருடைய கைப்பாவையாகவும் செயல்படவில்லை. 1938 பிப்ரவரி 18ஆம் நாள் அனைத்து நகரசபைகளையும் கலைத்துவிட்டு, புதிய ஆணையர்களை நியமித்து ஆணையிட்டார்.

செல்வராஜ் செட்டியார் கொலையின் விளைவாகப் புதுச்சேரியில் நிலவிய கலவரச் சூழல் மாதக்கணக்கில் நீடித்ததால் அதிகார வர்க்கம் அதிர்ச்சி அடைந்தது. அமைதியற்ற சூழல் ஐரோப்பியர்களையும் கலக்கத்தில் ஆழ்த்தியது. அந்தச் சூழலில்தான் உயர்மட்ட அதிகாரிகளும், நீதிபதிகள் சிலரும் ஆளுநரைச் சந்தித்து, இந்த அசாதாரண நிலைக்கு ஒரு முடிவு கட்ட வேண்டும் என்று கேட்டுக்கொண்டார்கள் (கிருஷ்ணமூர்த்தி 1991: 46).

சமாதான முயற்சிகள்

அப்போது நிலவிய சூழலால், ஆட்சிக்கும், நிர்வாகத்திற்கும் அவப்பெயர்தான் மிஞ்சும் என்பதை உணர்ந்து கொண்ட ஆளுநர், அதைச் சரிசெய்யும் முயற்சிகளில் ஈடுபட்டார். புதுச்சேரியின் முக்கிய வழக்கறிஞரான ஞானு தியாகு'வை அழைத்து சுப்பையாவுடன் சமாதானம் பேசும் விருப்பத்தைத் தெரிவித்தார்.

அதற்கேற்ப, சென்னையில் தலைமறைவாகப் பதுங்கி வாழ்ந்த சுப்பையாவை ஒருவழியாக தேடிப்பிடித்து, புதுச்சேரிக்கு அழைத்து வந்தனர். சுப்பையா ஊருக்குள் நுழையும்போதுதான் செல்வராஜ் செட்டியார் கொல்லப்பட்டிருந்தார். எனவே, சுப்பையா சென்னைக்குத் திரும்பிப் போகவேண்டியதாயிற்று. நீதிபதிகள் குழு, மகா ஜன சபைத் தலைவர்களுடனும், தொழிலாளர் பிரதிநிதிகளுடனும் பேசியபின் இராணுவம் திருப்பியழைக்கப்பட்டது. ஒரு வழியாக மக்கள் மீண்டும் புதுச்சேரிக்குத் திரும்பினார்கள். இயல்பு நிலை திரும்பியது (சுப்பையா1990: 191–197; கிருஷ்ணமூர்த்தி 1991: 45).

ஆனால், இதன் தொடர் விளைவு அடுத்த பத்தாண்டுகளுக்குப் புதுவை அரசியலை நிலைகுலைய வைத்தது. முதலியார்பேட்டையில் பெரும்பான்மையான வன்னியர்களுக்கும், செல்வராஜ் செட்டியாரின்

ஆதரவாளர்களான மீனவ மக்களுக்கும் இடையேயான பகை நீறு பூத்த நெருப்பாகவே கனிந்து கொண்டிருந்தது.

தாவீது கட்சியினரின் மனமாற்றம்

இதுவரையில் நடந்த கசப்பான நிகழ்வுகள் தொழிலாளர் இயக்கத்திற்கு எதிராகவே செயல்பட்டு வந்த தாவீது கட்சியினரின் மனசாட்சியை உறுத்தின. தங்கள் நிலையைத் தளர்த்திக் கொண்டு, ஐரோப்பியருக்கான பொழுது போக்கு மன்றங்களில் இந்தியரும் அனுமதிக்கப்படவேண்டும் என்ற கோரிக்கையை ஃபிரஞ்சிந்தியப் பொதுச்சபையில் தீர்மானமாக நிறைவேற்றினர் (கிருஷ்ணமூர்த்தி 1991 : 46–47).

சுப்பையா பிடிபட்டார்

1938ஆம் ஆண்டு ஜூன் மாதம், சென்னைக்குத் தப்பிச் சென்று, தலைமறைவு வாழ்க்கை வாழ்ந்த சுப்பையா, டிசம்பர் 22 ஆம் நாள் ஆங்கிலேயக் காவல் துறையால் கைது செய்யப்பட்டார். 1939ஆம் ஆண்டு ஜனவரி 11 முதல் ஜூன் 11 வரை அவர் வேலூர் சிறையில் அடைக்கப்பட்டிருந்தார். ஆனால், அவரைப் புதுவைக்கு அழைத்துவர ஆளுநர் போன்வென் எந்த முயற்சியும் செய்யவில்லை. காரணம், அவர் புதுவைக்குள் நுழைந்தால் மறுபடியும் கலவரம் வெடிக்கும் என்று அதிகாரிகள் எச்சரித்திருந்தனர்.

ஆறு மாதங்கள் கழிந்தது. சுப்பையாவை விடுதலை செய்யக் கோரி தொழிலாளர்கள் ஆர்ப்பாட்டம் செய்தனர். ஜூன் மாதம் அவர் விடுதலை செய்யப்பட்டார்; செப்டம்பர் மாதத்தில் கம்யூனிஸ்டுக் கட்சி மீதான தடையும் விலக்கிக் கொள்ளப்பட்டது. ஆனால், 1940ஆம் ஆண்டில்தான் அவர் புதுச்சேரிக்குத் திரும்பினார் (கீதா 2008:77). அவர் மீது தொடுக்கப்பட்ட குற்றச்சாட்டுகள் நிருபணமாகாததால் நீதிமன்றம் அவரை விடுதலை செய்தது (சுப்பையா 1990: 191–197)

சிறையில் கிளர்ச்சி

ஏற்கெனவே கலவரங்களின்போது கைதுசெய்யப்பட்டு, புதுச்சேரி சிறையில் அடைக்கப்பட்டிருந்தத் தலைவர்களும், தொண்டர்களும், தங்களை விடுதலை செய்யக் கோரி ஆர்ப்பாட்டம் செய்தனர். உள்ளூர்ப் பத்திரிகைகளும் காலவரையின்றி அவர்களைச் சிறையில் வைத்திருப்பதைக் கண்டித்தன. ஓர் உறுதிமொழிப் பத்திரம் கொடுத்தபின், ஒரு சில நிபந்தனை களுடன் அவர்கள் விடுவிக்கப்பட்டனர் (கீதா 2008: 78).

புதுவை அரசியல் போக்கின் பரிணாமம்

1870தொடங்கி 1940 வரையிலான அரசியல் போக்கினை உற்று நோக்கினால் அது பெரும்பாலும் தனி மனிதச் செல்வாக்கால் ஆட்டுவிக்கப் பட்டதைத் தெளிவாக உணரலாம். அதற்கு இரண்டு காரணங்கள் உண்டு. வாக்குரிமை அரசியல் நடைமுறைக்கு வந்தபோது பெரும்பான்மையான வாக்காளர்கள் படிப்பறிவில்லாதவர்களாக இருந்தனர். எனவே, தங்கள் இனத்தில், மதத்தில், சாதியில் இருந்த செல்வமும், செல்வாக்கும் உள்ள பெரிய மனிதர்களின் கைப்பாவைகளாகவே அவர்கள் இயங்கினர். இது

முதல் காரணம். இரண்டாவது காரணம், நிர்வாகத் தலைவர்களான ஆளுநர்களின் பலவீனங்கள்; இனம், மொழி, பண்பாடு என முற்றிலும் மாறுபட்ட பணிச் சூழலில், உள்ளூர் நிலைமைக்கேற்ப முடிவெடுக்க முடியாமல் அவர்கள் தயங்கினர்; கள நிலைமையைப் புரிந்து கொள்ளும் முன்பே அவர்களது பணிக்காலம் முடிந்துவிடும். சான்றாக, 1919 தொடங்கி 1939 வரையில் 14 ஆளுநர்கள் மாற்றப்பட்டார்கள். குறுகிய காலத்தில் அவர்களுக்கு ஆலோசனைகள் தேவைப்பட்டபோது, வந்து நின்றவர்கள் முக்கியப் பிரமுகர்களே. இந்திய தேசியச் சாயல் அழுத்தமாகப் படியத் தொடங்கிய பின்பே, அந்தப் போக்கு மாறியது எனவேதான், நாடு சண்முக முதலியார் தொடங்கி, பொன்னுத் தம்பிப் பிள்ளை, ஃகென்றி கெப்ளே, செல்லான் நாயகர் ஊடாகத் தொடர்ந்த மரபு, ழொசேஃப் தாவீது ஈறாக முடிவுக்கு வந்தது (கீதா 2008: 66–67).

இரண்டாம் உலகப்போரும் ஃபிரஞ்சிந்திய அரசியலும்

1939 செப்டம்பர் முதல் நாள் ஜெர்மனி இரண்டாம் உலகப் போரைத் தொடங்கியது. ஐரோப்பா முழுவதும் போர் மேகங்கள் குவியத் தொடங்கின. ஜெர்மனியின் சர்வாதிகாரத்தை எதிர்க்கும் போர்வையில், இங்கிலாந்து தனது காலனிய நாடுகளையும் போரில் ஈடுபடுத்த முயன்றது. ஆனால் ஒரு ஏகாதிபத்தியத்தை எதிர்க்க இன்னோர் ஏகாதிபத்தியத்தை ஆதரிக்க முடியாது என்று தீர்மானித்து, இந்திய தேசியக் காங்கிரஸ் போர் முயற்சிகளில் ஆங்கிலேயருக்கு ஆதரவளிக்காமல் ஒதுங்கிக் கொண்டது. சோவியத் ரஷ்யா இந்தப் போரில் இறங்காததால் இந்தியக் கம்யூனிஸ்டுகள் யுத்த எதிர்ப்பு இயக்கத்தை ஆதரித்தனர். புதுச்சேரியிலும் இதே நிலைதான் நீடித்தது. எனவே, செப்டம்பர் மாதத்தில் ஃபிரஞ்சிந்தியக் கம்யூனிஸ்ட் கட்சிக்குத் தடை விதிக்கப்பட்டது; அதன் சொத்துகள் பறிமுதல் செய்யப்பட்டன. தமிழகப் பகுதியில் இருந்த சுப்பையா சிறையில் அடைக்கப்பட்டார் (கிருஷ்ணமூர்த்தி 1991: 47).

நிலைப்பாடை மாற்றிய கம்யூனிஸ்டுகள்

1941இல் ஜெர்மானியப் படைகள் ரஷ்யாவையும் தாக்கியபோது கம்யூனிஸ்டுகள் தங்கள் நிலையை மாற்றிக் கொண்டனர். இட்லரின் நாஜிப் படையினர் ஃபிரான்சைக் கைப்பற்றிக் கொண்டனர். அதன் விளைவாக சார்லஸ் தெகோல் தலைமையில், அல்ஜீரியாவில் "அகதிகள் புரட்சி அரசு" அமைக்கப்பட்டு, ஃபிரான்சின் விடுதலைக்குப் போராட நேர்ந்தது. இதைக் கம்யூனிஸ்டுகளும் ஆதரித்தனர். இதனால் அவர்களுக்கான தடை விலக்கப்பட்டது.

ஆனால், போர்ச்செலவுகளால் ஃபிரான்சுக்குப் பொருளாதார நெருக்கடி ஏற்பட்டது. அதைச் சமாளிக்க, ஃபிரஞ்சிந்தியாவில் வருமான வரியும், நெருப்புப் பெட்டி போன்ற அத்தியாவசியப் பண்டங்கள் மீதான வரியும் இருமடங்காக உயர்த்தப்பட்டன. போதுமான கையிருப்பு இல்லாததால், உணவுப் பொருட்களின் அளவு வரையறுக்கப்பட்டு, பங்கீட்டு முறை அமலாக்கப்பட்டது. நல வாழ்வுத் திட்டங்கள் கைவிடப்பட்டன. போர் தொடங்கியபோது, நிதி திரட்டித் தந்த மக்கள், நாளடைவில்,

ஐரோப்பாக் கண்டத்தில் நடக்கும் போரால், இங்கிருப்போர் கொடுமைப்பட வேண்டுமா என்று ஆத்திரப்பட்டார்கள். இதனால், அந்நிய ஆட்சி மீது, பொதுவான வெறுப்புப் பரவியது (கிருஷ்ணமூர்த்தி 1991: 47).

வெள்ளையனே வெளியேறு இயக்கம்

1942இல் மகாத்மா காந்தி அறிவித்த வெள்ளையனே வெளியேறு இயக்கம் புதுச்சேரியிலும் எதிரொலித்தது. சமதர்மம், தொழிலாளர் நலம், நேர்மையான தேர்தல்கள் போன்ற கோரிக்கைகளை மட்டுமே வலியுறுத்தி வந்த புதுச்சேரித் தலைவர்களின் மனங்களில் இந்தியாவைப் போலவே பூரண சுதந்திரம் தான் தங்களுக்கு விடிவைத் தரும் என்று நம்பிக்கைத் துளிர்விட்டது. இவ்வாறாக, புதுச்சேரியின் விடுதலைப் போருக்கு அடித்தளம் போடப்பட்டது (கிருஷ்ணமூர்த்தி 1991: 50).

ஃபிரஞ்சியனே வெளியேறு

தேசியவாதிகளால் "வெள்ளையனே வெளியேறு" இயக்கம் புதுச்சேரியிலும் அனுசரிக்கப்பட்டது. அதுவரையில் சமூக உரிமைகளுக்காகவும், சலுகைகளுக்காகவும் போராடி வந்த ஃபிரஞ்சிந்தியத் தலைவர்கள், அடிமை வாழ்விலிருந்து விடுதலை என்ற கோணத்தில் சிந்திக்கத் தொடங்கினார்கள். அதன் விளைவாகத் தோன்றியதுதான் தேசிய ஜனநாயக முன்னணி (கிருஷ்ணமூர்த்தி 1991: 50).

வேலூர் சிறையில் சுப்பையா

1939ஆம் ஆண்டு இரண்டாம் உலகப் போர் மூண்ட போது, பிரிட்டிஷ் அரசானது, சுப்பையா எந்தப் பொதுக்கூட்டத்திலும் பேசக் கூடாது என்கிற கடுமையான தடையை செப்டம்பர் 1இல் விதித்திருந்தது. ஆனால், அவர் இந்தத் தடையை மீறி, தென்னார்க்காடு, தஞ்சை மாவட்டங்களில் தீவிரமாகப் போர் எதிர்ப்புப் பரப்புரை செய்துகொண்டிருந்தார். காங்கிரஸ் கட்சியின் சார்பில் 1941 ஜனவரியில் தஞ்சாவூரில் விவசாய மாநாடு நடந்தது. அதில், ஆங்கிலேயரின் ஆதிக்க வெறியால், அடக்குமுறையால், தொண்டர்கள் சிறையில் அனுபவிக்கும் கொடுமைகளை விளக்கி, ஆங்கில ஏகாதிபத்தியத்தை வெகுவாகக் கண்டித்தார். அதனால் அவர் கைது செய்யப்பட்டு வேலூர் மத்திய சிறைச்சாலையில் அடைக்கப்பட்டார். 1942இல், கம்யூனிஸ்டுக்கான தடை விலக்கப்பட்டதால், செப்டம்பர் 17ஆம் நாள் அவர் விடுவிக்கப்பட்டார். வெளியில் வந்தவுடன், இந்தியக் கம்யூனிஸ்ட் கட்சியின் கிளையைப் புதுச்சேரியில் தொடங்கி முழுமையான பொதுவுடைமைவாதியானார் (அருள்ராஜ் 2005: 92–93).

மீண்டும் கைதாகும் சுப்பையா

ஃபிரான்சிலிருந்து பொருளாதார உதவி நிறுத்தப்பட்ட நிலையில், ஃபிரஞ்சிந்தியா பிரிட்டிஷ் இந்தியாவின் கட்டுப்பாட்டில் இயங்க வேண்டிய கட்டாயம் ஏற்பட்டது. எனவே, ஆளுநர் போன்வென்மிகவும் சாதுர்யமாக நடந்துகொண்டார். ஃபிரான்சில் ஜெர்மனிக்கு ஆதரவான விச்சி (Vichy) அரசு நடந்துவந்தது. எனவே, அவர் அந்த அரசை வெளிப்படையாக எதிர்க்க வில்லை. ஃபிரஞ்சிந்தியாவில் கம்யூனிச இயக்கம் துவங்கப்பட்டதை ஆளுநர்

ஃபிரான்சுக்குத் தெரிவித்துவிட்டு, சுப்பையாவைப் புதுவையிலிருந்தும் நாடு கடத்தினர். அதனால், 1944 ஏப்ரலில் கடலூரில் மீண்டும் சுப்பையா கைது செய்யப்பட்டு, சிறையில் அடைக்கப்பட்டார். 1945இல் தெகோல் ஃபிரான்சை மீட்ட பின், செப்டம்பர் 9இல் ஃபிரஞ்சிந்தியாவில் கம்யூனிச இயக்கம் மீதான தடை விலக்கப்பட்டது; அவரும் விடுதலையானார்.

மறைமுக வழியில் கம்யூனிசம்

தொடர்ந்து நடந்த தொழிலாளர் போராட்டம், மீனவர், வன்னியர் இன மோதல்கள், கம்யூனிஸ்ட் கட்சிக்கான தடை, தலைவர்கள் மீது அடக்குமுறை, அதற்கும் மேலாக ஐரோப்பாவில் தீவிரமடைந்த போர்ச்சூழல் இவற்றின் காரணமாக ஃபிரஞ்சிந்திய அரசியல் நடவடிக்கைகளில் தளர்ச்சி காணப்பட்டது. காலனிய எதிர்ப்பு என்று வெளிப்படையாகக் கூறாமல், தொழிலாளர், விவசாயிகள், முறை சாரா பாட்டாளிகள் சார்பாகப் போராடும் அமைப்புகள் வழியாக மக்களின் நன்மதிப்பைப் பெறுவது, அதன் மூலம் அவர்களை எதாச்சாதிகார எதிர்ப்பின்பால் ஈர்ப்பது என்ற உத்தியை உலகக் கம்யூனிஸ்டுகள் கடைபிடிக்கத் தொடங்கினர் *(கீதா 2008: 84).*

அதே உத்தியை சுப்பையா புதுச்சேரியிலும் கடைபிடிக்கத் தொடங்கினார். ஆனால், அவருடன் பத்தாண்டுகளாகத் தோளோடு தோள் கொடுத்துப் போராடிய தொழிற்சங்கத் தலைவர்கள் பலருக்கு, இதில் உடன்பாடில்லை. எனவே, சுந்தரராசு போன்ற முன்னோடித் தலைவர்கள் அவரிடமிருந்து விலகினர் *(சுந்தரராசு 1944).*

ஃபிரஞ்சிந்திய கிசான் சபா

இந்தியாவில், அகில இந்திய கிசான் சபா என்ற அமைப்பு கிராமப்புறங்களில் விவசாயிகளை ஒன்றிணைப்பதில் மும்முரமாகச் செயல்பட்டது. ஆகவே புதுச்சேரி கம்யூனிச இயக்கத்தினை கிராமப்புறங்களில் வளர்ப்பதற்காகவும், வலுப்படுத்துவதற்காகவும், 1943இல் அதன் கிளையை 'ஃபிரஞ்சிந்திய கிசான் சபா' என்ற பெயரில் சுப்பையா தொடங்கினார் *(அருள்ராஜ் 2005: 94).*

கிராமப்புற விவசாயிகளின் முன்னேற்றத்தில் அக்கறை காட்டிய இந்த அமைப்பு, விவசாயிகளின் அடிப்படைப் பிரச்சனைகளான பாசன வசதி, மின்சார வசதி, வேளாண் கருவிகள், உரங்கள் வழங்கல், குத்தகை சம்மந்தமான சிக்கல்கள், மானியத்துடன் கடன் வசதி போன்ற அடிப்படைத் தேவைகளை அரசின் கவனத்திற்குக் கொண்டு சென்று, தீர்வுக்கு முயன்றது. அவர்களுக்குக் கைராட்டினம் மூலம் நூல் நூற்றல், கதர் நெசவு செய்தல் போன்ற குடிசைத் தொழில்களைப் பயிற்றுவித்தது. முத்தியால்பேட்டை, அரியாங்குப்பம் பகுதிகளில் இராட்டைக் கழகங்கள் தோற்றுவித்து, அதன்மூலம் உற்பத்தியான கதர்த் துணிகள் பொதுமக்களிடம் விற்பனை செய்யப்பட்டன. அதன் மூலம்ஊரகப் பகுதிகளிலும் கம்யூனிசம் வேர் விடத் தொடங்கியது *(கிருஷ்ணமூர்த்தி 1991: 48).*

கதர் இயக்கம்

கதர்த் துணிகளை மக்களிடம் பரவச் செய்யவேண்டும் என்ற நோக்கத்துடன் "கதர் இயக்கம்" என்ற அமைப்பு தீவிரமாகச் செயல்பட்டது.

காந்தியத் தொண்டர்கள் கதர்த் துணிகளை மூட்டை மூட்டையாகத் தோள்களில் சுமந்துகொண்டு, மக்களிடம் நேரடியாக விற்பனை செய்தனர். அதன் மூலம் காந்தியைப் பற்றியும், இந்திய தேசியப் போராட்டம் பற்றியும் பாமர மக்களிடம் விழிப்புணர்வு பரவலாயிற்று. இதில் மிகத் தீவிரமாகச் செயல்பட்டவர் கொசக்கடைத் தெருவில் வாழ்ந்த நடேசன். கதர் சட்டை, கதர் வேட்டி, கதர்க் குல்லாய் அணிந்துகொண்டு, தெருத் தெருவாகப் போய் விற்பனை செய்ததோடு, வறியவர்க்கு இலவசமாகவும் வழங்கிவிடுவார். அதனால் 'கதர் நடேசன்" என்றே அந்தத் தேசியவாதி பிரபலமானார் (கிருஷ்ணமூர்த்தி 1991: 48; அருள்ராஜ் 2005: 94).

ஃபிரஞ்சிந்தியாவில் இந்தியத் தேசியம்

ஆங்கிலேய அரசின் அடக்குமுறைகளிலிருந்து தப்பி வந்த இந்திய தேசியவாதிகளுக்கு புதுச்சேரி புகலிடமானது. மகாகவி பாரதியார், வ.வே.சு. ஐயர், வாஞ்சிநாதன், நீலகண்ட பிரம்மச்சாரி, பரலி. சு. நெல்லையப்பர், வ.உ. சிதம்பரனார், சுப்ரமணிய சிவா, மாடசாமி, அரவிந்தர் ஆகியோர் பல்வேறு காலகட்டங்களில் புதுச்சேரியில் தங்கி, இந்திய ஆதரவு நடவடிக்கைகளில் ஈடுபட்டார்கள். தர்மாலயம், தமிழ்த் தளிர்க் கழகம் போன்ற அமைப்புகளுடன் அவர்கள் இணைந்து செயல்பட்டனர். புதுச்சேரியிலிருந்து, பாரதியாரை ஆசிரியராகக் கொண்டு "இந்தியா, சூரியோதயம், பால பாரதா, விஜயா, கர்மயோகி, தர்மம் ஆகிய இதழ்கள் வெளிவந்தன.

ஆனால், ஆங்கிலேய அரசு, ஃபிரஞ்சிந்திய அரசுக்குக் கொடுத்த நெருக்கடிகளால், அவர்களது நடவடிக்கைகள் குறுக்கப்பட்டன; 1914இல் பத்திரிகைகளுக்குக் கட்டுப்பாடுகள் விதிக்கப்பட்டன. ஓர் அவசரச் சட்டம் மூலம் இந்தியப் பகுதிகளிலிருந்து செய்தி இதழ்கள் புதுச்சேரிக்குள் தடைசெய்யப்பட்டன (கீதா 2008: 84). நேரடியாகவும் வெளிப்படையாகவும் ஆங்கிலேய அரசுக்கு எதிராகச் செயல்பட்டவர்கள் மட்டுமே வெளியேற்றப்பட்டனர். ஆயினும், அரவிந்தர் போன்று தஞ்சம் நாடி வந்த சுதேசிகளை ஒப்படைக்குமாறு ஆங்கிலேய அரசு கோரியபோது, ஃபிரஞ்சிந்திய அரசு மறுத்துவிட்டது (கிருஷ்ணமூர்த்தி 1991: 38; அருள்ராஜ் 2005: 65–70).

புதுச்சேரியின் தேசியவாதிகளும், இந்திய சுதேசிகளுக்கு ஆயதப்பயிற்சி, இதழ்கள் நடத்துதல், பிரச்சாரப் பதிவுகளை தடைகளைத் தாண்டிக் கடத்துதல் போன்றவற்றில் பேருதவி புரிந்தனர். வாஞ்சிநாதன் இங்குதான் துப்பாக்கி சுடக் கற்றுக்கொண்டு, பாரத மாதா சிலைக்குள் துப்பாக்கியை ஒளித்துச் சென்று, ஆஷ் துரையை சுட்டுக் கொன்றார்.

ஊடக வகையில், "சுகாபிவிருத்தினி, சுஜனரஞ்சனி, தேச சேவகன், புதுவை முரசு, கற்பகம், குடியரசு, ஆயரேறு, கோகுலமித்திரன், குயில், சுதந்திரச் சங்கு" போன்ற இதழ்கள் இந்தியத் தேசிய உணர்வுக்கு வலுக்கூட்டின (பத்மநாபன் 2004: *vi*).

புதுவையில் கொம்பா

ஃபிரான்சிலிருந்து நாஜிப்படைகளை விரட்டும் பொருட்டு, காலனி நாடுகளின் ஆதரவைத் திரட்ட, பாசிச எதிர்ப்பு இயக்கமாக கொம்பா (*combat* = போராட்டம்) என்ற இயக்கம் அல்ஜீரியாவில் தொடங்கப்பட்டது. அல்ஜீரியாவில் பணி புரிந்து வந்த எம்மானுவேல் அதிசயம் (*Emmanuel Adicéam*), என்ற ஓய்வு பெற்ற பேராசிரியர் புதுச்சேரியிலும் கொம்பாவின்

கிளையைத் தொடங்கும் நோக்கத்தோடு 1944 ஃபிப்ரவரியில் வந்தார். அர்சான் பிஞ்ஞே (Arsane Prigent) என்ற ஃபிரான்சு தொழிலாளர் பொதுக் கூட்டமைப்புத் தலைவர், பாரிசிலிருந்து வந்து அவருக்கு உதவி செய்தார்.

லாம்பேர் சரவணன் (Lambert Saravane) அப்போது கலவைக் கல்லூரியில் பேராசிரியராகப் பணியிலிருந்தார். கொம்பா இயக்கத்தின் கொள்கைகள் அவரை ஈர்த்தன. 1944இல், கொம்பா தொடங்கப்பட்டு, சுப்பையா தலைவராகவும், லாம்பேர் சரவணன் பொதுச் செயலாளராகவும், முத்துப் பிள்ளை பொருளாளராகவும் தேர்ந்தெடுக்கப்பட்டனர். ஃபிரான்சின் தற்பெருமையை மீட்டெடுக்கும் இயக்கம் என்பதால், ஆளுநர் போன்வென் (Louis Alexis Étienne Bonvin, 1938–1945), முதலில் அதனை வரவேற்று ஆதரித்தார். ஏராளமான அதிகாரிகள் அதற்கு ஆதரவளித்தபோதும் அது ஒரு வலுவான மக்கள் இயக்கமாக மாறமுடியவில்லை. ஆனால், தொடர்ந்து விதிக்கப்பட கட்டுப்பாடுகளால் தளர்ந்து கொண்டிருந்த கம்யூனிஸ்டுக் கட்சியின் புத்துணர்ச்சிக்கு அது நிச்சயம் ஒரு தூண்டுகோலானது (கீதா 2008: 80–81).

விரைவில், ஆளுநர் போன்வென், ஃபிரான்ஸில், மார்ஷெல் பெத்தேன் (Marshal Petain) தலைமையில் அமைக்கப்பட்ட ஜெர்மனியின் தலையாட்டிப் பொம்மை விச்சி (Vichy) அரசின் ஆதரவாளராக மாறிப்போனார். அதற்கேற்ப அவரது அரசியல் அணுகுமுறையும் மாறியது.

பாரதிக்கு உதவிய சைகோன் சின்னையா

இந்தோசீனாவிலிருந்து புதுச்சேரிக்குத் திரும்பி வந்தவர் சைகோன் சின்னையா. அவர் பெரியகடைப் பகுதியைக் கட்டும் ஒப்பந்தத்தைப் பெற்றார். தேசிய விடுதலையில் நாட்டம் கொண்ட அவர், இங்கே ஓர் அச்சகத்தையும் நடத்திவந்தார். 1908ஆம் ஆண்டில் 'சூரிய உதயம்' என்ற தமிழ் வார இதழை மிகச் சிறப்பாக நடத்தினார். பாரதியார் நடத்திவந்த 'இந்தியா' இதழ் நின்றுபோன பிறகு, அவரை அழைத்து, சூரிய உதயம் ஆசிரியராகப் பொறுப்பேற்கச் செய்தார். அவருடன், நீலகண்ட பிரம்மச்சாரி, பரலி. சு. நெல்லையப்பர் ஆகியோரையும் துணை ஆசிரியர்களாகச் சேர்த்தார்.

அரசின் கெடுபிடிகளுக்கு அஞ்சாமல், இந்திய விடுதலைப் போராட்ட விவகாரங்களைக் கட்டுரைகளாகவும், அலிப்பூர் குண்டு வெடிப்பு வழக்கிலிருந்து குற்றமற்றவர் என விடுதலையானபோது அரவிந்தர் ஆற்றிய சொற்பொழிவையும் அந்த இதழில் வெளியிடச்செய்தார். ஆனாலும் ஆங்கிலேயே அரசின் மறைமுக நெருக்கடிகளால் 1910இல் இதழ் நிறுத்தப்பட்டது (அருள்ராஜ் 2005: 60–61).

ஃபிரான்சிலிருந்து பொருளாதார உதவி நிறுத்தப்பட்ட நிலையில், ஃபிரஞ்சிந்தியா பிரிட்டிஷ் இந்தியாவின் கட்டுப்பாட்டில் இயங்க வேண்டிய கட்டாயம் ஏற்பட்டது. எனவே, கம்யூனிசச் சார்புடைய கொம்பா இயக்கத்தின் பொறுப்பாளர்களை, காரைக்கால், மாகி, ஏனாம் பகுதிகளுக்கு மாற்றினார். அதையெல்லாம் மீறி, 1944 செப்டம்பர் மாதத்தில் 'பாசிச எதிர்ப்பு மாநாடு' ஒன்றை கொம்பா நடத்தியது. ஆகவே, சுப்பையா அவரை அரசுக்கு எதிரானவர் என்று அறிவித்து அவரை ஆளுநர் நாடு கடத்த முற்பட்டார். ஆனால், அதிலிருந்து தப்பி புதுச்சேரி அடுத்த வளவனூர் பகுதிகளில் தலைமறைவு வாழ்க்கை வாழ்ந்தார் (சுப்பையா 212–213).

போர்ச் சூழலிலும் தேர்தல்கள்

1945ஆம் ஆண்டு ஃபிரான்சு நாடாளுமன்றத்திற்கு ஃபிரஞ்சிந்தியாவிலிருந்து ஒரு தெபுத்தே பதவிக்கான தேர்தல் நடந்தது. புதுச்சேரியிலிருந்து கம்யூனிஸ்ட் கட்சியும் கொம்பா நிறுவனமும் பேராசிரியர் லாம்பேர் சரவணனை வேட்பாளராக நிறுத்தின. அவரை எதிர்த்து வழக்கறிஞர் ஜீவரத்தினம்,தேசியவாதிகளின் ஆதரவுடன் போட்டியிட்டு வெற்றி பெற்றார். ஃபிரஞ்சிந்தியாவில், ஐரோப்பியருக்கான தனி வாக்காளர் பட்டியலையும், அவர்களுக்கான தனித்தொகுதிகளையும் ரத்து செய்வதற்கான முயற்சிகளில் ஈடுபட்டார். ஆகஸ்டு 25இல் பாராளுமன்றம் அவற்றை ஏற்று சட்டம் இயற்றியது. ஆனால் ஜீவரத்தினம் பதவியேற்ற ஆறு மாதத்திற்குள்ளாகவே ஃபிரஞ்சுப் பாராளுமன்றம் கலைந்துவிட்டது (அருள்ராஜ் 2005: 95).

1945 ஜூன் 2இல் நடைபெற்ற அரசியல் நிர்ணய சபைத் தேர்தலில் தேசிய ஜனநாயக முன்னணி ஆதரவுடன் லாம்பேர் சரவணன் போட்டியிட்டு வெற்றி பெற்றார். 'இந்தியாவில் ஒரு முழுமையான பிரதிநிதிகள் சபையை ஏற்படுத்தவேண்டும்; அதையே அரசியல் நிர்ணய சபையாகச் செயல்படச் செய்ய வேண்டும்; ஆளுநருக்கு நிர்வாகம் பற்றிய ஆலோசனை கூறுவதற்கும், சட்டங்களை வகுத்துக் கொள்ளவும் அந்தச் சபைக்கு அதிகாரம் அளிக்கவேண்டும்; அதை ஃபிரான்சுக்கும் ஃபிரஞ்சிந்தியாவுக்கும் இடையே ஒரு பாலமாகத் திகழச் செய்யவேண்டும்' என்ற திட்டத்தை அரசுக்கு முன்மொழிந்தார். ஆனால் இத்திட்டம் நிறைவேற்றப்பட்டால், ஆளுநரின் அதிகாரம் குறைக்கப்படும் என்பதால் அத்தட்டம் கிடப்பில் போடப்பட்டது (முருகேசன் 2004: 93).

இரண்டாம் உலகப் போருக்குப் பின்

இரண்டாம் உலகப் போரின் இறுதிக்கட்டத்தில், ஜேர்மனிக்கு எதிரான இயக்கத்தில் ஆர்வம் காட்டியதாலும், போர் நடவடிக்கைகளில் ஒத்துழைத்ததாலும், 1945ஆம் ஆண்டு செப்டம்பர் 11ஆம் நாள் கம்யூனிஸ்டுகளின் மீது இருந்த தடையும் விலக்கப்பட்டது. சுப்பையாவின் மீதான நாடு கடத்தும் ஆணையும் ரத்து செய்யப்பட்டது (கிருஷ்ணமூர்த்தி 1991: 49).

விதைக்கப்படும் விடுதலை வித்து

தேசிய ஜனநாயக முன்னணி உதயம்

1945 செப்டம்பர் 15இல், கலுவா மொம்பரேன் குழுவும், சுப்பையா தலைமையிலான கம்யூனிஸ்டுக் கட்சியும், வழக்கறிஞர் செல்லான் நாயகர் தலைமையில் இயங்கி வந்த இந்துக்கள் கட்சியும், பாலசுப்பிரமணியம், தனராஜா ஆகியோர் கொண்ட குழுவும், குபேர் தலைமையில் இயங்கிய அமைப்பும் ஒன்றிணைந்து, "தேசிய ஜனநாயக முன்னணி" (*National Democratic Front*) என்ற பெயரில் ஒரு பொது அமைப்பு உருவானது. லாம்பேர் சரவணன் நடத்திய ஐக்கிய தர்ம ஸ்தாபனம் நிறுவனமும் இதில் சேர்ந்ததால், ஓர் வலுவான அரசியல் அமைப்பாக உருவெடுத்தது. மகா ஜன சபா இதில் அதிகார பூர்வமாகச் சேரவில்லை. ஆனாலும், அதன் முன்னணித் தலைவர்கள் பலரும் ஆர்வமுடன் இணைந்து செயலாற்றினர்.

ஆரம்பத்ததில் அதன் நோக்கம் புதுச்சேரியின் விடுதலை அல்ல; 1840இல் அவசரச் சட்டம் மூலம் ஆளுநருக்கு வழங்கப்பட்ட அளவிறந்த அதிகாரங்களைக் குறைக்கவேண்டும், நேர்மையான முறையில் தேர்தல்கள் நடத்தப்பட வேண்டும், பெண்களுக்கு ஓட்டுரிமையுடன் ஒரே வாக்காளர் பட்டியல் வேண்டும் என்பதே (கிருஷ்ணமூர்த்தி 1991: 50).

அதற்கேற்ப, 1946இல் ஜனவரி மாதத்தில் தேசிய ஜனநாயக முன்னணியின் முதல் அரசியல் மாநாடு புதுச்சேரியில் நடந்தபோது "பூரண சுயாட்சியே லட்சியம்" என்ற தீர்மானம் நிறைவேற்றப்பட்டது. ஃபிரான்சிடமிருந்து விடுதலை கோராவிட்டாலும், அதன் உடும்புப் பிடியிலிருந்து விடுபடவேண்டும் என்பதே அதன் அரசியல் நிலைப்பாடு. அது ஏறத்தாழ இந்திய அரசியல் கட்சிகளின் நிலைப்பாட்டுடன் ஒத்துப் போனது (கிருஷ்ணமூர்த்தி 1991: 51).

போருக்குப்பின்

ஃபிரஞ்சுப் பேரரசைக் காலனிப் பகுதிகளுடன் கட்டுக் கோப்பாகக் காப்பதே முதன்மை இலக்கு என்பது ஒருமித்த கருத்தானது. ஆனால், காலனிய மக்களை அரவணைத்துப் போவதா, அதிகாரத்தால் அடிபணிய வைப்பதா என்ற வினா அனைத்து மட்டங்களிலும் எழுந்தது.

"உயர்ந்த இனத்தைச் சேர்ந்தவர்கள், தங்களின் தகுதிக்குக் கீழானவர்களையும் ஏற்றுக்கொள்ளத் தயங்கக் கூடாது; அது அவர்களது கடமை" என்று ஆணித் தரமாக நம்பினார் லெயோன் புளும் (*Leyon Blum*). அவரது தலைமையில் இயங்கிய சோசலிசவாதிகள் ஃபிரான்சு அரசியலில் பெரும்பான்மை பெற்றிருந்ததால், அரசின் இலக்கும் அதுவாகவே இருந்தது. இந்த நவீன பாதையில், சுயாட்சி, பொருளாதார மேம்பாடு, கல்வி வளர்ச்சி, வாக்குரிமை வழங்கல், வணிக முறைகேடு களைக் கட்டுப்படுத்தல், பொதுமக்களுக்கு எதிரான நடவடிக்கைகளைத் தவிர்த்தல் ஆகிய உத்திகளோடு நிர்வாகம் நகர்ந்தது.

7.7: ஃபிரஞ்சிந்தியாவும் ஃபிரஞ்சியரும் – ஒரு மதிப்பீடு

வணிகம் செய்ய வந்தார்கள்; உள்ளூர் அரசர்களை வளைத்துப் போட்டார்கள்; ஆட்சியாளர்களாக நிலைநிறுத்திக்கொண்டார்கள்; ஆதிக்கவாதிகளாக மாற முயன்று தோற்றுப் போனார்கள்; அணைத்துச் செல்ல முடிவெடுத்தபோது அணுகுமுறை சரியியில்லாததால் திகைத்து நின்றார்கள்; விடுதலை வேட்கை மிகுந்து, மக்கள் வெகுண்டெழுந்தபோது, வேறுவழியின்றி வெளியேறினார்கள் – இந்தியப் பகுதிகளில், ஐரோப்பியரின், குறிப்பாக ஃபிரஞ்சியரின் வரலாற்றுச் சுருக்கம் இதுவே!.

ஃபிரஞ்சியர் ஆட்சியைப் பற்றி மதிப்பிடும் பேராசிரியர் கே.எம். பணிக்கர் (1959), "கோவாவில் போர்த்துக்கீசியரின் வரலாறு சமயக் கொடுமைகளால் கறை படிந்தது; ஆங்கிலேயர் ஆட்சியில் இனத்திமிர், நிற வேற்றுமைக் கொடுமைகள் இருந்தன. அவையெல்லாம், இந்தியாவில், ஃபிரஞ்சுக்காரர்களின் வரலாற்றில் இல்லை" என்கிறார். ஆனால், பொதுமக்களின் கோணத்தில் வரலாற்றை ஆழ்ந்து ஆராய்ந்தால்,

போர்த்துக்கீசியரும், ஆங்கிலேயரும் காட்டிய கடுமை இல்லாமல் இருக்கலாம்; ஆனால், அவர்தம் சாயல்கள் இருந்ததை மறுக்கமுடியாது (இராமன் 2021).

பின்னோக்கிப் பார்க்கும்போது, ஃபிரான்சின் இருநூற்று எண்பதாண்டுக் காலனிய ஆதிக்கக் காலத்தை *(1673–1954)* மூன்று பகுதிகளாகப் பகுத்துணரலாம்:

1. ஃபிரஞ்சிந்தியக் கனவும் அது பொய்த்ததும் *(The Failure of an Empire Dream 1673–1761)*,
2. கொந்தளிப்பான ஃபிரஞ்சிந்தியா *(French India in turmoil 1763–1814)*,
3. ஃபிரஞ்சிந்தியாவை உட்கிரகிக்கும் *(Creolization – Assimilation)* ஃபிரான்சின் முயற்சிகள் *(Pondichery Finally French – 1816–1947)* – என்றே ஃபிரஞ்சிந்திய வரலாறு விரிகிறது.

ஃபிரஞ்சிந்தியாவை நிரந்தரக் காலனியாகத் தக்கவைத்துக் கொள்வதற்காக, நிர்வாக அமைப்புகளை ஏற்படுத்தினார்கள்; ஃபிரஞ்சுக் குடியுரிமை விதிகளையும் தளர்த்தினார்கள்; அதிகாரத்தில் பங்களிக்க முன்வந்தார்கள்; சாதி இனவேறுபாடின்றி அனைவருக்கும் வாக்குரிமை தந்தார்கள்; நாடாளுமன்றத்திலும் பிரதிநிதித்துவம் அளித்தார்கள்; இந்தியக் கலாச்சாரக் கூறுகளையும் சகித்துக் கொண்டார்கள்; ஆயினும், ஃபிரான்சின் முயற்சிகள், *1954* வரையிலும் வெற்றிபெறவில்லை என்பதே வரலாற்றாசிரியர்களின் முடிபு.

“காலனியப் பகுதிகளை நிர்வகித்த அதிகாரிகள், குறிப்பாக ஆளுநர்கள் ஆளவந்த பகுதியின் மக்களின், மொழி, நாகரிகம், சமூகம் பற்றி அக்கறை கொள்ளாமல், ஃபிரஞ்சுச் சட்டங்களையும், நடைமுறைகளையும் நேரடியாகப் புகுத்த முற்பட்டது பெருந்தவறு; முதலில் அறிவியல் கண்டுபிடிப்புகளையும், தொழில் நுட்பங்களையும் புகுத்தி, தமிழர்களின் வாழ்க்கைத் தரத்தை மேம்படுத்தியிருக்கவேண்டும்; அடுத்ததாக மேலை நாகரிகத்தின் நற்கூறுகளை அறிமுகப்படுத்தி, அதன் மூலம் சமூக உறவுகளைப் பலப்படுத்தியிருக்கவேண்டும்; அதன் பின்னர் அரசியல், நிர்வாகச் சீர்திருத்தங்களைப் புகுத்தியிருந்தால், பல்வேறு இனங்கள் சார்ந்த *(Metropolitan)* ஒரு கலாச்சாரக் கலவையின் நடைமுறைகள் அவர்களுக்கு அந்நியமாகவும், புதிராகவும் தோன்றியிருக்காது” என்கிறார் வெபர் *(1996: 3–1372)*.

“ஃபிரஞ்சிந்திய நிர்வாகப் பகுதிகளைவிட மோசமாக நிர்வகிக்கப் பட்ட பகுதி ஏதுமில்லை; ஆளுநர்களின் அகம்பாவம், அரக்கக் குணத்தால் *(Monstrous Mania)* அது துயரத்திலுள்ளது”, எனச் செவிடன் காதில் ஊதிய சங்காகக் கூறிக்கொண்டே இருந்தார் ஃபிரியார் *(Frilliard)* (வெபர் *1996: 1–197*)

போதிய கல்வியறிவில்லாத காரணத்தால், ஃபிரஞ்சியரின் அதிகாரப் பரவலும், ஆட்சியில் பங்களிப்பும் சாமான்ய இந்தியனை எந்த விதத்திலும் ஈர்க்கவில்லை. குதிரைக்கு முன்னால் வண்டியைக் கட்டுவதுபோல், கலாச்சார இணக்கம் ஏற்படுத்துவதற்கு முன்பே, அவசர அவசரமாக அரசியல், நிர்வாக மாற்றங்களைத் திணித்ததே இதன் காரணம்” என்கிறார் அனிமேஷ் ராய் *(2008: 77)*.

அது இருபதாம் நூற்றாண்டின் தொடக்கத்திலேயே, பண்பாட்டுக் கூறுகளைப் பதியவைக்காமல், நிர்வாக நிறுவனங்கள் வழியாக மக்களைக் கவர முயன்றபோதே தெளிவாகிவிட்டது, என்கிறார் அறிஞர் வெபர் *(1996: 3–1372).*

7.8: ஃபிரஞ்சுக் கலாச்சாரத் தாக்கம்

பண்பாட்டுக் களத்தில், குறிப்பிட்ட சில வரவேற்கத்தக்க கலவைக் கூறுகள் தொடர்ந்தன. சவ ஊர்வலம் வரும்போது வாகனத்தை விட்டுக் கீழிறங்கி, அது நம்மைக் கடக்கும் வரை காத்திருந்து செல்வது புதுச்சேரிக்கே உரிய உயரிய பண்பாகும்; சீருடையில் இருக்கும் காவலர்கள்கூட தங்கள் தொப்பியைக் கழற்றி மரியாதை செலுத்துவது காணக்கிடைக்காத காட்சி. ஒரு சாமானியன் அரசு அலுவலகத்திற்குச் சென்றால், அந்தப் பிரிவின் தலைவர், அவரை வரவேற்று, அமரச்செய்து, அவரது தேவையைக் கேட்டறிந்து, அவர் மனங்குளிரும் வண்ணம் சேவை செய்யும் பாராட்டத் தக்கப் பணிக் கலாச்சாரம், ஃபிரஞ்சியருக்கே உரியது (வெங்கடசுப்புராய நாயகர் 2011). ஆனால், 'கலாச்சாரக் கலப்புடன், புதுச்சேரியை ஃபிரஞ்சுமய மாக்க வேண்டும் *(Assimilation)* என்ற ஃபிரான்சின் நோக்கமும் நிறைவேற வில்லை; அதன் கலாச்சாரத் தாக்கமும் ஆழப் பதியவில்லை' என்று ஆதங்கப்படுகிறார் மண்ணின் மைந்தர் எழுத்தாளர் பிரபஞ்சன்.

புதுச்சேரியைப் பற்றிக் குறிப்பிட்ட ஜவஹர்லால் நேரு, "ஃபிரஞ்சுப் பண்பாட்டின் சாளரம்" என்று வர்ணித்தாலும், என் தலைமுறையில் அவர் சொன்ன ஃபிரஞ்சுக் கலாச்சாரத்தின் ஜன்னலை நாடிப் பார்த்திருக் கிறேன். சாயங்காலம் ஆனால் பாருக்குச் *(Bar)* சென்று குடிப்பதைத் தவிர எங்கள் ஃபிரஞ்ச் தொடர்புடைய தமிழர்கள் வேறு ஒன்றையும் கற்று வைத்துக் கொள்ளவில்லை. இவர்கள் பேசும் மொழியில் சில ஃபிரஞ்ச் சொற்களைக் கலந்து பேசுகிறார்களே அன்றி, ஃபிரஞ்சின் இதயம் எங்கும் காணக் கிடைக்கவில்லை. எங்கள் வாழ்க்கைப் போக்கில் சில ஃபிரஞ்ச் பண்பாட்டுக் கூறுகள் மேலோட்டமாகப் படிந்திருக்கின்றன என்பது மெய்தான்!' என்று கூறும் அவர், "எங்கள் தமிழர்கள் இந்த இரண்டு நூற்றாண்டுத் தாக்கத்தின் விளைவால் மதத்தை மாற்றிக் கொண்டார்கள்; ஃபிரான்சுக்குப் போய் உத்தியோகம் பார்த்தார்கள்; காசு சம்பாதித்தார்கள். அன்றி, ஃபிரான்சிலிருந்து தமிழ் மண்ணுக்கு என்ன கொண்டு வந்து சேர்த்தார்கள்? தமிழர்களின் வாழ்க்கைக் கண்ணோட்டத்தின் மீது ஃபிரான்ஸ் சிந்தனை ஆட்சி செலுத்தவில்லை; மாற்றி அமைத்து விடவில்லை. உன்னதமான ஃபிரான்சின் கலைகள், இலக்கியங்கள், பல்வேறு பயன்பாடான வாழ்க்கை நெறிகள் எங்கள் மண்ணுக்கு இறக்குமதியாகி, எங்கள் ரத்தத்தில் கலந்துகொண்டனவா என்றால், இல்லை" என்று வருத்ததோடு பதிவிடுகிறார். அதுதான் உண்மை.

காதல் பூட்டு: இக்கரையில் தொடரும் அக்கரைப் பழக்கம்

புதுச்சேரிக் கடற்கரைப்பகுதியில், சுய்ப்ரேன் வீதியில், ஒரு விளக்குக் கம்பத்தைச் சுற்றியுள்ள சங்கிலியில் கொத்துக் கொத்தாய்த் தொங்கும் பூட்டுகள் 'காதல் பூட்டுகள்' என்றால் புதுமையாக இருக்கிறதல்லவா! அது உண்மைதான்.

காதல் பூட்டு என்றால் காதலுக்குத் தடை என்றுதானே பொதுவாக எண்ணத்தோன்றும்! இது காதலை உடைக்கும் பூட்டு அல்ல; உடையாமல் காக்கும் பூட்டு.

காதல் பாலமான கலைப்பாலம்

உலகத்திலேயே, காதல், களியாட்டம் என்றால், உடனே நினைவுக்கு வருவது பாரிஸ் நகரம்தான். கைகோர்த்துச் செல்லும் கன்னியரும் காளையரும் சுற்றுப்புற நினைவேயில்லாமல் காதல் வயப்பட்டுக் கிடக்கும் காட்சி அங்கு சர்வசாதாரணம். அவ்வூரின், செய்ன் நதியின் மேல் கட்டப்பட்ட *(Pont des Arts / Passerelle des Arts)* கவின்மிகு கலைப்பாலத்தின் இருபுறங்களிலும், இரும்பாலான கைப்பிடித் தடுப்புகளில் ஆயிரக்கணக்கான பூட்டுகள் தொங்குவது கண்கொள்ளாக் காட்சி. புதிய காதல் இணையரோ, புது மணமக்களோ தனித்தனிப் பூட்டுக்களை ஒன்றாகப் பூட்டியோ, ஒரே பூட்டில் பெயர்களை எழுதியோ, செர்பியக் காதலர்களைப்போன்றே சாவிகளை நீரில் எறிவது வழக்கம். வாழ்நாள் முழுவதும் பிரிவென்பதே கூடாது என்ற வகையில் பூட்டிய பூட்டுப் போல் இறுகிய பந்தம் நீடிக்க வேண்டும் என்பதே அதன் குறியீடு. செர்பியாவில் தோன்றிப் பரவிய காதல் பூட்டுக் கலாச்சாரம் பாரிசில் மிகவும் பிரபலமாகிவிட்டது.

2014, பிப்ரவரி மாதம் அந்தப் பாலத்தில் சுமார் 10,00,000 பூட்டுக்கள் வரை சேர்ந்துவிட்டதால், அவற்றின் பளு தாங்காமல் பாலத்தின் ஒரு பகுதி உடைந்துவிட்டது. 45 டன் உலோகத்தை பூட்டுக்கள் வடிவில் ஏற்றினால் வேறென்ன நடக்கும்?

காதல் தோல்வியால் தொடங்கிய காதல் பூட்டு வழக்கம்

நூறு ஆண்டுகளுக்கு முன்னர் செர்பியா *(Serbiya)* நாட்டில் விர்ஜங்க்கா பஞ்சா *(Vrnjačka Banja)* என்ற ஊரில் இராணுவ வீரரான ரெல்ஜா *(Relja)* என்பவரை அவ்வூரில் ஆசிரியையான நதா *(Nada)* உயிருக்குயிராய் நேசித்தார். இருவரும் திருமணம் செய்து கொள்ளவும் முடிவு செய்தனர். அந்நிலையில், முதலாம் உலகப் போருக்காக கிரீசுக்குப் போன ரெல்ஜா, வேறொரு பெண்ணை மணந்துகொண்டு அங்கேயே தங்கிவிட்டார். எனவே, நதாவின் காதல் தோல்வியில் முடிந்தது. அந்த ஏக்கத்திலேயே அவள் மனமுடைந்து மாண்டுபோனாள்.

இது போன்றே தங்கள் காதலும் முறிந்துவிடக்கூடாது என்பதற்காக, இருமனங்கலந்து ஒருமனதாயின செர்பியக் காதல் இணைகள், நதாவும் ரெல்ஜாவும் அன்றாடம் சந்தித்த விர்ஜங்க்கா பஞ்சா நதிப் பாலத்திற்கு வந்து, ஒரு பூட்டில் தங்களது பெயருடன் இதயம் ஒன்றை அன்பின் இடுகுறியாக வரைந்து, பூட்டைப் பாலத்தின் இரும்புக் கம்பிகளில் பூட்டிவிட்டு, சாவியைக் கீழே ஓடும் நதியில் எறிந்து விடுவார்கள். தங்களின் இதயங்களைத் திறந்து, காதலைப் புகுத்திய சாவியைக் காணடிப்பதன் மூலம், இனிவரும் காலங்களில் தங்களை எந்த சக்தியாலும் பிரிக்கமுடியாமல் என்றென்றும் இணைந்தே இருக்கவேண்டும் என்பதற்கான வேண்டுதலின் அடையாளமே அது (வலைப்பூ).

பாரிசில் பிரபலமான இந்த வழக்கம் புதுச்சேரியிலும் புகுந்துவிட்டது. ஃபிரான்சிலிருந்து புதுச்சேரிக்கு வரும் இளஞ்சோடிகள், ரம்மியமான கடற்கரைச் சூழல் தங்கள் காதல் நினைவுகளைக் கிளர்ந்துவிடுவதால், இங்கும் காதல் பூட்டுகளைக் கட்டிவிட்டு, மௌனமாக வேண்டிக்கொண்டு, சாவிகளைக் கடலில் எறிந்துவிடுகிறார்கள். அந்தப் பூட்டுக்களைத்தான் படத்தில் பார்க்கிறீர்கள் (தினமலர்: ஜனவரி 15, 2021).

பாரிசைத் தொடர்ந்து, இந்த வழக்கம் அமெரிக்கா, ஜெர்மனி, சீனா, தென்கொரியா, இத்தாலி ஆகிய நாடுகளிலும் பரவிவிட்டது; இன்னும் புதுச்சேரியில் சூடு பிடிக்கவில்லை.

எஞ்சியது என்ன?

இன்றைய புதுவையில், ஃபிரஞ்சியரின் அடையாளங்கள் கொஞ்சம் கொஞ்சமாக அழிக்கப்பட்டுவிட்டன; ஓரிரண்டு ஃபிரஞ்சுப் பாணிக் கட்டடங்களும், கல்வெட்டுகளும், சிலைகளும், வெடிக்க மறந்த பீரங்கிகளும் மட்டுமே முந்நூறு ஆண்டுக்கால ஃபிரஞ்சுப் பாரம்பரியத்தையும், அரசியல் தொடர்பினையும், இராணுவ வலிமையையும் நினைவுறுத்திக் கொண்டிருக்கின்றன. “புதுச்சேரி ஃபிரஞ்சு கலாச்சாரத்தின் பலகணி” என்று வாழ்த்திய ஜவகர்லால் நேருவின் உளக்கிடக்கை வெறும் ஏட்டளவில் மட்டுமே எஞ்சி நிற்கிறது.

7.9: விடுதலையை நோக்கி

உலகப் போர்களில், இரு வல்லரசுகளுமே ஓரணியில் ஒத்துப்போனாலும், காலனிய நாடுகளின் சுதந்திரம் பற்றி எதிரும் புதிருமான கருத்து கொண்டிருந்தனர். ஆங்கிலேயர், இந்திய விடுதலைப் பிரச்சனையைச் சாதகமான முறையில் அணுகினர். ஆனால், புதுச்சேரி பற்றிய ஃபிரான்சின்

அணுகுமுறை நேர் மாறாக இருந்தது. வெவ்வேறு சலுகைகள், விதவிதமான திட்டங்கள் மூலம், ஃபிரஞ்சிந்தியாவைத் தக்கவைப்பதிலேயே ஃபிரான்சு குறியாயிருந்தது. சமூக, அரசியல் சலுகைகளோடு, இரண்டு உலகப் போர்களில் பங்கேற்றப் புதுச்சேரிவாசிகளுக்கு அரசு தாராளமான ஓய்வூதியம் அளித்ததால், 'சொல்தாக்கள்' எனப்பட்ட அவர்கள் ஒரு தனித் தகுதியுடன் உயர்மட்டக் குடிமக்களாகவே வாழ்க்கை நடத்தினர். எனவே, 1954இல் புதுச்சேரி விடுவிக்கப்பட்டபோது, பெரும்பாலான சொல்தாக்கள் மூட்டை, முடிச்சுகளோடு பாரிசுக்குப் போகத்தயாராயினர். அந்த அளவிற்கு புதுவைச் சமுதாயத்தின் நகரப்பகுதி ஃபிரான்சுக்கே விசுவாசமாயிருந்தது.

ஆகவேதான், விடுதலை வேட்கை பரவலானபோதும், அது அந்நிய ஆதிக்கத்தை அதிரவைக்கும் மக்களின் எழுச்சிப் போராட்டமாக மாறாமல், நீறு பூத்த நெருப்பாகவே கனன்று கொண்டிருந்தது. அதனால்தான், இந்தியா விடுதலை பெற்றபோது, தொடர்ந்து புதுச்சேரியிலும் விடுதலைப் போர் வெடிக்கும் என்ற எதிர்பார்ப்பு கேள்விக்குறியானது. விடுதலை இயக்கத்தை வெகு மக்கள் இயக்கமாக மாற்றுவதற்காக அரசியல் கட்சிகள், சமூகக் குழுக்களின் முயற்சிகள் எடுபடாத நிலையில், தாயகமான இந்தியா என்னும் மீட்பரின் வருகையை எதிர்பார்த்துப் புதுச்சேரி காத்திருந்தது.

பின்னிணைப்புகள்

ஆய்வடங்கல் – தமிழ்

(சொற்குறுக்கங்கள்–நாட்குறிப்புகள்: ஆரபி: ஆனந்தரங்கப் பிள்ளை; இவீநா: இரண்டாம் வீரா நாயக்கர்; முவிதி: முத்து விஜய திருவேங்கடம்; ரதிவே: ரங்கப்ப திருவேங்கடம்.)

நாட்குறிப்புகள்

ஆனந்தரங்கப் பிள்ளை தினப்படி நாட்குறிப்பு *(1736–1761)* – *12* தொகுப்புகள், புதுச்சேரி மொழியியல் பண்பாட்டு நிறுவனம், புதுச்சேரி.

இரண்டாம் வீரா நாயக்கர் நாட்குறிப்பு *(1778–1792)* – (ஒர்சே. மா. கோபாலகிருஷ்ணன். *1992*), நற்றமிழ் பதிப்பகம், சென்னை.

முத்து விஜய திருவேங்கடம் பிள்ளை நாட்குறிப்பு *(1794–1796)* (ஜெயசீல ஸ்டீஃபன், *1992*) – இந்திய – ஐரோப்பியவியல் ஆராய்ச்சி நிறுவனம், புதுச்சேரி.

ரங்கப்ப திருவேங்கடம் பிள்ளை நாட்குறிப்பு *(1760–1768)* – (இரண்டு தொகுதிகள்) (ஜெயசீல ஸ்டீஃபன், *2000*) – புதுச்சேரி மொழியியல் பண்பாட்டு ஆராய்ச்சி நிறுவனம், புதுச்சேரி ப. *309*.

பிற நூல்கள் கட்டுரைகள்

அருள் சத்தியநாதன் 2015. *தேவதாசி வரலாறு*, தமிழ் வம்பன் வலைப்பதிவுகள் *(19)*

ஆரோக்கியநாதன் எஸ். *1993*. *காரைக்கால் புதுச்சேரி தெருப் பெயர்கள்* – ஆய்வு, முத்து பதிப்பகம், விழுப்புரம்.

இமயவரம்பன்., 2018. *வலங்கை இடங்கை*, கீற்று, (வலைத்தளப் பதிவு – ஏப்ரல்).

இரத்தினமாலா இரா., *1984*. *பாண்டிச்சேரி மீனவர்களின் வழிபாடுகளும் சடங்குகளும்* – ஆய்வேடு. அண்ணாமலை பல்கலைக்கழகம், அண்ணாமலை நகர்.

இராசசெல்வம் நா., *2020*. *பிரஞ்சியர் காலப் புதுச்சேரி – அதன் நகரமும் தெருப் பெயர்களும்*, செம்பியன் சேரன் பதிப்பகம் புதுச்சேரி.

இராமகிருஷ்ணன் இ. 1971. *இந்தியப் பண்பாடும் தமிழகமும்*, மீனாட்சி புத்தக நிலையம், மதுரை.

இராமச்சந்திரன் எஸ்., 2012. *குமரி மாவட்டச் சான்றோர் சமூக வரலாற்றில் ஆராயப்பட வேண்டியவை*, (சொல்வனம் மே 16, வலைத்தளப் பதிவு).

இராமன் எம். பி., 2021. *ஃபிரஞ்சியர் காலப் புதுச்சேரி : மண்ணும் மக்களும் (1674–1815)*, காலச்சுவடு, நாகர்கோயில்.

இளங்கோ சிவ., 1997. *புதுவையின் இன்னொரு புரட்சிக் கவிஞர் சிவப்பிரகாசனார், வரலாற்றில் புதுச்சேரி*, புதுச்சேரி வரலாற்று சங்கம், புதுச்சேரி,

இளங்கோ சிவ., 2004. *எட்டு மணி நேர வேலை – ஆசியாவில் முதல் வெற்றி*, ஞாயிறு பதிப்பகம், புதுச்சேரி.

இராமசாமி ஆ., 1992. *புதுச்சேரி வரலாறு*, பூங்குன்றன் பதிப்பகம், மதுரை.

இராமதாசு அ., 2017. *பிரஞ்சு இந்தியாவில் கல்விமுறை* – சிலம்பு பதிப்பகம், புதுச்சேரி. ப.368.

இராமதாசு அ., 2021. *புதுச்சேரியின் அடையாளங்கள்*, புதுச்சேரி மொழியியல் பண்பாட்டு ஆராய்ச்சி நிறுவனம், புதுச்சேரி

இராஜாராம் கே., 2002. *புதுச்சேரி அருங்காட்சியகம்* (நூல்: *புதுச்சேரி மரபும் மாண்பும்*, தொகுப்பு – கல்லாடன்) – 219–225, புதுச்சேரி வரலாற்று சங்கம், புதுச்சேரி.

ஓங்காரானந்தா, சுவாமி 1978. *ஞானபூமி, ஓங்காரம்*, சென்னை, 600 080.

கல்லாடன் 2002. *புதுச்சேரி மரபும் மாண்பும்*, புதுச்சேரி வரலாற்று சங்கம், புதுச்சேரி.

கல்வித் துறை 1981. *கவிஞர் சவராயலு நாயகர் வரலாறு*: 63–64, புதுச்சேரி.

கனகசபை 1982. *1800 ஆண்டுகட்கு முற்பட்ட தமிழகம்*, சைவ சித்தாந்தா நூல் பதிப்புக் கழகம், சென்னை: 202

கிருஷ்ணமூர்த்தி பா. 1991. *பிரஞ்சிந்திய விடுதலைப் போராட்டம்*, நவஜோதி வெளியீடு, புதுச்சேரி.

கிளமெண்ட் ஈஸ்வர், 2002. *புதுச்சேரி மாநிலப் பெண் தெய்வங்களும் தெய்வீகப் பெண்களும்*, சேகர் பதிப்பகம், சென்னை.

கிளமெண்ட் ஈஸ்வர், 2006. *புதுவை தேவதாசியரின் பொதுப்பணிகள்*, லில்லி பதிப்பகம், புதுவை.

கிளமெண்ட் ஈஸ்வர் 2006 *புதுவையில் கிறித்துவ சமயம்* (புதுவைத் தமிழ் –தொ–ர்கல்லாடன்): 62–68, புதுச்சேரி வரலாற்று சங்கம், புதுவை.

குப்புசாமி. சு., 1974 – *கல்வெட்டுகளில் புதுவைப்பகுதிகள்*, புதுச்சேரி வரலாற்று சங்கம், புதுச்சேரி.

கோபாலகிருஷ்ணன் ஓர்சே. மா., 2015. *பிரஞ்சு இந்திய காகிதநோட்டுக்கள் – ஆவணம்*: 26–277–282.

சச்சிதானந்தம். க., 2009. *பிரஞ்சு ஆட்சியில் தமிழின் நிலை*, தமிழ்மணி பதிப்பகம், புதுச்சேரி.

சத்தியசீலன் சி., 1983. நாட்டுப் புறத் தொழிற் பாடல்கள் – ஓர் ஆய்வு, சென்னைப் பல்கலைக் கழகம், சென்னை.

சத்தியசீலன் சி., 1988. *புதுச்சேரி நாட்டுப் புறப் பாடல்கள் காட்டும் சமுதாயம் – ஓர் ஆய்வு*, ஆய்வேடு, சென்னைப் பல்கலைக் கழகம், சென்னை.

சதாசிவன் கே., 2013. *தமிழகத்தில் தேவதாசிகள்* (மொழி பெயர்ப்பு: கமலாலயன் 2013, அகநி பதிப்பகம்) எடுத்தாள்கை: பிருந்தா 2014. பெண் வரலாறு: தேவதாசிகள் சமூக சேவகிகள், தமிழ் இந்து, 2014.

சிவசுப்ரமணியன் ஆ., 1984. *அடிமை முறையும் தமிழகமும்*, நியூ செஞ்சுரி புக் ஹவுஸ், சென்னை – 98.

சிவசுப்ரமணியன் ஆ. 2010. *தமிழகத்தில் அடிமை முறை*, பன்னாட்டுத் தரப்புத்தக எண்: 9788189359089.

சிவசுப்பிரமணியன் ஆ., 2005. – *தமிழகத்தில் அடிமை முறை*, காலச்சுவடு பதிப்பகம், நாகர்கோவில் – 629001.

சுந்தரராசு. கே., 1944. *இனி நாம் செய்ய வேண்டியது என்ன.?*, புதுச்சேரி.

சுப்பையா. வ., 1991. *பிரெஞ்சிந்திய விடுதலை இயக்க வரலாறு*.

சூர்யகலா. சா., 1985. *புதுவை மீனவர் தாலாட்டுப் பாடல்கள்* – இளமுனைவர் ஆய்வேடு, சென்னைப் பல்கலைக் கழகம், சென்னை.

செபஸ்தியன் ஏ., 1991. *18ஆம் நூற்றாண்டில் புதுவையின் வாழ்கை நிலை*, ஆந்தரங்கப்பிள்ளை ஆய்வு மையம், புதுவை.

தாவிதன்னுசாமி, 2010. *புதுவை மாநிலம் அன்றும் இன்றும்*, புதுச்சேரி கூட்டுறவு புத்தகச் சங்கம்.

தில்லைவனம். சு., 2007. *புதுச்சேரி மாநிலம் வரலாறும் பண்பாடும்*, சிவசக்திப் பதிப்பகம், புதுவை.

தில்லைவனம். சு. 2010. *புதுச்சேரி மாநில வரலாறு*, சிவசக்திப் பதிப்பகம், புதுவை.

தில்லைவனம். சு. 1980. *புதுவை மாநிலத் தமிழ் வளர்ச்சி*, பாரி நிலையம், சென்னை.

திருமலை ம., 2020. *பிரெஞ்சு நாட்டார் ஒருவரின் தமிழ்க் காதல், தினமணி*: 24–9–2020.

நடனகாசிநாதன், 1995. *இடங்கை வலங்கையர் வரலாறு*, தமிழ்நாடு அரசு, சென்னை

நர்மதா க., 2006. *தமிழகத்தில் தேவரடியார் மரபு*, போதி வனம் பதிப்பகம்.

பத்மநாபன் ப. 2004. *ஃபிரஞ்சிந்திய விடுதலைப் போரில் இதழ்கள்*, தொல். இளமுருகு பதிப்பகம், புதுச்சேரி.

பிள்ளை கே.கே., 1977. சோழர் வரலாறு தமிழ்நாட்டுப் பாடநூல் நிறுவனம் சென்னை.

பராக்கிரம பாண்டியன் 2020. *தேவரடியார்களின் வாழ்வியல்*, தமிழ் விங், வலைப்பூ.

பிரபஞ்சன், 2003. – *சின்னா சுப்பராயப் பிள்ளை – ஒரு பாரம்பரியத்தின் கதை* – வானொலி உரை, புதுச்சேரி வானொலி நிலையம்.

புதுவைச் சிவம் 1945. *கைம்மை வெறுத்த காரிகை*, பூங்கொடி பதிப்பகம், புதுச்சேரி.

புதுவைச் சிவம் 1946. *மறுமலர்ச்சிக் கவிதைகள்*, ஞாயிறு பதிப்பகம், புதுச்சேரி.

புதுவைச் சிவம் 2007. *புதுவைச் சிவம் படைப்புகள்*, காவ்யா பதிப்பகம், சென்னை

மணிமாறன் அரச. 2005. *புதுவை முரசு தமிழ்க்கனல் இராமகிருட்டிணன்*, எழில் பதிப்பகம், புதுச்சேரி.

மரி அன்னா தயாவதி 2006. *புதுச்சேரி வரலாற்றில் தியாகு முதலியார் பரம்பரை* (நூல்: புதுவைத் தமிழ் – தொகுப்பு – கல்லாடன்): 157–162, புதுச்சேரி வரலாற்று சங்கம், புதுவை.

மன்னர் மன்னன் 1985. கருத்துக் குயிலின் நெருப்புச் சுடர், முத்துப் பதிப்பகம், விழுப்புரம்.

மீனாட்சிசுந்தரம் தெ, பொ., 1982. *உலக நாகரிகத்தில் தமிழர் பங்கு*, சர்வோதய இலக்கியப் பண்ணை, மதுரை.

முருகேசன் சி.எஸ்., 1991. *வரலாற்றில் புதுவை* (தொகுதி 3), அசோகன் பதிப்பகம், சென்னை, 6000096.

முருகேசன். சி.எஸ்., 2004. *விடுதலை வேள்வியில் புதுச்சேரி*, சங்கர் பதிப்பகம், சென்னை – 600 049.

முருகேசன் சி.எஸ்., 2004. *வரலாற்றில் தேவதாசிகள்*, குறிஞ்சி, சென்னை. ப.304

முருகேசன் சி.எஸ்., 2013. *புதுச்சேரி சித்தர்கள்*, சங்கர் பதிப்பகம், சென்னை

முருகேசன் சி.எஸ்., 2013. புதுச்சேரி வரலாறு , சங்கர் பதிப்பகம், சென்னை, 6000049.

முருகேசன் சி.எஸ்., 2014. *புதுச்சேரி கோயில்கள்*, சங்கர் பதிப்பகம், சென்னை

முருகேசன் சோ., 2006. *ஆய்வு மேதை கப்ரியேல் மூவோ துய்ப்ரே* (புதுவைத் தமிழ் – தொகுப்பு: கல்லாடன்): 147–156, புதுச்சேரி வரலாற்று சங்கம், புதுவை.

வெங்கடசுப்புராய நாயகர் சு. ஆ., 2015. *பெத்தாங்கை மறவாத புதுச்சேரி*, வெள்ளி விழா மலர், நண்பர்கள் தோட்டம், புதுச்சேரி.

வேங்கடேசன் ந., 1979. *வரலாற்றில் வில்லியனூர்*, சேகர் பதிப்பகம், சென்னை.

வேங்கடேசன். ந., 2009. *புதுவை மாநிலச் செப்பேடுகள் – ஓர் அறிமுகம்,* திருமுடி பதிப்பகம், புதுச்சேரி.

வேல்முருகன் சு., 2019. *புதுச்சேரியில் பிரஞ்சுக்காரர் தமிழ்த் தொண்டு,* கம்பன் பதிப்பகம், புதுவை – 4 ப.96.

வேலாயுதனார் மு.த., 1977. *நாடு சண்முக வேலாயுத முதலியார்,* புதுச்சேரி வரலாற்று சங்கம், புதுச்சேரி

ஜெயசீல ஸ்டீஃபன் எஸ்., 2019. *தமிழக மக்கள் வரலாறு: காலனிய வளர்ச்சிக் காலம் – புலம் பெயர்ந்தவர்களின் வாழ்க்கை,* நியூசெஞ்சுரி புக் ஹவுஸ், சென்னை.

ஜெயசீல ஸ்டீஃபன் எஸ்., 2019. *தமிழக மக்க ள் வரலாறு: பிரெஞ்சியர் ஆட்சியில் மக்களின் சமூக வாழ்க்கை,* நியூசெஞ்சுரி புத்தக நிலையம், சென்னை

REFERENCES – ENGLISH

Animesh Rai, 2008. *The Legacy of French in India (An investigation of a process of Creolization),* French Institute, Pondicherry.

Aniruddha Ray, 2004. *The Merchants of the State: The French in India,* VIII. Munshiram Mohanlal, New Delhi.

Antony, Cyril., 1982. *Gazetteer of India,* (2 Vol.) Govt. of Puduchery, Puduchery.

Asia Urbs, 2004. *Architectural Heritage of Pondicherry,* Pondicherry.

Ashwin Desai and Goolam H. Vahed. 2010. *Inside Indian Indenture: A South African Story, 1860-1914,* HSRC Press.

Ashworth, Jr. W. B. 2017. *Scientist of the Day - Guillaume-Joseph Le Gentil,* Linda Hall Library,

Baker CJ., 1976. *The Politics of South India -1920-1937,* Cambridge, New Delhi.

Baker CJ and Washbrook D. 1975. South India, *Political Institutions and Political Change 1880-1940,* Cambridge, New Delhi.

Bourdat, Pierre. 1995. *Eighteenth Century Pondicherry,* Siecle, French Institute, Pondicherry.

Chawla, Anil., 2002. *Devadasis – Sinners or Sinned Against,* Samarbharath.com

David Annousamy, 2019. *Pondichery - A Social and Political History,* French Institute, Puduchery.

Department of Agriculture, 2015. *Botanical Garden,* Government of Puducherry, Government Press, Pondichery .

Dubois, Abbe Fr.,1928. *Hindu Manners, Customs and Ceremonies,* Oxford: Clarendon Press, London.

Gautier F., 2008. *Les Francais en Inde*, Roli Books, New Delhi.

Geetha S., 2008. *Society and Politics in French India: Merger and Anti-merger Alignments in the Mid-Twentieth Century* (Ph.D Thesis). Pondicherry University, Puduchery.

Gopinath Sricandane 2016. *Shadows Of Gods - An Archive and its Images*, Institut Français de Pondichéry Centre des École française d'Extrême-Orient, Pondichery - 605001.

Gupta R. K. and Malange R., 1961. *Le Jardin Botanique de Pondichery*, French Institute, Pondichery, P.130.

Guyon Abbé, 1744. *Histoire des Indes Orientales Anciennes et Modernes*, 3 vol., Paris.

India Study Circle, 2018. *Rocky Mountain Stamp Show, Pre-Show Seminar*, May 24, Denver, Colorado.

INTACH 1997. *Reminiscences of the French in India*, New Delhi.

INTACH 2004. *Architectural Heritage of Pondichery*, Tamil and French Precincts, European Commission under the Asia Urbs Programme, Pondichery.

Jeyaseela Stephen S., 2018. *Pondichery under the French- Illuminating the Urban Landscape (1674-1793)*, Primus Books, New Delhi.

Jouveau Dubreuil, 1955. *Pondichéry et la foundation de la Compagnie des Indes*, Revue Historique de l'état de Pondichéry, vol. 9, 1955.

Keshani R.N., 2004. *Cuisine diplomacy in 17th century Pondicherry*, 31-34, in Krishna Murthy B. (Ed.), India and France:Past Present And Future, Pondicherry University, Puducherry.

Krishna Murthy K.V., 1998. *Nandavana Sacred Grove in Mediaeval India*, In, Sacred Groves and Ecological Heritagae Sites, C P Ramaswamy Foundation, Chennai pp.18-19.

La Farelle. 1896. *Memoires et correspondances du chevalier de le Farelle*, pp. 44-56.

La Font JM and Chitra – *Cities and Monuments of Eighteenth Century in India from French Archives.*– French Institute, Pondichery.

Lafont JM., Maansingh GM., Jain K, Pitchard. P, Raveendran KT. 1997 – *Reminiscences – The French India* – INTACH, New Delhi. P.144

Launay A., 1898. *Histoire des Missions de l'Inde, Pondichéry*, Maissour, Coimbatour, vol. I, Paris,

Le Gentil, 1779. *Voyage dans les Mers de l'Inde*, Volume-1, L'Académie Royale des Sciences. Imprimé par ordre de sa Majesté, Paris.

Melangin R., 2015. *Pondichery that was once French India.* INTACH, Pondicherry P.152.

Mini Thomas, 2015. *Relooking at French colonies: Pondicherry and New France in the 17th century*, (In Poduke – Bandikere – Puducheri-Pondicherry, Ed.Nallam V, Kalladan, Chandramouli N.) *The Historical Society Of Pondicherry*, Puducherry, Pp.49-63.

More J.B.P., 2020. *Pondichery, Tamilnadu and South India under French Rule*, Manogar Publishers, New Delhi.

Nallam V., Kallaadan, Chandramouli N. 2015. *Poduke – Bandikere- Puducherry-Pondichery* – Pondicherry Historical Society, Pondichery.

Natasha Pairaudeau, 2009. *Indians as French Citizens in Colonial Indochina, 1858-1940*, PhD Thesis, School of Oriental and African Studies, University of London.

Natasha Pairaudeau, 2015, *The French in India in Indochina I In: In Poduke-Banikere-Puducheri-Pondichery* (Ed. Nallam, Kalladan and Chandramouli, The Historical Society of Pondichery, Puduchery. pp, 64-79.

Oberle M.M., 2010. *Gateway to New World*, French Institute, Pondichery.

Pattabiraman C.Z., 1948. *Quatre Vieux Temples des Environs de Pondichery*, Paris.

Pichard, Pierre. 1988. *City Planning and Architecture – EEFO* (text) French Institute, Pondicherry.

Pillay, K.K., 1977. *History of Tamil Nadu: Her people and culture.* Tamil Nadu Textbook Society.

Raja P. and Rita K.N., 2005. *Glimpses of Pondicherry*, Busy Bee, Pondicherry.

Ramanujam M P., Kadmban D, Kumaravelu G and Praveen Kumar C. Sacred Groves -*An Overview In Ethnobotany*, (Ed.C.P. Trivedi), Aavishkar Publishers, Jaipur, pp. 13-53.

Ravindran K.T. 1990 *Colonial Urbanisam: A Cross Cultural Perspective on Pondichery*. (Text), French Institute, Pondichery.

Sampathkumar P.A., and Andre Carof. 2000. *History of Pondichery Mission – An Outline*, University of Madras, Chennai. P.312

Seal Anil, 1971. *The emergence of Nationalism in India* – Cambridge, London.

Sebastian A., 1997. *Dupleix as seen by Ananda Rangapillai 1997*, Ananda Rangapillai Aayvu Maiyam, Puduchery-605011.

Sen S.P., 1951. *The French in India 1763-1816* – First establishment and struggle, Calcutta.

Subbarayalu Y., 2011. *South India Under the Cholas*, French Institute, Pondichery.

Subbiah. V., 1990. *Saga of Freedom of French India: Testament of my life.* New Century Book House, Chennai.

Suresh, 2015. *The measures of the French administration in the control of Epidemic diseases*, In, Poduke-Banikere-Puducheri-Pondichery (Eds. Nallam, Kalladan and Chandramouli, , The Historical Society of Pondicherry, pp. 90-97.

Thursten Edgar.1975. *Castes and Tribes in South India*, Cosmos Publications, New Delhi.

Weber J., 1988. *Les Etablissements Français en Inde au XIXe siècle (1816-1914)*, 5 vols., Paris

Weber, Jacques. 1991. Chanemougam, *King of French India*, In Economic and Political Weekly, vol. 26(6): 292.

Weber J., 1996. *Pondichéry et les Comptoirs de l'Inde après Dupleix la Démocratic au pays des castes*, Editions Denoel, Paris.

Yvonne Robert Gaebele, 1934. *Creyole Et Grande Dame Johanna Begam Marquise Dupleix*, Biblotheque Coloniale, Pondicherry.

Yvonne Robert Gaebele, 1960. *Histoire de Pondicherry: de l'inde an 1000 a nos jours*. Imprimiere du Gouvernement, Pondicherry.

Photo credits

Alberto Salinas, Alphonse-Marie-Adolphe de Neuville, Allan Stewart, Angus Mcbride, Blum, Baskar Photography, Bonifaci Boni, Datsanamurthy, Devaiah, Emile Wattier, Eugene J., Fortune Meaulle, Gebhard Fugel, Hillpautteaux, Jayarathina, Jacques Francois Joseph Swebach, Jean Baptiste Morret, Jean Deloche, Koujalji Ajit, Lavis Luvre, Melangin R., Mohan Khokar, Narayana Sankar, Pondichery Arun, Suresh S, Paul P. Picaballo, Raphael and Sriram MT.

Anciens de Pondichéry, Biography.com, cdn.dnaindia.com, Chabrelie Publishers (Chabrelie JJ), Paris, Christianity.com, Department of Agriculture, Govt. of Pudhuchery, Doorways Pondicherry, Gallica.bnf.fr - Bibliothèque nationale de France, Guimet Museum France, Linda Hall Library (Eduard de Manès), India Water Portal, INTACH Pudhucherry, Marabu - Heritage Trust, National Heritage Trust, Pinterest, Pudhuvai Museum, Pondicheriens De France, Podichery Tourism, Rocky Mountain Stamp Show - India Study Circle, Colorado (2018), Trip Advisor, Unacademy, Visit Pondichery, Wikipedia etc.

As we extracted some photographs from websites without indicating sources, we were not able to reach some of the contributors. However, we have retained their originality and identity as far as possible and made no conscious effort to hide their valuable contributions. We sincerely acknowledge their involuntary contributions to the project.

வண்ணப் படங்கள்

1. பத்தொன்பதாம் நூற்றாண்டில் வாழ்க்கைத் தரம்

1.1: திசை மாறும் ஃபிரான்சின் பயணம்

கடற்கரையில் ஒரு பசுமை வெளி

பரபரப்பான துறைமுகம்

பிரஞ்சுப் பாணி: நீண்ட மதில், பெரிய வாயில்

பின் கட்டில் ஓய்விடம்

கலப்புப் பாணியில் தமிழர் வீடு (2020)

பாரம்பரியத் தமிழர் வீடு

உயரமான வளைவுகளுடன் முன் வாயில் நெடிய கதவு

கலை நுணுக்கத்துடன் மாடம்

பூவணி

பிரஞ்சுப் பாணி: பெரிய கனமான தூண்கள் வாயிலில் தோட்டம்

மரத்தூண்களுடன் கூடம் – முற்றம்

1.3: சுற்றுச் சூழலும் சுகாதாரமும்

பெருந்தொற்று: கொத்துக் கொத்தாய் மடியும் மக்கள்

1.5: பல்துறை மேம்பாடுகள்

அன்றைய பெரிய கடை (19ஆம் நூற்றாண்டு ஓவியம்)

பெரிய வாய்க்கால் (ஓவியம்)

அஞ்சல் வில்லைகள்

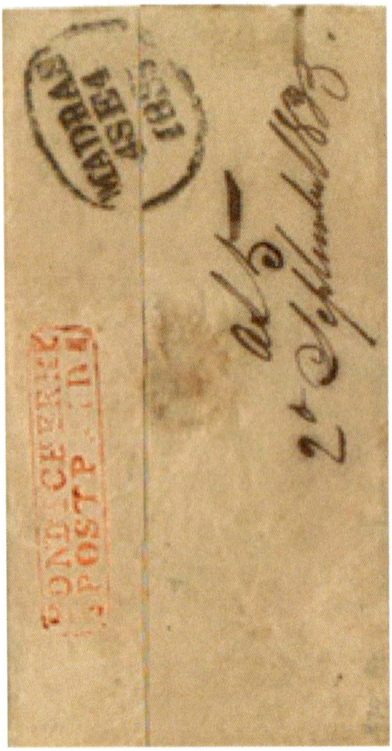

1835இல் அஞ்சல் முத்திரை

ஃபிரெஞ்சிந்திய அஞ்சல் வில்லைகள்

1854 முதல் ஃபிரெஞ்சு அரசு அஞ்சல் வில்லை

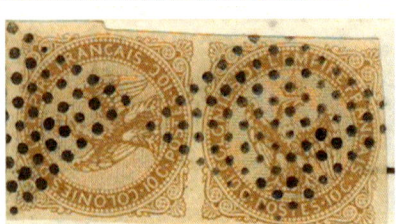

ஃபிரெஞ்சிந்திய அஞ்சல் வில்லை – 1859

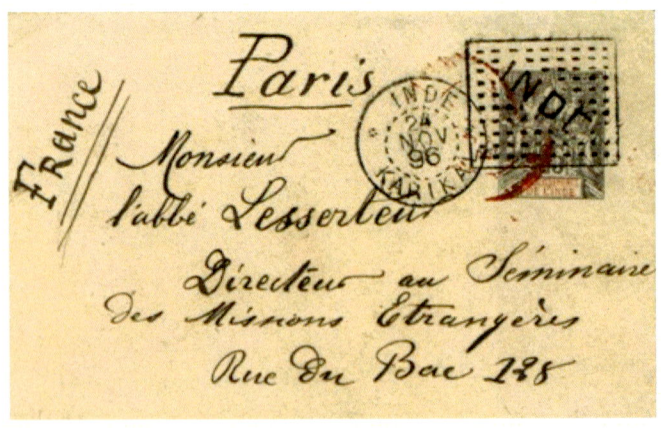

1896இல் காரைக்காலிலிருந்து பாரிசுக்குப் போன கடிதம்

பணத்தாள்கள்

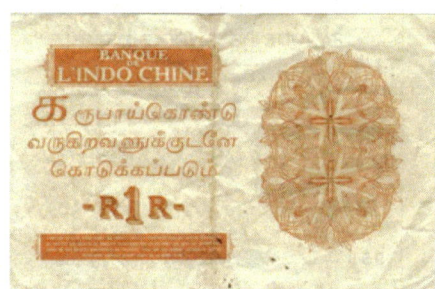

இந்தோசீன வங்கி வெளியிட்ட பணத் தாள்கள் – தமிழ் எழுத்துக்களுடன்

1.6: புதுவையில் ஆன்மீகம்

தமிழர் கோயில் (பழைய ஓவியம்)

கிண்ணித் தேர்

3. வடுக்களாய் மாறிய வழக்காறுகள்

3.1: அடிமை முறை

கரும்புத் தோட்டம்

லசாரத் என்னும் கொட்டடி

சவுக்கடி

கைகளைக்கட்டிக் கழுத்தில் சட்டம்

அடிமைகள் செய்ய வேண்டிய வேலைகள்: தோட்டப் பயிர் வேளாண்மை, சுமை தூக்குதல், பார வண்டி இழுத்தல், பல்லக்குத் தாங்குதல், விலங்குகள் விரட்டல், வீட்டு வேலைகள்

அடிமைகளுக்கு வகை வகையான தண்டனைகள்: தலை கீழ் தொங்கவிட்டு அடித்தல் இருட்டறை வாசம்

செசேல்:
விக்டோரியா தீவில் முருகன் கோயில்

1929இல் திருப்பணிக் கல்வெட்டு

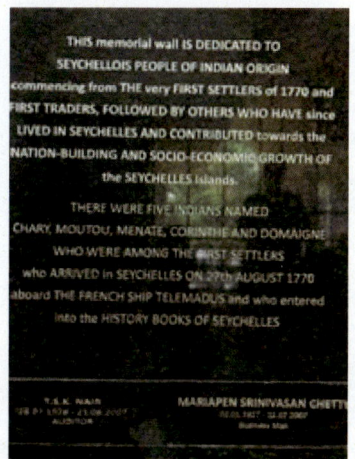

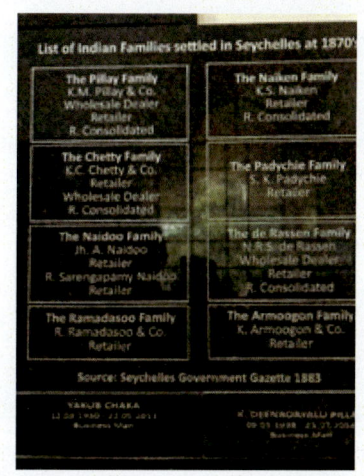

செசேல் தீவை நிறுவிய முதல் குடியேறிகள் – நினைவுக் கல்வெட்டு

தென்னாப்பிரிக்காவில் 1915இல்
கட்டப்பட்ட முருகர் ஆலயம்

செசேல்: விக்டோரியா தீவில் மசூதி

3.2: உடன்கட்டை ஏறுதல் ஓவியங்கள்

மந்திரங்கள் ஓத மரணிக்கும் மாது

ஊரே கூடி நின்று வேடிக்கை

இது ஒரு கொலையே

ஆடைகளைக் களைந்து சிதையில் குதித்தல்

அமைதியே உருவாக ஏற்றோரும் உண்டு

விரும்பித் தீக்குளிக்கும் நிகழ்வுகள் (jouhar)

ஒன்றுக்கும் மேற்பட்டோரும் உடன்கட்டை ஏறுதல்

அக்பர் தடையை மீறி இராஜபுத்திர அரசியின் தீக்குளிப்பு – குதிரை மேல் இளவரசர் தனியால் (1610இல் முகமது ரிசா வரைந்த ஓவியம்)

3.4: தேவரடியார்கள்

அர்ப்பணிப்புச் சடங்கு

புதுச்சேரி இசைக்குழுவுடன் தேவதாசி

ஏறி காக்கும் எரமடி அய்யனார்

கலை நிகழ்ச்சி

வற்றிக் கிடக்கும் ஆயி குளம்

ஸ்ரீமுஷ்ணம் கோயிலில் தேவதாசியரின் பல்வேறு அபிநய வடிவங்கள்

பாகூர் ஏரியின் மதகு

பாகூர் ஏரி

வங்காரி சிங்காரி (ஏரி மதகில் புடைப்புச் சிற்பங்கள்)

4. புதுவைக்குப் புகழ் சேர்த்த ஃபிரஞ்சியர்

தேங்காய்த்திட்டு தோன்றும் முன் புதுவையின் வரைபடம் (1702) – இடது புறம் பாண்டிச்சேரியாறு (அரியாங்குப்பம் ஆறு)

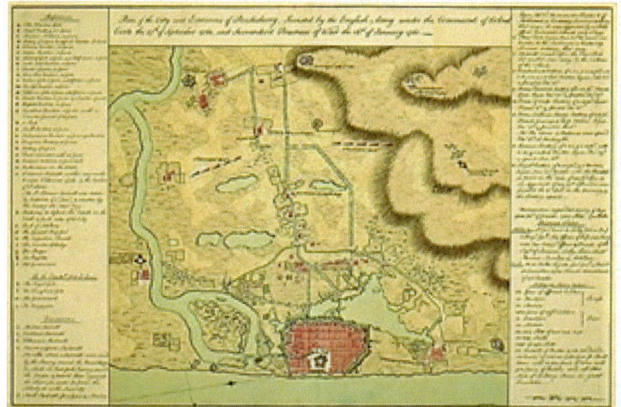

தேங்காய்த்திட்டு தோன்றிய பின் புதுவையின் வரைபடம் (1768)

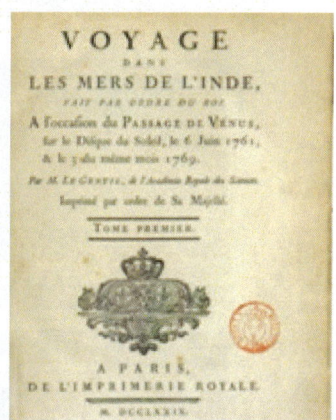

VOYAGE
DANS
LES MERS DE L'INDE,
FAIT PAR ORDRE DU ROI
A l'occasion du Passage de Vénus,
sur le Disque du Soleil, le 6 Juin 1761,
& le 3 du même mois 1769.
Par M. Le Gentil, de l'Académie Royale des Sciences.
Imprimé par ordre de Sa Majesté.
TOME PREMIER.
A PARIS,
DE L'IMPRIMERIE ROYALE.
M. DCCLXXIX.

லெ ழாந்த்தியின் நூலின் முகப்பு

முவோ துய்ப்ரேய் சேகரித்தப் பொருட்கள்

5. பெருமிதம் பேசும் எச்சங்கள்

5.1: அரசு மாளிகை

திடலின் பின்னணியில் பழைய அரசு மாளிகை (ஓவியம்)

1820இல் பொறியாளர் ஸ்பினாஸ் வடிவமைத்துக் கட்டிய
அரசு மாளிகையின் தற்போதைய தோற்றங்கள்

புல்தரையின் பின்னணியில் எழிலார்ந்த அடுக்கு மாளிகை

வனப்பு மிகு வரவேற்பு அறை

கூடம்

கம்பீரமான நுழைவாயில்

மாடம்

5.2: செஞ்சித் தூண்கள் – சிற்பங்கள்

வாராவதி முகப்பில் செஞ்சித் தூண்கள் நிறுவப்பட்டபோது (ஓவியம்)

தற்போதைய நிலையில் காந்தி அடிகள் சிலையைச் சுற்றி செஞ்சித் தூண்கள்

பெரிய கடையினுள் ஒரு தூண்   தூண்களில் உள்ள வடிவங்கள்   தூணில் உள்ள வடிவங்கள்

செஞ்சிச் சிற்பங்கள் (பாரதி பூங்காவில்)

5.6: ழாந்தார்க்   5.7: சொல்ஷேர்

புதுப்பிக்கப்பட்ட ழாந்தார்க் சதுக்கம் (2020)   சொல்ஷேர்

5.8: கலங்கரை விளக்கம்

கலங்கரை விளக்கம் பழையதும் – மறுநிர்மாணத்திற்கான வடிவமைப்பும்

5.9: வாராவதி அல்லது கடற்பாலத் தூண்கள்

இயற்கையின் சீற்றத்தால் அழிந்த வாராவதியின் எச்சங்கள்

5.11: போர் வீரர் நினைவுச்சின்னம்

பஸ்திய் சிறை தகர்ப்பு

லூயி மன்னர் சிரச்சேதம்

நினைவுச்சின்னம்முன் ஃபிரஞ்சுக் குடிமக்கள், 'சொல்தாக்கள்'

இராணுவ அஞ்சலி

போர்வீரர் நினைவுச்சின்னம் (2020)

கூண்டு விளக்குகள்

மஃச்கராத் என்னும் மாறு வேடங்கள்

5.14: ஆயி மண்டபம்

பருந்துப் பார்வையில் பாரதி பூங்காவில் ஆயி மண்டபம்

ஆயி மண்டபம் (2015)

ஆயி சிலை (2021)

சாய்ந்து இளைப்பாறும் ஆயி

5.15: மூன்று மணிக்கூண்டுகள்

மணிக்கூண்டு நிறுவனக் கல்வெட்டு   மணிக்கூண்டின் பாகங்கள்   திவான் தியாகு முதலியார்

5.16: வீராம்பட்டினம் மறைப் பள்ளி

மறைப்பள்ளியின் இடிபாடுகள் (2016)

5.17: துய்ப்ளேக்சு சிலை

பல்வேறு கோணங்களில் துய்ப்ளேக்சு சிலை

5.18: ஆனந்தரங்கப் பிள்ளை (1709–1761) மாளிகை

வீட்டு முகப்பு

முற்றம், கூடம்,
ஃபிரஞ்சுப் பாணியில் மேல்தளம்

கலைநயமிக்க வாயிலும், தூணும்

  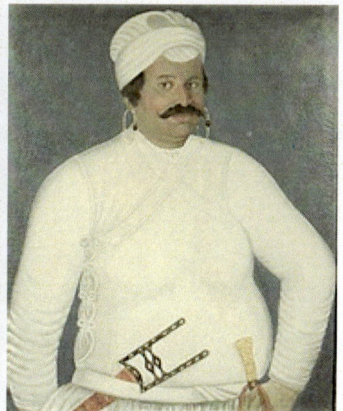

கூடத்தில் கலைப்பொருட்கள்   முற்றத்தில் சிலை   ஓவியம்

5.19: அருங்காட்சியகம்

செப்புத் திருமேனிகளும், மரச்சிற்பங்களும்

படகுப் பயணம்

பாய்மரக் கப்பல்

ஒளி ஊடுருவும் கற்கள்

பளிங்குச் சிலைகள்

செம்பொன் சிலைகள்

கைவண்டி – புஸ் புஸ்

புத்தர் தலையும் உடலும்

பீரங்கிக்குண்டுகள்

செஞ்சித் தூண்

பழங்காலப் போர் ஆயுதங்கள்

5.20: தாவரவியல் தோட்டம்

பெரோத்தே சிலை

பூங்கா வாயில்

கல்மரப் பூங்கா

பாரத மாதா

பொங்குநீரூற்று இருந்த இடத்தில்

பூங்காவின் அமைப்பு

பெரோத்தேவிற்கு நினைவுத்தூண்

அரிய தாவர வகைகள்

Bombax malabaricum (DC.) Schoot Endl. (Mullilavu)

Estreia pubescens Willd.

Adansonia digitata L. (Baobab)

Brassia actinophylla Endl. (Australia umbrella tree)

Rhus glabra L. (Smooth Sumac)

Trithrinax acanthocoma Drude (Fan Palm)

Brownea coccinea Loeff. Ex.Griseb (mountain rose)

Dillenia indica L. (elephant apple)

Oroxylum indicum (Midnight flower=Sorikonrai)

Millettia peguensis Ali. (Moulmein rosewood)

Shorea talura Roxb. (kungiti)

Hymenaea courbaril L.(West Indian locust)

5.21: ஃபிரஞ்சு ஆராய்ச்சி நிறுவனம்

ஃபிரஞ்சு ஆராய்ச்சி நிறுவனம் – முகப்புத் தோற்றம்

ஐரோப்பியப் பாணியில் நிறுவனக் கட்டடம்

ஸ்ரீபுரந்தான் நடராசர் சிலையை இந்தியப் பிரதமரிடம் ஒப்படைக்கிறார் ஆஸ்திரேலியப் பிரதமர்

ஓலைச்சுவடி ஆய்வகம்

6. பிற படங்கள்

வீரனை அரவணைக்கும் அன்னை மரியான்

புஸ் புஸ் வண்டி (Pusse-Pusse)